நாவலாசிரியர் தமயந்தி பிஸ்வாஸ் சிங்கப்பூரில் வாழ்கிறார். புராஜெக்ட் ஒய் என்னும் தன்னார்வ அமைப்பின் ஒரு பகுதியாக இருக்கும் வாழ்வுரிமையற்ற டில்லிச் சிறார்களுக்கான திட்டத்தில் பணிபுரிகிறார். அந்த அமைப்பு வாழ்வுரிமை குறைந்த சமூகங் களுக்குக் கல்வியையும் சமூக மேம்பாட்டையும் அளித்து முன்னேற்றுகின்ற ஒன்று. அவருடைய சிறுகதைகள் அமெரிக்க இதழ்களிலும், இங்கிலாந்து பத்திரிகைகளிலும், ஆசியப் பத்திரிகைகளிலும் வெளியாகியுள்ளன. ஃபோர்ஜ் இலக்கிய இதழின் ஆசிரியர் குழுவிலும் உள்ளார். புஷ்கார்ட் பரிசுக்குப் பரிந்துரைக்கப்பட்டிருக்கிறார்.

உன் தோளுக்கு அடியில் நீ

தமயந்தி பிஸ்வாஸ்

தமிழில்
க. பூரணச்சந்திரன்

அடையாளம்

முதல் பதிப்பு 2022

© தமிழ் மொழிபெயர்ப்பு: அடையாளம்

வெளியீடு: அடையாளம், 1205/1 கருப்பூர் சாலை, புத்தாநத்தம் 621310, திருச்சி மாவட்டம், இந்தியா, தொலைபேசி: 04332 273444, 9444 77 2686

நூல் வடிவம்: த பாபிரஸ், அச்சாக்கம்: அடையாளம் பிரஸ், இந்தியா

ISBN 978 81 7720 345 5

விலை: ₹ 430

Un Tholukku Atiyil Nee is the Tamil translation of *You, Beneath Your Skin* in English by Damyanti Biswas, Translated by G. Poornachandran, Published by Adaiyaalam, 1205/1 Karupur Road, Puthanatham 621310, Thiruchirappalli District, Tamilnadu, India, email: info@adaiyaalam.net

எனக்கு
படிக்கக் கற்றுக் கொடுத்த
பாபாவுக்கு

நன்றி

எழுதுவது என்பது முழுமையான விரக்தி அவ்வப்போது மனத்தைத் தொடுகின்ற அளவுக்கு தனிமைகொண்ட செயல்முறையாகவே உள்ளது. ஆனால் *உன் தோலுக்கு அடியில் நீ* நாவலை எழுதுவது எனக்குத் தனி முயற்சியாக இல்லை. அதை எழுதி வெளியிடும் பயணத்தில் என் கையைப் பிடித்துப் பல கைகள் உதவி செய்தன.

எனக்கு எழுத அனுமதியளித்த ஷேரன் பேக்கருடன் அது தொடங்கியது. முதலில் எழுதிய பல குழப்பமான வரைவுகளைப் படித்தவர்களுடன் அது தொடர்ந்தது: லிம் ஷீ பின், துர்பா த்யானி, மோ சர்க்கார், அதிதி மித்ரா, சாரா கார்ல்சன், விக்ரம், கிரண் தாண்டன், மைக்கேல் டெல்லெர்ட், மார்க் டிஃபௌடே யாவருக்கும் என் நன்றி. ஆண்டுகள் கழிய, ஃபோர்ஜ் எழுத்துக் குழுவிலிருந்து எழுதுவதைப் பற்றி நான் அதிகமும் கற்றுக்கொண்டேன். கையெழுத்துப் பிரதியை இருமுறை படித்த சாமர் ஷேஃபருக்கு அதிக நன்றி உரியது. தொடர்ச்சியாக ஆதரவைத்தந்த ஜானுக்கும் யோஷ் ஹேகர்ட்டிக்கும் கூட. மற்றும் *உன் தோலுக்கு அடியில் நீ*யைக் குழுவில் படித்து அதை மேம்படுத்த வழிகள் காட்டிய அனைவருக்கும் நன்றி.

ஆரம்பக் கட்டங்களில் பிர்க்பெக் பல்கலைக்கழகத்தைச் சேர்ந்த ஜூலியா பெல் எனக்கு வழிகாட்டினார். லிடரரி கன்சல்டன்சியைச் சேர்ந்த ரோஸ் கெய்ட், சஞ்சிதா கே ஆகியோர் மிகவும் சிறந்த பினனூட்டத்தை அளித்தார்கள். இவை அனைத்தும் சிங்கப்பூர் நேஷனல் ஆர்ட்ஸ் கவுன்சில் ஆதரவின் மூலமாகச் சாத்தியமாயிற்று. எழுத்தாளர் ஜேக் அர்னோட்டுக்கும் நன்றி. ஒரு கர்ட்டிஸ் பிரவுன் பூட்கேம்ப்பின் போது அவருடன் நடத்திய ஒரு சிறிய உரையாடல் முழு நாவலையும் மாற்றிவிட்டது.

அனுராதா பக்ஷியின் வொய் (WHY) திட்டம் புது தில்லியின் உரிமை பெறாப் பெண்கள், குழந்தைகள் சமுதாயத்திற்கு உதவும் அமைப்பு. அதில் எனது அனுபவங்களால்தான் *உன் தோலுக்கு அடியில் நீ* உருவானது. சாவ் அடித்தள நிறுவனத்திலிருந்த அமிலத்

தாக்குதலிலிருந்து தப்பியோருடனும் ஆலோக் தீட்சித்துடனும் ஆன விவாதங்கள் கதையின் பெரும்பகுதியை வடிவமைத்தன. ஆட்டிசம் பற்றிய இயல்களை உருவாக்குவதில் உதவிய ஸ்மிதா பரூவாவுக்கும் டேமியன் லாய்க்கும் நன்றிகள். மிக முக்கியமான வட்டார ஆய்வில் உதவிய விக்ரம்ஜீத் ராய்க்குச் சிறப்பு நன்றிகள் உரியன. தில்லி போலீசின் முன்னாள் ஆணையர் வி. என். சிங் கதைப் போக்கை அமைத்துத் தந்தார். தில்லி போலீசின் ஆய்வாளர் ரிதுராஜ் போலீஸ் படிநிலைகளையும் புலனாய்வு நடைமுறைகளையும் விளக்கினார். டாக்டர் ஷாஹீன் நூரியெஸ்தான் அமிலத் தாக்குதல் களில் தப்பியோருக்கான பிளாஸ்டிக் அறுவைமுறைகள் பற்றிச் சிறப்பாக வழிகாட்டினார். லண்டனில் விருந்தோம்பல் வழங்கிய மனீஷா, ஆதர்ஷ் பார்கவா, மஹுவா கோஷ் ஆகியோரின் நேசத்துக்கும் நன்றியும் பாராட்டும் உரியன.

தேவைப்பட்ட நல்ல அறிவுரையைத் தந்து நகைச்சுவையுடன் என்னை இயங்கச் செய்துவந்த சிறப்பான எனது முகவர் எட் வில்சனுக்கு நன்றிகள் மட்டுமே போதுமானவை அல்ல. *உன் தோலுக்கு அடியில் நீ* கதையை நம்பி அதை ஆதரிக்கத் தேர்ந்தெடுத்த அன்பான, பொறுமைமிக்க ஹிமான்ஜி சர்க்காருக்கு மிகுந்த நன்றிகள்.

என் பெற்றோரும் பல வழிகாட்டிகளும் நண்பர்களும் இந்தப் பயணத்தில் என்னை ஊக்குவித்திருக்கிறார்கள். ஆனால் என் சிறந்த துணைவரான ஸ்வரூப் பிஸ்வாஸ் இன்றி நான் ஒரு நூலாசிரியர் ஆகியிருக்க மாட்டேன். அவருக்கு ஏற்றவளாக ஏதோ ஒருநாள் வளர்வேன் என்று நம்புகிறேன்.

தமயந்தி பிஸ்வாஸ்

உன்
தோளுக்கு
அடியில்
நீ

1
ॐ

அஞ்சலி மார்கன், நிகிலைப் பிடித்து அறைய வேண்டும் என்று நினைத்தாள். நகரும் காரிலிருந்து வெளியே குதித்ததால் அவனே தன்னைக் காயப்படுத்திக்கொண்டிருக்கலாம்.

'உனக்குச் சாவு அவனால்தான் என்று சொல்லியிருக்கிறேன்' அம்மாவின் குரல் அவள் காதில் ஒலித்தது. 'நீ கேட்பதேயில்லை.'

'காரில் ஏறு' நிகிலைப் பார்த்துக் கூச்சலிட்டாள். ஆனால் தலை நகரத்தின் மிகப் பெரிய ஷாப்பிங்-மாலின் குறுகிய சரிவான வெளியேற்றச்-சுரங்கப் பாதையில் அவளை மாட்டிவிட்டு அவன் மறைந்துவிட்டான். இரண்டு டிரைவர்கள் அவள் பின்னாலிருந்து ஆரன் அடித்தார்கள். திரும்பி அவர்களைப் பார்த்து சத்தம்போட வேண்டும் போலிருந்தது. ஆனால் தன்னைக் கட்டுப்படுத்திக் கொண்டாள். அவனால் இப்படிச் செய்யாமலிருக்க முடியாது என்று எல்லோரையும்விட உனக்கு நன்றாகத் தெரியும்.

அவனிடம் மறுபடி பேசுவதற்கு முன்பு தன்னைத் தெளிவுபடுத்திக் கொள்ள வேண்டியிருந்தது. அவனால் ரொம்ப தூரம் போய்விட முடியாது. ஆழமாக மூச்சுவிடு. கார் கதவின் வெளியே சாய்ந்து மூச்சை உள்ளிழுத்தாள். ஆனால் பெட்ரோல் புகைதான் அவளைத் தாக்கியது. அத்துடன் பனிப்புகையும் புது தில்லிக்கே உரிய தூசு நிறைந்த நாற்றமும். பல சமயங்களில் அதை அவள் மறந்துவிடுவாள். ஆனால் இப்போது அவள் மூச்சு தடைபட்டு இருமினாள்.

அஞ்சலி காரிலிருந்து இறங்கினாள். தலைக்கு மேலிருந்த மஞ்சள் விளக்குகள் ஒரு கணம் அவளைக் குருடாக்கின. அவள் காருக்குப்பின் இப்போது ஐந்து கார்கள் வரிசையாக நின்றன. ஒரு பதின்வயதுச் சிறுவன் தன் தொல்லைப்பட்ட தாயின் முன்னால் வெறிபிடித்தவன் போல் ஆட்டம் போட்டதை முதல் காரின் டிரைவர் பார்த்திருந்தான். அவன் ஆரனை வேகமாக அடித்தான். மற்றவர்களும் அவனைப் பின்பற்றினர். நிகிலின் உயர்ந்த ஒல்லியான உருவம் சரிவுப் பாதையின் கீழ் தொலைவில் மறைவதை அவள் பார்த்தாள்.

உன் தோளுக்கு அடியில் நீ ❋ 1

'மேடம்ஜி' பழுப்புநிறச் சீருடையிலிருந்த ஒரு குட்டையான நேபாளி கார்டு சரிவின் கீழிருந்து, தன் விசில் ஒலிக்க, அவளிடம் விரைந்து வந்தான். 'இங்கே காரை நிறுத்தக்கூடாது.'

'சாரி' என்று கூறி, அதற்குப் பின் இந்தி வார்த்தைகளை நினைவுக்குக் கொண்டுவர அஞ்சலி முயன்றாள். ஆனால் அவள் அமைதி போலவே சொற்களும் மறைந்துவிட்டன. 'என் மகன் இறங்கி ஓடிவிட்டான்' என்றாள்.

நிகில் சென்ற வழியில் அவளும் ஓடத் தொடங்கினாள். கார்டு அவளைத் தாண்டி முன்னால் சென்று தடுத்தான்.

அவளுக்குப் பின்வரிசையாக நின்ற கார்களைச் சுட்டிக் காட்டினான். 'இங்கே பார்க்கிங் கிடையாது. இது வெளியேறும் வழி.'

கார்டுக்குப் பின்னால், சரிவில், நிகில் கார் நிறுத்தும் பகுதிக்குள் நுழைந்து மறைவதை அஞ்சலி பயத்துடன் கண்டாள். நவம்பர் மாத மாலை நேரக் குளிர்ந்த காற்று அவளை நடுக்கியது.

'நான் என் மகனைத் தேடிச்சென்று பிடிக்க வேண்டும். இதில் என்ன உனக்குப் புரியவில்லை?'

தலைக்குட்டையைக் கழுத்தில் தளர்த்தி, அதை மேலுடையிலிருந்து விலக்கினாள். நிகிலுடன் அவள் சென்ற கடைசி சிகிச்சை வகுப்பில், ஒரு சோதனையான சூழ்நிலையில், இருவரும் எப்படித் தங்கள் கைகளைக் குவித்து ஆழமான மூச்சுவிட வேண்டும் என்று கற்பித்திருந்தார்கள். இப்போது அதை அவள் முயற்சி செய்தாள். ஆனால் பயம் அவள் தொண்டையை அடைத்தது. அவள் மூச்சு சிறியதாகத், திணறித்திணறி வெளிவந்தது.

'பெரிய பையன்தானே, கிடைச்சுடுவான்' அந்த நேபாளி கார்டு பிரதான சாலையைக் காட்டினான். இந்தியும் உடைந்த ஆங்கிலமும் கலந்து பேசினான். 'ஒரு ரவுண்டு அடிச்சுட்டு மறுபடி வாங்க. எங்கே போயிடப் போறான்?'

நிகில் தன் கண்பார்வையிலிருந்து தப்பிவிடக் கூடாது என்பதை இந்த ஆளுக்கு எப்படிப் புரியவைப்பது? இதற்குள் அவன் எங்கேயாவது எஸ்கலேடரில் தடுக்கி விழுந்திருக்கலாம். ஒரு பேய்ப்படத்தின் காட்சியில் வருவது போலக் கத்தியிருக்கலாம். அல்லது மாலை நேரக் கும்பலில் புதிய ஆள் எவனாவது உரசிக் கொண்டு சென்ற சமயத்தில் கோபத்தில் ஏதாவது செய்திருக்கலாம்.

'உங்கள் காரை எடுங்கள்' மற்றொரு கார்டு தோன்றினான். அவள்

2 ❋ உன் தோளுக்கு அடியில் நீ

முகத்தைவிட அவள் மார்பில்தான் அவன் கண்கள் பதிந்தன. 'டிராபிக் ஜாம் பண்ணாதீர்கள்.'

ஒரு மேற்பார்வையாள் போலத் தோன்றியது. ஜாம் செய்கிறேனா? ஸ்ட்ரா பெரி ஜாமா, பாதாம் போட்டதா? வெளியேறும் வாயிலில் பெட்ரோல் புகை மண்டியது. அந்த மேற்பார்வைப் பைத்தியம் தன்னை வெறிப்பதற்கு இடமின்றி, ஆரன் அடிக்கும் கார்களைத் தாண்டிப் போய்விட வேண்டும் போலத் தோன்றியது.

'காரில் ஏறுங்க மேடம்' தொடர்ந்தான் மேற்பார்வையாள். 'வெள்ளைக்காரப் பொம்பளை' என்று இந்தியில் முணுமுணுத்துக் கொண்டான். 'நான் சொல்றது உங்களுக்குப் புரியுதா?'

வெள்ளைத் தோலுடைய, பொன்னிறக் கூந்தல் கொண்ட, அவனை விட உயரமும் அகலமும்கொண்ட ஒரு பெண்ணின் தோற்றம் அவனை வீழ்த்திவிட்டது. தில்லிக்கு வந்து பன்னிரண்டு வருடம் ஆனாலும் அவள் தோற்றம் அப்படியே இருந்தது. 'தன்னை யாரு நெனைச்சிகிட்டிருக்கா அவ?' என்று அவன் முணுமுணுத்ததையும் 'கோரி மேம்சாப்' என்று வார்த்தைகளைத் துப்பியதையும் அவள் புரிந்துகொண்டாள் என்று அவனுக்குத் தெரியாது. வெள்ளை மேடம்.

அவன் மூஞ்சியைப் பார்த்துக் குத்த வேண்டும், ஒரு பெரிய வெள்ளை மேடம் என்ன செய்வாள் என்று காட்டவேண்டும் என்று நினைத்தாள். ஆனால் அப்படிச் செய்வது நிகிலிடம் அவளைக் கொண்டு செல்லாது. எதிர்மாறாகத்தான் நடக்கும். பார்க்கிங் இடத்திலிருந்து மேலும் இரண்டு கார்டுகள் அவளை நோக்கி ஓடி வந்தார்கள்.

'நான் அவனைக் கண்டுபிடிக்கிறேன் மேடம்ஜி' என்று நேபாளி கார்டு மீண்டும் புதிதாகக் கதறிய ஆரன்களின் ஒலிக்கு மேலாகக் கத்தினான். 'நீங்க போய்ட்டு வாங்க. நான் அவனைப் பாத்துட்டேன். கருப்பு டீ-ஷர்ட், ஜீன்ஸ், சரிதானே?'

'ஆமாம். ஆனா தயவுசெஞ்சு அவனைத் தொட்டுறாதீங்க. அவன் அப்செட் ஆயிடுவான்.'

அஞ்சலி தன் பையைக் குடைந்தாள். 'இதோ என் முகவரி அட்டை. அவனைக் கண்டால், தயவுசெய்து கால் பண்ணுங்க' அதைக் கீழே போட்டுவிட்டாள். 'சாரி' என்றவாறு அதை எடுத்தாள். 'மறந்துட்டேன், அவன் கண் நீல நிறமா இருக்கும்.'

கார்கள் தங்கள் ஆரன்களை அடித்துத் தீர்த்தன. மேற்பார்வையாள்

அவளை நோக்கி நகர்ந்தான். அஞ்சலி கைகள் நடுங்கப் பின்னால் அடிவைத்தாள். நிகிலின் பதினான்காவது பிறந்தநாள் மாலையில் அவள் அவனை இழந்துவிடுவாளா? காருக்குள் நழுவி அதை ஓட்டிச் சென்றாள். அவள் வீட்டுச் சொந்தக்காரியும் நெருங்கிய தோழியுமான மாயாவுக்கு 'ஸ்பீட்-டயல்' செய்தவாறே கியர்களை அழுத்தினாள். மால் நுழைவில் மாயாவுக்கு டாக்ஸி கிடைக்காமல் இருந்திருக்கலாம். நிகிலைத் தேட அவள் உதவி செய்வாள்.

***

ஸ்டியரிங்கில் தன் விரல்களைத் திடமாக இருத்த முயற்சி செய்தாள். மந்திர் மார்க்கின் மாலைநேர நெருக்கடியில் பிற கார்களுக்கு மத்தியில் மாட்டிக்கொண்ட அவளைத் தாண்டி நெருக்கடியின் ஆரம்ப ஸ்தானத்துக்கு பைக்குகள் வேகமாகச் சென்றன. மாலின் கார் நிறுத்தும் இடத்திற்கு அவள் திரும்பிச் செல்லக் குறைந்தது பத்து நிமிடமேனும் ஆகும். நிகில் ஏதாவது சிக்கலில் மாட்டிக்கொள்வதற்கு முன்பு மாயா அவனைக் கண்டுபிடித்துவிட வேண்டும் என்று அவள் வேண்டிக்கொண்டாள்.

அவன் கதவின் சைல்டு-லாக்கைச் சோதித்திருக்க வேண்டும். அம்மாவின் குரல் அவள் தலைக்குள் ஒலித்தது. ஆனால் நிகில் ஓடுவான் என்று அவளுக்கு முன்னாலேயே எப்படித் தெரியும்? அதைப் பற்றி இப்போது கவலைப்பட்டுப் பயனில்லை. அழுத்தத்தில் இருக்கும்போது, ஒரு குற்றஞ்சொல்லும் உள்குரலைக் கேட்கும்போது. ஆழமாக மூச்சுவிடு. அஞ்சலி அந்தக் குரலுடன்தான் வளர்ந்தாள். அம்மாவிடமிருந்து ஆயிரக்கணக்கான மைல்கள் தொலைவில் வந்துவிட்டபோதும், அம்மா அவளுக்குள்ளேயே இன்னமும் வசித்தாள். அஞ்சலி தன் மூச்சுகளை எண்ணினாள். அவளது லாமேஜ் (பிரசவ ஆசுவாச) வகுப்புகள் நினைவுக்கு வந்தன. நேட் மார்கன் அவளுக்குப்பின் அமர்ந்து அவளோடு மூச்சுப் பயிற்சி செய்தான். அப்போதெல்லாம் நிகில் அவளுடைய ஒரு பகுதியாக இருந்தான். அவள் வயிற்றுக்குள் உதைப்பதைத் தவிர வேறெதையும் செய்ய முடியாது.

அவள் அதற்குமேல் தன் மகனை உடலுக்குள் இடம் கொடுத்து வைத்திருக்க முடியவில்லை. அல்லது அவனது குத்துகளையும் முரட்டுத்தனங்களையும் வாங்கிக்கொள்ள முடியவில்லை. குழந்தையாக இருக்கும்போதுகூட, அவன் பால்குடிக்க மறுத்து

4 ✿ உன் தோளுக்கு அடியில் நீ

விட்டான். பின்னால், அவன் தன் தொட்டிலில் தனியாகவே படுத்திருந்தான். அவனது பார்வை தொட்டில்மீது பறக்கும் சிவந்த பொம்மை ஏரோப்ளேன் வட்டமிட்டுப் பறப்பதிலேயே இருக்கும். அவன் 'ஹக்கி'யை மாற்ற அஞ்சலி அவனைத் தூக்கும்போது அழுவான். நிகிலின் சிகிச்சையாளர் டாக்டர் பல்லாவின் கூற்றுப்படி, அவன் வளர்ந்தால் மேலும் நல்லவிதமாக இருக்கலாம்.

டிராஃபிக்-நெரிசலில் இருந்து ஐந்தடி தொலைவுகூட இல்லை. ஒரு பெண்மணி நடைபாதையில் நெருப்பின்மீது ஒரு பானையைக் கிளறிக்கொண்டிருந்தாள். அவள் மடியிலிருந்த குழந்தையின் கால் நெருப்பருகில் ஆடிக்கொண்டிருந்தது. ஜாக்கிரதை என்று அஞ்சலி அந்தத் தாய்க்குச் சொல்ல நினைத்தாள். தயவுசெய்து ஜாக்கிரதையாக இரு. குளிராக இருந்தாலும் கிழிந்த ஸ்வெட்டர் அணிந்த சிறுகுழந்தைகள் வெற்றுக் கால்களுடன் ஓடின. தார்ப் பாயாலும் அட்டைகளாலும் கட்டப்பட்ட பலவீனமான வீடுகளின் அருகில் வயதானவர்கள் பெரிய, அழுக்கான போர்வைகளுக்குள் உட்கார்ந்து புகைத்துக்கொண்டிருந்தார்கள். இடம் மாறக்கூடிய படுக்கைகளைப் பக்கவாட்டில் தாண்டி, ஏதோ நல்ல வாழ்க்கை கிடைக்கும் என்று தேடித் தலைநகருக்கு வந்தேறிகளான சிறுவர் களையும் தாண்டி, அவசரகதியில் பாதசாரிகள் விரைந்தனர். அவளைப் போன்ற வெளியாட்கள், மிகவும் குறைந்த அதிர்ஷ்டம் உடையவர்கள் தான். அவர்களுக்குப் பின்னால், பெரிய தொலைக் காட்சித் திரைகளுக்குப் பக்கத்தில், விளக்குகள் கொண்ட பெரிய தகடுகளில் வெளுத்த முகமுடைய மாடல்கள், டக்ஸடோ சூட்டுகளிலும் கவுன்களிலும் தென்பட்டார்கள்.

அவள் மேலுதட்டின்மீது வியர்வைத் துளிகள் படர்ந்தன. இந்த நிமிஷத்தில் அவள் அதிர்ஷ்டக்காரி இல்லை, வெறும் முட்டாள். அவள் ஏன் அந்த நேபாளி கார்டின் தொலைபேசி எண்ணை வாங்கவில்லை? முட்டாள் போல, நிகிலின் நீலக் கண்களைப் பற்றிச் சொல்லி விட்டோம். நிகில் வழக்கமாகக் கீழேதான் பார்ப்பான். அந்த கார்டு அவன் கண்களைப் பார்க்க முயற்சி செய்து, ஒருவேளை நிகில் அதிர்ச்சி யடைந்தால் என்ன ஆவது? கண்டுபிடித்துவிடலாம் என்று மாயா ஃபோனில் உறுதிகூறிப் பத்து நிமிடம்கூட ஆகவில்லை. 'பயப் படாதீர்கள்.' ஃப்ரெண்டு என்பதைவிடக் குடும்பத்தில் ஒருத்தி என்றே மாயாவைச் சொல்லலாம். நிகிலுடனும் நட்பாக இருந்தாள். அதனால் கட்டாயம் கண்டுபிடித்துவிடுவாள். அஞ்சலி மாயாவைத் தொடர்பு கொள்ள மறுபடியும் முயன்றாள். மூச்சை உள்ளே இழுத்தாள்.

பதில் வராத ஃபோனையே கவனித்தாள். மணியடிக்கும் தொனிக்கு பதிலாக ஒரு வேகமான பஞ்சாபி இசையை—ஒரு காலர் டியூனை மாயா வைத்திருந்தாள்.

தன் முகத்தைப்பின் கண்ணாடியில் பார்த்து அஞ்சலி துணுக்குற்றாள். மங்கிப்போன மேக்-அப், கண்களின்கீழ் சுருக்கங்கள், பிசுபிசுப்பான தலை. அம்மா அஞ்சலியை இப்படிப் பார்த்திருந்தால் கொக்கரித்திருப்பாள். 'கடவுள் உனக்குக் கொடுத்த முகத்தோடே இரு. கர்வம் என்பது பாவம்.' நிகில் அஞ்சலியின் வயதை ஒரு டஜன் அல்ல, இருபது ஆண்டுகளுக்கு மேல் அதிகமாக்கிவிட்டான். பிகாஜி காமா மருத்துவ இல்லத்தில் அவளது நீண்ட வேலை நேரங்கள், டாக்டர் பல்லாவின் குழுச் சிகிச்சை வகுப்புகளுக்கு நிகிலை அழைத்துச் செல்வது, பிறகு இந்த மடத்தனமான ஷாப்பிங் பயணம். பச்சை விளக்குக்கேற்ப கார்களினூடே விரைந்து போவதற்காக அவள் ஆரனில் சத்தங்களை உண்டாக்கியவாறு கையால் அடித்தாள்.

'ஆழமாக மூச்சு விடுவதை மறந்துவிடாதே.' நிகிலின் டாக்டரின் சொற்கள் அவளுக்குத் திரும்பிவந்தன. 'அவனுக்கும்தான், உனக்கும் தான்.'

இன்று, அவன் ஒரு ஆட்டத்துக்குப் பிறகு மதிய உணவு சாப்பிடாமல் போனான். அவள் அவனை விட்டதற்கு ஒருவேளை இது தண்டனையா? தனது வழக்கமான செயல்களில் அவன் வெறித்தனத்தில் ஈடுபட்டால் தளர்ந்து விடக்கூடாது, அவள் திடமாக இருக்கவேண்டும் என்று டாக்டர் பல்லா கூறினார். மதிய உணவுக்கு பதிலாக அவன் ஒரு சாகலேட் ஷேக் தவிர வேறொன்றையும் சாப்பிடவில்லை. ஆகவே கட்டாயம் அவனுக்குப் பசியாக இருக்கும். இல்லை, 'அஞ்சலி. கவனத்தைக் குவி. முதலில் அவனைக் கண்டுபிடி.' பெருமூச்சுவிட்டு, தன் தோழிக்கு மறுபடியும் டயல் செய்தாள்.

அஞ்சலி மாலின் கார்நிறுத்தப் பகுதிக்குள் திரும்பியபோது மாயா கடைசியாக ஃபோனை எடுத்தாள்.

'அவனைக் கண்டுபிடிக்க முடியவில்லை அஞ்சி. எல்லா இடத்திலும் பார்த்துவிட்டேன். பொம்மைக் கடையிலும் இல்லை. அண்ணாவைக் கூப்பிடட்டுமா?'

எஸ்கலேட்டரில் அஞ்சலி இரண்டிரண்டு படியாகத் தாவிச் சென்றாள். குளிராக இருந்தபோதும் அவளுக்கு வியர்த்தது. நிகிலை விரைவில் கண்டுபிடிக்க முடியாவிட்டால், மால் செக்யூரிடியிடம்

ஓர் அறிவிப்புச் செய்யுமாறு செய்யவேண்டும். அவன் பொம்மைக் கடை செல்லும் வழியைத் தவற விட்டிருக்கலாம். அவர்கள் காரை நிறுத்தியிருந்த இடத்திலிருந்து அது நீண்டதூரம். மூன்று மாடி மேலே. அமைதியாக இருப்பதாகக் காட்டிக்கொண்டே, அவள் கைப்பை சோதிக்கும் இடத்தை அணுகினாள். அங்கு காக்கிச் சேலை அணிந்த பெண் கார்டு, பாத்திரத்தில் கரண்டியால் கலக்குவதைப் போலத், தன் உலோகச் சோதிப்பானால் மென்மையாக அவள் பையைக் கலக்கினாள். வீணாகும் ஒவ்வொரு கணத்துக்கும் கத்த வேண்டும் என்று நினைத்த அஞ்சலி, நழுவும் கதவுகளைக் கடந்து தகவல் மேஜைக்குச் சென்றாள். தொல்லை ஏதேனும் ஏற்பட்டால் அப்படிப்பட்ட மேஜைக்கு வரவேண்டும் என்று நிகிலுக்குச் சொல்லி யிருந்தாள். அவன் ஞாபகம் வைத்திருப்பானா?

பெரிய முற்றத்தை அடைந்தாள், சல்வார்-கமீஸ் அணிந்த, துல்லியமாக முடி அலங்கரிக்கப்பட்ட, கடைப்பைகளைத் தூக்கிவந்த பெண்கள் கும்பல் ஒன்றினூடாக நசுங்கிச் செல்ல வேண்டியிருந்தது. மூச்சின்றி, ‘நாண்டோ’வின் அருகில், நிகிலின் வயதுள்ள இரண்டு பையன்களுடன் அமர்ந்திருந்த குடும்பம் ஒன்றின் அருகில் நின்றாள். ஒரு நிகழ்ச்சியைச் சமாளிக்க, சரியான கருவிகளைச் சரியான நேரத்தில் பயன்படுத்த வேண்டும் என்று டாக்டர் பல்லா சொல்வார். நிகில் தன்னை எவரும் தொடவிடுவதில்லை. அஞ்சலி தன் பையிலிருந்து ஒரு ஸ்மைலி ரப்பர் பந்தையும், அவனுக்குப் பிடித்தமான நீலப் போர்வையையும் எடுத்தாள். தலை உச்சியில் கொத்துக் கொத்தாக மயிர் நீட்டிக்கொண்டிருக்கும், மெதுவாக இடைஞ்சலான முறையில் நடக்கும், கைகளை முட்டியாக வைத்திருக்கும், ஒரு ஒல்லியான பையனை—நிகிலை—தேடித் துருவினாள்.

ஒரு முடி திருத்தகத்தின் அருகில் அவனைக் கண்டுபிடித்தாள். அவன் பெயரைக் கூப்பிட நினைத்தாள். ஆனால் அதனால் அவன் பயந்து ஓடிவிடுவான். அல்லது ஒரு ஆட்டம் போடுவான்.

அவன் சட்டைக்கையை அவள் தொட்டபோது திடுக்கிட்டான். ஆனால் அவன் முகம் முன்னைவிட வயதானதாக, முழுதாக, மீசை யுடன் தென்பட்டது. இது நிகில் அல்ல. சலூன் பையன் ஒருவன். தனது கருப்பு டீ ஷர்ட், கருப்பு ஜீன்ஸ் சீருடைமீது நன்கு சிவந்த பட்டை ஒன்றை அணிந்திருந்தான். அஞ்சலி அவசரமாக மன்னிப்புக் கேட்டவாறே வேகமாக நடந்தாள்.

நிகில் ஹேம்லீஸு’க்குச் சென்று அந்த ஏர்பிளேன் பொம்மையை

வாங்க நினைத்தான். ஏற்கெனவே கருப்புநிறத்தில் ஒன்று அவனிடம் இருந்தது. ஆனால் அவனுக்குச் சிவப்பில் ஒன்று, நீலத்திலும் ஒன்று வேண்டும் என்றான். அஞ்சலி அவனுக்கு ஆமாம் சொல்லி யிருக்க வேண்டும். ஆனால் அவள் அழுத்துகின்ற பந்தையும் அன்றைக்கான நிகழ்ச்சிநிரலையும் காட்டினாள். அதன்படி அவன் மாலை 6.30 முதல் 8.30 வரை மாலில் இருக்கலாம், இரவுணவுக்குப் பின் சாப்பிட ரொட்டிக் கடையில் ஒரு பிளேக் ஃபாரஸ்ட் கேக் துண்டு ஒன்றை வாங்கலாம், அவனுக்குப் பிடித்த ஒரு ஏர்பிளேனை வாங்கலாம் என்று இருந்தது. இரண்டோ மூன்றோ அல்ல, ஒன்றே ஒன்றுதான்.

மாயாவை அழைத்தாள். 'அவனைப் பாத்தியா?'

'இன்னும் இல்லை. 'ஹேம்லி'யில் இருக்கிறேன். நீ தகவல் மேஜைக்குப் போக வேணும்னு நினைக்கறேன்' மாயா தயங்கினாள். 'அண்ணா நான் வந்துகொண்டிருக்கிறேனா என்று கேட்கக் கூப்பிட்டார். நான் சொல்ல வேண்டியிருந்தது.'

பிரமாதம். அவள் வாழ்க்கையில் ஒவ்வொரு சிறிய சிக்கல் ஏற்பட்ட போதும், தில்லி போலீசின் மிக உயர்ந்த நிலையில் இருக்கும் யதீன் பட்டுக்கு அது தெரிந்துவிடும். யதீன் (அன்பான) பட், மாயா மீது அன்பைப் பொழியும் சகோதரர். இப்போது எந்த நிமிஷமும் கூப்பிடுவார். தயவுசெய்து, அவர் வரவேண்டாம், இப்போது வேண்டாம்.

அழைப்பைத் துண்டித்தாள். மூச்சைப் பிடித்துக்கொண்டு கண்ணை மூடினாள். அவள் சமநிலைக்கு வரவேண்டும், பீதியடையக் கூடாது. ஒரு மெல்லிய விசில் ஒலி உயர்ந்தது. ஆனால் அவள் கண்ணைத் திறந்த போது, கும்பலான கடைக்காரர்களின் தொடர்ச்சியான ஓவென்ற ஒலிதான் சூழ்ந்திருந்தது.

2

தில்லி போலீஸ் குற்றப்பிரிவின் சிறப்பு ஆணையரான யதீன் பட்டின் ஃபோன் ஒருபோதும் அடிப்பதை நிறுத்தியதில்லை. சந்திப்பிற்கு முன்னால் அவர் அதை அணைத்துவைக்க மறந்து விட்டார். இப்போது அது அவர் கையிலிருந்து தப்பித்துச் செல்ல முயலும் ஒரு ராட்சஸ வண்டுபோல் ஒலி எழுப்பியது.

அவருக்கு நேர் எதிரில் போலீஸ் படையின் மிக உயர்ந்த பதவியில் இருந்த ஆணையர் டி. எம். மேஹரா உட்கார்ந்திருந்தார். அறுபத்திரண்டு வயதில் மேஹரா, யதீன் போலவே மீசையை முறுக்கியவாறு இருந்தாலும், அவர் மீசையில் சாம்பல்நிறம் கலந்திருந்தது. யதீனுடைய பயிற்சி பெற்ற உடற்கட்டுக்கு அவருடைய உடல் சமமே அல்ல. அவர் யதீன் அளவு உயரமும் அல்ல. இருப்பினும், அவருடைய பெண்ணை மணந்து பதினெட்டு ஆண்டுகள் ஆன நிலையில், யதீன் இன்று தன் எஜமானரின் மேலோங்கிய அந்தஸ்தை உணர்ந்தார்.

பரந்த மேஜையின் குறுக்கே தனது கருங்கல் உராயும் குரலில் கமிஷனர் மேஹரா தொடர்ந்தார். 'ஆகவே நீங்கள் பார்க்கிற மாதிரி, சாபர்வால் வழக்கில் நாம் மேலே இருக்க வேண்டும். புதிய உள்துறை அமைச்சர் தொடர்ச்சியான நெறிமுறைகளை அனுப்பியுள்ளார். நான் அதை உங்களுக்கு அனுப்புகிறேன். நாம் அதன்படிச் செய்யா விட்டால், அது ஒரு விசாரணைக்கு வழி செய்துவிடும்.'

யதீன் தனது அடிக்கும் ஃபோனை நிறுத்தினார். மேலும் நிமிர்ந்து உட்கார்ந்தார். சாபர்வால் பேரிழிவு: யதீனின் மிகப் பெரிய தலைவலி. அந்தச் சமயத்தில் மிகப்பெரிய ஆட்கள் சம்பந்தப்பட்ட அவர் பொறுப்பின் கீழிருந்த கேஸ். இந்தியாவின் பழைய நிதியமைச்சர், முன்பிருந்த ஆளும் கட்சியின் உறுப்பினர், இரண்டு மாதத்தில் ஒரு பெரிய மாநிலத்தின் தேர்தலில் போட்டியிட இருந்தார். இப்போதைய எதிர்க்கட்சியின் ஒரு மனிதர், வெற்றிபெற்றால் ஒரு மாநில முதலமைச்சர் ஆகக்கூடியவர். இப்போதுள்ள அரசாங்கம், இந்த நபர் 'போய்விட' வேண்டுமென்று நினைத்தது. அதைச் செய்ய எவர்

கழுத்திலும் தூக்குக் கயிற்றைத் தொங்கவிடுவார்கள். அவ்வளவுதான் கேஸ்.

ஆரம்ப சாட்சியங்கள் பழைய அமைச்சரின் குற்றப் பொறுப்பைச் சுட்டிக் காட்டுவனவாக இருந்தன. ஆனால் அந்த அமைச்சரின் பணிக் கூட்டாளியான முன்னாள் உள்துறை அமைச்சர், கமிஷனர் மேஹராவுக்குச் சில விசாரணைத் தடங்களைத் தவிர்த்துவிட வேண்டும் என்று சொல்லிவிட்டார். அதனால் யதீனும் அவர் குழுவினரும் நூற்றுக்கணக்கான மனித மணி நேரங்களை ஒதுக்கிச் செய்து கண்டுபிடித்த தொடக்க முனைகள் வீணாய்ப் போகும்.

ஒருவேளை வழக்கு மத்தியப் புலனாய்வு விசாரணைக்குச் சென்றால், யதீன் தன் பதவி உயர்வுக்கும், ஏன் தன் வேலைக்குகூட டாட்டா சொல்லிவிடலாம். இதயம் துடிக்க, கோப்பிலிருந்த தாள்களை மேஹரா புரட்டுவதைப் பார்த்துக்கொண்டிருந்தார் யதீன். மேஹராவின் தோளிலிருந்த பட்டையைப் பார்த்தார். குறுக்கிட்ட வாள்கள், தில்லிப் போலீசின் தலைமைப் பதவியைக் காட்டும் மாநில இலச்சினை மதிப்புச் சின்னம்—அது அடுத்த ஆண்டு மேஹரா ஓய்வு பெற்ற பின்னர் யதீனுக்குக் கிடைக்கக்கூடும்.

கதவு திடீரெனத் திறந்தது. தட்டாமல் எப்படி எவரும் உள்ளே வர முடியும்? யாராவது அறிமுகமற்ற ஒரு கீழ்நிலை அதிகாரியாக இருந்தால் ஏறி மிதிக்கக் காத்திருந்த யதீன், மெரூன் வண்ண உல்லன் ஜாக்கெட், சாம்பல்நிற கால்சட்டையில் ஓர் உயரமான அகன்ற டீனேஜ் பையன் நுழைந்ததைக் கண்டார். அவரது மகன்தான். பள்ளிச் சீருடையில் இருந்தான். ஏதோ தவறு நிகழ்ந்துள்ளது போலும். வார நாள்களில் வருண் ஒருபோதும் அவர் ஆபீஸ் பக்கம் வந்ததில்லை.

'வருண்?' என்ற தன் கேள்வி மேஹராவிடமும் எதிரொலிப்பதைக் கேட்டார்.

பெரிய சிரிப்புடன் 'ஹை டாட்' என்றான் வருண். 'நமஸ்தே நானாஜி' (நானா-அம்மாவின் அப்பா). அந்தச் சிரிப்பு யதீனுக்குக் கோபமூட்டியது. ஏனெனில் காரணமின்றி அவர் மகன் அவர்களைத் தொல்லை செய்கிறான் என்று அர்த்தம். அவர் சந்திப்புக்குத் திரும்பவேண்டும்.

பதில் சிரிப்போடு 'ஜீதே ரஹோ பேட்டே' என்றார் வருணின் தாத்தா. 'வா, வந்து உட்கார்.'

அந்த மனிதர் முக்கியமான விஷயத்தில் கவனம் செலுத்த வேண்டுமென்றால் மனைவியையோ மகளையோ விரட்டியிருப்பார்.

10 ✳ உன் தோளுக்கு அடியில் நீ

அது போலவே பேரனையும் செய்திருக்கலாம். மாறாக அவன் குறுக்கிட்டால் அவருக்கு விடுதலை கிடைத்தது போல் இருந்தது.

தன் மாமனார் சிற்றுண்டி, தேநீர் கொண்டுவரச் சொன்னபோது யதீன் மகனை நெருக்கினார்.

'முதலில் கூப்பிட்டுவிட்டு வரவேண்டும் என்று உனக்குத் தெரியாதா?'

'சாரி, டேடி.' வருண் தலையை குனிந்துகொண்டான். 'நான் நிறைய தடவை கூப்பிட்டேன். பள்ளியில் எனக்குப் பணம் தேவைப்பட்டது.'

யதீனுக்கு தான் ஃபோனைப் புறக்கணித்ததும், பிறகு ஆஃப் செய்ததும் நினைவுக்கு வந்தது.

'அம்மா செத்துப்போன ஒரு பையனுக்குப் பணம் திரட்டுகிறோம். நானும் காசு கொடுக்க நினைத்தேன். ரொம்ப தூரம் வீட்டுக்கு போவதைவிட இங்கே வரலாம் என்று வந்தேன்.'

வருண் மிக விரைந்து மன்னிப்புக் கேட்டுவிட்டதால், அவன் மீது கோபம் வைத்துக்கொள்ள முடியவில்லை. ஆனால் விதிகள் விதிகள் தான். அவற்றைப் பின்பற்றத்தான் வேண்டும்.

'கதவைத் தட்டாமல் ஏன் உள்ளே வந்தாய்'

'நீங்களும் தாத்தாவும் மட்டும்தான் இருக்கிறீர்கள் என்று சொன்னார்கள்.'

'இருந்தாலும், இது ஆஃபீஸ் தான்.'

'சரி, என் பேரனைத் தொல்லைப்படுத்தாதே.' மேஹரா குறுக்கிட்டார். வருணிடம் திரும்பி, 'என்ன பையா, வயசான காலத்தில் தாத்தாவை மறந்து விட்டாயா? பக்கத்தில் வந்து உட்கார். உன்னைச் சரியாகப் பார்க்க வேண்டும்.' மேஹரா தன்னருகில் ஒரு நாற்காலியை இழுத்தார். வருண் தாத்தா அருகில் அமர்வதற்காக எழுந்து மேஜையைச் சுற்றிவந்தான்.

பதினேழு வயது இளசு ஒருவன் தன் நண்பர்களுடன் சுற்றுவானா, தாத்தா பாட்டியுடன் இருப்பானா? வருண் பேசுவதை யதீன் கேட்டார். அவனது ஆங்கிலம் அவருடையதைவிட நன்றாக இருந்தது. நேராக நிமிர்ந்து உட்கார்ந்திருந்தான். அவன் குரல் சரியான தொனியில் இருந்தது. இந்தியாவின் பள்ளிகளில் எல்லாம் வருணின் பள்ளி ஐந்தாவதாக இருந்தது. அவன் சில பாடங்களில் இந்த ஆண்டு தவறி விட்டான். ஆனால் அவன் மணிலாவுக்குப் பள்ளிச் சுற்றுலா செல்வதற்குமுன் அவற்றைச் சரிசெய்துவிடுவதாகக் கூறியிருந்தான்.

அவன் நண்பர்கள் நல்ல குடும்பங்களைச் சேர்ந்தவர்கள். அவர்களில் ஒருவன் ஒன்றியத்தின் புதிய உள்துறைச் செயலரின் மகன். அவர் யதீனின் கல்லூரி வகுப்புத் தோழர். தயாள் சிசோதியா. எல்லா வற்றையும் சேர்த்துப் பார்க்கும்போது அவர் மகன் அவரைப் பெருமிதம் கொள்ள வைத்திருந்தான்.

ஓர் ஆர்டர்லி டீயையும் கொறிப்புகளையும் கொண்டுவந்தான். கத்தி, ஸ்பூன் போன்ற (கட்லரி) பொருள்கள் மாற்றப்பட வேண்டும் என்பதை யதீன் கவனித்தார். இந்தத் தலைமையகங்களில் பெரும்பாலான பொருள்கள் மாற்றப்பட வேண்டியவைதான்—உதாரணமாக, மேஹராவின் பின்னிருந்த புரொஜெக்டர் திரை, சுவர்களிலிருந்த பழைய சட்டங்கள், திரைச் சீலைகள் முழுக் கட்டடத்திற்குமே புதிதாகப் பெயிண்ட் அடிப்பது நல்லது. மேஹரா அடுத்த ஆண்டு ஓய்வுபெற்று அந்த உயர்ந்த பதவியை யதீன் கைப்பற்றினால் அவர் அந்தத் திரையை மாற்றுவார், அந்த கனாட் பிளேஸ் அலுவலக முழுக் கட்டடத்தையே மேம்படுத்துவார்—மேலும் மென்பொருள்கள் வாங்குவார், கரையான்கள் சாப்பிடவும் இழக்கவும் குறைவான காகித ஃபைல்கள்.

பதினைந்து நிமிடம் கழித்து வருண் புறப்பட எழுந்தபோது, யதீன் தன் பர்ஸை எடுத்தார். ஆனால் மேஹரா கையில் ஏற்கெனவே சில ஆயிரம் ரூபாய் நோட்டுகள் அடங்கிய மெல்லிய கட்டு இருந்தது.

யதீன் தடைசொல்லப் போனார், ஆனால் மேஹரா அவரை நிறுத்தினார்.

'ஒரு நல்ல விஷயத்துக்குத்தானே' கமிஷனர் தன் பேரனின் தோளைச் சுற்றி ஒரு கையை வளைத்தார். அவன் அவரைவிட ஒரு முழம் அதிக உயரமாக இருந்தான். 'இந்தச் சமயத்துக்கு இந்தப் பழைய நானாஜி கொடுக்கிறேன். நல்ல விஷயம், பேட்டே, தேவைப் படுபவர்களுக்கு நாம் எப்போதும் உதவ வேண்டும்'

தன் பேரனை வாயிலுக்கு நடத்திச் சென்ற மேஹரா, யதீனிடம் திரும்பி, 'நமது 11 மணி சந்திப்புக்கு முன்னால் எனக்கு ஒருவரைச் சந்திக்க வேண்டும். அப்புறம் பார்ப்போம்?' என்றார்.

'சாபர்வால் கேஸ் என்ன ஆகிறது சார்?' யதீன் இன்னமும் மேஹராவை- வீட்டிலும், அலுவலகத்திலும் 'சார்' என்றுதான் அழைத்தார். இப்போது குறிப்பாக வருணின் முன்னிலையில், தன் மாமனாரை சார் என்று அழைப்பது அவருக்கு வெறுப்பாக இருந்தது.

'பை டாட்!' வருண் அவருக்குக் கையை ஆட்டினான். 'நான்

பள்ளிக்குப் பறந்தாக வேண்டும்! பை நானாஜி!' அவனுக்குப் பின்னால் கதவு தானாக ஆடி மூடிக்கொண்டது.

'அப்படியானால் சரி' மேஹரா தொண்டையைச் சரிசெய்து கொண்டார், தன் ரோலக்ஸ் வாச்சினைத் தடவினார். 'உனக்கு அடிப்படைகளை வேகமாகச் சொல்லிவிடுகிறேன்.'

வயதானாலும் நிமிர்ந்த முதுகுடனும், அகன்ற தோள்களுடனும் இருந்த மேஹரா, ஊடகங்களையும் அமைச்சர்களையும் அமைதியான முகத்துடனே எதிர்கொண்டவர். முட்டாள்தனமான பதில்கள் கிடையாது. எப்போதுமே அசவுகரிமாகத் தன்னை உணர்ந்ததில்லை. எனவே அவர் தன் இருக்கையில் அசைந்து கொடுப்பது யதீனைக் கவலைக்குள்ளாக்கியது.

'இணை ஆணையர் அரவிந்த் ராட்டிதான் இன்றிலிருந்து சாபர்வால் கேசை நடத்தப் போகிறவர்' என்ற மேஹரா, யதீன் குறுக்கிடுவதற்கு வாய்ப்புத் தராமல் கையை உயர்த்தினார். 'இது என் முடிவல்ல. உன்னுடன் அவர் ஒத்துழைப்பார், ஆம், வழக்கிற்குத் தேவையான கோப்புகளை உன்னிடம் பெறுவார்' என்றார். 'ஆனால், இந்த வழக்கில் இப்போதைக்கு நேராக என்னிடம் தகவல்களை அறிவிப்பார்.'

இந்தச் சொற்களால், மேஹரா யதீனிடமிருந்து ஒரு பெரிய வழக்கை உருவி எடுத்துவிட்டார். அதைத் தன் நாற்காலியின் கீழ் ஒலித்துக்கொண்டிருக்கும் ஒரு டைம்-பாமாக மாற்றிவிட்டார். யதீனுக்குத் தெரிந்தவரை, ராட்டி சமீபத்தில் திடீரென்று ராஜஸ்தானிலிருந்து உள்துறை அமைச்சரின் தொகுதியிலிருந்து நேராக மாற்றலாகி தில்லிக் குற்றவியல் பிரிவுக்கு வந்தவர். மேஹராவின் ஆணைப்படி யதீன் எல்லாவற்றையும் கவர்-அப் செய்தாலும், இந்தப் புதிய அமைச்சர் இந்த அழுக்கிற்குள் நுழைந்து தனக்கு உளவுசொல்ல ஒரு வளைஎலியை அனுப்பியிருக்கிறார். யதீன் ராட்டியைச் சந்தித்து இருக்கிறார்—உயரமான, ஒல்லியான மனிதர். ரிம் இல்லாத கண்ணாடி அணிபவர். வெளியில் தெரியாத ஒரு கால்நக்கி.

யதீன் மனத்திற்குள் வழக்கை ஓடவிட்டார். சம்பவங்களின் தொடர்ச்சி, மேஹராவின் கட்டளைகள். முனைகளைப் புதைக்க எழுத்துப்பூர்வ ஆணைகள் எதுவும் கிடையாது. ஒருமுறைகூட இல்லை. உன்னால் இதைக் கையாள முடியும் இல்லையா? யாருக்கும் தெரியக்கூடாது. பெரும்பாலான தொடர்புமுறை பேச்சில் மட்டும் தான். சிலது பேச்சற்றதும்கூட. வழக்கை விவாதிக்கும்போது

ஒரு தலையசைப்பு, குலுக்கல். திருஷ்டியின் தந்தையிடமிருந்து எழுத்துப் பூர்வக் குறிப்புகளை யதீன் கேட்டு வாங்கியிருக்க முடியாது.

'இது ஒரு மாற்றம்தான் யதீன். ஆனால் நாம் கட்டளைகளைப் பின்பற்றியாக வேண்டும்.'

மேஹராவின் ஃபோன் ஒலித்தது. எடுத்துக் கொண்டு அவர் தனது பெரிய அலுவலகத்தின் கோடிக்கு, ஜன்னல்வரை நடந்தார். யதீனுக்கு முணுமுணுப்புகள் கேட்டன. ஆனால் வார்த்தைகளை அடையாளம் காண முடியவில்லை.

தலைமுடிக்குள் கையைவிட்டு அளைந்தார். ஓய்வுபெறுவதற்குமுன் பெரும்பாலும் கமிஷனர் மேஹரா ஓராண்டில் தன் ஓய்வூதியத்துக்கு ஆபத்து வருவித்துக்கொள்ள மாட்டார். அவருக்கு எதிராக எழுத்துப் பூர்வ ஆதாரம் எதுவும் கிடையாது. எனவே தனக்கு எந்த சம்பந்தமும் இல்லை என்று அவர் மறுத்துவிடலாம். மேஹராவின் மகளுடன் வரும் வாரங்களில் அன்பாக நடந்துகொள்ள வேண்டும் என்று யதீன் மனத்திற்குள் குறித்துக்கொண்டார்.

முதல் சில ஆண்டுகளிலேயே எவ்வளவு கஷ்டப்பட்டு யதீன் தன் திருமணத்தைக் காப்பாற்ற முயற்சி செய்தாலும், மேலும் மேலும் ஒல்லியாகிவந்த அவர் மனைவி புகார்களுடன் தந்தையிடம் ஓடிக்கொண்டே இருந்தாள். யதீனின் நீண்ட நேர உழைப்பு, குழந்தைகளை அவர் எப்படி கவனிக்காமல் விட்டுவிடுகிறார் என்பது, இப்படி. அந்த நல்ல கமிஷனருக்கோ தன் மகள் ஏன் வீட்டில் இருப்பதில்லை, ஏன் வருணுக்கு ஓர் அம்மாவாக நடந்துகொள்வது இல்லை, ஆண்டுக்கணக்காக தன் கணவனுடன் ஏன் படுக்கவில்லை என்பது பற்றியெல்லாம் அக்கறை இல்லை.

யதீனுக்கு அஞ்சலி இல்லாதது கடினமாக இருந்தது. அவளுடைய இடையின் அசைவைப் பார்க்க அவருக்கு ஆசை. அவளது கருப்பான நேர்த்தியான தலைமுடியின் நேரான வீழ்ச்சியில், சற்று உள்வாங்கிய முகவாய்க்கட்டைமீது, கழுத்தின்மீது, வழவழப்பான முதுகின் மீது அவர் விரல்களைச் செலுத்துவது பிடிக்கும். அப்புறம், அவளது தோல், அப்பப்பா! தோலின் நிறத்தை மிதமான பழுப்புநிற மாக்குவதற்காக இந்தியப் பெண்கள் கிரீம் வெளுப்பான்களைப் பயன்படுத்துகிறார்கள். வெள்ளைப் பதின்வயதுப் பெண்கள் 'டேனிங்' படுக்கைகளுக்குச் செல்கிறார்கள். ஆனால் அஞ்சலி தன் அமெரிக்கத் தாய், இந்தியத் தந்தையிடமிருந்து பாரம்பரியமாகவே அழகான தோல் நிறத்தைப் பெற்றிருந்தாள்.

அவளது கரிய விழிகளும், மெல்லிய உதடுகளும் அவளது நீண்ட முகத்தைச் சற்றே கடுமையாகக் காட்டினாலும், அவர் அதைப் பொருட்படுத்தவில்லை. அவளது பரந்த, திரைப்பட நட்சத்திரச் சிரிப்பும், அடித்தொண்டை முனகல்களும் அவரைக் கவிழ்த்துவிட்டன. படுக்கையில் அவள் விலகிய போது அவள் கால்கள் முதுகில் அடித்துக் கொண்டவிதம் அவரைக் கொன்றே விட்டது.

கதவு தட்டும் ஒலி அவரை திடுக்கிடச் செய்தது.

'யெஸ்' என்றார் மேஹரா. இணைக் கமிஷனர் ராட்டி உள்ளே நுழைந்தார். பணி மேம்பாட்டுக்காக ஒரு பச்சைக்கல் அணிந்திருந்தார். நீலநிறக் கல்லும் வைடூரியமும் துரதிருஷ்டங்களைத் தடுக்க. யதீன் போலன்றி, ராட்டி அதிர்ஷ்டக் கற்களும் ஜோசியமும் விதியை மாற்றிவிடும் என்று நம்புபவராக இருந்தார். யதீனுக்கு அந்த ஆளை ஓடவைத்து ஒன்றிரண்டு பற்களை விழச் செய்ய வேண்டும் என்ற ஆத்திரம் ஏற்பட்டது. ஆனால் ஒரு புன்னகையை வருவித்துக் கொண்டார். தொய்ந்த ஆபரணமணிந்த அந்தக் கைகளுக்கு உறுதியான கைகுலுக்கலை அளித்தார். இதை அவர் சரியாகச் செய்யவில்லை என்றால், நாற்பத்தாறு வயதில் தில்லி போலீஸின் மிக இளைய கமிஷனராகும் தனிப்பட்ட ஆசையை அவர் கைவிட்டுவிடலாம். மேஹரா பேசும்போது சரியான தருணங்களில் யதீன் தலையசைத்தார், பணிவான ஒலிகளை எழுப்பினார், ஆனால் கதவு தட்டலின் ஒலி கேட்டு சற்றே ஆசுவாசம் அடைந்தார்.

அவரது உதவியாளர், உதவித் துணை ஆய்வாளரான குஸூம் நேத்தம் காத்திருந்தாள். அனுபவமிக்கவள் போல ஒரு சல்யூட் அடித்தாள். இந்தப் பெண் போலீஸ் சீருடை அணிந்த ஒரு பதின்வயது இளம்பெண் போலவே காட்சியளித்ததைக் கண்டு ராட்டியின் கண்கள் கண்ணாடிக்குப் பின் விரிந்ததை யதீன் கவனித்தார்.

'நாங்க அந்த 'லீடை'க் கண்டுபிடிச்சிக்கிட்டிருக்கோம் சார்' என்றாள் குஸூம். 'எஸ்எச்ஓ உங்களைக் கூப்பிடறார்.' அவளது கரிய பழங்குடியின முகம் அமைதியாக இருப்பதுபோலத் தோன்றினாலும், யதீன் அதன்கீழ் இருந்த உணர்ச்சி மிகுதியைப் புரிந்துகொண்டார்.

ஒரு ஸ்டேஷன் ஹவுஸ் ஆபீசருடன் (எஸ்எச்ஓ) போன வார மெல்லாம் யதீன் வேலை செய்தார். அவர் கீழே இருந்த, இப்போது விடுப்பில் சென்றிருக்கின்ற ஒரு சிறிய உதவிக் கமிஷனரின் இடத்தில் வந்தவர் இந்த எஸ்எச்ஓ. அவர் சந்தேகத்துக்கு உரியவர்களைக் கண்டுபிடித்திருக்க வேண்டும். அது யமுனா எக்ஸ்பிரஸ்-வேயில்

கொள்ளையடித்துக் கற்பழித்த ஒரு கும்பல். ஆக்ராவுக்குச் சென்று கொண்டிருந்த ஒரே குடும்பத்திற்குள் நடந்த நான்கு கொலைகள், பலமுறை கற்பழிப்புகள் அந்த வாரத்துத் தொலைக்காட்சியின் தலைப்புச் செய்திகளாகியிருந்தன. தங்கள் அதிர்ஷ்டம் கெட்ட உறவினர்கள் முன்பாகவே துப்பாக்கிமுனையில் கற்பழிப்புகள் நடந்தன. பிறகு அவர்கள் கொல்லப்பட்டார்கள்.

யதீன் குஸுமைப் பார்த்துத் தலையசைத்தார். மேஹராவிடம் 'அந்த யமுனா எக்ஸ்பிரஸ்வே வழக்கு சார்' என்று விடைபெற அனுமதி கேட்டார்.

'அவ்வப்போது தகவல்களைக் கொடுத்துக் கொண்டிரு' மேஹரா கூறினார். 'பெண்களுக்கு எதிரான குற்றங்களை நாம் எதிர்த்துப் போராடுவதில் முடிவுகளைக் காட்ட வேண்டியிருக்கிறது.'

யதீன் இந்தமாதிரி வழக்குகள் பலவற்றைக் கவனிக்க வேண்டியிருந்தது. தன் எஜமானர் அதைக் குறித்துக்கொண்டாரா என்பதை கவனித்துக்கொண்டார். அதேசமயம் சாபர்வால் பேரிடரைத் தடுக்கவும் ஒரு வழியைக் கண்டுபிடித்துக்கொண்டார்.

3

அஞ்சலி ஏன் தனது பிரச்சினைகளை யதீன் அண்ணனிடம் சொல்லுவ
தில்லை என்று மாயாவுக்குப் புரியவில்லை. அவளின் அண்ணன்
பெரும்பாலான மனிதர்களைப் போன்றவர் அல்ல. அவர் போலீஸில்
இருந்தார். நிகில் காணாமல் போனால் அவர் உதவி செய்ய முடியும்.
அவன் தோற்றம் கொண்ட பையனைத் தேடி, ஹேம்லீஸைக் கடந்து
சென்ற கும்பலை எல்லாம் மாயா துருவிக்கொண்டிருந்தாள். தனது
இரவுப் பையைத் தரையில் போட்டுவிட்டு, தனது நிறைந்த கூந்தலைச்
சேர்த்து ஒரு நியான் சிவப்புக் குட்டையால் தலையின் பின்னால்
அவள் கட்டிக்கொண்டாள். பிறகும் கட்டுக்குள் சிக்காமல் தப்பித்த
மயிரிழைகளைச் சில கிளிப்புகள் போட்டு அடக்கினாள். அஞ்சலி
வழக்கமாக அவளிடம் விரும்பும் தோற்றம் இதுவல்ல. ஆனால்
நிகிலைக் கண்டுபிடிக்க அவள் நகர்ந்துகொண்டே இருக்க வேண்டும்.
அதற்கு அவள் தலைமுடி இடைஞ்சலாக இருந்தது. சட்டைக் கைகளை
எவ்வளவு கீழே செல்லுமோ அந்த அளவுக்கு இழுத்துவிட்டுக்
கொண்டாள். பையை எடுத்துக் கொண்டாள். கடந்துசெல்லும் கும்பல்
மீது பார்வையைச் செலுத்தினாள்.

அஞ்சலி இதற்குள் வழக்கத்திற்கு மாறான உணர்ச்சிப் பெருக்கில்
அவதிப் பட்டுக்கொண்டிருப்பாள். நிகில் என்று வரும்போது அவள்
சாத்தியமற்ற மிக உயர்ந்த தரத்தில் தன்னை வைத்துக்கொண்டாள்.
அவனது செயல்கள் பட்டியல், அவன் உணவு, அவன் சிகிச்சை.
இவற்றை மட்டுமே அவள் தனது முதன்மைகளாக வைத்திருந்தாள்.
சிலசமயம், நேர்மையாகச் சிந்தனை செய்யும்போது, அந்தப்
பையனைப் பார்த்துப் பொறாமைகொண்டாள் மாயா என்றே
சொல்லலாம். தான் ஒரு பதின்வயதுப் பெண்ணாக இருக்கும்
காலத்திலிருந்து அவளுக்கு அஞ்சலியைத் தெரியும். அம்மாவின்
இறப்புக்குப் பிறகு அஞ்சலி அவளைச் சேர்த்துப்பிடித்துக்
காப்பாற்றினாள். சில இரவுகளில் மூன்று வயது நிகில், பதினாறு
வயது மாயா இருவருமே அஞ்சலியுடன் படுத்து உறங்குவார்கள்.

உன் தோளுக்கு அடியில் நீ ✸ 17

தாலாட்டுகள், கதைகள், இன்னும் மாயா விஷயத்தில் சிறுசிறு அணைப்புகள் என்று அஞ்சலி இருவருக்குமே ஆறுதலை அளித்தாள்.

நிகில் வளர்ந்தபோது, அஞ்சலியின் கவனம் உயர்ந்து வந்ததை மாயா கவனித்தாள். அவள் மகனை ஒரு 'தகுந்த மனிதனாக' உருவாக்க அவள் விரும்பியதாகக் கூறினாள். அவள் ஒரு கருணை இல்லத்தில் உதவி செய்து வந்தாள். அதன் பெயர் ஹிரிதயோக். அங்கே பிற சிறார்களுடன் சேர்ந்து நிகில் சமூகவயமாக வேண்டும் என்று அழைத்துச் சென்றாள். மாயாவின் அண்ணன் சேர்த்துவிட்ட வழக்கமான பள்ளியில் அவனைக் காப்பாற்றி வைத்திருக்க வேண்டும் என்று பாடுபட்டாள். இவையெல்லாம் வீணல்ல என்றே மாயா நினைத்தாள்—அஞ்சலியுடன் மட்டுமே நிகில் ஆவேசமாகவும் தொல்லை கொடுப்பவனாகவும் இருப்பது போலத் தோன்றியது. இன்று மறுபடியும் அவன் ஓடிவிட்டான். இதுபோலச் சில முறை செய்திருக்கிறான். ஆனால் வீட்டிலிருந்துதான், சஃப்தர்ஜங் ஆன்கிளேவிலுள்ள அவர்கள் தெருமுனை வரையில்தான். அவனைக் கண்டுபிடித்த பிறகு நிகிலைப் பற்றிப் பேச வேண்டும் என்று மாயா தீர்மானித்தாள். அவனைத் தொல்லைப்படுத்துவது அஞ்சலிதான்— அவளது ஆற்றலும் மனப்பான்மையும்தான்—என்று நிகிலின் சிகிச்சையாளர் கூறினார். அவர்கள் குழுச் சிகிச்சையைத் தொடங் கினார்கள். ஆனால் ஒவ்வொரு சந்திப்பிற்குப் பிறகும் நிகிலின் சிகிச்சையாளரும் தனது எஜமானருமான டாக்டர் பல்லாவிடம் அஞ்சலி கடுமையாகவே இருந்தாள்.

மாயா மேலும் அந்த மாலின் நீண்ட நடையில் நடந்தாள். பரந்து கிடக்கும் கீழ்த்தளத்தில் நகர்ந்துகொண்டிருந்த மற்றொரு முடிவற்ற கும்பலை நோக்கினாள். வெளியில் குளிர் பரவிக் கொண்டிருந்தது. மால் பிரகாசமாகவும் வெதுவெதுப்பாகவும் இருந்தது. 'நாக்ஆஃப்' அணிந்த, பசிப்பார்வை கொண்ட இளம் ஆடவர்களைச் சுண்டி இழுத்தது. அவர்கள் அலுவலகம் செல்லும் கும்பலிலும், டிசைனர் ஜீன்ஸும் பிராண்டட் ஜாக்கெட்டுகளும் அணிந்து சென்ற பெண்கள் திரள்களிலும் சேர்ந்துகொள்ள முயன்றார்கள். இவர்கள் சிறுசிறு கும்பல்களாக, சிரித்துக்கொண்டு, ஒருவரை ஒருவர் முதுகில் தட்டிக்கொண்டு திரிந்தார்கள். மாயா ஃபோனில் அஞ்சலியின் எண்ணைத் தேடிக் கண்டுபிடித்தாள், ஆனால் அழைப்புப் பொத்தானை அழுத்தவில்லை. அஞ்சலி கவனத்தைக் குவிக்க வேண்டும். மாயா நிகிலை முதலில் கண்டுபிடித்தால் ஒழிய, அஞ்சலிதான் முதலில் அழைக்க வேண்டும் என்பது அவர்கள்

18 ❋ உன் தோளுக்கு அடியில் நீ

ஏற்பாடு. ஒருவருக்கொருவர் 'கால்' செய்து தங்கள் ஃபோன்களை இயக்கத்திலேயே வைத்திருக்க வேண்டும் என்று அவர்கள் விரும்பவில்லை. ஒருவேளை செக்யூரிடி கார்டு நிகிலைப் பற்றிய செய்தியை அஞ்சலிக்கு ஃபோன் செய்திருக்கலாம்.

அவள் திரும்பவும் ஹேம்லீசுக்குச் செல்ல முயலும்போது கையில் ஃபோன் அதிர்ந்தது.

'கண்டுபிடித்துவிட்டேன்' அஞ்சலி ஃபோனில் மூச்சு வாங்கினாள். 'பின்னா லுள்ள வெளியேறும் வழிக்கு வா.'

மாயா தாழ்வாரத்தில் ஜாகிங் செய்து ஓடி, எஸ்கலேட்டரிலும் இறங்கி ஓடினாள். இரவுப்பை அவள் இடுப்பில் வலி ஏற்படுத்தியவாறு இடித்தது. ஆனால் அவள் அஞ்சலியிடம் சென்றாக வேண்டும், தேவைப்பட்டால் அவள் மகனைக் கட்டுப்படுத்த உதவ வேண்டும். நிகில் பெரும்பாலும் வீட்டுக்குக் கொண்டுசெல்லப்படுவதைத் தடுப்பான்.

வெளிவாயிலில், குனிந்து தேம்பி அழுதுகொண்டிருந்த நிகில்மீது குனிந்து கொண்டிருந்த அஞ்சலியை மாயா கண்டாள். அஞ்சலி அவனது நீலநிற மேல் சட்டையைக் கொடுத்து, 'ஷ்... நிகில், நான்தான் இருக்கிறேனே. ஷ், பேபி... இதைப் போட்டுக்கொள் இப்போது' என்று மெதுவான குரலில் சொன்னாள்.

நிகிலை அவன் சொந்தப் பெயரைத் தவிர வேறு பெயர்களில் அழைப்பதை அவன் வெறுத்தான் என்பதை மாயா அஞ்சலிக்கு நினைவூட்ட முடியவில்லை. ஏனெனில் அஞ்சலியின் கைகள் சண்டைக்குப் போல இறுக்கி மூடியிருந்தன. அதற்கு மாறாக, அவளது அமைதியான முகமும் மென்மையான வார்த்தைகளும் இருந்தன. கையில் ஒரு மஞ்சள் நிற ஸ்மைலி பந்தை வைத்துக்கொண்டு நிகில் முன்னும் பின்னும் ஆட்டம் காட்டினான்.

'ஆழமாக மூச்சு விடு நிகில்' என்றாள் அஞ்சலி. 'மூச்சை இழுக்கும்போது எண்ணு. மூச்சை இழு, மூச்சை விடு. இதோ, இப்ப பரவாயில்லை'

மாயாவுக்கு இந்தியிலும் ஆங்கிலத்திலும் அவளைச் சுற்றிப் பேச்சுகள் காதில் விழுந்தன. பைத்தியமா என்ன? *பாகல்பன் கா தௌரா ஹை*, அவர்கள் அந்தப் பையனைத் தனியாக விடக்கூடாது! இந்த மாதிரிப் பசங்களுக்குதான் இல்லங்கள் இருக்கிறதே!

மாயா எதுவும் பேசுவதற்கு முன்பு, அஞ்சலி தன் முழு உயரத்துக்கு

நிமிர்ந்தாள். பக்கத்தில் நின்றவர்களைக் குனிந்து பார்த்தாள்.

'நிகில்' என்றாள் மாயா. 'எழுந்திரு. இப்ப வீட்டுக்குப் போலாமா?'

நிகில் தேம்பினான், ஆனால் எழுந்திருக்க முயற்சி செய்யவில்லை.

கும்பலின் முணுமுணுப்பை மாயா கேட்டாள். திரும்பி நோக்கும் போது, வேட்டையாடும் வெறிநாய்கள் போல, சோம்பேறிகளாகச் சுற்றுகின்ற ஆண்கள். அவர்களில் சிலர் உரத்த டீ ஷர்ட்டுகள், பிரிந்த நூலிழைகளோடு கூடிய சட்டைகள், ஜீன்ஸ் போன்ற உடைகளில் காணப்பட்டார்கள். ஒரு வார்த்தைகூடச் சொல்லாமல் அஞ்சலி அவர்கள் வாயை மூடினாள். ஆனால் அவர்கள் சட்டைக் காலர்கள் நிமிர்ந்திருக்க, தங்கள் மார்புகளைச் செயற்கையாக உப்பச் செய்து, தயங்கித் தயங்கி நின்றார்கள்.

மாலின் நுழைவுவாயிலைப் பார்த்தவாறே, 'நாம் இங்கிருந்து போய்விடலாம்' என்று மெதுவாகச் சொன்னாள்.

காலியான கார் நிறுத்தகத்தின் மறுபக்கத்தில் நடைபாதை விளக்குள் ஒளிவிட்டன. மாலுக்கு எதிரில் இருந்த சாலையின் மஞ்சள் ஹாலஜன் விளக்குகளைச் சுற்றி மூடுபனி சுழன்று, உலகங்களின் எல்லைகள் மங்கிப்போய், பேய்களும் பிசாசுகளும் எப்போது வேண்டுமானாலும் உள்ளே நுழையலாம் என்பது போன்ற தோற்றத்தை உருவாக்கிக்கொண்டிருந்தது. மந்தமான, குளிர்ந்த காற்றில் புகையிலை, பெட்ரோல், சாராயம், மரம் எரியும் புகை எல்லாம் கலந்திருந்தன. மாயா தன் வெளியுடையைத் தன்னைச் சுற்றி இறுக்கிக்கொண்டாள். குளிருக்கு அப்பால், நிகிலை காரின் உள்ளே கொண்டு சேர்க்க வேண்டும். மாயா நிகிலுக்கு அருகில் அவனை எழச் செய்ய குனிந்தபோது, அஞ்சலி அந்த இளைஞர்களை எதிர் கொண்டாள். அந்த ரவுடிக் கும்பலின் பின்னாலிருந்து எழுந்த மெல்லிய ஓநாயின் குரல் போன்ற விசில் ஒலி மாயாவின் முதுகுத் தண்டு மயிர்களைச் சிலிர்த்தெழச் செய்தது.

இரண்டு ரவுடிகள் அருகில் வந்தார்கள். ஒருவன் நல்ல தசைப் பிடிப்புள்ளவனாக, தாடியுள்ளவனாக இருந்தான். மற்றவன் ஒரு உலோக செயினைக் கணுக்கையில் தொங்கவிட்டிருந்தான். அஞ்சலி சுதாரித்து எழுந்தாள், மாயாவைப் பார்த்து ஒரு சிறிய தலையசைப்பால் சமிக்ஞை செய்தாள். தன் மிளகுத்தூள் தூவியை வேகமாக எடுத்து அடித்துவிட்டு நுழைவாயிலுக்கு அஞ்சலி ஓடுவாள் என்பது மாயாவுக்குத் தெரியும். நிகிலை எழுந்திருக்குமாறு அவள் வற்புறுத்தினாள். இந்தச் சமயம் அவள் சொன்னதை நிகில் கேட்டான். தாயின்

தோளிலிருந்து போர்வையை இழுத்துக்கொண்டான். இந்த ரவுடிகள் அவர்களை நெருங்கினார்கள். எங்கும் முணுமுணுப்புகளும் கேலிக் கீச்சொலி களும். மாலின் கண்ணாடிக் கதவுகளின் பிரகாசத்தால் அவர்கள் கண்கள் பளபளத்தன.

இறுக்கத்திலிருந்த காற்றினூடாக அஞ்சலியின் ஃபோன் ஒலி வெட்டிச் சென்றது. செக்யூரிட்டி கார்டின் அழைப்பு. நிகிலைக் கண்டுபிடித்தது பற்றி அவனிடம் சொன்னாள். அதற்குள் அவர்களைச் சுற்றியிருந்த சிலர் காணாமற் போனார்கள். ஆனால் இந்த இரு பொறுக்கிகளும் கேலியுடன் முன்னோக்கி வந்தார்கள். மூன்று செக்யூரிட்டி கார்டுகள் கையில் விசில்களுடனும் வாக்கி-டாக்கி களுடனும் தானியங்கிக் கதவுகளினூடாக வேகமாக வந்தனர். மூவரையும் அஞ்சலியின் காருக்குப் பாதுகாப்பாக உடன்சென்று ஏற்றினர். இப்போது எல்லாம் நட்புப் பேச்சுகளும் புன்முறுவல்களும். அஞ்சலி அவர்களுக்கு நன்றி சொல்லியவாறு டிப்ஸ் கொடுத்தாள். மாயா அருகில் வர, நிகில் போர்வையைத் தழுவியவாறு காரை நோக்கி நடந்தான். மாயா ஓர் ஆறுதல் பெருமூச்சு விட்டாள். தில்லி ஒருவனைத் தீவிர எல்லைகளில் தள்ளியது. வானிலையாக இருந்தாலும் சரி, மக்களாக இருந்தாலும்தான்.

அவள் தன் ஹீல்ஸில் தடுமாறி நடந்தாள். அவள் தலை நிகிலின் காதுமடல் அளவில்தான் இருந்தது. இருவருக்குமிடையில் ஒரு முழ தூரம். அவள் பக்கம் திரும்பி அவள் ஸ்வெட்டரைப் பிடித்து ஒரு சிறு இழுப்பு நிகிலிடமிருந்து. ஆறுதல் தேடும் செயல். மாயா அவன் டீ-ஷர்ட்டைப் பிடித்து அதேபோல் செய்தாள். அவன் முகவாயிலும் மேலுதட்டுக்கு மேலும் காணப்பட்ட சிறிய பூனைமயிர்களை அவள் கவனித்தாள். இப்போது அவன் எந்த ஒரு பதின்வயது குடும்பப் பையனையும் போல்தான் காணப்பட்டான். ஒரு குடும்ப டின்னருக்குப் பிறகு தன் அம்மாவுடனும் ஆண்ட்டியுடனும் செல்லும் பையன்.

அஞ்சலி பக்கம் திரும்பியவள், அவளுடைய கவலையுற்ற பார்வையையும் அழிந்த மேக்-அப்பையும், கலைந்த கூந்தலையும் பார்த்தாள். தன் மேக்-அப் கலையாமல் அவ்வப்போது டச் செய்து கொள்பவள் அஞ்சலி. காலையில் எழுந்தவுடனே முதல்வேலை முகத்தைச் சரிசெய்வதுதான். இரவு எல்லாரும் தூங்கப் போன பிறகுதான் அழுக்குகளையெல்லாம் நீக்குவாள். கார் சாவிக்காக அவள் கைகள் அளைந்தபோது கைகள் நடுங்கின. மாயா நிகில் பின்சீட்டில் அமர உதவி செய்தாள். பையைப் பின்னிருக்கை அடியில்

உன் தோளுக்கு அடியில் நீ ❋ 21

போட்டுவிட்டு அஞ்சலியை நோக்கி நடந்தாள்.

'நான் ஓட்டறேன். நீ அவனோட பின்னால் உட்கார்.'

அஞ்சலி எதிர்ப்புத் தெரிவிக்கவில்லை. அண்ணனுடனும் திருஷ்டி அண்ணியுடனும் தங்காமல் மாறாக அஞ்சலியுடன் தான் தங்கியது சரியான முடிவு என்பது அவளுக்குத் தெரியும்.

***

தங்கள் தெருவில் மாயா திரும்பியபோது சஃப்தர்ஜங் ஆன்கிளேவ் வீடு அச்சம் ஊட்டும் இடமாகத் தெளிவற்றுத் தெரிந்தது. தன் வாழ்நாள் முழுவதும் இங்கேயே அவள் கழித்தாள். அந்த வீடு அவள் பாட்டனாருக்குச் சொந்தமானது. அவள் பிறக்கும் முன்பாகவே அவர் இறந்துவிட்டார். அவர்கள் அக்கம்பக்கம் ஒரு காலத்தில் பங்களாக்களும் தோட்டங்களுமாக இருக்கும். ஆனால் காலப்போக்கில் சில பங்களாக்கள் அடுக்குமாடிக் குடியிருப்புகளாக மாறின. வீட்டை கவனித்துக்கொள்ளும் ஐரா அன்றைக்குப் போய்விட்டிருந்தாள். மாயா அஞ்சலியின் காரிலிருந்து இறங்கி, உயரமாக கேட்டைத் திறக்க நுனிக்கால்களில் நடந்து, தன் பலத்தையெல்லாம் சேர்த்துத் தள்ளினாள்.

இந்த பங்களா பற்றிய அவளது முதல் தெளிவான ஞாபகமே அண்ணனின் பரந்த தோளில் உட்கார்ந்துகொண்டு இந்த பிரம்மாண்டமான கேட்டைத் திறக்கக் கற்றுக்கொண்டதுதான். அதுதான் அவள் அண்ணனைப் பற்றிய முதல் ஞாபகமும்கூட. அவளுக்கு மூன்று வயதானபோது அவர் அமெரிக்காவுக்குப் போய் விட்டார். ஐந்தாம் பிறந்தநாள் முடிந்த நிலையில் திரும்பி வந்தார். அந்தச் சமயத்தில் மாயா மிகவும் நோய்வாய்ப்பட்டிருந்தாள். சில வாரங்களுக்கு அவர் அவளைக் கவனித்துக்கொண்டார். தன் பெரிய கைகளால் அவள் தலையைப் பின்னி முடிபோட்டார், அவளுக்குக் காலையுணவை ஊட்டினார், பள்ளிக்கு அனுப்பி வைத்தார். அவளைப் பள்ளியிலிருந்து அழைத்துவந்த போது, தன் தோள்களில் அவளை உட்கார வைத்து அந்த கேட்டைத் தள்ளித் திறக்குமாறு செய்தார்.

காரை உள்ளே ஓட்டினாள். அஞ்சலியையும் நிகிலையும் முற்றத்தில் இறக்கிவிட்டாள். பங்களாவின் பக்கத்தில் இருந்த கார் நிறுத்துமிடத்தில் அதை நிறுத்தினாள். அவள் திரும்பிவந்தபோது முற்றத்திலிருந்த பிரம்பு நாற்காலிகளில் அஞ்சலியும் நிகிலும் அவளுக்காகக் காத்திருந்தார்கள்.

'சாரி, உன் வீட்டுச் சாவியையும் கார் சாவியோட சேர்த்து வச்சிருந்ததை மறந்து போய்ட்டேன்.' மாயா அஞ்சலியின் சாவிகளை அவளிடம் கொடுத்து, தன் சாவியால் வாசற்கதவைத் திறந்தாள். உள்ளே சென்றார்கள். இப்போது விஷயங்கள் வேறாக இருந்தன. அவள் மாடியில் வசித்தாள். அஞ்சலி கீழேயிருந்த அறைகளில் வாடகைக்கு இருந்தாள்.

பன்னிரண்டு ஆண்டுகளுக்கு முன்பு முதல்முதலாக வந்தபோது, தூங்கிக்கொண்டிருந்த இரண்டு வயதுக் குழந்தை நிகிலை மாயாதான் உள்ளே தூக்கிச் சென்றவள். கைக்குழந்தையுடன் வாஷிங்டனிலிருந்து நீண்டதொரு வான்பயணத்தில் வந்த அஞ்சலி இன்றைக்குப் போல்தான் அப்போதும் அலங்கோலமாக இருந்தாள். ஆனால் அப்போது வீடு வித்தியாசமாக இருந்தது. அண்ணன், திருஷ்டி அண்ணி, வருண் மூவரும் கீழேயிருந்த அறைகளில் இருந்தார்கள். மாயா, அவள் அம்மாவின் அறைக்கு நேர் எதிராக மாடியில் இருந்தாள். அஞ்சலியின் வருகைக்குச் சில வாரங்கள் பிறகு, அஞ்சலி உட்பட அனைவரும் எதிர்ப்புத் தெரிவித்தாலும், அண்ணா தன் குடும்பத்துடன் போலீஸ் அளித்த வீட்டிற்குச் சென்றுவிட்டார்.

மாயா நிகிலின் பொருள்களைத் தனியே வைத்தாள். பிறகு தன் இரவுப் பையுடன் மாடிக்குச் சென்றாள்.

'ஒரு டிரிங்க்...மாடியில் சந்திக்கலாமா?' என்று அஞ்சலியை அழைத்தாள்.

'நிச்சயமா' நிகிலின் அறையிலிருந்து அஞ்சலி பதிலளித்தாள். 'கொஞ்ச நேரத்தில் வரேன்.'

அறைக்குச் சென்றவுடனே படுக்கை மீதிருந்த உடைகளின் குவியல், காதுக் கருவிகள், நோட்டுப் புத்தகங்கள், ஆபரணங்கள் எல்லா வற்றையும் தள்ளி இடம் உண்டாக்கினாள். அது அம்மா-அப்பாவின் படுக்கை. அவர்கள் இறப்புக்குமுன் அவள் அதில் நுழைய தைரியம் கொண்டது கிடையாது. அப்பாவுக்கு ஒருவித வருத்தம் இருந்தது. அடிக்கடி அவர் பக்கத்து மேஜை மீது ஒரு டிரிங்க்கோடு படுக்கையில் உட்கார்ந்திருப்பார். அவளைத் தன் வயசான காலத்துப் பிழை என்று குறிப்பிடுவார்.

குளித்து பைஜாமாவுக்கு மாறி அவள் தன் ஃபோனைப் பார்த்தாள். திருஷ்டி அண்ணி ஒரு செய்தி விட்டிருந்தாள். மாயாவுக்கு அவள் வாக்களித்த உடைகளை வாங்க உலர்சலவைக்குப் போயிருந்த தாகவும் அவற்றைத் தர விரைவில் வருவாள் என்றும் அது சொல்லியது.

உன் தோளுக்கு அடியில் நீ ✣ 23

திருஷ்டி அண்ணி வந்தவுடன் மாயா வாயிலுக்கு ஓடினாள். மிக ஒல்லியான அவள் அண்ணி பெட்டிகளின் சுமைகளுக்கிடையில் தடுமாறிக்கொண்டிருந்தாள். மாயா அவளுக்குக் கைகொடுத்தாள். அண்ணியின் குட்டைத் தலைமயிர் கலைந்து காணப்பட்டது, அவள் மிகத் தளர்ந்த நிலையில் இருந்தாள்.

'நீ இவற்றையெல்லாம் போடப் போவதே இல்லையா?' மாயா அந்தப் பெட்டிகளை வரவேற்பறையின் சோஃபாவின் மீது வைத்தாள்.

'இதெல்லாம் எனக்குப் பொருந்தவில்லை. மேலும் கொஞ்சம் துணிகளையும் கொண்டு வந்திருக்கிறேன். உனக்குப் பிடிக்காதவற்றை என் கஸினுக்குத் தள்ளிவிடுகிறேன்.'

'எனக்குத்தான் முதலா?'

'ஆமாம். எப்பவும் போலத்தான்' அண்ணி சிரித்தாள். 'வருணின் உடைகளும் கொஞ்சம் கொண்டுவந்திருக்கேன். அதெல்லாம் அவன் போடவேயில்லை. நிகிலுக்கு ஒருவேளை பொருந்தலாம்.'

'நிகிலுக்கு டிரஸ்ஸா?' அஞ்சலி உணவறைக்குள் புகுந்தாள். அவள் தலைமுடியும் மேக்-அப்பும் சரியாகிவிட்டன. வீட்டில் இருக்கும் போது அவள் நேர்த்தியான டீ ஷர்ட்டுகளையும் ஓய்வான பேண்ட்டு களையும் அணிவது வழக்கம். ஏதோ ஒரு பத்திரிகையின் பக்கங் களிலிருந்து நேராக வெளிவந்துவிட்ட பெண்ணைப்போலத் தோற்றமளிப்பாள்.

'ஹை' என்று அவளைத் தழுவத் திரும்பினாள். 'எப்படியிருக்கே?'

'கிரேட்' என்றாள் அஞ்சலி. அவளைத் தழுவிக்கொண்டாள். 'இதெல்லாம் நிகிலுக்கா?'

தன் அண்ணியின் எழில்வாய்ந்த உடைகள் எல்லாம் அவள் அலமாரியில் அணியப்படாமல் தொங்கிக் கொண்டிருந்ததை எப்படித் தான் பார்த்தாள், அவற்றைக் கேட்டாள் என்று மாயா விவரித்தாள். உலர்சலவையாளர்கள் ஸஃப்தர்ஜங் ஆன்கிளேவிலிருந்து ரொம்பத் தொலைவில் இல்லை. ஆகவே அவள் அண்ணி அவற்றை இங்கே போட்டுவிட முடிவு செய்தாள்.

'நான் இதையும் கொண்டுவந்திருக்கேன்' அண்ணி ஒரு பெரிய கேக்கை மேஜைமீது வைத்தாள்.

'கேக்கா?' என்றாள் மாயா.

'பிளாக் ஃபாரஸ்ட்'

அண்ணி தன் முன்நெற்றி முடிப்பகுதியைக் காதுக்குப் பின் செருகிக் கொண்டாள். கழுத்திலிருந்த சிறிய மயிர்களை அழுத்தித் தட்டினாள். 'உங்களுக்காகத்தான் வாங்கினேன். ஆனால் இந்த வாரம் நீங்கள் அங்கு வராததால், நானே கொண்டுவரலாம் என்று நினைத்தேன். நிகிலுக்குக்கூட இந்தக் கேக் பிடிக்கும், சரியா?'

மாயா வருணுக்காகத் தான் வாங்கிய பாக்கெட்டை எடுத்துவர மாடிக்குச் சென்றாள். அவனது பாக்ஸிங் வகுப்புகளுக்கான கையுறைகள். அவன் ஒரு பைத்தியம் போல அதில் ஈடுபட்டிருந்தான். அவள் திரும்பிவந்தபோது அண்ணி ஒரு பெட்டியைப் பிரித்து அவளது சில உடைகளை அஞ்சலிக்குக் காட்டிக்கொண்டிருந்தாள். அவள் இரண்டு பூவேலை செய்த சட்டைகளை எடுத்தாள். ஒரே மாதிரியானவை. அஞ்சலி ஒன்றைப் பிடிக்கச் செய்துதான் ஒன்றைப் பிடித்தாள்.

'இது ரெண்டில எது நல்லாருக்கு?' என்றாள் அண்ணி.

தான் மிகவும் நேசித்த அந்த இரு பெண்களை மாயா பார்த்தாள். புன்சிரிப்புக் கொண்ட, தண்டவாளக்கட்டை போல மெல்லிய அண்ணி, வளைவு சுழிவோடுகூடிய, உயரமான, முகத்தை அழகு காட்டிக்கொண்டிருக்கின்ற அஞ்சலி. கடைசியில் அண்ணி வைத்திருந்த குர்த்தாவைக் காடடினாள்.

'இதுதான்'

அண்ணி, கனத்த நிறம் கொண்ட குர்த்தாவைத் தன் உறவினளுக்காக எடுத்துக்கொண்டு புறப்பட்டாள். ஒருவித அசவுகரியமான அமைதி தொடர்ந்தது. அஞ்சலி துணிகளை எடுத்துவைக்க மாயா உதவினாள்.

'அந்த ட்ரிங்க்குக்கான சமயம்'

கொஞ்சநேரம் டீவி பார்த்தார்கள். பிறகு வேலையைப் பற்றி அரட்டையடித்தார்கள். புதுதில்லியில் பெண்களால் இயக்கப்படும் துப்பறியும் முகமைகள் மிகக் குறைவு. இருக்குமிடங்களும் ஒன்றுக் கொன்று தொலைவில் இருந்தன. பெண் உளப்பகுப்பாய்வு மருத்துவர் களும் அதே சவால்களை மிகுதியாகச் சந்தித்தார்கள். கடினமான வாடிக்கையாளர்கள், கட்டணங்களை வாங்க அவர்கள் பின் ஓட வேண்டும். கட்டணங்களைப் பெற ஓடுவது ஏறத்தாழ இன்று நிகிலின் பின்னால் ஓடுவது போன்று அதே அளவு கடினமானது என்று ஒப்புக் கொண்டார்கள்.

'ஆனால் நாம் நிகிலைவிட வாடிக்கையாளர்கள் மீது அக்கறை

குறைவாகத்தான் காட்டுகிறோம்' என்று மாயா சிரித்தாள்.

'ஆம். ஆனால் எப்படியோ அவனைக் கண்டுபிடித்துவிட்டோம். அதுதான் விஷயம்.' அஞ்சலி நாற்காலியில் பின்நகர்ந்து உட்கார்ந்தாள். தன் ட்ரிங்க்கில் இருந்த ஐஸ்கட்டிகளைக் கலக்கினாள்.

'நீ இதைப் பற்றி டாக்டர் பல்லாவிடம் நாளைக்குச் சொல்வாயா?'

'நிகிலின் சிகிச்சையாளரை மாற்றலாம் என்று நினைத்திருக்கிறேன்.'

'ஆனால் அவர் உன் பாஸ் ஆயிற்றே.'

'என்னைப் பற்றியும் அம்மாவைப் பற்றியுமே பல்லா பேசிக் கொண்டிருக்கிறார். எனக்கு நிகில் மேல் கவனத்தைக் குவித்து, அவனுக்கு ஒத்துச் செல்லும் வழிகளை போதிக்கவேண்டும்.'

'இந்த முறை பல்லா என்ன சொன்னார்?' மாயா தன் தலைமுடியின் சுருள் ஒன்றை விரல்களில் எடுத்து நேராக்கினாள். அஞ்சலியைப் போன்ற நேரான தலைமுடி தனக்கு வேண்டும் என்று அவள் விரும்பினாள். ஆனால் நேராக்குவது அவள் தலைமயிரை வறண்டதாகவும் உடைவதாகவும் ஆக்கியது. அவளால் அஞ்சலியைப் போல ஒருபோதும் தோற்றமளிக்க முடியாது: உயரமாக, நளினமாக, ஒன்றிசைந்ததாக.

'நான் அம்மாவுடன் தொடர்புகொள்ள வேண்டும் என்று டாக்டர் பல்லா நினைக்கிறார். அவளோடு விஷயங்களைப் பேசித் தீர்த்துக் கொண்டால், நிகிலுடன் நான் இன்னும் சிறப்பாக இருக்க முடியும் என்கிறார்.'

'ஏன் அதை முயற்சி செய்து பார்க்கக்கூடாது?'

'அவன் என் அம்மாவை இதுவரை சந்தித்ததில்லை, நீயும்தான். சந்தித்திருந்தால் இப்படிச் சொல்ல மாட்டாய்.' அஞ்சலியின் குரல் உயர்ந்தது. தன் அம்மாவைப் பற்றிப் பேசும் ஒவ்வொரு சமயமும் இப்படித்தான் ஆகும். மாயாவுக்கு எப்போது பின்வாங்குவது என்று தெரியும்.

'சாரி, அஞ்சி.' மாயா அவள் படுக்கையிலிருந்து எழுந்தாள். டிராயருக்குச் சென்று தன் சிகரெட்டுகளை எடுத்தாள். ஜன்னலைத் திறந்தாள், ஒரு சிகரெட்டைப் பற்றவைத்தாள், உள்ளிழுத்தாள். சட்டைக் கைகளைக் கீழே இழுத்துவிட்டாள், ஆனால் அப்போது தோள்கள் தெரிந்தன. உடனே கைகளை விட்டுவிட்டாள். மாயாவின் கைகள் முழுவதும் இருந்த நிறம் மாறிய பட்டைகளைப் பற்றி அஞ்சலிக்கு நன்றாகத் தெரியும். அவள் மாயாவை மருத்துவர்களிடம்

அழைத்துச் சென்றிருக்கிறாள். ஆனால் மாயாவுடன் சேர்ந்து விடிலிகோ என்ற சொல்லால் தோல்வியுற்றாள். அஞ்சலி, தன் கடந்தகாலத்தின் வடுக்களை மறைக்க விரும்பியது போலவே மாயா தன் உடல் மீதிருந்த அடையாளங்களை மறைக்க விரும்பினாள். சிகரெட்டின் அடி முனையை ஜன்னல் சட்டத்தில் தேய்த்தாள். அஞ்சலியிடம் வந்து அவளைத் தழுவிக் கொண்டாள்.

'உங்க அம்மாவைப் பற்றி நான் இனிமே பேசமாட்டேன்.'

4

குஸூம் தன் பக்கத்தில் வர, யதீன் தன் அலுவலகத்தை நோக்கி நடந்தார். குழல்விளக்குகள் ஒளியிட்ட தாழ்வாரம் பலவித அலுவலகங்களுக்குக் கொண்டு சென்றது. அந்தக் கதவுகள் பொன்னெழுத்துகளால் பொறிக்கப்பட்டி ருந்தன. எங்காவது வெளிப் புறத்தில் காணப்பட்ட வெண்ட்டிலேட்டர்கள் கொஞ்சம் குளிர்ந்த புகைநிறைந்த காற்றை வெளியிட்டன.

எஸ்எச்ஓ கூப்பிட்டார். நோய்டாவிலிருந்த மறைவிடத்தைக் கண்காணிப்பில் வைத்திருந்தனர். உறுதியானதும், எல்லாக் குற்றக் கும்பல் உறுப்பினர்களையும் அங்கே அவர் வருவித்துவிட்டார். அவர்கள் வருவார்கள். அது ஏறத்தாழ ஏழு மணிவரை நடக்கும்.

மூன்று மணி நேரம். நோய்டாவுக்குப் போக ஒரு மணிநேரம் வரை ஆகலாம். ஆகவே இப்போதே கிளம்பியாக வேண்டும்.

'நான் வந்துவிடுகிறேன்' என்றார் யதீன். கைதுசெய்தல் நடைமுறை எந்தச் சிறு தடங்கலும் இல்லாமல் செல்ல வேண்டும்.

'நான் உங்களோட வர்றேனா சார்?'

குஸூமின் கூர்மையும் அவளது ஆங்கிலமும் அவருக்குச் சிரிப்பை யூட்டின. அவள் ஆங்கிலம் நிறைய மெருகேற வேண்டும். ஆனால் குறைந்தபட்சம் அவள் அந்த மொழியைப் பேசவும் புரிந்து கொள்ளவும் செய்தாள். ஆங்கிலம் இல்லாமல் தில்லி போலீஸில் ரொம்ப தூரம் செல்ல முடியாது.

'டைப் செய்ய வேண்டிய எல்லா அறிக்கைகளும் உன்னிடம் இருக்கிறதா?'

'ஏற்கெனவே உங்க மேஜைமீது வச்சிட்டேன் சார்'

வேண்டாம் என்று அவளைத் தடுக்க வேறு காரணம் எதையாவது கண்டுபிடிக்க முடியுமா என்று பார்த்தார். ஆனால் ஆவல் நிறைந்த இந்த இளம் சப்-இன்ஸ்பெக்டரின் கண்கள் அவரைத் தடுத்துவிட்டன.

'ப்ளீஸ் சார். நான் ஜிப்நெட்டில் பார்க்கும் விஷயம் ஒன்றைப் பற்றி

உங்களிடம் பேசவேண்டும். அஞ்சி நிமிஷம்தான் சார். அப்புறம் நோய்டாவுக்குப் போகும் வழியில தகவல்களை எல்லாம் கொடுத்துடறேன். நாம அங்கு போய் எஸ்எச்ஓ-வோட நீங்க காத்திருக்கற நேரத்தில இன்னிக்கான இமெயில் பற்றிய குறிப்பெல்லாம் எடுத்துருவேன்.'

இந்தப் பெண் விடமாட்டேன் என்கிறாள். அவருக்கு ஏராளமான மின்னஞ்சல்கள் வந்திருந்தன. கைது நடவடிக்கையை மேற்பார்வை செய்யும்போதே அவற்றில் சிலவற்றுக்கு பதில் டிக்டேட் செய்வது நேரத்தை நல்லபடி செலவழிப்பதாகும்.

'சரி, அஞ்சி நிமிஷம்' என்றார் யதீன். 'அப்புறம் நாம கௌம்பிடணும்'

கருத்தரங்க அறைகளிலிருந்து அவர் அலுவலகத்துக்குச் சென்ற நீண்ட நடைகளைத் தவிர்த்தார்கள். லாக்-அப் ஏரியாவைத் தாண்டிச் சென்ற சுருக்கமான வெளிப்புற வழியில் சென்றார்கள். வெளியிலிருந்த மூடுபனியிலிருந்து தடுத்துக்கொள்ள வரிசையாக இருந்த குல்மோஹர் மரங்களின் அடியில் நடந்தார். தில்லி போலீஸ் தலைமையகத்தின் சுவர்களுக்கு இணையாகச் சென்ற வழவழப்பான சாலையின்மீது அவற்றின் சிறிய மஞ்சள் இலைகள் தூவிக் கிடந்தன. உயர்ந்திருந்த மகாத்மா காந்தியின் சுவர்ச்சித்திரத்தை உற்றுப் பார்த்தார். வரைந்த கலைஞர்கள் மேலும் சில தலைவர்களின் படங்களையும் வரைந்திருக்க வேண்டும். பாவம், அவரது சோகமான, பிதுங்கிய உதட்டோடு அவரைத் தனியாக விட்டுவிட்டார்கள்.

யதீன் லாக்-அப் பகுதியை நெருங்கியதும், குடிகாரக் கத்தல்கள், இந்தியிலும் ஹரியான்வியிலும் வசவுகள், போலீஸ் ஜீப்புகளின் உறுமல்கள் ஆகியவை பேரிரைச்சலாக இருந்தன. இடையிடையே போதைப் பொருள் உபயோகிப்போரை மந்தையாக இட்டுச் செல்லுதல், திருடர்களையும் எம்பி யாரையாவது கலங்கச் செய்த ஆடவர்களையும் பிடித்தல் ஆகியவற்றில் ஈடுபட்ட போலீஸ்காரர்களின் பெருஞ்சிரிப்பு ஊடுருவிச் சென்றது. யதீன் பெருமூச்சு விட்டார்—கடவுளுக்கு நன்றி, இந்த விஷயங்களில் அவர் இப்போது ஈடுபடுவதில்லை. அவர்கள் வேகமாக நடந்தபோது மரங்களிலிருந்த டஜன் கணக்கான காக்கைகளின் கத்தலும், சுவர்களுக்கு வெளியே கார்களின் ஆரன் சத்தமும் பின்தொடர்ந்தன. யதீனுக்கு தலைவலி வரும்போல இருந்தது. அவருக்கு காப்பி தேவை, ஆனால் நேரம் இல்லை.

குஸூம் தன் கணினியை இயக்கச் சென்றாள். மிக விரைவில், ஒரு கோப்புடனும் ஒரு சிறிய தட்டுடனும் வந்தாள். ‘காஃபி, சார்.’

இந்தப் பெண் அவர் மனத்தைப் படித்துவிட்டாள். யதீன் அவளுக்கு நன்றி சொல்லி அவளது கணினிக்குப் பின்தொடர்ந்தார். அங்கு அவள் ஜிப்நெட் களத்தைக் கொண்டுவந்தாள். இப்போதெல்லாம் அவர் வழக்கமாகக் கோப்புகளை துணை ஆணையர்கள் வாயிலாக நோக்குவது வழக்கம். முக்கியமான வழக்குகளைக் கீழிருப்பவர்கள் சுருக்கிச் சொல்வார்கள். ஆகவே அவருக்குக் காவல்துறை இணையத் தகவல்தளத்தைச் சோதிக்க வேண்டிய அவசியம் இல்லை.

தன் இருக்கையில் வசதியாக அமர்ந்து, அந்தப் பக்கம் கணினியில் தோன்றும் வரை, துறை அலுவலகத்தை அவர் ஆராய்ந்தார்: துறையின் அரசியல், காக்காய்பிடித்தல், வறண்ட சுவர்கள், காந்தி, நேருவின் போஸ்டர்கள், இந்தியா மற்றும் தில்லியின் நிலப்படங்கள் ஆகிய எல்லாவற்றிலிருந்தும் விடுபட நினைத்தார். அவருக்கு அஞ்சலி வேண்டும்: மூன்று வாரங்களாக அவளைப் பார்க்கவில்லை. அவளை இரகசியமாகச் சந்திப்பதையும் யாராவது கண்டுபிடித்துவிடுவார்கள் என்ற அஞ்சலியின் பயத்தையும் அவர் வெறுத்தார்.

ஏறத்தாழப் பத்தொன்பது ஆண்டுகளுக்கு முன்பு தனது சேவையின் இரண்டாம் ஆண்டில் அவர்மீது பதிந்த துப்பாக்கிக் குண்டின் காயத்தை அவர் திடமாகப் புறக்கணித்தது போலவே அவளது பயங்களையும் அவர் ஏற்றுக்கொள்ள மறுத்தார். அந்த குண்டு அவருடைய தோள் எலும்பைத் துளைத்துச் சென்றது. சில அங்குல தூரத்தில் இதயம். குளிர்நாள்களில் அவரது தோள் இன்னமும் வலித்தது: அவரால் அவர் கையை உயர்த்த முடியாது. ஒரு வெப்ப ஒத்தடம் இருந்தால் தான் அந்த வலியைக் குறைக்க முடியும். அந்த வலி இப்போதும் தன்னை அறிவித்துக்கொண்டு தலைகாட்டியது. குளிர்காலம் தொடங்கிவிட்டது.

‘இதோ சார், பாருங்க’ என்று குஸூம் கையிலிருந்த விஷயத்துக்கு அவரைத் திருப்பினாள்.

கணினித் திரையில் கீழேசென்று, இரண்டு நாள்களுக்கு முன்னால் புல் பங்காஷ் பகுதியில் கண்டெடுத்த ஒரு அடையாளம் காணப்படாத உடலின் விவரங்களைக் காட்டினாள்.

குஸூமைத் தொல்லை செய்யக்கூடாது என்று யதீன் சில அடிகள் தூரத்தில் தன் காப்பியுடன் அமர்ந்திருந்தார். அவளது மல்லிகை, வியர்வை கலந்த மணத்தைப் புறக்கணித்துக் காத்திருந்தார்.

குஸூம் தனது வழக்கை முன்வைக்கத் தெரிந்துகொள்ள வேண்டும். தனது முழுமையான கவனத்தை அவளுக்குத் தருவதற்குமுன், தன் கடிகாரத்தைப் பார்த்துக்கொண்டார். அவர்களுக்குச் சில நிமிடங்கள் இருந்தன.

'என் ஃப்ரெண்ட், புல் பங்காஷ் கிளையில் கான்ஸ்டபிள், இதைப் பற்றிச் சொல்லிக்கொண்டிருந்தான்.' கர்ஸரை அந்த வழக்கின் தகவல் மீது ஓட்டினாள். கருப்பு பிளாஸ்டிக் குப்பைப் பைகளில் மடிபூரில் சில குப்பை-பொறுக்கும் பிள்ளைகள் இந்த உடலைக் கண்டு பிடித்தார்களாம். 'முகம் போய்ட்டது சார். எல்லாம் உருகிடுச்சு. பிசிஆர் வேன் அந்த இடத்தை அடைந்தபோது, அவங்க சில கேள்விகளைக் கேட்டாங்க. அப்புறம் வெறும் எஃப்ஐஆர் மட்டும் தான் சார்.'

'ஓகே'

'அவ ஏழைச் சேரிப் பொம்பளை சார்.'

ஒவ்வொரு வாரமும் தில்லியின் தெருக்களில் டஜன்கணக்கான பேர்கள் இறந்தார்கள். காவல்துறை முதல் தகவல் அறிக்கையை மட்டும் பதிவு செய்து பிறகு அவற்றைக் கோப்புகளில் எறிந்து தன் எதிர்வினையை ஆற்றியது. ஏனெனில் இரண்டரைக் கோடிப் பேர் உள்ள ஒரு நகரத்தைக் காவல்காத்துச் சுற்றிவர வெறும் எண்ணூறு போலீஸ் கண்ட்ரோல் ரூம் வேன்களுக்கு வேறு வழியில்லை. அறிக்கைளைக் கோப்பில் வைக்கும் போது, தெருவிலோ அன்றிக் காவல் நிலையத்திலோ தங்கள் பாதுகாப்புக்காக போலீஸுக்கு லஞ்சம் கொடுத்தவர்கள் உதவி பெற்றார்கள். தாங்கள் உழைக்கும் நீண்ட நேரத்துக்கு நியாயம் செய்வதான போதிய ஊதியத்தை பிசிஆர் காவலர்கள் பெறுவதில்லை. எனவே மேஜைக்குக் கீழே வாங்கினார்கள். இதுதான் பெரும்பாலான அரசாங்க வேலைகளின் ஏற்பாடு. குறைந்த ஊதியங்களுக்கும் காலந்தாழ்த்திய பதவி உயர்வுகளுக்கும் கையை நீட்டினார்கள். சேரிவாழ் மக்கள், கொடுக்கப் பணம் இல்லாதவர்கள், மிகக் குறுகியகால கதிமோட்சம் பெற்றார்கள்: அதுதான் விஷயங்கள் நடக்கும் வழி.

முகம் உருகிப் போயிற்று? அசாதாரணம். செத்துப் போனவள் வழக்கமான வீடற்ற போதைமருந்துக்காரிகளில் ஒருத்தி அல்ல. இப்படிப்பட்ட மரணங்களை தில்லி போலீஸ் 'பிச்சைக்காரர்கள்' என்று வகைப்படுத்தியது. யதீன் நிழற்படத்தை ஆராய்ந்தார். அவள் தலைமுடி கெட்டிதட்டியில்லை. கைகள் உழைத்துப் பழகியவை போல் இருந்தன.

‘நான் மேலும் சில பதிவுகளைக் காட்டுகிறேன் சார். கடந்த சில மாதங்களில்.’

அவர் மீண்டும் தன் கடிகாரத்தை நோக்கினார். இது ஆர்வ மூட்டுவதாக இருக்கிறது, ஆனால் அவர்கள் புறப்பட்டாக வேண்டும்.

‘ஜிப்நெட்டில் இதேபோன்ற வழக்குகள் முன்னாலேயே உள்ளன.’ அவரிடம் அவள் பதிவுகளைக் காட்டினாள். ‘கடந்த மூன்று மாதங்களில் இரண்டு.’

‘ஃபோட்டோ இல்லை?’

‘நாம போறப்ப காட்டறேன் சார். திலாவர் காரை எடுக்கிறார்.’

கான்ஸ்டபிள் திலாவர். அவரது ஓட்டுநன். ராட்சஸன் போன்ற தோற்றம். இப்போதுதான் அவனுக்கு ஆண்குழந்தை பிறந்திருந்தது. இந்த மாதிரி சந்தர்ப்பங்களுக்காக யதீன் தனது டிராயரில் அடைத்து வைத்திருந்த சில வவுச்சர்களை எடுத்துக்கொள்ளவேண்டும் என்று நினைவுபடுத்திக்கொண்டார். அவன் அப்பா யதீனுக்குப் பழைய காலத்தில் தெரிந்தவர். பல வருஷங்களுக்கு முன்பு அவர் வேண்டுகோளின் பேரில் திலாவருக்கு இந்த வேலையை வாங்கிக் கொடுத்தார். யதீன் அவனை நம்பியதுபோல அவனும் அவருக்குத் தன் தகுதியை நிரூபித்திருந்தான்.

‘சுமோ வேண்டாம்.’ ஒரு போலீஸ் சுமோவை எளிதில் கண்டுபிடித்து விடுவார்கள். மஃப்டியில் செய்ய வேண்டிய எல்லாக் காரியங்களையும் அது கெடுத்துவிடும்.

‘சரி சார். நானும் போய் உடை மாத்திகிட்டு வந்திடறேன் சார்’ என்றாள் குஸும்.

பச்சை மஞ்சள் ஆட்டோக்களும், பளபளத்த டெலிவரி வாகனங்களும், அடிபட்ட வேன்களும் பின்னுக்குச் செல்ல, திலாவர் காரை மதுரா சாலையில் ஓட்டினான். அங்கு மாலைநேர நெரிசல் இனிமேல்தான் தொடங்கும். நேர்த்தியான சலூன் கார்கள் இவர்களது காரை டிராபிக் விளக்குகளில் முந்தின. யதீன் பின்சீட்டில் தளர்ச்சியாக இருக்க முயன்றார். திலாவர் சரியான நேரத்தில் சென்று சேரச் சரியாக இயக்கிக்கொண்டிருந்தான். இந்தக் காரில் சைரன் இல்லை. யதீன் ரிஸ்க் எடுக்க விரும்பவில்லை.

போலீஸ் கார் என்று தெரியாததால், பிச்சைக்காரச் சிறார் கும்பல் ஒன்று அதன் ஜன்னல்களில் மோதியது. இருண்ட கண்கள், வெடித்த உதடுகளும் கைகளும், அழுக்கு நிறைந்த முகங்கள். யதீன் கார்

ஜன்னல்களால் தடுக்கப்பட்ட அவர்களின் குரல்கள். கைப்பிடியுள்ள இரும்பு கேன்களைத் தூக்கிக் காட்டினார்கள். அவற்றின் கைப்பிடிகளில் மேரிகோல்டு மாலைகள் போட்டிருந்தது. இந்த மாதிரி சிறுவர்களிடம் அஞ்சலி பல சமயங்களில் பேசுவதை யதீன் பார்த்திருக்கிறார். அவர்களைப் பள்ளிக்குச் செல்ல விருப்பமா என்று கேட்பாள். ஆனால் அவர்கள் எப்போதுமே கடுகு எண்ணெய் நிரம்பிய தங்கள் கேன் களுக்காக நாணயங்களைத்தான் கேட்பார்கள், சனி-பூஜைக்காக.

அவர் சனி-பூஜை என்பதை முதல்சமயம் விளக்கியபோது அவள் சிரித்தாள். சனி பூஜையா? தங்களுக்குக் கெட்ட நடப்புகளைத் தர வேண்டாம் என்று சனிபகவானை சனிக்கிழமைகளில் வழிபாடு செய்கிறார்களா? இந்தச் சிறுவர்களை வைத்துப் பிழைக்கும் கும்பல்கள் பணம் கொண்டுவர வேண்டுமென்று தெருவில் பிச்சையெடுக்க அனுப்புகிறார்கள் என்று அவர் விளக்கியபோது அவள் உதடுகளிலிருந்த சிரிப்பு மறைந்தது. இந்தக் காசுகள் கோயில்களில் சென்று சேர்ந்ததுமில்லை. இந்தப் பிள்ளைகளில் பலர் அடுத்த பருவமான பதின்வயதுகளை எட்டியதும் இல்லை.

இப்படிப்பட்ட முகங்கள் அவருக்குப் பழகிப்போனவை. ஆனால் அவை அஞ்சலியை வருத்தின. அவளோடு சில ஆண்டுகள் பழகியபிறகு அவருக்கும் அவள் பார்வை ஏற்பட்டது. இந்த மாதிரிச் சிறார்களுக்குச் சேரியில் புகலிடம் கொடுத்த ஒரு தர்மநிறுவனத்துக்கு அவள் உதவி செய்து வந்தாள். அவர் சைகை காட்டியதால், குஸும் கையுறைப் பெட்டியிலிருந்து கிரனோலா (ஓட்ஸ்) பார்களையும் பிஸ்கட்டுகளையும் எடுத்து, ஜன்னல் கதவைச் சற்றே திறந்து வெளியே நீட்டினாள். சில சிறுவர்கள் அவற்றை வாங்கிக்கொண்டார்கள். ஆனால் பெரும்பாலான சிறுவர்கள் ஏக் ருபய்யா, தோ ருபய்யா குடுங்க மேடம்ஜீ என்ற தங்கள் பல்லவியைத் தொடர்ந்தார்கள்.

கார் மறுபடியும் நகரத் தொடங்கியதும், குஸும் அவர் பக்கம் திரும்பினாள். 'நான் முன்னால சொன்னது போலத்தான் சார், இன்னும் நிறைய கேசுகள் இருக்கு.'

'உங்கிட்ட ஃபோட்டோ இருக்கா?'

அவற்றை ரிப்போர்ட் செய்த கான்ஸ்டபிள்கள், ஜிப்நெட்டில் அந்தப் படங்களை வெளியிட அக்கறை கொள்ளவில்லை. ஆனால் குஸும் அவற்றைக் கேட்டு வாங்கினாள். அவளது செகண்ட் ஹேண்ட் ஸ்மார்ட் ஃபோனில் தென்பட்ட படங்கள் மங்கலாகத் தெரிந்தாலும் குப்பைப் பைகளில் திணிக்கப்பட்டிருந்த அந்த உடையற்ற முகம்

அழிக்கப்பட்ட உடல்களுக்கிடையிலான ஒரேமாதிரித் தன்மையை யதீன் உணர்ந்துகொண்டார்.

'இதெல்லாம் எங்க கெடைச்சுது?'

'சேரிப்பகுதிகள் சார். ஒன்று புல் மிட்டாயில், மற்றது மடிபூர் காலனியில.'

இது ஒருவேளை நித்தாரி தொடர் கொலை வழக்குப் போல முடியலாம், சற்றே வேறுபட்ட மாதிரியில். கடந்த சில மாதங்களில் சேரிப் பெண்மணிகளை யாரோ கொலை செய்து, உருவழித்து, குப்பையில் போட்டிருக்கிறான். இது ஒரு கொலைகாரனின் தொடர் வேலை என்பது தெரிந்தால் அது பெரிதாகிவிடும். இந்தியா டுமாரோ போன்ற சேனல்களின் பத்திரிகையாளர்கள் இருபத்து நாலு மணி நேரமும் இதைக் கவர்பண்ண வந்துவிடுவார்கள். தங்கள் தொண்டைகள் வற்றும்வரை கத்துவார்கள். யதீன் சரியான தகவலைச் சரியான நேரத்தில் அளித்தால், இது யமுனா எக்ஸ்பிரஸ்வே வழக்கைக் காட்டிலும் அதிகக்காலம் சேனல்களில் ஓடும். அதாவது, புலனாய்வு சரியான திசையில் சென்றால்.

அவர் தன் ஃபோனைப் பார்த்தார். எஸ்எச்ஓ ஒரு செய்தி அனுப்பி யிருந்தார். விஷயங்கள் திட்டப்படியே நடந்துவந்தன. ரவுடிக்கும்பல் கூடியவாறு இருந்தது. யதீன், குஸுமிடம், 'நீ முன்னால் காட்டிய ஃபோட்டோ? அவர்கள் அந்த உடலை வைத்திருக்கிறார்களா?' என்று கேட்டார்.

'ஆமாம் சார். நாம் போஸ்ட்மார்ட்டம் செய்யச் சொல்லலாமா?'

அவள் நாம் என்று இருவரையும் சேர்த்து, ஏதோ ஒரு இரகசியப் பணியில் ஈடுபட்டிருப்பதைப் போலச் சொன்னதை நோக்கினார். ஆனால் கண்டுகொள்ளாமல் 'சரி' என்றார்.

'ஓகே, சார்.'

இந்தக் கேஸை வருகின்ற வாராந்திரச் சந்திப்பில் விவாதித்தால், இதைக் கீழே உள்ள ஜாயிண்ட் கமிஷனர், டெபுடி கமிஷனர் என்று எவருக்காவது கொடுத்துவிடுவார்கள். மாறாக, இது இன்னும் பெரிதாகி இவரால் நடத்தப்படும் ஒரு புலனாய்வாக விரிந்தால், ஓர் ஊடகப் பெருங்கிளர்ச்சியாக மலர்ந்தால், துறையில் அவருடைய சொந்த மதிப்பைப் பெரிதாக்கும்.

'குஸும், நான் வேலைப் பயிற்சி பற்றிச் சொன்னது நினைவு இருக்கிறதா?'

‘இருக்குது சார்.’

‘நாம் இருவரும் இதைக் கண்டுபிடிக்கலாம். ஆனால் வாயைமூடிக் கொண்டிருக்க வேண்டும்.’

கண்கள் ஒளிவீச, அவள் தலையசைத்தாள்.

‘திலாவர்?’ திலாவருக்கு இரகசியத்தின் தேவை பற்றி நன்கு புரிந்திருக்க வேண்டும் என்று யதீன் நினைத்தார்.

‘டீக் ஹை, சார்’

வெளியிலிருந்து உதவி செய்ய இதில் மாயாவைப் பயன்படுத்துவார். குஸுமும் மாயாவும் நன்றாக ஒத்து வேலை செய்வார்கள். உள்ளிருந்து தகவல்களை குஸும் தருவாள். அதை இரகசிமாக வைத்து, போலீஸுக்குள் இருந்து செய்ய முடியாத கவர்ச்சியற்ற வேலைகளை மாயா செய்வாள். யதீன் ஒரு புன்முறுவலை மறைத்துக்கொண்டார். மாயாவும் குஸுமும் ஏறத்தாழ ஒரே உயரம், இருவரிடமும் மாடுமாதிரி உழைக்கும் உந்துதல் இருந்தது.

இரண்டாண்டுகளுக்கு முன்பு, தான் சிவில் சர்வீஸ் தேர்வு எழுதப்போவதாக மாயா அடிக்கடி வலியுறுத்தியபோது, அவளுக்கு அவர் ஒரு சிறிய துப்பறியும் முகமையை ஏற்படுத்திக் கொடுத்தார். அதற்காக தன் தொடர்புகளிலிருந்து ஒன்றிரண்டு விவாகரத்து வழக்குகளைப் பிடித்துக் கொடுத்தார். அந்த முகமைக்கு விஜில் என்று பெயரிட்டார். சில மாதங்களில் அது தானாகவே முடிவுக்கு வந்துவிடும் என்று நினைத்தார். ஆனால் அப்போது இருபத்தைந்து வயதாயிருந்த மாயா, அந்த முதல் பணிகளை நன்றாக முடித்ததோடு மட்டுமல்லாமல் வாய்மொழியாக மேலும் பணிகளைப் பெறலானாள். அவளும் அவள் உதவியாளரும் மேலும் சில முக்கியமான போலீஸ் கேஸ்களில் தோண்டித் துருவும் வேலைகளைச் செய்தார்கள். யதீன் அவற்றை எளிதில் வி( )விக்க முடிந்தது.

யதீன் மாயாவுக்கு ஒரு செய்தி அனுப்பினார். அவள் பதிலளிக்காத தால், அவளுக்கு ஃபோன் செய்தார்.

‘நீ இன்னிக்கு இரவு எங்களோட தானே தங்க வர்ற, குடியா?’

குடியா என்றால் பொம்மை. மாயா பிறந்ததிலிருந்து அந்தப் பெயரிட்டுதான் யதீனும் அவர் அம்மாவும் கூப்பிட்டார்கள். ஏனெனில் யதீனின் பத்தொன்பதாவது பிறந்தநாள் கழிந்த சில நாள்களில் அவள் பிறந்தவள். அப்போது அவள் மிகச் சிறிய உருவத்தில் இருந்தாள். அவள் தலை மிருதுவாகவும், தூவி போலவும் அவர் கையில் இருந்தது.

'நான் இன்னும் மாலில்தான் இருக்கேன்' என்றாள் மாயா.

ஃபோனில் மாயா மூச்சு வாங்குவதைக் கவனித்தார்.

'ஏன் ஏதோ ஓடறது மாதிரி மூச்சு வாங்குது? அஞ்சலி எங்கே?'

'அவ நிகிலைத் தவறவிட்டுட்டா.'

அந்தப் பையன் நடத்தையை நம்பவே முடியாது. அவன் உயரமாகவும் பலசாலியாகவும் வளர்ந்தான், ஆனால் அவனைக் கட்டுப்படுத்த முடியவில்லை. அவனது பீதித்தாக்குதல் ஒன்றின் போது, அஞ்சலி, மாயா இருவரும் சேர்ந்தும் அவனைக் கட்டுப்படுத்த முடியவில்லை.

'நான் வரட்டுமா?'

'எந்த நொடியிலும் அவனைக் கண்டுபிடிச்சுடலாம்ன்னு அவ சொல்றா'

'சரி, கண்டுபிடிச்சதும் எனக்குச் சொல்லு.' சற்றே நிறுத்தினார். 'இன்னிக்கு சாயங்காலம் பாக்க முடியுமா?'

'சரி, அண்ணா.'

நோய்டாவில் யதீன் எஸ்எச்ஓவுடன் சேர்ந்து கைதுசெய்வதில் பணியாற்றினார். மஃப்டி உடைகளிலிருந்த போலீஸ்காரர்கள் அந்த கும்பல் சந்திக்க இருந்த பாழான கட்டடத்தைச் சுற்றி நின்றிருந்தார்கள். எல்லா வழிகளையும் யதீன் நோக்கினார். அவர்கள் தற்காலிகமாக ஏற்படுத்தியிருந்த கட்டுப்பாட்டு அறையிலிருந்து நகர்வுகளைக் கண்காணித்தார். அந்தக் குழு இறுதியான நிலைகளை எடுத்துக்கொண்டு காத்திருந்தது. இடையமைதி நேரத்தில் குஸுமின் விரல்கள் கீ-போர்டில் வேகமாகப் பறக்க, அவள் ஒரு கொத்து மின்னஞ்சல்களுக்குப் பதிலளித்து முடித்துவிட்டாள்.

அடுத்த இரண்டு மணி நேரத்தில் அந்தக் குழு ஆட்களைக் கைதுசெய்துவிட்டது. குண்டு எதுவும் சுடப்படாமலே.

யதீன் மேஹராவுக்கு ஃபோன் செய்து, தாங்கள் அடைந்த வெற்றியைச் சொன்னார்.

'மிக நன்று' மேஹராவின் பாராட்டுக்குரல் ஃபோனில் மிதந்து வந்தது.

'இன்று மாலைப் பத்திரிகையாளர் கூட்டத்தில் சுருக்கமாகச் செய்தி வழங்குதலை நீங்களே செய்துவிடுகிறீர்களா?'

'இல்லை, நீயே செய்துவிடு' என்றார் மேஹரா. 'பெண்கள்

பாதுகாப்பு பற்றிய விஷயத்தை வலியுறுத்திச் சொல்லு.'

'நிச்சயம் சார்.'

'இந்த வார இறுதியில் வழக்கமான செட்டோடு நான் ஒரு ரவுண்டு கோல்ஃப் விளையாடச் செல்லப் போகிறேன். நீயும் வருகிறாயா?'

'சாரி சார். திருஷ்டி இந்த வார இறுதிக்கு ஏதோ திட்டம் வைத்திருக் கிறாள்'

திருஷ்டியுடன் சேர்ந்து யதீன் ஒரு வீட்டுப் பார்ட்டிக்குச் செல்ல திட்டமிட்டிருந்தார். ஆனால் அது தயாள் சிசோதியாவின் வீடு என்பதால் மட்டுமே. சாபர்வால் வழக்கில் விஷயங்கள் சிக்கலானால், உள்துறைச் செயலர் ஒரு பயனுள்ள கூட்டாளியாக இருப்பார். தன் காருக்கு வேகமாகத் திரும்பினார்.

முழு காவல் படையும் பெண்களுக்கு எதிரான குற்றங்களைப் பற்றிப் பறந்தார்கள். குஸுமும் சரியான கேஸ் ஏதாவதொன்றில் தடுக்கியிருக்கலாம். இந்தக் கேஸ், சரியாகப் போனால், சாபர்வால் கேஸில் அவருடைய பங்கைப் பற்றிய கவனத்திலிருந்து திசை திருப்பும். அல்லது அதைச் சரிப்படுத்தும். புதுதில்லியின் பொதுமக்கள் பார்வையில் பெண்களுக்கு எதிரான குற்றங்களைக் கண்டுபிடிக்கப் போராடுகின்ற ஓர் அதிகாரியைக் கீழே இறக்குவதென்பது மிகமிகக் கடினம்.

அதனால் தலைமைக் கமிஷனர் மேஹராவின் இடத்தை அவர் அடுத்த ஆண்டு பெற இன்னமும் வாய்ப்பு இருக்கிறது.

அவரது ஃபோன் ஒலித்தது. வேலைகளின் குழப்பத்தில், அவர் மாயா, அஞ்சலி, நிகில் எல்லாரையும் மறந்துவிட்டார். மாயாவின் எண்ணுக்கு டயல் செய்தார்.

உன் தோளுக்கு அடியில் நீ ✱ 37

5

விளக்கின் இதமான ஒளியில், யதீன் தங்கள் 'ட்ரிங்க்'குகளை ஊற்றியதையும், ஐஸ்கட்டிகளை டம்ளர்களில் போட்டதையும், தன் டம்ளரில் மட்டும் அதிகமாக் ஸ்காட்சை ஊற்றிக்கொண்டதையும் அஞ்சலி பார்த்தவாறு இருந்தாள். ஏறத்தாழ, ஆனால் முற்றிலுமாக அல்ல, கூர்மையாக இருந்த ,அவரது மூக்கையும், மிடுக்கான மீசையையும், பிளவுபட்ட முகவாயையும், தன் செயலில் கவனத்தைச் செலுத்தும்போது அவரது அடர்த்தியான புருவங்களில் ஏற்பட்ட சுளிப்பையும்—அவளால் தொலைவில் வைத்துப் பார்க்கவே முடியாது. ஒன்று, அவர் அவள் படுக்கையில் இருப்பார், அல்லது உறுத்துப்பார்க்க முடியாத ஒரு சமூகச்சூழலில் இருவரும் இருப்பார்கள். யதீன் ஹோட்டல் டவலை அங்கியாகத் தொங்க விட்டுக்கொண்டார். பெல்ட் தளர்த்தியாகக் கட்டப்பட்டிருந்தது. அவருடைய உயர்ந்த, அகன்ற உடலமைப்பு மங்கிய சுவரில் நிழலை ஏற்படுத்தியது. 'தண்ட்-பைட்டக்' (தண்டால் எடுப்பது) என்று அவர் கூறும் இருநூறு பயிற்சிகளை, எவ்வளவு களைப்பாக இருந்தாலும் சரி, தினமும் செய்வார். அதன் விளைவுகள் நன்றாகவே தெரிந்தன. அஞ்சலி தன்னால் இயன்ற அளவு செய்தாள். ஆனால் இப்போதெல்லாம் ட்ரிம்மாக இருக்க முன்னைவிட அதிக நேரம் கஷ்டப்பட்டுச் செய்யவேண்டி இருந்தது.

தலைப்பலகையின் மீது சாய்ந்துகொண்டு, விரிப்புகளைத் தொண்டைவரை இழுத்துக்கொண்டாள். யதீனுக்கு குளிர்சாதனம் உச்சத்தில் இயங்கி அதன் குளிர்ந்த காற்று அவள் கைமீது கொப்புளங்களை உண்டாக்குவது பிடிக்கும். வீட்டில் அவள் உபயோகித்த போர்வையைவிட இது மென்மையாக இருந்தது. இந்த முறுகலான வெள்ளை விரிப்புகளும், அவள் வெற்றுடலின் கீழிருந்த உறுதியான படுக்கையும் ஏதோ ஒருவிதத்தில் நன்றாக இருந்தன; ஒரு கூட்டுப் புழு போலத் தன்னை உணர்ந்தாள். தனது வீட்டுத் தொல்லைகளிலிருந்து வெகுதொலைவில் வந்துவிட்டமாதிரி இருந்தது.

‘சீயர்ஸ்’ என்ற யதீன், அவ்ளிடம் ஒரு குவளையைக் கொடுத்து விட்டு, தனது குவளையுடன் அதை இலேசாக மோதினார்.

அஞ்சலி படுக்கையில் யதீன் தனக்குப் பக்கத்தில் படுத்துத் தலையைத் தன் மார்புமீது வைத்துக்கொள்ளுமாறு பின்னோக்கி நகர்ந்தாள். அவர் சில மென்மையான சொற்களை முணுமுணுத்து, தன் பானத்தை அருந்தி, மேலும் சிலவற்றை முணுமுணுத்தார். நன்கு குடித்திருக்கும்போது யதீன் சில கண்ணிகளை இசைப்பது வழக்கம். அவருக்கு ஷாயரி (இசைப்பாடல்) பிடிக்கும். ஆனால் அஞ்சலிக்குப் புரியாத மென்மையான, இசைநயம் கொண்ட, உருதுச் சொற்கள் அவை.

‘நீங்கள் பாடும்போது எனக்கு எழுதித்தர வேண்டும்.’

‘உனக்கு ரொம்ப உணர்ச்சிகரமாக இருக்கும் ஜெல்லி.’ மற்றொரு மிடறு உறிஞ்சினார். ‘அது போகட்டும் விடு.’

‘எப்ப இதெல்லாம் தொடங்கினீங்க? ஃப்ளாரிடாவில் இதெல்லாம் கிடையாதே’

அது ரொம்ப நாளுக்கு முன்னால். அவள் அப்பாவின் மாணவராக யதீன் இருந்தார். அவருக்குப் பிடித்த மாணவன். யதீன் அவர்கள் வரவேற்பறையில் அவள் தந்தையுடன் சமூகநீதியைப் பற்றிப் பேசியவாறு அலைந்துகொண்டிருப்பார். தன் சட்டப்படிப்பில் ஊறியிருந்தார்.

‘அந்த நாளில் நீ ரொம்பவும் துள்ளித்திரிந்த சின்னப் பெண்ணாக இருந்தாய்.’

‘நீங்க இந்தியாவுக்குத் திரும்பியபோது எனக்குப் பதினேழு வயசு.’ யதீனை உட்காருமாறு செய்ய அஞ்சலி திரும்பினாள். ‘ஆனா இந்தக் கவிதைகளை எல்லாம் எப்பப் படிக்க ஆரம்பிச்சீங்கன்னு இன்னும் சொல்லவே இல்லை.’

‘ரொம்ப வேடிக்கை, எங்கப்பா இறந்து போனப்ப. அவருக்கு இதெல்லாம் ரொம்பப் பிடிக்கும்.’

‘ஆனா அவரைப் பத்தி நீங்க சொன்னதே இல்லையே’

‘நீ கூடத்தான் உங்கம்மா பத்தி பேசறதே இல்லை’

உனக்கு ஒரு ஆடவனிடம் என்ன சொல்ல வேண்டும் என்று தெரியாது. எப்ப பேசாமல் இருக்கணும்னும் தெரியாது. பல காலம் முன்னாலிருந்து, அஞ்சலியின் திருமணம் பற்றி அவள் அம்மா எப்போதும் அறிவுரைத்துக்கொண்டிருந்த காலத்திலிருந்து அவள்

அம்மாவின் குரல் ஒலித்தது. எப்படி ஓர் ஆடவனைத் தக்கவைத்துக் கொள்வது, அவனிடம் என்ன சொல்வது, எப்போது நிறுத்திக் கொள்வது. இப்படியே போனால், நீ ரொம்ப காலம் திருமண வாழ்க்கை நடத்தமாட்டாய். எவ்வளவு தீர்க்கதரிசி அஞ்சலி. திருமணமாகி ஆறாண்டுகள் கழித்து நேட் மார்கனை விவாகரத்து செய்துவிட்டாள். அவன் கடைசிப் பெயர் மட்டுமே மிஞ்சியது. அவளது பட்டங்களிலும் சான்றிதழ்களிலும் பதிவாகியிருந்த பெயர் அதுதான் என்பதால் அதை வைத்திருந்தாள். அதனால் மறுபடியும் அதை குப்தா என்று மாற்றும் தொல்லை இல்லை. அந்தக் கடந்த கால வரலாற்றை யோசிப்பதில் பயன் இல்லை. யதீன் அவள் பதிலுக்காகக் காத்திருந்தார்.

'நீங்க அவளைப் பாத்திருக்கீங்க.'

'ஆமாம்' என்று நாக்கில் வெறுப்பாக ஒலித்துக்கொண்டார். 'அது சந்தோஷமாக இருந்தது என்று சொல்ல முடியாது.'

'உங்கப்பாவுக்குக் கவிதை பிடிக்குமா?'

மாயாவிடமிருந்து கேட்டுத் தெரிந்தவரை அவர்களின் அப்பா ஒரு கொடுங்கோலன். தன் மனைவியையும் மகனையும் அடித்துத் துவைத்த ஒரு வழக்கறிஞர்.

'வாழ்க்கை முழுசும் அவரை வெறுத்திருக்கிறேன். அவர் செத்தபோது இன்னும் அதிகமான வெறுப்பு இருந்தது. ஏறத்தாழ திவாலான நிலை. வீட்டையும் அடமானம் வைத்துவிட்டார். நான் அவர் செத்த பிறகு புதிதாக எழ வேண்டியிருந்தது. அம்மா நோயாளி. நான் போலீஸில் சேர்ந்தேன். திருஷ்டியைக் கல்யாணம் பண்ணினேன். மறுபடியும் சக்தியில்லாமல் இருக்க முடியாது.'

அமெரிக்காவிலேயே சட்டம் படித்து அங்கே செட்டில் ஆக வேண்டும் என்று அவருக்கிருந்த கனவுகள் அவளுக்குத் தெரியும். ஆனால் இந்த மாதிரி கணங்களில்தான் அவரது கசப்பின் ஆழத்தை உணர முடிந்தது. அவர் கையையும் நீண்ட தடித்த விரல்களையும் தடவினாள், பிறகு கோத்துக்கொண்டாள். அந்த அமைதியில், கடைசியாக அமெரிக்காவில் பார்த்த யதீனைக் கற்பனை செய்து கொண்டாள். ஒரு புத்திக்கூர்மையுள்ள, நிறையப் பேசுகின்ற இருபத்துநாலு வயது இளைஞர். யதீன் கொஞ்ச நேரம் சும்மா இருந்தார். அவளும் பேசவில்லை. தன்விரல்களைக் கோத்தவாறே தன் பானத்தை உறிஞ்சிக்கொண்டிருந்தாள்.

'உனக்குத் தெரியுமா' யதீன் அவளிடம் திரும்பினார், 'அந்தச்

சமயத்தில் நான் போலீஸ் தேர்வுக்கு அமர்ந்தபோது, ஒருபக்கம் டியூஷன் வகுப்புகள் எடுத்து வந்தேன். கட்டணங்களைச் செலுத்தவும், அப்பாவின் கடன்களைத் தீர்க்கவும். மாயாவையும் அம்மாவையும் தவிர எனக்குப் பிடித்துக்கொள்ள ஒரு ஆதாரம் தேவையாக இருந்தது. நான் அப்பாவின் கவிதைப் புத்தகங்களைப் பார்த்தேன். படிக்கத் தொடங்கினேன். ஏதோ அர்த்தம் இருந்தது போல் இருந்தது, எப்படியோ.'

அஞ்சலி அவர் கையை அழுத்தினாள். விரிப்புகள் கீழே விழ, முத்தமிடுவதற்காக எழுந்தாள். யதீன் அவளை அணைத்துக் கொண்டார். அடுத்த மணி நேரம் முழுவதும் அவள் வார்த்தைகளால் சொல்ல முடியாததைத் தன் உடலினால் சொல்ல முயன்றவாறு இருந்தாள். நாம் இருவரும் தனித்தனியாகவே இருக்கிறோம், இந்த எல்லாம் கலந்த உலகத்தைப் புரிந்துகொள்ள இருவரும் முயல வேண்டும், அவருக்குத் தேவையானால் நான் இருக்கிறேன்... அதற்குத்தானே நண்பர்கள்.

'டின்னர்?' என்று கேட்டார், பிறகு.

'வேண்டாம்' என்றாள். 'டெஸர்ட்.' மறுபடியும் அவரை உள்ளே இழுத்துக்கொண்டாள். அவர் மறுபடியும் ச்ச் என்றார். ஆனால் மறுக்கவில்லை. அடுத்த சில நிமிடங்களுக்கு அவருக்கு இன்பம் தர அஞ்சலி தன் நாக்கைப் பயன்படுத்தவும் நீக்கவும் செய்தாள். தன் பாஸுடனோ அவர் மகனுடனோ அவள் வெல்லமுடியாத விவாதம் இல்லை. அவள் மாற்றமுடியாத கடந்தகால நினைவுகள் என்பதும் இல்லை. யதீனுடன் படுக்கையிலிருந்த போது அவள்தான் கட்டுப் படுத்தினாள். அவர் அவளுக்கு அதை அளித்தார்.

அவர்கள் குளித்து முடித்த பிறகு அஞ்சலி உடையுடுத்தத் தொடங்கினாள்.

'நீங்க இருக்கலாம்' யதீன் அவளைப் படுக்கையிலிருந்து நோக்கினார். அவரது ஈரமயிர்கள் வாரப்பட்டு, கண்கள் தளர்ச்சியாக, தூக்கக் கலக்கத்தில்.

'ஒவ்வொரு தடவையும் இப்படித்தான் சொல்கிறாய், ஏன்?'

அவர்கள் வழக்கமான நடைமுறைகளை வைத்திருந்தார்கள். ஒரு மின்னஞ்சலின் வழியாகத் தொடர்புகொண்டார்கள், அதைக் கண்டுபிடிக்காமல் இருப்பதற்கு ஒரு மென்பொருள். மிகவும் அரிதான சந்தர்ப்பங்களுக்கு மட்டுமே அதைப் பயன்படுத்தினார்கள். குடும்பச் சூழல்களுக்கு அன்றி செய்தி அனுப்புவதோ தொலைபேசியில்

அழைப்பதோ இல்லை. வெவ்வேறு கார்களில்தான் வருவார்கள். ஒன்றிலிருந்து ஒன்று தொலைவில்தான் நிறுத்துவார்கள். ஹோட்டலுக்கு வெவ்வேறு சமயங்களில்தான் வருவார்கள். அவரது ஹோட்டல் அறை ஏற்பாடு செய்ததை எவராலும் அவர் பெயருக்கு உரியதாகக் கண்டுபிடிக்க முடியாது என்பார் யதீன். அடிக்கடி ஒரே ஹோட்டலுக்கு வருவதில்லை. யதீன் வழக்கமாக இரவு முழுவதும் தங்குவார். அவள் இரவு வெகுநேரம் ஆவதற்கு முன்பாகவே கிளம்பிவிடுவாள்.

'நீ நிகிலுக்காகக் கவலைப்படுகிறாய். ஆனால் மாயா வீட்டில் இருக்கிறாள். உன் வீட்டுப்பணியாள், ஐரா, அவளும் அங்கே தங்கிவிட்டாள்.'

'மாயா இதை ஒருநாள் கண்டுபிடித்துவிடுவாள் என்று உங்களுக்குத் தெரியும்.'

'பத்து வருஷமாச்சு. நாம ஜாக்கிரதையா இருக்கோம். மத்தவங் களுக்காக நாம வாழாம இருக்கமுடியாது ஜெல்லி.'

'திருஷ்டி நிகிலுக்கு அன்னைக்குத் துணி எடுத்துக்கொண்டு வந்தாள். இப்ப திருஷ்டியின் பிறந்தநாளுக்கு நான் கடைக்குப் போகணும்னு மாயா சொல்றா.'

திருஷ்டி நல்லதுதான் நினைத்திருக்கலாம். ஆனால் அஞ்சலி அதை வரவேற்கவில்லை. வருணின் பழைய உடைகளைக் கொடு என்று அவள் கேட்கவில்லை. நிகிலின் தேவைகளை நிறைவேற்றும் சக்தி அவளுக்கு இருந்தது. திருஷ்டியைப் பற்றி யதீனிடம் பேசுவது வீண். புகார் சொல்வது போல் இருந்தது. இவர்கள் இருவரிடையில் உறவுகள் எப்படி இருந்தாலும், திருஷ்டி யதீனின் மனைவி. யதீனுக்கெனத் தனியாக இல்லம் வைக்க அஞ்சலிக்கு விருப்பமில்லை.

'அதுக்கு சாரி' என்றார் யதீன். 'குடியா இம்மாதிரி விஷயங்களில் விருப்பமற்றவளாக இருக்கலாம். ஆனால் நீ எப்பவும் ஒரு சமாதானத்தை உருவாக்க முடியும்.'

இம்மாதிரி விஷயங்களில் மாயா விருப்பமற்று இருந்தாள் என்பது நல்லதுதான். அஞ்சலி தன் மேக்கப்புக்கு இறுதி டச் கொடுத்துவிட்டுக் கண்ணாடியில் சரிபார்த்துக்கொண்டாள். அவளுக்குப் பிறகு யதீன் தனக்கு மட்டும் ஒரு ட்ரிங்க் கலந்தார்.

'உங்கிட்ட ஒரு உதவி வேணும் ஜெல்லி'

இது அவளுக்குப் பிடித்திருந்தது. தனக்கு உதவி தேவையானால், யதீன் நேராக 'விஷயத்துக்கு வந்துவிடுவார். ஒரு வழக்கில்

42 ❖ உன் தோளுக்கு அடியில் நீ

பொதுக்கருத்து தேவையானால் மாயா யதீன் இருவரும், அவளிடம் கேட்பார்கள். அஞ்சலி ஃபைல்களைப் படிப்பாள், குற்றநிகழ்வு ஃபோட்டோக்களின் ஊடாகத் துருவுவாள், சந்தேகத்துக்குரிய நேர்காணல்களைப் பகுப்பாய்வு செய்வாள். சாத்தியமான உள் நோக்கங்கள் குறித்து அவள் எண்ணங்களைச் சொல்வாள். பிற சமயங்களில், ஒரு சகாவுக்கு கவுன்சலிங் அளிப்பது பற்றியோ குற்றப் புலனாய்வுகளின் வலைப்பின்னல்களில் சிக்கிய அநாதைச் சிறார் களுக்கு மறுவாழ்வளிப்பது பற்றியோ யதீனுக்கு உதவி செய்வாள்.

'ஒரு வழக்கு' அவள் தோள்மீது கையை வைத்தார். 'ஆனால் இப்ப அது, நீ ஃபோட்டோவைப் பாக்கற விஷயம் இல்ல.'

'சரி'

'நீ பிணங்களை வச்சிருக்கற இடத்துக்குப் போகணும். அந்த உடல் உன் மருத்துவமனையில்தான் இருக்கு.'

அவள் சஃப்தர்ஜங் அரசு மருத்துவமனையில் டாக்டர் பல்லாவின் கீழ் பகுதிநேர உதவியாளராக ஏறத்தாழ பதினொரு ஆண்டுகளாகப் பணியாற்றி வந்தாள். ஆனால் ஒருபோதும் அவள் பிணக்கூடத்துக்கு அருகில் சென்றதில்லை.

'கண்டிப்பா போவணுமா?'

'திருஷ்டியின் அப்பாவுக்கு இந்தக் கேஸ் பற்றித் தெரியக்கூடாது. அதனால மத்தியப் பிரிவிலிருந்து குற்றவியல் உளவியலாளர் யாருடைய தலையீடும் இருக்கக்கூடாது. உனக்குக் கோடி புண்ணியம்.'

'எனக்கு இதில பயிற்சி இல்ல, தெரியுந்தானே?'

அவர் அந்த வழக்கைப் பற்றிச் சொன்னார். பெண்கள் : பாலியல் வன்முறை செய்யப்பட்டு, கொலை செய்யப்பட்டு, உருவழிக்கப்பட்டு, பிறகு குப்பையில் எறியப்பட்டவர்கள்.

'இதில என் வேலையே கூட போவலாம், ஜெல்லி. மேலும், நீ சேரிகள்ல வேலை செய்திருக்கற. அது உனக்கு உதவிசெய்யும்.'

'ஏன் இத நீங்க திருஷ்டியின் அப்பா கிட்டருந்து மறைக்கணும?'

'உனக்கு இதப் பத்தி எவ்வளவு குறைச்சலா தெரியுதோ, அவ்வளவுக்கு நல்லது. நீ உதவி செய்யறியா?'

'இதைப் போய்க் கேக்கணுமா?'

யதீன் அவளுக்குத் தன் வாழ்க்கையிலும் தன் குடும்பத்திற்குள்ளும் இடம் கொடுத்திருந்தார். அமெரிக்காவில் யதீன் இருந்த இரண்டாண்டு

களின்போது அஞ்சலியின் அப்பா அவருக்குப் பேராசிரியராகவும் வழிகாட்டியாகவும் இருந்தவர். பத்து வருடங்கள் கழித்து, அவள் தனது சிறப்புத் தேவைகள்கொண்ட குழந்தை மகனுக்காக இந்தியா வுக்குப் போக வேண்டும் என்று அவள் தந்தை கூறியபோது, யதீன் அவளுக்கு உதவி செய்யவும் பாதுகாப்பு அளிக்கவும் வாக்குறுதி அளித்தார். இரண்டையுமே அவர் செய்தார். இப்போதும்கூட, அவள் தந்தை காலமாகிப் பல ஆண்டுகள் ஆன நிலையிலும் அவர் நூறு வழிகளில் அவளுக்கு ஆதரவாக இருந்தார். அவள் அவருக்குக் கண்டிப்பாக உதவிசெய்வாள். கடமை என்பதால் அல்ல, உதவி செய்ய விரும்பியதால். அவருக்காகவும், அந்தப் பெண்களுக்காகவும்.

'நான் உனக்குக் கடன்பட்டிருக்கிறேன்' என்றார் யதீன்.

தன் பானத்தை விழுங்கினார். அவளை நோக்கி நடந்தார். அவளது பட்டுக் குட்டையைக் கொடுக்க நினைத்தார். பிறகு தானே அவள் கழுத்தைச் சுற்றிக் கட்டிவிட்டார். கண்ணாடியில் அவள் பிம்பத்தை நோக்கித் திரும்பினார், அதில் அவள் கண்களைச் சந்தித்தார்.

'ரொம்பப் பிரமாதமா இருக்கே' என்றார். மறுபடியும் ஒரு உருதுக் கண்ணியைச் சொன்னார். ஏர்கண்டிஷனிங் சத்தத்திற்கு மேல் அது மிக மென்மையாகக் கேட்டது.

'இதுக்கு என்ன அர்த்தம்?'

'அப்புறம் எப்பவாவது சொல்லறேன்'

பின்னாலிருந்து அவளைத் தழுவினார். அவர்கள் உருவாக்கிய பிம்பத்தை அவள் கூர்ந்து நோக்கினாள். யதீனுடைய வலுவான கை அவள் இடையைச் சுற்றி. அவர் முகம் அவள் தோள்மீது. அவள் தலைமுடி அவரது முகவாய்க்குக் கீழ் சிக்கியிருந்தது. அவளது ஐந்தடி ஒன்பதங்குல உயரத்தைவிட மிக அதிக உயரமாக இருந்த அவரது தோற்றத்தை விரும்பினாள். அவளிடம் அவர் தளர்ந்து, தனது கூர்முனைகளை இழந்தபோது இன்னும் விரும்பினாள்

'உங்கள் அப்பா உங்களுக்கு இந்தக் கவிதை நேயத்தை அளித்தது எனக்குப் பிடித்திருக்கிறது.'

'அவர் எனக்கு இதைத் தரவில்லை' யதீனின் கண்களில் வருத்தம் படர்ந்தது. 'நான் அவரிடமிருந்து எடுத்துக்கொண்டேன். ஒரு தந்தையாக நான் அவரைவிடச் சிறப்பாகச் செய்ய முயற்சிசெய்கிறேன். எனக்கு அவர் தராத அனைத்தையும் நான் வருணுக்குத் தருவேன்.'

6

வருணின் ஃபோன் அடித்தது. பெரியதொரு சிரிப்புடன் அதை எடுத்தான்.

'டேய் மச்சான், இப்பத்தான் என்னக் கூப்பிடுறயா?'

இப்படி ஒரு சர்வசாதாரணமான விதத்தில் தான் பண்ட்டியிடம் பேசுவதில் அவனுக்கு வியப்புதான். பண்ட்டிக்கு இருபத்தொரு வயது ஆகிறது என்றாலும், கல்லூரியில் இரண்டாம் ஆண்டு படித்தாலும், அவன் நிறையத் 'தண்ணி'யடித்திருந்ததால் இதைக் கவனிக்கவில்லை. பண்ட்டியின் தந்தை உள்துறைச் செயலராக இப்போது பணியாற்றினார். வருணின் தாத்தா மாபெரும் போலீஸ் கமிஷனர் டி.எம். மேஹராவுக்கே ஆணை அனுப்பும் தகுதியில் இருப்பவர். ஆனால் வீட்டுப் பார்ட்டி ஒன்றிற்கு பண்ட்டி இவனை அழைத்திருந்தான்.

'ஆமாம், வர்றேன்' என்றான் வருண். 'எல்லாம் உன் ட்ரிப் பற்றித்தான்... ஆமாம், தண்ணிதான். ரொம்ப சத்தம் போடத் தேவை யில்லை.'

பண்ட்டி அவனை வருண் என்று அழைப்பதில்லை, விக்கி என்று தான் கூப்பிடுவான். அது விஷ் என்பதுடன் பொருந்தி இருக்கிறதாம். விஷ் என்பது விசால் சிங் சிசோதியா என்ற அவனுடைய முறை சார்ந்த, அரசகுலப் பெயர். பெரிய ஆட்கள் தங்களுக்குப் பெரிய தொடராகப் பெயர்களை, செல்லப் பெயர்களையும் வைத்துக்கொள்வார்கள் என்று பண்ட்டி அடிக்கடி சொல்வான். அவன் ரொம்ப உணர்ச்சி வசப்படும் வகை. சின்னச்சின்ன தவறுகளுக்கும் கோபப்படுவான். ஆனால் நல்லவேளை, அதேபோல வேகமாக சந்தோஷமும் அடைவான். அவனுக்கு ஒரு 'சூடான' ஃபோட்டோவையோ, ஜோக்கையோ அனுப்பிவிட்டால் போதும், அவன் மூஞ்சியே மகிழ்ச்சியான 'எமோஜி'க்களாக மாறிவிடும். அவன் எதையாவது கேட்டால், உடனே ஆமாம் போட்டுவிட வேண்டும்.

பெரும்பாலும் பண்ட்டியின் அப்பாவின் அலமாரியிலிருந்து

உன் தோளுக்கு அடியில் நீ **❋** 45

எடுக்கப்படும் தாரு-ஷாரு (குடிவகை), விஸ்கி, பீர் ஆகியவற்றை வருண் எடுத்துக் கொள்ள, வருணின் பைக்கை அவன் ஓட்டுவான். அவன் வீட்டிலிருந்த செக்யூரிட்டி காரணமாக, தனது காரைப் பெரும்பாலும் அவன் எடுப்பதில்லை. இருவரும் 'டிரைவிங்' போவார்கள். ஒரு குடிகாரன் போலவே எல்லாவற்றையும் மோதி, ஆடிக்கொண்டு, ஸ்வரம் தப்பிப் பாடிக்கொண்டு போவான் பண்ட்டி. வருண், போதையற்ற ஒரு டிரைவராக இருந்து, அவனை அவன் அறைக்குப் பின்வாசல் வழியாகக் கொண்டுபோய்ச் சேர்ப்பான். அவர்களுடையது ஒரு பிரம்மாண்டமான பங்களா, நீச்சல் குளம், ஜக்குஸி (உடலை மசாஜ் செய்யக் கீழிருந்து நீர் பீய்ச்சியடிக்கும் நீராடும் அமைப்பு) கொண்டது. பண்ட்டியின் அப்பா வெளியூர் செல்லும் போதெல்லாம் அங்கே இவர்கள் 'பார்ட்டி' நடத்துவார்கள்.

பண்ட்டி தன் நண்பர்களுக்காகவே வாழ்ந்தவன், உயிரையும் கொடுப்பவன் என்பதால் இதெல்லாம் சரியாகத்தான் இருந்தது. 'யாரோங் கே சாத் ஜீனா-மர்னா' (நண்பர்களுடனே வாழ்வதும், சாவதும்) என்பவன். அதைச் செய்கையிலும் காட்டினான். வருணை வெவ்வேறான தொல்லைகளிலிருந்து—ஒரு டிராஃபிக் விபத்திலிருந்து, இன்னும் மோசமான இரண்டு விஷயங்களிலிருந்து காப்பாற்றி யிருந்தான். வருணுக்கு அவற்றைப் பற்றி நினைவுகூர விருப்பம் கிடையாது. ஆனால் என்ன நடந்தாலும் சரி, பண்ட்டியுடன் ஒட்டிக் கொள்வான். யாரும் வருண் பட் ஒரு நன்றியற்ற வேசிமகன் என்று சொல்லிவிடக்கூடாது. அவனுக்கு ஆயிரம் வேலைகள் இருந்தன, ஆனால் பண்ட்டி கூப்பிட்டால் போதும், எல்லாவற்றையும் போட்டு விட்டு அவன் சொன்னதைக் கேட்பான்.

இன்றைய பார்ட்டிக்கு வருண்தான் 'தண்ணி' ஏற்பாடு செய்ய வேண்டும். அப்புறம், பெண்களையும், மற்ற 'கனமான' விஷயங் களையும்தான். ஆனால் இன்றிருக்கும் நிலையில் அது கடினம். உதாரணமாக, தொடக்க விஷயங்களுக்கான பணம். அம்மா வீட்டில் இருந்தாள். அப்புறம் 'இறக்கிவிடுவதற்கான' ஆளை ஏற்பாடு செய்யவேண்டும். ஐயோ, இந்த பண்ட்டி சிலசமயம் பெரிய 'போர்.' சில நாள்களில் வருணின் பரீட்சைகள் வர இருக்கும் நிலையில் இந்த வாரம் எதற்கு ஒரு பார்ட்டி? அப்பா, பரீட்சைகளில் அவன் பாஸ் செய்துவிட வேண்டும் என்று திட்டமாக இருந்தார். இல்லை என்றால் மணிலாவுக்குப் பள்ளிச் சுற்றுலா இல்லை.

விடை ரொம்ப சிம்பிள். விசால் சிங் சிசோதியாவின் அப்பா தயாள்

46 ✳ உன் தோளுக்கு அடியில் நீ

சிசோதியா அவரது உள்துறைச் செயலர் பணிக்கு ஏற்ப பயணத்தில் இருந்தார். அதனால் அவனுக்கு பார்ட்டி வேண்டும். வருண் அதை நடத்திக் காட்ட வேண்டும். அல்லது அவனை 'விருந்து' பண்ணி விடுவான். பண்ட்டியின் மனநிலை கெட்டால், அவன் விக்கி என்று கூப்பிட மாட்டான், அவனது முறையான பெயராலே அழைப்பான். அதில்தான் சிக்கல் ஆரம்பம்.

'நீ உன் விக்கியை நம்பலாம்.' வருண் சோஃபாவில் அழுந்தினான். 'நான் எல்லாவற்றையும் பார்த்துக்கொள்கிறேன்' என்று அழைப்பைத் துண்டித்தான்.

திரு. யதீன் பட்டுக்கும், திருமதி திருஷ்டி பட்டுக்கும் அவன் சிசோதியா பங்களாவில் தங்குவது பெரிய விஷயமில்லை. எப்போதும் அவர்கள் வேண்டாம் என்று சொன்னதில்லை. அவனுடன் பேசுவதை விடவும், அவனைப் பற்றிக் கவலைகொள்வதை விடவும் அவர்களுக்கு வாழ்க்கையில் முக்கியமான விஷயங்கள் இருந்தன. அவர்களை அப்படிப் பழக்கியிருந்தான். இன்றிரவுக்கான பார்ட்டிக்காக செய்திகளைத் தன் குழுவுக்கு அனுப்பியவாறே புன்னகைத்தான். பெற்றவர்கள். ஒரு சந்தையில் வாங்கி பிற சந்தையில் அவர்களை விற்றுவிடலாம். அவர்களுக்குத் தெரியவே செய்யாது. சிலபேரிடம் ஃபோனில் பேசினான். அவர்களுக்குச் செய்தி அனுப்பினால் பிடிக்காது. ஈ-கோ,ஷீ-கோ எல்லாம் உண்டு.

அவனை ஜுகாடு விக்கி என்று தேவையில்லாமல் அழைக்க வில்லை. கடைசி நிமிட நோட்டீஸ் கொடுத்தாலும் விஷயங்களைச் செய்ய ஏதாவது ஜுகாட் (வழி) கண்டுபிடித்துவிடுவான். குறைந்த பட்சம் பண்ட்டியின் பார்ட்டிகளில் அந்தத் தோத்தாப் பெண்கள் (கிளிப்பேச்சுக்காரிகள்) ஒரு பிரச்சினையில்லை. விஷ்-ஷும், விக்கியும் மிகச்சிறந்த பார்ட்டிகளை வைத்தார்கள் என்று அந்தப் பெண்கள் சொன்னார்கள். செல்ஃபி எடுத்துக்கொள்வார்கள்... எல்லாவித வீடியோக்களையும், இன்னும் பலதையும்.

வருண் தன்னைத்தானே கண்ணாடியின்முன் நின்று சோதித்துக் கொண்டான். இந்த சாயங்காலத்துக்கு முன்னாலேயே கொஞ்சம் வெயிட் லிஃப்டிங் பண்ணவேண்டும். அந்தத் தோத்தாக்களுக்குச் சரியான வடிவத்தில் கைத் தசைகளைக் காட்ட.

அவன் ஃபோன் அடித்தது. ஒரு இரகசிய எண். அவன் முகத்தில் ஒரு முறுவல் உண்டாகியது. அவன் செய்தி போய்ச் சேர்ந்துவிட்டது.

'ஹலோ?' வருண் ஃபோனுக்குமுன் கையைக் குவித்தபடி

பாத்ரூமுக்குள் சென்றான். 'உன் ஃப்ரெண்டுக்கு என் செய்தி கிடைத்ததா? இன்னிக்கு நீ ஃப்ரீதானே? என்னை டிராப் செய்ய வேண்டும் யா, விசாலின் பார்ட்டி.' வருண் தனது மருந்து கேபினட்டைத் திறந்தான். அங்கேதான் ஒழுங்கான சிறிய மருந்துப் பெட்டிகளில் தனது விஷயங்களை மறைத்து வைத்திருந்தான். 'சல், ஓகே, சரி. உங்கிட்ட எவ்வளவு இருக்கு?'

7

கழுத்தைச் சுற்றிக் குட்டையை நன்றாக இழுத்துவிட்டுக்கொண்டு அஞ்சலி குஸுமின் ஜீப்பிலிருந்து ஸஃப்தர்ஜங் பிணக்கூடத்தில் இறங்கினாள். புகை மண்டலமாக இருந்த காற்று அவளுக்கு இருமல் உண்டாக்கியது. முகத்தைப் பனி வஞ்சம்மிக்க ஒரு பேயின் தொடுகை போல, மென்மையாக, ஆனால் தனது தீய நோக்கத்தில் தவறாமல் படர்ந்தது. அவள் போகும் இடம் மேலும் குளிர்ச்சி மிக்கதாக இருந்தது.

ஒரு ஹர்சிங்கார் செடி, நவம்பரிலேயே பூக்கத் தொடங்கி விட்ட ஒன்று, நுழைவாயிலுக்கு அருகிலிருந்த தரையில் உதிர்ந்த மலர்களால் ஒரு படுக்கையை விரித்திருந்தது. சிறிய வெள்ளைப் பூக்களின் ஆரஞ்சு நிறக் காம்புகளை மிதிப்பதில் நிகிலுக்கு விருப்பம். அவன்தான் அவளுக்கு அதன் பெயரையே சொன்னவன். பகல் வெளிச்சம் குறைந்துவிட்டது. மருத்துவமனை முக்கியக் கட்டடத்தின் பின்னாலிருந்த பாழடைந்த பகுதியான இதில் வாகன நிறுத்தத்தின் எல்லையிலிருந்த மரங்களில் அடங்கும் பறவைகளின் தூரத்து ஒலி தவிர வேறெந்த சப்தமும் இல்லை.

'நீங்க சரியாயிருக்கீங்களா, அஞ்சலிஜீ?'

யதீன் தன்னுடன் அனுப்பிய இந்தப் போலீஸ்பெண்ணை அவளுக்குப் பிடித்திருந்தது. மங்கலான தோல், சதைப்பிடிப்பு. எவ்விதச் சுமையும் அற்ற மனத்தோடு இரவில் நன்கு உறங்கிய ஒருத்தியின் ஆறுதலான முகம். குஸுமின் தலை அஞ்சலியின் தோள் அளவுக்குத்தான் வந்தது என்றாலும் அவள் இருப்பு அஞ்சலிக்கு தைரியமளித்தது.

'ம்ம், நாம உள்ளே போகலாம்' தன் ஆட்டுத்தோல் ஜாக்கெட்டின் ஜிப்பை மூடினாள் அஞ்சலி.

'நான் டாக்டரைக் கண்டுபிடிக்க வேணும்' குஸும் புன்னகைத்தாள். 'நீங்க எனக்கு வெயிட் பண்றீங்களா?'

அன்று மாலை வெப்பநிலை ஆறு டிகிரிக்குத் தாழ்ந்துவிட்டது. நிகில் மதிய உணவின்போது ஒரு பூச்சாடியையும் சில தட்டுகளையும்

உடைத்துவிட்டான். மாயாவும் வீட்டுவேலைக்காரி ஐராவும் அந்த சீசனின் முதல் ஃப்ளூவோடு போராடிக் கொண்டிருந்தார்கள். அஞ்சலிக்கு மிகவும் அதிக அளவு காப்பியையும் ஒயினையும் ஒரே சமயத்தில் பருகிவிட்டது போன்ற உணர்வு ஏற்பட்டது. யதீனுடன் ஒவ்வொரு ஹோட்டல் சந்திப்பும் ஒரு உடைசலுடன் முடிந்தது. அவள் உடல் வலித்தது, அவள் மனம் தன் குற்றவுணர்ச்சியைக் குறைக்கும் முயற்சியில் மரத்துப் போயிற்று.

மூக்கின்கீழ் விக்ஸைத் தேய்த்துக்கொண்டாள் அது எரிந்தது, ஆனால் பிணவறையின் தாழ்வாரத்தில் இருந்த டிடர்ஜெண்ட்டுகள், சலவைத்தூள் ஆகியவற்றின் நாற்றத்தையும், வேதிப் பொருள்களின் கீழ் வெளிப்பட்ட கசாப்புக்கடை நாற்றத்தையும் குறைக்க உதவியது. இந்த நாற்றம், சிறுவயதில் அவள் தந்தையுடன் ஞாயிற்றுக்கிழமை களில் சென்ற மளிகைப் பயணங்களை நினைவூட்டியது. அங்கே அவர்கள் அம்மாவுக்காக ஸ்டீக், தனக்காகவும் தந்தைக்காகவும் சிக்கன் அல்லது குட்டி ஆடு வாங்குவார்கள். அவள் அமெரிக்கனாக இருந்தாலும், அவளுடைய இந்துத் தந்தை அவள் மாட்டுக்கறி உண்ணக் கூடாது என்று வற்புறுத்தியிருந்தார்.

இப்போதும் அவள் தன் இந்துஅமெரிக்க உடலை பேரலமாரிகளும் இழுப்பறைகளும் இருபுறமும் நிறைந்திருந்த நீண்ட தாழ்வாரத்தில் இழுத்துக் கொண்டு நடக்க வேண்டும். பிறகு தயங்காமல், விட்டு விடாமல் ஒரு பிணத்தை ஆராய வேண்டும். அதிலிருந்து அவள் கொலைகாரனைக் கண்டுபிடிக்க வழிகாண வேண்டும். மாறாக, அது முன்னாளில் எப்படி உயிரோடு வாழ்ந்த, மூச்சுவிட்டுக்கொண்டிருந்த ஆளாக இருந்தது என்றோ விரைவில் அது எப்படி சாம்பலாகவும் கரிந்த எலும்புகளாகவும் ஆகப் போகிறது என்றோ நினைக்கக் கூடாது. குளிர்ந்த மாலை அந்தக் குறுகிய தாழ்வாரத்திற்குள் கசிந்தது. அஞ்சலி தன் தலைக்குட்டையை இறுக்கமாக இழுத்துக் கொண்டாள். மதியம் உண்ட உணவு அவள் தொண்டை வரை வந்துவிட்டது. அது அவளை ஓடிவிடத் தூண்டியது. ஆனால் அவள் இதனூடாகச் சென்றுதான் ஆக வேண்டும். யதீனுக்காக.

தாழ்வாரத்தில் நடக்கும்போது அவள் யதீனுடைய பெரிய தைரியம் தரும் கையைப் பிடித்துக்கொள்ள வேண்டும் என்று தோன்றியது. ஆனால் அவளுக்கு எதிரே குஸூம்தான் நின்றாள். உடன் பொறுப்பிலிருந்த மருத்துவர். வழுக்கையாகிக் கொண்டிருந்த தலை, மென்மையாகப் பேசும் முதியவர். ஒழுங்கற்ற தாடி. தன் ஸ்வெட்டர்

மீது ஒரு ஆய்வுக்கூட கோட் அணிந்திருந்தார். மற்றபடி அங்கிருந்த எத்தனை எத்தனையோ தொற்றுகளுக்கு எதிராக எந்த எதிர்த்தடையும் இல்லை. அவர்களுக்கு கோட்டுகளையும், முகக்கவசங்களையும் கையுறைகளையும் கொடுத்தார். அஞ்சலி அவற்றை ஏற்றுக்கொண்டாள். ஆனால் குஸூம் அவற்றைப் புறந்தள்ளிவிட்டாள். இவ்வளவு பாதுகாப்புக் கவசங்களையும் அணிந்துகொண்டு, அஞ்சலி தனது கவனிக்கும் சுருங்கிய முகத்தை 'அணிந்து' கொண்டு, பிற இருவரையும் தொடர்ந்து பிணவறைக்குள் புகுந்தாள்.

ஓர் ஆர்டர்லியிடம் சுவரிலிருந்த நிலைப்பேழையிலிருந்த ஓர் இழுப்பறையை இழுக்கச் சொல்வதற்கு முன்னால், 'நாங்கள் இதை நாற்பத்தொன்பது மணி நேரமாக வைத்திருக்கிறோம்' என்ற எச்சரிக்கையை மட்டுமே அந்த மருத்துவரால் அளிக்க முடிந்தது.

பல ஆண்டுகளுக்கு முன்னால், ஐரோப்பாவுக்கு ஒரு கல்லூரிப் பயணம் சென்றபோது, அஞ்சலி மனித உடல்களைப் பாதுகாக்கும் ஒரு காட்சியரங்கிற்குச் சென்றாள். தசைநாண்கள், சிறுநீரகம், நுரையீரல், இரத்தக் குழாய், எலும்பு எல்லாமே பிளாஸ்டிக்காக மாற்றப்பட்டுப் கண்ணாடிப் பெட்டிகளில் வைக்கப்பட்டிருந்தன. தன் உடலினுள் பார்ப்பதற்கும் அவளுக்கு நடுக்கம் ஏற்பட்டது. அவளுடைய வெற்றுக் கைகளில் மயிர்க்கூச்சு ஏற்பட்டது. பின்னாலிருந்து வெளிச்சம் தரப்பட்ட அந்த இரத்தக்குழாய்களின் பின்னல், நரம்புகளின் சுழற்சியான நெசவு, தசைகளின் புடைப்பு, காலியாக இருந்த கண்குழிகள், இளிக்கும் பல்வரிசை... இவை எல்லாமே அவளுக்குள்ளும் இருந்தன. ஏதோ திடீரென ஒரு அழுகுதலின் நாற்றம் வருமெனச் சற்றே எதிர்பார்த்தாள். ஆனால் வரவில்லை. மருத்துவக் கல்லூரியின் பிரிவுகளினூடாக அவளைப் பீடித்திருந்த பயமான ஃபார்மால்டிஹைடும் இல்லை.

அப்படிப்பட்ட அதிர்ஷ்டம் இங்கு இல்லை. ஹாலஜன் பல்புகளின் வெள்ளை வெளிச்சத்தில் பிளாஸ்டிக் ஷீட்டால் போர்த்தப்பட்டிருந்த அந்த உடல் பயன்படுத்தும் காலம் போய்விட்ட இறைச்சியின் நாற்றத்தை வீசியது. அஞ்சலி தாடையை இறுக்கிக்கொண்டாள், ஆனால் எந்த அளவு ஆயத்தமும் அவளது பயப்பெருமூச்சைத் தடுத்திருக்காது. அதன் முகத்தை—அப்படிச் சொல்லமுடியுமானால், அதைப் பார்த்தாள். வெந்து கூழாகிப் போயிருந்த பிண்டம் ஒன்றில் எலும்புகள் துருத்திக்கொண்டிருந்தன. உடல் அதன் இயல்பான அளவைவிட இருமடங்கு ஊதியிருந்தது, ஒரு பி-கிரேடு அறிவியல்

புதினப் படத்தில் வரும் அயல்கிரகத்து ஆளைப் போல. அஞ்சலி அணிந்திருந்த லேப்-கோட்டின் பைகளுக்குள் துழாவித் தொடை வரை தேடினாள். விக்ஸ் அவளைக் கொஞ்சம் காப்பாற்றியது, ஆனால் குஸூம் தனது கைக்கணுக்களை மூக்கிற்குக் கொண்டுசெல்வதைப் பார்த்தாள்.

அஞ்சலி தன்னைத் தானே கட்டுப்படுத்திக்கொள்ள இயலாமல், 'அவள முகததுகரு என்ன ஆயிற்று?' என்று கேட்டாள். யதீன் அவளுக்கு இதைப் பற்றி எச்சரிக்கை செய்யவில்லை.

'தொழிற்சாலைகளில் பயன்படுத்தும் உயர்தரம்கொண்ட கந்தக அமிலம் என்று சோதனைகள் காட்டுகின்றன' என்றார் டாக்டர்.

மூடியிருந்த பச்சைநிறப் பிளாஸ்டிக் ஷீட்டை மார்புவரை இழுத்தார். அமிலம் அந்தப் பெண்முகத்தின் முகவாய்க்கும் தொண்டைக்கும் ஓடி, ஒரு பிங்க்-பழுப்புநிற ஓடையில் பல நிறங்களாக அவள் மார்பிலும் பாய்ந்திருந்தது.

அஞ்சலி குஸூமைப் பார்த்தாள். குஸூம் முழு பிளாஸ்டிக் ஷீட்டையும் இழுத்துவிட்டாள். அந்த மூத்த டாக்டரின் தாடை தளர்ந்து போனது.

'கட்டாயம் பாக்கணுமா?' அவர் விரைந்து ஓடிவந்து ஷீட் முனையைத் தேடினார்.

பெரும்பாலான இந்திய ஆடவர்கள், குறிப்பாக வயதாவனர்கள், பெண்களை மிதியடிகள் போலவோ பலமற்ற தேவதைகள் போலவோ நடத்தினார்கள்.

'ஆம்' என்று அஞ்சலி அவருக்கு தைரியமளிப்பதுபோலக் கையை உயர்த்தினாள். 'நான் எதிர்காலத்தில் ஏதாவது பயனுள்ளதைச் செய்ய வேண்டுமென்றால், முழுவதும் பார்த்தாக வேண்டும்.'

'இரத்தத்தில் ப்ரோபோஃபோல் ஆங்காங்கு கலந்திருப்பது தெரிகிறது.' தொண்டையை கனைத்துக்கொண்டு தனது தொழில் பாவனைக்கு வந்துவிட்டார். 'உடற்கூறு ஆய்வில், திரும்பத்திரும்ப பலாத்காரம் செய்யப்பட்டதால் யோனிக்குழாயில் காயங்கள் தென்படுகின்றன. ஆனால் விந்து போன்ற திரவங்கள் எதன் சுவடும் இல்லை. ஆணுறைகளைப் பயன்படுத்தியிருக்கலாம். உடலில் உள்ள பிற காயங்களும், ஒன்றுக்கு மேற்பட்ட நபர்கள் கடித்ததால் ஏற்பட்ட வடுக்களும்—எத்தனை பேர் என்று நிச்சயமாகத் தெரியவில்லை. ஒருவேளை இரண்டுபேர் கூட இருக்கலாம். மரணத்திற்குப் பிறகுதான்

அமிலத்தை ஊற்றியிருக்கிறார்கள்.'

'ப்ரோபோஃபோலா? அது...?'

'ஆம். அறுவைசிகிச்சைக்கு முன்னால் பயன்படுத்தக்கூடிய பொது மயக்க மருந்துகளில் ஒன்று அது.'

கந்தக அமிலம் எங்கு வேண்டுமானாலும், சாலையோரக் கடைகளிலும் எளிதாக, மலிவாகக் கிடைக்கும். ஆனால் ப்ரோபோஃபோல் மருந்துக்கடைகளில் விற்பதில்லை. மருத்துவமனைகளில் மட்டுமே கிடைக்கும். வயிற்றைக் கலக்கினாலும், பித்தநீர் தொண்டைக்கே வந்துவிட்டதுபோலத் தோன்றினாலும் அஞ்சலி அந்த உடலை உற்றுநோக்கினாள், தன் சிந்தனைகளைக் கட்டுப்படுத்த முனைந்தாள். அவள் இதற்குப் பயிற்சி பெறவில்லை. அந்த மிருகங்கள் தன்னைப் பற்றியபோது அந்தப் பெண்ணின் மனத்தில் என்ன ஓடியிருக்கும்?

வயிற்றில் கீற்றுகள் தென்பட்டன. நிச்சயமாக ஒரு தாய்தான். பல பிள்ளைகள் பெற்றவள். கைகளிலோ தொடைகளிலோ தடுப்பூசி போடப்பட்ட சுவடுகள் இல்லை. ரொம்பப் படித்த குடும்பமாக இருக்கமுடியாது. வெடித்த, அழுக்கான குதிகால்கள். தாறுமாறான, உடைந்த கால்நகங்கள். அழுக்கில் நடந்த பெண்மணி. கைகளிலும் மார்பிலும் வெயில்பட்ட அடையாளங்கள். குட்டைக் கையும் ஆழக்கழுத்தும் உள்ள ஜாக்கெட் வழக்கமாக அணிந்தவள். அசாதாரணம். ஏழை இந்தியப் பெண்களில் பலர் உடல்தெரியும் உடைகளை அணிவதில்லை.

அவள் முன்கைகளிலும் கால்களிலும் காணப்பட்ட கருத்த அடையாளங்களை டாக்டர் காட்டினார். 'யாரோ அவளைப் பிடித்துக் கொண்டிருக்க வேண்டும். கழுத்தைச் சுற்றித் துணியால் இறுக்கியிருக்கிறார்கள். அதுதான் மரணத்திற்குக் காரணம்.'

குஸுமையும் டாக்டரையும் சற்றே புறக்கணித்து, விக்ஸை சுவாசித்தாள். கும்பலாகப் பாலியல் வன்முறையில் ஈடுபட்டபின் இந்தப் பெண்ணின் முகத்திலும் உடலிலும் அமிலம் ஊற்றியிருக்கிறார்கள். அடையாளம் காண்பதை மறைக்க வேண்டி. உத்தரப் பிரதேசத்திலும் ஹரியானாவிலும் நடப்பது போன்ற ஜாதிக் கொலை அல்ல இது. அங்கே உயர்ஜாதி ஆண்கள் கீழ்ஜாதிக்காரர்களுக்குப் பாடம் புகட்ட வேண்டி பாலியல் வன்முறையில் ஈடுபட்டுக் கொலைசெய்வார்கள். இது சொந்த, தனிப்பட்ட காரணங்களுக்காக என்று தோன்றியது. இப்படி ஒரு பெண்ணை எரித்து உருத் தெரியாமல்

ஆக்க வேண்டுமானால், செய்தவன் பெண்களை வெறுப்பவனாக இருக்க வேண்டும். குறைந்தது, அந்த ஆட்களில் ஒருவன், அதன் தலைவனாக இருக்கலாம். எப்போதுமே ஒரு தலைவன் இருப்பான். இதற்கும் இருந்தான். வெறுமனே இந்தப் பெண்ணைக் காயப்படுத்தி கொலைசெய்ய விரும்பாமல், இருப்பிலிருந்தே அவளை அழித்துவிட வேண்டும் என்று எண்ணியவன். அவனுக்கு மருத்துவ அறிவும் இருந்தது, மருத்துவமனைகளின் அறிவும் இருந்தது.

குமட்டலைத் தவிர்த்துக்கொள்வதற்காக அஞ்சலி தன் கைகளைப் பாதுகாப்பாக குறுக்கே முன்னிட்டுக்கொண்டாள்.

'இவற்றையும் உடலில் கண்டோம். பிரிப்பது கடினமாக இருந்தது.'

டாக்டர் ஒரு சிறிய ஜிப்-பர்ஸைக் காட்டினார். அதில் இரண்டு வெள்ளி வளையங்கள் இருந்தன.

'இவை கால்விரல் மெட்டிகள் போல உள்ளன. இம்மாதிரி நாங்கள் கிராமங்களில் அணிவது வழக்கம்.' குஸூம் அந்த பாக்கெட்டை அவரிடமிருந்து வாங்கினாள். 'வேற ஒண்ணும் இல்லையா?'

'இல்லை' என்றார். 'ஒன்றுக்கு இருமுறையாகப் பார்த்துவிட்டேன்.'

அந்த மெட்டிகள் நழுவியோட, இப்படியும் அப்படியுமாக அந்த பாக்கெட்டை குஸூம் திருப்புவதை அஞ்சலி பார்த்துக்கொண்டிருந்தாள். அவை மெல்லியனவாக இருந்தன. முனைகளில் சிறிய பூக்கள். திருகி வெவ்வேறு விரல் அளவுக்கேற்ப மாற்றிக்கொள்ளலாம். அஞ்சலி டாக்டரிடமிருந்து திரும்பினாள். இன்னும் சில நிமிடங்கள் சென்றால், அவளுக்கு ஒற்றைத் தலைவலியே வந்துவிடும். திரும்பிய போது குஸூம் அவளையே பார்த்துக்கொண்டிருப்பதைக் கண்டாள்.

'போதிய அளவு பாத்துட்டோம்னு நெனைக்கறேன்' குஸூம் அவள் முழங்கையைப் பற்றினாள்.

டாக்டர் பிளாஸ்டிக் சீலையை மூடி, உடலை அதன் இடத்திற்குத் தள்ளினார். மூன்று பேரும் வெளியே தாழ்வாரத்துக்கு வந்தார்கள். குஸூம் அஞ்சலியின் கையை விட்டாள். அஞ்சலியின் பாதங்கள், கைகள், அவள் முழு உடலுமே மரத்துப் போனதுபோல இருந்தது.

'இதற்கு ரிப்போர்ட் எழுதிவிட்டீர்களா?' குஸூம் டாக்டருடன் முன்னால் சென்றாள்.

'இன்னும் இல்லை' என்றார் அவர். 'எனக்கு இதை முடித்துக் கொடுக்க வேண்டும்.'

இரண்டு பேரும் பேசிக்கொண்டே நடந்தார்கள். ஆனால் அஞ்சலி

அதில் எதையும் கேட்க விரும்பவில்லை. லேப்-கோட்டைத் திருப்பித் தருவதற்காக முன்னோக்கி நடந்தாள். கையுறைகளையும் முகக் கவசத்தையும் குப்பைத்தொட்டியில் போட்டாள். பிறகு போலீஸ் ஜீப்பை நோக்கி விரைந்தாள். பார்க்கிங் இடம் இருள் சூழ்ந்திருந்தது. நுழைவாயிலிலிருந்து வந்த வெளிச்சத்திற்கு நன்றியுணர்ச்சி கொண்டாள். காற்று வாயில் நறநறப்பாகவும் சில்லென்றும் இருந்தது. ஆனால் உள்ளே செலவழித்த நேரத்துக்குப் பிறகு இதுவும் நன்றாகத் தான் இருந்தது. கடிகாரத்தைச் சோதித்துக்கொண்டாள். இருபத்தைந்து நிமிடம் ஆகியிருந்தது. ஆனால் இரண்டு மணி நேரம் போனது போலத் தோன்றியது.

அவள் முகத்தைத் திருத்த வேண்டும். ஆனால் ஆஸ்பத்திரி டாய்லெட் நினைப்பு அவளுக்கு வெறுப்பேற்றியது. மூக்கு விக்ஸினால் எரிந்ததால் அதிக அளவு காற்றை வாயில் உள்வாங்கினாள். அவளது காண்டாக்ட் லென்சுகள் வலித்தன. கண்களில் நீர் வழிந்தது. தன் பையிலிருந்து சானிடைசர் பாட்டிலை எடுத்து கையைச் சுத்தப்படுத்திக் கொண்டு, மூக்கினைத் துடைக்க டிஷ்யூ பேப்பர் ஏதாவது கிடைக்குமா என்று தேடும் போது, ஏறத்தாழ பையின்மீதிருந்த பிடிப்பை விட்டுவிட்டாள்.

அப்பா எப்போதும் வெள்ளைக் கைக்குட்டைகளை வைத்திருப்பார். அம்மா டிஷ்யூக்களை வைத்திருக்க வேண்டும் என்பாள். ஆனால் அப்பாவுக்கு கிளீனெக்ஸ் பழக்கப்படவே இல்லை. ஃப்ளாரிடாவி னூடாக அம்மாவின் உறவினர்களைக் காணச்சென்ற நீண்ட பயணங்களில், அம்மா கார் தூக்கிப் போடும் என்று வாயில் டிஷ்யூ தாளை வைத்துக் கடித்துக்கொண்டு பின்னால் நன்றாகச் சாய்ந்து கொள்ளச் சொல்வாள். கார்-சீக்கினால் தெளிவற்ற நிலையில் இருக்கும் அஞ்சலி ஜன்னலின் வழியாகக் குதித்துவிட நினைப்பாள். ஆனால் பெல்ட்டில் கட்டப்பட்டு, நசநசக்கும் காகிதங்கள் பற்களில் கடிபடச் செல்வாள். கொஞ்ச நேரம் கழித்து அப்பா மரங்கள் அடியிலோ, கேஸ்-ஸ்டேஷனிலோ (பெட்ரோல் பங்க்கிலோ) காரை நிறுத்துவார். அவளை வெளியே விட்டு, குளிர்ந்த ஈரமான, எலுமிச்சம்பழ சென்ட் தெளிக்கப்பட்ட கைக்குட்டையை அவள் நெற்றிமீது இட்டு அவளை ஆசுவாசப்படுத்துவார். காலியான பாதையோரம் அவள் காற்றை விழுங்கிக்கொண்டிருக்கும்போது குணமாகுமாறு பாட்டுகளும், பிரார்த்தனைகளும் மெல்லப் பாடுவார். சிலசமயம் அவர் இல்லாத குறையை உணர்வாள். தான் ஏற்றுக்கொண்ட நாட்டில் பல பத்தாண்டு களாக வசித்தாலும், பேராசிரியர் குப்தாதான் இந்தியாவிலிருந்து

கொண்டுவந்த நம்பிக்கைகள். பழக்கங்களின் தொகுதியைக் கைவிட வில்லை. உதாரணமாக, அந்தரங்கம் போன்ற கருத்துகளை வெறுத்தல், அவரது கரகரவென்ற உச்சரிப்பு, 'கிரணே அர்த்த போஜனம்' (வாசனை பிடிப்பதே பாதி உண்பதாகும்) என்பது போன்ற விசித்திரமான சம்ஸ்கிருதச் சொலவடைகள்.

அந்தப் பிணத்தைப் பாதி உண்டுவிட்டாளா? சிதைகின்ற செல்கள் எழுந்து அவள் முகமூடி வழியாகவும், சுவாசிக்கும் வாய் வழியாகவும் அவள் வயிற்றுக்குள் வந்துவிட்டனவா? தன் பையில் ஃபோன் அதிர்வதை உணர்ந்தாள். ஆனால் அதைப் புறக்கணித்தாள். அந்தப் பெண், இப்போது பெண்ணாக இல்லாத அந்தப் பெண், குளிரில் கிடக்கிறாள். அஞ்சலி அந்தக் காட்சிகளைப் புதைக்க முயன்றாள். ஆனால் அவை செல்ல மறுத்தன. எவ்விதத் தடயமும் கிடைக்காத, கைவிடப்பட்ட நிலையில் இருக்கும் அந்தப் பெண்ணின் அநாதைப் பிள்ளைகள் பற்றிய நினைவு, அவளை வீட்டுக்கு ஓடி நிகிலைப் பார்க்கச் செய்தது.

***

'சரியா இருக்கியா?'

அந்தக் குரலை அவள் நினைவுகூர எடுத்துக்கொண்ட விநாடிகளில் அது அவளை பயமுறுத்திவிட்டது. யதீன் இருட்டிலிருந்து வெளி வந்தார். இங்கே அவர் என்ன செய்துகொண்டிருக்கிறார்? அவளின் ஒரு பகுதி அவர் கைகளில் ஓடிச் சென்று மிதக்க விரும்பியது. ஆனால் அவள் அவரைக் கூர்ந்து பார்த்தாள். அவரது அக்கறை தாடைகளின் இறுக்கத்திலும் சுருங்கிய கண்களிலும் வெளிப்பட்டது. அவருக்குப் பின்னால் ஜீப்பில் அவர் டிரைவர் உட்கார்ந்திருந்தான். பிணக்கூடக் காவலர்கள் அரட்டை அடித்துக்கொண்டும் சிரித்துக்கொண்டும் டீக்கடையைச் சுற்றித் திரண்டிருந்தார்கள். கைகளை ஒரு சிறிய நெருப்பின்மீது காய்ச்சிக்கொண்டிருந்தார்கள்.

'நான் மாயாவைப் பார்க்கப் போய்க்கொண்டிருக்கிறேன்.' அவள் கேளாத கேள்விக்கு விடையளித்தார். 'வழியில் உன்னையும் பிக்-அப் செய்துகொள்ள நினைத்தேன்.'

அஞ்சலிக்கு அவர் சொற்கள்மீது கவனம் செலுத்த முடியவில்லை. சற்று முன்பு, தான் பார்த்த பெண்ணை மறக்க முடியவில்லை. கண்ணீர்த் துளிகள் வழிந்தன. அவள் அவற்றை விழுங்கிவிட்டாள். வீட்டுக்கு உடனே சென்று ஒரு வெப்பமான ஷவரில் நனைய

56 ✳ உன் தோளுக்கு அடியில் நீ

விரும்பினாள். யதீனின் முகத்தில் கண்களைச் செலுத்தினாள். அவர் பேசும் சொற்களுக்கேற்ப உதடுகள் குவிந்தன. அந்தக் கணத்திலேயே நிலையாக நின்றுவிட விரும்பினாள். அவள் கையை அவர் கன்னத்தில் முளைத்தவாறிருந்த முடியில் உரச வேண்டும். குட்டையான மடிந்த மயிர் அவர் விரல்களில் குத்தவேண்டும்.

'நான் உன்னை விட்டுவிடுகிறேன் என்று குஸுமிடம் சொல்லி விட்டேன். என் டிரைவர் அவள் ஜீப்பில் அவளை அழைத்துச் சென்று அலுவலகத்தில் சேர்த்துவிடுவான்.'

அவளை நோக்கி ஜீப்பைத் திருப்பினார். குடும்பச் சந்திப்புகளிலோ, மாயாவைத் தேடி அவர் வந்தபொழுதிலோதான் அவர்கள் சந்திப்பது வழக்கம். ஒருவர் பக்கத்தில் ஒருவராக நடந்து சென்றது கிடையாது. சென்ற ஆண்டு அவள் அவருக்குப் பரிசாகத் தந்த ஜாக்கெட்டை அவர் அணிந்திருந்தார். ஒரு கணம் அவருடைய அணைப்பில் தான் இருப்பதாகக் கற்பனை செய்துகொண்டாள்.

இந்த கவனச் சிதறல் நீடிக்கவில்லை. அவளது காண்டாக்ட் லென்சுகள் கண்களை உறுத்தின. கண்ணீர் அவள் பார்வையை மறைத்தது. உன் ஆடவனுக்கு அருகில் நீ எப்போதும் மிக அழகாகத் தோற்றமளிக்க வேண்டும். நேட் மார்கன் அவர்கள் வீட்டுக்கு முதன் முதலாக வந்தபோது அவள் டீ-ஷர்ட்டும் அரைக்கால் சட்டையும் அணிந்திருந்தாள். நேட் திருமணத்தைவிட்டுச் சென்றபோது அம்மா சொன்னாள்: எல்லாம் உன் தப்புதான். நான் உன்னை எச்சரித்தேன். தன் கணவனை எப்படித் தக்க வைத்துக்கொள்வது என்று ஒரு பெண்ணுக்குத் தெரிந்திருக்க வேண்டும்.

அவளிடம் அம்மா ஒருபோதும் சிரித்ததில்லை. அவள் வீட்டு வேலைகளைச் செய்தாலும் தாய்மார்கள் தினத்துக்காக ஒரு சிறப்பு வியப்புப் பரிசு தந்திருந்தாலும் கடுப்புடன் ஒரு நன்றி சொல்வாள். பரிவுணர்ச்சி என்பது சாத்தியமே இல்லாத சுயமோகியா அம்மா? அல்லது ஒருவேளை மூஞ்ச்ஹாசன் ஏமாற்று என்பதன் மென்-நோயாளியா? அஞ்சலியை வசைபாடித் தனக்கு அனுதாபம் தேடிக் கொள்கிறாளா? அஞ்சலியின் வழிகாட்டிகள் எல்லாருமே சொந்தப் பெற்றவளைப் பகுத்தாராய முயற்சி செய்யக்கூடாது என்று எச்சரிக்கை விடுத்திருந்தார்கள். ஆனால் அவளால் தவிர்க்க முடியவில்லை.

தான்தான் தனது அம்மா என்று அவள் முடிவுசெய்தாள். வீட்டுக்குச் சென்ற பின் தன்னைத் தானே நன்றாகத் தழுவிக்கொள்வாள். நோக்கிக்கொண்டும், இமைத்துக்கொண்டும் இருந்த அவளுடைய

சிவந்த கண்கள் முன்சென்ற சாலையில் மெதுவாகச் செல்லும் வாகனங்களின் பின்விளக்குகளின் பனிமூட்ட பிம்பங்களாக ஆயின. அவளுக்கு வெப்பமான, பாதுகாப்பான இடம் ஒன்று தேவை: அவளது சஃப்தர்ஜங் ஆன்கிளேவ் இல்லம், அவள் படுக்கை.

'நீ ஓகே-வா? அழுகிறாயா?'

'இல்லை, வீட்டுக்கு அழைத்துப் போங்க. நான் என் கண்களைக் கழுவ வேண்டும். இந்த வாரம் எனக்கு அதுங்க தொல்லை கொடுத்துகிட்டேயிருக்கு.'

'வீட்டில ஐ-ட்ராப்ஸ் வச்சிருக்கியா?'

'மாயாவைக் கேக்கறேன்.' கண்களைத் தேய்க்காமல் இருக்க, கைகளை ஒன்றையொன்று பற்றிக்கொண்டாள்.

கார் ஒரு சந்தில் திரும்பியது. அஞ்சலி அவரைப் பார்த்தாள். என்ன செய்யப் போகிறார்?

'மருந்தகத்தில் ட்ராபஸ் வாங்கிக்கொண்டு போயிடுவோம்.'

காரைச் சந்தில் நிறுத்தினார். அந்தச் சந்தில் ஒரு தனித்த கண்சிமிட்டும் மஞ்சள் தெருவிளக்குத் தவிர வேறு வெளிச்சமில்லை.

'காரைப் பூட்டிக்க' என்று சொல்லி நடந்தார்.

கார் கதவைப் பூட்டிக்கொண்டு, அஞ்சலி பின்னால் சாய்ந்து உட்கார்ந்தாள். சந்தில் வெளியே, பலவேறு ஜன்னல்களில் தெரியும் வெளிச்சத்தில் பனிப்புகை வளையங்கள் சுருண்டன. ஒரு சிறிய கடைமுன் வாடிக்கையாளர்கள் நின்றனர். அவர்கள் தலைக்குமேல் செகண்ட்ஹேண்ட் மொபைல் ஃபோன்கள், எலெக்டிரானிக் ரிப்பேர்கள் என்ற பலகை தொங்கியது. அஞ்சலி காருக்குள் பாட்டையும் அதற்குள் பொதிந்த சிரிப்பையும் கேட்குமளவுக்கு யாரோ பெரியதாக தொலைக்காட்சியை வைத்திருந்தார்கள். ஒரு பெண் மணி இரண்டாவது மாடி பால்கனியில் வந்து சேலை ஒன்றை உலர்த்தத் தொங்கவிட்டாள். அதன் கீழ்முனை அடுத்த பால்கனியின் டிஷ் ஆண்டெனா மீது விழுந்தது. சைக்கிள்களும் பைக்குகளும் காரைத் தாண்டிச் சென்றன. நின்றிருந்த காருக்குள் நோக்க முயற்சி செய்தன. அஞ்சலி தன் சீட்டை இருட்டுக்குள் பின்னால் தள்ளினாள். காருக்குச் சற்று முன்னால் இரண்டு தெருநாய்களுக்கிடையில் சண்டை தொடங்கியது. உறுமிக்கொண்டும் அடித்துக்கொண்டும் அவை ஏதோ ஒரு துண்டு உணவின்மீது போட்டியிட்டன. இந்தப் பெண்ணின் உடலைப் போலீஸ் ஒரு குப்பைமேட்டில் கண்டெடுத்தார்கள்.

யாரும் பார்க்கவில்லை என்றால் அது என்ன ஆகியிருக்கும்? அவள் சதைக்காக நாய்கள் சண்டையிட்டிருக்குமா? அந்தப் பாதி அழுகிய இறைச்சியின் நாற்றம் அஞ்சலிக்கு மறுபடியும் வந்தது. அதனுடன் மேலெழுந்து வாந்தி வருவது போன்ற உணர்ச்சி.

ஆழமாக மூச்சுவிடு. அவள் காற்றை உள்ளிழுத்தாள். மூச்சு அவள் நுரையீரலுக்குள் செல்வதுபோலக் கற்பனை செய்ய முயன்றாள்.

அவளுக்குப் பள்ளியில் தொல்லை ஏற்பட்டபோது, பிள்ளைகள் அவளை பிந்தி, கறி, குண்டு என்றெல்லாம் கூப்பிட்டபோது, அவள் தந்தை சொன்னார்: ஒரு படகு போல இரு. தனக்குள் அது ஓர் ஓட்டையை உண்டாக்காவிட்டால், கடலில் உள்ள அத்தனை நீரும் அதை முழுகடிக்க முடியாது. அது உன்னைத் தாக்கவிடாதே. பள்ளியிலும் கல்லூரியிலும் அவள் தன்னைக் கலங்கிய நீரின் மேல் மிதக்கும் ஒரு படகாக அல்ல, படகில் இருக்கும் பெண்ணாக உருவகித்துக் கொண்டாள். நேட்டைப் பார்த்த பிறகு அவள் நங்கூரமிட்டாள்.

இப்போது அவள், நேட்டை முதலில் சந்தித்து இருபத்து நான்காண்டுகள் கழித்து வேறொரு ஆளுடன் ஒரு வெள்ளிக்கிழமை மாலை நேரத்தில் ஒரு காரில் உட்கார்ந்திருக்கிறாள். ஓர் இலட்சிய பூர்வமான வெள்ளிக்கிழமை மாலை நேரம் அல்ல, அவரும் அவளுக்கே உரியவரும் அல்ல. ஆனால் அவளுக்குக் கண்சொட்டு மருந்து வாங்கிக் கொண்டுவரப் போயிருக்கிறவர். நேட் மார்கன் அவள் பள்ளியில் அவளுக்கு சீனியர். எல்லாரும் மாட்ட விரும்புபவன். ஆனால் அவன் அவளிடம் வந்தான். அம்மாவின் எல்லா அறிவுரைக்கும் எதிராக, அவள் நீ ஓர் அநாதையை ஒரு புலம்பெயர்ந்தவனை நம்ப முடியாது, என்று சொன்னதற்கு எதிராக, (அவள் அம்மா ஏன் ஒரு புலம்பெயர்ந்தவரை, அநாதையை மணந்துகொண்டாள்?), அப்பாவின் எச்சரிக்கைக்கு எதிராக, நேட்டுக்குப் பொறுப்புணர்ச்சி இல்லை, அஞ்சலி தான் எப்போதுமே விரும்பிய அந்தக் கடற்கரைத் திருமணத்துக்குச் சென்றாள். அவள் தாயின் சகிக்கமுடியாத வார்த்தைகளுக்கும் கைகளுக்கும் வெகுதொலைவில், அவள் அப்பா—அவர் குரலை ஒருபோதும் உயர்த்தியதே இல்லை, அவள் எப்படின்னுதான் உனக்குத் தெரியுமே, அவள் அழுத்தத்திற்கு ஆளாயிருக்கிறாள், அவள் நல்லதுதான் சொல்வாள் என்பது போலச் சொல்லிக்கொண்டிருக்கும் அப்பாவுக்கும் தொலைவில் இருபத்தொரு வயதில், அவளுக்கு நிஜமாகவே ஒரு குடும்பம் இருந்தது,

கஷ்டப்படுவாய் பார் என்று அம்மா எச்சரித்தாள். ஆனால் அஞ்சலி

சிரித்துவிட்டுப் போய்விட்டாள். நேட் அவளை நேசித்தான், அதை அவன் இரகசியமாக ஒன்றும் செய்யவில்லை. ஒவ்வொரு குடும்பக் கூடுகையின் போதும், ஜூலை நான்காம் நாள், நன்றிதரும் நாள், கிறிஸ்துமஸ் போன்றவற்றில், அவன் அவளை இடையைப் பிடித்துத் தூக்கியபோது, அவள் தலைமுடியில் முத்தமிட்டபோது, அல்லது கழுத்தில் உரசியபோது, அஞ்சலி அம்மாவை நோக்குவாள். அம்மாவின் கண்களில் ஒரு அன்பற்ற, வெறுப்பான, முறைப்புதான் இருக்கும்.

நான்காண்டுகள் கழித்து, அஞ்சலி தான் கருவுற்றிருப்பதைத் தெரிந்து மகிழ்ச்சி வெள்ளத்தில் மிதந்தாள். ஆனால் நிகில் பிறந்தவுடன் தொல்லை வந்தது. விட்டுவிட்டு பயங்கரமாக அழுவது, கோபம், கடைசியாக அவனது நோய் பற்றிய குறிப்பு. அவன் ஸ்பெக்ட்ரத்தில் இருக்கிறான் (ஏஎஸ்டி-ஆட்டிஸம் ஸ்பெக்ட்ரம் டிஸார்டர்). ஒரு நிமிஷம் அவள் அதை ஜோக்காக நினைத்தாள்—ஸ்பெக்ட்ரம் என்றால்? நிறமாலையா? ஆட்டிஸம் என்றார்கள். அவன் நன்றாகி விடுவான், அவன் செயல்திறமை நன்றாக இருக்கிறது, ஆனால் அவன் எப்போதும் வித்தியாசமாகத்தான் இருப்பான். அடுத்த சில மாதங்களுக்கு அவள் நேட்டுடன் சண்டை போட்டாள். நிகில் சரியாகி விடுவான் என்றாள். நிகிலுக்காக அவள் சண்டை போட்டாள், ஆனால் அந்தச் செயலில் அவன் தந்தையை இழந்துவிட்டாள்.

இப்போது அவளுக்கு யதீன் இருக்கிறார் : ஒருபகுதி குளியலறைக் கவிஞர், ஒருபகுதி ஆணாதிக்க முட்டாள், உற்சாகமான படுக்கைக் கூட்டாளி, சிறந்த நண்பர் : கடுப்பூட்டுபவர், ஆனால் நேசம் மிகுதி-பாதிப்பாதி அளவில். மங்கிய ஒளியுடன்கூடிய புகைமிக்க காற்றில், இருண்ட மாலை நேரப் பின்னணியில் ஒரு பெரிய நிழலாக அவர் திரும்பிக் காருக்கு வருவதைப் பார்த்தாள்.

'இதோ, கண்ணைக் காட்டு, போடுகிறேன்.'

'நான் என் லென்சுகளை எடுக்க வேண்டும். வீட்டுக்குப் போகலாம்.'

'வேணாம். நான் மருந்தாளுநரைக் கேட்டேன்.' அவள் கைகளில் உறைகளைப் போட்டுக்கொள்ள உதவிசெய்தார். பாட்டிலை எடுத்தார். அவரது பெரிய கைகளில் அது குட்டியாகத் தெரிந்தது. 'ரெடியானவுடன் சொல்லு.'

'நானே போட்டுக்கறேன்.' தொடர்ச்சியாகக் கண்களை இமைப்பது அவள் வழக்கம். அவள் கண்களைத் தவிர எல்லா இடங்களிலும் மருந்துத் துளிகள் விழுவதை அவர் பார்த்து எரிச்சலடைவதை அவள்

விரும்பவில்லை. 'அப்புறம் எதற்கு கையுறைகள் வாங்கினீர்கள்?'

'உன் கண்இமைகளை நீ பிடித்துக்கொள்ளத்தான். இப்படித்தான் மாயாவுக்கும் அவள் சிறுபெண்ணாக இருந்தபோது விடுவது வழக்கம்.'

'அப்புறம் என்னைக் குறைசொல்ல வேண்டாம்.'

'தளர்வாக இரு. ஏதாவது அழகான பொருளை நினைத்துக்கொள்.' அஞ்சலியின் மனம் அவள் சிறுவயதில் பார்த்த ஜாக்ரண்டா மரங்களுக்குச் சென்றது. அவற்றின் இலேசான ஊதாநிறப் பூக்கள் ஃப்ளாரிடாவின் கோடை மென்காற்றில் தலையாட்டும். அவள் சொன்ன ஏதோ ஒன்றுக்கு அவள் அப்பா வெயிலில் தன் பழுப்புநிற முகத்தை வைத்தவாறு சிரித்துக்கொண்டிருந்தார். சொட்டு அவள் கண்ணில் விழுந்ததும், அவள் விரல் நுனிகள் திடமாகக் கண் இரப்பைகளில் நின்றன.

'கண்ணை மூடிக்கொள்.' அவள் சுட்டுவிரலை உயர்த்தி அவள் கண்ணின் உள்மூலையில் தொடச் செய்தார். 'உன் விரலை இங்கே வைத்துக்கொள்.'

கண்கள் குளிர்ச்சியாகிக் கொண்டிருக்க, அவள் இருட்டில் காத்திருந்தபோது, யதீன் அவள் மணிக்கட்டைத் தடவிக் கொடுத்தார். விளக்கை அவர் அணைத்த ஒலியை அவள் கேட்டாள். அவர் தோளில் சாய்ந்து, மென்மையாகவும், ஒழுங்காகவும் வரும் அவரது மூச்சினைத் தன் கூந்தலில் உணர்ந்தாள். கொஞ்ச நேரம் கழித்து விளக்கைப் போட்டார். அதே முறைப்படி அவளின் வலக்கண்ணுக்கும் செய்தார்.

'தெரியுமா, யதீன், அந்தப் பெண்...'

'இன்னிக்கு அதைப்பத்திப் பேச வேண்டாம்'

'வேணாம்,' தான் நினைக்கவேண்டிய அளவுக்கு அதிகமாக அதைப் பற்றி நினைக்க அவளுக்கும் விருப்பமில்லை. 'வீட்டுக்குப் போய் அத்தோடு முடித்துக்கொள்வோம்.'

'முதலில் சாப்பிடுவோம்' யதீன் காரைச் சந்திலிருந்து வெளியே எடுத்தார். 'மாயாவுக்கும் உடல்நலம் சரியாக இல்லை. அவள் என்னை இன்னொரு நாள் பார்க்கட்டும். ஐராவுக்கும் ஃப்ளூ வந்திருப்பதால் அவள் நம்மையும் உணவுப் பார்சல் வாங்கிவரச் சொல்கிறாள். பரோட்டா?'

நிகிலுக்குப் பரோட்டா பிடிக்கும். அதைப் பற்றி அவளுக்குக் கவலை இல்லை. அவள் வீட்டை அடைவதற்குமுன் ஒரு சூடான

ஆலூ பரோட்டா சாப்பிட்டால் தொண்டைக்கு இதமாக இருக்கும். யதீன் நெருக்கடியான கூட்டத்திற்குள் காரை ஓட்டியபோது, அஞ்சலி தான் பார்த்ததை விவரித்தாள். மேலும் அவர் கேள்விகள் கேட்ட போது அவள் ஆட்டோ-பைலட்டின் வாயிலாக பதில் கூறினாள். மெய்ம்மைகள், அவளுடைய முடிவுகள், எந்த வழிகளில் மேலும் புலனாய்வு செய்யலாம் என்பதற்கான சுட்டிக்காட்டிகள்.

டிரைவ்-இன் கடையில் அஞ்சலி காரில் பின்னால் அமர்ந்திருந்தாள். யதீன் வெளியில் வந்து உணவை ஆர்டர் செய்தார். டிஷ்யூ தாள் களையும், கிருமிநாசினி சோப் அழுத்தும் பாட்டில் ஒன்றையும், ஒரு தண்ணீர் பாட்டிலையும் கொண்டுவந்தார். அஞ்சலி நிறைய நேரம் எடுத்துக்கொண்டு தண்ணீர் நடைபாதையின் அருகிலுள்ள உலர்ந்த மண்ணில் ஊறுமாறு கைகளைக் கழுவினாள்.

அலங்கோலமான தலைமுடிகொண்ட ஒரு பையன், நிச்சயமாக அவன் மைனர்தான், அவர்களின் பாக்கெட்டுகளை எடுத்துக்கொண்டு ஓடிவந்தான். டிப்ஸ் கொடுத்தால் மறுத்தான், ஆனால் யதீன் அவன் கையில் திணித்தார். அந்தத் தெருவோரப் பையன் சல்யூட் அடித்து, சிரிப்போடு நன்றி எனப் பலமுறை சொல்லி ஓடினான். இம்மாதிரிப் பையன், படித்துக்கொண்டு, பள்ளியில் இருக்க வேண்டியவன்.

இதனால்தான், பிகாஜி-காமாவில் தனது தனிப்பட்ட கிளினிக், சஃப்தர்ஜங் மருத்துவமனையில் பகுதிநேர ஆலோசனை, எல்லா மாலைநேரங்களிலும் நிகிலின் சிகிச்சைக்காக நேரம் ஒதுக்குதல் இவற்றோடு அவள் ஹிரிதயோகில் திரு. லாஹிரியுடன் சேவை செய்வதற்கும் எப்படியோ நேரம் ஒதுக்கிவந்தாள்

‘இந்தப் பையன் கடைக்குப் புதுசா?’ அஞ்சலி பரோட்டாக்களின் பாக்கெட்டைப் பிரித்து ஒன்றை டிஷ்யூதாளில் வைத்து யதீனிடம் நீட்டினாள். நெய்யின் நறுமணமும், உருளைக்கிழங்குடன் சேர்ந்த மசாலாவின் மணமும் காரில் நிறைந்தன.

‘ஆமாம். நீ கேக்கறதுக்கு முன்னாடியே சொல்லிடறேன், அவன் அண்டர்-ஏஜ் பையன். இந்தப் பையன் ஹிரிதயோக் இரவுப் பள்ளிக்குச் செல்லமுடியுமா என்பதை குஸூம் மூலமாக இந்தப் பகுதிக்கு வழக்கமான கான்ஸ்டபிளை வைத்து விசாரிக்கச் சொல்கிறேன்.’

தில்லி போலீஸின் இந்த ஒரு பண்பை அவள் நேசித்தாள். ஆபத்தில் சிக்கியிருக்கும் பையன்களை அவர்கள் எந்தப் பிரதிபலனும் இல்லாமல் ஏதாவது ஒரு இல்லத்தில் சேர்க்க முயற்சிசெய்தார்கள். யதீன் தன் பணிக்கு அப்பாலும் சென்று அவளுக்கு உதவி செய்தார்—

குற்றங்களைத் தடுக்க மிகவும் சிறந்த வழி, சிறார்கள் அதில் புகாமல் தடுப்பதுதான் என்று அவர் அடிக்கடி சொல்வார்.

அவள் சிரித்தாள். 'நான் லாஹிரியை இன்னம் ஒருமுறை தூண்ட வேண்டும்.'

நடைமுறைப் பிரச்சினைகள் பற்றி அவர்கள் சிந்திக்க வேண்டும் என்று திரு. லாஹிரி சொல்வார். ஆனால் கடைசியில் அவர் விட்டுக் கொடுத்து விடுவார். எங்கிருந்து அவருக்குப் பணம் வருகிறது என்று அஞ்சலி அவ்வப்போது யோசிப்பாள். அவர் நிதி திரட்டும் முகாம் ஒன்றை நடத்தியதாக அவள் பார்த்ததே இல்லை. அவர் ஒரு பணக்காரக் குடும்பத்திலிருந்து பிரிந்தவர் என்றும், அவருக்குக் கிடைத்த பாரம்பரியச் சொத்து ஹிரிதயோகிற்குப் பயன்படுகிறது என்றும் வதந்திகள் உண்டு.

'ஓ' என்றார் யதீன். 'கிரேவால் தன் வாழ்த்துகளைத் தெரிவிக்கிறார்.'

ரவீந்தர் கிரேவால் யதீனின் பள்ளித் தோழர். தில்லி போலீஸில் ஒரு எஸ்எச்ஓ. அவருடைய தங்கை, முன்னுக்கு வரக்கூடிய ஒரு ஃபேஷன் டிசைனர், தன் குடும்பம்தான் மணம் செய்துகொள்ள விரும்பிய ஆளைப் புறக்கணித்துவிட்டதால், அந்த ஆண்டின் தொடக்கத்தில் அவள் தற்கொலை செய்துகொள்ள முயன்றிருந்தாள் அவளுக்குக் குறைந்த கட்டணத்தில் ஐந்து மாதங்கள் அஞ்சலி அதிர்ச்சி நீக்க ஆலோசனை வழங்கியிருந்தாள்.

'கிரேவாலின் தங்கை உனக்கு ஒரு ட்ரூஸோ (மணமகள் உடை) டிசைன் செய்ய திட்டமிட்டிருக்கிறாள் என்கிறார் அவர். அதற்கு நீ கல்யாணம் பண்ணிக்கொள்ள வேண்டும்.'

'சரி.' அஞ்சலி பரோட்டாவின் ஒரு சூடான துண்டை ஊறுகாயிலும் பிறகு தயிரிலும் நனைத்து வாய்க்குள் இட்டாள். மசாலாவின் நறுமணம் அவள் வாயில் பரவியது. பிணக்கூடத்தில் குஸுமுடன் போன மணிநேரத்தில் செலவிட்டுப் பெற்ற புல்லரிக்கும் குளிருக்குப்பின் மாற்று.

'எனக்குத் தெரியாத திருமணத் திட்டம் ஏதாவது உண்டா, மேடம்ஜி?' யதீன் கிரேவாலின் பேச்சுமுறையை அப்படியே காப்பியடித்தார்.

சாப்பிட்டவாறே அஞ்சலி சிரித்தாள். யதீன் தன் பரோட்டாவை முடித்த பிறகு எச்சில்தாளை மடித்து, சுருட்டிக்கட்டி பின்சீட்டில் வீசியதை நோக்கினாள். கியர்களை மாற்றி, சஃப்தர்ஜங் ஆன்கிளே

வுககுத் திரும்பும் நெரிசலில் மாட்டினார். அந்தப் பெண்ணை ஒரு குப்பைப் பையில் அடைத்து சணல் நூலால் கட்டியிருந்தார்கள். பலாத்காரம் செய்தவர்கள் அவளை ஒரு ஓடும் வாகனத்திலிருந்து தூக்கியெறிந் திருந்தார்கள். அஞ்சலியிடமிருந்து ஒரு விம்மல் வெளிப்பட்டது.

'ஜெல்லி?'

'அந்தப் பெண்...' அஞ்சலி சொற்களைத் தேட முயன்றாள். 'என்னால் முடியவில்லை...'

கிரீன் பார்க் மார்க்கெட் பின்னாலிருந்த சந்து ஒன்றில் யதீன் நுழைந்தார். யாரும் அற்ற நிலையில், இருபக்கமும் உள்ள கட்டடங் களின் விளக்குகளின் வெளிச்சத்தோடு, அது ஒரு பேய்நகரத்தின் தெரு போலக் காட்சியளித்தது. இருட்டில் மரங்கள் உருக் கலைந்தும் பெரியதாகவும் தெரிந்தன. ஏதோ பிரம்மாண்டமான, புராணகால மிருகங்கள் போல.

தன் சீட்பெல்ட்டைக் கழற்றிவிட்டு, யதீன் அவளை அணுகினார்.

'எனக்குத் தெரியும்' அவள் முதுகில் தன் பிடியை இறுக்கினார். 'தெரியும் எனக்கு.'

அஞ்சலி அவரது ஷர்ட் காலரைப் பிடித்துக்கொண்டு அழுதாள். அவளுடைய மேக்அப் கரைந்து முகத்தில் ஓடுவதை உணர்ந்தாள். ஆனால் அது பற்றிக் கவலைப்படவில்லை. அவரது தடித்த விரல்கள் அவள் கூந்தலின் ஊடாகவும், முதுகின் குறுக்காகவும் ஓடின. அவள் முன்னங்கைகளையும் கைகளையும் தடவிக் கொடுத்தார். அவள் நெற்றியிலும், இமைகளிலும், காதுகளிலும் முத்தமிட்டார். வாய்கள் சந்தித்தபோது, அந்த முத்தம் ஒரு பசியுள்ள உயிருள்ள பொருளாக மாறியது. அதற்கு உணவிட வேண்டும். ஒரு கண நேரம், தாங்கள் யார், எங்கே இருக்கிறோம் என்று அஞ்சலி நினைக்க, ஞாபகப் படுத்திக்கொள்ள முயன்றாள். ஆழமாக மூச்சுவிடு. தனக்குச் சொல்லிக் கொள்ள முயன்றாள். படகாக இரு. ஆனால் அவளின் மற்றொரு, பயங்கரமான, பயமற்ற பகுதி அவளை ஆட்கொண்டது. தளர்வடை. அவள் அவர் கீழ்த் தாழ்ந்தாள். எதுவும் கட்டுப்பாட்டில் இல்லை.

8

மாயா வரவேற்பறைக்குச் சென்றாள். அங்கு, பெரியதொரு கரடி பொம்மை போன்ற தோற்றமுடைய தனது அண்ணன் செய்தித்தாளை மாறுகண்ணால் நோக்கிக்கொண்டிருந்ததைக் கண்டாள். அவர் கண்ணாடி வாங்கவில்லை. கண்ணாடி அணிவது அவரை பலவீனமாகக் காட்டுகிறது என்றார். அவர் உட்கார்ந்திருந்த தேக்கு ஆடும் நாற்காலி, அப்பா இருந்தவரை அவருக்குச் சொந்தமாக இருந்தது. இப்போது அண்ணன் வரும்போதெல்லாம் அவருடையது. மற்றவர்கள் யாரும் அதைப் பயன்படுத்துவதில்லை. ஐரா தினமும் அதைத் துடைத்தாள், அங்கே டர்பென்டைன் நாற்றம் நிரந்தரமாக வீசுமாறு வாரம் ஒரு முறை அதைப் பாலிஷ் செய்தாள்.

குஸும் சோஃபாவின் ஒரு மூலையில் ஒரு மடிக்கணினியில் டைப் செய்தவாறு உட்கார்ந்திருந்தாள். அவள் மாயாவுக்கு வந்தனம் தெரிவித்துவிட்டு மீண்டும் பணியைக் கவனிக்கலானாள். மாயா தன் அண்ணனை நெருங்கினாள். அவர் முன்னால் மலைபோல பக்கோடாக் களும் டீ போன்ற விஷயங்களும் குவிந்திருந்தன. தன் அண்ணனுக்கு ஹலோ சொல்லச் சென்ற வேளையில் கேட்டுக்கு வெளியே பவனின் பைக் ஒலி குறைந்து அடங்கும் சத்தம் கேட்டது. அண்ணனுக்கும் அது கேட்டது. ஏனெனில் அவர் உடனே தலையை உயர்த்தி, ‘இந்த முறை நாம் வழக்கமான கட்டணத்தைக் கொடுத்து விடுவோம்’ என்றார்.

ஹலோ, குட்மார்னிங்—எதுவும் கிடையாது. வீட்டில் அண்ணன் இந்த மாதிரி சம்பிரதாயங்களைக் கடைப்பிடிப்பதில்லை. ஏதோ அங்கேயே வசிப்பது போலவும், எல்லாரையும் ஒருசில நிமிடம் முன்னர்தான் பார்த்தது போலவும் போன்றதொரு பாவனை. மாயா தலையை அசைத்தாள். பிறகு ஒரு தட்டில் சில பகோடாக்களை வைத்து, ஒரு கப் டீயை ஊற்றிக்கொண்டு குஸுமிடம் சென்றாள். விஜில் இப்போது ஒரு தரமான நிறுவனமாகி, பிறவற்றைப் போல தொழில்ரீதியான கட்டணங்களுக்கு வந்துவிட்டது. அந்த சந்தோஷத்தை அவள் அண்ணன்முன் வெளிப்படுத்தவில்லை.

அவருக்கு டீயைக் கொடுத்தாள், தனக்கு ஒன்று ஊற்றிக்கொண்டாள்.

பவன் உள்ளே நுழைந்தபோது மாயாவின் இதயம் அவன் வரும்போதெல்லாம் அடித்துக்கொள்வது போல் இப்போதும் வேடிக்கை செய்தது. அவளின் உதவியாள், ஜீன்ஸும், ஒரு கருப்பு மேலுடையும் தனது ஒல்லியான உருவத்திற்கேற்ற ஒரு சாம்பல்நிற ஸ்வெட்டரும் அணிந்திருந்தான். ஒரு நயமான நடையழகுடன், பரந்த சிரிப்புடன், அவனது சிவப்பு மஃப்ளர் அவனது வகைமாதிரியான பஞ்சாபிச் சதுர தாடைகளையும் வலுவான முகவாயையும் எடுத்துக் காட்ட உள்வந்தான். ஆனால் அவன் கண்கள்தான் எதையும்விட அவளை ஈர்த்தன. பெரும்பாலான நேரம் கண்களைத் தாழ்த்தியே வைத்திருந்தான். ஆனால் தன் ஹேசல் நிறக் கண்களால் அவளை நோக்கியபோது, அவள் அவனிடம் செல்லவேண்டும் என்று எவ்வளவோ ஆசைகொண்டாள். அவளின் உதவியாள், அவளைவிட நான்காண்டுகள் இளையவன், திருஷ்டி அண்ணியின் உறவினன். மாயா ஒரு பெருமூச்சை அடக்கிக்கொண்டு தன் தாறுமாறான கூந்தல் முடியிலிருந்து பிரிந்தோடிய இழைகளைக் கட்டினாள்.

‘குட் மார்னிங் மாயா. ஹலோ யதீன் சார்’

பவன் அண்ணனின் கையைக் குலுக்க கீழே குனிந்தான்.

அவன் தன் பெயரைச் சொல்லும் முறையை அவள் நேசித்தாள். அவள் பெயரை மாயாஜீ என்று சொல்லாமல் மாயா என்று அழைக்க வைக்க அவளுக்கு ஒருமாத திருத்தங்களும் பயமுறுத்தல்களும் தேவைப்பட்டன. கடைசியாக, நல்லதுதான். ஆனால் அவள் ஒவ்வொரு முறை அவனுக்குக் கட்டளைகள் அளித்தபோதும், யெஸ் என்று கூறாமல் பஞ்சாபியின் அதிமதிப்புடைய ‘ஹாஞ் ஜீ’ என்பதை இன்னமும் விடவில்லை.

பவன் கொண்டுவந்த கூடையைச் சுட்டிக்காட்டி ‘அது என்ன?’ என்று அண்ணன் கேட்டார்.

‘நிகில் வளர்ப்புப் பிராணிகளுடன் சேர்ந்திருக்க வேண்டும் என்று டாக்டர் பல்லா நினைக்கிறார்.’

மாயா பவனிடமிருந்து கூடையை எடுத்துத் திறந்தாள். ‘ஆக இந்த இரண்டையும் ஒரு காப்பிடத்திலிருந்து பெற்றிருக்கிறோம்.’

அவள் ஒரு நாய்க்குட்டியை எடுத்து, அதன் கருப்புப் பட்டுப் போன்ற மென்மையான தோலை வருடினாள். அது கொட்டாவி விட்டது. ஆனால் கண்களைத் திறக்கவில்லை. அவளுக்கே அது

போன்றதொரு உயிருள்ள மென்மையான பொம்மை தேவைப் பட்டது. அதன் சிறிய கருப்புக் கால்கள் அவள் விரல்களின் அளவுதான் இருந்தன. அதன் காதுகள், வெல்வெட் துண்டுகள் போல.

'ரொம்பச் சின்னக்குட்டிங்க, இல்லையா?' அண்ணன் அவர் தேநீர்க்குவளையைக் கீழே வைத்தார். 'உறுதியாச் சொல்றியா?'

'சின்ன நாய்க்குட்டிகள்தான் உதவியா இருக்கும்னு பல்லா சொன்னார்.'

பவன் அந்த இரு நாய்க்குட்டிகளையும் எடுத்துக் கம்பளத்தின் மீது வைத்தான். ஒன்று மைக்கருப்பு, மற்றது இலேசான பழுப்பு, பளபளப்பான ஈரமான மூக்குகள், மூடிய கண்கள். அவன் கழுத்தின் பின்புறத்தைப் பிடித்து அவற்றைத் தூக்கினான். அவை மென்மையாகக் கத்தியவாறு அவன் காலை மூக்கினால் தேய்த்தன.

'எங்கிருந்து கொண்டு வந்தாய்?' அவள் பின்னாலிருந்து நிகில் கேட்டான்.

அவனைத்தான் சென்று கூப்பிட வேண்டும் என்று அவள் நினைத்திருந்தாள். அறையிலிருந்து அவன் தானாகவே வந்தது வியப்பாக இருந்தது. பாதி முடித்திருந்த பொம்மை ஏரோப்ளேனைப் பிடித்தவாறு அவளோடு நெருங்கி நின்றான். அவனுடைய தளர்வான கைச்சட்டைகளுக்கும் கீழே அவன் நீண்ட கைகள் தொங்கின. 67

'அதுங்க ஓடியாந்துச்சா?' என்றான் நிகில். 'அதுங்கம்மாவும் அதுங்களைத் திட்டுச்சா?'

ஐயோ பாவம், பாவம் நிகில். ரொம்பப் பாவம் அஞ்சலி. அந்தக் குட்டிகள் இப்போது அரைவிழிப்பில் அவனிடம் நகர்ந்தன. நிகில், கரப்பான் பூச்சியைக் கண்டதுபோல ஓரடி பின்னால் நகர்ந்தான். உடல் இறுகி, மாயாவின் ஸ்வெட்டரைப் பிடித்தான். குறுக்கே வருவதற்குத் தயாராக, அவளுக்கருகில் அண்ணன் எழுந்து நின்றார், குஸும் தன் சோஃபாவிலிருந்து. பவன் அவற்றை விரைந்து தூக்கிக் கூடையில் இட்டான். தன் மேற்சட்டையைக் கழற்றியவாறு கூட்டத்துக்குத் தயாரானான்.

'ஹலோ நிகில்' என்றார் அண்ணா. 'எப்படியிருக்கே?'

நிகில் அண்ணனைப் பார்க்கவில்லை. அவனைப் பேசுமாறு குறுக்கிட்டுச் சொல்ல நினைத்தாள் மாயா. பேசு, இல்லை என்றால் நீ என்னைப் போல் ஆகிவிடுவாய் என்று சொல்ல நினைத்தாள். எனக்கு யாரும் மெய்யான நண்பர்களே கிடையாது, உங்க

அம்மாவைத் தவிர. பவன் கூடையை நிகிலின் அறையில் வைக்குமாறு அவளிடம் சொன்னான். 'முட்டாளாக இருக்காதே, பவன்.' நிகில் தனது ஏரோப்பிளேனை வலப்புறமும் இடப்புறமும் ஆட்டினான். அதை அவன் கண்கள் பின்தொடர்ந்தன.

அண்ணனின் தோள்கள் இறுகின. அவர் நிகிலோடு பழக்கப் பட்டவர் அல்ல. மாயா அவர் தோள்மீது கைவைத்து அவர் பேசாதவாறு செய்தாள்.

பவன் நிகில் பக்கம் திரும்பி, 'உன்னைக் கண்டபடி மத்தவங்க திட்டினா என்ன செய்வே?' என்று கேட்டான்.

தன் அண்ணன் போலவே பவனின் குரலிலும் இருந்த பஞ்சாபி தொனியை மாயா நேசித்தாள். அவளின் உதவியாளன் எப்போதும் சுவாதீனத்தை இழப்பதில்லை.

'எப்பவுமே என்னை அவங்க திட்றாங்க' நிகில் தனது நாற்காலியில் தொய்வாக அமர்ந்தான். 'நீலக்கண் உள்ள தே...மவன். ஹராமி சாலா. கோரே கா பூட். இன்னும் எத்தினியோ.'

இது புதிய செய்தி. பள்ளியில் நிகில் தொல்லைக்கு ஆளானான் என்று அஞ்சலியிடம் மாயா சொல்லியாக வேண்டும்.

'திட்டக்கூடாதுன்னு நீ அவங்களுக்குச் சொல்லணும்' பவன் நிகிலை நோக்கி வந்தான்.

'உனக்கு மாதிரி எனக்குச் சதை இல்லியே.'

'நீ இஷ்டப்பட்டா சொல்ல முடியும்' பவன் நிகிலுக்குக் குறுக்காக சோஃபா மீது சாய்ந்து, சீலிங் லைட்டிலிருந்து ஒளி தன் புஜங்கள் மீது விழுமாறு நின்றான்.

மற்ற பண்புகள் ஒருபுறமிருக்க, மாயா பவனை வேலைக்கு வைத்த காரணம் அவன் கையின் திரண்ட சதைகளும் கராத்தேயும்தான். ஒரு பெரிய சைஸ் ஆள் திட்டிக்கொண்டு தன் மனைவியை அடிக்கப் போன போது அவனைப் பவன் கையாண்ட விதத்தை அவள் பார்த்திருந்தாள். பவன் ஓடிச்சென்று அவனை இறுகப் பிடித்த பிடியில் அவன் ஒருசில நொடிகளில் தொய்ந்து போனான்.

'உன்னமாதிரி பிளாக்பெல்ட் நான் வாங்க முடியுமா?'

'அதுக்கு நாளாவும். நீ கஷ்டப்பட்டு உழைக்கணும்' பவன் நிமிர்ந்தான். 'ஆனா நீ இப்பவும் யாரும் உன்னைத் தொல்லை பண்ணக் கூடாதுன்னு சொல்ல முடியும்.' பவன் கூடையைத் தூக்கிக்கொண்டு சமையலறைக்குச் சென்றான். நிகில் அவனைத் தொடர்ந்தான்.

68 ❋ உன் தோளுக்கு அடியில் நீ

சில நொடிகள் கழித்து, பவன் திரும்பிவந்தான். நிகில், சமையலறையில் ஒரு கேக் துண்டை எடுத்துக்கொண்டு உட்கார்ந்து விட்டான் என்றும், ஐரா நாய்க்குட்டிகளைக் கவனித்துக்கொள்வதற்கு பதிலாக, பவனுடன் வாரத்தில் மூன்றுமுறை ஜிம்முக்குப் போவ தாகவும் கூறினான்.

'சரியாப் பண்ணேப்பா' என்றார் அண்ணா, தனது தலையசைப்பின் மூலமாக, அவனுக்குத் தனது அபூர்வமான சிரிப்பொன்றை அளித்தவாறு. இப்போது கரடி பொம்மையாக இல்லாமல் மெல்லத் தனது நாற்காலியில் முன்நோக்கிச் சாய்ந்தார். ஒரு சாதாரண நேவி ஸ்வெட்டரையும் டிரவுசரை யும் அணிந்திருந்த போதிலும் ஒவ்வொரு அங்குலத்திலும் ஸ்பெஷல் குற்ற ஆணையராகத் தெரிந்தார். 'இந்தக் கேஸ் ரொம்ப முக்கியமானது. பிறருக்குத் தெரியக்கூடாது என்ற வழக்கமான உடன்பாடு இதற்கும் பொருந்தும்' என்று தொடங்கினார். 'இந்த வழக்கைப் பற்றி குஸூம், அஞ்சலி இருவரிடம் மட்டுமே பேசலாம்.'

குஸூம் கண்டுபிடித்த தொடர் கொலைகள் வழக்கைப் பற்றியும், பிணக்கூடத்தில் அஞ்சலிகொண்ட முடிவுகளைப் பற்றியும் அண்ணா சொல்லிக்கொண்டு வரவர மாயா குறிப்புகள் எடுத்துக்கொண்டாள். குஸூம் தன் முகத்தில் ஒரு கடுமையான குறிப்போடு அருகில் உட்கார்ந்திருந்தாள். ஆனால் அதற்குக் கீழிருந்த ஆவலை மாயாவால் உணர முடிந்தது. அண்ணனின் ஃபோன் அடித்தது. அவர்களை ஒருமுறை பார்த்துவிட்டு, அவர் அழைப்பை ஏற்கச் சென்றார். திரும்பி வந்தபோது குஸூமை வாயிலுக்கு அழைத்தார். அவர் சொன்ன எல்லாவற்றையும் மாயாவினால் அர்த்தப்படுத்த முடியவில்லை. ஆனால் சாபர்வால், ஆவணங்கள், ராட்டி ஆகிய சொற்கள் வரவேற்பறையில் மிதந்துகொண்டிருந்தன. தலையசைத்த குஸூம், தன் பொருள்களை சேகரிக்கத் தொடங்கினாள்.

'எல்லாம் சரியாயிருக்கா?' என்றாள் மாயா.

'குஸூம் போவணும்' என்று தன் நாற்காலியில் அமர்ந்தார் அண்ணா. 'ஏனெனில் ஒரு முக்கியமான விஷயத்தை அவ கண்டு பிடிக்கணும். நான் தொடருகிறேன்.'

குஸூம் போனபிறகு, அண்ணா சொன்னார். 'ஆபீஸிலே கொஞ்சம் தகவல் வந்தது. இந்த வழக்கை நீங்க முதன்மையானதா வச்சிக்கணும்' என்றார்.

'அப்படியே செய்றோம் அண்ணா'

'இதுவரைக்கும் நமக்குத் தெரிஞ்சது இதுதான்' என்று அண்ணா சுருக்கிச் சொன்னார். 'நம்ம முன்னாடி குற்றவாளிங்க பலபேர் இருக்காங்க. ஒரு கும்பல்ன்னு வச்சிக்கலாம். ஒரேமாதிரி குற்றங்களைச் செய்துட்டு உடல்களைத் தூக்கி எறிஞ்சிருக்காங்க. கூட்டுப் பாலியல் வன்முறை, கொலை, இறந்த உடல்கள்மீது அமிலம் வீசறது. குறைஞ்சபட்சம் அவங்கள்ல சில பேராவது இளைஞர்கள்: இந்த மாதிரி குற்றங்களைப் பொதுவா குடும்ப நேசமற்ற இளம் ஆண்கள் தான் செய்யறாங்கன்னு அஞ்சலி ஒத்துக்கிறாங்க. மருத்துவமனைகள்ல மட்டுமே கிடைக்கக்கூடிய ப்ரோபோஃபோல் மயக்கமருந்தை அவங்க அந்தப் பெண்களை உணர்ச்சிதெரியாத நிலைக்கு ஆளாக்கி கற்பழிக்கவும், அந்த உடல்களை கருப்பு குப்பைப் பைகள்ல போடவும் பயன்படுத்தியிருக்காங்க. உடலைப் போடறதுக்குத் தங்களுக்குப் பரிச்சயமான இடங்களைத் தேர்ந்தெடுத்திருக்கலாம், அது அவங்க வீடுகளுக்கு அல்லது வேலைசெய்யற இடத்துக்குப் பக்கத்தில உள்ளதாக இருக்கலாம்.'

'உடல்கள் கண்டுபிடிக்கப்பட்ட இடங்களின் பட்டியலோட நாம தொடங்கலாம்' என்று மாயா தில்லி நிலப்படம் ஒன்றை எடுத்தாள்.

பவனும் அண்ணனும் அதை மத்தியிலிருக்கற பெரிய மேஜைமீது விரித்தார்கள். சிவப்பு மார்க்கர் பேனாவினால், அண்ணன் புல் மிட்டாயின் இரண்டு களங்களையும் கடைசிக்களமான மடிபூர் காலனியையும் குறித்தார். பிறகு அவற்றை முக்கோணமாக இணைத்தார்.

'புல் மிட்டாய் பழைய தில்லியில் இருக்கு. மடிபூர் காலனி மேற்கில இருக்கு' என்றார் அண்ணா. 'அந்த இடங்களிலிருந்து பெண்கள் யாரும் காணாமப் போனதா நமக்கு தகவல் எதுவும் இல்ல. குஸூம் இதைச் செக் பண்ணிட்டா.'

'அப்ப, இந்தப் பொண்ணுங்க அவங்க வாழ்ந்த இடத்திலிருந்து தூரத்தில உள்ள இடங்களில போடப்பட்டிருக்காங்க?' என்றாள் மாயா. 'இல்லன்னா, அந்த இடத்தில காணாமப் போன பொண்ணும், அதே இடத்தில கிடைச்ச உடலும் ஒண்ணுதான் என்று மக்கள் புரிஞ்சுக்குவாங்க, சரிதானா?'

நல்ல நெரிசல் இருக்கும் நேரத்தில் பழைய தில்லியிலிருந்து மேற்கு தில்லிக்கு வாகனத்தில் வர குறைந்தபட்சம் ஒன்றேகால் மணி நேரம் தேவைப்படும். இரவுநேரம், காலியான சாலைகள் என்றால் நாற்பது நிமிடத்துக்குக் குறையாமல் தேவை.

‘அவங்க பெண்களைக் கடத்தினாங்கன்னா, ஏதாவது வாகனம் அவங்ககிட்ட இருந்தாகணும்.’ அஞ்சலி அவர்களுக்கு அளித்திருந்த ஆட்கள்பற்றிய குறிப்பை நோக்கினான். ‘பொது வாகனங்களில் அவங்களால கடத்த முடியாது. அப்புறம், அந்தப் பெண்களை ஏதாவது ஒரு இரகசிய இடத்துக்குக் கொண்டு போயிருக்கணும்.’

‘இந்த உடலை அடையாளம் காண முயற்சி செய்யணும்’ என்றார் அண்ணா. ‘தில்லியில எல்லா இடங்களிலிருந்தும் காணாமப்போன கேசுங்களோட இதை ஒப்பிட்டுப் பார்க்க குஸும் ஏற்பாடு பண்ணியிருக்கா. இந்தப் பொண்ணு குழந்தைகள் பெத்தவ. ஒருவேளை விபசாரியா வேலை செஞ்சிருக்கலாம்னு அஞ்சலி சொல்றாங்க. புல் மிட்டாயிலிருந்து கிடைச்ச வேற இரண்டு உடல்களை போலீஸ் எரிச்சிருப்பாங்க. ஆக இந்த ஒரு உடலை வச்சித்தான் நாம மேற்கொண்டு போவணும்.’

‘மடிபூர் காலனியிலிருந்து பவன் நாளைக்கு ஆரம்பிக்கலாம்.’

‘யாராவது காணாமப் போய், போலீசுக்குத் தகவல் தராம இருக்கலாம். அதை செக் பண்ணணும். ஆஃபீஸ்ல உதவி தேவைன்னா, அங்க உள்ள நம்ம பணியாளர்களில ஒருத்தரை நான் பயன் படுத்திக்கறேன்.’

‘என் வழக்கமான தோற்றத்தை மாத்திகிட்டு நான் அங்கே போவேன்’ என்றான் பவன்.

‘உன் தோற்றமா?’ அண்ணா பவனை நோக்கினார்.

‘அவர் தேவைப்பட்டா பலவிதத் தோற்றங்களில் மாறிக்குவார், அண்ணா.’

அவர்களின் பணியில் பெரும்பகுதி நிலச்சுவான்தார்கள், லேவாதேவி செய்பவர்கள், வேலைதேடும் ஆட்கள், காணாமல் போனவர்கள் ஆகியவர்கள் பற்றியதாக இருந்தது. ஆனால் அந்த அமைப்பு விவாகரத்து கேஸ்களுக்கான தடயங்களையும் சேகரித்தது. ஏமாற்றும் கணவன்-மனைவியர் போன்ற பேரனாய்டு ஆசாமிகளைத் தேடும் ரொம்ப தந்திரமான வேலைதான். பவன் கல்லூரியின் நாடகக் குழு ஒன்றில் இருந்தவன். தேவைப்படும்போது செயற்கைத் தலைமுடிகள் போன்ற ஒப்பனைகளைப் பயன்படுத்துவான்.

‘வேஷமா?’

பவன், தன் ஃபோனிலிருந்த தனது மாறுபட்ட படங்கள் சிலவற்றை அண்ணனிடம் காட்டி விளக்கினான். அண்ணா அவன்

வேடங்களில் ஒன்றைத் தேர்ந்தெடுத்தார். பவன் என்ன செய்ய வேண்டும், சேரிப் பகுதிகளில் தகவல் சேகரிக்க எது சிறந்த இடம் என்பதையெல்லாம் அவர்கள் விவாதித்தார்கள்.

'இந்த உடம்பை நாம சீக்கிரமா அடையாளம் கண்டுபிடிக்கலேன்னா மோசாமிங்க தப்பிச்சிருவாங்க.'

மோசாமி என்றால் மோசமான ஆசாமி. சமூகத்திற்கு எதிரான குற்றவாளிகள். தில்லி போலீஸ் குற்றவாளிகளுக்கு இந்த மாதிரி வேடிக்கையான பெயர்களை வைத்தது. முதலில் ஒன்றாகப் பணியாற்றத் தொடங்கியபோது மாயா தன் அண்ணனை இதை வைத்துக் கேலி பண்ணுவாள்

'முடிஞ்சவரைக்கும் ஒருகை பாப்போம் சார்' பவன் எழுந்தான். ஒரு வாடிக்கையாளரிடம் அவன் பணம் பெறச் செல்ல வேண்டும்.

'நிகில இன்னிக்கு நல்லா சமாளிச்சாய்' அண்ணா பவனின் கையைக் குலுக்கினார். 'ஆனா அவன் கராத்தே கத்துக்கறது நல்ல ஐடியாவா?'

கராத்தே கற்றுக்கொள்வது நிகிலைக் கையாளுவதை மேலும் கடினமாக்கிவிடும் என்று மாயா நினைத்தாலும் வெளியில் சொல்ல வில்லை. நிகில் பருவம் எய்தும் வேளையில் கோபத்திற்கு ஆளாகிறான். அதற்கு அவன் ஹார்மோன்கள்தான் காரணம், அவனால் மக்களுடன் தொடர்புகொள்ள முடியவில்லை என்றார் டாக்டர் பல்லா.

'அது அவன் சக்தியை நெறிப்படுத்த உதவும் சார்.'

பவன் விடைபெற்றான். மாயா தன் குறிப்புகளைச் சேகரிக்கத் தொடங்கினாள்.

'நிகிலை நினைத்தால் நெருடலாக இருக்கிறது' என்றார் அண்ணா.

'நம் வருணைப் பத்தி என்ன நினைக்கறீங்க? அவன் நல்லபடியா இருக்கானா?'

'க்யா மதலப்?' (என்ன அர்த்தம்?) அண்ணனின் குரல் சவாலாக உயர்ந்தது. 'வருணுக்கு என்ன?'

எரிச்சலடையும் போதெல்லாம் அண்ணா இந்திக்கு மாறிவிடுவார்.

'உங்க பையன் பாக்கெட்மனி வாங்கறவன் மாதிரி இல்லை, சம்பளம் வாங்கறவன் மாதிரி செலவு பண்றான். தயாள் சிசோதியாவின் மகனோடு திரிந்துவிட்டு ராத்திரியில ரொம்ப நேரம் கழிச்சு வரான். நிகிலைத் தப்பா நடத்தறான்.'

வழக்கம்போல, அண்ணா அவளை முடிக்க விடவில்லை. வருண், தவறு செய்ய மாட்டான்.

'அவன் சின்னப்பையன்தானே.' அண்ணா தன் ஃபோனை எடுத்துக்கொண்டார். 'இதிலிருந்தெல்லாம் வெளிய வந்துடுவான். பண்ட்டி சிசோதியாவும் நல்ல குடும்பத்தைச் சேர்ந்தவன்தான்.'

'அதனால அவன் நல்ல பையன் ஆயிடுவானா? அவன் அப்பா அஞ்சலியிடம் எப்படி நடந்துகிட்டார்னு தெரியாதா?'

கல்லூரி நாள்களிலிருந்து தயாள் சிசோதியா அண்ணாவின் நண்பர். ஒரு பார்ட்டியில் அஞ்சலியைத் தடவ ஆரம்பித்தார். அவள் அவரை அறைந்துவிட்டாள். அண்ணா அஞ்சலியிடம் மன்னிப்புக் கேட்டார். தயாளைத் தன் வீட்டுக்கு அழைப்பதை நிறுத்திவிட்டார். ஆனால் அவர்களின் முட்டாள்தனமான வார இறுதி கோல்ஃப் விளையாட்டுச் சந்திப்பை நிறுத்தவில்லை, சைனிக் பண்ணையிலிருந்த அப்பாவின் மாந்தோப்பிலிருந்து மாம்பழங்களை ஒவ்வொரு ஆண்டும் அனுப்புவதை நிறுத்தவில்லை, ஒவ்வொரு தீபாவளிக்கும் பரிசுகள் மாற்றிக்கொள்வதை நிறுத்தவில்லை. தயாள் ஒரு ராஜ பரம்பரையில் வந்த ஆள். இப்போதோ இந்திய உள்துறை அமைச்சரின் முக்கியக் கையாள்.

'அவன் (பண்ட்டி) அம்மா சமீபத்தில் இறந்துவிடடாள். இப்படி நடந்துகொள்வது அவனுக்கு சகஜம்தான். இந்தச் சமயத்தில் வருண் அவனுக்கு உதவி செய்ய முடிகிறதே என்று எனக்கு மகிழ்ச்சிதான்.'

மன அழுத்தத்தில் இருக்கும் நண்பனுக்கு உதவி செய்வது நல்லதுதான்.

ஆனால், பண்ட்டி கல்லூரியில் படிப்பவன், மூத்தவன். ஒரு பெண்ணைத் துன்புறுத்தியதற்காக ஒரு நாளிரவு முழுவதும் ஜெயிலில் கழித்தவன். அவன் சகவாசம் வருணுக்கு நல்லதில்லை என்பது ஏன் இவருக்குப் புரியவில்லை? அண்ணா அவளிடமிருந்து திரும்பி ஃபோனை வேகமாகத் தடவினார். ஏதோ திரையிலிருந்த பழைய உரையாடலை அழுத்தி நீக்குபவர் போல.

அண்ணாவின் ஃபோன் அடித்தது. 'யெஸ்' அதற்கு பதிலளிக்கச் சென்றார். 'ஓகே, ஃபைன்.'

கோபமாக இருக்கும் போதெல்லாம், திருஷ்டி அண்ணியிடம் இப்படித்தான் பேசுவார். இரண்டுபேரும் ஓயாமல் சண்டை போடுவார்கள். அவர்கள் இருவருக்கும் பொதுவாக உள்ள நல்ல

உன் தோளுக்கு அடியில் நீ ✷ 73

விஷயம் என்று ஒன்றிருந்தால் அது குடும்பம்தான். மாயாவால் திருமணம் செய்துகொள்ள முடியவில்லை. தன் உடலில் இருந்த புள்ளிகளை அவள் மனரீதியாக ஏற்றுக்கொண்ட பிறகு அவள் இந்த முடிவை ஏற்றுக்கொண்டாள். ஆனால் அண்ணனின் குடும்பம் எப்படியும் சீராக இருக்க வேண்டும். அவளுக்கும் இருக்கும் ஒரே குடும்பம் அதுதானே.

அவள் சிந்தனைக்குக் குறுக்கே ஒரு கீச்சிடும் கூக்குரல் புகுந்தது. ஒவ்வொரு நொடியும் அது அதிகமாகியது. ஆபத்தில் மாட்டிக் கொண்ட ஒரு நாய்க்குட்டியின் கதறல். மற்றொரு குரலும் அதனுடன் சேர்ந்தது. இந்தக் குரல் நிகிலினுடையது. கூச்சலிட்டுக்கொண்டிருந்தான். அவள் அவன் அறையை நோக்கி ஓடினாள். யதீன் அவளைப் பின்தொடர்ந்தார்.

74 ✳ உன் தோளுக்கு அடியில் நீ

9

யதீன் இந்த முறை சரியாக இருக்கவேண்டும் என்று விரும்பவில்லை. மாயாவும் பவனும் நிகிலுக்கு நாய்க்குட்டிகளை அறிமுகப்படுத்தியதை நோக்கிக்கொண்டிருந்தவர், அவர்களைத் தடுத்து நிறுத்தவே நினைத்தார்.

இப்போது, நிகில் துடித்துக்கொண்டிருந்த கருப்பு நாய்க்குட்டியைக் கழுத்தில் பிடித்துக்கொண்டிருந்தான். அடுத்த கையால், 'போ, போ, போ' என்று சொல்லிக்கொண்டு, அதன் தாளத்துக்கேற்ப மெத்தையை அடித்தான். படுக்கையில் இங்குமங்குமாக ஆடியவாறு உட்கார்ந்திருந்தான். மாயா அவனிடம் ஓடினாள். யதீன் அவளுக்குப் பின்னால்.

'நிகில், என்ன ஆச்சு?'

'போ, போ, போ!' விம்மினான் நிகில்.

யதீன் நுழைந்து, நிகிலின் கையைப் பிடித்து நாய்க்குட்டியை விடச் செய்ய வேண்டும் என்று விரும்பினார். ஆனால் தன் சிறிய கரத்தை அவரது முன்னங்கைமீது வைத்து மாயா அவரைத் தடுத்தாள். அவள் பார்வை நிகில் மீது குவிந்திருந்தது. அவன் பின்னடைந்தான். அஞ்சலியைத் தவிர, நிகிலை மிகநன்றாகக் கையாள மாயாவுக்குத்தான் தெரியும்.

'பரவாயில்லை நிகில், அதை விட்டுடு' படுக்கையிலிருந்து சில அடி தூரத்தில் மாயா நின்றுவிட்டாள்.

'இதை எடுத்துக்கிட்டு போ!' நிகில் தளர்ந்துகொண்டிருக்கும் கருப்பு உடலை ஆட்டினான். 'அது என் ஏரோபிளேனை எடுத்துக்கிச்சு.'

மாயா படுக்கைக்கு அருகில் சென்று மீண்டும் சொன்னதையே சொன்னாள். 'அதை விட்டுடு நிகில். சரியாயிடும். நிச்சயமா.' அந்த மிகச் சிறிய கருப்பு உடல் செயலிழந்து தொங்கியது. நிகில் அதை மிகவிரைவில் விடாவிட்டால் அது தேறாது.

'கிட்ட போகாதீங்க. ஜன்னல் திரைகளை இழுத்துவிடுங்க. அஞ்சலியைக் கூப்பிடுங்க' மாயா யதீனிடம் கிசுகிசுத்தாள். ஐராவைப்

பார்த்து, 'எனக்கு மிருதுவா ஒரு துணிப்பை கொண்டுவா' என்றாள்.

ஐரா நிகிலின் அழுத்துப் பந்தையும் போர்வையையும் மாயாவிடம் கொடுத்தாள். பிறகு வெளியே ஓடினாள்.

யதீன் ஃபோனில் டயல் செய்துகொண்டே ஜன்னல் திரைகளை இழுத்துவிட்டார். அஞ்சலி இரண்டாம் டயலுக்கு ஃபோனை எடுத்தாள். அவர் முகமன் பற்றியெல்லாம் கவனம் செலுத்தவில்லை. விவரத்தை மட்டும் சொன்னார். 'வீட்டுக்கு வா உடனே, வேகமா.'

யதீன் இருட்டான அறைக்குத் திரும்பினார். மெதுவாகப் படுக்கைக்கு அருகில் சென்ற மாயாவுக்குப் பின்னால் நின்றார். நிகில் பிடியை விட்டுவிட்டால் அதன் குட்டி உடலைப் பிடித்துக்கொள்ளத் தயாராக. அறையில் மூத்திர நாற்றம் வீசியது. நாய்க்குட்டி போயிருக்க வேண்டும்.

'என் ஏரோபிளேன்' நிகிலின் குரல் உரத்த அழுகையாக வந்தது. அவன் அந்த இரு சொற்களை மட்டுமே தலையைக் குனிந்தவாறு, நாய்க்குட்டியைக் கையில் அழுத்திக்கொண்டு மறுபடி மறுபடி சொன்னான். மாயா ஐரா கொண்டுவந்த பையை நாய்க்குட்டியின் கீழே திறந்து பிடித்தவாறு, 'இதோ பார், அதை இதில் போட்டுவிடு. உன் போர்வையை எடுத்துக்கோ. வா, நிகில்' என்றாள்.

யதீன் தன் தங்கை பையனைச் சமாதானம் செய்து கெஞ்சட்டும் என்று விட்டுவிட்டார். அஞ்சலி தன் பையனால் மிகவும் கஷ்டப் பட்டாள். கணவனை இழந்தாள், வீட்டை இழந்தாள், இன்றுவரை அந்தப் பையன்தான் அவள் நினைவில், அவள் முதன்மைகளில் எப்போதும் உறைகிறான். அவன் இயல்பான பையனாக இருந்தால், அவள் தொடர்ந்து தொல்லைக்கு மேல் தொல்லையாக வாழ்ந்து கொண்டிருக்க மாட்டாள். அஞ்சலி அவரிடம் அடிக்கடி சொல்லும் 'இது நிகிலின் தப்பில்லை' என்பதைத் திரும்பச் சொல்லிக் கொண்டார். ஆனால் அதனால் பயனில்லை. 'சரியாச் செஞ்சிட்ட நிகில், பார். ஐரா அதை தூரமாக் கொண்டுபோயிட்டா. இப்ப அது உன்னைத் தொல்லை பண்ணாது. மூச்சுவிடு' என்றாள் மாயா.

ஐரா பையைக் கொண்டு போனாள். நிகில் தன் கைகளை வீசியவாறு இருந்தான். மாயா அவனிடம் போர்வையைக் கொடுக்க முயன்றாள். யதீனுக்குத் தான் குருட்டுத்தனமான அடிகளையும் உதைகளையும் வீசியவாறு தன் நினைவில் இல்லாததுபோல் இருந்தது.

படியிலிருந்து இறங்க யதீன் முற்பட்டபோது, அவருக்கு ஒரு கார் வந்து கிறீச்சிட்டு நிற்கும் சத்தம் கேட்டது. தொடர்ந்து விரைந்த

காலடிகள் வரவேற்பறையில். அஞ்சலிதான்.

அவளைச் சந்திக்க வெளியே சென்றார். 'மாயா அவனுடன் இருக்கிறாள். தேவையானால் உதவி செய்கிறேன்.'

முகம் வெளுத்திருந்த அஞ்சலி அவரைக் கடந்துசென்றாள். அவளைப் பின்தொடர்ந்து அவரும் நிகிலின் அறைக்குள் சென்றார். அப்போது அந்தப் பையன் மாயாமீது காட்டுத்தனமாகப் பாய்ந்தான்.

'டாக்டர் பல்லாவைக் கூப்பிடுறேன்' என்றார் அஞ்சலியிடம். ஆனால் அவள் அவர் கையைப் பிடித்தவாறிருந்தாள். 'சில நிமிஷம் பொறுங்கள். தவிர்க்கமுடியும் என்றால் மருந்து எதையும் பயன்படுத்த வேண்டாம்.'

மாயா திரும்பினாள். ஓர் ஆறுதல் அவள் முகத்தில் படர்ந்தது. நிகிலை அஞ்சலி அணுக வழிவிட்டாள். நிகிலின் குத்து ஒன்று அஞ்சலியின் கைமேல் பாய்ந்தது. ஆனால் அவள் முகம் சுளிக்கவில்லை.

'பரவாயில்ல, வா, வா' என்று கீழ் தொனியில் சொன்னாள். 'எல்லாம் சரியாயிடுச்சு. இதோ, இதோ..நீ நல்லாயிட்ட பாரு.'

படுக்கைமீது நிகில் இறைத்திருந்த தலையணைகளை அஞ்சலி ஒழுங்கு செய்தாள். நிகிலின் சிறிய நீலப் போர்வையை அவன் தோள்மீது போர்த்திவிட்டாள். மெல்லிய சத்தங்களும் கிசுகிசுப்பு களுமாக ஆறுதல் தரும் சத்தங்களை உண்டாக்கியவாறு அவனிடம் ஒரு தலையணையைக் கொடுத்தாள். நிகில் ஏதோ முனகினான். யதீனால் அந்தச் சொற்களைப் புரிந்துகொள்ள முடியவில்லை. அவர் மாயாவைத் தேடி வெளியில் ஓடினார். சமையலறையில் அவளும் ஐராவும் அதை உயிர்ப்பிக்கும் முயற்சியில் நாய்க்குட்டிமீது குனிந்திருந்தார்கள். அவர் அதைச் சோதித்துவிட்டு தான் இதுவரை பயந்த விஷயத்தைச் சொன்னார். அந்த நாய்க்குட்டி இறந்துவிட்டது. புழக்கடையில் காட்டுத்தீ மரத்தின் அடியில் ஈர மண்ணில் மண் வெட்டியால் தோண்டினார். மாயா அமைதியாகக் காட்சியளித்தாள் என்றாலும், அவளது வேகமான வெளிப்பாட்டினாலும், அவள் உதடுகள் துடித்த வகையாலும் அவள் இந்தக் குட்டியின் மரணத் தினால் வெகுவாகப் பாதிக்கப்பட்டுவிட்டாள் என்பதை உணர்ந்து கொண்டார்.

மாயாவின் கண்கள் குளமாகியிருந்தன. 'எல்லாம் என்னால்தான்.' 'குடியா, இது ஒரு விபத்துதான்.' அவர் இந்தச் சொற்களைச் சொல்லும் போதே, அவற்றுடன் தானே முரண்படுவதாக உணர்ந்தார். நிகில் அந்தக் குட்டியை இறுக்கிக் கொன்றுவிட்டான். அது ஒரு விபத்தாகவும்

இருக்கலாம், இல்லாமலும் இருக்கலாம். அவன் ஏற்கெனவே மாயாவைவிட ஒரு பிடி உயரமாகவே இருந்தான். அஞ்சலியின் முன்னங்கையில் விழுந்த அவன் குத்து நன்றாகவே வலித்திருக்க வேண்டும். நிகில் பலத்துடன் வளரும் போது அவன் ஒரு சவாலாகவே இருப்பான். அடுத்த முறை அஞ்சலியைச் சந்திக்கும்போது இந்த விஷயத்தை அவளுடன் பேச வேண்டும் என்று அவர் தீர்மானித்துக் கொண்டார்.

10

அஞ்சலிக்கு விடுமுறை நாள்களில் ஹிரிதயோகிற்குப் போவது பிடிக்கும். இன்று திங்களாக இருந்தாலும் மஹாவீர் ஜெயந்தி. விடுமுறைதான். அதனால் அவளுக்குச் சிறப்பான நாளாகத் தோன்றியது.

பள்ளிசெல் வயது எய்தாக் குழந்தைகள் மாடியில் ஒருவரை ஒருவர் துரத்தி 'டாக்' விளையாடினார்கள். குளிர்ந்த மாலைநேர இளங்காற்றில் அவர்கள் சிரிப்புகளும் கூச்சல்களும் எழுந்தன. தெருவின் குறுக்காக இருந்த சிறப்புப் பிரிவிலிருந்து பாட்டுகள் மிதந்துவந்தன. அடுத்த இரு மணி நேரங்களுக்கு நிகில் அங்கு மகிழ்ச்சியாகவும் பாதுகாப்பாகவும் இருப்பான் என்பதால் அவள் நிம்மதி மூச்சு விட்டாள். நேற்றைய நாய்க்குட்டிச் சம்பவத்திற்குப் பிறகு அவளால் ரிஸ்க் எடுக்க முடியாது.

இன்று ஆலோசனை வகுப்புகள் ஏற்பாடு செய்யப்படவில்லை. மாறாக, அவள் மாணவர்கள், விதவித வண்ணங்களில் சேலைகள் அணிந்த இருபது பெண்மணிகள், குளிர்காலச் சூரியஒளியில் நனைந்தவாறு மாடியில் பரப்பப்பட்டிருந்த பாய்களில் உட்கார்ந் திருந்தார்கள். அவர்கள் முகங்கள் பயிற்சி நகல்கள் மீதும் அரிச் சுவடிப் புத்தகங்கள்மீதும் கவிந்திருந்தன. இந்தப் பயிற்சியைத் தனது சொந்த மருத்துவ அகத்தில் செய்தால் நன்றாக இருக்கும் என்று எண்ணினாள். பிகாஜி காமாவில் இருக்கும் அவளது வாடிக்கையாளர் வெளிப்புற சிகிச்சைப் பிரிவுகளால் பயன்பெறக்கூடும்.

மாடியில் மரச்சாமான்கள் எதுவும் கிடையாது. வெறும் பாய்கள் தான். ஆனால் அவள் எதிரில் பின்னடைந்து கலைந்த தாய்மார்களால் அவை இன்றிச் சிறப்பாகப் பயிற்சி செய்ய முடியவில்லை. அவர்கள் இருந்த இடம் சஞ்சய் காலனி. அதன் பெயரைப் பார்த்தால், தண்ணீர் வசதி, கழிவுநீர் அகற்றுவசதி, மின்சாரம் என எல்லாம் முறையாக அமைந்த சிறந்த நகர்ப்புறப்பகுதி என்று தோன்றும், ஓக்லா தொழிற் சாலைக்கு அருகிலிருந்த குப்பைகள் நிறைந்த சேரிப் பகுதி என்று தோன்றாது.

உன் தோளுக்கு அடியில் நீ ❋ 79

பெண்களில் ஒருத்தி பாடத்தை உரக்கப் படிக்க, பிறர் அதை அப்படியே திருப்பிச் சொன்னார்கள். மேற்கூரைப் பகுதியில் துடிப்பான கருநீலச் சுவர்களில் மலர்ந்த பூக்கள் இருந்தன. சற்றே வயதான சிறார்களுக்குப் படம் வரையக் கற்றுக் கொடுக்கும் வகுப்புகளுக்காக வரையப்பட்டவை. அந்த வகுப்புகள் இவர்கள் இருந்த இடத்திலிருந்து அதிகத் தொலைவில் இல்லை. அங்கே ஓரிடத்தில் மேஜையைப் போட்டுக்கொண்டு அமர்ந்திருந்த திரு. லாஹிரியால் அவை நடத்தப்பட்டன. அவர் கனத்த சரீரம் கொண்ட ஒரு வழுக்கைத்தலை மனிதர். சண்டையில் களைத்து வந்த ஓர் ஓய்வுபெற்ற வழக்கறிஞர் போலத் தோன்றினார். அவருடைய கன்னத்தில் சதைகள் தொங்கினாலும் அவருடைய தாடையின் பலத்தால் அவ்வளவாகத் தென்படவில்லை.

அவர்தான் ஹிரிதயோக் நிறுவனர். பத்தாண்டுகளாக நடத்தி வந்தார். அந்த இடம் பெண்கள் பலருக்கும் சிறார்களுக்கும் படிப்பில் உதவி வந்தது. கல்வி இருந்திருந்தால், பிணக்கூடத்தில் காணப்பட்ட அந்தப் பெண்மணி, தான் இருந்த அந்தத் தெருக்களிலிருந்து விலகி நல்லதொரு வாழ்க்கையை வாழ்ந்திருக்க இயலும்.

அஞ்சலியின் மனம் அந்தப் பெண்ணையும் நாய்க்குட்டியையும் சுற்றிச் சுற்றி வந்தது. டாக்டர் பல்லா சொன்னதைக் கேட்காமல் அவள் நேற்று வீட்டிலேயே தங்கியிருக்க வேண்டும். நிகில் பள்ளியில் தொல்லைக்கு ஆளானான் என்பதை அறிந்தவள் தன் சொந்த உள்ளுணர்வைப் பின்பற்றியிருக்க வேண்டும். ஆட்டிசம் பாதித்த சிறார்களுக்கு இந்தியாவில் போதிய உள்கட்டுமான வசதிகள் கொண்ட பள்ளிகள் கிடையாது. இதைத் தெரிந்திருந்தும், அவள் அமெரிக்காவிலிருந்து தப்பிக்க விரும்பிப் பல ஆண்டுகளுக்கு முன் இந்தியாவுக்கு ஓடிவந்தாள். நேட்டின் புறக்கணிப்பு, இடைஞ் சல்களுக்கு ஆட்பட்ட, முதிர்ச்சியற்ற அவளது தொழில், அம்மாவின் இடைவிடாத நச்சரிப்பு. பலவீனமும், அப்பாவித்தனமும் நிறைந்த தனது நிலை—அவள் தொலைவில் செல்வதுதான் பிரச்சினை களிலிருந்து தப்பிக்க வழி என்று தவறாக நினைத்துவிட்டாள்.

இதைப் பற்றி இப்போது நினைப்பதில் பயனில்லை. புது தில்லியில் நிறைய அம்மா-மார்கள் நிகிலை ஒத்த பிள்ளைகளை வளர்த்தார்கள். நிகிலின் பள்ளி இந்தியாவிலேயே மிகச் சிறந்த ஆசிரியர்கள் சிலரைக் கொண்டிருப்பதாகப் பெருமையடித்துக் கொண்டது. சிறந்த உள்ளடக்குக் கல்விக் கொள்கையை வைத்திருந்தது.

அஞ்சலி இனி தன்னைத்தான் நம்ப வேண்டும். ஏன், நேற்று அவனைச் சமாளித்துத் தூங்கவைக்கவில்லையா? இந்த மாடியில் அவளுக்கு எதிராக டியூஷன் வகுப்புகளின் குழந்தைகள் சூரியனின் கீழ் வளைந்து பிற்பகல் நேரத் தூக்கத்தில் ஈடுபட்டிருக்கிறார் களே, அதைப் போல.

அவள் வகுப்புக்கு இடைவேளை விட்டாள். வாட்டமுற்றது போன்ற முகங்களைக் கொண்டிருந்த அந்தப் பெண்கள் தளர்ச்சியும் மகிழ்ச்சியும் உற்றனர். முகங்களைப் பாதி முந்தானையில் மறைத் திருந்த அந்தப் பெண்கள், தங்களுக் குள் ஜோக்குகள் அடித்துச் சிரித்தனர். சொத்து என்று ஒன்றில்லாத அந்தப் பெண்கள், அப்படிப் பட்டவர்களும் கொண்ட அந்தச் சிரிப்பு, அவளுக்குள் ஒரு இலேசான தன்மையையும், பருக்கள்-மறுக்கள் முதலிய எல்லாவற்றுடனும் வாழ்க்கையைத் தழுவிக் கொள்ளும் மனப்பாங்கையும் அவளுக்கு அளித்தது. இந்தப் பெண்கள் தங்கள் இடைவேளையைக் கழிக்கும் நேரத்தில் அவள் திரு. லாஹிரியைப் பார்த்துப் பேச வேண்டும். கையில் இரண்டு டீ கப்புகளுடன் அவள் அவரை நோக்கிச் சென்றாள்.

அஞ்சலியின் உறவு இளைஞரான லாஹிரி, ஆறாண்டுகள் ஒன்றாகப் பணிபுரிந்த பிறகும், அவளை அஞ்சலிஜீ என்றே அழைத்துவந்தார். அவள் எதிர்ப்புத் தெரிவித்தாள், ஆனால் அவர் உறுதியாக நின்றார். அவர் இதுவரை திருமணம் செய்துகொள்ளவில்லை என்பதும், ஒரு பணக்காரக் குடும்பத்திலிருந்து வந்தவர் என்பதும், அவர் குடும்பத்தோடு இப்போது அவருக்குத் தொடர்பில்லை, ஒரு பார்மசி படிப்புக் கல்லூரியில் பணிபுரிந்து வந்தார் என்பதும் அவ்வளவுதான் அஞ்சலிக்குத் தெரியும். அவர் ஒருபோதும் நண்பர்கள் என்றோ, உறவினர்கள் என்றோ எவரையும் குறிப்பிட்டதில்லை. அவள் எதிரில் ஃபோனில் பேச மாட்டார். தனியாகவே உணவை அருந்துவார்.

அஞ்சலி தன் பகுதியைச் சொல்லி முடித்ததும், திரு. லாஹிரி விடைத்தாள்களை ஒருபுறம் நகர்த்தினார். 'இது நிச்சயமாக உங்களுக்குத் தெரியுமா?' என்று கேட்டவாறு தன் குட்டையான கைகளை மேஜைமீது வைத்து அழுத்தினார். அஞ்சலி தலையசைத்தாள். அந்தக் கதையை அவளுக்குச் சொன்னவள், அவளுடைய புத்திசாலியான மாணவியான உஷா என்பவள். அவள் புன்சிரிப்புள்ள வட்ட முகமுள்ள ஒரு பெண்மணி. ஆனால் கடந்த சில நாள்களாகக் கவலை யுற்றதுபோலக் காணப்பட்டாள். அவள் ஒரு சிறுகுழந்தைக்குத் தாய். இந்தப் பெண்ணின் தோழி சுஜினி. அவளும் அவளது வளர்ந்த மகன்

உன் தோளுக்கு அடியில் நீ ❖ 81

ராம்சரணும் சென்றவாரம் முதல் காணவில்லை.

சுஜினியின் சிறிய மகன், நடக்கும் பருவக் குழந்தை. இப்போது அவன் இந்தப் பெண்ணுடன் இருந்தான். சுஜினியின் நடுக்குழந்தைகள் இருவரையும் போலீஸ் கொண்டுபோய்விட்டது. யாருக்கும் ஏன் என்று தெரியவில்லை. அஞ்சலி இந்த மாதிரி கேஸ்களில் உதவினாள். யதீன் காரணமாக, அவளுக்குப் போலீஸுடன் தொடர்புகொள்ள முடிந்தது.

'அவர்கள் உங்களிடம் பேசச் சொன்னார்கள்.'

அஞ்சலி மூலமாக அன்றி அவர்களில் ஒரு பெண்ணும் லாஹிரியை அணுகியதில்லை.

'ஒருவேளை சுஜினி ஓடிப்போயிருப்பாளா?' என்றார் திரு. லாஹிரி. 'அவள் பையனும் காணாமல் போயிருக்கிறான். நீங்கள் அவனைச் சந்தித்திருக்கிறீர்கள், ராம்சரணை ஞாபகம் இல்லையா? பள்ளிக்குப் பிந்திய வகுப்புகளில் அவன் கொஞ்சகாலம் சேர்ந்திருந்தான், பிறகு நின்றுவிட்டான்.'

மலர்ந்த முகமுடைய, நன்கு வளர்ந்த, ஒரு டீனேஜ் பையனாக ராம் சரண் ஹிரிதயோகில் சேர்ந்தான். அந்த மெலிந்த கரும்பலகையைத் தூக்கவோ, தரையில் பாய்களைப் பரப்பவோ தயாராக இருப்பான். சில மாதங்களில் அவன் எடை மிகவும் குறைந்துவந்தது. சிடுசிடுப்பாகவும் அதிகம் பேசாதவனாகவும் மாறினான். பிறகு முற்றிலுமாக வார இறுதி வகுப்புகளுக்கு வராமல் நின்றுவிட்டான். சுஜினியின் தோழி சொன்னதின்படி, அவன் போதை மருந்துகள் உண்ணத் தொடங்கிவிட்டான்.

'நிறையப்பேர் ஒவ்வோர் ஆண்டும் இப்படித்தான் வருகிறார்கள். பிறகு இஷ்டப்படி போகவும் வரவும் செய்கிறார்கள்' என்றார் லாஹிரி.

சுஜினியைக் கண்டுபிடிக்கும் வரை, அவள் குழந்தைகளை ஹிரிதயோகில் வைத்து ஆதரிக்கலாம் என்று அஞ்சலி நினைத்தாள். ஆனால் திரு. லாஹிரி அதில் அவ்வளவு ஆர்வமாக இல்லை. பெரும்பாலும் ஹிரிதயோகிற்கு வந்த பெண்கள்மீது அவருக்கு அனுதாபம் இருந்தது. ஆனால் இன்று அவர் முகம் இறுகிக் காணப்பட்டது.

அஞ்சலி, திரு. லாஹிரியை சஃப்தர்ஜங் மருத்துவமனையில் பல ஆண்டுகளுக்கு முன்னால் சந்தித்தாள். அவர் அப்போது சில

குழந்தைகளை சிகிச்சைக்குக் கொண்டுவந்திருந்தார். அவள் அவருடைய அமைதியான தன்மையை விரும்பினாள். அவளுடைய ஆலோசனையும் போதனையும் அவருக்கும் பிற ஆசிரியர்களுக்கும் உதவியாக இருக்கும் என்பதைப் புரிந்துகொண்டாள். 'நாம் என்ன செய்ய முடியும் என்று பார்க்கலாம்.' லாஹிரி பின்னோக்கிச் சாய்ந்தபோது நாற்காலி கிறீச்சிட்டது. 'ஆனால் உறுதிசொல்ல முடியாது.'

அஞ்சலி எழுந்து நின்றாள். தன் குழந்தைகளை இதுவரை காப்பாற்றிய ஒரு பெண், திடீரென்று அவர்களைக் கைவிட்டு ஓடமாட்டாள். ஆனால் சுஜினி ஆண்களுடன் தொடர்பு வைத்து சந்துகளில் செல்வதாக அவள் தோழி கூறினாள். அந்தப் பெண்ணின் நிலையில், தான் இருந்தால் என்ன செய்வோம் என்று அஞ்சலி கற்பனை செய்ய முயன்றாள்: கணவன் இல்லை, கல்வி இல்லை, ஆனால் நான்கு குழந்தைகளைக் காப்பாற்ற வேண்டும். உடலை விற்பது மட்டுமே சுஜினியின் ஒரே வாய்ப்பாக இருக்கலாம். திரு. லாஹிரிக்குப் புரியாது. ஹிரிதயோகில் இரக்கத்திற்கு அவ்வளவு தான் வாய்ப்பு.

***

அடுத்தநாள் மாலை, அஞ்சலி மோதி மில் மேம்பாலத்தின் கீழ் நின்றாள். அவள் இருபுறமும், இரு சக்கர வாகனங்கள், பச்சை-மஞ்சள் ஆட்டோ ரிக்ஷாக்கள், ஊர்ந்துபோகும் பஸ்கள், எல்லா வகையான அளவுகளிலும் உள்ள கார்கள்- வாகனங்கள் வேகமாகச் சென்றன.

'நிச்சயமாகச் சொல்ல முடியுமா, இதுதானா அது?' வாகனப் புகை அவள் தொண்டையை அடைத்தது. டாக்சிகளின், ஸ்கூட்டர்களின் ஆரன் சத்தத்தின் இடையில் குஸுமின் பதில் அவளுக்குக் கேட்க வில்லை. அவ்வப்போது இடம் மாற்றக்கூடிய குடிசைகளின் அசைவை மேம்பாலத்தின் நிழல் உள்ளடக்கியிருந்தது. அவள் அணிந்திருந்த பழைய ஆட்டுத்தோல் மேலுடையையும் தாண்டிக் குளிர்காற்றின் தாக்குதல் கிள்ளியது. தன் கேள்வியை அவள் மறுபடி வீசினாள்.

'ஆம்' என்ற குஸும் முன்னால் நடந்தாள். காக்கி ஸ்வெட்டரும் சீருடையும் அணிந்திருந்த அவள் குள்ள உருவம் மிடுக்காக இருந்தது. அஞ்சலி அவளைத் தொடர்ந்தாள். கிழிந்த செய்தித்தாள்கள், வண்ண வண்ண பிளாஸ்டிக் பாக்கெட்டுகள், காலி தண்ணீர் பாட்டில்கள், பழத்தோல்களின் அழுகும் துண்டுகள், கசங்கிய அலுமினிய உறைகள் போன்றவை நிரம்பிய குப்பைக் குவியல்களின் மத்தியில் அவர்கள்

நடந்தார்கள். பழவண்டிக்காரர்களும் டீ விற்பவர்களும் பாதையின் எதிர்ப்புறத்தில் வரிசைகட்டி நின்றார்கள். ஸ்வெட்டர்களிலும் மஃப்ளர்களிலும் காணப்பட்ட வாடிக்கையாளர்கள் பேரம்பேசி வியாபாரம் செய்தவாறும், ஆவிபறக்கும் டீ கப்புகளை உறிஞ்சிய வாறும் இருந்தார்கள். காணாமல்போன சுஜினியின் குழந்தைகளை அஞ்சலி சந்திக்க இருந்தாள். குஸூம் அவர்கள் போலீஸ் பாதுகாப்பில் இருப்பதைச் சென்ற இரவு கண்டுபிடித்திருந்தாள். அவர்களைக் காண அஞ்சலியை அழைத்துச் செல்வதாகவும் கூறினாள். சில தகவல்முனைகளைத் தரும் முறையில் அவர்களிடம் பேசினால், போலீஸ் அவர்களின் தாயை மிக வேகமாகக் கண்டுபிடிக்கக் கூடும்.

'எந்தத் தொல்லையும் வராது என்று உங்களால் உறுதிப்படுத்த முடியுமா, அஞ்சலிஜீ?' என்று லாஹிரி கூறியிருந்தார். இந்தக் குழந்தைகளை ஏற்க அவருக்கு மனமில்லை. ஆனால் நேராக அப்படிச் சொல்ல முடியவில்லை.

இந்த மேம்பாலத்தை ஹிரிதயோகிலிருந்து ஒரு சில நூறு மீட்டர்களுக்கும் குறைவான சேரிப் பகுதிச் சாலைகள் பிரித்தன. சேரிக்கு அருகிலிருந்த வாராவதிப்பக்கம் சிறுவர்கள் கூட்டமொன்று சஞ்சரித்துக்கொண்டிருந்தது. ஏற்கெனவே பகிர்ந்த ஜோக்குகளுக்குச் சிரித்துக்கொண்டும், போலியான சண்டைகள் போட்டுக்கொண்டும். அவர்களுக்குப் பின்னால், ஒரு குடிசையின் நீல தார்ப்பாய்ச் சுவரிலிருந்த ஒரு துளையின் வழியாக ஒரு குழந்தை எட்டிப் பார்த்தது. கருத்த முகத்தில் பெரிய கண்கள். தார்ப்பாய், மரம், மூங்கில், பழைய அச்சடித்த அட்டைகள், சில மாறுபட்ட செங்கற்கள் அல்லது கற்கள் கொண்டு அமைக்கப்பட்டிருந்த தாறுமாறான வீட்டு அமைப்புகள் முன் அஞ்சலியும் குஸூமும் வந்து நின்றார்கள். இந்த நிலைகுலைந்த அமைப்புகள், சஞ்சய் காலனியின் உட்புறத்திலிருந்த பிற செங்கற்சுவர் கொண்ட சேரி வாழிடங்களை முறையான வீடுகள் ஆக்கியிருந்தன. ஒப்பிட்டுப் பார்த்தால் இதைவிடச் சுத்தமான அமைப்புக் கொண்ட சந்துகளில் அஞ்சலி சென்று நோக்கியிருந்தாள். அவைதான் ஹிரிதயோகின் 'குடும்பங்கள்.'

கழிவுகள், மூத்திரம், பீடிப் புகை இவற்றின் நாற்றத்திற்குள்ளான இந்தப் பகுதியில் சந்திப்பதாகச் சொன்ன தன் முடிவு அர்த்தமுள்ளதா என்று அஞ்சலி கேட்டுக்கொண்டாள். அண்ணனும் தங்கையும் தங்கள் சூழலில் மனந்திறந்து தங்கள் அம்மாவைப் பற்றிப் பேசுவார்கள் என்று அஞ்சலி நினைத்திருந்தாள். மேலும் அவர்கள் ஹிரிதயோகில்

தங்கும்போது அவர்களைப் பாதுகாப்பாக உணரச் செய்யக்கூடிய சொந்த உடைமைகள் எதையேனும் எடுத்துக்கொள்வதாயினும் செய்யலாம். இப்போது இப்படிப்பட்ட வீடுகளைப் பற்றி அவள் கற்பனையும் செய்யவில்லை. அவர்கள் சொந்த உடைமைகளைப் பற்றி நினைக்கவும் முடியவில்லை. ஜிம்மில் தனது தற்காப்புக் கலைகளின் தொடக்கப் பயிற்சிகளின் முதல் வகுப்பிற்கு நிகில் பவனுடன் சென்றிருந்தான். அவளும் நிகிலும் போராடியது உண்மை தான். என்றாலும் இந்தக் குடும்பம் சகித்துக்கொண்ட பிரச்சினைகளின் தளமே முற்றிலும் வேறு.

'இதோ இங்கே இருக்கறாங்க.' ஒரு சிறுபெண்ணைப் பிடித்து அழைத்து வந்த காக்கி மேலுடையும் சீருடையும் அணிந்த ஒரு மனிதனைச் சந்திக்க குஸூம் விரைந்தாள். ஒருவேளை ஹிரிதயோகில் திரு. லாஹிரி அவர்களை ஏற்றுக்கொண்டால் கையொப்பமிட வேண்டிய படிவங்களை அவன் அஞ்சலியிடம் கொடுத்தான். மற்றொரு ஆள் அந்தப் பையனை விரைவில் கொண்டுவருவான் என்று கூறினான்.

'க்யா நாம் ஹை துமாரா?' (உன் பேரென்ன) என்று கேட்டுக் கொண்டே அஞ்சலி அந்தப் பெண்ணின் முகத்துக்குச் சமமாகத் தன் மூக்கு வரும் அளவு குனிந்து கேட்டாள். பெயரைக் கேட்பது, உரையாடலைத் தொடங்கும் வழிகளில் நல்ல ஒன்று.

'சகி.' ஒரு வெள்ளைக்காரப் பெண்ணிடமிருந்து இந்தியில் கேள்வி வரவும் சகி ஏறிட்டுப் பார்த்தாள். அவள் குரல் ஒரு மிருதுவான தொனியில் வெளிவந்தது, ஏறத்தாழ போக்குவரத்துச் சந்தடியில் முழுகிப் போயிற்று.

சகி ஒரு பையனின் சட்டையையும், கிழிந்த பெரிய அளவுள்ள கருப்புப் பேண்ட்டையும் அணிந்திருந்தாள். குளிரில் நடுங்கினாள். பேண்ட் அவள் இடுப்பில் ஒரு கயிற்றால் கட்டப்பட்டிருந்தது. ஓர் அழுக்கான கருப்பு கார்டிகன், அவள் முழங்கால்வரை நீண்டது, அவள் உடையைப் பூர்த்தி செய்தது. சகியைக் கேள்வி கேட்பதற்கு பதிலாக, அவளைக் குளிக்கச் செய்து உணவளிக்க விரும்பினாள்.

குஸூமும் அவள் சகாவும் கொஞ்சதூரத்தில் பின்னால் சரியான திசைகளில் நின்றிருந்தனர். இந்தப் பெண் திடீரென ஓடிவிடுவாள் என்று அவர்கள் எதிர்பார்த்தனர். குஸூமின் கூற்றுப்படி, ஒரு தின்பண்டம் விற்பவன் கடையிலிருந்து சகி உணவைத் திருட முயற்சி செய்து பிடிபட்டாள். அப்போது ஏற்பட்ட கலவரத்தில் அவள்

அண்ணனும் அவன் நண்பர்களும் சேர்ந்துகொண்டு கடைக்காரனுடன் சண்டையிட்டனர். பக்கத்தில் கடையில் சாப்பிட்டுக்கொண்டிருந்த சில போலீஸ்காரர்கள் அவர்களைப் பிடித்து லாக்-அப்பில் போட்டனர். இப்படிப்பட்ட சிறார்களை அவ்வப்போது போலீஸ் பிடித்து வைப்பது வழக்கம்தான் என்று அஞ்சலிக்குத் தெரியும். அவர்களின் அதிர்ஷ்டம் கெட்ட பெற்றோரிடமிருந்து கொஞ்சம் காசு பார்க்கலாம்.

மற்றொரு போலீஸ்காரன் சகியின் அண்ணன் ராதேயை இழுத்துக் கொண்டு வந்தான். உயரமும் ஒல்லியுமாக இருந்த அவன் போலீஸை முறைத்தான். அவனை அஞ்சலி பார்க்காமல் இருந்திருந்தால், ஒரு பையனிடம் அப்படிப்பட்ட முறைப்பை அவள் நம்பியிருக்கவே மாட்டாள். ஒரு கூரிய தடியினால் அடக்கப்படும் கூண்டுப் புலி போன்ற பார்வை. நெட்டுக்குத்தான தலைமயிரும், முக்கோண முகமும் கொண்ட அவன், தன் அண்ணன் ராம் சரணின் சிறிய வடிவம் போலவே இருந்தான். எங்கும் அடையாளம் கண்டு பிடிக்கக்கூடிய ஆள்.

அண்மையில்தான் அவன் குரல் உடைந்திருக்க வேண்டும். 'எங்களை ஏன் விடமாட்டேங்கறே?' அவனுடைய தொனியில் ஒரு நாள் முழுமையாய் ஆகக்கூடிய மனிதனை அஞ்சலி கண்டாள்.

அவன் அளவுக்குச் சற்றே சிறிய வெளிறிய சட்டையை அவன் அணிந்திருந்தான். ஒரு டாம் தோல் ஜாக்கெட், காலத்தாலும் அழுக்கினாலும் நூல்நூலாகப் பிரிந்த கிழிந்த டிரவுசர்கள், போலி நைக் ஷூக்கள், அவற்றின் சிவப்புப் பட்டைகள் மங்கி பழுப்பாக இருந்தன. ஆனால் ஏதோ எதிர்கால பாலிவுட் ஹீரோ ஓர் உயர்தர ஃபேஷன் உடைகளில் காட்சியளிப்பது போல நின்றான். அட்டகாசம் செய்யும், தன்னைப் புரிந்துகொள்ளாததால் கோபம்கொள்ளும் நிகிலை அவன் நினைவூட்டினான்.

'உன் தாயாரை முதலில் கண்டுபிடிக்க வேண்டும்' என்றாள் அஞ்சலி.

'எங்கம்மா?' கண்கள் விரிய சகி கேட்டாள்.

'ஆமாம்'

'உன் வீடு எங்க இருக்கு?' அவள் அந்தப் பெண்ணைப் பேசவைக்க முயன்றாள். ஏனெனில் அந்தப் பையன் தன் தோல்மார்பின் குறுக்காகக் கைகளைக் கட்டிக்கொண்டு சிடுசிடுப்பாக நின்றான்.

'உஸ் தரஃப்' (அந்தப் பக்கம்) சற்றே பிரகாசமாகி, சகி கையைக்

காட்டினாள். பிறகு ஓடினாள். அஞ்சலி, ராதேயை இழுத்துவந்த மூவர் மீதும் பார்வையைச் செலுத்தியவாறு அவளைப் பின்தொடர்ந்தாள். கூடாரங்கள், இடம்மாறக்கூடிய குடில்கள் ஊடாக அவர்கள் சென்றனர். சகி செருப்பு அணிந்திருந்தாள். ஆனால் அவள் கால்கள் பெரிய பெண்பிள்ளை ஒருத்தியின் கால்களைப் போல வெடித் திருந்தன. அஞ்சலி தன் கால்களைப் பார்த்துக்கொண்டாள். சேற்றில் அழுந்திய ஸ்நீக்கர்களுக்குள் அவை பாதுகாப்பாக இருந்தன. அண்டை யிலிருந்த சீர்குலைந்த வீடுகளிலிருந்து தொலைக் காட்சி, இசை, தங்கள் சிறார்கள் மீது சத்தமிடும் பெண்களின் குரல்கள் எல்லாம் வந்தன. வாசல்களில் ஓடும் திறந்த சாக்கடை ஒன்றை அவர்கள் பின்பற்றினார்கள். வழியில் திறந்த குப்பைத்தொட்டிகள், கழிவறைகள். இடையில் ஒரு சிறிய நீலநிற ஓடுகள் பதிக்கப்பட்ட சிவன் கோயில். அதன் அழுத்தமான, சுத்தமான சுவர்களில் உற்ற சிவப்பு சம்ஸ்கிருத எழுத்துகளில் பொறிக்கப்பட்ட பிரார்த்தனை.

சேரி முடிந்த இடத்தில் குட்டைமரங்களும் புதர்களும் எல்லை வகுத்த ஒரு வயல்வெளி. வயல்வெளி ஓரத்தில் சகி நின்றாள். ஒரு ஹாபிட் நிலப்பரப்பின் கொடுங்கனவு வடிவமாக அந்த இடம் இருந்தது. பெரிய வட்டவடிவமான நீல-மஞ்சள் தார்ப்பாய் மூடப் பட்ட வழிகள். நெருங்கிப் பார்த்தபோது அவை என்ன என்பதை அஞ்சலி உணர்ந்துகொண்டாள். கழிவுநீருக்காகவோ, நீர் அளிப்புக் காகவோ பொதுமராமத்துத் துறையினர் உண்டாக்கி, எந்தக் காரணத்தாலோ கைவிட்ட மிகப் பெரிய வட்டவடிவ சிமெண்டுக் குழாய்கள். இப்போதைக்கு இருக்க இடமற்றவர்கள் அத்துமீறி எடுத்துக்கொண்டவை.

அப்படி எடுத்துக்கொண்டவர்களில் சகியும் ஒருத்தி. ராஜ மரியாதையோடு அவள் ஒரு வட்டவடிவ வாயிலைக் காட்டினாள். ஒரு தார்ப்பாய்த் துண்டை விலக்கி உள்ளே நடந்தாள். சிமெண்ட் பைப் மேற்பகுதிக்கு அவள் தலை பல அங்குலம் தாழவே இருந்தது. சுற்றி வெளிப்பட்ட குரல்கள், அஞ்சலிக்கு அவள் 'ஆடியன்ஸை' உணர்த்தின. காக்கிச் சீருடையிலிருந்த மூவரையும் விசித்திர ஆர்வத்தோடு நோக்கிய கண்கள். ராதே அவர்களில் சிலரைப் பார்த்துச் சிரித்தான். இங்கே வந்திருக்கக்கூடாது. தவறான செயல். குஸுமை நோக்கிய ஒரு பார்வையில் அஞ்சலியின் எண்ணம் உறுதிப்பட்டது. இதையெல்லாம் குஸும் சற்றும் ரசிக்கவில்லை.

'உள்ள வாங்க மேடம்ஜீ' சகி தனது வட்டவடிவ வழிக்குள் நின்று,

தார்ப்பாயைத் திறந்து பிடித்துக்கொண்டு ஏதோ ஒரு மாளிகைக்குள் விருந்தாளியை வரவேற்பது போன்ற பாவனையில் நின்றாள்.

அதற்குள் கைகளையும் கால்முட்டிகளையும் ஊன்றி ஊர்ந்து சென்றால்தான் போகலாம். அதனால் அஞ்சலி 'இப்போது வேண்டாம் சகி' என்றாள். சுறுசுறுப்போடு குஸும் பக்கத்தில் வந்து நின்றாள். 'மேடம்ஜீ வேலைக்குப்போக வேண்டும். நாம் ஏன் கொஞ்சநேரம் வெளியில போகக் கூடாது? ரொம்ப குளிரா இருக்கு, ஒரு கப் டீ குடிச்சா நல்லாயிருக்கும்தானே?'

'ஆனா அம்மா...'

'உங்கம்மா இன்னும் திரும்பி வரல, சகி.' அஞ்சலி குனிந்து அந்தப் பெண்ணிடம் சொன்னாள். 'அவளைக் கண்டுபிடிக்கணும் இல்லையா?' 'ஆம்' என்றாள் சகி. தன் கறைபட்ட முகத்தை உயர்த்தினாள். அவளுடைய குச்சிகுச்சியான, மஞ்சள் நிறத் தலைமுடி மீது சாயங்காலச் சூரிய ஒளிபட்டது.

மேலும் பேசக் காத்திராமல், அஞ்சலி சகியின் கையைப் பிடித்து திரும்பி நடந்தாள்.

'உன் அழுக்குச் சாப்பாடு எனக்கு வேணாம்' ராதே, பாதி விம்மலுடன் உரத்த குரலில் பேசினான். ஆனால் அஞ்சலி நிற்க வில்லை. சகியின் சிறிய கையைத் தன் கைக்குள் அடக்கியவாறு அவள் சிறிய திறந்த சாக்கடைகளையும் குப்பை மேடுகளையும் கடந்து முக்கியச் சாலைக்கு நடந்தாள்.

தூரத்தில் அஞ்சலிக்கு மெட்ரோ ரயிலின் ஓசை கேட்டது. குடிசைகள் சுற்றியிருந்த வயல்வெளியில் ஒற்றைக் காக்கை எங்கோ கரைந்தது. சிக்கலான மின்சார ஒயர்களின்மீது புறாக்கள் கூவின. சாம்பிராணி விற்கும் பெண் ஒருத்தியின் குரல் உயர்ந்து கேட்டது. முகர்ந்துகொண்டிருந்த பெண்ணைப் பக்கத்தில் இழுத்து, அவள் சிறிய வயிற்றுக்கு ஒரு நல்ல உணவை அளிப்பது என்று உறுதிபூண்டாள்.

ராதே ரொட்டி-சப்ஜியை வேகமாக விழுங்கினான். தன் கப் டீயைக் குடித்தான். பிறகு இரண்டாம் முறை உண்ணத் தொடங்கினான். நிகில் குறைவாகச் சாப்பிடுபவன், ஆனால் சிக்கன் கவாப் அல்லது தால் மகானியைக் கொடுத்தால் மட்டும் இந்தப் பையனைப் போலவே அதிகமாக விழுங்குவான். இரண்டு நாள் முன்னால் நிகில் நடந்து கொண்ட சம்பவம் அவள் ஞாபகத்துக்கு வந்தது. ஒரு கணம் கண்ணை மூடினாள். நிகிலுக்குத் தர வேண்டிய புதிய மருந்து பற்றி டாக்டர் பல்லாவுடன் இன்று மாலை ஒரு சந்திப்பு இருந்தது. அவள் தன்

மகனையும் நாய்க்குட்டியையும் நினைத்துப் பார்க்கும் போதெல்லாம் பெரும் கவலை ஏற்பட்டு அவள் கடந்த சில இரவுகளாகத் தூங்கவே இல்லை. இந்த இருவரும் சாப்பிடுவது, கொஞ்ச நாள்களாக அமைதியிழந்த மனத்திற்கு ஓரளவு ஆறுதல் தருவதாக இருந்தது. இந்த எளிய தேவையைப் பூர்த்தி செய்வது அவள் கையில் இருந்தது. அவளை அது செயலற்ற நிலையிலிருந்து மாற்றியது. அவளால் நிகிலை மாற்றுவதில் முழு வெற்றி பெறமுடியவில்லை. இந்த இருவரின் வாழ்க்கையையும் ஒரே நாளில் மாற்றிவிட முடியாது. ஆனால் அவர்கள் வயிறுகளை அவளால் நிரப்ப முடியும். ஒரு சிறிய வேலை முடிந்தது.

மூன்று முறை சாப்பிட்டுவிட்ட ராதேயிடம் இன்னும் வேண்டுமா என்று அஞ்சலி கேட்டாள்.

'போதும்' என்றான் அவன். 'நான் நல்லாயிருக்கேன்'

அதன் அர்த்தம் என்னை விட்டுவிட்டுப் போய்விடு என்பதுதான். அவள் வைத்துக்கொள்ள முயன்ற தெருப்பூனை ஒன்றுக்கு உணவிட்டபோது அது தன் கூர்ப்பற்களோடு வாயைத்திறந்து கோபத்தை வெளிப்படுத்திய காட்சி இப்போது அவள் நினைவுக்கு வந்தது.

சகி அமைதியாகச் சாப்பிட்டாள். சில வேளைகளாகச் சாப்பிட வில்லை என்பது தெரிந்தது. அவர்கள் ஒரு சாலையோர தாபாவில் உட்கார்ந்திருந்தார்கள். சில மேஜைகள் சாதாரணத் தரையிலேயே போடப்பட்டிருந்தன. ஆனால் அவள் ஏதோ ஒரு புது விசித்திர உலகத்திற்கு வந்துவிட்டது போலச் சுற்றிலும் பார்த்தாள்.

'நான் இந்தத் தட்டை எடுத்துக்கட்டுமா? அம்மாவுக்கு இது பிடிக்கும்.'

அஞ்சலி அதிக இனிப்பிட்ட தனது பால்-டீயைக் குடித்து முடித்து கப்பை வைத்தாள்.

'எப்ப உங்கம்மாவைக் கடைசியா பாத்தே?' என்று சகியைக் கேட்டாள்.

'ராம் அண்ணனோட அவ சண்டை போட்ட அன்னிக்கு சாயங்காலம்' என்றான் ராதே.

'எதப்பத்தி சண்டை?'

'காசு. அவகிட்டருந்து அவன் திருடிட்டான்னு சொன்னா.'

போலீஸ்காரர்களும் குஸுமும் முன்னோக்கிச் சாய்ந்தார்கள்.

அடுத்த கேள்வியைக் கேட்கும்போதே தன் முகத்தைச் சம்பந்தமில்லாதது போல வைத்துக்கொள்ள அஞ்சலி முயன்றாள். 'உடனே ரெண்டு பேரும் காணாமப் போயிட்டாங்களா?'

'ராம்-அண்ணா போனான். மாய் கொஞ்ச நேரம் கழிச்சுத்தான் போனா. சகியும் அவளும் சேந்து செய்யற பேப்பர் பாக்கெட்டுகளைத் தருவதற்காக.'

'தனியாவா?'

'ஆமாம். ஆனா தெருக்கோடியில யாரோ அவளோட சேந்துகிட்டாங்க. எனக்கு இருட்டில தெரியல.'

'அவளவிட உயரம். ராம்-பையாவைப் போல' என்றான் ராதே.

தன் தாய் காணாமற்போனதோடு ராம் சரணுக்கு சம்பந்தம் இருக்குமானால், ஹிரிதயோக் இந்தச் சிறார்களை நீண்டநாள் பராமரிக்க வேண்டிவரும். ராம் சரணும் அவன் அம்மாவும் இருக்கும் ஃபோட்டோ ஒன்றைக் காட்ட முடியுமா என்று ராதேயிடம் கேட்டாள்.

'நான் எங்க போவேன் மேடம்ஜீ' என்றவாறு மேஜையிலிருந்த அஞ்சலியின் ஃபோனைப் பார்த்தான். 'எங்ககிட்ட உங்கள மாதிரி பெரிய பெரிய ஃபோன் இல்லையே.'

'மேடம் கிட்ட ஒழுங்காப் பேசு' என்று கண்டித்தாள் குஸும்.

'நாங்க போறோம்' என்றான் ராதே. அவன் குரல் முன்னைவிட சத்தமாக ஒலித்தது. சுற்றியிருந்த மேஜைகளிலிருந்து பல தலைகள் திரும்பின.

'உங்கம்மாவையோ அண்ணனையோ கண்டுபிடிக்கற வரைக்கும் நீங்க போக முடியாது' இரண்டு போலீஸ்காரர்களும் குறுக்கிடுவதற்குள் அஞ்சலி பேசினாள். 'அதுவரைக்கும் நீங்க ஹிரிதயோகில இருக்கலாம்.'

சீருடை அணிந்த ஆட்களில் ஒருவன், ராதேயின் தேர்வைச் சொன்னான். ஒன்று, அவன் தன் தங்கையுடன் லாக்-அப்பில் இருப்பான், அல்லது இந்த மேடம்ஜீயின் அமைப்புக்குச் செல்வான். அஞ்சலி சொன்ன மாதிரியாக இல்லை, ஆனால் ஏறத்தாழ சரிப்பட்டு வரும் என்று தோன்றியது. இரவில் ஒருவேளை பசி ஏற்பட்டால் இருக்கட்டும் என்று சில பரோட்டாக்களை அஞ்சலி பார்சல் வாங்கிக் கொண்டாள். வெயிட்டர் மேஜையைத் துடைத்துக்கொண்டிருந்த சமயத்தில் குஸும் தனது பையை ஆராய்ந்தாள். ஒரு நோட்டு, சில பேக்கட்டுகள், எழுதுபொருள்கள்.

பில்லைச் செலுத்திக்கொண்டிருந்த நேரத்தில் அஞ்சலிக்குப் பின்னாலிருந்து சகியின் குரல் கேட்டது. அவள் திரும்பி ஓடினாள். அந்தப் பெண் ஓலமிட்டு அழுதுகொண்டிருந்தாள். ஒவ்வொரு சொல்லுக்கும் அவள் சுருதி ஏறியது.

'எங்கம்மாவை எங்கே வச்சீங்க? அது எங்கம்மாவுது. எங்கம்மாவை எனக்குத் திருப்பிக் குடு.'

11

பவனுக்கு ஃபோன் இல்லாமல் முடியவில்லை. சேரி டீக்கடையில் பீடி குடிக்கும் ஒரு தொழிலாளி ஸ்மார்ட் ஃபோனில் பேசமாட்டான். அதனால் அவன் அதை அங்கேயே விட்டு வந்துவிட்டான்.

மற்றபடி, அவனுடைய உடை நவம்பர் மத்தியின் காலைப் புகைப்பனியின் குளிரிலிருந்து பாதுகாக்க வசதியாகவே இருந்தது. டீ ஆர்டர் செய்திருந்தான். முதல் கப்பைக் குடிப்பதற்கு நன்றாகவே நேரம் எடுத்துக்கொண்டான். கிழிந்த டீ-ஷர்ட்டுகள் மற்றும் ஸ்வெட்டர்கள் அடுக்குகளுக்கு இணையாக அவன் தந்தையின் அழுக்கான கம்பளி முழுக்கால்சட்டைகள். அதற்குக் கீழ் வெப்ப மூட்டிகளை அணிந்திருந்தான். தலையில் பால்காரன் பாணியில் தலைப்பாகையைப் போல மஃப்ளரைச் சுற்றியிருந்தான். ஒரு செயற்கைத் தலைமுடி, அடர்ந்த போலிமீசை அவன் அலங்காரத்தைப் பூர்த்தி செய்தது.

இப்போது மாயா அவனைப் பார்த்தால் சிரிப்பாள். ஆனால் அவள் மும்பையில் இருந்தாள். வேலையைப் பற்றி விவாதிக்க அவள் முன்னரே அவனுக்கு ஃபோன் செய்திருந்தாள். வார இறுதிக்குள் அவள் திரும்பி வரமாட்டாளாம். அந்தப் பிணம் சுஜினியா என்று உறுதிசெய்வதற்கான டிஎன்ஏ சோதனை அவள் நினைத்ததைவிட அதிக நாள்கள் எடுக்கிறது என்றாள்.

சகி கால் மெட்டிகளைத் தெரிந்துகொண்டாள். ராதே அதை உறுதி செய்தான். ஆனால் யதீன் சார் சிறு தவறும் ஏற்படுவதை விரும்ப வில்லை. இந்த விசாரணையில் தன்னைவிடச் சிறப்பாக எவரும் துல்லியமாகச் செயல்பட்டு விடக்கூடாது, எனவே மாயாவை இறந்த பெண்ணின் டிஎன்ஏ முடிவுகளோடு ராதே, சகி முடிவுகளை ஒப்பிட்டுப் பார்க்க மும்பைக்கு அனுப்பினார். நல்லவேளையாக விஜிலுக்கு மும்பையில் ஒரு வாடிக்கைக்காரர் இருந்தார். அதனால் மாயா அலுவலக வேலையைச் சற்றே விரைவுபடுத்த முடிந்தது.

சகி சரியாகத்தான் சொன்னாள் என்று வைத்துக்கொண்டு, பவன்

92 ✦ உன் தோளுக்கு அடியில் நீ

சுஜினியின் அக்கம்பக்கத்தில் கொஞ்ச நேரம் செலவு செய்தான். இதுவரை பயனுள்ளது எதுவும் கிடைக்கவில்லை. காணாமல்போன எல்லாருடைய அறிக்கைகளையும், தில்லி போலீசுக்குக் கிடைத்த உடல்களின் தகவல்களையும் குஸும் தொடர்ந்து கண்காணித்து வந்தாள். சரி, குறைந்தபட்சம் சஞ்சய் காலனியாவது மடிபூர், புல் பங்காஷ் ஆகியவற்றைவிட எளிதில் வருமாறு இருக்கிறது. விஜி லுக்கும் அருகில், சஃப்தர்ஜங் ஆன்கிளேவில் மாயாவின் வீட்டுக்கும் அருகில். அங்குதான் அவன் தன் பைக்கை விட்டிருந்தான்.

'ரெண்டு கப் டீ' என்று சொல்லியவாறு ஒரு வயதான ஆள் பவனுக்குக் கொஞ்சம் தள்ளியே பெஞ்ச்சின்மீது உட்கார்ந்தார். 'நமஸ்தே தரம் சாச்சா! ஒரு நிமிஷம்' என்று டீக்காரன் அலுமினியப் பானையிலிருந்து இரண்டு டம்ளர் டீயை நிரப்பினான். தரம் சாச்சாவின் நண்பர், கொஞ்சம் மெலிந்த ஒரு வயதான ஆள், நரைத்த தலை, அவரும் உட்கார்ந்தார். பிறகு கண்ணாடியை எடுத்துப் போட்டுக்கொண்டார். பிறகு, தான் கொண்டு வந்திருந்த நவஜாகரண் டைம்ஸ் பத்திரிகையைப் பிரித்துப் படிக்கலானார். கொஞ்சநேரம் தரம் சாச்சா அவரை முறைத்துப் பார்த்துவிட்டு, சில முறை தட்டி விட்டு, பெஞ்ச்சுக்குக் கீழே ஓடிக்கொண்டிருந்த கழிவுநீரில் துப்பினார். பவன் தன் மனத்தில் ஏற்பட்ட அசிங்க உணர்வை வெளிக் காட்டாமல், இருக்க முயன்றான். இந்த இரு சாச்சாக்களும் இங்கே வழக்கமாக வருபவர்கள். எனவே சுற்றுவட்டாரச் செய்திகளை அறிந்திருக்கலாம்.

காற்றில் புதிய தேநீர் வாசம், சாக்கடை நாற்றம், அருகிலிருந்த சாலையின் புகை எல்லாம் கலந்திருந்தது. சந்தின் கோடியிலிருந்த சில மரங்களைத் தூசி மூடியிருந்தது. டீக்கடைகளைச் சுற்றி தார்ப்பாய்கள். பைக்குகளும் நசுங்கிய கார்களும் டீ ஸ்டாலுக்குப் பின் நிறுத்தப் பட்டிருந்தன. இந்தப் பகுதி, சாந்தினி சவுக்கில் மக்கள் நெரிசல் மிகுந்த ஒரு சந்தில் வளர்ந்த அவன் இளமைப் பருவத்தை நினைவூட்டியது. தன் தாயிடமிருந்தும் அவள் வீட்டில் சமைத்த பஞ்சாபி உணவி லிருந்தும் விலகி, பவன் இரண்டு ஆண்டுகளாக பித்தம்புராவில் தனியாக வாழ்ந்துவந்தான். செய்ய பாக்கி இருக்கும் வேலைகளைப் பற்றியும், சாப்பிடாத உணவைப் பற்றியும் மணி தோறும் அவன் பீஜியால் இப்போதெல்லாம் அறிவிப்புக் கொடுக்க முடியவில்லை. இப்போது அவள் சீக்காகிவிட்டால், முழுக் குடும்பமும் அவனை அங்கே வந்துவிடும்படி நச்சரித்தது. ஆனால் அவன் கும்பலான சந்துபொந்துகள், எல்லா வயது உறவினர்களும் நிரம்பியிருந்த வீடு ஆகியவற்றிலிருந்து தப்பித்து வந்துவிட்டான். அங்கே எவரும் எந்த

இரகசியத்தையும் வைத்துக்கொள்ள முடியாது. எனவே அவன் திரும்பிப்போக விரும்பவில்லை.

கடின உழைப்பாளிகள் இருமுவது போல குரலை கனமாகவும் மார்பின் ஆழத்திலிருந்தும் வருமாறு பவன் தொண்டையைச் செருமிக் கொண்டான். கால்களை ஒன்று சேர்த்தவாறு உட்கார்ந்திருந்தான்.

டீக்காரன் டீயைக் கொடுத்ததும், ஒல்லியான மனிதர் தன் பத்திரிகையை மடக்கிக் கீழே வைத்தார்.

'காலம் ரொம்பக் கெட்டுப் போச்சப்பா, சொல்றேன் பாரு' ஹரியானா ஜாட் ஒருவன் தன் இந்தியில் சொன்னான். பவன் தனக்குத்தானே சிரித்துக்கொண்டான். குறைந்தபட்சம் இது தமாஷாகவேனும் இருக்கும்.

'ஏன், என்னாச்சு இப்ப?' தரம் சாச்சா தன் கப்பிலிருந்து டீயை நீளமாக உறிஞ்சினார்.

பவன் ஒரு பீடியைப் பற்றவைத்துக்கொண்டான். கையசைத்து மேலும் ஒரு டீ ஆர்டர் செய்தான். அவனுக்கு எதிரிலுள்ள பெஞ்ச்சில் சிறுவர்கள் வந்து நிரம்பினர். தங்கள் டியூஷன் வகுப்புகளைப் பற்றி ஜோக் அடித்தனர். இந்த இரண்டு முதியவர்கள் பேசுவதை வார்த்தை விடாமல் கேட்பதற்கு வாகன இரைச்சல் இடைஞ்சலாக இருந்தது.

'இந்தப் பொம்பளைங்க. இதோ இவளப்பாரு. டீவியில இவளுக்கு சுயம்வரம் நடத்தணுமாம். தன் ஆம்படையானத் தானே பொறுக்குவாளாம். எப்படி இருக்குது பாரு.'

'இப்பல்லாம் பொண்ணுங்க சம்பாதிக்கறாங்க. அதனால வீட்லகூட பேண்ட்டு போடறாங்க' என்றார் தரம் சாச்சா. 'இந்த நாட்டுக்கு என்ன ஆவப் போவுதுன்னு கடவுளுக்குத்தான் தெரியும்.'

தன் சிரிப்பை மறைக்க பவன் டீயை உறிஞ்சினான். அஞ்சலிஜியும் மாயாவும் என்ன சொல்வார்கள்? அஞ்சலி பெரும்பாலான நேரம் அமைதியாகவே இருந்தாள். ஆனால் மாயா, இத்தனூண்டு சைஸ் பொண்ணு, பட்டாசு மாதிரி வெடிப்பாள். 'இந்த மாதிரி டிப்பு-டாப்பு மடேம் பொண்ணுங்க கிட்டருந்து' தன் மகன் விலகியே இருக்க வேண்டும் என்று பீஜி நினைத்தாள்.

'மேடம், பீஜி' என்று சொல்லியிருப்பான். 'டிப்பு-டாப்பு இல்ல, டிப்டாப். இங்லீஷ் பேசுவதாலும் மேற்கத்திய உடைகளை அணிவதாலும் அவர்கள் கெட்ட பெண்கள் ஆகிவிடுவதில்லை. மாயாவைப் பார்.'

அலையும் எண்ணங்களைக் கட்டுப்படுத்தி, தன் கவனத்தை அந்த இரு முதியவர்கள் பேச்சில் செலுத்தினான். அவர்கள் அமைதியாகி விட்டிருந் தனர். அவர்களைப் போலவே சர்ரென்ற ஓசையுடன் டீயைக் குடித்தான். 'நாட்டைப் பத்தி சொல்றது இருக்கட்டும்' கண்ணாடி போட்ட மனிதர் மறுபடியும் தொடங்கினார். 'இந்தக் காலனியையே எடுத்துக்குங்க. இந்த லாஹிரி—ஹிரிதயோகுக்கு போற பொண்ணுங்க எழுதப் படிக்க, பியூட்டி பார்லர், அப்புறம் என்னன்னவோ வேலை யைக் கத்துக்கறாங்க.'

'அதுல என்ன தப்பு அங்கிள்ஜீ?' எதிர் பெஞ்ச்சிலிருந்த ஓர் இளைஞன் பேசினான். டீஷர்ட்டும் ஜீன்ஸும் அணிந்திருந்தான். தன் நண்பர்களுக்காக இரண்டு பாக்கெட் தின்பண்டம் வாங்கி யிருந்தான். 'வீட்ட நடத்தறதில் பெண்கள் உதவி பண்ணா நல்லது தானே? இப்பல்லாம் விலைவாசி எவ்வளோ ஏறிப்போச்சு? கவனிச்சீங்களா?'

'உங்கள மாதிரிப் பசங்களாலதான் பொண்ணுங்க ஆகாசத்துல பறக்கறாங்க' தரம் சாச்சா தன் நண்பரின் வாதத்தை ஆதரித்தார். 'உங்களுக்கு அவங்களை எப்படி கைக்கு அடக்கமா வச்சிக்கறதுன்னு தெரியல. வெளியிலபோய் வீட்டுக்கு சம்பாதிக்கறது ஆம்பளயுடைய வேலை. பொண்ணுங்க வீட்ல இருக்கணும்.'

'ஹிரிதயோக் நல்ல வேலைதான் செய்யுது அங்கிள்ஜீ. நம்ம தெருவையே எடுத்துக்குங்க. அவங்களுடைய சுத்தப்படுத்தும் திட்டத்துக்குப் பின்னால தெரு எவ்வளவோ மேல்.'

'ஏம்ப்பா, இதுக்குப் பேர் சுத்தமா? அழுக்கு. எல்லாம் அழுக்கு.' அந்த ஒல்லியான நரைத்த 'அங்கிள்' அந்த இளைஞனுக்குள் கொஞ்சம் அறிவைப் புகட்டுகிற மாதிரியாக பேப்பரைச் சுருட்டினார். 'இந்தப் பொம்பளைங்க அவங்க அதிகப்படி காசை எப்படி சம்பாதிக் கிறாங்கன்னு எங்களுக்குத் தெரியாதா? எங்களுக்கு வயசாச்சப்பா, ஆனா கண் குருடு இல்ல.'

தரம் சாச்சா, சுருட்டிய தாளைத் தன் நண்பரின் கையிலிருந்து வாங்கினார்.. பிரித்து டப்பென்று திறந்தார். அந்த இளைஞன் தன் நண்பர்கள் வந்து கூட்டிச் செல்வதற்காகக் காத்திருந்தான்.

'அட போவட்டும் விடுப்பா. வயசாளிங்க. நாம என்ன செய்யலாம்?'

மாணவர்கள் அவர்கள் டீக்குக் காசு கொடுத்துவிட்டுச் சென்றார்கள். பவன் தன் சார்ஜ் இல்லாத செல்போனில் யாருக்கோ கால் செய்வது போல நடித்தான். ஆனால் தன் கவனத்தை அந்த இரு கிழவர்கள்

மீதே வைத்திருந்தான்.

'முந்தாநாள் மழையில நேத்து முளைச்ச காளான், அது எனக்கு சொல்லித் தருது.' அந்த ஒல்லி மனிதர் கண்ணாடியை மேலேற்றி, மூக்கை உறிஞ்சினார்.

'போன வாரம் லாஹிரியினுடைய கட்டடத்துக்குப் பின்னால பள்ளிக்கூட டிரஸ் போட்ட பசங்களைப் பாத்தேன். புகைவிட்டுக் கிட்டிருந்தாங்க. சில பேர் நம்ம லோக்கல் பசங்க. மத்தவங்க, வெளியாளுங்க.'

'வெறும் புகை இல்ல. அவங்க போதை மருந்து அடிக்கிறாங்க. நான் சொல்றேன். ஒரு நாள் நிச்சயம் தொல்லை வரும், நான் சொல்றதைக் குறிச்சிக்க.' அந்த ஒல்லிமனிதர் கிசுகிசுத்தார். அவர் கண்ணாடி மூக்குவரை நழுவியது.

சுஜினியின் பெரிய பையன் ராம் சரண், கெட்ட சகவாசத்திலும் போதை மருந்திலும் விழுந்துவிட்டான் என்று மாயா சொன்னாள். ஏன் அவன் தன் அம்மா மறைந்தபோதே தானும் மறைய வேண்டும்? ஹிரிதயோகிற்குப் பின்னால் பையன்கள் புகைக்கிறான்கள் என்று லாஹிரிக்குத் தெரியாதா? அஞ்சலிஜீ அந்த இடத்தில் வேலை செய்தார். பவன் மாயாவிடம் போய் வெறும் அரட்டையைச் சொல்லமுடியாது. முதலில் அவன் அதைச் சரி பார்த்துக்கொள்ள வேண்டும்.

மேலும் சில நிமிடங்களுக்கு வருத்தப்பட்டுக் கொண்டிருந்துவிட்டு, அந்த வயதானவர்கள் பிரிந்து சென்றனர். அழைப்புகளை ஏற்றுக் கொண்டும், பையனை டீ கொடுத்துவர தெருவுக்குள் அனுப்பிக் கொண்டும் சாய்வாலா, தன் ஃபோனில் மும்முரமாக இருந்தான்.. பவன் நான்கு கிளாஸ் டீ குடித்துவிட்டான். இதற்குமேல் இங்கே இருக்க முடியாது. அவனுக்குப் பின்னால் கூட்ட நெரிசல் சத்தம் அதிகரித்தது. ஆட்டோக்கள், டிரக்குகளில் இருந்து காதைத் துளைக்கும் ஆரன் சத்தங்கள். கார்களின் பொறுமையற்ற பீப் சத்தங்கள். காலைப் புகைப்பனியைப் புழுதியும் புகையும் இடப் பெயர்ச்சி செய்தன.

அவன் எழுந்து சோம்பல் முறித்தான்.

'இந்த வயசாளிங்க பேசினாங்களே... நிஜமாவே பொண்ணுங்க வெளியில போறாங்களா...?' பவன் தன் கேள்வியைப் பாதியில் தொங்கவிட்டான். 'ஏன்?' என்றான் சாய்வாலா. அவன் பார்வை சவாலாக இருந்தது. 'இல்ல, சும்மாத்தான் கேட்டேன்.' பவன் கண்களைத் தாழ்த்தினான். 'நான் இங்க குடும்பத்திலருந்து பிரிஞ்சி

96 ✳ உன் தோளுக்கு அடியில் நீ

தனியாத்தான் இருக்கேன். அதனால...'

பவன் அந்த ஆளின் பிஹாரி தொனியைத் தன் சொந்த இந்தியில் காப்பி அடித்தான். 'உனக்கு ஏதாவது ஜுகாட் (ஆள்) வேணுமா? இங்க புதுசா?' டீக்காரனின் கைகள் தன் பொருள்களை சரி செய்வதிலேயே வேலையாக இருந்தன. ஆனால் வேசிகளைப் பற்றிப் பேசியதில் அவன் சற்றும் பாதிப்பு அடைந்ததாகத் தெரியவில்லை. அதற்கு எதிரான நிலைதான் இருந்தது. பவன் ஏறிட்டான். 'யாரோ ஒருத்தர் சுஜினிங்கற பொம்பள பத்திச் சொன்னாரு.'

அந்த ஆள் பவனின் கண்களில் நேராக உற்றுப் பார்த்தான். 'எங்க தங்கியிருக்கற நீ?'

தனக்கு துக்ளகாபாத்தில் வேலை கிடைத்ததாக பவன் சொன்னான். தங்குவதற்கு ஒரு ரூம் வேண்டும். அவனுக்கு சுஜினியைத் தெரியாது. ஆனால், ஓக்லா தொழிலகத்திலிருந்த ஒருவன் அவள் நன்றாக இருப்பாள் என்று சொன்னான். இப்போது இவன் பணம் சம்பாதித்த தால், கொஞ்சம் பணத்தை இப்படி அப்படி செலவு செய்யலாம். 'நீ உன் ஃபோன் நம்பரைக் குடுத்துட்டுப் போ' என்றான் சாய்வாலா. 'யாராவது பேசறதுக்குக் கிடைப்பாங்களான்னு பாக்கறேன். உனக்கு ரூம் வேணுமா?'

பவன் பார்வையைத் தாழ்த்தியே வைத்திருந்தான். மேஜைக்குக் கீழே இருந்த பானைகளையும் தட்டுகளையும் பார்த்தான். ஒரு கிரீம் பாத்திரத்தைச் சுற்றி ஈக்கள் மொய்த்துக்கொண்டிருந்தன. யோசனை செய்வது போலக் கொஞ்சம் நேரம் கழித்துச் சொன்னான்.

'தேங்க் யூ. ஏதாவது சீப்பா...' பவன் அவனிடம் மூன்று பத்துரூபாய்த் தாள்களைக் கொடுத்தான். 'உன் பேரென்ன?'

'மனோஜ். உன் பேரு?'

'முகேஷ். நான் உன் அழைப்பை எதிர்பார்த்துக் காத்திருக்கறேன், மனோஜ்-பையா.' பவன் மீதிச் சில்லறையை வாங்கவில்லை. 'வச்சிக்க. உன் உதவிக்கு நன்றி.'

அவன் பெரிய டிப்ஸ் தருவதாக எண்ணக்கூடாது. ஆனால் ஒரு தொழிலாளியிடம் புதுநோட்டு இருந்தால் அவனால் இன்னொரு டீ வாங்க முடியும். அவன் மனோஜிடம் தன் ஃபோன் நம்பரைக் கொடுத்தான்.

'தேங்க் யூ. எங்ககிட்ட நல்ல ஸ்டாக் இருக்கு.'

பவன் ஆர்வமாக இருப்பதுபோலக் காட்டிக் கொண்டான். கையை

நீட்டும் போது கோபத்தை அடக்கு என்று பவனின் கராத்தே வாத்தியார் அடிக்கடி சொல்வார். பவன் இங்கே பின்னால் வரவேண்டும்— மனோஜ் கூப்பிட்டால் இதே வேஷத்தில். அல்லது ஹிரிதயோகின் அண்டையிடங்களை நோட்டமிட வேறு வேஷத்தில். மனோஜைக் கண்காணிக்க ஆள் ஏற்பாடு செய்ய வேண்டும் என்று மனத்தில் வைத்துக்கொண்டான்.

12

தன் சமையலறையில் நின்றவாறு புறக்கடையிலிருந்த காட்டுத்தீ மரத்தை அஞ்சலி பார்த்துக்கொண்டிருந்தாள். அதன் கருத்த கிளைகள், எரிந்து போன, சித்திரவதைக்கு ஆட்பட்ட கைகள் போலத் தோன்றின. ஒவ்வோராண்டும் அதன் கடைசி இலைகள் டிசம்பர் கடைசிவரை கிளையிலேயே ஒட்டிக்கொண்டிருக்கும். ஆனால் இந்தமுறை விரைவில் விழுந்துவிட்டிருந்தன. அவள் தன் முகத்தைத் தொட்டாள். அதே மரம் பிப்ரவரியில் எப்படி இருக்கும் என்று கற்பனை செய்தாள். அப்போது அது நாணமற்ற, தீயெரி போன்ற சிவந்த பூக்களை முடிசூடி நிற்கும். நசுங்கிய பூக்கள் செந்நிறத்தை வெளிவிடும். தன் கன்னங்களைச் சிவக்கச் செய்ய அந்த வண்ணத்தை எடுத்துப் பயன்படுத்தலாம் என்று அவள் நினைத்தாள். ஏனெனில் தன் மேக்-அப் பெட்டியின் வண்ணங்களைப் பூசியபோதும் கேபினட் கதவில் அவளது பிரதிபலிப்பு அந்த மரத்தைப் போலவே தெரிந்தது. இருண்டும் வெறுமையாகவும். நிகில் இரவில் அந்த மரம் தன்னுடன் பேசுவதாகக் கூறினான். தான் எடுக்கவிருந்த செயலை ஒருவரும் ஆதரிக்கவில்லை என்றாலும் அவன்தான் அதற்குக் காரணம். குறிப்பாக யதீன் அதை ஆதரிக்கவில்லை. சமையலறை வாசலில் அவர் ஃபோனுடன் நின்றுகொண்டுதான் இருந்தார். அவள் முடிவுக்காக அவளை வறுத்தெடுத்துவிட்டார். அவளுடைய சொந்தச் சாரங் களிலேயே அவள் கொதிக்கும்படி விட்டார். இந்த உருவகத்தைத் தேர்ந்தெடுத்தமைக்கு வருத்தத்துடன் அஞ்சலி சப்புக் கொட்டினாள். ஆனால் அதைத் தொடர்ந்தாள். விரைவில் அவளைக் கூறுபோட்டு எடுப்பார். அவளுக்கு ஒருவேளை அது தகும் ஆகலாம். ஆனால் அந்தச் சிறுபெண்ணை இந்த அமைவின் ஓட்டைகளினூடாக நழுவிவிடச் செய்ய அவள் தயாராக இல்லை. இந்த அமைவு மிகநன்றாக, அவளைப் புறக்கணித்துவிடும், அல்லது மிகமோசமாக, ஓயாமல் வசைபாடும்.

'ஆக, முடிவுசெய்துவிட்டாய்?' யதீன் தன் ஃபோனில் டைப் செய்வதை நிறுத்திவிட்டு அவளை ஏறிட்டார்.

'நான் சகியைத் தற்சமயத்துக்கு வளர்க்கப் போகிறேன்' அவள் ஒரு முறுவலைச் சேர்த்துக்கொண்டாள். எனினும் அது யதீனைத் தொல்லைப்படுத்தும் என்று அவளுக்குத் தெரியும்.

'எப்படி இது அர்த்தமுள்ளது என்று எனக்குச் சொல்.'

'சகி ஒருவேளை தப்பாகச் சொல்லியிருக்கலாம். அந்த கால்மெட்டி வேறொருவருடையதாகவும் இருக்கலாம். அவர்கள் அந்த உடலை தில்லியின் மறுகோடியான புல் பங்காஷில் கண்டுபிடித்தார்கள்.'

'நமக்குத் தேவையான சாட்சியங்களை மாயா கொண்டுவருவாள். இது அவள் தாய் இல்லை என்றால் நாம் ஒரு மனுவைத் தாக்கல் செய்யலாம். நாம் வேறொரு இடத்தை அவளுக்குக் கண்டுபிடிக்கலாம் —ஓர் அநாதை இல்லம். அவள் இன்னும் பாதுகாப்பாக இருப்பாள்.'

மறுபடியும் அஞ்சலி ஆரம்பத்திலிருந்து வாதிக்க விரும்பவில்லை. ஒரு குழந்தை தனது சொந்தவீட்டில் பாதுகாப்பின்றி இருக்கும் என்று சொல்வது எவ்வளவு புண்படுத்துவதாக இருக்கும் என்று சொல்லவும் விரும்பவில்லை. அது அவரது வேலை அல்ல. எதற்கு இவர் ஒரு கணவனைப் போல சின்ன விஷயங்களுக்கெல்லாம் கோபித்துக்கொள்ள வேண்டும்? தனது சொந்த, தன் குடும்ப சம்பந்தமான முடிவுகளுக்கெல்லாம் எதிர்ப்புத் தெரிவிக்க வேண்டும்? அஞ்சலி கடைசி சில நிமிடங்களாக நன்றாகக் கொதித்துக் கொண்டிருந்த தேநீரை மேலும் இறுகவைத்தாள். யதீனுக்குத் தன் டீ கருப்பாகவும் ஸ்டிராங்காகவும் இருந்தால்தான் பிடிக்கும்.

'என்ன, செத்துப்போன நாய்க்குட்டி பாதுகாப்பாக இருந்ததே, அது மாதிரியா? இல்லை, அடுத்த நாய்க்குட்டி மாயாவின் அறையில் மாடியில் இருக்கிறதே அது மாதிரியா? அந்தப் பெண்ணுக்கு எது நல்லது என்று யோசி.'

எங்கே அவளைத் தாக்கினால் வலிக்கும் என்று அவள் தோலுக்குக் கீழ் தாக்குகிறார் யதீன். அவளால் முதல் நாய்க்குட்டியைக் காப்பாற்ற முடியவில்லை. இரண்டாவதைத் திருப்பி அனுப்பவும் மனமில்லை. மாயா அதற்கு ஒரு இடத்தைத் தேடித் தருவதாகச் சொல்லியிருந்தாள்.

'நான் உங்கள் கருத்தையோ, உதவியையோ கேட்கவில்லை.'

'தேவைதான் இல்லை அஞ்சலி.'

இப்படி முழுப்பெயர் இட்டு அழைத்ததும் அவள் அதிர்ந்து போனாள். பிறகு ஐரா இப்போதுதான் துவைத்த துணிகளை உலர்த்திய பிறகு புறக்கடையிலிருந்து உள்ளே வந்திருக்கிறாள் என்று

புரிந்துகொண்டாள்.

'மாயாவை கவனித்துக்கொள்ளச் சொல்லி நான் கேட்கத் தேவையில்லை, அல்லது சிக்கிக்கொண்ட வருணை நீ பள்ளியிலிருந்து அழைத்துவருமாறும் கேட்கத் தேவையில்லை. அல்லது திருஷ்டி படிக்கட்டில் விழுந்த போது மருத்துவமனைக்கு அவளைக்கொண்டு செல்லுமாறும் கேட்க வில்லை.'

இதில் அவளால் விவாதம் செய்ய முடியாது. எனவே சமாதானமான ஒரு குரலில் கூறினாள்.

'கொஞ்ச நாளைக்குத்தான். ஒரு சரியான வளர்ப்பிடத்தை குஸூம் கண்டுபிடித்துவிட்டால் சகி அங்கே போய்விடுவாள்.'

'ஹிரிதயோகில் அவளை வைத்துக்கொள்.'

தேவைப்பட்டால், யதீன் இதயத்தை இரும்பாக்கிக்கொள்வார். அஞ்சலி டீ கப்புகளைத் தட்டில் அடுக்கிக்கொண்டிருந்தபோதே, அந்தக் கப்புகளில் ஒன்றை ஜன்னலிலோ, அவர் மூஞ்சியிலோ எறிய வேண்டுமென்று அவள் மனம் துடித்துக்கொண்டிருந்தது. ஆம், நூற்றுக்கணக்கான சிறார்கள் தங்கள் அம்மாக்களை இழக்கிறார்கள். பிறகு தாங்களே காணாமல் போகிறார்கள். ஆனால் அஞ்சலி அவர்களைப் பார்க்கவில்லை. சகியின் பெரிய கண்கள், அவள் தாயை நினைத்துப் புலம்பிய ஓயாத அழுகை, அதனால் அவள் இந்தக் குழந்தையைப் பாதுகாக்க நினைத்தாள். இதைப் புரிந்துகொள்வது கஷ்டமா?

'ஹிரிதயோகில் ஓர் சிறுமியை வைத்துக்கொள்ள இடம் இல்லை. அங்குள்ள பெரிய அறைகள் வயதுமுதிர்ந்த பையன் களுக்கானவை. குஸூம் இப்போது அவளை இங்கே கொண்டு வருகிறாள். அவ்வளவு தான்.'

'குஸூம் என்னிடம் வேலை செய்பவள்.'

பதிலுக்கு அஞ்சலி குரலை உயர்த்த நினைத்தாள். அப்போது புறக்கடையில் ஒரு தாடிவைத்த மனிதன் இருப்பதைக் கவனித்தாள். சரிவரப் பொருந்தாத ஏதோ ஒரு கம்பளித் துணி தலைப்பாகை, பொருத்தமற்ற உடைகள், ஏதோ சொந்த வீடு போல சமையலறையின் பின் வழியை நோக்கி வந்தான்.

அதிர்ந்துபோய், அவள் அவனை எதிர்கொள்ளச் சென்றாள். 'கோன் ஹோ ஆப்? க்யா சாஹியே?' (நீங்க யாரு, என்ன வேணும்?)

'இரு அஞ்சலி' யதீன் அவளுக்குப் பின்னாலிருந்து பேசினார்.

உன் தோளுக்கு அடியில் நீ ✿ 101

அந்த மனிதன் சிரித்தான். 'அஞ்சலிஜீ, நான்தான் பவன்.'

'பவன்?'

இப்போது நெருக்கத்தில் பார்த்தபோது, அவள் அவன் கண்களையும் உடல்கட்டையும் தெரிந்துகொண்டாள். அவள் ஆறுதல் ஒரு புன்முறுவலாக வெளிவந்தது. அவன் தன் தாயின் மருந்துகளை எடுத்துக்கொண்டு போக வருவான் என்று ஐரா கூறியது ஞாபகம் வந்தது.

'அலுவலக உடைக்கு மாற வேண்டும்' என்று அவளைப் பார்த்துத் தன் போலித் தாடியினூடாகச் சிரித்தான். 'இந்த இடம் சஞ்சய் காலனிக்கு அருகில் இருப்பதால் என் பைக்கை இங்கே விட்டுவிட்டுப் போனேன்.'

பவன் ஐராவின் அறைக்குச் செல்ல வழிவிட்டு அஞ்சலி உள்ளே சென்றாள். அங்கேதான் அவன் தன் உடைகளில் கொஞ்சம் வைத்திருந்தான். டீயை எடுத்துக்கொண்டு யதீனின் பின்னால் அமர்வு அறைக்குச் சென்றாள்.

'குஸூம் வந்துகொண்டிருக்கிறாள்' யதீன் தனது வழக்கமான நாற்காலியில் அமர்ந்தார். 'இதற்கு எதிராக உன்னை எச்சரித்தேன் என்பதை நினைவில் வைத்துக்கொள்.'

சகி தன் 'வீட்டின்' படிக்கட்டில் நிற்பதாக அஞ்சலி நினைத்தாள். இந்தக் குழந்தையை அவளுடைய அமைவின் நிர்ப்பந்தத்திற்கு விட்டுவிட மாட்டாள்.

சில நிமிடம் கழித்து வாசல் மணி அடித்ததும், அஞ்சலி கதவைத் திறக்க ஓடினாள். 'வா, உள்ளே வா, குஸூம்.'

குஸூம் தனியாக வந்திருந்தாள்.

'சகி எங்கே?'

'அவள் மோசமாக அழுதுகொண்டே இருக்கிறாள், அஞ்சலிஜீ. அதனால் அவள் அண்ணன்களையும் காரில் அழைத்துவந்தேன்.'

'ராதேயும் சோட்டுவும் இங்கே வந்தாங்களா? என் மகன் வீட்டில் இருக்கிறான். அவனைப் பத்தி உனக்குச் சொன்னேன்.'

'தெரியும் அஞ்சலிஜீ. எனக்கு வேற வழியில்லை.'

அஞ்சலி உள்ளே பார்க்கத் திரும்பினாள். யதீன்தான் அருகில் நின்றிருந்தார்.

'பாத்தியா?' அவர் கொக்கரித்தார். 'தொல்லை ஆரம்பிச்சுடிச்சி.

நான் போய் செக் பண்ணறேன்.'

'நீங்க அவங்களை பயமுறுத்திடுவீங்க' என்றாள் அஞ்சலி.

யதீனுக்குப் பின்னாலிருந்து பவன் வந்தான். 'சார், நான் போய் அவங்களோட பேசி, சகியை உள்ளே அழைச்சிட்டு வரேன்.' தனது இயல்பான உடைக்கு மாறியிருந்தான். தன் இயல்பான சுயமாகக் காட்சியளித்தான். அஞ்சலி மாயாவின் உதவியாளை விரும்பினாள். மாயாவும் விரும்புகிறாளோ என்று சந்தேகம் கொண்டாள். அவன் வாயிலை நோக்கிச் செல்வதைப் பார்த்திருந்தாள்.

உன் தோளுக்கு அடியில் நீ ✦ 103

13

பின்சீட்டில் மூன்று சிறார்கள் இருப்பதை பவன் கண்டான். ஒரு ஒல்லியான பையன் தன் தங்கையைக் கையில் பிடித்து வைத்திருந்தான். ஒரு குழந்தை அவள் மடியில் நெளிந்துகொண்டிருந்தது.

'நீதான் ராதே சியாம் மிஸ்ராவா?' என்றான் பவன். பையன் தலையசைத்தான். தன் தங்கையைக் கெட்டியாகப் பிடித்துக் கொண்டான்.

'பார், இந்த வீட்டிலுள்ளவர்களை எனக்குத் தெரியும். அவர்கள் சகியை நன்றாகப் பார்த்துக்கொள்வார்கள்.'

'சகி என்னோடு ஹிரிதயோகில் தங்குவாள்' ராதேயின் பிஹாரி உச்சரிப்பு மிக அதிகமாக இருந்தது. 'அவளுக்குப் பெரிய பெரிய வீடுகளில் இருக்கற பணக்காரங்க தேவையில்ல.'

சோட்டு நழுவினான். சகி அந்த நடக்கும்பருவக் குழந்தையைப் பிடித்துக்கொண்டாள். தன் சட்டை நுனியை அவனுக்கு விளையாடக் கொடுத்தாள். பவன் காரைச் சுற்றி மறுபக்கம் சென்று கதவைத் திறந்து ராதேயை இறங்கச் சொன்னான்.

'அவள் ஹிரிதயோகில் தங்க முடியாது' ராதேவுக்குப் பின்னால் பவன் தட் என்று கதவைச் சாத்தினான்.

'ஏன்? லாஹிரி சாப் அவள் தங்கமுடியும் என்று சொன்னார். எங்கம்மா போய்ட்டா. எங்கண்ணன் எங்க இருக்கான்னு தெரியாது. நீ எங்க எல்லாரையும் தனித்தனியா தங்கச் சொல்றே. அப்படீன்னா அவ ஏன் எங்க எல்லாரையும் வச்சிக்கக்கூடாது? இவ்ளோ பெரிய வீடு இருக்கு. அவ நெனச்சா எங்க எல்லாருக்கும் சோறு போட முடியும்.'

தெருவில் வாழ்வது, அநாதை ஆவது, உடன் பிறந்தோரிடமிருந்து பிரிவது, பவன் இதெல்லாம் எப்படியிருக்கும் என்பதைக் கற்பனையும் செய்ய முடியாது. ஆனால் ராதே பவனுக்குக் கலக்கத்தை உண்டாக்கி னான். அது, அவன் பவனின் கண்களைச் சந்திக்காமலே பேசிய

104 ✦ உன் தோளுக்கு அடியில் நீ

முறையில் இருந்தது.

'அஞ்சலிஜீ சகியை மட்டும் வளர்க்க நினைக்கிறார். எல்லாரையும் அவரால் ஏற்க முடியாது. அவர் சகியை வைத்துக்கொள்ளட்டும்டா உன் தங்கைக்கு அது தேவை.'

'நீங்க கவலைப்பட வேணாம் சாப்ஜீ. நான் சகியைக் கவனித்துக் கொள்வேன். இஷ்டப்பட்டா எனக்கு வேலை கிடைக்கும். எனக்கு ஃப்ரெண்ட்ஸ் இருக்காங்க. அவள விட்டுறச் சொல்லி மேடம்ஜீ கிட்ட சொல்லுங்க.'

'பார் பையா' பவன் தன் குரலையும் இந்தியையும் மென்மையாக்கிக் கொண்டான். 'இது தற்காலிகம்தான். அடுத்த வாரம், எல்லாரும் ஒண்ணா. சரியா? எல்லாம் சரியா நடக்கும்னு நெனைக்கறேன்.'

குஸூம் கேட்டுக்கு வெளியே வந்தாள்.

'சரி சாப்ஜீ. ஆனா மத்தியில நான் அவளைப் பாக்கணும்.'

'அவங்க அதெல்லாம் அரேஞ்ச் பண்ணுவாங்க. அஞ்சலிஜீ ஹிரிதயோகுக்கு அடிக்கடி வரவங்கதான்.'

'மேடம்ஜீ சகியை சீக்கிரமே குடுத்துடணும்.' ராதே கையை இறுக மூடினான். 'எனக்கு அவ திரும்ப வேணும்.'

பத்து நிமிடம் கழித்து, குஸூம் ராதே, சோட்டு இருவருடனும் சென்ற பின்னர் பவன், யதீன் தவிர எல்லாருமே கண்ணீர்விட்டனர். தன் அண்ணனைப் பிரிவதில் சகி மிகவும் அழுதாள். ஆனால் இப்போது அது தேம்பல்களாகவும் விம்மல்களாகவும் குறைந்து விட்டது. அஞ்சலிஜீ அவளை உள்ளே அழைத்துச் சென்றார்.

'பயனுள்ளது ஏதாவது கிடைத்ததா?'

'இன்னும் இல்ல சார். இன்னும் கொஞ்சம் டைம் வேணும்' என்றான் பவன். நிரூபணம் இல்லாமல் பவனால் பேசமுடியாது.

'அப்பப்ப தகவல் சொல்லிட்டிரு'

யதீன் குஸூமோடு சென்றபோது கவலையாகத் தென்பட்டார்.

ஐரா சாச்சி, தன் உடலைச் சுற்றிய பெரிய சால்வையுடன், பவனிடம் வந்தாள்.

'உன் பீஜிக்கு கொஞ்சம் மருந்து கொண்டாந்திருக்கேன், தம்பி' அவள் ஒரு பாக்கெட்டை அவனிடம் நீட்டினாள். 'அவளுக்கு எந்தெந்த நேரத்தில என்ன மருந்து சாப்பிடணும்னு தெரியும். இன்னிக்குக் காலையில அவளோட பேசினேன்.'

அவள் அவனைத் தம்பி என்று அழைத்தவிதம் அவன் பீஜியை நினைவூட்டியது. அவளுக்கு நன்றி சொல்லிவிட்டுப் போவதற்காகத் திரும்பினான் ஆனால் அவள் அவனை நிறுத்தினாள். 'இது ஆயுர்வேத மருந்து. இது அவளுக்கு உதவும், ஆனா அவ மகிழ்ச்சியா இருந்தாத்தான். திரும்பிப் போய் அவளோட சில வாரம் இரு.'

பீஜி தன்னோடு அவன் இருக்க வேண்டும் என்று எண்ணினாள். அவன் கல்யாணம் செய்துகொள்ள வேண்டும். அவன் கூட்டுக் குடும்பம் நடத்திவந்த கடையைக் கவனிக்க வேண்டும். இது எல்லாமே பவனின் கனவுகளுக்கு நேர்மாறாக இருந்தன. அவன் மருந்துகளை மாலையில் கொடுத்துவிடுவான். ஆனால் அதற்கு முன் ஹிரிதயோகைப் பற்றிய போதைமருந்து விபசார வதந்திகளைச் சரிபார்க்க வேண்டும். மாயா திரும்பினால் அவளுக்கு அறிக்கை அளிக்க வேண்டும். ராதேயைப் பற்றி ஏதோ ஒன்று உதைத்தது. அவன் ஒருமுறைகூட சகியைப் பார்க்கவேயில்லை. ஒருமுறைகூட. பவனின் ஃபோன் அடித்தது. வருண்.

'ஏன் அந்தப் பையனை கராத்தே பிராக்டிஸ் செய்ய எங்களோட அனுப்பற? அவன் இப்பத்தான் ஆரம்பிக்கறான்.'

106 ✤ உன் தோளுக்கு அடியில் நீ

14

அவளுக்கு நல்லது எதுண்ணே அம்மாவுக்குத் தெரியாது. எப்பவும் இதைச் சாப்பிடாதே, அதைச் சாப்பிடாதே. ஏதோ இதெல்லாம் அவளை நல்ல அம்மாவாக ஆக்கும் போல. ஒவ்வொரு நாளும் காலையில் அவள் ஓடுவாள், மாலையில் யோகாசனம் செய்வாள். இடையில் எப்போதும் ஆஃபீஸ், ஆஃபீஸ், ஆஃபீஸ். நிறம் ஒத்துப்பார்க்கறது, திரைச்சீலை நிறத்தை சோஃபாவுடன் ஒப்பிடுறது, அதைச் சுவர் நிறத்தோடு முரண்படுத்திப் பார்க்கறது, இதான் அவள் இண்டீரியர் டெகரேஷன் தொழிலுக்கான பயிற்சி. அந்த மடத்தனமான இங்லீஷில், பஞ்சாபி உச்சரிப்பில் பேசுவாள். அதை மறைக்க எவ்வளவோ முயற்சி செய்ஞ்சா. இப்ப அந்த முட்டாள் வெறியனோட (நிகிலுடன்) சேர்ந்து ஜிம்முக்குப் போய் அவனுடனும் பவனுடனும் பிராக்டிஸ் செய்ய அவளுக்கு ஆசை.

'டிஃபன் ரெடி' அம்மா அவன் கதவில் இடித்தாள். 'தெரியும். நான் லட்டுவை 'பிரஷ்' பண்ணுகிறேன்' லட்டூ என்பது அவன் சாக்கலேட் நிற ஸ்பானியல் நாய். தன் பெயரைச் சொன்னதால் அது இளகிய கண்களுடன் அவனைப் பார்த்தது. 'நான் சீக்கிரம் போவணும். வருண், வெளியே வா.' அவன் லட்டூவுக்கு பவுடர் அடித்து வாரி முடித்து உணவு மேஜைக்கு வந்த போது அம்மா வேலைகளை முடித்திருந்தாள். 'சமையல்காரியை உன் டிஃபனைக்கொண்டு வந்து வைக்கச் சொல்.' அவள் அவன் தோளைத் தட்டினாள், தன் தலைக்குட்டையை எடுத்துக் கொண்டாள். 'நீ வெளியே வரும்போதுதான் காலை உணவைக் கொண்டுவந்து வைக்கச் சொன்னேன். சூடா இருக்கும்.'

'சரி அம்மா'

'அப்புறம், உன் பரீட்சைக்கு முன்னால் பார்ட்டி எதுவும் வைக்காதே' முகத்தைக் கடுமையாக வைத்துக்கொண்டு சொன்னாள், ஆனால், முகம் ஒரே முகம்தான். அவளுக்கு அவனிடம் கடுமையாக இருக்க நேரம் கிடையாது. அவளுடைய உதவியாள் என்றால், கடுமைதான். ஒழுங்குதான். ஃபோனில் இடைவிடாமல் அதட்டுவாள்

'சரி'

'நல்லாச் சாப்பிடு'

சொல்லிக்கொண்டே முக்கிய வாசற்கதவுக்கு ஓடினாள். 'உன் கராத்தே டிரஸ்ஸை எடுத்துக்க மறந்துடாதே' அந்த வெறியனின் அம்மா இவளை விட நல்லவதான். அவன் காச்மூச் என்று ஆட்டம் போட்டாலும் அவள் தட்டில் உணவை வைத்து ஸ்பூனில் எடுத்து அவனுக்கு ஊட்டுவதை வருண் பார்த்திருக்கிறான். அவனை அறையில் வைத்துப் பூட்டிப்போட வேண்டியதுதானே? இல்லை. எல்லாரும் அவனிடம் மென்மையாக நடந்துகொண்டார்கள். எல்லாம் மடத்தனம். ப்ளடி டிராமா.

'நான் நிகிலுடன் பிராக்டிஸ் செய்ய மாட்டேன்.'

'அம்மா சொல்றதைச் செய்யத்தான் வேணும்' அவள் போய் விட்டாள். பவன் மாமா. அவன் அம்மாவின் தூரத்துச் சொந்தம். கராத்தே பிளாக் பெல்ட். ஆறுவயசுதான் அவனைவிட மூத்தவன், ஆனால் ஐம்பது வயசு போல நடந்துக்குவான். அவனால் ஆட்களை உதைக்க முடியும், அவர்கள் மகிழ்ச்சியைத் தான் பெற்றுக்கொள்ள முடியும், வருண் எப்படி அதைச் செய்வதென்று கற்றுக்கொள்ள வேண்டும்.

அதனால் பவனுடன் பயிற்சி எடுக்க வேண்டும், அந்த வெறியனைப் புறக்கணிக்க வேண்டும். உட்கார்ந்து காலை உணவுக்காக அழைத்தான். ஜிம்மில் தன் வகுப்பு முடியும்வரை காத்திருக்க வருணுக்குப் பொறுமை கிடையாது. பவன் அவனுடைய, வருணுடைய, மாமா. ஏன் அந்தப் பொம்பளையின் மகனுக்கு அவ்வளவு நேரம் செலவு செய்கிறான்? காண்டு சாலா, (இந்தியில் கெட்டவார்த்தை) இந்த நிகில், ஒருத்தனையும் அவன் முகத்தில் பார்க்கக்கூட அவனால் முடியாது.

நிகிலுக்குக் கராத்தே வரும் என்று எப்படி பவன் நினைக்கலாம்? சாலா நாய்க்குட்டிக் கொலைகாரன். வருணுக்கு எல்லாம் தெரியும். அந்த மாயா ஃபூஃபி-யிடம் அப்பா சொல்லிக்கொண்டிருந்தார் நாய்க்குட்டியைப் பற்றி. அது அவள் தப்பில்லை, அது ஒரு விபத்து என்று.

அப்பாவின் ரூமில் பேசும் எல்லாத்தையும் வருண் கேட்பான். அது அம்மாவின் ஆஃபீசாக முன்னால் இருந்தது. அதிலிருந்து வருணின் அறைக்கு ஒரு கதவு இருக்கும். அம்மா ஒரு தனி ஆஃபீசுக்கு மாறி விட்ட போது அது டாடியின் படிப்பறையாக மாறியது. பொதுவழி

108 ✦ உன் தோளுக்கு அடியில் நீ

ஒரு பெரிய அலமாரியால் அடைக்கப்பட்டது. அப்பா டார்லிங் வருணின் அறையை சோதித்துப்பார்த்தால், அவன் எல்லாவற்றையும் ஒட்டுக் கேட்கிறான் என்பதைத் தெரிஞ்சிக்கமுடியும். ஆனால் அவர் சோதிக்கமாட்டார், இல்லையா? அவர் தூங்குவதற்கும், போரடிக்கும் வயதான ஆட்களின் பார்ட்டிகளை நடத்தறதுக்கும்தான் வீட்டுக்கு வருவார்.

ஒரு கதவையோ மரப்பலகையையோ உடைக்கும் அளவுக்கு பலமாக வருண் காற்றில் உதைத்தான். பவன் அவனைப் பழைய நிலைகள், வழக்குகள் ஆகியவற்றைத் திரும்பச் செய்யுமாறு கூறியிருந்தான். அவன் நிகிலுக்கு அடிப்படைகளைக் கற்றுக்கொடுத்துக் கொண்டிருந்தான். காற்றில் வியர்வைநிரம்பிய சாக்ஸ், பழைய கொலோன் ஆகியவற்றின் நாற்றம். ஆனால் இங்கே அதை வருண் விரும்பினான். அவனுக்கு இது சொந்த இடம் என்ற உணர்வு. சில பெண்கள் உறுத்துப் பார்த்தது உறைக்கவில்லை. கடைசியில் ஒவ்வொன்றும் நம்பிக்கையிழந்த நிலையில். 'அவனை ஓடவிடுங்க பவன் அங்கிள். அவனது தகுதி என்னன்னு முதல்ல பார்ப்போம்' என்று அவன் சொல்வதற்கு ஒரு முறைப்பும் பிறகு கடுமையாக, 'நீ உன் பயிற்சிக்குப் போ' என்ற பதிலும்தான் கிடைத்தன.

இந்த அங்கிள் பெரிய 'போர்.' தனது கருணையைக் காட்ட வேறு எவனும் கிடைக்கவில்லையா? வருணின் டாடி இந்த அதிகப்படியான பாடங்களுக்குப் பணம் கட்டினார். அந்தப் பொம்பளை தன் மகனுக்குச் செலவு செய்தால் என்ன?

அவன் தந்தை சிறப்புப் போலீஸ் கமிஷனர் யதீன் பட், நிறைய விஷயங்களுக்குப் பணம் செலவிட்டார். உதாரணமா இந்த கனமான வெள்ளி கைச்செயின். அவனது ஹீரோ சல்மான்கானைப் போல. ஆனால் இதில அவனது சொந்தப் பெயர் அதன் நீலக்கல்லின் கீழ் உள்ள தகட்டில் பொறிக்கப்பட்டிருந்தது. வழக்கமான தனது பயிற்சிகளில் ஈடுபடுவதற்கு முன்பு தனக்குப் பக்கத்திலிருந்த டம்ப்-பெல்ஸின் குவியல்மீது அதை வைத்திருந்தான்.

கடைசிப் பயிற்சிகளை வியர்வை வழியச் செய்து முடித்தான். கண்ணாடியில் தனது முண்டா தசைகளை இப்படியும் அப்படியும் உருட்டிச் சரிபார்த்துக்கொண்டான். சாலா நிகில், எவ்வளவு கராத்தே ஷராத்தே படித்தாலும் இவனுக்கு பலத்தில் ஈடாக மாட்டான்.

தன் பயிற்சியை முடித்தவுடன், ஒரு ஸ்வெட்ஷர்ட்டை அணிந்து கொண்டு தன் கைச்செயினை எடுத்துக்கொண்டான். தன்

செய்திகளைப் பார்த்தான், பிறகு ஒரு ஃபோன் கால் செய்தான்.

ஜிம்முக்கு முன்னிருந்த தாழ்வாரத்தில் சென்றவாறே, 'அரே, நான்தான்யா' என்றான். 'நான்தான் இருக்கனே, எல்லாத்தையும் பாத்துக்குவேன். எனக்கு சோர்ஸ் இருக்குடா. நீ மூடிக்கிட்டு சும்மா இரு. பஸ். (அவ்வளவுதான்). சும்மா சில் (பியர்)தானே?'

பேசும்போதே தன் ஜாக்கெட்டை ஜிப்செய்துகொண்டான். வெப்பம் நிறைந்த ஜிம்முக்குப் பிறகு இந்தத் தாழ்வாரம் குளிராக இருந்தது.

'வருண்' பவன் பின்னால் நின்றான்.

இந்த அங்கிள் எவ்வளவு கேட்டிருப்பான்? வருண் பவனின் கண்களை உற்றுப் பார்த்தான். தன் வாயைத் தளரவிட்டான். குழந்தைப் பருவத்திலிருந்தே தான் எப்படித் தோற்றமளிக்க வேண்டும் என்று எல்லாரும் பார்ப்பதற்காகப் பயிற்சி செய்த போஸ் இது. எல்லாரும் விரும்பிய 'நல்ல பையன்' தோற்றம். எல்லாரையும் மகிழ்விக்கும், மகிழ்ச்சியான, தொல்லையற்ற தோற்றம். இந்த முகத்தை எத்தனையோ முறை எத்தனையோ பேரிடம் வீட்டிலும் பள்ளியிலும் காட்டியிருக்கிறான். கடைசியில் அதைத்தானே நம்பும் நிலைக்கு வந்துவிட்டான்.

'சாரி. ஒரு கால் வந்தது.'

'நான் ஸ்டார்பக்ஸுக்கு கீழே நடந்து போகிறேன். நீ எங்ககூட வர்றதா இருந்தா டிரஸ் மாத்திகிட்டு வா. காத்திருக்கறோம்.'

அந்த வெறிபிடிச்ச பய சாக்கலேட்டை ஒழுகவிட்டுகிட்டு திங்கறதைப் பாக்கவா?

இல்லை. தேங்க்ஸ். கொஞ்சம் வேலை இருக்கு.

'இல்ல அங்கிள், இன்னொரு நாள் பாக்கலாம். தேங்க்யூ' என்றான் வருண்.

'ஓகே. அப்படீன்னா அடுத்த வாரம் பாக்கலாம்.'

பவன் வெளியே சென்றான். நிகில் அவன் பின்னால், ஒவ்வொரு அடிக்கும் விழுந்துவிடுபவனைப் போலத் தயங்கித் தயங்கி நடந்தான். அவனை இங்கே சேர்ப்பதற்கு முன்னால், நிகில் ஒரு புதிய இடத்திற்கு வருவதற்கு எவ்வளவு கஷ்டப்பட்டான், அந்த முண்டத்தால் சீக்கிரமாக அட்ஜஸ்ட் செய்துகொள்ள முடியாது என்று விளக்கிய பவன், அவனை வருண் பயமுறுத்தக்கூடாது என்றான்.

நிகில் ஒரு நாய்க்குட்டியைக் கொல பண்றான், எல்லாரும் அவனை டாக்டர் கிட்ட கொண்டுபோறாங்க, கராத்தே பிராக்டிஸுக்கு அனுப்பறாங்க. ஒவ்வொருத்தரும் நிகிலுக்கு நேரம் ஒதுக்கறாங்க. அவன் கோவப்படக் கூடாதுங்கறதுல எச்சரிக்கையா இருக்காங்க. மம்மியும் டாடியும் சொந்த ப்ளடி மகனைவிட அந்த விசித்திரப் பிராணிக்கு அதிகச் செல்லம் குடுக்கறாங்க. நிகில் அம்மா சாயங் காலத்தில வெளிய போறதில்ல. அவனோட உக்காந்து எல்லாத்தையும் திருப்பித் திருப்பிச் சொல்லிக்குடுப்பா. இண்டெக்ஸ் கார்டை வச்சி ரெண்டு தடவை, மூணு, இன்னும் அதிகமா. பண்ட்டியைத் தவிர வேற ஒத்தனும் வருணுக்கு என்ன ஆச்சின்னு கவலைப் படறதில்ல. சீரியஸாவே, அவனுக்குத் தெரிஞ்ச ஒரே டீசண்ட் ஆளு பண்ட்டிதான்.

இல்லை, லட்டுவும்தான். லட்டூ அவன்மீது பாசமாக இருந்தது. தான் சாப்பிடுவதற்கு அவன் வருவானா என்று காத்திருந்தது. லீவு நாள்களில் அவன் வெளியே தங்கினால் அது சாப்பிடாது. லட்டூ நாயும் பண்ட்டியும் அவன் நண்பர்கள்—ரெண்டு பேரும் அவனை ஒருபோதும் கைவிடமாட்டார்கள். வீட்டுக்குப் போகும் முன்னால் லட்டூவுக்கு கொஞ்சம் தின்ன வாங்கிக்கொண்டு போகவேண்டும்.

அந்த பெஹன்சோத் நிகில் எப்பவாவது லட்டுகிட்ட வரட்டும், அவன் தலையை வெட்டி தட்டில வச்சிருவேன்.

15

பிகாஜி காமாவில் உள்ள தன் சொந்த மருத்துவ இல்லத்தை எளிமையாக வைத்திருக்க வேண்டும் என்று அஞ்சலி முயற்சி செய்தாள். மென்பழுப்புநிற அலுவலகச் சுவர்களில் அலங்காரம் எதுவும் இல்லை. வெளிச்சம் குறைந்த விளக்குகள், சில தாவரங்கள், மூலையில் ஆரஞ்சு மணம் வீசும் சில நறுமணப் பொருள்கள் ஆகியவை அறையின் அலங்காரத்தை நிறைவு செய்தன. ஆலோசனை அறைக்கு அப்பாலுள்ள தாழ்வாரத்தில் இருக்கும் கேலரி ஒன்றுதான் அவளது நுகர்வுக்கான பொருள். கடந்த ஆண்டு ஜப்பானுக்கு வேலை விஷயமாகச் சென்ற பயணம் ஒன்றில் கிடைத்த நூமன் முகமூடியை ஒரு விரலால் தள்ளினாள். உணர்ச்சி வெளிக்காட்டாத கன்னம், சிரிக்கும் கண்கள், பாதிபிரிந்த உதடுகள். தனது இளமையின் முதல் மலர்ச்சியில் இருக்கும் ஒரு பெண்ணின் முகம். வளர்ந்துவிட்ட சகியின் முகத்தைக் கற்பனை செய்துகொண்டாள். சகிக்கும் இதே புன்முறுவல், ஆனால் பெரிய கண்கள் இருக்கும். அஞ்சலியின் குடும்பத்தில் ஒருவாரம் இருந்த பிறகு அவள் கன்னங்கள் உப்பி விட்டன. ஈரா தாராளமாக அளித்த எண்ணெய், ஷாம்பூ காரணமாக தலைமுடி இப்போது பட்டுப் போல் ஆகியிருந்தது.

இன்று காலை டாக்டர் பல்லாவின் முன் உணர்ச்சியைத் தவற விட்டதற்காக அந்த நூமன் அஞ்சலியைக் கேலி செய்வது போலிருந்தது. நிகிலின் சம்பவத்திற்குப் பிறகு அவர் பரிந்துரைத்த ரிஸ்பெரிடோன் அவள் மகனை அமைதிப்படுத்த உதவியிருந்தது. ஆனால் டாக்டருடன் அவள் உரையாடல் அந்த அளவு நல்லவிதமாகச் செல்லவில்லை.

'நீங்கள் வளர்க்கும் இந்தப் பெண்ணால் பிரச்சினை வரக்கூடும்' என்றார் டாக்டர் பல்லா.

சிறிய முகம். பெரிய கண்கள். மிருகக் காட்சி சாலை அடைப்பில் இருந்த லெமூர் குரங்கு போல் இருந்தார். அவர் அணிந்திருந்த உயரமான தலைப்பாகை அவருடைய கேலிச்சித்திரத் தோற்றத்தை மறைக்க உதவவில்லை.

‘அவர்கள் ஒன்றாக இருக்கும்போதுதான் நான் அவர்களுடன் இருக்கிறேன்’ என்று உறுதிசொன்னாள் அஞ்சலி.

‘அந்தப் பெண்ணை வேறிடத்தில் விட்டுவிடு. சம்பந்தப்பட்ட எல்லாருக்கும் நல்லது.’

பல்லாவின் முகம் இந்தச் சமயத்தில் ஜப்பானிய கிஜின்மன் முகமூடியைப் போல இருந்தது. அஞ்சலியின் வெளிச்சமிட்ட கேலரியில் நூமன் முகமூடிக்கு அருகில் இருந்த பழைய பேய் முகமூடிகள் இவை.

மற்றொரு கணம் முகமூடிகளின் முன் தயங்கி நின்றாள். ‘ஆழமாக மூச்சுவிடு’ என்று முணுமுணுத்துக்கொண்டாள். பல்லாவின் மந்திரம். நூற்றுக்கு நூறு பல்லாவுடன் அவள் ஒத்துச் சென்ற ஒரே விஷயம். அன்றைய கடைசி நோயாளி சென்றதும், அவள் வேலைப் பட்டியலில் கடைசியாக இருந்த விஷயத்தைப் பார்க்கும்முன் இந்த ஆழமான மூச்சுகள் தேவைப்பட்டன. வெளியே வரவேற்பில், ராதேசியாம் மிஸ்ரா ஒரு நண்பருடன் அவளைப் பார்க்க வேண்டும் என்று காத்திருந்தான். அவர்களுக்கு சாண்ட்விச்சுகள் ஏற்பாடு செய்துவிட்டுப் போகுமாறு உதவியாளரிடம் சொன்னாள். அந்தப் பையன்களுடன் அமைதியான சூழலில் பேசவேண்டும் என்று நினைத்தாள்.

புதிதாக அநாதையாக்கப்பட்ட உடன்பிறப்புகளை ஒருவரை ஒருவர் பார்க்கவிடாமல் இருப்பது மன்னிக்கக் கூடியதல்ல, ஆனால் வீட்டிலும் பணியிலும் அஞ்சலியின் வேலைநிமித்தம் ராதேவுக்கும் சகிக்கும் இடையில் ஒரு சந்திப்பை ஏற்படுத்துவதற்கு இடம் கொடுக்கவில்லை.

‘நமஸ்தே மேடம்ஜி’ அஞ்சலி வரவேற்பிற்குள் நுழைந்தவுடனே ராதே எழுந்தான். அவன் வணக்கம் செய்தான் என்பதைவிட ஏளனம் செய்ததுபோலவே இருந்தது.

அவனுடன் ஓர் உயரமான திடமான ஒரு பையன். அவனை முன்னரே பார்த்திருக்கிறாள். சந்தர். ஹிரிதயோகிலுள்ள சிறிய உடற் பயிற்சிக் கூடத்துக்கு வருபவன். சிவந்த கண்களுடனும் மடித்த உதடுகளுடனும் அவன் எழுந்துநின்றது அவள்மீது கவிவது போலிருந்தது. அவள் பின்வாங்கினாள். இரண்டு பையன்களும் தெருநாற்றம் வீசினார்கள். நெரிசல் புகை, குளிக்காத உடல்கள். ஒரு சிறிய குண்டன், பெரிதாகத் தோற்றமளிக்கும் அவனது அடியாள் போல இருவரும் தோற்றமளித்தனர்.

'பழைய விதமான மேல்சட்டையே அணிந்து, தனது சௌக்கியத்தைப் பற்றி அவள் கேள்விகளுக்கெல்லாம் ஒரு முரட்டுத்தனமான தலையசைப்பு மூலமாக பதிலளித்தான் ராதே.

நேராக விஷயத்துக்கு வந்தான். 'சகி என்னுடன் இருக்க வேண்டும். நான் அவளுக் குச் சொந்தம்.'

'தெரியும்' அஞ்சலி அவர்களை சோஃபாவில் உட்காருமாறு சைகைசெய்து, தானும் ஒரு நாற்காலியை இழுத்து அமர்ந்து கொண்டாள். 'நீங்க ரெண்டு பேரும் ஒண்ணா இருக்கணும்ன்னுதான் நானும் நெனைக்கறேன். ஆனா சகி ரொம்பச் சின்னப்பொண்ணு. நீ தங்கியிருக்கற பையனுங்க விடுதியில அவளுக்கு இடம் சரியா இருக்காது. உன் அம்மாவை அல்லது அண்ணனை கண்டுபிடிக்கற வரைக்கும் நாங்க அவளைப் பாத்துக்கறோம்.'

கடந்த சில நாள்களாக சகியுடன் பேசிவருவதால் அஞ்சலியின் இந்தி நன்றாக மேம்பட்டிருந்தது.

'அம்மா செத்துப்போய்ட்டா. என் அண்ணன் எங்க ஓடிப் போனானோ தெரியாது. சகி என் தங்கச்சி. அம்மாவின் இறுதிச் சடங்குக்கு அவளும் சோட்டுவும் எனக்கு வேணும்.'

அஞ்சலி அமைதியாக இருக்க முயற்சி செய்தாள். ராம் சரணைப் போலீஸ் கண்டுபிடிக்க முடியவில்லை. பிணவறையில் இருக்கும் இறந்துபோன பெண்மணி சுஜினிதான் என்று யதீனால் உறுதிப் படுத்தவும் முடியவில்லை. சகி விரல் மோதிரத்தை முதன் முதல் பார்த்துப் பத்து நாள் ஆயிற்று, மாயா எவ்வளவோ முயற்சி செய்தும் டிஎன்ஏ சோதனை முடிவுகள் எதுவும் வரவில்லை.

'அது உன் அம்மாதானா என்று தெரியவில்லை. அவள் உயிரோடு இருக்கலாம், ராதே. நீ பொறுமையாக இருக்கவேணும்.'

'எனக்கு சகி வேணும், அவ்வளவுதான். அவள் இல்லாமல் நான் திரும்பிப் போவப் போறதில்லை.' சந்தருடன் சேர்ந்து ராதே எழுந்து நின்றான். முதல் முறையாக அஞ்சலிக்கு பயம் ஏற்பட்டது. ராதேவுக்கு பதினைந்து வயதுதான், சந்தருக்கும் அதற்குமேல் இருக்காது. என்றாலும் வேலையை முடிப்பது என்ற உறுதி அவர்களிடம் தென்பட்டது. அவர்கள் பார்வைக்குள் வரவேற்பறை சுருங்குவது போலத் தோன்றிற்று.

'இப்ப நீ போலாம்' என்றாள் அஞ்சலி, அவள் குரல் உரக்கவும் உறுதியாகவும் ஒலித்தது. 'உனக்கும் உன் தங்கைக்கும் உதவி

114 ❀ உன் தோளுக்கு அடியில் நீ

செய்யத்தான் நான் முயற்சி செய்யறேன். ஆனா இதுமாதிரி நடக்கறதனால அது எனக்கும் சரி, உனக்கும் சரி, முடியாம போயிடும்.'

'அவன் தங்கச்சிய அவங்கிட்ட தரப்போறியா இல்லியா?' ராதே பக்கத்தில் நிற்க, முட்டிக் கரத்துடன் சந்தர் கண்ணாடி மேஜையைக் குத்தினான். பேச்சில் 'ஆப்' என்பதிலிருந்து 'தூ' என்று மரியாதை குறைந்துவிட்டது. தன் நோயாளிகள் சிலரிடம் அஞ்சலி கண்ட பளிச்சென்ற, கழுகுப் பார்வை அவனிடம் தென்பட்டது. அஞ்சலி ஃபோனை எடுத்தாள். 'இப்போதே செக்யூரிட்டியைக் கூப்பிடுகிறேன்.' சந்தரைத் தவிர்த்து, ராதேமீது பார்வையைக் குவித்தாள். 'உன்னை ஜெயிலிலிருந்து வெளியே கொண்டு வந்தேன். உள்ளே போடவும் முடியும்.'

தொலைபேசியை டயல் செய்தாள். ராதே பின்னால் நகர்ந்து சந்தரின் தோள்மீது கையை வைத்தான்.

'நாங்க போறாம். ஆனா திரும்பி வருவோம். சகியை நீ வச்சிக்க முடியாது, தெரிஞ்சிதா?'

அஞ்சலி கண்ணாடிக் கதவை அவர்களுக்குப் பின் மூடிப் பூட்டினாள். தாழ்வாரத்துக்குள் நுழைந்து தன் ஆலோசனை அறை நோக்கிச் சென்றாள். சுவரிலிருந்த நூமன் அவளை எதிர் கொண்டது. அதன் முகபாவம் மாறவில்லை. அஞ்சலி சிரித்துக் கொண்டாள். தன்னால் முடிந்தவரை சகிக்குச் சிறந்த வாய்ப்பை அவள் தருவாள். ஒரு நாள், அந்தக் குழந்தை ஒரு புத்திசாலிப் பெண்மணியாக ஆவாள். அவள் முகமும் இநத நூமன் போல ஆரோக்கிய மலர்ச்சியோடு பளிச்சிடும்.

16

பவன் தன் சொந்த உடைக்கு மாறினாலும் தன் இலக்கை எட்ட முடிய வில்லை. ஏதோ தப்பாகப் போனதாக உணர்ந்தான்.

மாலைநேரச் சந்திப்பைப் பற்றிய சிந்தனையைத் தவிர்க்க முடியாமல், நாள் முழுவதும் இடம்பெயர்ந்துகொண்டே இருந்தான். அது ஒரு வேலை மட்டும்தான். மாயா மும்பையிலிருந்து ஃபோனில் நினைவூட்டினாள். ஒரு மந்திரம் போல இதைச் சொல்லிக்கொண்டே இருந்தான். ஆனால் பயனில்லை. அவன் ஒரு கௌரவமான சீக்கிய, சர்தார், குடும்பத்தில் பிறந்த, நன்கு வளர்க்கப் பட்ட பையன். ஆனால் அவன் டர்பன் அணியவில்லை. சீக்கியர்கள் கௌரவத்துக்காகப் போரிடுபவர்கள். அவர்கள் பெண்களைப் பாதுகாத்தார்கள். அவமரியாதையாக நடத்துவதில்லை. ஆனால் மனோஜுடன் அவன் சந்திப்பில் இதற்கு நேர் எதிராக நடக்குமாறு எதிர்பார்க்கப்பட்டான்.

தனதிடத்தில், மாலை நேர இறுதியில், கண்ணாடியில் தனது பிம்பத்தைப் பார்த்தான். அவனது மிகச் சிறிய, குறியீடான கிர்பான், நேர்மைக்காகப் போராட வேண்டிய கத்தி, ஒரு சவர பிளேடைவிடக் குறைந்த காயமே உண்டுபண்ணக் கூடியது. ஆனால் அதைப் பெருமையுடன் எப்போதும் வைத்திருந்தான். இன்று அதை அவனது அலங்கார மேஜைக்குப் பின்னால் விக்குகள், பின்கள் போன்றவற்றின் கலவையுடன் வைத்துவிட்டுப் புறப்பட்டுவிட்டான். தன் பைக்கைக் கடந்து நடந்தான். ஒரு தொழிலாளி பைக் வைத்திருப்பான் என்று மனோஜ் நினைக்கமாட்டான்.

பஸ்சில் தன்னை அமைதிப்படுத்திக்கொள்ள முயன்றான். வாழ்க்கையில் அவன் முன்னேறி வந்தான். ஒரு வேலையில் இருந்தான், பீஜியின் மருத்துவ பில்களைச் செலுத்தினான். அவனது டீனேஜ் பருவத்துக்கும் இப்போதைக்கும் எவ்வளவு தூரம்! அப்போதெல்லாம் தன் தந்தையின் மரணத்துக்குப் பிறகு அவன் சண்டையிட்டான், கார்களையும் கடை ஜன்னல்களையும் உடைத்தான்

என்று அவனுக்காக அவள் வசவு வாங்கினாள். ஆனால் பள்ளி மைதானத்தில் கராத்தே கற்றுக் கொடுத்த அவனுடைய சேன்சேய், ஒரு நடுத்தர வயதுடையவர், அந்த நடத்தையிலிருந்து அவனை வெளிக்கொண்டு வந்துவிட்டார். அடுத்த பத்தாண்டுகளில் கராத்தே அவனைக் காப்பாற்றியது. நீதிக்கான சண்டை என்பதற்குத் தேவையானது தசைவலு மட்டுமல்ல, பொறுமையும் கவனக் குவிப்பும்தான் என்று போதித்தது. தில்லி போலீஸ் அதிகாரிகளைச் சந்தித்தபோது, ஒரு சராசரி அதிகாரியைவிடத் தான் இருமடங்கு தகுதி யானவன், அவர்களைவிட மிடுக்குடையவன் என்பதைப் புரிந்து கொண்டான். ஆனால் அவன் பீஜி அவனைப் போலீஸில் சேரவிட வில்லை. தனது கணவனைக் கொன்ற அதே ஆட்கள் அணிந்திருந்த அந்தச் சீருடையில் அவனைப் பார்க்க அவளுக்கு மனம் தாங்காது.

ஏதோ ஒருநாள் பீஜி அவன் வழிக்கு வரக்கூடும். இருபத்து மூன்று வயதில், சிவில் சர்வீஸ் தேர்வுகளில் அவன் இன்னமும் முயற்சி செய்துகொண்டிருந்தான். அதுவரை, அவன் தன் வேலையில் எவ்வளவு கற்றுக்கொள்ள முடியுமோ அவ்வளவைக் கற்றுக் கொள்ள வேண்டும், யதீனின் நல்லெண்ணத்தில் இடம்பிடிக்க வேண்டும். விஜிலில்தான் இதுவரை உதவி செய்த எல்லா வழக்குகளையும்விட இது மிகவும் சிக்கலாகவும் இருண்டதாகவும் இருந்தது. தான் விரும்பிய இடத்தை இது பெற்றுத் தரக்கூடும்.

குஸும் விஜிலில் நேற்று சந்தித்தாள். சில நிழற்படங்களைக் காட்டினாள்.

'புல் மிட்டாயில் கண்டெடுக்கப்பட்ட இரண்டு பெண்களில் இவள் ஒருத்தியாக இருக்கக்கூடும்.'

'எப்படித் தெரியும் உனக்கு?' பவன் ஒரு நடுத்தர வயதுடைய பெண்மணியின் பாஸ்போர்ட் அளவு படத்தைக் கூர்ந்து பார்த்தான். வட்டமான முகத்துடனும் கலைந்த தலைமயிருடனும் இருந்தாள்.

'காணாமல்போன எல்லா நபர்களின் கேஸ்களின் பதிவேடு களையும் சோதித்துப் பார்த்தேன்.' மென்மையாக இந்தியில் சொன்னாள். 'இந்தப் பெண்ணின் தலைமுடி பிணங்களில் ஒன்றின் தலைமுடியோடு பொருந்தியது. இப்போது அந்த உடல்கள் நம்மிடம் இல்லை. ஃபோட்டோக்கள்தான் உள்ளன.'

குற்றம் நிகழ்ந்த இடத்து ஃபோட்டோக்களை க்ளிக் செய்தபோது தொழில் ரீதியான பாவனையோடு இருந்தாள். ஆனால் அவள் கை நடுங்கியது.

உன் தோளுக்கு அடியில் நீ ✦ 117

‘இந்தப் பெண்ணுக்கு அதேபோன்ற முடி இருப்பது தெரிகிறதா?’ உயரமும் உடல்வடிவமும்கூட காணாமல்போன நபரின் அறிக்கையில் இருப்பதற்கு ஒத்துச் செல்கிறது. போலீஸ் குறிப்புகளைச் சரிபார்த்தேன்.’

‘இந்தப் பெண் எங்கிருந்து காணாமல் போனாள்?’

‘தில்ஷாத் கார்டன்ஸில் உள்ள சேரிப்பகுதி. ஏறத்தாழ போலீஸ் உடலைக் கண்டெடுத்த நேரத்தில்தான் காணாமல் போயிருக்கிறாள்.’

குஸும் சொல்வது சரியானால், அந்தப் பெண்மணி தில்ஷாத் கார்டன்ஸிலிருந்து கடத்தப்பட்டு உடல் புல் மிட்டாயில் எறியப் பட்டிருக்க வேண்டும். குறைந்தபட்சம் ஒரு மணிநேரக் கார்ப் பயணம். இது கொலைகளின் பாணியை உறுதிசெய்யும். மும்பையில் டிஎன்ஏ சோதனைக்குள்ளாகியிருக்கும் மற்றொரு இறந்த பெண் சுஜினி என்றால், அவள் தெற்கு தில்லியில் சஞ்சய் காலனியிலிருந்து கடத்தப்பட்டு மேற்கு தில்லியில் மடிபூர் காலனியில் போடப் பட்டிருக்க வேண்டும். மறுபடியும் ஒரு மணிநேரப் பயணம். அவர்கள் தில்ஷாத் கார்டன்ஸ் பெண்ணின் உறவினர்களிடமிருந்து டிஎன்ஏ எடுத்தாலும், அதை ஒப்பிட்டுப் பார்க்க உடல் இல்லை. எனவே அவள் அடையாளத்தை உறுதிப்படுத்த நேர்முக வழி எதுவும் இல்லை. ஆனால் முயற்சி செய்துகொண்டுதான் இருக்க வேண்டும் என்ற குஸுமின் கூற்றுடன் அவன் உடன்பட்டான். அவர்களின் முக்கியக் குவியம் சுஜினியாக இருக்கவேண்டும். அதாவது மனோஜ்மீது கவனத்தைக் குவிக்க வேண்டும். பஸ் திடீரென நின்றபோது மனோஜ் அவர்களுக்கு எடுப்புமுனைகள் தரக்கூடும் என்று பவன் நினைத்துக் கொண்டிருந்தான். அவன் நடிக்க வேண்டும். தன் மனைவியைவிட்டு தனியே இருக்கும் ஆள், வசதியைத் தேடுபவன் என்று நினைக்க வைக்க வேண்டும். கடைசி நிமிடத்தில், மனோஜ், சந்திப்பை ஒரு கோயிலுக்கு மாற்றிவிட்டான். அவன் அந்தச் சேரியின் அருகிலிருந்த துர்க்கை கோயிலுக்குப் பின்னால் காத்திருந்த போது மாலைநேரக் குளிர்காற்று முகத்தில் அடித்தது. எனவே சால்வையை நன்றாக இழுத்து மூடிக்கொண்டான். தேவி அன்னையை வழிபடும் குரல்கள் கோரஸாக எழுந்து பாடலாக ஒலித்தன. கூடவே மணிகள், தாளங்கள் இவற்றின் சத்தமும். கோயிலுக்குப் பின்னால் தங்கியிருந்த பறவைகள் இந்தச் சத்தத்தைக் கேட்டுப் பழகியவை போலும். பயப்படாமல் சத்தமிட்டுப் பேசிக்கொண்டிருந்தன. அதற்கு எதிராக பவன் தன் முதுகில் வியர்வை வழிவதை உணர்ந்தான். சாலையின் எதிரிலுள்ள குப்பைத் தொட்டியிலிருந்து நாற்றம் வீசியது.

சால்வையால் பவன் தன் மூக்கை மூடிக்கொண்டான். தான் ஒரு கோயிலுக்குப் பின்புறம் ஒரு மாமாவைச் சந்தித்து வேசிகளின் படங்களைக் காணக் காத்திருக்கிறோம் என்று அவனாலே ஜீரணிக்கவே முடியவில்லை. பேதா காரக் இஸ் மனோஜ் கோ என்று ஒரு சாபம் விட்டான். தனது மனநிலைக்குக் காரணமான ஆள் மூலையில் திரும்புவதைக் கண்டான்.

'ராம் ராம் மனோஜ்-பையா.' ஒரு கோயிலின் அருகில் மாமாப் பயல் ஒருத்தனுக்கு கடவுள் பெயரால் வணக்கம். தனக்குள் தன்னைச் சபித்துக்கொண்டான்.

'ராம் ராம். நான் என் மனைவியைக் கோயிலுக்கு அழைத்துவர நேர்ந்தது' என்றான் மனோஜ் தனது பிஹாரி உச்சரிப்பில். 'சரக்குகளின் படங்களைக் கடையில் காட்ட முடியவில்லை' என்று சிரித்தான். 'நல்லதுதான். பாவங்களுக்குப் பின் கடவுளிடம் பிரார்த்தனை செய்து விடலாம் இல்லையா? அதனால்தான் இங்கே கூப்பிட்டேன்.' பவனின் கை அவன் பின்னால் இறுகியது. மெல்லிய மூக்கும், நெற்றியில் நீண்ட குங்குமத் தீற்றலும் ஏளனம் செய்யும் கண்களும் கொண்ட இந்த எலி கடவுளை கேலி செய்கிறது. அவன் மூக்கை உடைத்து, தடித்த உதடுகளைப் பிளந்து, அவன் கன்னங்களில் காயங்களை உண்டாக்கி அவன் முகத்தையே மீட்டமைக்க வேண்டும் என்று பவன் நினைத்தான். அதற்குத் தகுந்த கராத்தே நிலைகள் என்ன என்பதையும் கற்பனை செய்தான். பதிலாக ஒரு போலிப் புன்முறுவலைத் தவழவிட்டுக்கொண்டான். 'நீ அவர்கள் ஃபோட்டோக்களை என் நண்பன் போனுக்கு அனுப்பியிருக்கலாம்' என்றான். 'புது வாடிக்கையாளர்களுக்கு அப்படி அனுப்புவது கிடையாது. தெரியுதா? இது சைட்-பிசினஸ்தான். ரொம்ப எச்சரிக்கையா இருக்க நம்மால முடியறதில்ல.' 'ஆமாம் பையா' பவன் பணிவாகவும் அதேசமயம் ஆர்வமாகவும் இருப்பதாகக் காட்டிக் கொள்ள முயற்சிசெய்தான். 'அப்படீன்னா பாரு' மனோஜ் ஒரு பளபளப்பான ஸ்மார்ட்போனை சட்டைப்பையிலிருந்து எடுத்தான்.

'பாத்துச் சொல்லு. ஒவ்வொண்ணு மேலயும் கட்டணத்தைக் குறிச்சிருக்கு. ஒரு மணிக்கு, ஒரு ராத்திரிக்கு. ரொம்ப ஞாயமான ரேட்டுதான்.'

மனோஜ் நிற்கும்போதே பவன் எட்டிப்பார்த்தான். உயரம்-குட்டை, ஒல்லி-குண்டு, வெள்ளை கலர்-கருப்பு, எல்லாவிதப் பெண்களும், எல்லாரும் பிரகாசமான சேலை சோளிகளில் அல்லது சல்வார்

உன் தோளுக்கு அடியில் நீ ✦ 119

கமீஸ்களில், ஆனால் மையணிந்த கண்கள்வரை செல்லாத உற்ற வண்ண லிப்ஸ்டிக் புன்முறுவல்கள். பவன் ஒன்றன்பின் ஒன்றாகத் தள்ளிக்கொண்டே சென்றான். கடைசிவரை பார்த்தாயிற்று.

'என்ன, உன் ஆசைக்கு ஒண்ணும் தேறலையா? அப்ப உன் டேஸ்ட் கொஞ்சம் வித்தியாசமா இருக்குது...'

மனோஜ் பவனின் சுரணையற்ற கைகளிலிருந்து ஃபோனை எடுத்துக்கொண்டான் கைகளை ஃபோன்மீது ஓட்டினான். 'அப்படீன்னா இதைப் பாரு' என்று ஃபோனைத் திருப்பிக் கொடுத்தான்.

முதல் படமே பவனை உறையவைத்தது. ஓர் இளம்பெண், அவள் சிறிய மார்புகள் இறுக்கமான சட்டைக்குள்ளிருந்து துருத்திக் கொண்டு வெளியே தெரிந்தன. 'அட, வாப்பா. ரொம்ப வெக்கப் படாதே. எல்லாமே தே...ங்கதான். ஒவ்வொண்ணும்.' மனோஜ் ஃபோனைத் திருப்பி வாங்கிக்கொண்டான். 'அவங்கவங்க தொழில் அவங்களுக்கு நல்லாத் தெரியும். காட்டறேன் பாரு'

படத்துக்கு மேல் படங்கள் நகர்ந்தன. உப்பிய கன்னங்கள், வட்ட அடிவயிறுகள், சில பெண்களுக்கு ஆறு அல்லது ஏழு வயதுதான் இருக்கும். பவனின் தலைசுற்றியது. இது இந்தியாவில் நடக்கிற தென்று தெரியும். மும்பையில், மிருகங்களிடம் பெண்கள் விற்கப் பட்டார்கள். ஆனால் தலைநகரத்துக்கு இவ்வளவு அருகிலா? 'சிலது ரொம்ப சீப். பாரு' மனோஜ் கருத்த கண்களைக் கொண்ட சிறுமி ஒருத்தியைக் காட்டினான். 'எது வேணாலும் அரேஞ்ச் பண்ண முடியும்.'

வித்தியாசமான தலைமுடி, உடை, லிப்ஸ்டிக் இருந்தாலும், பவன் அந்தக் கருமைநிறக் கண்களைத் தெரிந்துகொண்டான். அவள் குட்டி சகியே தான்.

17

சகி வந்து பன்னிரண்டு நாள்கள் ஆனபிறகு அஞ்சலி இரவுணவுக்கு அமர்ந்தாள். தன் புன்முறுவலை அடக்கமுடியவில்லை.

நிகில் தன் இரவுணவை ஒவ்வொரு நாளிரவும் 8.30க்கு சாப்பிட்டான். கூட மேஜையில் மாயாவும் அஞ்சலியும் இருப்பார்கள். அவர்கள் ஏதாவது மாற்றங்கள் செய்தால் தன் வருத்தத்தை வெளிப் படையாகவே தெரிவிப்பான். ஆனால் இன்று அவன் வெற்றிகரமாக இருவரையும் சமாளித்துவிட்டான்.

மாயாவின் விமானம் மும்பையிலிருந்து இன்னும் வந்து சேராததால் அவளுக்கு பதிலாக ஐரா அவன் அருகில் உட்கார்ந்திருந்தாள். இரண்டாவது, சகி அஞ்சலிக்கு அருகில் நிகிலுக்கு நேர் எதிரில் உட்கார்ந்திருந்தாள். அவனுக்கு மிக நெருக்கமாக அல்ல, என்றாலும் மாற்றம் மாற்றம்தான்.

சகியின் படத்தை வைத்து நிகிலை அஞ்சலி தயார்செய்திருந்தாள். ஒரு சிறிய பெண், ஒரு விருந்தினள், அவளுக்கு ஆங்கிலம் தெரியாது, அவளுக்குத் தற்சமயம் தங்க வேறு இடம் இல்லை. அவள் செய்தி களைத் திரும்பத் திரும்பச் சொல்லி விளக்கினாள்.

'அவள் ஏன் அவள் அம்மாவுடன் தங்கக்கூடாது?'

'அவள் அம்மா செத்துட்டா'

'அந்த நாய்க்குட்டி மாதிரியா?'

நிகில் செத்துப்போன நாய்க்குட்டியைப் பற்றி அடிக்கடி பேசினான். ஏன் அந்த நாய்க்குட்டி அவன் பிளேனைக் கடிக்க முயற்சி செய்தது? ஏன் அது செத்துப் போனது? செத்துப்போனால் என்ன ஆகும்? அவன் செத்துப் போவானா? அஞ்சலி செத்துப்போவாளா? இன்னொரு நாய்க்குட்டிக்கு என்ன ஆச்சு? அது அஞ்சலியின் அறையிலேயே சகியுடன் இருந்தது என்று அவனுக்குத் தெரியாது. அவ்வளவு சிறிய நாய், இயற்கைக்கு மாறாக, சத்தம் போடாமல். அஞ்சலிக்கு அந்த இரு அநாதைகளையும் பிரிக்க மனம் வரவில்லை.

உன் தோளுக்கு அடியில் நீ ❀ 121

நிகிலுக்குப் பிடித்த சிக்கன் கறியை அவனுக்காக ஐராவிடம் அஞ்சலி தள்ளினாள். சகியை நோக்கினாள், அவள் சாப்பிடாமல் வானத்தை வெறித்துப் பார்த்துக்கொண்டிருந்தாள். நிகிலின் நல்ல நடத்தையால் ஏற்பட்ட மகிழ்ச்சியை இது போக்கிவிட்டது.

இரண்டு வயதிலிருந்து நிகில் தனியாகத்தான் தூங்குவான். அப்போதுதான் அவர்கள் இந்தியாவுக்கு வந்தார்கள். தன் வீட்டு வேலைக்கு எப்போதும் அவன் உதவி கேட்டதில்லை. டாக்டர் பல்லாவின் மதிப்பீட்டின்படி, நிகில் ஆடிஸம் நிறமாலையின் உயர் செயல்பாட்டுமுனையில் இருந்தான். சாதாரண அளவைவிட அதிக புத்திக்கூர்மை. நிகில் உறவுகளை ஏற்படுத்திக்கொள்ள விரும்பினான். ஆனால் எப்படி என்று தெரியவில்லை. அவள்தான் முயற்சி செய்து எல்லாவற்றையும் அவனுக்காகச் செய்ய வேண்டியிருந்தது.

அஞ்சலி சகியின் ரொட்டியை எடுத்து ஒரு துண்டு பிய்த்து, சிக்கன் கறியில் அதைத் தோய்த்து, தொங்கும் வாயில் அதைத் திணித்தாள். சகி ஆச்சரியப்பட்டு நோக்கினாள். அவள் வாயைத் திறந்து, அஞ்சலி உணவை அவள் வாய்க்குள் தள்ளினாள்—பத்தாண்டுகளுக்கு முன்பு நிகிலுக்குச் செய்தது போல. பெரும்பாலான சமயங்களில் அவன் அதைத் துப்புவான் அல்லது ஊளையிடுவான் அல்லது இரண்டையுமே செய்வான். ஆனால் சகிக்கு உணவின் மீது வெறுப்பில்லை எனத் தோன்றியது. வாழ்க்கையில் ஆர்வமின்மை மட்டுமே. சகி தன் உணவை விழுங்கிவிட்டு மேஜையை முறைத்தாள். தன் தட்டை நோக்கி எந்த அசைவும் செய்யவில்லை. தன் காலை உணவைச் சிறிது உண்டாள், ஐராவின் கூற்றுப்படி, மதியத்திற்கும் அதிகம் சாப்பிட வில்லை. எனவே இரவுணவை அஞ்சலி ஊட்ட வேண்டி வந்தது.

சகி வழக்கமாக ஐராவின் அறையில் உறங்கினாள். ஆகவே அவள் தன் யோகாசனப் பாய்மீது சில பயிற்சிகளுக்காக குதிகாலில் உட்கார்ந்தபோது, தன் படுக்கையின்கீழ் அந்தக் குட்டி இருக்கும் என்று எதிர்பார்க்கவில்லை. அந்தச் சிறிய பழுப்புநிற நாய்க்குட்டி அவளைச் சுற்றிவந்து அவள் கால் விரல்களை, முகத்தை, கண்ணில் படும் எதையும் நக்கியது. அஞ்சலிக்கு மென்மையான விம்மல் ஒலி கேட்டது.

ஏன் அழுகிறாய் என்று அஞ்சலி கேட்டதற்கு, ‘எனக்கு பயமா இருக்குது. இங்க உள்ள கூரை எல்லாம் ரொம்ப உசரத்தில் இருக்குது’ என்றாள்.

தன் உயரம் அளவே உள்ள கழிவுநீர்க்குழாயில் சகி நின்றுகொண்டு

அவளை உள்ளே அழைத்ததை அஞ்சலி நினைத்துக்கொண்டாள்.

அஞ்சலி அறையைச் சுற்றிப் பார்த்தாள். சில தலையணைகளை அவள் படுக்கைமீது அடுக்கி, சில விரிப்புகளையும் போர்வையையும் கொண்டு ஒரு திடீர் டெண்ட் உருவாக்கி, 'உனக்கு ஒரு சின்ன வீடு செய்திருக்கேன்' என்று சகி கையைப் பிடித்து இழுத்தாள்.

சகி எந்த எதிர்ப்புமின்றி வெளியே வந்தாள். நாய்க்குட்டி அவளைத் தொடர்ந்தது.

'உனக்கு பயமாயிருந்தா இதில ஒளிஞ்சிக்கலாம்.' தலையணைகளை அஞ்சலி காட்டினாள். 'இதான் உன் இக்ளூ'

'அப்படீன்னா என்ன?'

'ஒளிஞ்சிக்கற இடம்'

'நன்றி' என்றாள் சகி. 'நம்ம எல்லாருக்கும் ஒளிஞ்சிக்க இடம் வேணும்தானே'

அஞ்சலிக்குத் தூக்கிவாரிப் போட்டது. சகி சிலசமயம் பேசும் இயல்புமீறிய வார்த்தைகள். அந்தச் சிறுபெண்ணின் வெளிப்பாடு சிலசமயம் எல்லாம் அறிந்த கிழவியின் வடிவம் பெற்றுவிடுகிறது. அடிக்கடி சேரிச் சிறார்களிடம் அஞ்சலி காணும் இயற்கை மீறிய முதிர்ச்சி அது.

'மங்க்கூ இதுக்குள்ள வரமுடியுமா?'

'மங்க்கூவா?'

'இந்த நாய்க்குட்டி'

அந்த வார்த்தைக்கு அர்த்தம் இல்லை. ஆனால் அந்த நாய்க்குட்டிக்கு, அதன் நெற்றியிலிருந்த வெள்ளைக் கறைக்குப் பொருத்தமாக இருந்தது. சகி இக்ளூவுக்குள் தாழ குனிந்து சென்றாள். மங்க்கூ தொடர்ந்தது. சகியின் மடியில் சுருண்டுகொண்டது.

'எல்லாருக்கும் பெயர் உண்டுன்னு அம்மா சொல்றா' இக்ளூவுக்குள் சகி புரண்டு அவளை நோக்கித் திரும்பினாள். பெரீய்ய கண்கள். வளையிலிருந்து அணில் எட்டிப் பார்ப்பதுபோல.

'உன் பேருக்கு என்ன அர்த்தம் தெரியுமா?'

'தெரியாது' சகி தலையை ஆட்டினாள். மெதுவாக, வேண்டுமென்றே, தலைமுடி முகத்தில் ஆட, தலையை ஆட்டியவிதம் அஞ்சலிக்கு மிகவும் பிடித்திருந்தது. அதைப் பின்னிவிட அஞ்சலி நினைத்தாள். ஆனால் சகியின் தோற்றத்தையும் சுத்தத்தையும் ஐராவிடம்

விட்டுவிட்டாள். ரொம்ப ஒட்டிக்கொள்ளவும் கூடாது.

‘சகி என்றால் தோழி’ சகியின் இருப்பிடத்துக்கு மேலே இருந்த சில விரிப்புகளை அஞ்சலி நேர்செய்தாள். ‘என் பேர் என்ன?’

‘ஜலி ஆண்ட்டி’

அஞ்சலி மறுப்பாகத் தலையை ஆட்டினாள். ‘ஊஹூம். என் பேர் அஞ்சலி.’

‘அஞ்-ஜ-லி ஆண்ட்டி?’ சகி திக்கினாள். அவள் புருவங்கள் முயற்சியில் நெரிந்தன.

‘ஆமாம். ஆனால் உனக்கு இஷ்டம்ன்னா ஜலி ஆண்ட்டின்னே கூப்பிடலாம்.’ என்று முழங்கால் மேல் தட்டிக் கொடுத்தாள். இந்தியச் சிறார்கள் பெரியவர்களைப் பெயர்சொல்லிக் கூப்பிடுவதில்லை.

‘சோட்டுவை எப்பப் பாக்கறது? ராதே பையாவை?’

ராதே வந்ததையும் அவளைத் தானே வைத்துக்கொள்ளக் கேட்டதையும் இவளிடம் சொல்லமுடியாது.

‘ராதே பள்ளிக்கூடத்துக்குப் போவணும். படிக்கணும். அதனால அவனைக் கூப்பிட முடியாது. சோட்டுவை இந்த வாரம் போய்ப் பாக்கலாம்.’

‘மாய்? அம்மா எங்கே?’

அஞ்சலி விரல்களை முதுகின்பின் குறுக்கிட்டுக்கொண்டாள். ‘அவளைக் கண்டுபிடிப்போம்.’ இது உண்மையாகட்டும், கடவுளே. பிணக்கூடத்தில் பார்தத அந்தப் பெண் சுஜினியாக இருக்கக்கூடாது.

சகி இக்லூவைவிட்டு வெளியே வந்து அஞ்சலியின் மடியில் படுத்துக்கொண்டாள். எப்போதும் அப்படிச் செய்துவந்தவள் போல. மங்க்கூவும் அப்படியே செய்தது. அஞ்சலி நிகிலை ஒருபோதும் இப்படி மடியில் கொஞ்சியதில்லை. சகியின் மென்மையான பாரம் தன் மார்பில் அழுந்த, அஞ்சலி பின்னால் சாய்ந்தாள். தான் இவ்விதம் ஒரு குழந்தையை அணைத்துக்கொண்ட நாள் எப்போது? அவள் தோழிகளின் குழந்தைகள். அவள் தளர்வாகப் படுக்கையில் சாய, குழந்தையும் நாயும் அவளுக்குள் புகுந்துகொண்டன.

***

‘உங்க கழுத்து சுளுக்கிக் கொள்ளும்’ மாயாவின் குரல் அஞ்சலியை எழுப்பியது. அவள் கழுத்து வலித்தது. எழுந்து தன் கடிகாரத்தைப்

பார்த்தாள். ஒருமணி நேரத்துக்கு பதிலாக ரொம்ப நேரம் தூங்கி விட்டதாக நினைத்தாள். சகியும் பப்பியும் அவள் மடியில் படுத்திருந்தனர். நாய்க்குட்டியின் மூக்கு சகியின் நெஞ்சில் பதிந்திருந்தது.

மாயா சகியைத் தூக்கி உதுமானின் மேல் படுக்கவைத்துப் போர்த்திவிட்டாள். பப்பி விழித்துக்கொண்டு தொடர்ந்தது. அதை சகியின் அருகில் வைத்தாள். அது உடனே சுருண்டுகொண்டது. அஞ்சலி இரண்டின்மீதும் ஒரு போர்வையைப் போர்த்தினாள். மாயா தன் ஃபோனை எடுத்து காமிராவை இருவர் மீதும் திருப்பினாள்.

'க்யூட்னஸ் பதிவாயிடுச்சி' மாயாவின் விரல்கள் அவள் ஃபோன் திரையைத் தடவின. 'இவ ஒரு கேஸ்ல மட்டும் இல்லன்னா, என் அடையாளப் படமா இதைத்தான் வச்சிருப்பேன்.'

'டிஎன்ஏ முடிவுகள் என்னாச்சி?'

'பொருந்திடுச்சின்னு நெனைக்கறேன்'

பொருந்திவிட்டன. சகி அவ அம்மாவை இனிமேல் பார்க்க முடியாது. அஞ்சலி அந்தப் பெண்ணின் தலையைக் கோதிவிட்டாள். அவள் இன்னமும் நன்றாகப் புகுந்துகொண்டாள்.

'நான் திரு. லாஹிரியுடன் இதைப் பற்றிப் பேசவேண்டும். சுஜினி சஞ்சய் காலனியைச் சேர்ந்தவள்.'

'இல்ல அஞ்சி. இது இப்ப நடந்துக்கிட்டிருக்கற புலனாய்வு. அவர்கிட்ட அப்புறம் இதைப்பத்திப் பேசலாம். நாம இந்த ராம் சரணைப் பத்தி அதிகமாக் கண்டுபிடிக்கணும். அடுத்த முறை ஹிரிதயோகுக்குப் போனா அவனப்பத்தி யாராவது தகவல் சொல்ல முடியுமா பாருங்க. பவன் அங்க வொர்க் பண்ணிகிட்டிருந்தாரு. ஆனா அவரோட ஒழுங்கா பேச நேரம் இல்ல. நாம எச்சரிக்கையா இருக்கணும்.'

அஞ்சலி ராதே, சந்தர் பற்றி மாயாவுக்குச் சொல்லலாமா என்று நினைத்தாள். மாயா யதீனுக்குச் சொல்லக்கூடும், அவர் ராதேயை மறுபடியும் ஜெயிலில் தள்ளிவிடுவார். தன் குழந்தைகள் பழைய வாழ்க்கைக்குத் திரும்பிவிடாமல் இருக்க சுஜினி எவ்வளவோ கஷ்டப்பட்டாள்.

'ட்ரிங்க் வேணுமா?' என்றாள் மாயா. அவள் முகம் களைப் புற்றிருந்தது. 'நான் உன்னை மாடியில சந்திக்கிறேன்.'

அஞ்சலி சகியின் தலையின் கீழ் ஒரு தலையணையை வைத்தாள்.

அவள் அசையவில்லை. ஒரு மேல்உடையை அணிந்துகொண்டு நாய்க்குட்டியைத் தோட்டத்தில் சுற்றிவர அழைத்துச் சென்றாள். இருட்டில், புறக்கடையில் இருந்த காட்டுத்தீ மரம், தனது கருப்பான, வானத்தை நோக்கிய வெற்றுக் கிளைகளால் அவளை பயமுறுத்தியது. வீட்டைச் சுற்றி யதீன் காவலைப் போட்டிருந்தாலும், தன்னை யாரோ கண்காணிப்பது போன்ற ஊசிகுத்தும் உணர்வை அவளால் தவிர்க்க இயலவில்லை. திரும்பி உடனே வீட்டுக்குள் சென்றுவிட்டாள்.

வீட்டின் வெதுவெதுப்பான நிலைக்குத் திரும்பி வந்த பின்னரும் அவளுக்கு சுஜினியின் எரிந்துபோன முகமே நினைவில் நின்றது. அது அவளுக்கு நடுக்கம் கொடுத்தது. அவள் நிகிலைப் பார்க்கச் சென்றாள்.

அவன் போர்வையை உதைத்துத் தள்ளியிருந்தான். அதைப் போர்த்திய பின்னர் அவன் தலைமுடியைக் கோதினாள். அவன் விழித்திருக்கும்போது அவ்வாறு செய்யவிடுவதில்லை. ஒரு பெருமூச்சு விட்டாள். சுஜினியால் தன் பிள்ளைகளை இனி காணவே முடியாது. தூக்கத்தில் இது போல அவர்களைத் தொட முடியாது.

மாடியில் மாயா தன் படுக்கையில் நீட்டிப் படுத்திருந்தாள். ஒரு கையில் குடிக்கிண்ணம். மற்றொன்றில் பற்றவைக்கப்பட்ட சிகரெட். ஃப்ரில் வைத்த அவளது முழுக்கை இரவுடையில் மாயா வயதுவராத ஒரு குடிகாரியைப் போலக் காணப்பட்டாள். புகையை ஊதியபோது மேலும் அந்த பிம்பம் உறுதிப்பட்டது. மாயா பழைய சிகரெட்டின் முனையிலிருந்து புதிதாக ஒன்றைப் பற்றவைத்தாள்.

'குறைத்துக்கொள்'

மாயாவைச் சில ஆண்டுகளாகவே புகைப்பதை விட்டுவிடச் சொல்லி அஞ்சலி முயற்சி செய்துவந்தாள். இப்போதும் சடங்குபோல, பேருக்காவது அவ்விதம் செய்தாள். இதுதான் ஒருவேளை நட்பு தருகின்ற சிறந்த சலுகை போலும். பரிச்சயத்தின் வசதி, திரும்பக்கூறல்.

'சியர்ஸ்' என்று மாயா அஞ்சலியின் டம்ளருடன் தனதை மோதினாள். 'ஏன் குறைக்க வேண்டும்? வாழ்க்கை சிறியது.'

'அதை இன்னும் சிறிதாக்கிக்கொள்ள வேணாம்.'

மாயா மேலும் ஒரு முறை புகையை உறிஞ்சினாள். மற்றொரு முறை கண்டிக்கவேண்டும் என்று எழுந்த வேகத்தை அஞ்சலி அடக்கிக்கொண்டாள்.

'கிறிஸ்துமஸ் ஷாப்பிங் எப்போது?' மாயாவின் சொற்கள் டிவியின் முரல் ஒலியின் ஊடாக வெட்டியது. இன்னும் மூன்று வாரங்கள் இருக்கிறது.

'அடுத்த வார இறுதியில்?' என்றாள் அஞ்சலி. 'கிறிஸ்துமஸ் மரத்தைப் பற்றி ஐராவிடம் சொல்கிறேன்.'

தில்லியில் அவளது முதல் டிசம்பர். அப்போது யதீனின் தாய் சமையலில் அவளுக்கு உதவினாள். ஒரு பாரம்பரிய இந்துப் பெண்மணியாக இருந்தும், அவளுக்கு இவ்விதம் வீட்டில் ஒருத்தி யாகக் கருதி உதவி செய்தது அவளுக்கு உணர்ச்சிப் பெருக்கை உருவாக்கியது. அஞ்சலிக்கு கிறிஸ்துமஸ் ஒழிந்தால் போதும் என்றிருந்தது. ஏனெனில் அந்த ஆண்டிறுதி விடுமுறை, அவள் அம்மா பேக்கிங், சுத்தம் செய்தல் போன்றவற்றில் ஈடுபட்டதோடு இவளையும் அறையின் விரிப்புகளைச் சரிசெய் என்பதுபோல வேலை வாங்குவாள். ஐயோ, ஒருதடவையாவது சரியாகச் செய்யேன், மேலறையிலிருந்து விளக்குளை எடுத்து வா, கடவுள் மேலாணை, மரத்தை அமைக்கக் கொஞ்சம் உதவிதான் செய்யேன். இதெல்லாம் அறியாத மாயாவும் அவள் தாயும் அஞ்சலி மதுவில் ஊறிய ஒரு கிறிஸ்துமஸ் கேக்கைச் செய்வோம் என்று பிடிவாதமாக இருந்தார்கள். அடுத்த ஆண்டு, மாயாவின் தாய் இறந்த மறு ஆண்டு, அஞ்சலி மாயாவை மகிழ்ச்சி கொள்ளச் செய்ய, ஐராவின் உதவியுடன் அஞ்சலி அதைச் செய்தாள். பிறகு அது ஒரு மரபாகவே மாறிவிட்டது. கிறிஸ்துமஸ் முன்மாலையில் யதீன் குடும்பம் மொத்தமும் இரவுணவுக்கு அஞ்சலி வீட்டில் கூடிவிடுவார்கள். நிகிலுக்கு கிறிஸ்துமஸ் கேக்கைக் கடித்தவாறு மரத்தை அழகுபடுத்துவது பிடிக்கும். பிளாக் ஃபாரஸ்ட் கேக் தவிர அவனுக்குப் பிடித்த ஒரே கேக் இதுதான்.

'அண்ணி பிறந்த நாளுக்காக நாளைக்கு ஒரு டின்னர் ஏற்பாடு செய்ய இருக்கிறேன். என்ன வாங்கலாம் அவளுக்கு?'

அஞ்சலி பதிலளிக்கவில்லை. மாயா தொடர்ந்தாள். 'அண்ணன் செய்ய மாட்டார். எனக்குத் தெரியும். அவங்க எப்பவும் சண்டை போட்டுகிட்டிருக்காங்க. அவங்க ரெண்டு பேருக்கும் மத்தியில கொஞ்சம் நல்ல விஷயத்தை உருவாக்கணும்னு நெனைக்கறேன்.'

'நிச்சயம்'

மாயா மிச்சமிருந்த ஸ்காட்சை நீண்டதொரு உறிஞ்சலில் குடித்து விட்டு, டம்ளரை மேஜையின்மேல் உருட்டிவிட்டாள். 'என்னால

உன் தோளுக்கு அடியில் நீ ✦ 127

எதுவும் சரியாச் செய்ய முடியாது...அந்த நாய்க்குட்டியைக்கூட...' 'மூடு வாயை' அஞ்சலி மாயாவின் கையைப் பற்றினாள். 'முட்டாள் தனம், உனக்குத் தெரியும். உளறாமல் வா.'

அஞ்சலி இந்தியாவுக்கு வருவதற்கு ஆறு ஆண்டுகள் முன்பு திருஷ்டி யதீன் வீட்டில் மணம் செய்துகொண்டு வந்தாள். மாயா தனது திருஷ்டி அண்ணியிடம் நெருக்கமாக இல்லை. ஆனாலும் அவர்கள் 'குடும்பம்', அஞ்சலி 'வெளியாள்.' எதுவும் இதை மாற்ற முடியாது. அஞ்சலியின் கண்களில் நீர் நிரம்பியது. திருஷ்டி தன் கணவனுடனே படுப்பதில்லை. ஆக என்னதான் விரும்புகிறாள் அவள்?

அதற்காக, உன்னை அவள் கணவனோடு படுக்கச் சொல்லவில்லை என்று அம்மாவின் குரல் எகத்தாளம் செய்தது.

குழந்தைகளுக்காகத்தான் உன்னோடு இருக்கிறேன் என்று திருஷ்டி யதீனிடம் தெளிவாகச் சொல்லிவிட்டாள். அதற்கு யதீனும் ஒப்புக்கொண்டார். டி. எம். மேஹராவின் மகள் விவாகரத்து பெறுவது அவர் வேலைக்கே இழுக்கு உண்டாக்கும். அப்புறம் யதீனுடனான உறவு பற்றி அஞ்சலி குற்றவுணர்ச்சி ஏன் கொள்ள வேண்டும்?

டியர் அஞ்சலி, அவர் திருமணம் ஆனவராக இருப்பதால்—என்று அம்மா சொன்னாள். நீ தப்பித்துக்கொள்ள ஏதோ சொல்கிறாய். அம்மா இந்தமுறை சொன்னது சரிதான்.

'ஏய், ஏன் அழுவறேங்க?' மாயா எழுந்து உட்கார்ந்தாள். 'என்ன ஆச்சு?'

அஞ்சலி காண்டாக்ட் லென்ஸ் உறுத்தியது என்று சொன்னாள். மாயா-இன்னும் சின்னஞ்சிறிய குழந்தைப் பெண்மணிதான். அவளை அழாமல் இருக்கச் சொல்லிவிட்டு தான் வருத்தப்பட்டாள். சாரி சொன்னாள். 'மறந்துவிட்டேன்' என்று தன் கைப்பையிடம் சென்றாள். 'உனக்காக இதை வாங்கினேன்.'

ஒரு ரோஜாப் பூங்கொத்து. ஆறு நீண்ட தாளுடைய பீச் மலர்கள். ஒன்று வாடித் தளர்ந்தது. அஞ்சலி சிரித்தாள், மாயாவின் சுருண்ட கூந்தலில் முத்தமிட்டாள். குளியலறைக்குச் சென்று குழாயைத் திறந்து ரோஜாக்களைக் கழுவி ஒரு ஜாடியில் வைத்தாள்.

அஞ்சலி புறப்படத் தயாரான போது, ராம்சரணைப் பற்றிய விசாரணையை மறக்காதே என்றாள் மாயா.

128 ✤ உன் தோளுக்கு அடியில் நீ

'செய்யறேன். நல்ல பையன் அவன்'

'அவன் குற்றத்தில் சம்பந்தப்பட்டிருக்கலாம். ஒரேநாளில் காணாமல் போனார்கள்.'

'அது அவன் தாய், மாயா! அதுவும் ஒரு லேசான கொலையல்ல அது'

'அவளோட அவன் சண்டை போட்டான். அதுவும் அவன் போதைமருந்து அடிமை. அப்புறம், வேற ஆட்களோட. யாருக்குத் தெரியும்?'

ரொம்ப நேரம் கழித்து, முழுக்களைப்படைந்து, அதிகமாகவும் குடித்துவிட்டு, இரவு தூங்கப்போகுமுன் செய்யும் வழக்கமான காரியங்களைச் செய்ய அஞ்சலி சென்றாள். அலங்கார மேசைமுன் நின்று, வழக்கமாகப் பயன்படுத்தும் டோனரை எடுத்துக்கொண்டு, கண்ணாடியில் நோக்கினாள்.

'உன் முகம் எளிதாக அழியக்கூடிய சொத்து. அதை நன்றாக கவனி' என்று சித்தி சொல்வாள் 'அப்போது உன் வாழ்க்கையும் எளிதாக இருக்கும்' என்றாள் விவியன். (அன்பே, என்னை விவி சித்தி என்று கூப்பிடு). இந்த நாற்பத்தேழு வயதில் எத்தனையோ ஆண்டுகள் சென்று விட்டன. சுத்தம் செய்யப்பட்ட தன் முகத்தைப் பார்த்தாள். கன்ன எலும்புகளிலிருந்த ஒருசில புள்ளிகளைத் தட்டினாள். ரொம்ப அதிக வெயில், பெண்ணே. விவி சித்தியின் குரல் அவளிடம் மறுபடி ஒலித்தது. ஞாபகம் வை: சூரியன்தான் உன் எதிரி. எவ்வளவு களைத்துச் சோர்வாக இருந்தாலும், அவள் எப்போதும் தன் சித்தியின் அறிவுரையைப் பின்பற்றினாள்.

தினமும் இரண்டுமுறை, அவள் முகச்சுத்தம் செய்து, டோன் செய்து, ஈரப்பதமும் ஆக்கினாள். கொழுப்புணவை நீக்கினாள். காய்கறிகளைச் சாப்பிட்டாள். குடியைக் குறைத்தாள். முகப் பேக்குகள் மீது தட்டினாள், ஃபேஷியலைத் தவறாமல் செய்தாள். தனது போடாக்ஸ் ஷாட்டுகளுக்காகச் சேமித்தாள். இவ்வளவு இருந்தாலும், அவள் முகத்தில் வெயில்புள்ளிகள் இப்போது அவள் அழகைக் குலைத்தன. நெற்றியில் ஒரு சுருக்கம். கழுத்தில் இருந்த பயங்கரக் கோடுகள், பாலைவனத்தில் ஓடைகள் மறைவது போல.

நிகிலை வளர்ப்பதால் தன் நண்பர்களை இழந்தாள். தனது துளிர்விட்ட தொழிலை இழந்தாள். நேட். ஆனால் தன் அழகைச் சண்டையின்றி இழந்துவிடக் கூடாது என்று தன் தோற்றத்துக்காக மிகவும் போராடினாள். ஒரு கலப்பினப் பெண்ணின் பொன்னிற

உன் தோளுக்கு அடியில் நீ ✹ 129

மேனி, ஆனால் அக்குளிலும் கால்களிலும் இந்தியக் கருப்புமுடி. ஒரு வெள்ளைக்காரியின் மென்மையான கெண்டைக்கால சதைகள், ஆனால் ஒரு இந்தியப் பெண்ணின் கனத்த இடையும் வயிறும். பதின் வயதுகளில் அவள் ஜிம்மில் அதிக நேரம் செலவு செய்தாள். ஹோட்டல் பணியாளராக இருந்து சேமித்த பணத்தை எல்லாம் சருமப் பாதுகாப்புக்கும் மேக்அப்புக்கும் முடிநீக்குவதற்கும் வாக்சிங் செய்வதற்கும் செலவிட்டாள். தன்னைச் சரியான வடிவத்திற்கு உருமாற்றினாள். பிரபலமானாள், ஒரு வெள்ளை நண்பனைப் பிடித்தாள். பிறகும் அஞ்சலிக்குத் தூக்கம் வரவில்லை. வாழ்க்கை அவளிடமிருந்து நழுவிக் கொண்டிருந்தது. நிகில். பாவம் நாய்க்குட்டி. அவள் மகன் இப்போது நன்றாக இருந்தான், சகியைச் சகித்துக் கொண்டான். ஆனால் அவன் சரியாக நீண்ட தொலைவு இருந்தது. இரவு விளக்கு வெளிச்சத்தில் அந்தப் பெண்ணும் நாய்க்குட்டியும் போர்வைகளுக்கிடையில் சுருண்டிருப்பதைக் கற்பனை செய்தாள். சகியைப் போல அவளுக்கு ஒரு மகள் இருந்தால்? எந்த ஆர்ப்பாட்டமும் இன்றி, அன்பாக, ஆரோக்கியமாக? அல்லது ஒரு மகன், அழகாக, உடற்கட்டுள்ளவனாக, வருண் போல பணிவுள்ள, நன்னடத்தை உள்ளவனாக?

வருண் குழந்தையாக இருந்த சமயத்தை நினைத்தால் அவள் காதுகள் எரிந்தன. யதீனின் உறவினன் திருமணம். அதுபோய் பதினொரு வருடம் ஆகிறது. இப்போதும் குழுப்பாடல்களின் சத்தம் கேட்கிறது, மல்லிகை மாலைகளைக்கொண்டு பெண்கள் ஒருவருக்கொருவர் அலங்கரித்தமை. பெருந்திரளாக பெண்கள் ஆடிய ஒரு மரபுவழி நடனத்திலிருந்து விடுபட்டு, தன்னை அவள் புதுப்பித்துக்கொண்டபோது, பெண்கள் அறையிலிருந்து திரும்பும் வழியில் ஒரு சிற்றறையில் அவளை யதீன் அடக்கிக் கொண்டார். அந்தச் சமயத்தில் யதீனின் அம்மா இறந்து ஓராண்டுகூட முடிய வில்லை. ஒரு வதைபட்ட, தேவைக்காளான ஆத்மா. அவள் கலந்து கொண்ட எல்லாச் சடங்குகளிலும் அவளை அவர் கண்ணால் விழுங்கினார். அவருடைய தாக்குதல் எதிர்பாராததாகவும் அதே சமயம் கிளர்ச்சியூட்டுவதாகவும் இருந்தது. அவள் எதிர்க்கவில்லை. அவர்களுக்குள் அந்த முதல்முறை, தொடர்ந்து ஜுரவெறியாக மாறியது.

யதீனின் முகம் தன் மார்பில் புதைந்திருந்த சமயத்தில், அவள் அவர் தோளுக்கு மேலாகப் பார்த்தபோது, ஒரு சிறிய வெள்ளை முகம் தெரிவதைக் கண்டாள். அது ஆறுவயது வருணின் முகம்.

வாய் திறந்திருக்க, அவர்களைக் கண்ணீர் நிரம்பிய, பயந்த, கண்களால் பார்த்துக்கொண்டிருந்தான். ஒருவேளை அவனுக்குப் பசியாக இருந்திருக்கலாம், அல்லது வெளியே ஒன்றுக்குப் போகவேண்டி இருந்திருக்கலாம். ஆனால் குரல் வெளிவரவில்லை.

அஞ்சலி தன் பலங்கொண்ட மட்டும் யதீனைத் தள்ளினாள். ஆனால் அவர்கள் பிரிந்தபோது வருண் ஓடிவிட்டிருந்தான். அன்று மாலை தன் உடையிலேயே சிறுநீர் கழித்தான், வயிறு கெட்டு விட்டிருந்தது. அவன் தாய் அவனை வீட்டுக்குக் கொண்டுபோனாள்.

அதற்குப் பிறகு, அஞ்சலி அதிலிருந்து விடுபட்டாள். ஆனால் வருணுக்குத் தான் பார்த்தது புரிந்திருக்காது, அதை ஞாபகம் வைத்திருக்க மாட்டான் என்று யதீன் அவளுக்குச் சமாதானம் சொன்னார். அவருடைய தொண்டையின் செருமல் கேட்கும்போதும், அவளுடைய முகில் அவருடைய கரங்கள் தழுவும் போதும் அவர்கள் கண்கள் இணைந்த நேரத்துக்கு முன்பு அவள் சென்றுவிடுவாள்.

படுக்கையில் உட்கார்ந்தாள். அவர்களுக்குள் எப்படியிருந்தாலும் அது ரொம்பவும் நீண்டுவிட்டது. அவள் கைகளை ஒன்றாகத் தேய்த்து, தன் உள்ளங்கைகளை முகத்தில் அழுத்தினாள். படுக்கையின் பக்கமேஜையிலிருந்து நேற்று அவருக்காக வாங்கிய நறுமணக் குப்பியை எடுத்தாள். அவர் உடல்மீது, அது அவளுக்கு மயக்கத்தை உண்டாக்கியது—இத்தனை ஆண்டுகளாக இந்த ஒரே பிராண்டைத்தான் அவருக்கு, அவளைப் பிரியாதிருக்க, அவள் பரிசாக அளித்துவந்தாள். இதுதான் கடைசியாக இருக்கட்டும்.

சரி. போதுமான அளவு ஆகிவிட்டது. அவள் இனிமேல் தன் மகன்மீது கவனத்தைச் செலுத்துவாள். யதீன் சொல்வதை இனிமேல் கேட்க மாட்டாள். இந்த வார இறுதியில் யதீனைச் சந்தித்து, இந்த பாட்டிலைப் பரிசாக அளித்து, ஃதை உடைத்துவிடுவாள். இந்த முறை, நல்லதற்காக.

18

யதீன் தன் ட்வீட் செய்திகளை மௌனப் படுத்தவேண்டியிருந்தது. அந்த ஃபோன் அவரது தொடையில் ஒலித்துக்கொண்டே இருந்தது. அதனால் அவரால் அந்த நாய் ராட்டியுடனான சந்திப்பில் கவனத்தைச் செலுத்த முடியாமல் செய்தது. #PunishPervert என்று ஒரு குறுஞ்செய்தி யதீனின் அலுவலக ட்விட்டர் செய்திக்குள் புகுந்துவிட்டது. தனது நாட்டின் செய்தி முகமையின் பணியாளான ஒரு ஜெர்மன் பெண் இந்தியா கேட்டுக்கு அருகில் ஜாகிங் செய்யச் சென்றாளாம். எவனோ ஒருவன் அவளுக்குத் தன் ஆண்குறியைக் காட்டிவிட்டானாம். இந்தச் சிற்றுடை அயல்நாட்டுப் பெண்கள் ஏன் தில்லியின் மாசுபடிந்த தெருக்களில் ஜாகிங் செய்ய வருகிறார்கள்? அவர்களால்தான் தங்கள் ஏர்கண்டிஷன் செய்த ஜிம்களில் பாதுகாப்பாக உடற்பயிற்சி செய்ய முடியுமே? ஊடகங்களுக்கு எப்படியோ தகவல் எட்டிவிட, உள்துறைச் செயலகம் அதை கவனித்துக்கொள்ள உறுதி கொடுத்து விட்டது.

இந்த ட்விட்டர் ஆட்டம் முடியவேண்டும். அவ்வளவுதான். #PunishPervert விஷயத்தில் அவருக்குத் தேவையான அண்மைச் செய்திகளை எஸ்எச்ஓ மூலமாக அனுப்புமாறு குஸுமிடம் கூறியிருந்தார். தனது மேஜைஃபோனை ஒலிக்கட்டும் என்று விட்டார்.

'ஆனா சார், இதிலருந்து திரு. சாபர்வால் அந்தச் சமயத்தில் தில்லியிலிருந்தார் என்று தெரிகிறது' ராட்டியின் ஆபரண விரல்கள் ஃபைலின் மீது தாளம் போட்டன. 'எனினும் அந்த வகையிலான விசாரணையை மேற்கொள்ளவில்லை.'

ஆம். அது மேற்கொள்ளப்படவில்லைதான். கமிஷனர் மேஹராவின் அறிவுறுத்தல் அப்படி. ஆனால் யதீன் அதைச் சொல்லவில்லை. ஆகவே அவர் அடுத்த சிறந்த முறையைக் கையாண்டார்.

'அந்தச் சமயத்தில் தேவையான எல்லா வழிகளும் மேற்கொள்ளப் பட்டன. திரு. சாபர்வாலின் இரவுப் பயணங்கள் எல்லாம்

சோதிக்கப்பட்டன. இது பற்றி விவரம் தரக்கூடிய சாத்தியமான எல்லா சாட்சியங்களையும் நேர்காண தில்லி போலீஸ் எல்லா ஏற்பாடுகளையும் செய்தது.'

எவ்வளவு நழுவலாகச் சொல்லமுடியுமோ சொல்லி, இந்த மனிதனின் வாயை முறைப்படியான சொல்வழக்குகளால் மூட வேண்டும். மேஹரா அடிக்கடி இப்படிச் செய்வதை யதீன் பார்த்திருந்தார். ஆனால் இன்னும் ராட்டி மேலே போய், எவ்வளவு அவனால் மோசமாகச் செய்ய முடியுமோ செய் என்று விடவேண்டும் என்று நினைத்தார். இந்தச் சனியன்பிடித்த தொல்லை கொடுத்தலை விடு. நிறையக் காகித விசாரணைகள் யதீனிடம் வந்து முடிவடைந்தன. ஃபைல்கள் வேறுமாதிரிக் காட்டியபோது, தான் முடிவுகள் எடுக்கவில்லை என்று அவரால் நிரூபிக்க முடியாது. தேவைப் பட்டபோது தன் மாமனார் தலையிடுவார் என்று அவர் நம்பினார். மிக முக்கியமான தாள்கள் ராட்டிக்குக் கிடைக்காவண்ணம் குஸும் காப்பாற்றுவாள், வழக்கு இழுத்துக்கொண்டிருக்கும், பிறகு ஃபைல் மலைகளுக்குள் காணாமல் போகும்.

'நான் இதுவரை கண்டுபிடித்தவை இதில் இருக்கின்றன சார்' ராட்டி ஒரு ப்ரிண்ட் செய்த தாளை நகர்த்தினார். 'நீங்களே பாருங்கள். உங்கள் பதில்களைப் பெற்ற பிறகு சாபர்வால் கேஸை மீண்டும் திறப்பதைப் பற்றி நான் ஒரு அறிக்கை அளிக்கலாம்.'

அந்தத் தாளைப் பார்ப்பதுபோல யதீன் பாவனை செய்தார், பிறகு அதை ஒதுக்கி வைத்தார். 'நான் கமிஷனர் மேஹராவிடம் இது பற்றிப் பேசுகிறேன், பிறகு உங்களிடம் தொடர்புகொள்வேன்.'

'சரி சார்.' ராட்டி இந்த முறை குரலைச் சன்னமாக்கிக்கொண்டார். 'இது முழுக்க என் சொந்த வேலைதான். ஆனால் சாபர்வால் கேஸில் செயல்படும் அதிகாரிகள் எல்லாருடைய ஆதாயங்களையும் வருமானங்களையும் கவனிக்கச் சொல்லி எனக்கு ஆணை.'

யதீனின் அலுவலகத்துக்குள்ளேயே அமர்ந்து இந்த மாதிரிக் கேள்வி கேட்பதற்கு இவன் பின்னால் ஏராளமான அரசியல் அதிகாரம் இருக்க வேண்டும்.

'தணிக்கையா?' என்றார் யதீன். 'அது விஜிலன்ஸ் அல்லது சிபிஐயின் வேலைதானே?'

'நான் இப்போதைக்கு ஓர் அறிக்கைதான் அனுப்பவேண்டும் சார். நான் பதிவேடுகளைப் பார்த்தபோது, பஞ்சாபி பாகில் உங்க அலுவலக குவார்ட்டர்ஸைத் தவர சஃப்தர்ஜங் ஆன்கிளேவில் ஒரு பங்களா,

சைனிக் ஃபார்மில் ஒரு பண்ணைவீடு உங்க பேரில இருக்கு. எனக்கு...'

'ரெண்டுமே என் தாத்தாவுக்குச் சொந்தம். சஃப்தர்ஜங் ஆன்கிளேவிலுள்ள பங்களா இப்ப என் தங்கைவசம் இருக்கு. நீ வேணும்னா பண்ணைவீட்டின் வரி கட்டிய பதிவுகளைப் பார்த்துக் கொள்.'

அவரது மேஜை ஃபோன் ஒலித்தது. எஸ்எச்ஓதான் பேசினார். ஜெர்மன் பிரயாணிக்குத் திறந்துகாட்டிய ஆளின் அலுவலகத்தை அவர் ஆட்கள் சுற்றி வளைத்துவிட்டார்களாம். ஆனால் கைதுசெய்யவில்லை என்று ஊடகக்காரர்கள் தொல்லை. உள்துறை அமைச்சகம் கைதுசெய்த நிழற்படங்களை ட்வீட் செய்ய விரும்பியது என்பதால் யதீன் அங்கே ஊடகக்காரர்கள் இருப்பதை உறுதிப்படுத்திக்கொள்ள வேண்டி யிருந்தது. இது மாதிரி கைதுசெய்ததன் வேறு ஃபோன் படங்களுக்கு அமைச்சகத்திலிருந்து வரவேற்பு கிடைக்கவில்லை. சாதாரணமாக, யதீன் தனது ஜூனியர்களில் ஒருவரிடம்தான் இம்மாதிரிப் பொறுப்பை ஒப்படைப்பார். ஆனால் இந்த முறை தானே வருவதாக எஸ்எச்ஓ விடம் உறுதிகூறிவிட்டு தன் நாற்காலியிலிருந்து அவர் எழுந்தார். 'மற்றவற்றைப் பிறகு பேசலாம் ராட்டி.'

'சரி சார்' ராட்டி எழுந்து நின்றார். 'நிச்சயமா சார், நான் மறுபடியும் தொடர்பு கொள்றேன்.'

ராட்டி வெளியேறியதும், யதீன் நிம்மதி மூச்சுவிட்டார். அந்த ட்விட்டர் #PunishPervert ஆளின் குறி கடந்த முப்பத்தாறு மணி நேரமாக தில்லி போலீஸின் தூக்கத்தை இழக்கச் செய்திருந்தது. அது எப்படியோ, கொஞ்சம் நல்லதற்குத்தான்.

134 ✦ உன் தோளுக்கு அடியில் நீ

19

மருத்துவமனைகள் அமைதியாக இருக்கவேண்டும் என்று கருதப் படுகின்றன. ஆனால் ஒவ்வொருமுறை அஞ்சலி சஃப்தர்ஜங் மருத்துவமனையின் முகப்புகளுக்குள் அடியெடுத்துவைக்கும் போதும் அவை ஒவ்வொன்றும் அறிவிப்புப் பலகைகள், சத்தம், மக்கள் ஆகியவற்றால் சந்தைபோல அல்லது இரயில்வே நிலையம் போலக் காணப்படும். தகுதி பெற்ற மருத்துவர்களால், கட்டணமின்றி இங்கு நல்ல மருத்துவம் கிடைக்கும் என்று ஏழை மக்கள் மந்தையாகக் குவிந்தார்கள்.

ஆனால் நாட்டிலிருந்த எல்லா அரசு மருத்துவமனைகளையும் போலவே இதன் உள்கட்டமைப்பும் தனியார் மருத்துவமனைகளுக்கு நிகராக இல்லை. நோயாளிகளோடு வந்த உறவினர்கள் தரையில் போர்வைகளைப் பரப்பினார்கள். மருத்துவமனைத் தாழ்வாரங் களில்அவர்களுக்கு இடம் கிடைக்காவிட்டால், அவர்கள் திறந்த வெளியில் சிறிய கூடாரங்களை அமைத்துத் தங்கினார்கள். தங்களை வெப்பமூட்டிக்கொள்ள சிறுசிறு நெருப்புகளை மூட்டினார்கள். இன்று மாலை, முக்கியப் புறவழியின் பாதுகாப்புக் காவலர்களும் வெற்றிலை, பீடி, ஜோக்குகள் ஆகியவற்றைப் பரிமாறியபடி அந்தச் சிறு நெருப்புகள் ஒன்றில் தங்கள் கைகளை வெப்பமூட்டிக் கொண்டிருந்ததை அஞ்சலி கண்டாள். அவர்களின் கரகரத்த சிரிப்பொலி மருத்துவமனைச் சுவர்களுக்கு அப்பாலிருந்த ஓய்வற்ற சாலையில் கார்கள், பஸ்கள் ஆகியவை ஒலித்த ஆரன் ஒலியோடு கலந்தன. அவளுக்குப் பின்னாலிருந்த முகப்பிலிருந்து காற்றுத் தூய்மையாக்கி, தொற்றுநீக்கி இவற்றின் கலப்புமணத்துடன் கையறுநிலை, துக்கம் ஆகியவற்றின் மெல்லிய ஒலியும் கேட்டது.

கிறிஸ்துமஸுக்குப் பதினெட்டு நாள்கள். அவளது காலரில் காற்று தன் குளிர்ந்த விரல்களால் தடவியது. தில்லியில் வெண்பனி இல்லை என்றாலும், அது குளிரில் பிற பல நகரங்களை ஒத்திருந்தது. எல்லாத் திசைகளிலிருந்தும் மெதுவாகச் சூழ்ந்த புகைப்பனி மருத்துவமனை

முழுவதையும் மூடியது. மருத்துவமனையின் பின்பகுதியில் நிறுத்தப்பட்டிருந்த தன் காரை அடைவதில் அவளுக்கு ஏனோ பயத்தின் நிழல் படர்ந்தது. இரண்டு வாரங்களுக்கு முன்னால் பிணக்கூடத்துக்குச் சென்று வந்தது முதலாக அவளது பணியிடம் அவ்வளவு பாதுகாப்பாக அவளுக்குத் தெரியவில்லை. துறையில் அவள் உதவியாளராக இருந்த எப்போதும்-சிரிக்கும்-மூத்த நபர் திரு. பாண்டே, விரைந்து வந்தார், அவளைக் கண்டவுடன் நின்றார்.

'நான் உங்கள் காரைக் கொண்டுவரட்டுமா, டாக்டர்?'

'உங்களுக்கு லேட் ஆகாதா?'

'அஞ்சு நிமிஷம்தான் கூட ஆகும். இப்பல்லாம் ரொம்ப சீக்கிரமாவே இருட்டாயிடுது.'

மெய்தான். மாலை 5.30 மணிக்கே மஞ்சள்நிற ஹாலஜன் விளக்குகளை மூடுபனி சூழ்ந்து சுருண்டு அவற்றுக்கு ஒரு பேய்த் தன்மை அளித்தவாறிருந்தது. இன்றைக்கு நிறையவே அவள் போதிய பேய்களைப் பார்த்துவிட்டாள்.

'நன்றி' என்று சொல்லி சாவியைக் கொடுத்துவிட்டுக் காத்திருக்க லானாள். அவளுடைய நோயாளிகளில் ஒருத்தி, வரதட்சணை கொண்டுவராததால், தன் மாமி-நாத்தனார்களால் தீ வைக்கப்பட்டவள். இன்று ஆலோசனைப் பகுதியில் அவள் அழத் தொடங்கிவிட்டாள். அவள் முகத்திலிருந்த தழும்புகள் குணப்பட்டுவிட்டன. ஒவ்வொரு ஆபரேஷனுக்குப் பின்னரும் அவள் தோல் முன்னேற்றம் கண்டது. ஆனால் அவள் கண்களில், அஞ்சலி அவள் கணவனையும் மாமியாரையும் கண்டாள். அவர்கள் இவள்மீது வலுக்கட்டாயமாக மண்ணெண்ணெய் ஊற்றினார்கள். அவள் ஒரு மத்தியவகுப்புப் பெண்ணாகத் திருமணமாகி இருக்கலாம், ஆனால் அவள் விதி சுஜினியை ஒத்திருந்தது. சகி இந்தச் சுழற்சியிலிருந்து விடுபட வேண்டுமென்று உறுதி செய்ய அஞ்சலி விரும்பினாள். தன் அண்ணி யின் பிறந்தநாள் பார்ட்டிக்குப் பிறகு இன்றிரவு மாயா சகியைப் பற்றி அவளுடன் பேச விரும்பினாள். அஞ்சலியின் பழைய ஹியுண்டாய் மூலையில் திரும்பியது. திரு. பாண்டே வெளியில் வந்தார். கொஞ்சநாளில் அவள் ஒரு புதிய கார் வாங்க வேண்டும். நிகிலின் பள்ளி மற்றும் சிகிச்சைக் கட்டணம், குடும்பச் செலவுகள், அஞ்சலியின் தற்பெருமைச் செலவு என்று மாயா சொல்கின்ற ஃபேஷியல்கள், போடாக்ஸ் ஊசிகள் செலவு இவற்றுக்கு அப்பால் பணம் போதிய அளவு இருப்பதாகவே தெரியவில்லை.

திரு. பாண்டேவை மெட்ரோ ஸ்டேஷனில் விட்டுவிடுவதாக அவள் வலியுறுத்தியதால் அவர் ஒப்புக்கொண்டார். அவர்களுக்குப் பிறகு மற்ற கார்கள் வரிசையில் நின்றன. அவற்றின் விளக்குகளின் ஒளி மூடுபனி, அதிகரித்துவரும் நோயாளிகள், முகப்பிலுள்ள கில்ட் சட்டமிடப்பட்ட சுற்றறிக்கைகள் போன்றவற்றால் தடுக்கப்பட்டது. அவள் கார்க் கண்ணாடியில் பிரதிபலித்த கூனிநடந்த முதியவர்கள், கர்ப்பிணிப் பெண்கள், கந்தலணிந்த சிறுவர்கள் போன்றோரின் பிம்பங்களை அவள் நோக்கியபோது, அவள் காரிலிருந்து இறங்கி, நீங்களெல்லாம் குளிரிலிருந்து வெப்பமான காரின் உள்ளே வந்து விடுங்கள் என்று அழைக்கத் தோன்றியது. ஆனால் அதிகரித்துக் கொண்டே செல்லும் இந்தச் செயலற்ற நிலையிலுள்ள மக்களின் கூட்டம் அதற்குத் தாங்காது.

'உங்களைக் காலதாமதப்படுத்துவதற்கு வருந்துகிறேன், பாண்டேஜி. உங்கள் உதவிக்கு நன்றி.'

'உங்கள் காரின் அருகில் ஒரு பையனைப் பார்த்தேன் டாக்டர். சரியாகப் பார்க்க முடியவில்லை, ஆனால் நிகில் போல கருப்பு உடைகளை அணிந்திருந்தான். அவனைக் கூப்பிட்டபோது போய் விட்டான்,'

'வேறு யாராவது இருக்கலாம். நிகில் வீட்டிலிருக்கிறான்.'

தன் முன்னால் போகும் வாகனங்களின் சிவப்பு ஒளியைப் பின்பற்றியவாறே அவள் சஃப்தர்ஜங் ஆன்கிளேவை நோக்கி ஓட்டினாள். அவள் வெளிறிய முகத்தையும், ஸ்டியரிங் மீது இறுகிய கைகளையும், முறைத்தவாறு அவை கண் சிமிட்டின, மறைந்தன. அவளைக் கண்காணித்துக்கொண்டே, கண்காணித்துக்கொண்டே இருந்தன.

***

நிகில் அவன் அறையில் இல்லை. ஐராவைக் கூப்பிட்டாள். வீட்டிலேயே யாரும் இருப்பதுபோலத் தோன்றவில்லை. ஐராவுக்கு டயல் செய்தாள், ஆனால் ஒலி சென்றுகொண்டே இருந்தது. கவலையோடு, அஞ்சலி கீழ்த் தளத்திலும் மேல்தளத்திலும் நிகிலை அழைத்தவாறு அறை அறையாக ஓடினாள், கீழே ஓடிவந்தபோது, அவளது லேண்ட்லைன் அடித்தது.

'அஞ்சி, நல்லவேளை, கிடைச்சிட்டே.'

'நிகில் எங்கே?'

மாயாவுக்குத் தெரியவில்லை. சமையலறைக்கு ஓடினாள். அவள் தோழி கூறியபடி காதில் கார்ட்லெஸ் இருந்துகொண்டே இருந்தது. ஐரா அஞ்சலியை அழைக்க முயன்றாள், ஆனால் அவள் ஃபோனை அடைய முடியவில்லை. அதனால் ஐரா மாயாவைக் கூப்பிட்டு, தன் வீட்டில் நடக்கும் நிகழ்ச்சி ஒன்றிற்கு சகியுடன் போக அனுமதி கேட்டாள். மாயா அனுமதி கொடுத்தாள். அவள் வீட்டிற்கு இப்போது சடுதியில் திரும்ப வேண்டும். ஆனால் அவள் கார் பழுதாகிவிட்டதால் அவளால் ஐராவுடனோ அஞ்சலியுடனோ தொடர்புகொள்ள முடியவில்லை. அஞ்சலி சமையலறையில் தேடினாள். வெளியிலிருந்த தோட்டத்தை இருள் மூடியிருந்தது. ஐரா முன்கதவைப் பூட்டாமல் விட்டுச் சென்றிருந்தாள். நிகில் ஒருவேளை தெருவுக்குச் சென்றுவிட்டானா? உண்மையில் நிகிலைத்தான் பாண்டேஜி பார்த்தாரா? சாத்தியமில்லை.

'அவனைக் காணோம். வீட்டில் இருப்பதாகத் தெரியவில்லை.'

பின் கதவைத் திறந்து தோட்டத்திற்குள் அஞ்சலி சென்றாள்.

'சாரி அஞ்சி. கொஞ்ச நேரம்தான் ஆவும்னு நெனைச்சேன்... இரு. மங்க்கூ எங்கே?'

மாயாவின் குரல் ஃபோனிலிருந்து தெறித்தது. ஆனால் அஞ்சலி பாதிதான் கேட்டாள். அவள் பார்த்ததில் அவள் கண்கள் நிலைத்துப் போயிருந்தன.

சமையலறை ஜன்னலிலிருந்து தெளித்த ஒளியில் மங்க்கூ, மரப்பட்டை ஒன்றை நக்கியவாறு புல்லில் படுத்திருந்தது. நிகிலும் வெகுதொலைவில் இல்லை. நாய்க்குட்டியின் அருகில்தான், கண்கள் மூடியபடி. ஹெட்ஃபோன்கள் ஆனில் இருந்தன.

'நிகிலைப் பார்த்துவிட்டேன். பிறகு பேசறேன்.'

தன் பயத்தையோ, அவன் அவள் அறைக்கதவைத் தாழ்திறந்து நாய்க் குட்டியை வெளியே எடுத்தது பற்றியோ, ஈரப்புல்லில் படுத்து தன் உடைகளைப் பாழாக்கிக்கொண்டது பற்றியோ சொல்ல வேண்டாம் என்று முடிவு செய்துகொண்டாள்.

அவன் கவனத்தைப் பெற கையைத் தட்டினாள்.

'உனக்கு இப்ப என்ன வேணும் அஞ்சலி?'

சுருக்கமான பதில்? தன் மகன் தன்னை அஞ்சலி என்று கூப்பிடுவதை நிறுத்த வேண்டும். அவனைத் தழுவிக்கொள்ள வேண்டும். அவனை இறுகப் பிடித்துக்கொள்ளவேண்டும்.

'போய் டிரஸ் மாத்து' என்றாள். 'நாம திருஷ்டி ஆண்ட்டியின் பிறந்த நாளுக்காக வெளியே போறோம். நஜாகத்தில அவங்க நல்ல சிக்கன் டிக்கா செய்றாங்க, ஞாபகம் இருக்கா?'

நிகில் எவ்வளவு சிக்கன் இருந்தாலும் விழுங்கிவிடுவான். மேலும் கேட்பான். இதில் அவளுக்குத் திருப்தி இருந்தது—அவனது எல்லையற்ற பசி. வருண் போல, ராதே போல.

நிகில் எழுந்து நின்றான். 'நான் வீட்லயே இருக்கேன்.'

'நீ வீட்ல தனியாஇருக்க முடியாது.'

'இருந்தேனே' நிகில் காலை உதைத்தான்.

தன் மகனை சமாதானப்படுத்தும் நீண்ட பணியில் அஞ்சலி இறங்கினாள். அவனை ஷவருக்கு அனுப்பினாள். அதற்குள் படுக்கைமீது அவன் உடைகளை எடுத்து வைத்தாள். அவன் வருவதற்குள் தானும் தயாராகிவிடலாம் என்று முடிவு செய்தாள்.

அவள் திரும்பிவந்தபோது, அவன் குளித்து உடையணிந்து தலைவாரித் தயாராக இருந்தான். தன் சமவயதினரைவிட இவற்றை லேட்டாகத்தான் அவன் கற்றுக்கொண்டான். ஆனால் குறைந்தபட்சம் இப்போது அவற்றைச் செய்துகொண்டான்.

அவனுக்கு ஒரு புன்முறுவலைப் பரிசாக அளிக்க நினைத்தாள். இல்லை. நிகில் அவள் எடுத்துவைத்திருந்த உடைகளை அணிய வில்லை. ஒரு ஜோடி இராணுவக்கருப்பு பேண்ட்டுகள், பச்சைப் பசேலென்ற டீ ஷர்ட், ஒரு கருப்பு ஜாக்கெட், அதனுடன் இணைந்து தைக்கப்பட்டிருந்த ஹூட். வருணுடைய பழைய உடைகள். அவனுக்குத் தளர்த்தியாக இருந்தன.

இவற்றை அவன் அலமாரியின் கடைசியில் அவள் அடைத்து வைத்திருந்தாள். அவற்றைக் கொடுத்துவிட வேண்டும் என்றுதான்.

'இதைப் போட்டுக்க வேணாம்.'

'பார், இது ஃபைட்டர் விமானம்.' நிகில் அவன் சட்டைமீதிருந்த படத்தைக் காட்டினான். ஒரு விமானம். அஞ்சலி கடிகாரத்தைப் பார்த்தாள். இப்போதே லேட்டாகிவிட்டது. இதைப் போட்டுக் கொண்டு வந்தால் வருண் இவனை உணவு மேஜையில் கேலி செய்வான். போக வேண்டாம் என்று நினைத்தாள். ஆனால் மாயா அவளைஸ் சில நிமிடங்கள் முன்னால்தான் அழைத்திருந்தாள். திருஷ்டியின் பிறந்தநாள் கேக்கை வாங்கிவரச் சொல்லியிருந்தாள்.

'தெரியும்' என்றாள். 'இது நல்ல டிரஸ்தான். ஆனா இன்னிக்கு

உன் தோளுக்கு அடியில் நீ ✸ 139

வேண்டாம். இது வருணுடையது. இதை வார இறுதியில போட்டுக்கலாம்.'

'இதைத்தான் இப்ப போட்டுக்குவேன்.'

***

ஒருமணி நேரம் கழித்து தெற்கு விரிவாக்க மார்க்கெட்டின் வெளியில் அஞ்சலி தன் காரில் உட்கார்ந்திருந்தாள். நிகில் அவள் அருகில் ஹெட்ஃபோன்களை ஆன்செய்து, கையில் ஸ்டிரெஸ் பாலை வைத்துக்கொண்டு குதிகாலில் உட்கார்ந்திருந்தான். இன்னும் வருணின் உடைகளைத்தான் அணிந்திருந்தான். அன்று மாலை மூன்றாம் முறையாக அஞ்சலி அவனைத் தான் விரும்புமாறு செய்யும்படி முயன்றாள்.

மூடுபனி நிறைந்த தெருவைப் பார்த்தவாறு, 'நான் வெளியே வரவில்லை' என்றான். 'இதை நீ முன்னமே சொல்லல'

அவன் கூறியது சரிதான். கேக்-கடையிலிருந்து இவ்வளவு தொலைவில் காரை நிறுத்தவேண்டி வரும் என்று அவள் நினைக்க வில்லை. மாலை நேர நெரிசல் நேரத்தில் தெற்கு விரிவாக்கம் ஒரே குழப்பபடிதான்.

'நான் உன்னை இங்கே விட்டுப் போக முடியாது. நான் வர கொஞ்ச நேரம் ஆகும்.'

'ஏன்?'

ஏனென்றால், போனமுறை மாலில் அவன் விட்டுப் பிரிந்து விட்டதால் ஏறத்தாழ காணாமல் போய்விட்டானோ என்ற பயம். இன்றோ, அவனை வீட்டில் காணாதபோது அவள் பயந்தே போய்விட்டாள். மறுபடியும் அப்படி நடக்கவேண்டாம். ஆனால் அதை உரக்க வெளியில் சொல்ல முடியவில்லை

'நான் வெளியே வரமாட்டேன்' நிகில் தன் இருக்கையில் குறுகி சீட்பெல்ட்டைப் பிடித்துக்கொண்டான். அவனைக் குறை சொல்ல முடியாது. ஒரு கடையிலிருந்து மற்றொன்றை இந்த அடர்ந்த புகைப்பனி மூட்டத்தில் வித்தியாசப்படுத்த அவளாலேயே முடிய வில்லை. மங்கலான தெரு விளக்குகள் ஒரே மாதிரி நிழல்களை அடுக்கின. அவள் கடையை ஃபோனில் கூப்பிட்டு கேக்குடன் வரச் சொல்ல முயன்றாள், அது முடியவில்லை. அவள் ஃபோன் சார்ஜ் விரைவில் குறைந்துவிடும்.

'இது திருஷ்டி ஆண்ட்டி பிறந்த நாள். கேக் இல்லாமல் எப்படி

அதைக் கொண்டாடறது?'

'பிளாக் ஃபாரஸ்டா?'

இல்லை. பிளாக் ஃபாரஸ்ட் இல்லை. ஏதோ ஒரு வேகன் வெனிலா கேக். அவள் விரும்பியது. அஞ்சலி இவனிடம் பொய் சொல்ல முடியாது, பின்னால் கேக் ஷாப்பில் களேபரம் செய்துவிடுவான்.

'வாங்கினா என்ன?'

'இல்லை. நிகில் வா போகலாம்'

இன்னிக்கு ஏன் எல்லாத்துக்கும் அப்பால அவள் மகன் இப்படி அடம்பிடிக்கிறான்? இது சகியாக இருந்தால் அவள் விட்டுவிட்டுப் போய்விடுவாள். வருணாக இருந்தால் காரணத்தை விளக்கலாம். ஆனால் நிகிலோது எதுவும் சரிப்படாது-

அவன் விரலை முறித்தான். அவன் செய்யப்போகும் ஆர்ப்பாட்டத்துக்கு முதல் அடையாளம் அதுதான். அதை முதலிலேயே தடுத்துவிட அஞ்சலி நினைத்தாள்.

'இதோ பார் நிகில். போர்வையைப் பிடி.' கலைந்த நீலத்துணியை அவன் தோள்மீது போட்டாள்.

'எதையும் நான் எடுக்க மாட்டேன். தெரிஞ்சிதா?' நிகில் போர்வையைத் தள்ளினான். தள்ளும்போது வேகமாக அவன் பின்னங்கை அஞ்சலிமீது பட்டது. அஞ்சலி குனிந்து தவிர்க்க முடியாமல் அந்த அடியை வாங்கிக்கொண்டாள். அடியில் அவள் தலை சுற்றியது. 'நிகில்' அவள் குரல் உடைந்து கரைந்து வெளிவந்தது. கண்ணீர் வரும் நிலையில் நின்றாள்.

நிகில் முடியாது முடியாது முடியாது முடியாது என்று சொல்லிய படியே முன்னும் பின்னும் ஆடினான். அஞ்சலி அவனருகில் உட்கார்ந்து தன் மூச்சைச் சமன்படுத்திக்கொள்ள முயன்றாள். அவள் வலப்புறப் புருவ மேடு காயப்பட்டதா, வீங்கியதா என்று தெரியாமல். மிகவும் வலித்தது. 'ஓகே. நீ பேசாமல் உட்கார்ந்து மியூசிக் கேட்பதால் விட்டுவிட்டுப் போகிறேன். ஆனா இதுதான் கடைசி. என்ன?'

நிகில் ஆடுவதை நிறுத்தினான். அஞ்சலி கடிகாரத்தைப் பார்த்தாள். சீக்கிரமாக அவர்கள் கிளம்பாவிட்டால் திருஷ்டியின் டின்னருக்கு நேரத்துடன் கேக் போய்ச் சேராது. அவள் தாங்கள் வர கொஞ்சம் நேரமாகும், தாங்கள் இல்லாமலேயே ஆரம்பித்துவிடும்படியாக மாயாவுக்குச் செய்தி அனுப்பினாள்.

'இங்கயே உக்காந்திரு, வெயிட் பண்ணு.'

உன் தோலுக்கு அடியில் நீ ❈ 141

தனது உலர்ந்த, பட்டைபட்டையாக மேக்அப் தெரிந்த முகத்தைக் கார்க் கண்ணாடியில் பார்த்து பெருமூச்செறிந்தாள். வேறொரு நாள் சகி அவளிடம் சொன்னதை நினைவுகூர்ந்தாள்.

'இது நிஜமில்ல.' அவளது மேக்-அப் முகத்தை சகி தொட்டுப் பார்த்தாள். 'உன் நிஜமான முகத்திலதான் காலையில அழகா இருக்கே.'

சகியின் அதிமேதாவித்தனமான, எல்லாமறிந்த செயல்களின் நினைவால் அஞ்சலி புன்னகைத்தாள். அவள் சொன்னதற்கு அஞ்சலி உடன்பட்டாள். இன்றைக்கு அவள் முகம் வண்ணம் பூசிய முகமூடி போலத்தான் இருந்தது. ஒரு குற்றமற்ற நூமன் அல்ல. உலகத்துக்கு அவளின் முழு எலும்புவரை ஆழமான சோர்வினை எடுத்துக் காட்டியது.

கார்க்கதவை மூடினாள். பூட்டிவிட்டுப் போகலாமா என்று மனத்துக்குள் தர்க்கம். பிறகு வேண்டாம் என முடிவு செய்தாள். பூட்டு க்ளிக் ஆனால் நிகில் பதற்றமடைவான். ஒரு சில நிமிடம்தானே? திரும்பிப் பாராமல் அஞ்சலி மூடுபனிக்குள் நடந்தாள்.

***

கடைக்குள் அவள் புகுந்த சில நிமிடங்களுக்குள் கவுண்ட்டரின் பின்னாலிருந்த வழுக்கை மண்டையனின் தலைமீது கேக்கைப் போட்டு உடைக்க வேண்டும், அவன் வருத்தமற்ற முகத்தின்மீது அது வழிவதைப் பார்க்க வேண்டும் என்று கோபம்கொண்டாள். திருஷ்டியின் பெயரைக் கேக் மீது தவறாக எழுதியிருந்தது. அதற்குமேல் மகிழ்ச்சியான பிறந்த நாள் என்பதற்கு பதிலாக மகிழ்ச்சியான ஆண்டுவிழா என்று எழுதியிருந்தது. அதற்கும் மேல் மாயாவின் ஆர்டரில் சொல்லியிருந்தவாறு குறைந்த அளவு சர்க்கரை கொண்ட தாகச் செய்யாமல் இயல்பானதாகச் செய்யப்பட்டிருந்தது. விற்பனையாளன் ஆண்டுவிழா என்பதைப் பிறந்தநாள் விழா என்று கேக்கின் மீது அவசரமாக எழுதி கைகளைக் குவித்தவாறு நின்றான். கேக்குக்கு முன்னமே காசு கொடுத்தாகிவிட்டது. அதற்கு பதிலாக இன்னொன்றைத் தருவது இயலாது என்றான்.

ரெடிமேடாக வைத்திருந்தவற்றில் ஒன்றை எடுத்துக்கொண்டு சரியான எழுத்துகளை மேலே பொறித்து காசு கொடுத்தபோது அவள் நிகிலை விட்டு வந்து இருபது நிமிடங்களுக்கு மேல் ஆகியிருந்தது. நிகிலை அடையவேண்டும் என்று கண்ணாடிக் கதவைத் திறந்தவாறு ஓடினாள். மூடுபனி தெருவிளக்குகளை மங்கலாக்கி அவளைச்

142 ✵ உன் தோளுக்கு அடியில் நீ

சூழ்ந்திருந்தது. அவள் கண்கள் எரிந்தன. பாதி கண் தெரியாத நிலையில், கையில் பேப்பர் பெட்டியோடு காரைவிட்ட பொதுவான திசையை நோக்கித் தடுமாறிச் சென்றாள். நாளைக்கு முதலில் தன் காண்டாக்ட் லென்ஸ் பிரச்சினையைச் சரிசெய்ய வேண்டும்.

அவளுக்குப் பின்னாலிருந்து யாரோ அவள் பெயரைக் கூப்பிடும் ஒலி கேட்டது.

நிகிலா? அவன் எப்படி இவ்வளவு தொலைவு வந்தான்?

அவள் திரும்பியபோது அவள் முகத்தில் ஏதோ திரவம் வீசப் பட்டதை உணர்ந்தாள். தண்ணீரா? இல்லை, மிக வெப்பமாக இருந்தது. தேநீரா? அந்த வெப்பம் கூடிக்கொண்டே சென்றது. கடவுளே, இப்போது வெப்பம் மிக அதிகமாகி எரிந்தது. நிகில் எதை அவள்மீது வீசிவிட்டான்?

பெட்டியைப் போட்டுவிட்டு, தன் முகத்தில் நூற்றுக்கணக்கான ஊசிகள் குத்தும் எரிச்சலைத் தடுக்க முகத்தில் பிறாண்ட முயன்றாள். அழுகிய முட்டை நாற்றம். தூரத்தில் இலேசான சிரிப்பொலி. பிறகு நிகில் அவள் கழுத்துக்குட்டையை இழுத்து முகத்திலும் தொண்டை யிலும் மறுபடியும் எதையோ ஊற்றினான். அஞ்சலிக்கு மங்கிய ஒளி தெரிந்தது. அதை நோக்கி உதவி என்று கத்திக்கொண்டே ஓடினாள். கண்ணாடிக் கதவுமீது மோதிக்கொண்டாள். பானி பானி தண்ணீர் தண்ணீர் என்று குரல் உச்சத்தில் கத்தினாள். எரிந்து கொண்டிருக்கும் நுரையீரல்களுக்குள் காற்றை இழுக்க முயன்றாள். சில நிமிடங்களுக்கு முன்பு அவள் தண்டிக்க நினைத்த அப்பவடிவ மூஞ்சிக்காரன் திரும்பி அவளை முறைத்தான். அவள் அவன் காலரைப் பிடித்து அசைத்து தண்ணீருக்காக பரிதாபமாக வேண்டிக் கொண்டு இறைஞ்சிக்கொண்டு ஆணையிட்டுக் கொண்டிருந்த போது தண்ணீர் கொண்டு வருவதற்கு பதிலாக எதையோ விழுங்கியவன் போல அப்படியே நின்றான். அவள் முகம்! அவள் முகம்! அந்தத் திரவம் அவளை சுத்தமாகத் துடைத்துக் கொல்லுமுன்னதாக அவள் தண்ணீர் ஊற்றி அணைக்க வேண்டும்.

முகத்தைக் கிழித்துக்கொண்டு, மூச்சுத் திணறிக்கொண்டு, அழுதுகொண்டு அவள் துடித்தபோது யாரோ ஒருவர் பாட்டிலிலிருந்து முகத்தில் குளிர்ந்த தண்ணீரைச் சொட்டவிட்டார். பிறகு ஒரு வாளியிலிருந்த தண்ணீரில் உடைந்த ஆங்கிலத்தில் மேடம் முகத்தை விடுங்க என்றார். அதே ஆள் மேடம் கொஞ்சம் உங்க ஃபோன் நம்பரக் குடுங்க என்றார். அவர் போலீசைக் கூப்பிட்டாராம், வீட்டு

நம்பரைக் குடுங்க என்றார். அஞ்சலி மாயா மாயா பட் என்றாள். அவங்க வர்றாங்க என்று சொல்லிவிட்டு மேலும் கொஞ்சம் ஐஸ் கொண்டு வரப்போனார்.

நிகில். எங்கே நிகில்? என்ன செய்துவிட்டான்? அவள் இந்த மனிதரைக் கேட்டாள். பயங்கர இனிய ஆங்கிலம் பேசிய இந்த அன்பான வழுக்கைத் தலையன். இந்தத் தண்ணீரும் பனிக்கட்டியும் உயிரும் கொடுத்தவன். அவரைப்போய் தன் மகனைத் தேடச் சொன்னாள். நிகில் என்று கத்தினாள். அந்த மனிதர் குரலைச் சற்றுத் தாழ்த்தி நிறுத்தி 'அதோ நிற்கிறானே அந்தப் பையன் உங்கள் மகனா மேடம்?' என்றார்.

144 ✦ உன் தோளுக்கு அடியில் நீ

20

வழக்கம் போல லேட், ஆகவே நஜாகத்தில் பதிவுசெய்த மேஜை கிடைக்கவில்லை. யதீன் மிக எளிதாகப் புதிதாக வந்திருக்கும் மேலாளரிடம் தன் அட்டையை அனுப்பி, தான் யாரென்று தெரிவித்து எதற்காகத் தனி மேஜை அவர்களுக்கு வேண்டும் என்று கேட்டுவிட முடியும். ஆனால் இன்றிரவு அப்படிச் செய்ய அவருக்கு மனமில்லை. கமிஷனர் மேஹராவுடன் தான் நடத்தும் அமர்வு ஒன்றிற்கு யதீன் வரவேண்டும் என்று மின்னஞ்சல் அனுப்பியிருந்தான். ராட்டியின் கேள்விகளை எதிர்கொள்வதற்கு முன்னால் சுஜினியின் வழக்கில் ஒரு திட்டமான முன்னேற்றம் வேண்டும் என்று யதீன் எதிர்பார்த்தார். சுஜினியின் அடையாளத்தை மாயா உறுதிப்படுத்தியிருந்தாள். குஸூம் கிடைத்த உடல்கள் ஒன்றில் அதேபோன்ற அடையாளங்களைக் கண்டிருந்தாள். ஹிரிதயோக், ஒரு வேசியர் வட்டம் தொடர்பு பற்றி தகவல் கிடைத்ததாக பவன் சொல்லியிருந்தான்.

'நாம் ஒன்றாக உட்கார்ந்து சுஜினி கேசில் ஏற்பட்ட முன்னேற்றம் பற்றிப் பேச வேண்டும்' என்று மாயாவிடம் கூறினார் யதீன். மாயா நின்று, திருஷ்டியிடம் பேசிக்கொண்டிருந்தாள்.

'அண்ணியின் பிறந்தநாள் விருந்தில் வேலைபற்றிய பேச்சு கிடையாது' என்றாள் அவர் தங்கை. 'நீங்க விரும்பினா, நாளைக்கு மாலை அதைப் பத்திப் பேசுவோம்.' யதீன் எதிர்த்துச் சொல்ல முனைந்தார், ஆனால் அவர் கையின் மீது மாயா கையை வைத்து 'தயவு செய்து அண்ணா' என்றாள்.

யதீன் தலையசைத்தார். தம்மை ஆசுவாசம் செய்துகொண்டார். குறைந்தபட்சம், திருஷ்டியின் பெற்றோர் இல்லாத ஒரு குடும்ப நிகழ்ச்சி நடக்கட்டுமே. திருஷ்டியின் பெற்றோர் ஒரு திருமணத்திற்காக வெளியூர் சென்றிருந்தார்கள். அதனால் அவளது நாற்பதாம் வயது கொண்டாட்டத்தில் பங்கேற்க முடியவில்லை.

ஹோட்டல் உணவகத்திலிருந்து இசை பாய்ந்துவந்தது. ஏதோ ஒரு கஜல். யதீனுக்கு அதன் அடையாளம் தெரியவில்லை. அந்த

இடத்தின் நேருக்கு நேர் இசை காரணமாகத்தான் அந்த உணவகத்தை மாயா தேர்ந்தெடுத்தாள். அப்படித்தான் யதீன் விரும்புவார். ஒருவேளை அவர் மேலாளரை வசப்படுத்தினால் தாங்கள் உள்ளே போகலாம். அஞ்சலியைத் தேடி அவர் சுற்றுமுற்றும் பார்த்தார். அவள் ஏனோ இன்னும் வரவில்லை.

'அஞ்சலி வந்துகொண்டிருக்கிறாளா? நான் நமக்கு ஒரு மேஜை ஏற்பாடு செய்கிறேன்.'

'சீக்கிரம் வரவேண்டும்' மாயா முகப்பின் வாயிலைப் பார்த்தாள். 'அவள் கேக்கைப் பெற்றுக்கொண்டு வரவேண்டும்.'

'நமக்கு கேக் வேணுமா என்ன? நான் ஒண்ணும் முன்னை மாதிரி இளமையானவளா இல்லையே.' ஆனால் அவள் கண்கள், அங்கிருந்த பூக்கள் அலங்காரம், மற்றப் பெண்கள் அணிந்திருந்த உடைகள், அந்த ஐந்து நட்சத்திர ஹோட்டலின் முகப்பில் தொங்கிய ஷாண்டலியர்கள் ஆகியவற்றை அளவெடுத்துக்கொண்டிருந்தன. அவள் வேலை மீது காட்டிய வழிபாட்டை யதீன் பாராட்டினார். ஆனால் அவள் ஒரு முறையாவது குடும்பத்தின்மீது கவனம் செலுத்தக் கூடாதா? அவள் பிறந்த நாளுக்காக இவ்வளவு சிரமம் ஏற்று ஏற்பாடு செய்யும் மாயாவின்மீது சற்றே அன்பாக இருந்தால் அவளை அது கொன்றுவிடுமா என்ன?

'ஹே, வா அண்ணி. கேக் வெட்டுவதற்கு உனக்கு வயசாயிடிச்சின்னு யார் சொன்னா?' இது சமாதானப் புறா மாயா. தனிமையில் வேண்டுமானால் யதீனின் குடியா அவருடன் சண்டையிடுவாள், ஆனால் குடும்பத்தில், எல்லாரும் ஒருவருக்கொருவர் அன்பாகப் பேசுவதை அவள் உருவாக்க முயற்சி செய்தாள்.

'அப்புறம், குழந்தைகளுக்கும் கேக்குன்னா பிடிக்குது' மாயாவின் குரல் முகப்பில் மகிழ்ச்சியாகவும் உரத்தும் வெளிப்பட்டது. யதீன் அவளுடைய உதவியாளனைப் பார்த்தார். பவனுக்கு மக்களை ஈர்ப்பதில் ஒரு தனி சக்தி இருந்தது.

இன்னும் அஞ்சலியைக் காணவில்லை. யதீன் கதவை நோக்கினார். அங்கு அவர் மனைவி ஒரு நீண்ட ஸ்வெட்டரும், உடலை ஒட்டிய ஜீன்ஸூம் அணிந்து பூக்கள் அலங்காரத்தைப் படம் எடுத்துக் கொண்டிருந்தாள். கடந்த பத்தாண்டுகளில் திருஷ்டி சுருங்கி ஒரு குச்சிப்பூச்சி போல ஆகிவிட்டாள். அவள் மார்புகள் குமிழ்கள் அளவே இருந்தன. இடையும் பின்புறமும் வெறும் எலும்பும் தோலும். வெப்பரத்தம் உள்ள எந்த இந்தியனையும் போல யதீன்

வளமாக உள்ள பெண்களை விரும்பினார். அழுத்தவும் படுக்கையில் ஆடும்போது பிடித்துக்கொள்ளவும் போதிய சதை வேண்டும் அல்லவா?

மேலாளர் யதீனிடம் வந்தார். அவர்கள் மேஜை ஐந்து நிமிடங்களில் தயாராகிவிடும். இறுதியாக, பவன் ஒவ்வொருவரையும் உள்ளே கொண்டுசென்றான். ஆனால் ஃபோன் ஒலிசெய்ததால் யதீன் பின்னால் தங்கினார். அவர் எதிர்பார்த்ததுபோல் அஞ்சலி அல்ல. அடுத்த நாளைக்கான திட்டத்துடன் குஸும்.

அவர் அந்த நிரலினூடாகச் சென்றபோது, பின்னணியில் பண்ட்டி சிசோதியாவுடன் வருண் மெல்லிய குரலில் பேசுவதைக் கவனித்தார். கடந்த ஐந்தாண்டுகளில், பண்ட்டியின் பெற்றோர் அயல்நாட்டில் ஒரு நீண்ட பயணம் சென்றபோது அவனை யதீனின் வீட்டில் சில நாள்கள் விட்டுச் சென்ற காலம் முதலாக இருவரும் மிக இறுக்கமான நண்பர்கள் ஆகிவிட்டனர். மிகவும் தீவிரமான முகங்களுடன் அவர்கள் அப்படியென்ன பேசுகிறார்கள்? அவர்கள் ஏதாவது சில குரங்குத் தனங்களில் ஈடுபடக்கூடும். பையன்கள் எப்போதும் பையன்கள்தான். பியர், பெண்கள், வழக்கமான விஷயங்கள். சிசோதியா குடும்பத் திலிருந்து ஒருவன் நண்பனாகக் கிடைக்கும்போது வேண்டாம் என்று எந்த முட்டாள் சொல்லுவான்? ராஜஸ்தானில் ஒரு ராஜ குடும்பம் அவர்களுடையது. ஏற்கெனவே தேசத்துக்கு இரண்டு எம்பிக்களையும், ஒரு பாதுகாப்புத்துறை அமைச்சரையும், ஒரு ராஜஸ்தானி முதலமைச்சரையும் அவர்கள் அளித்திருந்தார்கள். அந்தக் குடும்பத்துப் பையன் ஒருவனைத் தன் விருந்துக்கு அழைப்பது யதீனின் அந்தஸ்தை உயர்த்திக்காட்டியது. அது யதீன் தானே எப்படி ஒரு வெற்றியாளரானார் என்பதை அவன் தந்தைக்கும் காட்டியிருக்கும்.

மாயா சொன்னது சரிதான். அவர் தன் மகனுக்கு அளவுக்கு அதிகச் செல்லம் கொடுத்தார். ஆனால் தன் மகனுக்கு ஒரு எளிய எதிர் காலத்தை வழங்குவதற்கு அல்லாமல் வேறு எதற்குத்தான் அவர் உழைத்தார்? ஒரு பதின்இறுதிவயதுச் சிறுவனாக யதீன் ஒரு பைக் கேட்டதிலிருந்து, அமெரிக்க ஐக்கியநாட்டில் தன் உதவித்தொகைக்கு அதிகமாகப் படிக்கச் செலவழித்த ஒவ்வொரு டாலர் வரைக்கும்—அவரது அப்பா அவருக்கு ஒவ்வொரு ரூபாயையும் கஷ்டப்பட்டுக் கொண்டுதான் கொடுத்தார். ஆனால் வருண் நினைத்த எதையும் செய்யலாம். யதீன் தன் மகனுடைய தைரியத்தைத் தடுக்கவோ

செலவைப் பற்றி அவனைக் கவலைப்பட வைக்கவோ விரும்ப வில்லை. வருண் பட் ஒரு சிறந்த மகனாகவும் நல்ல மனிதனாகவும் வேண்டும்.

***

நஜாகத்துக்குள் சென்றவுடனே மாயா யதீனை திருஷ்டி அருகில் உட்காருமாறு வேண்டினாள்.

அவரது தங்கை தன் முகத்தில் தெறிக்கின்ற உண்மைகளைக் காண மறுக்கிறாள். திருஷ்டியுடன் அவருடைய திருமணம் நீண்ட காலத்துக்கு முன்னரே செயலற்றுப் போய்விட்டது. உடலிலுள்ள குடல்வாலைப் போல. அது எப்போதாவது தொல்லை கொடுக்கும் போதுதான் அதைப் பற்றிய நினைப்பு வரும், இல்லாவிட்டால் இல்லை.

அவறுடைய தங்கை திருஷ்டிமீது கவனம் செலுத்தினாள், ஒரு புதிய மணமகளாக திருஷ்டி அவள்மீது கவனம் செலுத்தியதால். குழந்தையாக இருந்தபோது மாயாவுக்கு ஒரு பயங்கர காய்ச்சல் நேரிட்டது. யதீன் வேலையாக வெளியில் போயிருந்தார். வருணை வயிற்றில் தாங்கியிருந்தாலும், திருஷ்டி இரவு முழுவதும் கண் விழித்துப் பாதுகாத்தாள், காலையில் மருத்துவமனைக்குக் கொண்டு சென்றாள். உடனடியாக மருத்துவமனைக்குக்கொண்டுவந்ததால் மாயாவுக்கு வரவிருந்த பக்கவாதத்திலிருந்து திருஷ்டி அவளைக் காப்பாற்றிவிட்டாள் என்று மருத்துவர்கள் கூறினர். அதிலிருந்து, தன் அண்ணனுக்கு எதிராகச் சென்றாலும்கூட, தன் அண்ணியின் பக்கம் மாயா நிற்பது வழக்கமாகிவிட்டது.

யதீன் தன் தங்கையின் வேண்டுகோள்களைப் புறக்கணித்து மேஜையின் தலைப்பக்கம் அமர்ந்தார். பண்ட்டியும் பவனும் அவர் இரு பக்கங்களிலும். திருஷ்டி எதிர்ப்புறத்திற்கு வந்து மாயாவின் அருகில் அமர்ந்தாள். மாயா தன் ஸ்மார்ட் ஃபோனை கவனித்த வண்ணம் திருஷ்டியின் பேச்சுகளுக்குத் தலையாட்டினாள். உண்மையில் ஒவ்வொருவருமே, வருண், பண்ட்டி, பவன்—தத்தம் ஃபோன்களில் ஈடுபட்டிருந்தனர். பத்தாண்டுகளுக்கு முன்பு ஸ்மார்ட் ஃபோன் என்றால் என்ன என்று எவருக்கும் தெரியாது. இப்போது நடத்தை நெறிகளை ஃபோன்கள் இடப்பெயர்ச்சி செய்துவிட்டன.

மேடையில் மூன்றுபேர் தங்களுக்கிடையில் ஒரு ஹார்மோனியமும் தபலாவும் இருக்க, அமர்ந்திருந்தனர். அவர்கள் தேர்ந்தெடுத்த

148 ✤ உன் தோளுக்கு அடியில் நீ

பழைய கஜல் பாட்டு, யதீனின் சிந்தனைகளை எதிரொலிப்பதுபோல் இருந்தது. சுற்றிலும் ஒரு குடும்பம் இருந்தும் அவர் தேவையற்ற ஒரு அந்நியன் போலத் தன்னை உணர்ந்தார்.

நான் எவர் கண்ணின் ஒளியும் அல்ல, எவர் இதயத்தின் நலமும் அல்ல.

நான் ஒரு பயனற்ற புழுதி, எதற்கும் பயன் அற்றவன்.

யதீன் தனது கவிதை நாள்களை முன்னரே கைவிட்டிருந்தாலும், அவர் இதன் ஆங்கில மொழிபெயர்ப்பை முணுமுணுத்தார். குடித்திருந்தபோது அவர் தந்தை சொல்லும் மொழிபெயர்ப்பு இது.

அதிர்ஷ்டம் கெட்ட பஹதூர் ஷா ஜஃபர் இந்தப் புகழ்பெற்ற அடிகளை எழுதினாராம். இந்தியாவின் கடைசி முகலாய மன்னர் அவர். தில்லியின் மேஹராலி பகுதியில் இப்போது அழிந்துள்ள ஜஃபர் மஹாலைக் கட்டியவர். அவருடைய முன்னோர் கட்டிய தாஜ்மஹலோடு ஒப்பிடும்போது இது மிக எளிய குடில் என்றுதான் கூறவேண்டும். அவர் பிரிட்டிஷ்காரர்களால் நாடுகடத்தப்பட்டு ரங்கூனில் ஒரு பிச்சைக்காரனாக இறந்துபோனார். இது யதீனை நடுக்கத்திற்குள்ளாக்கியது. மரணம் சத்தியம், அந்தப் பயணத்தில் யாரையும், அவர் மகனையோ, மாயாவையோ, அஞ்சலியையோ கூட உடனழைத்துச் செல்ல முடியாது.

மன இருளை ஒதுக்கிவைத்து, எல்லாரையும் அவரவர் உணவை ஆர்டர் செய்யும்படி கூறினார். அப்போது மாயாவின் ஃபோன் ஒலித்தது.

'ஹலோ, ஆமாம்...' மாயாவின் எச்சரிக்கையான, கேள்விதொனியுடன் கூடிய குரல் அவரது கவனத்தை ஈர்த்தது. ஒருவேளை யாராவது திருப்தியற்ற விஜில் வாடிக்கையாளனோ?

'ஆமாம். அஞ்சலி எனக்குத் தெரியும். நீங்க யாரு?' மாயாவின் குரல் உயர்ந்தது. எல்லாரும் அவள் பக்கம் திரும்பினார்கள்.

ஏதோ தவறாகப் போயிருக்கிறது. யதீன் மாயாவின் கையிலிருந்து ஃபோனை வாங்குவதைத் தவிர்த்துக்கொண்டார். அவள் கேட்டுக் கொண்டிருந்தபோதே முகம் வெளுத்தது. கண்கள் அகன்றன. ஃபோனைப் பற்றிய கை இறுகியது.

'என்ன? எங்கே?' நாற்காலியிலிருந்து எழுந்தாள். 'வந்துகிட்டே இருக்கிறோம்.' கைப்பையை எடுத்துக்கொண்டு திரும்பிப் பார்க்காமல் விரைந்து நடந்தாள். மற்றவர் கேள்விகளுக்குத் துண்டு துண்டான

பதில்களை உதிர்த்தபடி ஓடத் தொடங்கினாள். வாயடைத்துப் போன மேலாளருக்குக் சைகை செய்துவிட்டு யதீன் அவளைப் பின் தொடர்ந்தார். லிஃப்டையும் புறக்கணித்துப் படிகளில் இறங்கி கார் நிறுத்துமிடதததை நோக்கி ஓடினார்கள். அவருக்குப் பின்னால் பிறர் ஓடிவரும் சத்தம் கேட்டது. தன் தாயின் இறப்புக்குப் பின் அவர் பிரார்த்தனை செய்வதை நிறுத்திவிட்டார். ஆனால் இப்போது தன்னையறியாமலே பிரார்த்தனை செய்யத் தொடங்கினார். 'அவளை வாழவிடு கடவுளே, அவள் நன்றாக இருக்கட்டும்.'

21

மாயா கேக்-கடையிலிருந்த ஆளை மறுபடியும் அஞ்சலி பற்றிக் கேட்கக் கூப்பிட்டபோது அவன் அமிலம், தண்ணீர், போலீஸ் என்றெல்லாம் உளறினான். பின்னணியில் அஞ்சலியின் முனகல்களை மாயாவால் கேட்க முடிந்தது. ஒரு விருப்பத்துக்காக வேண்டி, பாவம் அஞ்சலி, தெற்கு விரிவில் நிற்கவேண்டி வந்தது. அவள் அங்கே போயிருக்கவே தேவையில்லை.

டயர்கள் கீச்சிட, ஹோட்டலின் கார் பார்க்கிலிருந்து வேகமாக வெட்டித் திரும்புவதற்கு முன்னர், அவளுக்கு அவர் காரில் தாவி ஏறுமளவுக்கு மட்டுமே நேரம் அளித்தார். சைரன்கள் கத்த, குறைந்தபட்சம் மூன்று டிராஃபிக் சிக்னல்களைத் தாண்டி வேகமாகச் சென்றார். கூடவே அடுத்த கையில் குஸுமுக்கும் பிற போலீஸ்காரர் களுக்கும் காலுக்கு மேல் காலாகப் போட்டுக்கொண்டே இருந்தார். குஸுமிடம் தன் டாக்டர் நண்பர்களிடம் ஆலோசனை கேட்கச் சொன்னார். இதற்கெல்லாம் அப்பால், தன் பக்கத்திலேயே உட்கார்ந்திருந்த மாயாவின் இருப்பைக் கண்டுகொண்டதாகவே தெரியவில்லை. மாயா அஞ்சலிக்காகப் பிரார்த்தனை செய்தாள். ஒரு சிறிய காயமாகவே இருக்கவேண்டும் என்று. ஒருவேளை கையில் மட்டுமே இருக்கலாம்.

ஒருசமயம் சஃப்தர்ஜங் மருத்துவமனையில் அஞ்சலியிடம் அமிலத் தாக்குதலில் தப்பிப் பிழைத்தவர் ஒருவர் பேசிக்கொண்டிருந்த போது, அவள் தோற்றத்தை மாயா வெறித்துப் பார்த்திருக்கிறாள்— குருடான வெள்ளைக் கண், கருப்பும் பழுப்பும் பட்டைபட்டையாக இருந்த முகத்தோல், எரிந்துபோன மூக்கும் புருவங்களும்.

அவள் அஞ்சி அப்படி ஆகமாட்டாள். அஞ்சி அழகாக இருந்தாள். அவளை எரிக்க யார் விரும்புவார்கள்? ஒருவேளை யாராவது மாயாவைத் தாக்கி, அஞ்சலி வந்து அவளைப் பார்க்க விரும்பினார் களோ? விஜிலில் தான் செய்த பணி காரணமாகப் பிளவுபட்டுப் போன திருமணங்களிலிருந்து யாரேனும் கணவர்களில் அல்லது,

உன் தோளுக்கு அடியில் நீ ✤ 151

மனைவிகளில் ஒருவரோ?

அவள் கேட்டபோது, 'நாங்கள் எல்லாக் கோணங்களிலிருந்தும் நோக்குவோம்' என்றார் அண்ணா. 'முதலில் அவளிடம் போய்ச் சேருவோம். நீ விழிப்போடு இருக்கவேண்டும், தெரிகிறதா?'

மாயா தலையசைத்தாள். எதிராக விஸ் என்று செல்கின்ற கார்களின் தலைவிளக்குகள் ஒளி வேகமாக அடிப்பதும், நெரிசலின் கிறீச்சொலிகளும் ஆரன் அடிப்புகளும், ஒவ்வொரு முறை அண்ணா ஆக்சலரேடரை மிதிக்கும் போதும் பாயின் ஜீப் சத்தமிடுவதும் ஆகியவற்றால் அவள் தலை சுற்றியது. அவள் அஞ்சலியிடம் நிறைய விவாதிக்க வேண்டும். மனோஜின் ஃபோனிலிருந்த பெண் சகிதான் என்று பவன் உறுதியாகக் கூறியிருந்தான். ஆகவே சகியும் மெய்யாக ஆபத்தில்தான் இருக்கிறாள். அஞ்சலியின் காயங்களை கவனிக்கும் சமயத்திலேயே அவளிடம் பேசலாம். ஆனால் சிறிய எரிவுகள்கூட பயங்கரமாக வலிக்கும்—நாளை வரை எதற்கும் காத்திருப்போம்.

தெற்கு விரிவுக்கான பயணம், சிலசமயங்களில் இருண்ட, வளைந்து வளைந்து சென்ற குறுக்கு வழிகள், சந்துகள் வழியாகச் சென்றது, மாயாவுக்குக் குமட்டலை ஏற்படுத்தியது. அவர்கள் சென்று நின்ற போது, அவள் சீட்பெல்ட்டைக் கழற்றி, அண்ணனைப் பார்த்தாள். அவர் அவளைத் தட்டிக் கொடுப்பார், அஞ்சலி நன்றாக இருப்பாள் என்று சொல்வார் என்று எதிர்பார்த்தாள். ஆனால் அவர் அவளை ஒருமுறை பார்த்துவிட்டு, அவள் எவ்வித எதிர்வினையும் காட்டும் முன்னர் தன் கதவை அடித்துச் சாத்தினார். அவள் வாழ்க்கையில் முதல்முறையாக அவர் கண்களில் பயத்தைக் கண்டாள்.

கடைக்குள் அஞ்சலி ஒரு தாழ்வான பெஞ்ச்சில் உட்கார்ந்திருந்தாள். அவள் தலை ஒரு சிறிய வாளிக்குள் அமிழ்ந்திருந்தது. ஒரு வழுக்கைத் தலையன் அதை அவளுக்காகப் பிடித்திருந்தான். நிகில் ஒரு மூலையில் தொய்வாக அமர்ந்திருந்தான். அவன் ஹெட்ஃபோன்கள் காதில் பொருந்தியிருக்க, கண்கள் மூடியிருந்தான். இரண்டு மூன்று பேர்கள் சுற்றியிருந்தார்கள். ஒரு உயரமான மனிதன் ஃபோனில் கத்திக் கொண்டிருந்தான். அண்ணா நேராக அஞ்சலியிடம் சென்றார்.

'என்ன ஆச்சு உனக்கு?'

வாளிக்குள்ளிருந்து அஞ்சலியின் முனகல் அவர்களுக்குக் கேட்டது. அண்ணா விற்பனையாளனிடம் மேலும் தண்ணீர் பாட்டில்களைக் கொண்டு வரச் சொன்னார். அவற்றை அவள் கைகள், முன்னங்கைகள் மீது சொட்டுச் சொட்டாக வழியவிட்டார். அவர்கள் குழுவில்

மீதியிருந்தவர்கள் கொஞ்சம் பின்னால் வந்துசேர்ந்தார்கள். பவன், பண்ட்டி, வருண் மூவரும் மேலும் நீர் கொண்டுவரச் சென்றார்கள். யாரோ ஒருவர் ஒரு புதிய வாளியும் ஒரு பாக்கெட் உப்பும் கொண்டுவந்தார். மாயா அஞ்சலிமீது கவனத்தைச் செலுத்தினாள். அவள் சரியாகிவிடுவாள், உதவி வர இருக்கிறது, ஆம்புலன்ஸ் எந்த நிமிஷத்திலும் வரும், உப்புநீர் தெளிப்பது அவளைக் குளிர்விக்கும் என்றெல்லாம் மெல்லிய குரலில் சொல்லியவாறு இருந்தாள். அண்ணா அஞ்சலியைப் பிடித்தவாறு அந்தப்பக்கத்தில் உட்கார்ந்திருந்தார். அவர் சந்தர்ப்பம் தெரியாமல் யார் இப்படிச் செய்தான் என்று பார்த்தாயா, கடையைவிட்டு வெளியே வந்தபோது யாராவது இருந்ததை கவனித்தாயா, நாங்கள் பேசுவது உனக்குக் கேட்கிறதா என்றெல்லாம் கேள்வி மேல் கேள்வி கேட்டுக்கொண்டே இருந்தார். ஆனால் அஞ்சலி கூச்சலிட்டாள், அடித்தொண்டையில் கத்தினாள், நிகிலைக் கேட்டாள். இது ஒரு சிறிய காயம் அல்ல. அஞ்சலி மீண்டும் பழைய அஞ்சலி ஆகவே முடியாது. மாயா தொடர்ந்து பேசியவாறு இருந்தாள். தன் குரலை நிதானமாக வைத்துக்கொண்டு, வரும் அழுகையைத் தடுத்துக்கொண்டிருந்தாள். பவன், திருஷ்டி குரல்கள் உயர்ந்தும் தாழ்ந்தும் இடையில் கேட்டன. ஃபோன் அழைப்புகள். அண்ணனோ யாரோ அஞ்சலிமீது—தலை, உடல் எங்கும் ஊற்றிய போது தெளித்த நீர் எங்கும் பரவி அவள் காலணிகளின் கீழ் தரையை வழுக்கலாக்கியது. நிகில் பெருங்கூச்சல் இட்டான். எழ முயன்றாள், ஆனால் பவன் நிகிலின் அருகில் செல்வதைப் பார்த்துத் தன் இடத்திலேயே உட்கார்ந்தாள்.

மாயா தன் பற்களைக் கடித்தாள். அஞ்சலியிடமிருந்து ஒரு அழுகிய முட்டை வாடை வந்தது. சதை உருகும் வாடை. அவர்கள் எல்லார் கண் எதிரிலும் அஞ்சலியின் முகத்தை அமிலம் கரைத்து அழித்தவாறு இருந்தது. ஆம்புலன்ஸ் நெரிசலில் சிக்கி வரத் தாமதமாகிக் கொண்டிருந்தது. ஆகவே குடும்பத்தினர் பக்கத்தில் சூழ்ந்து அஞ்சலியின் அடித்தொண்டைக் கத்தலையும் கூச்சலையும் கேட்பதைத் தவிர வேறு எதுவும் செய்ய முடியாமல் இருந்தது. அஞ்சலியின் குரல் மேலும் அடித்தொண்டை தொனிக்குச் சென்று விலங்கின் உறுமலைப் போலாயிற்று. அவ்வப்போது சில வார்த்தைகள் வெளி வந்தன. வலி, காயம், சாகிறேன், நிகில் என்பது போலச் சிலவற்றை மாயா கேட்டாள்.

ஆம்புலன்ஸ் ஒலி கேட்டவுடனே அண்ணா அஞ்சலி நிற்க உதவி செய்தார். குறைந்த பட்ஜெட் பாலிவுட் பயங்கரப் படத்தின் காட்சி

ஒன்றிலிருந்து வெளிவந்தாற் போன்றிருந்த அஞ்சலியின் பேய் வெள்ளைமுகத்தைக் கண்டு மாயா பின்வாங்கினாள். அவள் எதிர் பார்த்த மாதிரி சிவப்பு அல்ல. கண்கள் வீங்கி மூடியிருந்தன. பூரிக்கு ஒரு கடற்கரைப் பயணம் சென்ற போது மாயா கண்ட செத்த ஜெல்லி மீன்போல ரப்பரின் சாம்பல் நீலத்தில் இமைகள்.

அஞ்சலியின் மேற்கைப்புறம் அவள் பிடித்தாள். நர்சுடன் சேர்ந்து ஆம்புலன்சில் ஏறிக்கொண்டாள்.

***

'அமைதியாயிருங்க மேடம்' என்றாள் செவிலி. 'இல்லைன்னா இன்னும் அதிகமா வலிக்கும்.' அஞ்சலியின் புலம்பல் ஒலிகளை மாயா அமைதிப்படுத்தினாள். அஞ்சலியின் மேலுடையைக் களைந்து ஆஸ்பத்திரி கவுன் ஒன்றைப் போட செவிலிக்கு உதவினாள். அண்ணன் சிரமப்பட்டு ஏறித் தன் அடையாள அட்டையைக் காட்டி அஞ்சலிக்கு வலிநிவாரண ஊசி ஏதாவது போடச் சொன்னார். ஆனால் செவிலிக்கு பாதிக்கப்பட்டபகுதி எல்லாவற்றிலும் கிருமிநீக்கிய நீரினால் கழுவ வேண்டும் என்று மட்டுமே அறிவுறுத்தப்பட்டிருந்தது.

'பின்னாலயே நாங்க வர்றோம்' அவளிடம் பேசிய பவனின் குரல் அமைதியாக இருந்தது. தீர்ந்துவிட்டால் பயன்படுத்துவதற்காக அவன் தண்ணீர் பாட்டில்கள் அடங்கிய பெட்டி ஒன்றை உள்ளே வைத்துக் கதவை அடித்துச் சாத்தினான். அவள் அஞ்சலியின் பக்கத்தில் உட்கார்ந்தாள். அண்ணன் தலையைக் குனிந்து ஜன்னலின் வழியே வெளியே நோக்கியவாறே ஃபோனில் ஏதோ சிறுகுரலில் பேசிக்கொண்டிருந்தார். அஞ்சலியின் கூக்குரலைத் தாண்டி அவர் என்ன சொன்னார் என்பது காதில் விழவில்லை. சில நிமிடங்கள் கழித்து அவர்கள் வண்டி திடீரென நின்றது. அவள் தலைக்கு மேல் அண்ணன் ஃபோனில் திட்டிக்கொண்டிருந்தார். அவளும் எழுந்து நின்றாள். தன் பக்கத்திலிருந்த ஜன்னல் வழியே பார்த்த ஒரு பார்வையில் அடைந்திருந்த டிராஃபிக் நெரிசல் முழுவதும் தெரிந்தது. சாலையின் இருபுறமும் தெரிந்த வாகன முன்விளக்குகளின் ஒளியை அன்றி வேறெதையும் காண இயலவில்லை. ஆம்புலன்சின் ஒலிக்கு எந்தக் காரும் எவ்வித மதிப்பும் அளிக்கவில்லை. வாகனத்தின் ஒவ்வொரு சிறு அசைவும் அஞ்சலியிடமிருந்து ஒரு வலிக் கத்தலையோ கீச்சொலியையோ வெளிப்படுத்தியது. மாயாவால் வலியை ஏற்க முடியவில்லை—அஞ்சலியின் கையைப் பிடித்தவாறு

154 ❋ உன் தோளுக்கு அடியில் நீ

பொருளற்ற சொற்களை முனகிக் கொண்டிருந்தாள். அண்ணன் அவருடைய மேல்சட்டையைக் கழற்றிவிட்டு அஞ்சலியின் பக்கத்தில் அமர்ந்தார்.

'ஜெல்லி, பொறுத்துக்க. இன்னும் கொஞ்சம் நிமிஷம்தான், டார்லிங். நான் இங்கதான் இருக்கேன். ஷ்ஷ்'

அண்ணன் என்ன சொல்லி அஞ்சலியை இப்போது அழைத்தார்? வேறு யாராவது இருக்கிறார்களா என்று மாயா மேலே நோக்கினாள். அல்லது அவள் தவறாகப் புரிந்துகொண்டாளா? ஆனால் அண்ணன் இதே போன்ற மென்மையான வார்த்தைகளைத் தொடர்ந்து பேசிக் கொண்டிருந்தார். 'டார்லிங், ஜெல்லி, இன்னும் கொஞ்சம்தான். நீ என் தைரியமான ஸ்வீட்டிப் பெண்ணல்லவா?'

இது ஏதோ கொடுங்கனவாகத்தான் இருக்கவேண்டும். அஞ்சலியை இவ்வளவு காயம்பட்டுக் காண்பது, அண்ணன் இப்படிப்பட்ட பெயர்களால் அஞ்சலியை அழைப்பது...

மெதுவாக ஊரும் நெரிசலில் ஆம்புலன்ஸ் மெல்ல நகர்ந்தது. வெளியே பார்த்தாள். தங்களுக்குப் பின்னால் வந்த வாகனங்களின் மங்கலான வெளிச்சம் மட்டுமே தெரிந்தது. செவிலி, அஞ்சலியின் மீது தண்ணீரைத் தாரையாக ஊற்றியவாறு இருந்தாள். மாயா அதிகப்படியான நீரை டவல்களால் துடைப்பதன்றி வேறெதுவும் செய்ய இயலவில்லை. அவள் அண்ணன் சொற்களைக் கேட்கவில்லை, எந்த வார்த்தையும் அவள் காதில் விழவில்லை, எந்தச் சிந்தனையும் இல்லை எனக் கற்பித்துக்கொண்டாள்.

அஞ்சலியின் குரல் இப்போது மிருகத்தின் உறுமல்போல் கனமாக வெளிவந்தது. நிகிலுக்கு உதவுங்க, யதீன் மாயா எரிகிறது, நிறுத்துங்க இதை, உதவி, கடவுளே, இதை எடுத்துக்க முடியாதா... நிறுத்து என்று கதறினாள். அவளை அமைதிப்படுத்த அண்ணனும் மாயாவும் என்ன செய்தும் முடியவில்லை.

இரண்டாவது தெற்கு விரிவிலிருந்து ஓக்லா செல்லும் பத்து கிலோமீட்டர் தூரம் ஐம்பது கிலோமீட்டர் போலத் தெரிந்தது. அது ஏதோ ஆம்புலன்ஸை இன்னும் வேகமாகச் செலுத்திவிடும் என்பது போல, அஞ்சலியின் கூக்குரலை நிறுத்திவிடும் என்பது போல, அவளை முன்போல் ஆக்கிவிடும் என்பதுபோல, மாயா தன் சக்தி அனைத்தையும் கைகளில், படுக்கையிலிருந்து தாரையாக ஒழுகும் தண்ணீரில், குவித்தாள்.

அல்லது சாயங்காலத்திற்குத் திரும்பி, அவள் கார் வழியில்

நின்றுவிட்ட போது, அஞ்சலி அல்ல, அவளே போய் கேக்கை வாங்கிவந்துவிடச் செய்ய முடியுமா? அஞ்சலி என்று யாரும் அவளை மாற்றி நினைத்துவிட முடியாது. அண்ணன் குரல் மறுபடியும் கேட்டது.

‘சாரி ஜெல்லி... கொஞ்ச நேரம் தாங்கிக்க. சீக்கிரம் ஆஸ்பிடல் போயிடுவோம் டார்லிங், சத்தியமா... நான் சொல்றதைக் கேளேன். எப்பவும் நான் சொல்றதக் கேக்கற அஞ்சலி இல்லையா?’

மெதுவான குரலில் வைதுகொண்டே டிரைவரிடமிருந்து தங்களைப் பிரித்த வாயிலை அண்ணன் அடித்துச் சாத்தினார். இப்போது வாகனங்கள் சற்றே வேகமெடுத்தன. அண்ணன் திரும்பி வந்தார், அஞ்சலியிடம் முணுமுணுத்தார். இதுதான் அண்ணன் அண்ணியிடம் சிலநேரம் கொடுமையாக நடந்துகொண்டதற்குக் காரணமா, அவள் பிறந்த நாளில் அவளுடன் இன்றுகூட உட்காராமல் தவிர்த்த காரணமா?

மாயாவின் தொழில் திருமணங்களை முறிப்பதாக அமைந்து விட்டது. ஒருவேளை இதுதான் அதற்குத் தண்டனையோ? தனக்கும் திருமணம் ஆகாமல், தன் அண்ணன் திருமணமும் துண்டுதுண்டாக உடைந்து போவதைக் காண்பது...? பிறகு அஞ்சலி? அவள் எப்போதும் வெளிவிட்டதில்லை. இது அண்மையில் தொடங்கியதா, அன்றி முதலிலிருந்தே இருந்து வந்தும், அண்ணனின் குழந்தைத் தங்கை மாயா, முட்டாள் மாயா அதை அறியாமலே இருந்தாளா?

மாயாவின் எண்ணங்கள் மிகவும் வேகமாக ஓடின. ஆனால் அடுத்த சில நிமிடங்களில் ஆம்புலன்ஸ் முற்றிலுமாக நின்றுவிட்டது.

அண்ணன் ஒரு ஃபோன்காலில் இருந்தார். நர்ஸ் அவர் இடத்தை எடுத்துக்கொண்டாள். ‘என்ன வேணும்னாலும் செய்’ என்று அவர் ஃபோனில் வார்த்தைகளைத் துப்பினார்.

அஞ்சலி மிகக் கடுமையாக இப்போது அசைந்தாள். மாயா அவள் தோள்களைப் பிடித்து அழுத்தினாள். அண்ணன் அவள் பக்கத்தில் ஒண்டுவதைக் கண்டு அவரை ஏறிட்டாள்.

‘உள்துறை அமைச்சரின் தங்கை மகனுக்குத் திருமணமாம். ஊர்வலத்துக்காகச் சில சாலைகளை அவர்கள் அடைத்துள்ளனர். நாம் சஃப்தர்ஜங்கை நோக்கித் திரும்ப வேண்டியதுதான் என்று அவர்கள் சொல்கின்றனர்.’

‘சஃப்தர்ஜங்?’

அது ஒரு அரசு மருத்துவமனை. இலவச சிகிச்சையை எதிர்நோக்கி வரும் நோயாளிகள் அதன் தாழ்வாரங்களில் குவிந்துகிடந்தனர். இப்படிப்பட்ட கடுமையான நிலையில் ஒரு நோயாளியை அங்குக் கொண்டுசெல்ல இடமில்லை.

'தெரியும். ஆனால் அங்கே சீக்கிரம் போய்விடலாம். அவளுக்கு முதல் உதவியாவது கிடைக்கும். அவர்களிடம் தீக்காயங்களுக்கான ஒரு நல்ல பிரிவு இருக்கிறது. அவளும் அங்குதானே வேலை செய்கிறாள்? அதனால் தேவையென்றால் உதவி பெற்றுக்கொள்ளலாம்.'

'சரி, அப்படியே செய்வோம்' மாயா டவல்களால் ஸ்ட்ரெச்சரைத் தட்டினாள். அவளால் அஞ்சலியின் கூக்குரல்களையோ, அண்ணனின் டார்லிங், ஜெல்லியையோ நீண்ட நேரம் பொறுத்துக்கொள்ள முடியவில்லை.

மாயா நனைந்துபோன டவலைப் போட்டுவிட்டு வேறொன்றைத் தேடி எடுத்தாள். அஞ்சலியின் எரிந்துபோன முன்னங்கையை விட்டுவிட்டு, அவள் மேல் புயத்தை அண்ணன் இரு கைகளாலும் பிடித்தார். பிறகு அவர் சௌபாய் சாஹிபின் சொற்களைக் கூறி, கடவுளிடம்,

எங்களை ரட்சை செய், எங்கள் இச்சையைப் பூர்த்தி செய், உன்னைச் சரணடைந்தோம், எங்கள் உயிரைக் காப்பாற்று

என்ற நீண்ட பிரார்த்தனையை, ஒவ்வொரு சொல்லும் தெளிவாக, அவர் அம்மா சென்ற காலத்தில் இசைத்தது போல, தங்கள் பாதுகாப்புக்காகப் பிரார்த்தனை செய்தார்.

தன் குழந்தை பிறக்கக் காத்திருந்தபோதோ, அல்லது மாயாவும் அவரும் தங்கள் தாயை இழந்தபோதோ, அண்ணன் பிரார்த்தனை செய்து மாயா ஒருபோதும் பார்த்ததில்லை. ஆனால் இப்போது பிரார்த்தனை செய்தார். அஞ்சலியின் கத்தலைத் தவிர்த்து மாயாவும் பிரார்த்தனை செய்யலானாள்.

உன் தோளுக்கு அடியில் நீ ✤ 157

22

அவர்கள் மருத்துவமனையை அடைந்தபோது யதீனுக்கு மயக்கம் வந்து எல்லாம் கலங்கிய தோற்றம்போல் இருந்தது. அவர் சொல்வதைக் கேட்டவள் குஸும்தான். தன் ஆட்களோடு ஓர் இன்ஸ்பெக்டர் தாழ்வாரங்களில் வழி ஏற்படுத்திக் கொடுக்கத் தயாராக இருந்தார். முழுநேரமும் யதீன் அஞ்சலியின் வலக்கரத்தைப் பிடித்திருந்தார். மாயா இடது கரத்தை. தாழ்வாரத்தில் மோதுண்ட கூட்டத்தினூடே அதைக் கலைத்துக் கொண்டு சக்கரப்படுக்கையோடு அவர்கள் ஓடினார்கள். வார்டுபாய்கள் அந்தப் படுக்கையை சஃப்தர்ஜங் ஆஸ்பத்திரியின் தீப்புண் பகுதிக்குத் தள்ளிச் சென்றார்கள்.

கதவு அவர்கள்முன் அறைந்து மூடப்பட்டது. காத்திருப்பதைத் தவிர ஒன்றும் செய்ய முடியாத நிலையில், யதீன் சுற்றுமுற்றும் பார்த்தபோது குஸுமும் சில சீருடை அணிந்த மனிதர்களும் தங்களுக்குள் மென்குரலில் பேசிக் கொண்டிருப்பதைப் பார்த்தார். அவர்கள் முகங்கள் கடுமையாக இருந்தன. அவர் பார்வை மாயாவின் பார்வையுடன் மோதியது. அவருக்கு வேறொரு தலை முளைத்ததுபோல அவரை நோக்கினாள் மாயா. முகத்தைத் திருப்பிக் கொண்டாள். அவரது குடியா ஆட்டம் கண்டிருக்கிறாள். ஆனால் அவள் பார்வையின் அன்பு இல்லை. அவர் குஸும் பக்கம் திரும்பினார். 'அஞ்சலியின் அலுவலகத்துக்கு நாளைக்குப் போ. போன மாதத்துக்கான சிசிடிவி காட்சித்தொகுப்பு மொத்தத்தையும் கொண்டு வா.'

'சரி சார்.'

இப்படிச் செய்தவர் அஞ்சலியின் நோயாளிகளில் ஒருவராக இருக்கலாம். சிகிச்சைக்குத் தன்னைத் தக அமைத்துக் கொள்ளமுடியாத எவரேனும் இருக்கலாம். அல்லது அஞ்சலியை வெறுத்த, ஒரு நோயாளியின் உறவினராகவோ பழைய துணைவராகவோ இருக்கலாம். போர்வைகளுக்குள் சுருண்டு கிடந்த மக்களுக்கிடையில், இரவு தங்குபவர்களுக்கிடையில் தனது போர்வைமுனையை

வீசியவாறு யதீன் தாழ்வாரத்தில் நடந்தார்.

சில நிமிடங்கள் கழித்து, திருஷ்டி, வருண், பவன், பண்ட்டி ஆகியோருடன் உள்ளே நுழைந்தாள். மாயா அவர்களிடம் சென்றாள், ஆனால் யதீன் உட்கார்ந்துவிட்டார். தாழ்வாரத்தைச் சுற்றி எங்கிலும் மக்கள்கூட்டம் அரைபட்டது. தனியார் மருத்துவமனைகளைப் போலன்றி, இந்த மருத்துவமனையில் இரவில்கூட, நோயாளிகள், வேலையாட்கள், ஆர்டர்லீ-கள், பிற பணிசெய்வோர் ஒலியால் நிறைந்திருந்தது. யதீன் குஸூமை அழைத்து, அஞ்சலியின் எஜமானர் டாக்டர் பல்லாவைத் தொடர்புகொள்ளச் சொன்னார். மருத்துவ மனைப் பணியாளர்கள் எல்லாருக்கும் அவர்களில் ஒருத்தியே படுக்கையில் சேர்க்கப்பட்டிருக்கிறாள் என்பதைத் தெரிவித்து விடுவது நல்லது. மேலும் சில ஃபோன்கால்களைச் செய்தபோது, அவர் கல் போன்று இறுகிய முகத்தோடு, நிகில் ஹெட்போன்கள் பொருத்தியிருக்க, ஒரு இருண்ட, தூசுபடிந்த ஜன்னலைப் பார்த்துக் கொண்டிருப்பதைக் கண்டார்.

அவர்கள் இரண்டாம் தளத்தில் இருந்தார்கள். நிகிலுக்கு அருகிலிருந்த ஜன்னல் பார்க்கிங்லாட் தெரியுமாறு இருந்தது. யதீன் நிகிலைக் கொஞ்ச நேரம் கவனித்தார். ஆனால் அந்தப் பையன் திரும்பவில்லை. அஞ்சலி தாக்கப்பட்டபோது அவன் எங்கிருந்தான்? தாக்கியவனைப் பார்த்தானா? நிகில் அஞ்சலியுடன் வர விருப்பப் படவில்லை என்று மாயா சொன்னாள். அவன் அவளிடம் கோபமாக இருந்தானா? நிகில் நாய்க்குட்டியுடன் இருந்ததை யதீன் நினைவு கூர்ந்தார். அவனைத் தூண்டிவிடக் கொஞ்சம் விஷயம் போதும்.

அஞ்சலியின் மகனைத் தாண்டிச் சென்றபோது, அவனது ஹூட் வைத்த கருப்புநிற மேற்சட்டையின் முன்புறம் ஒரு துளை இருப்பதைக் கண்டார். அதேபோல் அவன் டீ-ஷர்ட்டிலும் ஒன்று. ஆனால் அந்தத் துளைகள் எப்படி வேண்டுமானாலும் ஏற்பட்டிருக்கலாம். அவனிடம் பேசுவது அவனைத் தூண்டிவிடுவதாகும். ஒரு ஆர்ப்பாட்டம் நிகழும். பதிலாக அவர் குஸூமுக்கு ஃபோன் செய்து 'சிசிடிவி தொகுப்பை வேறு யாரையாவது கொண்டுவரச் சொல்' என்றார்.

'ரைட் சார்'

'சிலபேரை உன்னுடன் அழைத்துப் போ. அஞ்சலியின் காரில் ஏதாவது உள்ளதா என்று தேடிப் பார். வந்து எனக்குச் சொல்லு.'

குஸூம் பதில்சொல்வதற்குமுன் ஒரு சிறிய இடைவெளி. 'சரி சார்.'

யதீனால் நிம்மதியாக உட்கார முடியவில்லை. சுவரில் சாய்ந்து இந்தப் பக்கமோ அந்தப் பக்கமோ திரும்பி இருப்பது அவருடைய உள்ளத்திலிருந்த முடிச்சை அவிழ்க்கவில்லை. அஞ்சலி இனி முன்போல இருக்கமாட்டாள். யதீன் அந்தச் சிந்தனையிலிருந்து தன்னை உலுக்கி விடுவித்துக்கொண்டார். அதைப் பற்றி இப்போதே கவலைப்படத் தேவையில்லை. அவள் உயிரோடிருப்பாள். நன்றாக இருப்பாள். அவள் இடத்தில் தன்னை வைத்துக்கொள்ள முடிந்தால் நன்றாக இருக்கும். தான் எப்படி இருப்போம் என்பதைப் பற்றித் துளியும் அவர் கவலைப்படவில்லை. அவர் ஓர் ஆண். வலுவானவர்.

'பிள்ளைகள் பசியாக இருக்கிறார்கள்' திருஷ்டி அவரிடம் வந்தாள். 'அவர்களுக்குச் சாப்பிட ஏதாவது தரவேண்டும்.'

'உன்னோடு பவனையும் மாயாவையும் அழைத்துச் செல்.' யதீன் தன் கைகளை முகத்தில் தேய்த்தார். முளைத்துவந்த ரோமம் கையில் குத்தியது.

'மாயா இங்கேயே இருக்க விரும்புகிறாள்' என்றாள் திருஷ்டி. 'பண்ட்டியின் அப்பா அவனை அழைத்துப்போக வருகிறார். வருண் இன்று இரவு பண்ட்டியின் வீட்டிலேயே தங்க விரும்புகிறான். நீங்க ஒண்ணும் சாப்பிடவில்லையா?' வழக்கமான வெறுமை ஏளனம் இவற்றுக்கு அப்பால் திருஷ்டியிடம் ஆர்வத்தின் ஒரு தெறிப்பு இருப்பதைக் கண்டார்.

'நான் இங்கே இருக்க வேண்டியிருக்கிறது. மேலும் தயாளையும் சந்திப்பேன்' என்றார் யதீன். 'இந்த ஆட்கள் ஏதாவது எனக்குக் கொண்டு வருவார்கள். கவலைப்படாதே.' அவள் முகத்தை நன்றாகப் பார்க்க முடிவதற்கு முன்னால் அவள் திரும்பிவிட்டாள். அவர் மிகவும் வெறுக்கின்ற மீனவப் பெண்களின் தலைமுடிச்சில் அவள் தலைமயிரை உலுப்பிக்கொள்வதைப் பார்த்தார். பெரும்பாலும் ஒரு விவாதத்தின் மத்தியில் அப்படித்தான் தன் தலைமயிரைப் போட்டுக்கொள்வாள்.

'ஹலோ சார்' ஜாயின்ட்கமிஷனர் ராட்டி உள்ளே வந்தார். அவரது மெல்லிய கையில் ஒரு பெரிய ஃபோன் இருந்தது.

'தாக்கியவர்கள்மீது அமிலப் புள்ளிகள் இருக்கும்' என்றார் யதீன். நிகிலின் உடைகளைப் பற்றி ராட்டியிடம் அவர் சொல்ல விரும்பவில்லை. அதனால் பேச்சை வளர்க்கவில்லை.

'ரொம்பப் பெரிய அளவு வீச்சாகத்தான் இருக்கவேண்டும் சார்'

அஞ்சலியின் வாழ்க்கையை மாற்றிவிட்ட ஒரு வீச்சு. அவள் நன்றாக

இருக்கட்டும் கடவுளே. அவளைக் காப்பாற்று.

'அந்த இடத்தை என் ஆட்கள் துருவிக்கொண்டிருக்கிறார்கள் சார். அங்குள்ள எஸ்எச்ஓவுடன் தொடர்பில் இருக்கிறேன்.' ராட்டியின் நீண்ட முகம் வழக்கத்தைவிட மேலும் நீண்டது. 'டிவி சேனல்களுக்கு ஒரு வார்த்தை சொல்லலாமா சார்? சில துப்புகள் கிடைத்தாலும் கிடைக்கும்.'

தங்கள் உரத்த குற்றவெளியீட்டு முறையாலும் பிம்பங்களாலும் அஞ்சலியின் பெயரை இன்றில்லாவிட்டாலும் நாளை வெளியிட்டு விடுவார்கள். அவள் தாய் இதைத் தெரிந்துகொள்ள வேண்டாம், இப்போதே. அஞ்சலிக்கு அது பிடிக்காது, ஒருவேளை நிகில் இதில் சம்பந்தப்பட்டிருந்தால்... அவரால் தன் சிந்தனையை முடிக்க இயலவில்லை. மேலும் இப்போது மீடியா கவர் செய்வது ராட்டியை முன்னணியில் காட்டும். யதீனுக்கு அது உதவாது.

'பார்க்கலாம்.'

யதீன் திருஷ்டியை அழைத்து உணவுக்குப் பிறகு அவள் நிகிலை வீட்டுக்கு அழைத்துச் சென்றாள் என்பதை உறுதிப்படுத்திக் கொண்டார். ஐராவுக்குத் தான் மட்டுமே நிகிலைச் சமாளிக்க முடியாது. நிகில் ஒருவேளை ஏதாவது தொல்லை கொடுத்தால் திருஷ்டி தங்கள் வேலைக்காரரை அழைத்துப் பார்த்துக்கொள்ள முடியும். அடுத்து அவர் ஐராவைக் கூப்பிட்டு, விவரத்தைச் சொல்லி, அந்தச் சிறு பெண்ணைப் பார்த்துக்கொள்ள முடியுமா என்று கேட்டார். மாயாவை நிகிலோடு சென்று அவனைக் கவனித்து வைத்துக்கொள்ள முடியுமா என்று கேட்க நினைத்தார். ஆனால் அவளுடைய வெளுத்த முகமும் வீங்கிய கண்களும் அவள் இணங்க மாட்டாள் என்பதைச் சொல்லி விட்டன. கையை நீட்டி, தன் தோளின் பழைய காயத்தின் வலியைக் குறைக்க நினைத்தார். ஒரு சூடான ஒத்தடம் வலியை வழக்கமாகக் குறைத்துவிடும். ஆனால் இன்றைக்கு அதற்கு வழியில்லை.

அவர் ஃபோன் ஒலித்தது. காரில் சாக்கடை சுத்தம் செய்யும் திரவம் இருந்ததாக குஸுமின் செய்தி சொன்னது.

சுத்தம்செய்யும் திரவத்தில் அமிலம் கலந்திருக்கும். ஒருவேளை அஞ்சலியைத் தாக்கப் பயன்பட்டதாகக்கூட அது இருக்கலாம். குஸுமைக் கூப்பிட்டார். 'எஸ்எச்ஓவுடன் தொடர்புகொள். ராட்டி அவரிடம் பேசியிருக்கிறான். எவ்வளவு சீக்கிரம் முடியுமோ அவ்வளவு சீக்கிரம் புலனாய்வுப் பிரிவை காருக்கு வரச்சொல்.'

***

உன் தோளுக்கு அடியில் நீ ❖ 161

'யதீன்' தயாள் சிசோதியா உள்ளே வேகமாக வந்தார், அவருடைய பாதுகாப்புப் படை பின்தொடர்ந்தது. 'இதைக் கேட்க நான் மிகவும் வருத்தப்படுகிறேன்.'

யதீன் தனது கல்லூரி நண்பனை வரவேற்க எழுந்து நின்றார். தயாள் இவர் தோளைச் சுற்றிக் கையைப் போட்டுக்கொண்டார். தில்லியின் அரசாங்க தர்பாருக்கே உரிய நேரு கோட் ஒன்றை தயாள் அணிந்திருந்தார். இதேபோல, ஆனால் மலிவான சாம்பல் நிறத்தில் உடை அணிந்திருந்த, நிமிர்ந்த முதுகுகொண்ட, எச்சரிக்கையான ஆட்கள் இருவர் அவருக்குப் பின்னால் நின்றனர். இன்னும் மூன்றுபேர் ஒரு தளர்ந்த வளையமாக நின்று கும்பல்கூடுபவர்களைப் பின்னுக்கு வைத்தனர். அந்தக் கும்பலில் தயாள்தான் குள்ளம். யதீனை விடவும் அரைமுழம் குறைவு, ஆனால் யாரும் அங்கு அதிகாரத்தில் இருப்பவர் யார் என்பதை அறிந்துகொள்வதில் சிரமம் இருக்க முடியாது.

'பண்ட்டி கூப்பிட்டுச் சொன்னபோது நான் கல்யாணத்தில் இருந்தேன்' தயாள் தன் கண்ணாடியைக் கழற்றி, தனது மார்பு பாக்கெட்டில் வைத்துக்கொண்டார். தன் அடர்ந்த புருவங்களுக் கிடையில் கிள்ளிக்கொண்டார்.

ஏதோ தில்லியில் நடந்த ஒரே திருமணம் அதுதான் என்பதுபோல, ஒவ்வொரு குளிர்காலத்திலும் தில்லியைக் கொள்ளைகொண்ட மிகப்பெரிய உரத்த பெரும் பார்ட்டிகளில் ஒன்று என்பது போல் இல்லாதவிதமாக, தயாள் உள்துறை அமைச்சரின் தங்கை மகனின் திருமணத்தைப் பற்றிச் சொல்லிக்கொண்டிருந்தார். யதீன் அந்தத் திருமணத்தை எந்தக் குப்பையில் போடலாம் என்று சொல்லத் துடித்துக்கொண்டிருந்தார். அந்தத் திருமணத்தால் அஞ்சலிக்குத் தாங்கமுடியாத வலியும், மேலும் ஆழமாக உட்புகுந்து எரித்துச் சென்ற புண்களும் ஏற்பட்டதோடன்றி, அவளை நல்ல கவனிப்புப் பெறுகின்ற ஒரு தனியார் மருத்துவமனையில் சேர்க்கமுடியாமல் ஒரு அரசு மருத்துவமனையில் சேர்க்க வேண்டியதாகிவிட்டது. ஆனால் பேசாமல் இருந்துவிட்டார். பதிலாக உணவகத்திலிருந்து திரும்பிக்கொண்டிருந்த மாயா, பண்ட்டி, வருண் ஆகியோரைப் பார்த்துக் கையசத் தார்.

'அதோ உங்க மகன்.'

தாழ்வாரத்தில் ராட்டி ஓடிவந்தார். ஆனால் தயாளின் கை

யதீன் தோள்மீது இருந்ததைப் பார்த்து வேகமிழந்துபோனார். தன் மோதிரங்கள் நிரம்பிய கையால் தயாளுக்கு சல்யூட் அடித்தார். அதற்கு பதிலாக ஒரு வணக்கம் கிடைத்தது, அவ்வளவுதான். ராட்டி உள்துறை அமைச்சரின் ஏவலடிமை. உள்துறைச் செயலர் அவரைப் பற்றிக் கண்டுகொள்ளவில்லை. அது யதீனுக்கு ஆதரவூட்டுவதாக இருந்தது.

'உனக்கு ஏதாவது தேவை என்றால் என்னைக் கூப்பிடு.' யதீனின் வலி ஏற்பட்ட தோளில் தயாள் தட்டினார். 'எது வேண்டுமானாலும்.'

வலியினால் யதீனுக்கு அதிர்ச்சியே ஏற்பட்டதென்றாலும் அந்தச் சமயத்தில் அவர் முகத்தைக்கூடச் சுளிக்கவில்லை. தயாளுக்கு அவர் காயத்தைப் பற்றித் தெரியும், ஆனால் ஒருபோதும் அதை ஞாபகத்தில் கொண்டதில்லை. இருவரும் வெளியே நடந்தார்கள். தயாளின் பக்கத்தில் யதீன், வருணும் பண்ட்டியும் பாதுகாப்பு வளையத்துக்குள். அரை மணி நேரம் கழித்து அவர் திரும்பிவந்தபோது மாயா தீக்காயப் பகுதியின் எதிரில் காத்துக்கொண்டிருந்தாள். அவள் அருகில் உட்கார்ந்தார்.

'பவன் போய்விட்டானா?'

'ஆம்.' தன் நெற்றிப்பொட்டுகளைத் தேய்த்துவிட்டு தலைமுடியை முடி போட்டாள். 'நிகிலை அமைதிப்படுத்தி இருத்துவதற்காக திருஷ்டி அண்ணி யுடன் போனான்.'

முகத்தைத் திருப்பிக்கொண்டு கண்ணை மூடிக்கொண்டாள். மாயா ஏதோ காரணத்துக்காக கோபமாக இருக்கிறாள் என்று தெளிவாகத் தெரிந்தது. ஆனால் அதைப் பற்றி இப்போது பேசுவது எந்த நன்மையும் தராது. அவருக்குத் தன் தங்கையைத் தெரியும்—அவள் கோபமாக இருக்கும்போது தனியாக விட்டுவிடுவது நல்லது. கோபமாக இருக்கும் மாயாவிடம் பேசுவது கண்ணிவெடிகள் நிறைந்த நிலத்தில் நடக்க முற்படுவதுபோல.

தாழ்வாரத்தின் விளக்குகள் மங்கின. யதீன் தன் தங்கையின் அருகில் அஞ்சலி பற்றி வரும் செய்திக்குக் காத்திருப்பதற்காகச் சற்றே படுத்தார். கழுத்தில் சுளுக்குப்போல ஏற்பட்டு திடீரென்று அதிர்ச்சியுடன் கண் விழித்தார். கலக்கத்துடன் சுற்றிலும் பார்த்தார். மாயா இல்லை. ஒரே கணத்தில் தூக்கம் கலைய, எழுந்து நின்றார். சஃப்தர்ஜங் மருத்துவமனையில் இரவில் ஒரு பெண் தனியாகச் சுற்ற அனுமதிக்கமுடியாது. தாழ்வாரத்தில் போர்வைகளிலும் விரிப்புகளிலும் தலை முதல் கால்வரை சுற்றிக்கொண்டு தரையில்

தூங்கும் மனிதர்களிடையே வழிசெய்து கொண்டுசென்றார். ஒரு பேய்க் கட்டடத்தில் கிடக்கும் பல கைவிடப்பட்ட பிணங்களைப் போல அவர்கள் கிடந்தார்கள்.

ஒரு தாழ்வாரத்திலிருந்து மற்றொன்றுக்கு என சுற்றிவந்தார். மாயாவின் சுவடே இல்லை. அவள் எண்ணை டயல் செய்ய நினைத்த நேரத்தில் அவளது நீலநிறச் சால்வை கண்ணில்பட்டு நிறுத்திக் கொண்டார். படிக்கட்டு ஒன்றின் நிழலில் அவள் தலை ஒரு ஆணின் மார்பில் இருந்தது. அவர்களைச் சுற்றியிருந்த அனைவரும் உறங்கினர். விழித்திருக்க வேண்டிய நர்ஸ், தாழ்வாரத்தின் இறுதியில் நாற்காலியில் உட்கார்ந்திருந்த செக்யூரிட்டி உள்பட.

'எப்படி அவர் செய்யலாம்?' அமைதியான தாழ்வாரத்தில் மாயாவின் மெல்லிய தொனி நன்றாகக் கேட்டது.

'மாயா' என்றது ஓர் ஆண்குரல்.

மேற்கு தில்லியிலிருந்து பவன் வேகவேகமாக மருத்துவமனைக்கு ஓடி வந்திருந்தான். கூட்டநெரிசல் இல்லாவிட்டாலும், அந்தப் பயணம் அரை மணி நேரத்துக்குக் குறையாமல் எடுத்திருக்கும்.

'அவர் அவளைச் செல்லப் பெயர் கொண்டு கூப்பிட்டார்— 'ஜெல்லி' 'இனியவளே' என்றெல்லாம். முன்னாள் அவர் எப்படி அவளை ஒரு பிணக்கூடத்துக்கு இழுத்துச் சென்றார் என்பதைப் பார்த்து நான் திட்டினேன். நான்தான் ஒரு முட்டாள்.'

பவன்மீது அவள் படர்ந்தாள். அப்படியே கொஞ்சநேரம் அவர்கள் நின்றார்கள். பவன் கைகள் மாயாவின் முதுகைத் தடவிக் கொடுத்தன. யதீன் கைமுட்டிகளை இறுக்கினார், ஆனால் அப்படியே அவற்றைப் பாக்கெட்டில் விட்டுக்கொண்டார். மாயாவின் அடுத்த பேச்சு பவனின் ஜாக்கெட்டுக்குள் சென்று அழிந்துவிட்டது. தனித்த சொற்களை யதீனால் கேட்க முடியவில்லை. தேம்பிக்கொண்டிருந்த, கோபப்பட்ட அவரது குடியா அவர் உதவியாளின் கைகளில். யதீன் சிரமப்பட்டுத் திரும்பி நடக்கலானார். வழக்குக்காக, அஞ்சலிக்காக, எல்லாவற்றிலும் மேலாக, தனக்காகவே அவள் தேவைப்பட்டாள். அவரது சின்னஞ்சிறு தங்கை அவரை எப்போதும் வழிபட்டு வந்தாள். தாழ்வாரத்தின் பின்னால், தீவிர சிகிச்சைப் பிரிவின் பக்கத்தில் அவர் பல்வேறு பெஞ்சுகளிலும் சிதறி உறங்கும் உறவினர்களும் ஏவலர் களும் அதிர்ச்சி அடையும் விதமாக சுவரை அறைந்தார். அவர் கை எரிந்தது.

மாயா தக்க காரணமின்றி ஒருபோதும் கோபம் கொண்டதில்லை.

ஆனால் அவள் கோபத்தை ஒருமுறை தூண்டிவிட்டால், அவள் அப்படியேதான் இருப்பாள். இது நடக்கும் என்று பல ஆண்டு களாகவே அஞ்சலி அவருக்கு எச்சரிக்கை செய்துவந்தாள். ஆனால் அவர்தான் கேட்கவில்லை.

***

அஞ்சலி பற்றிய செய்தி விடியல் 3 மணிவரை வரவில்லை. அவள் ஆபத்தைக் கடந்திருந்தாள், ஆனால் மயக்கமருந்தில் வைத்து இருந்தார்கள். அந்நேரம் மாயா திரும்பியிருந்தாள். சில நாற்காலிகள் தூரத்தில் ஒடுங்கி உட்கார்ந்திருந்தாள். பவன் அவள் பக்கத்தில். பணியிலிருந்த டாக்டர், மற்றொரு அவசர ஆபரேஷன் செய்ய வேண்டுமென்று வெளியில் ஓடி வந்தார். ஒரு நர்ஸ் அவர்களை தீவிர சிகிச்சைப்பிரிவின் ஜன்னலுக்கு அழைத்துச் சென்றாள். ஒரு உயர்ந்த ஸ்டீல் படுக்கைமீது ஒரு வெள்ளை விரிப்பின் கீழ் அஞ்சலி கிடந்தாள். அவள் முகம்—அது அவள் முகமாக இருக்கவே இயலாது. மங்கிய ஒளியாக இருந்தபோதும், அவள் முகம் பழுப்பும் சிவப்புமாக மேடுபள்ளமாகக் கிடந்தது. அவள் தலை அந்நிய கிரகவாசியின் முகம் போல மிகப் பெரிதாகத் தெரிந்தது. அந்த வீக்கம் குறைந்துவிடும் என்று நர்ஸ் அவர்களுக்கு உறுதி கூறினாள். மாயா எதிர்வினை எதுவும் காட்டவில்லை. பவன் அழைத்துச் செல்லும் வரை கண்ணாடியில் அவள் மூக்கு தட்டையாகப் பதிய, முறைத்துப் பார்த்துக்கொண்டேயிருந்தாள்.

யதீன் அஞ்சலியை ஒரு பார்வை பார்த்துவிட்டு வேறுபுறம் பார்த்தார். மாயாவை, சுவர்களை, அஞ்சலியைத் தவிர வேறு எங்கிலும். அவரால் அதைத் தாங்க முடியவில்லை. அந்தச் சூழலுக்கேற்ற காலிபின் பாட்டு ஒன்று நினைவுக்கு வந்தது. எத்தனையோ நாளாக காலிபின் பாடல்களைப் படித்திருந்தும் இந்த வார்த்தைகளின் அர்த்தத்தை அவரால் புரிந்துகொள்ள முடியவில்லை. ஆனால் இப்போது புரிந்தது. மிக மோசமான நிகழ்வு நடந்துவிட்டது. அதனால் எதைச் சந்திக்கவும் தயாராக இருக்க வேண்டும். அஞ்சலியை மீண்டும் பெற அவர் எதையும் இழக்கத் தயார். அவரது வேலை, அவர் மகன், தான் வாழ்ந்த வாழ்க்கை. இந்தப் புரிந்துகொள்ளல் அவரை நிலைகுத்தச் செய்தது. கொஞ்ச நேரத்துக்கு வேறு எதையும் அவரால் எண்ண முடியவில்லை. வெளியில் அவர் கார் நிறுத்தத்திற்கு பவனையும் மாயாவையும் பின்தொடர்ந்து சென்றார். அவர்கள் ஒன்றாகச் சென்றனர். பவனின்

உன் தோளுக்கு அடியில் நீ 🟌 165

கை மாயாவின் முழங்கையில் இருந்தது. பவன் அவருக்கு இரவு வணக்கம் சொல்லிச் சென்றான். மாயா ஒரு வார்த்தையும் பேச வில்லை. யதீன், அஞ்சலி உறங்கிக்கொண்டிருந்த தீவிர சிகிச்சைப் பிரிவுப்பக்கம் திரும்பிச் சென்றார்.

கேக் விற்பனையாளன் அஞ்சலியின் பின்னால் நிகில் வருவதைப் பார்த்திருந்தான். அஞ்சலி காரின் சாவியைக் காரிலேயே விட்டு வந்திருந்தாள். டிக்கியில் சாக்கடை சுத்தம் செய்யும் அமிலம் இருந்தது. குற்றவியல் அறிக்கைகள் வரும் வரை இதைப்பற்றி என்ன எண்ணுவது என்று யதீனுக்குத் தெரியவில்லை. டாக்டர் பல்லாவைக் காலையில் கூப்பிட்டு நிகிலைப் பற்றிப் பேசவேண்டும்.

23

ஓர் இருண்ட இனிய தூக்கத்தில் இருள் மெதுவாக ஆழமாக அமைதியாக அசைவற்று மூச்சுவிடாமல் கவிந்தது. வலியில்லை, மகிழ்ச்சியில்லை, பார்வையில்லை, ஓலியில்லை, சுவையில்லை, அவள் தொலைவில் மிதந்துகொண்டே இருந்தாள். அவள் விழிக்க மாட்டாள், இந்தப் பருத்தி-கம்பளி உலகிலேயே இருப்பாள். அதன் மென்மையான தூக்க இசை அவளைக் கூரைக்கு மேல், மேலிருந்த அறைகளுக்கும் அப்பால், அந்தக் கட்டடத்தின் முழு எடைக்கும் அப்பால், அதன் உச்சிக்கும் அப்பால் கொண்டு சென்றது.

சிறு மேகத்திரள் போல எழுந்தாள். வலி வேண்டாம். அதைப் பின்னுக்கு விட்டுவிடலாம்.

ஆனால் அவள் எழுந்தபோது துடிக்கவைக்கும், கத்தியால் குத்துவது போன்ற வலி தொடர்ந்தது. அதை எப்படியாவது நிறுத்த வேண்டும். அவள் இமைகள் இறுக ஒட்டியது போல மூடியிருந்தன. எவ்வளவு கடுமையான காய்ச்சலாக, மயக்கமாக இருந்தபோதும் இதுபோல நிகழ்ந்ததில்லை. அவளுக்குத் தேவையெல்லாம் வலி மேலும் அதிகரிக்கும் முன்னர் நிவாரண மருந்துகள். எப்படியாவது பக்கப் பலகையில் உள்ள அவற்றைக் கையை நீட்டி எடுத்தாக வேண்டும்.

அவள் தலையில் வழக்கமாகச் சம்மட்டி கொண்டு அடிப்பதுபோல இருந்தது. அவள் முகத்தில், தொண்டையில், மார்பில் இடைவிடாத வலித் துடிப்பு இருப்பது புதியது. அவள் கைகளைத் தூக்கினால் வலித்தது. 'டாக்டர் மார்கன்?'

அவளுக்குக் குரல் தெரியவில்லை. அவள் எழ முயன்றபோது மிருதுவான, ஆனால் உறுதியான கைகள் அவளைக் கீழே தள்ளின.

'நீங்க இப்ப உட்கார முடியாது' இருளிலிருந்து வந்த குரல் தொடர்ந்தது.'

'வலியை உங்களால் உணர முடிகிறதா?'

இது யார்? இவளால் எப்படிப் படுக்கையறைக்குள் நுழைய

முடிந்தது? அவளுக்கு வலியைப் பற்றி எப்படித் தெரியும்? அஞ்சலியால் குரல் யாருடையது என உணர முடியவில்லை. ஒரு வயதான பெண்மணி. ஐரா போல அதிக வயதானவள் அல்ல. ஆனால் நிச்சயமாக நடுவயதைத் தாண்டி இருக்கலாம். தென்னிந்தியாவின் ஆங்கில உச்சரிப்போடு பேசினாள்—நாக்கைச் சுழற்றிய விதம், டி-க்களை அழுத்திய விதம், ஒவ்வொரு சொல்லின் இறுதியிலும் கொடுத்த அழுத்தம். அஞ்சலி இந்தக் கனவுக் குரலில் கவனம் செலுத்தினால், வலியிலிருந்து சற்றே விலக இயலும்.

'நீங்கள் தளர்ச்சியடைய வேண்டும், அஞ்சலி. என் குரல் கேட்கிறதா? டாக்டர் மார்கன்?'

அஞ்சலி பல்லைக் கடித்துக்கொண்டு எழுவதற்கு முயன்றாள். ஆனால் அவள் அண்ணத்தில், ஈறுகளில் ஏதோ கோளாறு. அந்தப் பெண்மணி அவள் தோள்களை மீண்டும் படுக்கையிலேயே, மெதுவாக, அழுத்தினாள். ஆனால் அவள் உள்பகுதி முழுவதும் வலித்தது. அவள் சுவாசக்குழாய், அவள் இரைப்பை. அவள் முயற்சியைவிட்டுப் படுத்துவிட்டாள். வலியின் கூர்த் துண்டுகளுக்கிடையில் மூச்சுவிட முயன்றாள். விழுங்கினால் வலித்தது. அவள் வாய்க்கு என்ன ஆயிற்று?

'நாங்கள் டாக்டரை அழைத்திருக்கிறோம். தளர்ச்சியாக இருக்க முயலுங்கள், ஓகே?'

டாக்டர்? ஒரு டாக்டர் ஏன் அவள் படுக்கையறைக்கு வர வேண்டும்? எதற்காக அவளுக்கு டாக்டர்?

'ஒரு விபத்து' அஞ்சலியின் மௌனக் கேள்விக்கு அந்தப் பெண் பதில் கூறினாள். 'உங்கள் முகமும் மார்பும் பாதிக்கப்பட்டிருக்கின்றன.'

எல்லாம் ஞாபகத்துக்கு வந்தது. அவள் முகத்தில் எறியப்பட்ட வெப்பமான திரவமும் எரிச்சலும். நிகில். பாதிப்பா? இல்லை. அதைவிட மிக மோசம். அவள் முகம் உருகிவிட்டது. அதைக் காண வேண்டும். நிகில்தான் இதை அவள்மீது ஊற்றினான். அவள் மீண்டும் எழுந்தாள். இப்போது கூடுதலாக இரண்டு கைகள் அவளைக் கீழே அழுத்தின.

அவள் உண்மையாகப் போராடினாள். நான் பார்க்கவேண்டும். புரியவில்லையா? என் மகன் என்ன செய்துவிட்டான் என்பதைப் பார்க்க வேண்டும். ஆனால் குரல் எழவில்லை. கண்களைத் திறக்க முயன்றாள். ஆனால் அவை மூடியே இருந்தன.

168 ✤ உன் தோளுக்கு அடியில் நீ

'நான் மேரி. தலைமை நர்ஸ்.' அவளைப் பிடித்திருந்த பெண் கூறினாள். 'நேற்றிரவை விட நன்றாக இருக்கிறீர்கள். ஆனால் நீங்கள் அசைந்துகொண்டிருந்தால் நாங்கள் மயக்க மருந்தில் இருத்தவேண்டி வரும். புரிகிறதா?'

மேரியின் பிடியிலிருந்து கைகளை விடுவித்துக்கொள்ள முயன்றாள். தன் பலம் முழுவதையும் காட்டி இருளை எதிர்த்து உதைக்க முயன்றாள். அவள் முகத்திலும் மார்பிலும் வெட்டிய வலி ஒருபுறம் இருப்பினும் ஒரு ஊசி அவள் புயத்தில் அழுந்தும்வரை அவள் அப்படியே இருந்தாள்.

***

அவள் நடைபாதையில் நடந்தாள். முட்டையின் மஞ்சள்கரு நிறப் பட்டாடை. காற்றின் எடைதான். அது அவள் தொடைகளைத் தடவிக் கொடுத்தது. அவள் ஜகரந்தா மரங்களுக்குக் கீழ் உலர்ந்த பூக்களின்மீது பாதம் வைத்து நடந்தாள். மேலே ஊதாநிறப் பூக்கள்- நீல - வெள்ளை நிறவானக் கூரை. அதிலிருந்து ஆசீர்வாதத்தின் துகள்கள் போல, அல்லது குளிர்காலத்தின் வெண்பனி போலப் பூக்கள் விழுந்தன. ஃப்ளாரிடாவில் அவள் குழந்தைப் பருவத்தின்போது ஒருபோதும் பனி பொழிந்ததில்லை. அவள் கொலம்பியா பகுதிக்கு முதன்முதலாகச் சென்றபோதுதான் பனிப் பொழிவை நுரைபோல மென்மையாகவும், உருகும் குளிர்ச்சியெனவும் நாக்கில் ருசித்தாள். அவள் கல்லூரியிலிருந்து திரும்பி வந்திருந்தாள். நேட் அவளை நோக்கி நடந்தபோது அவன் கண்கள் வானத்தின் நீலநிறமென இருந்தன. அவன் ஹலோ சொன்னபோது சிரிப்பு நடனமிட்டது. அந்தக் கண்கள் அவளின் அல்லது அவள் பெற்றோர்களின் அல்லது அவளறிந்த பிறரின் கண்களிலிருந்து முற்றிலும் வேறுபட்டிருந்தன. அந்த நீலம் ஒரு திடீர்க் கடலலை போல அவளை அதிர்ச்சிகொள்ள வைத்தது. அவள் எண்ணங்களை மொலாசஸ் போல இனிமை யாக்கியது. அவற்றைச் சூரிய ஒளியை நோக்கி, பறவைகள் பாட்டை நோக்கி, இடைவிடாச் சிரிப்பை நோக்கித் திரும்பச் செய்தது. அந்தக் கண்கள் எப்போதும் அவளிடம் பேசின.

இருவரும் நடந்தனர். நேட்டின் குளிர்ந்த உலர்ந்த விரல்கள் அவள் முழங்கைக்குமேல் உயர்ந்தன.

அவள் அவனைப் பார்த்துக்கொண்டிருந்தபோதே அந்தக் கண்களின் பரிவு நீங்கி பனிக்குளிராக மாறின. முறுவல், ஏளனச்

உன் தோளுக்கு அடியில் நீ ✤ 169

சிரிப்பாகியது. அடுத்த முறை அவன் திரும்பியபோது, அவன் முகம் நிகிலின் முகமாக மாறியது. அவள் கூச்சலிட்டு ஓடினாள். திரும்பிப் பார்த்தபோது அவன் அந்த ஜகரந்தா மர வரிசையின் கீழ் நின்றிருந்தான். இன்னமும் அந்த ஏளனச் சிரிப்பு மாறாமல். பூக்கள் அவன் தலைமயிரில் பதிந்திருந்தன.

'நிகில்'

நிகில் எங்கே போனான்? அவனைக் கண்டுபிடிக்க வேண்டும், பாதுகாப்பாக வைக்க வேண்டும். அடுத்த தெருவில் தேடினாள். அங்கு அதன் கோடியில் அவன் ஒரு பெஞ்ச்சின்மீது அமர்ந்திருந்தான். ஆறுதலில் அவள் தொய்ந்தாள். அவள் தன் முகத்தைத் தடவினாள், ஆனால் விரல்களில் பட்டது பிளாஸ்டிக். அது தன் அன்பு நிறைந்த முறுவலுடன் அவளைப் பார்த்தது. அது ஒரு நூமன் முகமூடி. ஆனால் அவள் முகத்தை அடுத்த முறை தொட்டபோது அவள் தோல் வந்துவிட்டது. வலி அவள் முகவாயையும் தொண்டையையும் கிழித்து இறங்கியது. அவள் தோலும் சதையும் அவள் மார்பில் துள்ளின. நீரைத்தேடி அவள் ஓடினாள். அவளுக்கு முன்னால், நடைபாதையில் மழை துளித்துளியாய் விழுந்தது. தன் முகத்தை மேல்நோக்கிக் காட்டிக்கொண்டு, நீர் தன் முகத்தைக் கழுவட்டும் என்று நின்றாள். ஆனால் அது அவளைக் குளிரச் செய்வதற்கு பதிலாக அனலூட்டியது. அவள் முகம் நீராவி பரந்தது, வலியில்லை, ஆனால் அதைத் தொட்டபோது தட்டுப்பட்டது வெறும் எலும்புதான்.

தன் கையை விலக்கிக்கொண்டாள், ஆனால் இம்முறை மெதுவாகக் கொண்டுவந்தாள். அவள் கைகள் தோலைத் தொடவில்லை, மாறாக அவள் கன்னம் இருந்த இடத்தின் குழிக்குள் சென்றன. மழை நின்றுவிட்டிருந்தது. அவளின் வெள்ளை-மஞ்சள் உடை முழுவதும் அவள் முகம் இளகிச் சிதறியது. அதில் இரத்தத் தோல் உதட்டுச்சாய நிறம் தடவியிருந்தது.

தன் மூச்சு முழுவதையும் அவள் ஓர் ஓலமாக வெளியிட்டாள். அது அதிகரித்துக்கொண்டே சென்றது. நிற்கவில்லை. அவளை ஒரு சிறிய கை பிடித்தது. ஒரு மென்மையான, பரிச்சயமான கை. மாயா. கண்கள் இன்னமும் மூடியே இருந்ததால் பார்க்கமுடியவில்லை. ஆனால் மாயாவின் கையைப் பிடித்து அவள் பெயரைக் கூப்பிட்டாள். அவள் தொண்டையிலிருந்து ஒரு குசுகுசுப்பு என நினைத்தது கரகரப்பாக வெளிவந்தது. ஓர் எரிவு நாக்குவரை சென்றது.

'அஞ்சி, நான் இங்கதான் இருக்கேன்.'

அஞ்சலி அந்த மூன்று சொற்களையும் தன்மீது கருணைமழை போல விழவிட்டாள். அவள் தொலைந்து போகவில்லை. அது ஒரு கொடுங்கனவு. அவள் விழித்தெழுவாள்.

அடிக்கடி அல்ல, இல்லை, எப்போதாவது ஒவ்வொருமுறையும், இந்தச் சனிக்கிழமை போல.

உன் தோளுக்கு அடியில் நீ ❋ 171

24

அடிக்கடி அல்ல, எப்போதாவதுதான், இந்தச் சனிக்கிழமை மாதிரி, யதீன் காலையில் வெகுநேரம்வரை தூங்கத் தன்னை அனுமதிப்பார். முன்னாள் அவர் நள்ளிரவு கடந்தே வந்தார், படுக்கையில் படுத்தவுடன் பயங்கரக் கனவுகள். ஓர் ஆம்புலன்ஸ் வண்டியில் அவர் அஞ்சலிக்கும் மாயாவுக்கும் இடையில் சிக்கிக்கொள்கிறார், வெளியில் சதுப்புநிலங்கள், காடு, பாம்புகள். அந்த ஊர்தியில் அஞ்சலி உதவி உதவி என்று கத்துகிறாள். அவள் எரிகின்றபோது, அவர் திசைதெரியாது தடுமாறி மயங்குகிறார். பிறகு காலியிருட்டில் அவர் விழுகிறார். கடைசியில் எழுகின்றபோது அஞ்சலியின் பெயரைக் கூப்பிட்டுக்கொண்டு சுற்றியுள்ள போர்வைகளில் சிக்கியிருக்கிறார். ஒரு மணி நேரம் கழித்து காலை உணவின்போது யதீன், வருணைத் தனது வழக்கமான இடத்தில் கண்டார். உயரமாக, அழகாக, தனது மரூன்-வெள்ளைப் பள்ளிச் சீருடையில். அவன் அணிந்திருந்த கம்பளி ஜாக்கெட் அவன் தோள்மீது மிகச் சரியாகப் பொருந்தியிருந்தது. வருண் உயர்நிலைப் பள்ளியைத் தாண்டப் போகிறான். பஞ்சாபி அழகான இளைஞன், யதீன் முணுமுணுத்துக்கொண்டார். அம்மா கண்களில் பெருமை மின்ன, அவரை அப்படி அழைப்பது வழக்கம்.

'குட் மார்னிங், டாடி'

'மணிலாவுக்குத் தயாராயிட்டியா? இன்னும் அஞ்சி நாள்களில், சரிதானே?'

'நாலு நாள்.' வருண் லஸ்ஸி பானத்தைப் பருகிய பிறகு, தன் வாயைத் துடைத்துக்கொண்டான். 'பயணத்துக்குச் சில விஷயங்கள் வாங்க வேண்டும். உங்க கார்டை எடுத்துக்கட்டுமா?'

'போனவாரம் நீ எழுதின ஸ்கூல் டெஸ்ட்டுக்கான ரிப்போர்ட் எங்கே?'

வருணின் மதிப்பெண்கள் கடந்த ஆண்டில் குறைந்தபோது, அவர் ஒரு பந்தயம் வைத்துக்கொண்டார். வருண் டெஸ்டுகளைச் சரிவரச் செய்யாவிட்டால், மணிலா பயணம் கிடையாது.

'நான் அதை க்ளியர் பண்ணிடுவேன் டாடி, பாருங்க. பண்ட்டி அதை என் பள்ளியிலிருந்து வாங்கி, உங்ககிட்ட அனுப்பிடுவான்.'

அவர் மகன் பாஸ் செய்துவிடுவான். எப்போதுமே பாஸ் செய்தான்.

படுக்கையறையிலிருந்து தனது பர்ஸை எடுக்க யதீன் மாடிக்கு ஓடியாக வேண்டும். ஆனால் உணவருந்தும் இடத்திற்குப் பக்கத்திலே இருக்கிற பாதுகாப்புப் பெட்டகத்திற்கு நடப்பது மிகவும் எளியது. அலுவலகத்தில் தான் பெற்ற சட்டத்திற்குப் புறம்பான பணத்தை அவர் ஒரு கருப்புப் பையில் போட்டு வைத்துவிடுவார். ஆனால் இதுவரை கணக்கு வைத்துக்கொள்ளவில்லை. அப்பா சொல்வார்—'தண்ணீரில் இருந்துகொண்டு முதலையைப் பகைத்துக்கொள்ளக் கூடாது' அந்த எளிய பணத்தை அலுவலகத்தில் மாதந்தோறும் பெறுவது அவரை அந்த அமைப்புக்குள் ஒருவனாக்கியது. சக அலுவலர்களுடன் வாழ்க்கையை எளிதாக்கியது, பதவி உயர்வுகள் கிடைக்க உதவியது. அவர் தனக்கோ தன் குடும்பத்திற்கோ அந்தப் பணத்தைத் தொடுவது கிடையாது என்று மனத்தில் வைத்திருந்தார். ஆனால் அதனால் அந்தச் செய்கை சரியானது என்று ஆகிவிடாது. தலையில் ஒலித்த அந்தக் குரலைப் புறக்கணித்துவிட்டு, யதீன் மாடிக்கு நடந்து தனது டெபிட் கார்டுடன் திரும்பிவந்தார். வருண் மிகப் பெரிய முகமலர்ச்சியுடன் அதைப் பெற்றுக்கொண்டான்.

வருண் தனக்குத் தேவையானதைக் கேட்டான், பள்ளியில் கஷ்டப்பட்டு உழைத்தான், எல்லாருடனும் நட்பாக, பணிவாக இருந்தான். நிகிலுடன் கழித்த கடந்த நான்கு நாள்களுக்கு முரணாக. அவனது மனநிலைகள் குறித்து எல்லாரும் எச்சரிக்கையாக நடந்து கொண்டார்கள்.

'நிகில் எங்கே?'

'இன்னும் தூங்கிட்டிருந்தான், நான் கடைசியா பாத்தப்ப.' கையை வீசிவிட்டு வெளியே செல்ல இருந்தான். 'அப்புறம் நீங்க சொல்றதுக்கு முன்னே, நானே ஜாக்கிரதையா இருந்துப்பேன்.'

நிகிலிடம் வருண் எச்சரிக்கையாக இருக்கவேண்டும் என்றுதான் யதீன் நினைத்தார். நிகிலின் மேல்சட்டையிலிருந்த துளைகள் சாக்கடைச் சுத்தம் செய்யும் அமிலத்தினால் ஏற்பட்டவை. தடயவியல் நிபுணர்கள் டிக்கியில் நிகிலின் அடையாளங்கள் இருந்ததாகக் குறிப்பிட்டார்கள். அந்தக் கொள்கலத்தின் சீல் உடைக்கப்பட்டிருந்தது. அஞ்சலியின் மேலிருந்த அமிலமும் அதிலிருந்த அமிலத்துடன் ஒத்திருந்தது. டாக்டர் பல்லாவுடன் அவர் சந்திப்பும் சரிவரச்

செல்லவில்லை. 'அவன் அப்படிச் செய்யக்கூடியவன்தானா என்று கேட்கிறீர்களா, கமிஷனர் சாப்?' பல்லா ஃபோனில் மூச்சிரைத்தார். 'அப்படித்தான். அவனைத் தூண்டிவிட்டால் அவன் மிகவும் கோபப்படுகிறான். அல்லது அவனால் பேச முடியவில்லை. அதைப் பற்றித்தான் ஆராய்கிறோம்.'

'அஞ்சலிமீது அவனுக்குக் கோபமா?'

'எல்லாப் பதின்வயதினரும் ஏதாவது ஒன்றின்மீது கோபமாகத்தான் இருக்கிறார்கள். ஹார்மோன் விஷயம். அவனால் மற்றவர்களைப் புரிந்துகொள்ள முடியவில்லை என்பதால் அவன் கோபப்படுகிறான். அவனைப் புரிந்துகொள்வதில் மற்றவர்களுக்குச் சிரமம்.'

'அவன் சொந்த அம்மாவையே தாக்கும் அளவுக்கு அவன் கோபம் வலுவாக இருக்குமா? அமிலத்தை வீசுவது எவ்வளவு அபாயம் என்று அவனுக்குப் புரியுமா?'

'அவன் புத்திசாலி, அமிலங்களைப் புரிந்துகொள்வான். அவன் முன்னால் அஞ்சலியைத் தாக்கியிருக்கிறான், ஆனால் அவன் மனம் நொந்தபோதுதான். அவனால் திட்டமிட்டுத் தாக்குதல் நடத்த முடியும் என்று நான் நினைக்கவில்லை.'

நிகிலின் மனம் எந்தச் சூழ்நிலையிலும் புண்படுவதை யதீன் விரும்பவில்லை. அவனால் வருணிடம் தன் பயத்தை சொல்ல முடியவில்லை. ஆனால் வருண் அவனை முற்றிலும் தனியாக விட்டு விடுவதே நல்லது என்று நினைத்தார். இன்னும் சின்னப் பையன் களாக இருந்தபோது வருணுக்கும் நிகிலுக்கும் சில உரசல்கள் ஏற்பட்டிருந்தன. ஆனால் அது பற்றி இப்போது கேள்வியில்லை. அஞ்சலிக்காகவேனும் தன் அனுமானம் தவறாக இருக்க வேண்டும் என்று யதீன் நினைத்தார். இன்னும் அவளை மயக்கத்திலேயே ஆழ்த்தி வைத்திருந்தார்கள்.

***

வாசல் மணி அடித்தது. கொஞ்சம் கழித்து பவன் யதீனின் படிப்பறைக்குள் நுழைந்தான். மிகப் பெரிய ஃபைல்களும் குற்றக் காட்சிப் படங்களும், பில்களும், இரசீதுகளும் பரந்துகிடக்கும் இந்த அறைக்குள் அவர் யாரையும் அழைப்பதில்லை. ஆனால் பவனுடன் அமைதியாகச் சற்று பேசவேண்டும் என்று நினைத்தார்.

'குட் மார்னிங் சார்' அவன் ஒரு பாக்கெட்டை மேஜைமீது வைத்தான். 'நான் நேற்றிரவு எடுத்துக்கொண்டு வந்தேன்.'

174 ✳ உன் தோளுக்கு அடியில் நீ

கடந்த இரு நாள்களாக பவன்தான் நிகிலுக்கு உதவிசெய்து வந்தான். அவனுடைய சாப்பாட்டுக்கு அவனை தாஜாசெய்வது, கராத்தே வகுப்புக்கு அவனை அழைத்துச் செல்வது என்று. இப்போது அவன் டாக்டர் பல்லா நிகிலை அமைதியாக வைத்துக்கொள்வதற்குக் கொடுத்த மாத்திரைகளைக் கொண்டு வந்திருக்கிறான்.

'நன்றி பவன். உட்கார்.' யதீன் கதவருகில் சென்று பணியாளை அழைத்து தங்கள் இருவருக்கும் தேநீர் கொண்டுவரச் சொன்னார்.

'இவை அவனைத் தூக்கக் கலக்கத்தில் வைத்திருக்கும் சார். அவனுக்கு நல்லது என்று நினைக்கிறீர்களா? பள்ளிக்கும் அவன் செல்லவில்லை.'

யதீன் என்ன செய்யலாம் என்பதை நினைத்துப் பார்த்தார். தனது சந்தேகங்கள் குறித்து பவனிடம் சொன்னால், அவன் மாயாவிடம் சொல்லக்கூடும். தாக்குதல் நடந்த இரவில் நிகில் அணிந்திருந்த உடைகளை மாயாவுக்குத் தெரியாமலே யதீன் சேகரித்துவைத்திருந்தார். மாயா நிகிலை நேசித்தாள், ஆனால் இந்தச் சமயம் அவள் அண்ணனிடம் கோபம் கொண்டிருந்தாள்.

அதேசமயம், இதை விவாதிக்கக்கூடியவராக வேறொருவரும் யதீனுக்கு இல்லை. மேலும், நிகிலைக் கேள்வி கேட்கச் சிறந்த வயதுமுதிர்ந்த ஆள், பவன் மட்டும்தான்.

'நிகிலைப் பற்றி உன்னிடம் பேசினால், இந்தப் பேச்சு இந்த அறையைத் தாண்டி வெளியே போகாது என்று உன்னால் உறுதிகூற முடியுமா?'

பவனின் கண்கள் ஒருநொடி விரிந்தன, ஆனால் தலையாட்டினான். யதீன் நிகிலின் உடையிலிருந்த ஓட்டைகளைப் பற்றி ஆரம்பித்து, தடயவியலாளர்களின் கருத்தையும் கூறினார். பிறகு சாக்கடை சுத்தம் செய்யும் அமிலம் பற்றியும் அந்தக் கலத்தின்மீதிருந்த விரல் பதிவுகள் பற்றியும் சொன்னார்.

'அதைப் பற்றி நானே சிந்தித்தேன் சார். நான் அவன் மேலுடை மீதும் டீ ஷர்ட் மீதும் இருந்த ஓட்டைகளை கவனித்தேன்.'

'ஆனால் சொல்லவில்லையே?'

'துவைப்புக் கூடையிலிருந்து அவன் உடைகள் காணாமற் போனதைக் கவனித்தேன் சார்'

மாயாவின் உதவியாளாக பவனை யதீன் ஒப்புக்கொண்ட காரணம், பவன் மரியாதை தெரிந்தவனாக இருந்தான் என்பதும், திருஷ்டியின்

உறவு வட்டத்தில் ஒருவனாக இருந்ததும்தான். ஆனால் இவன் விவரம் தெரிந்தவனாக இருக்கிறான், இவனுக்கு விஜிலில் பதவி உயர்வு தேவை.

'சிசி ஃபுட்டேஜ் பற்றி எப்படி சார்?' என்றான் பவன். 'அக்கம் பக்கத்தில் ஒன்றிரண்டு கேமிரா இருந்திருக்கலாம்.' 'அது கிடைச்சிருக்கு. ஆனா அன்னிக்கு இரவு ரொம்ப மூடுபனியா இருந்தது. தாக்குதல் ஒரு இருட்டுமூலையில நடந்திருக்கு. ஒரு கருப்பு ஹூட் வச்ச மேலுடை அணிந்த ஒருத்தன் நடந்து போறதைத்தான் பாக்க முடிந்தது. இதோ எங்கிட்ட ஒரு காப்பி இருக்கு.'

யதீன் தன் கணினித்திரையில் காட்டிய படங்களை பவன் ஆராய்ந்தான். பணியாளர் இருவருக்கும் டீயை வைத்து அகன்றார். யதீன் பவனுக்கு அவன் கப்பைக் கொடுத்துவிட்டுத் தனதை எடுத்துக்கொண்டார். 'தடயவியல்காரர்கள் உயரமும் தாட்டியும் நிகிலுக்குப் பொருந்துகின்றன என்கிறார்கள்.'

'உறுதியாச் சொல்லமுடியாது சார், ஆனா நடை நிகிலுடையது போல இல்லை.'

'நீ அவனைச் சில கேள்வி கேட்க முடியுமா?'

'நான் டாக்டர் பல்லாவிடம் நேத்து ராத்திரி பேசினேன் சார். நாம அஞ்சலி பத்தி நிகில்கிட்ட சொல்லாம இருக்கறது நல்லதுங்கிறார். அவனுடைய சிதஞ்சிபோன வழமை நடைமுறை அவனுக்கு ஏற்கெனவே கஷ்டமா இருக்கு. அவன் மோசமா ரியாக்ட் பண்ணுவான்.'

யதீன் பவனை உற்றுநோக்கினார். ஆனால் அந்த இளைஞன் அவர் பார்வையால் பாதிப்புறவில்லை. அவர் பவனுக்கு முழு விஷயத்தையும் சொல்ல நினைத்தார். 'சஃப்தர்ஜங்கில் அஞ்சலியின் உதவியாளர் நிகில் போலத் தோற்றம் அளித்த இளைஞன் ஒருவன் கார் நிறுத்துமிடத்தில் அஞ்சலியின் கார் பக்கம் உலாத்திக் கொண்டிருந்தான் என்கிறார்.'

'திரு. பாண்டேவுக்கு நிகிலை நல்லாத் தெரியும் சார்.' பவன் தன் தேநீர்க்குவளையை எடுத்துக்கொண்டான். 'தான் யாரைப் பார்த்தோம் என்று அவருக்கு நிச்சயமில்லை. ஏன்னா அந்தப் பையன் வேகமா நடந்துபோய்ட்டான். நான் ஐராவிடம் பேசினேன். கொஞ்சநேரம் அவங்க நிகிலை வீட்டில் விட்டு போயிட்டாங்க. அந்தச் சமயத்திலதான் திரு. பாண்டே அஞ்சலி கார் பக்கம் ஒருத்தனைப் பாத்திருக்கார்.'

'ஆனா நிகில் வீட்டைவிட்டுத் தனியே வர்றதில்லை சார்.'

'அவன் முன்னாடி ஓடிப்போயிருக்கானே'

பவனிடம் இதற்கு விடை இல்லை. மாயாவின் உதவியாளன் அந்த வீடியோவை மறுபடியும் ஆராய்ந்துகொண்டிருப்பதைப் பார்த்தார். டீ சூடாக இருந்தாலும் யதீனின் உட்புறம் ஏதோ குளிர்ந்தது. அவர் தோள் வலித்தது. படுக்கையில் தலையைச் சாய்க்க வேண்டும் என்று நினைத்தார். போதுமான அளவு தூங்கினால், இதெல்லாம் மறைந்துபோகும். அஞ்சலி முழுமையாக குணமாகிவிடுவாள், நிகில் வீட்டில் அவளுடன் இருப்பான்.

'நிகிலினால் மனஅழுத்தத்தை நல்லாக் கையாள முடியாது சார். அவன் இந்த மாதிரி திட்டமிட முடியும்னு நான் நினைக்கல.'

யதீன் தன் தேநீர்க்கப்பை வைத்தார்.

'நான் தப்பா இருக்கலாம்னு நம்பறேன். ஆனா அவனை முழுசா சந்தேகத்திலருந்து வெளியேற்ற முடிகிறவரையில், நாம தோண்டிக் கிட்டே இருக்கவேண்டியதுதான்.'

25

அண்ணன் பேசிய ஒவ்வொரு வார்த்தைக்கும், மாயா அவர்மீது பாய்ந்து அவரைக் காலரைப் பிடித்து உலுக்கி, ஏன் என்று கேட்க நினைத்தாள். ஏன் அண்ணிக்கு துரோகம் செய்ய வேண்டும்? ஏன் குடும்பத்தைப் பாழாக்க வேண்டும்? ஏன் அவளிடம் பொய்சொல்ல வேண்டும்? விஜில் அலுவலகத்தில் உள்ள மேஜையைச் சுற்றி அவர்கள் நின்றிருந்தார்கள். சஞ்சய் காலனியில் இதுவரை நடந்த விஷயங்களைப் பவன் சொல்லிக்கொண்டிருந்தான். லாஹிரி ஒரு போதை மருந்து ஒளிவிடம் வைத்து நடத்தி வருவதைப் பற்றிய சந்தேகம் இருந்தது. இப்போது அதற்கான நிரூபணம் கிடைத்திருக்கிறது.

'அஞ்சலிக்கு இதைப்பற்றிச் சொன்னாயா?' என்றார் அண்ணன்.

'தாக்குதலுக்கு முந்திய நாள்தான் அதைப்பற்றிக் கண்டுபிடித்தேன்' என்றான் பவன். 'அதை மறுநாள் காலையில் மாயாவிடம் சொன்னேன், ஆனால் அவர்கள் இந்தச் சம்பவத்தினால் அஞ்சலிஜீயிடம் இதைப் பற்றிச் சொல்ல முடியவில்லை.'

பவன் தன் அறிக்கையைச் சொல்லியவாறு சென்றான். அண்ணன் தில்லிப் படத்தில் சஞ்சய் காலனி மீது ஒரு ஊசியைக் குத்திவைத்தார். புல் மிட்டாய், மடிபூர் காலனி, தில்ஷாத் கார்டன்ஸ், சஞ்சய் காலனி ஆகியவற்றைச் சேர்த்து நாற்கரமாகக் கோடிழுத்தார். 'ஒளிவிடம் இந்தப் பகுதிக்குள்தான் இருக்க வேண்டும். சஞ்சய் காலனியில் போதை மருந்து ஒளிவிடம் இருப்பதற்கான நிரூபணம் இருக்கிறதா? நீ ஃபோட்டோ எடுத்துக்கொண்டு வந்தாயா?' பவன் ஒருசில படங்களைக் காட்டினான். அவை ஓக்லா இரயில் பாதைகளுக்குப் பின்னால் ஒரு ஷெட்டிலிருந்து எடுக்கப்பட்டவை. ஹிரிதயோக் வாடகைக்கு எடுத்திருந்த இடத்திற்கு மிக அருகில் அது இருந்தது. புகையிலும் மூடுபனியிலும் தெளிவாக இல்லாத உருவங்கள். பையன்கள், சிரிஞ்சுகள், கயிறுகள், பாட்டில்கள், பிளாஸ்டிக் குழாய்கள். ஏழை உழைப்பாளி போல வேடமிட்டிருந்தபோது காமிராவைப் பயன் படுத்த பயந்துகொண்டு, ஒரு மலிவான ஃபோனைப் பயன்படுத்தி

பவன் படம் எடுத்திருந்ததால் படங்களின் தரம் மோசமாக இருந்தது. அந்தப் பகுதியில் போலீஸ் வழக்கமாகப் பிணங்களைக் கைப்பற்றி இருந்தது.

ஒரு படத்தைக் காட்டி, 'இந்தப் பையன் ஹிரிதயோகைச் சேர்ந்தவன்' என்றான். 'ஆனால் மற்றவர்களைக் கண்டுபிடிக்க முடியவில்லை. ரொம்ப இருட்டாக இருந்தது. மூடுபனி வேலையை இன்னும் கஷ்டமாக்கிவிட்டது.'

ஹிரிதயோக் பையன்கள் இந்த இடத்தில் போதை மருந்துகளைப் பயன்படுத்தினால் லாஹிரிக்கு அது பற்றித் தெரியாமல் இருக்காது. போலீஸ் அஞ்சலியிடம் வாக்கு மூலம் வாங்கியபோது அவளுக்கு இதைப் பற்றி ஏதாவது தெரிந்திருக்குமா? படுக்கையில் படுத்துக் கொண்டு, அவள் முகம் அழிக்கப்பட்டு, அவள் கண்விழித்த போதெல்லாம் வலியில் துடித்துக் கொண்டு, அஞ்சலி இருந்த நிலை அவள் நினைப்பில் இருந்தது. அஞ்சலியின் கள்ளஉறவைப் பற்றிக் கேள்விப்பட்ட நாள் முதல் தன் தோழிக்காக வருத்தமும், அவளுக்கு மறைத்திருந்ததற்காகச் சினமும் என இரண்டு எல்லைகளில் அவள் இருந்துவந்தாள்.

அண்ணன் தன் தனிப்பட்ட ஃபோனைத் தேடி எடுத்து ஒரு செய்தி அனுப்பினார். 'சஞ்சய் காலனியைச் சுற்றியுள்ள பகுதிக்கான எஸ்எச்ஓவை இப்போதுதான் தொடர்புகொண்டேன். ரவீந்தர் கிரேவால் நல்ல நண்பர். அவர் நமக்கு உதவ முடியும்.' 'அவர்கள் தங்கள் சொந்தப்பகுதியிலிருந்து ஒரு வேசியை எடுக்க மாட்டார்கள். பெரிய இழப்பு ஏற்படும்.' மாயா அண்ணனிடமிருந்து திரும்பிக் கொண்டாள். 'யாருக்குத் தெரியும்? அவர்கள் ஆண்கள்தானே? ஆண்கள் எதையும் செய்வார்கள்.'

மேஜையில் எழுதும் அட்டையின் கீழ் கலைந்து கிடந்த சில குண்டூசிகளை எடுத்து மாயா அவற்றை ஒவ்வொன்றாக தில்லிப் படத்தின் கீழ் வரிசையாகக் குத்தினாள். அவளுக்குப் பின்னாலிருந்து அண்ணன் குரல் கேட்டது. 'இந்த ஃபோட்டோக்களை மேம்படுத்த யாரையாவது கூப்பிடு' என்றார் பவனிடம். 'லாஹிரி பற்றியும் மனோஜ் பற்றியும் நமக்கு திடமான சான்று வேண்டும்.'

'ஹாஞ்ஜீ, சார், நான் ஃபோட்டோக்களை உடனடியாக அனுப்பி விடுகிறேன்.'

'இந்த லாஹிரியோடு பேசினால் இது பயன்படும். ஏதாவது அகழ்ந்தெடுக்க முடிகிறதா பார்ப்போம்.'

உன் தோளுக்கு அடியில் நீ ✤ 179

‘நானே போறேன் சார்’

‘இல்லை, ராதே உன்னை ஏற்கெனவே பார்த்திருக்கிறான். அவன் அந்த ஏரியா பையன். குஸூமை வேற யாரையாவது அனுப்பச் சொல்றேன்.’

பவன் போக முடியாது, ஆனால் மாயா போகமுடியும்.

‘நான் போய்ப் பாக்கறேன்’ அவள் குறுக்கே நுழைந்தாள்.

‘கூடாது.’ அண்ணன் உட்கார்ந்தார். ‘ரொம்ப பாதுகாப்பற்ற விவகாரம். சந்தேகத்துக்குரிய ஒரு விபசார, போதைமருந்து ஆட்கள் உள்ள ஒரு சேரிக்கு உன்னைப் போகவிடமாட்டேன்.’

‘ஒரு பெண்ணிடம் லாஹிரி ரொம்ப தற்காப்பா இருக்க முடியாது.’ மாயா அவருக்கு எதிராக இருந்த நாற்காலியில் உட்கார்ந்தாள்.

‘அப்படீன்னா குஸூமை அனுப்பறேன். அவளுக்கு உதவி ஆட்கள் இருக்காங்க.’

‘அஞ்சலியின் நண்பரா நான் அங்கே போகமுடியும்.’ மாயா முன்னால் சாய்ந்தாள். ‘அஞ்சலி ஏற்பாடு செய்திருந்த ஒரு அறக்கொடை இயக்கத்தில நான் அந்த ஆளைச் சந்திச்சிருக்கேன்.’ ‘ஒரு பெண்ணுக்கு எங்கே போகக்கூடாதுன்னு தெரியணும். நீ போக முடியாதுன்னு சொன்னேனா இல்லையா?’

‘நீங்க நிறைய விஷயங்களைச் சொல்றீங்க, செய்யறீங்க அண்ணா’ மாயா விட்டுக் கொடுக்காமல் பேசினாள். ‘நீங்கதான் சரின்னு எப்பவுமே சொல்லமுடியாது. அப்புறம், நான் என்ன செய்யணும் செய்யக்கூடாதுன்னு சொன்னா எனக்கு வெறுப்பாவுது. சரியா?’

‘நான் அவங்களோட போறேன்’ என்றான் பவன். மற்ற இருவரும் அவனை உற்று நோக்கியபோது, ‘வெவ்வேற உடைகளில். மாயாவுக்கு உதவி தேவைன்னா நான் பக்கத்திலேயே இருப்பேன்.’

***

‘மனோஜப் பார்த்த பிறகு நீ இங்க வந்திருக்கியா?’ மாயா பின் சீட்டிலிருந்து பேசினாள்.

‘ரெண்டுமுறை’ தன் டிரைவர் சீருடையின் தலைப்பகுதியை மாற்றிக்கொண்டான். ஒரு மீசை வைத்திருந்தான். அதைத்தவிர, அவன் அவளுடைய வள்தான். அவன் அணிந்த உடைகளின் வண்ணங்களில் எல்லாம் வெள்ளை அவளுக்கு மிகப் பிடித்திருந்தது. அவள்

அவனுடையபவன் அல்ல—அவள் தன்னைத் திருத்திக்கொண்டாள். அவன் அவளுடைய உதவியாளன்.

அவர்கள் சஞ்சய் காலனியில் நுழையும் குறுகிய வழியை அடைத்துக் கொண்டு ஒரு பசு அசைபோட்டுக் கொண்டிருந்தது. அதன் பழுப்பு வெள்ளைத் தோலின் ஊடாக அதன் பக்க எலும்புகள் தெரிந்தன. பவன் அதைத் தட்டிக் கொடுத்து விலகவைத்து, பிறகு இருவரும் நடந்தனர். தங்கள் வீட்டு வாசலில் பழைய செய்தித் தாள்களிலிருந்து உறைகள் செய்கின்ற முதிய பெண்களையும் ஒரு சிறிய மளிகை, தேநீர்க்கடையையும் கடந்து சென்றனர். தாழ்ந்த தகரக்கூரை மீது பட்ட வெயிலில் ஒரு வளர்ப்புப் பூனை தூங்கிக் கொண்டிருந்தது. மாயா அதைத் தட்டிக் கொடுக்க விரும்பினாள்.

அரசியல் ஊர்வல போஸ்டர்களால் ஒட்டி உருவாக்கப்பட்ட குடிசைகளால் இருபுறமும் சூழப்பட்ட ஒரு சந்தில் பவன் திரும்பினான். அவளுக்கு வழியைச் சொல்லிவிட்டு அவன் பின்தங்கினான். சாணத்தையும், உடைந்த கண்ணாடிகளையும் குப்பைகளையும் மிதிக்காமல் ஒதுங்கினான். ஒரு டிரைவர் தன் முதலாளியம்மாவுக்குப் பின்னால்தான் செல்லவேண்டும். அதனால் அவனால் முன்னால் போக முடியாது. அங்கிருந்த தூசி, அந்தச் சேரிக்குப் பின்னாலிருந்த தொழிலகங்களிலிருந்து வெளிவரும் வேதிப்பொருள்களின் புகை யிலிருந்து தன் மூக்கை மாயா வளைத்து மறைத்தாள். அந்தச் சந்துப் பகுதியின் எல்லா மூலைகளிலிருந்தும் சிறுநீர், கழிவுகளின் நறுமணம் அவள் மூச்சைத் திணற வைத்தது. வாயின் மீது கையை வைத்து இருமினாள். பிறகு நடந்தாள்.

அஞ்சலி இங்கே ஒவ்வொரு வாரமும் வந்தாள். ஓக்லா தொழிற் சாலைப் பகுதியின் சத்தங்களின் ஊடே இங்கிருந்த சாக்கடை நாற்றம், அத்துடன் எங்கு பார்த்தாலும் மக்கள் ஒரே இடத்தில் மலம் கழிப்பது முதல் குளிப்பது வரை அவரவர் காரியங்களைச் செய்யும் இந்த இடத்தை எப்படி அவள் சகித்துக்கொண்டாள்?

ஹிரிதயோக் இருந்த சந்திற்கு அவர்கள் நடந்தார்கள். ஏதோ ஒரு வகுப்பில் ஒரு சிறு பையன் தன் தெளிவான உரத்த குரலில் பெருக்கல் வாய்ப்பாட்டைச் சொல்லி பிற பையன்களையும் சொல்லவைத்துக் கொண்டிருந்தான். பிற இடங்களோடு ஒப்பிடும்போது இந்தச் சந்து தூய்மையாக இருந்தது என்பதை மாயா கவனித்தாள். மேலும் ஹிரிதயோக் வாடகைக்கு எடுத்திருந்த அறைகளையும் பவன் சுட்டிக் காட்டினான். யாராவது தங்களைக் கவனிக்கலாம் என்று

உன் தோலுக்கு அடியில் நீ ✦ 181

வார்த்தைகளுக்கு பதிலாக சமிக்ஞையைப் பயன்படுத்தினான். மனோஜுக்கு அருகில் ஓரிடத்தில் முகேஷ் என்ற பெயரில் மாடி அறை ஒன்றை மலிவாக வாடகைக்கு எடுத்திருந்தான் பவன். முன்கூட்டியே சில மாதங்களுக்கான வாடகையை முன்பணமாகவும் கொடுத்துவிட்டிருந்தான். கிராமத்துக்குச் சென்று வருவதாகச் சொல்லி அதைப் பூட்டிவைத்திருந்ததோடு, தன் உறவினர் ஒருவர் வரக்கூடும் என்றும் சொல்லி வைத்திருந்தான். அந்த அறையின் ஜன்னலில் பார்த்தால் ஹிரிதயோகின் பெரும்பாலான அறைகளின் தெளிவான காட்சி தெரிந்தது.

லாஹிரி ஒரு குர்த்தா பைஜாமா அணிந்து, தன்னைச் சுற்றி ஒரு பெரிய சால்வையைப் போர்த்தியவாறு தன் அலுவலகத்தில் ஏதோ கோப்புகளைப் பார்த்தவாறு உட்கார்ந்திருந்தான். மாயா வாயிலில் நின்றாள்.

'நமஸ்தேஜீ, நான் மாயா. அஞ்சலியின் தோழி.'

'நமஸ்தே, நமஸ்தே. வாங்க. அஞ்சலிஜி எப்படி இருக்காங்க இப்ப?'

லாஹிரி அசைந்தாடி நடந்துவந்தான். அவன் ஆபீசில் டம்ப்-பெல்களும் உடற்பயிற்சிப் பாய்களும் கிடந்தன. அவன் ஒரு சமூகப்பணியாளன். ஆனால் அந்த வங்காளி பாபுமுஷாய் மிகப் பெரிய தொந்தியை வைத்திருந்தான்.

'கொஞ்சம் பரவாயில்லை. ஆனால் இன்னமும் மருத்துவமனையில் தான்.' அஞ்சலியைத் தற்காப்புக்காக அவன் பயன்படுத்தியிருந்தால், அந்தத் தாக்குதலினால் அவன் நொந்துபோயிருப்பான், அஞ்சலி பலமாதங்கள் இங்கே வரமுடியாது. ஆனால் லாஹிரி சற்றே தளர்ந்து காணப்பட்டான். சதை தளர்ந்து தொங்கிய அவன் முகத்தில் பரிதாபத்தைக் கொண்டுவர சிரமப்பட்டான். ஹிரிதயோகின் அந்தத் தலைவன், வாசலில் ஒரு ஸ்டூல்மீது உட்கார்ந்திருந்த பவனை அடிக்கடி பார்த்துக்கொண்டே இருந்தான். 'வார இறுதி வகுப்புகளுக்கு அஞ்சலிஜீக்கு பதிலாக ஆள் போடுவது சிரமமாக இருக்கும் இல்லையா?'

'அஞ்சலிஜீக்கு மாற்றாக ஒருவரையும் சொல்லமுடியாது, ஆனால் சில தன்னார்வ நபர்கள் வந்திருக்கிறார்கள்.' தன் தலையில் குல்லாயை அழுத்தமாக இழுத்து வைத்துக்கொண்டு, தன் இனிய எளிய முகத்தை உயர்த்தினான். அவனுடைய குட்டைக்கைகள் மேஜைமீது மடக்கிய தோற்றத்தில் இருந்தன. ஒரு ஆள் அப்போது

182 ✦ உன் தோளுக்கு அடியில் நீ

உள்ளே நுழைந்து ஒரு அலமாரிக்குச் சென்று அதில் எதையோ வைத்துவிட்டு சாவியை இவனிடம் கொடுத்தான். சாயங்காலம் சந்திக்கிறேன் என்று சொல்லி விட்டு அவன் வெளியேறினான். ஆனால் லாஹிரி அவனைக் கவனித்ததாகக் காட்டிக்கொள்ளவில்லை.

மாயா லாஹிரியிடம் ராதே, அவன் படிப்பு, அவனின் காணாமற் போன அண்ணன் ராம் சரண் ஆகியோரைப் பற்றி வினவி அவன் முனகல் குரலில் சொல்லியவற்றைக் கேட்டவாறு இருந்தாள். அவனுக்கு ராம் சரண் பற்றித் தெரியவில்லை, ஆனால் ராதே ஒழுங்காக இருந்தான். அஞ்சலி ஹிரிதயோகிற்கு வந்தபோது அவள் உட்கார்ந்திருந்த அலுவல்பகுதியை மாயா பார்த்தாள். அவள் சிறார்களுக்கு மட்டுமா, அல்லது அவர்களின் பெற்றோர்களுக்கும் ஆலோசனை கூறினாளா? இந்தச் சேரியே அவள்மீதான தாக்குதலுக்குக் காரணமாக இருந்திருக்கலாம். ஒரு சந்தோஷம் கெட்ட பெற்றவன் அல்லது கணவன், அல்லது அவள் வகுப்பில் கையாண்ட பையன் களில் ஒருவன். மனைவியைக் கொடுமைப்படுத்தியதற்காக அவள் ஜெயிலுக்கு அனுப்பிய கணவன்மார்களில் ஒருவன்.

ராதேயைப் பற்றிப் பேசி முடித்தவுடனே லாஹிரி 'அப்ப நீங்க சகியை வச்சிக்க விரும்பலையா?' என்று கேட்டான்.

'அஞ்சலி மருத்துவமனையில இருக்கறதினால அது கஷ்டமா இருக்கு. ஆனா இப்ப நாங்க அவளை வச்சிக்கறோம். நான் அந்தப் பையன் கிட்ட பேசட்டுமா? அஞ்சலி அவன் எப்படி இருக்கிறான்னு தெரிஞ்சிக்க விரும்புவாங்க.'

லாஹிரி சரி என்றான். ஆனா அவன் அடுத்த வகுப்புக்குப் போகணும், அதனாலே இருக்க முடியாது என்றான். அறையைவிட்டு அவன் தன் தொப்பை அசைந்தாட வெளியே ஓடினான். அவள் அஞ்சலியின் தோழியாக இருந்தபோதும் அவளுக்கு டீ, ஏன் தண்ணீர்கூடத் தரவில்லை. லாஹிரி மருத்துவமனைக்கும் வந்து பார்க்கவில்லை. ஐந்து நிமிடம் கழித்து ராதே உள்ளே மூச்சுத் திணற ஓடிவந்தான்.

'நீங்க சகியைத் திரும்பவும்விட வந்திருக்கீங்களா?'

மாயா அவனை நன்றாக இருக்கிறாயா என்று கேட்டாள். ஆனால் அவன் அதைப் பற்றிப் பேச விரும்பவில்லை. தாங்கள் மறுபடியும் குடும்பமாக இருக்க சகி வேண்டும் என்று கேட்டான்.

'அவ நல்லாருக்கா' என்றாள் மாயா. அவனுடைய கிழிந்த தோல் மேற்சட்டைக் காலர் அவன் கழுத்தைச் சுற்றி ஒரு பாம்பின் படம்

போலத் தோற்றமளித்தது. அவன் மாயாவின் முன்னால் நின்று கொண்டே இருந்தான். நிகிலைவிட ஓரிரு ஆண்டுகள் பெரியவனாக இருக்கலாம், ஆனால் அவன் வாழ்க்கை முழுவதும் தில்லியின் தெருக்களில் கழிந்திருக்கும். ஆனால் அதற்காக அவளை அவன் தொல்லைப்படுத்தவிட முடியாது. ராம் சரணைப் பற்றியும் அவள் மேலும் தெரிந்துகொள்ள வேண்டும்.

'உங்கம்மாவின் உடலை யாராவது பொறுப்பாக எடுத்துக்கொள்ள வேண்டும். அவங்க வயது முதிர்ந்தவங்களாக இருக்கணும்' என்றாள் மாயா. 'இல்லாவிட்டால் அது சட்டப்படி ஆகாது. உன் அண்ணன் எங்கே?'

ராதே அழ ஆரம்பித்தான்.

'தயவுசெய்து மேடம்ஜீ, எங்களக் காப்பாத்துங்க.' அவள் காலைப் பிடித்துக்கொண்டான். 'அம்மா உடம்பு எங்களுக்கு வேணும். நாங்க எரிக்கறதில்ல. அவ ஆன்மா சாந்தியடையாது.'

குதித்துவிலக வேண்டும் என்ற உந்துதலை மாயா தவிர்த்தாள். குனிந்து அவள் காலைப் பிடித்திருந்த அவன் கையை அகற்றினாள். 'எனக்கு ஆளுங்க பெயர் தெரியணும். ராம் சரணுடைய நண்பர்கள். அவங்க எங்கே இருக்கறாங்க. இதெல்லாம். இல்லைன்னா உங்கம்மா உடம்பைக் காப்பாத்த வழியில்ல.'

ராதேயின் ஒல்லியான தோள்கள் உயர்ந்தன, தாழ்ந்தன. ஆனால் மாயா பேசவோ நகரவோ இல்லை.

'அவன் மடிபூர் காலனியைப் பத்திப் பேசினான் மேடம்ஜீ. ஆனா சத்தியமா, அங்க யார் இருக்கறாங்கன்னு எனக்குத் தெரியாது. உங்க நம்பரக் குடுங்க. செய்தி தெரிஞ்சா உங்களுக்கு கால் பண்றேன்.'

மடிபூர் காலனி. அங்கேதான் போலீஸ் இன்னொரு உடலையும் கண்டெடுத்தார்கள்.

பத்து நிமிடம் கழித்து அவர்கள் சந்துக்குள் நடந்துகொண்டிருந்தார்கள். 'நம்மை யாராவது பின்தொடருவாங்க. லாஹிரியும் அவன் பையங்க கும்பலும்.' மாயா முன்னால் நடந்தாள். 'நாமா உறுதிப்படுத்திக் கிறதுக்காகத்தான் போலீசையோ வேற ஆளையோ கூப்பிட்டு வரலை.'

தெரு நாய்கள் ஒன்றையொன்று துரத்திக்கொண்டு, சந்தில் அவற்றின் இரைச்சலைப் பரப்பிக்கொண்டு அவர்களுக்கு முன்னால் ஓடின.

‘நீங்க சொல்றது சரி’ என்றான் பவன். ‘நாம் அஞ்சலியின் இடத்துக்குப் போகலாம். ஏன்னா அங்க நீங்க அஞ்சலியின் நண்பர்ன்னு தெரியும். அங்கேருந்து நாம தனித் தனியா போயிடலாம்.’

‘நான் உன் எக்ஸ்ட்ரா நம்பரை அவனுக்குக் குடுத்தேன். அவங்க முயற்சி பண்ணா என்னைக் கண்டுபிடிக்க முடியாது. ஆனா உனக்குத் தான் கால் வரும். நீ என் உதவியாள்னு சொல்லு.’

‘நாம அங்க இருந்தப்ப உள்ளே நுழைஞ்சானே அவன்?’ பவன் கண்கள் பிரகாசிக்க, பேச்சைத் தொடர்ந்தான்.

‘உனக்குத் தெரியுமா?’

‘அவன் மனோஜ்.’

‘அவன் உன்னைக் கண்டுபிடிச்சானா?’

‘சீருடையில இருக்கற ஆட்களை யாரும் கவனிக்கறதில்லை. மேலும் என் மீசையும் குல்லாயும் இருந்திச்சே.’

ஓர் ஆறுதல் மூச்சுவிட்டவாறே, மாயா தெரிந்தவற்றை அடுக்கிப் பார்த்தாள். லாஹிரியும் மனோஜும் நண்பர்கள். சேர்ந்து ஒரு விபசார விடுதியையும் போதைமருந்து விடுதியையும் நடத்து கிறார்கள். அஞ்சலிக்குத் தெரியாது. ஹிரிதயோகிற்கு வந்துபோன பெண்களையும் சிறார்களையும் பற்றி லாஹிரி ஒன்றும் கவலைப் பட்டதாகத் தெரியவில்லை.

அஞ்சலி கொடுத்த சித்திரத்துக்கு இந்த இருவரும் பொருந்து கிறார்கள். பணம் செலவழிக்க முடியும், வாகனம் கிடைக்க வசதி உண்டு, இரகசிய இடமும் இருக்கிறது. ஒரு மருந்தாளுநராக இருந்த காரணத்தால் லாஹிரிக்கு புரோபோஃபோல் கிடைக்க வழி உண்டு. ஆனால் இருவரில் ஒருவரேனும் இளைஞனாக, குடும்பம் அற்றவனாக இருக்கவேண்டும் என்றாள். பவன் சொன்னதைப் பார்த்தால், மனோஜ் திருமணமானவான், நாற்பது வயதுக்கு மேல். லாஹிரி திருமணம் ஆகாதவன், ஆனால் இளைஞனில்லை. தகவல்கள் முற்றிலும் பொருந்தாமல் இருக்கலாம், ஆனால் மாயா இவர்களை சந்தேகத்திலிருந்து நீக்க முடியாது.

‘நீ லாஹிரியையும் மனோஜையும் கவனிச்சுக்கறயா?’

‘சரி’ பவன் அவள் பின்சீட்டில் உட்காருமாறு காரின் கதவைத் திறந்தான். மாயா இதைப் பழக்கப்படுத்திக்கொள்வாள். முட்டாளாக இருக்காதே. மாயா, அவன் உன் டிரைவராக வேஷம் போடுகிறவன். அவள் நாணப்பட்டாள், தன் குழப்பத்தை மறைத்துக்கொள்ள,

'உன் உறவினர் இன்னிக்கு இரவு ஃபோட்டோக்களைப் பெரிசாக் கிடுவாரா?'

'ஏற்கெனவே நான் அனுப்பிச்சிட்டேன்.'

பவன் ஓட்டிச் சென்றபோது, விஜில் வழக்குகளை அவனுடன் விவாதித்தாள். தன்னார்வலர்களுக்குப் பணம் தருவது, துரத்திப் பிடிக்கவேண்டிய வாடிக்கையாளர்கள் ஆகியவற்றைப் பற்றி. பவன் தலையாட்டிக் கொண்டுவந்தான்.

மாயாவின் ஃபோனில் ஒரு செய்தி வந்தது. அண்ணன். சஞ்சய் காலனியில் ஒரு போதை மருந்து வியாபாரம் நடப்பதாகக் கேள்விப் பட்டதாக கிரேவால் கூறினாராம். ஆனால் அதற்குத் திட்டமான தடயங்கள் இல்லை. அவர்கள் அதை ரொம்பச் சின்ன அளவில் நடத்தியிருக்க வேண்டும் அல்லது அந்த வட்டாரத்தைச் சேர்ந்த பிசினஸாக மட்டுமே வைத்திருக்க வேண்டும். சர்வதேசக் கூட்டங்கள் எதனுடனும் தொடர்பில்லை.

அவள் தன் பதிலை அண்ணனுக்குத் தட்டச்சு செய்துகொண்டிருந்த போது, பவன் குறுக்கிட்டான். 'நீங்க சொன்னது சரிதான். அந்த பைக்கில வர்ற பையன் நம்மைப் பின்தொடர்ந்து வர்றான்.'

26

ஒரு வெள்ளை அறையில், வெள்ளைப் படுக்கையில், தலை துடிக்க, தொண்டையும் முகமும் உணர்ச்சியற்று இருக்க, அவள் கண்கள் உலர்ந்து, நறநறவென ஏதோ மணற்புயலில் போல உணர, பாதி உட்கார்ந்து, பாதி முடங்கியிருக்கும் இந்த நிலை, இது இறுதியல்ல. 'நீங்கள் அதிர்ஷ்டசாலி, டாக்டர் மார்கன். உங்கள் இரண்டு கண்களும் நன்றாக உள்ளன. உங்கள் கண்ணிமைகள் பற்றிய பிரச்சினையை நாங்கள் சரிப்படுத்திவிட்டோம். பைதிபை, நான் ரகுவீர் சிங்.'

வெள்ளை முகமூடி அணிந்த அந்த டாக்டரின் கண்கள் தயையோடு பளிச்சிட்டன. ஏதோ அவள் லாட்டரியில் வென்றதுபோல. இல்லை, நன்றி டாக்டர் சிங், எனது செல்வத்தை நீங்கள் எடுத்துக் கொள்ளுங்கள். நான் உங்கள்தை எடுத்துக்கொள்கிறேன். சுடும் வார்த்தைகளை அஞ்சலி விழுங்கினாள். இந்த மனிதர் பகைவர் அல்ல.

'இப்ப எங்ககிட்ட வந்திட்டீங்க இல்ல, இனி வேகமான முன்னேற்றம்தான் உங்களுக்கு.' நர்ஸ் தன்னிடம் கொடுத்த சார்ட்டை வாங்கிக்கொண்டார். 'எப்படி இருக்கு உங்களுக்கு?'

டாக்டருக்குப் பக்கத்தில் நின்ற செவிலி ஒல்லியாகவும் உயர மாகவும் இருந்தாள். டாக்டரைப் போலவே ஓர் அறுவை முக மூடிக்குப் பிறகு அவள் வாயும் மூக்கும் மறைந்திருந்தன. கண்கள் குத்தின. டாக்டருக்கும் மாயாவுக்கும் மேல் கவிந்து அஞ்சலியைப் பார்த்து இறுக்கமாகச் சிறிதளவு தலையசைத்தாள்.

'என்னால்... முன்னைவிட நன்றாகப் பார்க்கமுடிகிறது' என்றாள் அஞ்சலி.

அவள் குரல் ஒரு அடைத்த, மெல்லிய தொண்டையின் வழியாக வெளிவந்தது. அது அவள் தொண்டையல்ல. வேறொருவருடையது. ஒருவேளை மறுபடியும், சரியான இடத்தில், படுக்கையில் அவள் மறுபடி கண்விழிக்கக் கூடும். செவிலி கையுறைகள் அணிந்திருந்தாள். கண்மருந்துச் சொட்டுகளை விட்டாள். அஞ்சலி கண்ணை மூடித் திறந்தாள். அப்படியே மறுபடியும் செய்ய வேண்டும். யதீன்

அவளைவிட நன்றாகச் செய்தார். எங்கே அவர்?

'உங்கள் கண்ணீர் நாளங்கள் வேலை செய்யவில்லை. அதனால் இந்தச் சொட்டுகளை ஒழுங்காகத் தர வேண்டும். கண்களை மூடியே இருங்கள்.' டாக்டர் தாள்களைப் புரட்டினார். 'நாளைய அறுவை சிகிச்சையைக் கணித்த பிறகு, அடுத்த நகர்வைத் திட்டமிடலாம்.'

'அறுவையா?' தன் கண்ணிமைகளின்கீழ் இருட்டில் அஞ்சலி கேட்டாள்.

'ஆம். எங்களிடம் நீங்கள் முன்னாலேயே வந்திருந்தால் முன்பே தொடங்கியிருப்போம். ஆனால் பரவாயில்லை. இப்போது தொடங்கலாம்.'

'எங்கே...?' அவள் குரல் கம்மியது.

'நீங்கள் எல். கே. மருத்துவமனையில் இருக்கிறீர்கள்.' டாக்டர் ஏதோ அது ஒரு புனித சொர்க்கம் என்பதுபோலப் பெயரை உச்சரித்தார். அவ்வளவு உச்சமான மரியாதை. 'பொது மயக்கமருந்து அளித்து தொடங்குவோம்.'

'என் முகம்?'

'காயம்பட்ட திசுக்களை முதலில் அகற்றிவிடுவோம். அதனால் நோய்த்தொற்றைத் தடுக்க முடியும். பிறகு மீட்டுருவாக்கத்தைப் பற்றி திட்டமிடுவோம். நாங்கள் இங்கே மிகப்புதிய தொழில் நுட்பத்தைப் பயன்படுத்துகிறோம், டாக்டர் மார்கன், ஆகவே கவலை வேண்டாம். இப்போது உங்களுக்கு உணவுசெலுத்தும் குழாயை எடுத்துவிட்டோம். அதனால் போதிய ஊட்ட உணவைச் சாப்பிட வேண்டும். மிச்சத்தை நாங்கள் பார்த்துக்கொள்வோம்.'

காயங்களில் அழிந்த திசுக்களை நீக்குவது பற்றி அவளுக்குத் தெரியும். ஆகவே டாக்டரை மெதுவாகத் தன் வேலையைச் செய்யவிட்டு, தன் மூடிய இமைகளுக்குள் இருட்டில் தன்னை அலையவிட்டாள். ஒரு சம்மட்டி கடுமையாக மோதுவதுபோல தலை வலியில் துடித்தது. காயங்கள்? எவ்வளவு மோசமானவை? எவ்வளவு நாள்களாக இங்கிருக்கிறாள்? எல்.கே. மருத்துவமனை? யார் பில்களைக் கட்டுகிறார்கள்? அவளுடைய காப்பீட்டுப் பணம் அதற்குப் போதுமா?

அவள் கண்களைத் திறந்தபோது டாக்டர் போய்விட்டிருந்தார். திரும்பியபோது, கண்களைவிட்டு முகம் முழுவதையும் மூடிய முகமூடியோடு மாயா கண்ணில் பட்டாள். அவள் விரல்கள்

ஃபோனின்மீது பறந்தன. தன் அலுவலகத்தில் இருப்பது போல வேலையில் மூழ்கியிருந்தாள். ஏன் அவள் தன்னைப் பார்க்கவில்லை? முகத்திலும் மார்பிலும் இருந்த வலி சற்றே மங்கியது, ஒளிந்திருந்து தாக்குதல் நடத்தப்போவதுபோலக் காத்திருந்தது.

தண்ணீர். அவள் வாய் உலர்ந்தும் பசைபோட்டு ஒட்டியது போலும் இருந்தது. அதை நனைக்கத் தண்ணீர் வேண்டும். அவள் மாயாவைக் கூப்பிடவில்லை. அஞ்சலி மார்கன்—தேவைக்குப் பிறரைத் தேடுகின்ற, அழகற்ற உருவற்ற ஒரு மொத்தை இப்போது. பிறர்தான் இப்போது அவளுக்கு உணவளிக்க வேண்டும், நீரளிக்க வேண்டும், உடையுடுத்த வேண்டும், கழிப்பறைக்கு அழைத்துச் செல்ல வேண்டும். நிகிலைப் பற்றி மாயாவிடம் கேட்க மனம் அரித்தது.

அது அவனல்ல. அப்படியிருக்க முடியாது. இருந்தாலும் அவன் குரலைக் கேட்டாள். அவன் சிரித்ததை அவள் கேட்கவில்லையா? அவன்தான் எனப் புரிந்துகொண்டாள்.

'சில நிமிஷம் நீங்களே சமாளிக்கிறீர்களா?' மாயா அவள் பாதங்களைப் பார்த்தாள், முகத்தைப் பார்க்கவில்லை.

'மாயா?' அஞ்சலி தன் தொண்டையைச் சரிப்படுத்த முயன்றாள், ஆனால் அது கொழகொழவென்றும் ஈரமாகவுமே இருந்தது. 'நான் எத்தனை நாளா இங்கிருக்கேன்?'

'முன்னாலே மூணுநாள் சஃப்தர்ஜங் மருத்துவமனையில்' மாயா கதவை நோக்கித் திரும்பினாள். 'இங்கே மூணு நாளாகுது.'

ஆறுநாள்கள். ஏறத்தாழ ஒருவாரம் தன் வாழ்க்கையை அவளால் நினைவுகூர முடியவில்லை. அஞ்சலி தன் முகத்தைத் தொட முயன்றாள். ஆனால் அவள் கைகளைப் படுக்கையுடன் சேர்த்து சல்லாத்துணிக் கட்டுகளால் கட்டியிருந்தார்கள். தன் முழங்கைகளை மடிக்க முடியவில்லை.

'எடுத்துடறியா?' ஒவ்வொரு வார்த்தையும் அவள் தொண்டையில் ஒரு காயமாக இருந்தது. அவள் தன்னைக் கட்டியிருந்த டேப்புகளைப் பார்த்தாள்.

அஞ்சலி தூக்கத்தில் அடித்துக்கொண்டு காயப்படுத்திக்கொள்ள முயன்றதாக மாயா முணுமுணுத்தாள். சற்று முன்பு டாக்டரின் குரலைப் போலவே, மாயாவின் குரலும் உரத்தும் மங்கியும் மாறிமாறி ஒலித்தது. அவள் கேட்கும் சக்தியும் பழுது பட்டுவிட்டதா?

சகியை அறையின் வெளியே தாழ்வாரத்தில் விட்டிருப்பதைப் பற்றி

ஏதோ மாயா சொல்லிக்கொண்டிருந்தாள். நிகில் ஒருவேளை வீட்டுக்குத் திரும்பலாம் என்பதால் சகியை அழைத்துவந்திருந்தாள். திரும்பலாம் என்றால் எங்கிருந்து, யதீனிடத்திலிருந்து. ஏன் நிகில் யதீன் வீட்டுக்குப் போனான்? எப்போது?

'எப்போது நான்...?'

'குழந்தைகள் உங்களைப் பார்க்க வருவார்கள், காத்திருக்க வேண்டும் என்று டாக்டர் கூறினார்.' மாயா மேலுடையின் பொத்தான்களைப் போட்டுக்கொண்டாள், அவள் விரல்கள் சுறுசுறுப்பாக இருந்தன. 'தொற்று அபாயம்.'

மருந்தால் கண்கள் இன்னமும் மங்கலாகவே தெரிந்தன. அஞ்சலி மாயாவைப் பார்த்தாள். அவளுடைய சொந்த விரல்களும் இதுபோல வேகமாக இயக்க வருமா? ஒவ்வொரு பொத்தான் துளையையும் பெரிதாக்கிப் பொத்தானை அதற்குள் இழுத்துவிடும் எளிய சிந்தனையற்ற இயக்கம்?

'கொஞ்ச நேரத்தில் வந்துவிடுகிறேன்' என்றாள் மாயா. அவள் கண்களில் கருவளையங்கள். வழக்கத்தைவிட தலைமயிர் கட்டப்படாமல் இருந்தது. தூங்கி எழுந்த உடைகள் போலக் கசங்கியிருந்தன. தானே அலுவலக வேலை, வீடு, மருத்துவமனை எல்லாவற்றையும் கவனிப்பது அவளுக்கு எளிதாயிருக்க முடியாது.

தண்ணீர். ஒரு மிடறு போதும். அஞ்சலி கண்களை மூடி புழங்கிய சால்வையைப் போல கனமாக, மென்மையாக இருட்டு தன்மீது படருமாறு விட்டாள். நிகிலைப் பார்த்தாள். கையில் ஒரு கப்புடன் நெருங்கி வருகிறான். அந்தக் கப் அவளை எரியச் செய்துவிடும். அவள் ஓடினாள்.

***

புண்களுக்கு மேல், அவள் கையில் மென்மையாகத் தொடும் உணர்வு. மென்மையான தட்டல், நழுவலாக, தைரியமாக. நிகிலாக இருக்க முடியாது. அவன் அவளையோ, யாரையுமோ தொட்டதில்லை. அம்மா. அம்மா அவள் கழுத்தை நெரித்துவிடுவாள். அஞ்சலியின் மூச்சு வேகமாயிற்று. ஆனால் அவள் அந்த ஒலியைத் தொண்டையில் அமுக்கி விழுங்கினாள். அம்மா வந்து தன் துக்கத்திலிருந்து விடுதலை தரட்டுமே? அதுவும் வலிக்கும், ஆனால் ஒரு கணம் மட்டும்தான்.

கண்களை அழுத்தி இறுக மூடிக்கொண்டாள். ஆனால் தொடுகை பலமாகவில்லை. அவள் கண்களிடையே சிறிதாகத் திறந்தாள்.

ஒரு சிவந்த கலங்கல் ஒளி தென்பட்டது. அந்த ஒளி திடீரெனக் கீச்சிட்டது. அஞ்சலியும் கீச்சிட்டாள், ஆனால் அவள் வாயிலிருந்து கரகரத்த ஒரு கனைப்பொலிதான் வெளிப்பட்டது. சகி, சிவப்பு கவுனில். கண்கள் மூடியிருக்க, வாய் அகலமாகத் திறந்திருக்க, குரல் உச்சத்தில் 'மம்மி, மம்மி, மம்மி' என்று கத்தினாள். எங்கேயோ தூரத்தில் அலாரம் அடித்தது. அஞ்சலிக்கு நடந்து அணுகும் பாதங் களின் சத்தம் கேட்டது. சகி ஓட்டம் பிடித்து அப்போதுதான் வேகமாக வந்த மாயாவுக்குள் ஒண்டிக்கொண்டாள். மாயா அவளைக் கையிலெடுத்தவாறு விரைந்து வெளியே சென்றதும் சகியின் கூக்குரல் மங்கியது.

செவிலி உள்ளேவந்து அஞ்சலியின் தோள்களில் தட்டி, 'சரி, ஓகே, ஓகே' என்றாள்.

அஞ்சலியின் வாயில் ஒரு காகிதக் குவளையை வைத்தாள். 'கொஞ்சம் தொண்டையை நனைச்சுக்கங்க, சரியா? டாக்டர் வந்துகிட்டிருக்காரு.'

டாக்டர் சிங் நுழைந்தார். பின்னாலேயே மாயா.

'டாக்டர் மார்கன், ஐ ஆம் சோ சாரி' என்றார். 'இங்கே குழந்தைகளை அனுமதிப்பதில்லை. சிரமத்துக்கு மன்னியுங்கள்.' நர்ஸை சுட்டிக்காட்டினார். 'இனிமே விபா உங்களை கவனிச்சுக்குவா.'

அம்மா. அந்தப் பெண் தன்னை மம்மி என்று அழைத்தாள். சகியுடன் அவள் பார்த்த படத்தில் வந்த எகிப்திய மம்மி போல இருப்பதாலா? அல்லது அம்மா என்ற அர்த்தத்திலா? அந்தத் திருமணத் திற்குத் தன்னை அலங்காரம் செய்துவிட்ட அம்மாவா?

அஞ்சலிக்கு மண் பிடிக்கும். அவள் காலை மென்மையான சேற்றில் விட்டுக்கொள்வாள். அந்தக் காலை நேரம் அவள் அந்த மடத்தனமான சிறிய வாய்க்கால் அருகில் நடக்க வேண்டும் என்று நினைக்கவில்லை. அந்த நாள்களில் அது எவ்வளவோ பெரியதாகத் தென்பட்டது. அவள் சிறியதாக இருந்தாள். அவள் பின்னலில் நுரை பம்மென்று ஒட்டியிருக்கும். அவள் தடுக்கினாள். அவள்து சாட்டின் ஷூக்கள் தடத்திலிருந்து சேற்றுக்குள் வழுக்கின. இப்போது அந்த சர்ச்சுக்கு அவள் எப்படிச் செல்வாள்? இருக்கை இடைவெளியில் அம்மாவின் நண்பியான அந்த மணப்பெண்ணுக்குப் பின்னால் அவள் நடப்பதைப் பார்த்த பிறகுதான் அம்மா எங்கேயும் போய் விடாதே என்று எச்சரித்தாள். அவள் கையில் ஒரு பூங்கொத்தை வைத்திருக்க வேண்டியிருந்தது. மற்றொரு கை, தோழிப் பெண்

உன் தோளுக்கு அடியில் நீ ✦ 191

என்ற முறையில் மணப்பெண்ணின் கையில் இருந்தது. இப்போது அவள் தன் கிரீம் நிற ஷூக்களை அழுக்குப் பண்ணியிருந்தாள். இந்த ஷூக்களுக்கு மேட்சாக இருப்பதற்காகவே அவள் அம்மா நாளெல்லாம் காரில் சுற்றி அலைந்திருந்தாள்.

அதற்குப் பிறகு திருமணத்தில் என்ன நடந்தது என்று அவளுக்கு நினைவில்லை. அம்மாவின் கைகள் அவளை இழுத்துச் சென்றன. அவள் ஷூக்களோடு அம்மாவின் பாவாடையின் மடிப்பும் அழுக்கடைந்தன. அவள் அம்மாவின் ஹீல்ஸ் நடைபாதையில் கிளிக்கட்டி-கிளிக்-கிளாப் என ஒலித்தது. அவர்கள் சாப்பிட்டிருக்கத் தான் வேண்டும், ஆனால் அவளுக்குச் சாப்பாடு பற்றி எதுவும் ஞாபகமில்லை. ஆனால் பிறகு அவள் புழக்கடையை நினைவு கூர்ந்தாள். அவள் தாய் திரும்பத் திரும்ப, உனக்குச் சேறுதான் பிடிக்கும் இல்லையா? நான் என்ன செய்தாலும், நீ சேற்றில்தான் போகிறாய். போவியா? என்று சொல்லிக்கொண்டே இருந்தாள். கன்னத்தில் அடிகள் விழுந்தன. தலைக்குள் சுற்றியது. காதுகளில் நீண்ட அடிவிழுந்த ஒலி. பின்கதவருகில் அப்பா நின்று தனது கீழ்ஸ்தாயி பணிவான வார்த்தைகளில் பேசிக்கொண்டிருந்தார். இது போதும் டாரதி. இப்ப அவ போகட்டும். அவளைத் துன்புறுத்துகிறாய்.

குளிர்ந்த சேற்றுத் துகள்கள் அவள் முகத்தில் தீற்றியிருந்தன. கண்களை மறைத்தன. வாயிலும் சேற்றுக் கட்டிகள். குமட்டல். அவள் முகம் நாற்றமடித்த புல்மீது உராய்ந்தது. அந்த விரல்கள் அவள் கழுத்திற்குள் அழுந்தின. அவை அவள் கைகள் வரை நீள, அஞ்சலி வளைந்து ஓடினாள். ஆனால் இது அம்மா இல்லை. விபா. வெள்ளைச் சீருடையின் கலங்கல் தோற்றம், மென்மையான சொற்கள்.

விபா எப்படி இருந்தாள் என்று பார்க்க நினைத்தாள். விபாவிடம் ஒரு கண்ணாடி வேண்டும் என்று கேட்டாள். ஆனால் வார்த்தை எதுவும் வெளிவரவில்லை.

அஞ்சலியின் கையிலிருந்த சிறிய துளைக்கருவியில் விபா தெளிவான ஒரு திரவத்தை ஊசிக்கெனச் செலுத்தினாள். அவள் தூங்க விரும்பவில்லை. அம்மா ஒருவேளை இந்தச் சமயம் வந்தால் என்ன?

ஒருவேளை அவளுடைய தேவை அதுவாகவே இருக்கலாம். அம்மாவிடம் பேசுவது. டாக்டர் பல்லா சொன்னார். நீங்கள் உங்கள் அம்மாவை எதிர்கொண்டீர்கள் என்றால், நிகிலைச் சந்திக்க உங்களுக்கு அது உதவி செய்யும். ஆனால் அது உங்கள் சொந்த முடிவு.

இந்த ஆண்டுகள் எல்லாவற்றிலும் அம்மாவைச் சந்திப்பதை அஞ்சலி தவிர்த்திருந்தாள்.

நிகில் அவளுக்கு இப்படிச் செய்துவிட்டான். ஏனென்று புரிந்து கொள்ள வேண்டும். அவளுக்கு இப்போது நிலையான தோழி வலிதான். இந்த விஷயத்தில் அவளுக்கு வேறு தேர்வு இல்லை. அம்மாவைச் சந்திப்பது அவளது முடிவாக, தேர்வாக இருக்கும்.

உன் தோளுக்கு அடியில் நீ ✢ **193**

27

ராட்டியுடன் நடந்த மற்றுமொரு சந்திப்பில் தவிர்க்க இயலாத கேள்விகளுக்கு மட்டுமே யதீன் பதில் சொன்னார். வரவர சில கேள்விகளுக்கு விடை சொல்வது மிகவும் கடினமாக இருந்தது.

மாதாந்திர அறிக்கை அவர் காலையின் மீதி நேரத்தைச் சாப்பிட்டு விட்டது. உதவி கமிஷனர்களுடன் பேசினார், திட்டமிடவும் தில்லியின் பதினொரு மாவட்டங்கள் எல்லாவற்றிலும் உள்ள குற்றப்பிரிவின் வெவ்வேறு அலகுகளுக்குள்ளாக செயல்களை ஒருங்கிணைக்கவும் உதவி செய்தார். சாதாரண நாள்களில் அவர் தனது இந்த வேலையை மிகவும் இரசிப்பார். ஆனால் இன்று அப்படி யில்லை. ஆஸ்பிரினுக்குக் கட்டுப்படாத மோசமானதொரு தலைவலியை அது அவருக்கு அளித்திருந்தது. இப்படிப்பட்ட சமயங்களில் அவர் அஞ்சலிக்கு ஒரு மின்னஞ்சல் செய்வார். எதிர்வினைக்குக் காத்திருப்பார், பிறகு சந்திப்பதற்கு ஒரு நேரத்தையும் ஓர் இடத்தையும் அமைத்துக்கொள்வார். இவை எல்லாமும் போயிற்று. அவரால் அவளைக் காப்பாற்ற முடியவில்லை. இப்போது அவள் கண்விழித்து இரண்டு நாள் ஆயிற்று. அவளிடம் சென்று பேச அவருக்கு தைரியம் வரவில்லை. பதிலாக இரவில், செவிலியர்கள் அவளுக்குத் தூக்கமருந்து கொடுத்து தூங்கவைத்துவிட்ட பின்னர் ஒரு திருடனைப் போல அவள் இடத்துக்குப் போனார்.

'சார், வரலாமா?' கையில் லேப்டாப்புடன் குஸும் அவர் கதவருகில் நின்றாள்.

யதீன் தலையசைத்ததும், அவள் அதை மேஜைமீது வைத்தாள்.

'அஞ்சலியின் மருத்துவ மையத்தின் சிசிடிவி காட்சிகளைக் கேட்டிருந்தீர்கள் சார்.' ஒரு ஃபைலைத் திறந்தாள். 'அதன் பதிவில் ஒரு பிரச்சினை இருந்தது. இருந்தாலும் பவனுடைய உதவியுடன், நான் அதைத் திறக்கிறேன்.'

'ஏதாவது அசாதாரண சம்பவம் உண்டா?'

'ஒரே ஒருநாள் மாலைநேரம் சார், தாக்குதலுக்கு இரண்டு நாள் முன்பு'

அஞ்சலி தனது வரவேற்பில் சோஃபாவில் அமர்ந்திருக்க, அவள்மீது கவிந்திருந்த இரண்டு உருவங்களை யதீன் பார்த்தார். அவர்கள் கைகளாலும், கைகளால் சுட்டிக் காட்டியும் தாக்குவதற்கு சமிக்ஞைசெய்வதாகத் தெரிந்தது.

'ரெண்டு பேரையும் கண்டுபிடி'

'ஏற்கெனவே கண்டுபிடித்திருக்கிறோம் சார். அந்த உயரமான ஆள் சந்தர். அடுத்த நாள் மாயாவையும் பவனையும் பின் தொடர்ந்ததற்காக அவனை நாம் கஸ்டடியில் வைத்திருக்கிறோம்.'

விஷயம் ஆர்வமூட்டுவதாக இருக்கிறது. அவர்கள் அந்தப் பையனிடம் போதைமருந்து இருந்ததைக் கண்டுபிடித்திருந்தார்கள். ஆனால் அவன் பேச மறுத்துவிட்டான். அதற்குப் பிறகு நோய்வாய் பட்டான். பின்வாங்கல் அறிகுறிகள்.

'அவனிடம் நாம் கண்டுபிடித்த போதை மருந்து?'

அஞ்சி கி. ஹெராயின். இவன் புது ஆளாகையால் இதனால் அவனுக்கு 6 மாதம் ஜெயில் தண்டனையோ, பத்தாயிரம் ரூபாய் அபராதமோ, அல்லது மோசமான ஒரு நீதிபதியோ அனுபவமற்ற வழக்கறிஞரோ இருந்தால் இரண்டுமோ கிடைக்கும்.

'அது என்னவென்று தெரியாதாம் சார். அவன் பாக்கெட்டில் யாரோ வைத்துவிட்டார்களாம்.'

'அவன் இந்தக் காட்சியைப் பார்த்தானா?'

'இப்பதான் பவனிடமிருந்து இதை வாங்கிட்டு வர்றேன் சார்.'

'ஏன் இவங்களைப் பின்தொடர்ந்தான்னு சொன்னானா?'

'அவன் யாரையும் பின்தொடரலையாம். 5ன் பைக்கில வேலைக்குப் போய்க்கொண்டிருந்தானாம். அப்ப போலீஸ் அவனைக் காரண மில்லாம பிடிச்சிகிட்டாங்களாம்.'

'சீக்கிரமே அவன் தன் குரலை மாத்திக்குவான். அடுத்த பையன் யார்?'

'அவனை எனக்குத் தெரியும் சார்.' குஸூம் தொண்டையைச் சரிசெய்து கொண்டாள். 'அவன் ராதே, சகியின் அண்ணன்.'

'ராதே ஹிரிதயோகில்தானே இருந்தான், சரியா? அவனப் பிடிச்சுட்டு வா' என்றார் யதீன். 'லாஹிரிக்குத் தெரியாம இதைச் செய்.'

அந்த கேமரா காட்சியை வைத்து சந்தரைப் பேசவைக்கக்கூடிய ஆள் யாரென்று யதீனுக்குத் தெரியும். அந்தக் காட்சிகளை அஞ்சலியின் வழக்கைக் கையாளும் எஸ்எச்ஓவிடம் கொடுத்துவிடுமாறு குஸுமிடம் சொன்னார். தனக்கும் அதன் ஒருகாப்பி எடுத்து பென்டிரைவில் கொடுத்துவிடுமாறும் சொன்னார். யாரோ ஒருவரின்— ராதேயோ, லாஹிரியோ—அறிவுறுத்தலின் பேரில்தான் அந்தப் பையன் அவர்களைப் பின்தொடர்ந்திருக்கிறான்.

'சந்தரை சரிபண்ணி ஜாமியா நகர் போலீஸ் ஸ்டேஷனுக்கு அனுப்பிவிடு. ராதே கிடைத்தால், அவனையும் அங்கே அனுப்பிவிடு.' இந்த இரண்டு பையன்களும் பேசினால் யதீனுக்கு லாஹிரி, மனோஜ் பற்றி ஒரு தெளிவான படம் கிடைத்துவிடும். அவர்கள் சுஜினி கொலையில் சம்பந்தப்பட்டவர்களா என்பதும் தெரிந்துவிடும். இந்தப் பையன்கள் போய் அஞ்சலியையும் மிரட்டியிருக்கிறார்கள். அவள் மீது செய்யப்பட்ட அமிலத்தாக்குதலிலும் அவர்கள் சம்பந்தப் பட்டிருப்பார்களோ? அல்லது அது நிகிலா? பவன் அவனிடம் இன்னும் பேசிப் பார்க்கவில்லை.

யதீன் குஸுமைப் போகச் சொல்லிவிட்டு பவனுக்கு ஒரு செய்தி அனுப்பினார். அதற்கு எதிர்வினை சில நிமிடங்களில் வந்தது.

'இன்னும் இல்லை சார். இன்னும் அவனைத் தனியாகப் பார்க்கக் கிடைக்கவில்லை. நாளை அலுவலகத்திற்குச் செல்லும் முன்பாக அதைச் செய்துவிடுகிறேன்.'

28

வருணுடன் வம்பு வைத்துக்கொள்ளாதே என்று பள்ளிக்கூடத்தில் சொல்வார்கள். யாரும் வருண் சத்யபிரகாஷ் பட்டுடன் தகராறு செய்வதில்லை.

அந்த நாய்க்குட்டிக் கொலைகாரனை அவன் லட்டூ நாய் கிட்டப் பிடித்தான். அவன் இருப்பது பிடிக்கலை. அதைச் செய்கையில் காட்டினான். ஆனால் அந்தப் பைத்தியம் லட்டுவிடமே போய்க் கொண்டிருந்தது. அவங்க ரெண்டுபேரும் கூரை மேல வெயில் காய்வதை அதற்கு அடுத்த நாள் கண்டான். லட்டூ ஒருபோதும் கூரைப் பக்கம் போவதில்லை. ஆகவே அந்த மடையன் நிகில்தான் அப்படிச் செய்திருக்கணும்.

அவன ஒழிக்கறது கஷ்டமா என்ன? வருணுக்கு இந்த விஷய மெல்லாம் நல்லாத் தெரியும். அந்தப் பைத்தியத்தின் மயிரப் பிடிச்சு இழு. அல்லது திடீல்னு அவனைக் குத்து. அப்றம் வேகமா நடந்து போய்டு. நிகில் மார்கன் மோசமான மறதிக் குஞ்சு. இவன் வர்றதை எதிர்பார்க்கவே மாட்டான். அவன் கையப் பிடிச்சு முதுகுக்குப் பின்னால முறுக்கு. சத்தம் போட்டான்னா வாயை அடை. இப்படி ரெகுலரா பண்ணு. ஆனா அவனுக்குக் காயம் பட்டுர மட்டும் கூடாது. அப்புறம், ஒருநாள், ஜனங்க பாக்கற தூரத்தில இருக்கக்கூடாது, ஆனா கேக்கற தூரத்தில இருக்கணும். அப்ப அவனை உதை, முட்டியால அடி. இப்ப அவன் உன்னை அடிக்கற மாதிரி கோவப் படுத்தணும். அவன் கிட்ட வரப்பவே கீழே விழுந்து ஐயோ நிகில் அடிக்கறான் உதவி உதவின்னு கத்து. எல்லாரும் உன்னைக் காப்பாத்த ஓடிவரணும்.

அப்பா ஒரு கம்யூனிடி மீட்டிங் போயிருந்தார். நிகில் இந்த மாதிரி அடிக்கறதயும் கூச்சல் போட்றதையும் பாத்து அம்மா பயந்துபோய் அதிர்ச்சியாயிட்டா. அவ மாயா பூப்பியைக் கூப்ட்டா. மாயா வந்து இந்த மறதிக்குஞ்சுவின் டாக்டரைக் கூப்பிட்டா. டாக்டர் ரெண்டு பெரிய பயில்வானோட வந்து நிகிலத் தூக்கிட்டுப் போயிட்டார்.

மம்மியும் பூப்பியும் அவனோட கிளினிக்குக்குப் போனாங்க.

'ரொம்ப ஈசியாருந்தது, அதனால ரொம்ப போர்.' ஃபோனில் பண்ட்டியிடம் சொன்னான் வருண். 'அந்த காண்டு சாலா போய்ட்டான். ஆஸ்பத்திரிக்குக் கூட்டிப் போய்ட்டாங்க. லட்டூவத் தொட்டானில்ல, சரியாக் குடுத்தாச்சு.'

தன் பெயர் உரையாடலில் வரவும் லட்டூ நாய் வருணை நிமிர்ந்து பார்த்தது. அதன் நீண்ட பழுப்பு முடியை வருண் கைவிட்டு அளைந்தான். பதினைந்து வயசாச்சு. லட்டூவுக்கு முதுமை வந்து விட்டது. அதிகபட்சம் அதுக்கு இன்னும் ரெண்டு வருஷம் தாங்கும்னு வெடரினரி டாக்டர் சொன்னார். லட்டூ இல்லாம என்ன செய்யப் போறோம்னு வருண் நினைக்க விரும்பல. ஃபோனின் மறுபுறம் பண்ட்டி என்னவோ எரிச்சலோட முணுமுணுத்துக் கொண்டிருந்ததில் பாதி கவனம் செலுத்திக்கொண்டிருந்தான் வருண்.

'அடே போசடிக்க. சீக்கிரம் என்னக் கொண்ணுருவ போல இருக்கடா' என்றான் பண்ட்டி. 'நான் உன்னைத் தண்ணிபோடத்தான் சொன்னேன் வருண். நீ போய் இப்டி பண்ணிட்டு வர்ற.'

பண்ட்டி கெட்டவார்த்தைகளை யெல்லாம் பிறரை அழைக்கும் செல்லப் பெயர்களாகப் பயன்படுத்துவான். சில சமயம் அது வருணை உறுத்தியது. எப்பவாவது ஒரு நல்லவார்த்தையில் பண்ட்டி இவனக் கூப்பிட்டால் என்ன? அப்புறம் வழக்கமாக் கூப்பிடற 'விக்கி'க்கு பதிலா ஏன் 'வருண்'? தான் எதுவும் இந்த பயங்கர விஷால் சரண் சிசோதியாவுக்கு செய்யாத மாதிரிதான். தன் நண்பனை 'விஷ்' என்று கூப்பிட நினைத்தான். அது நிச்சயம் அவனுக்குக் கோபத்தை உண்டாக்கும். அந்த எண்ணத்தைத் தவிர்த்தான். 'சரி அதனால என்ன? நமக்கு என்ன ஆகப்போவுது?' வருண் படுக்கைமீது இன்னமும் லட்டூவைத் தட்டிக்கொண்டு கிடந்தான். 'நான்தான் அன்னிக்கு பார்ட்டியில அந்த ட்ரிங்க்கை கொண்டு வந்தேன்னு ஒருத்தனுக்கும் தெரியாது. தெரிஞ்சாத்தான் என்ன? உங்கப்பாதான் உள்துறைச் செயலராச்சே சார், எதப்பத்தி உனக்கு பயம்?'

'உன்னப் போலத்தான் விக்கி. அப்பா செல்லம் கண்டுபிடிக்கறாரு. நான் ஐஏஎஸ் தேர்வு எழுத இந்த ஆண்டிலிருந்து தயார் பண்ணச் சொல்றாரு.'

'செய்யப்பா' வருண் படுக்கையில் எழுந்து உட்கார்ந்தான். 'அதனால உனக்கு என்ன நஷ்டம்? நான் போறதுக்கு முன்னாலே கடைசியா ஒரு கேட்ச் பார்த்துடலாமா? அல்லது இப்ப உனக்கும் பயமா?'

பண்ட்டியுடன் பேசும்போது எச்சரிக்கையாக இருக்கவேண்டும். அவனோட சேர்ந்து ஜோக் அடிக்கலாம், ஆனா அது மத்தவங்கள மட்டும் பாதிச்சாதான். நல்ல ஹிட் வேணும்னா பண்ட்டியைப் பத்தி ஜோக் அடிக்கவே கூடாது.

'வாய்யா' பண்ட்டி சலித்த குரலில் சொன்னான். 'நீ மணிலாவில ஜாலியா இருப்ப சார். தெருவெல்லாம் ஷூட் பண்ணிக் காட்டினாலும் நெறைய மூலைகள் இருக்கு. போய் தண்ணி போடு. வீட்ல கவனமா இருந்துக்க, தெரியுதா?'

தாங்கள் எதைப் பற்றி பயப்பட வேண்டும் என்று வருணுக்குத் தெரியவில்லை. அந்தப் பைத்தியத்திற்குப் பின்புறம் முழுசும் ஊசி குத்தியிருப்பாங்க. பூப்பியும் அம்மாவும் பரிதாபப்பட்டு உச்சுக் கொட்டிக்கொண்டிருப்பார்கள். நிகில் மார்கன் யாருக்கும் உண்மையைச் சொல்ல மாட்டான். அப்படியே சொன்னாலும் அந்தப் பைத்தியத்தை யார் நம்புவாங்க?

வெளியிலிருந்து சத்தங்கள் கேட்டன. வருண் கடிகாரத்தைப் பார்த்தான். பெண்கள் வந்துவிட்டார்கள். வேகமாக பண்ட்டிக்கு குட்பை சொல்லி ஃபோனை வைத்தான். பெற்றோர் வீட்டில் இருக்கும் போது சத்தமே இருக்காது. யார் கவனிப்பும் இல்லாம இருக்கறதுதான் நல்லது.

'நாம இங்க பேசலாம்' என்றாள் அம்மா. 'யதீன் இல்லாதப்ப இங்க யாரும் வர்றதில்ல. எங்கிட்ட சாவி இருக்கு.'

அப்பாவின் படிப்பறையில் அவர்கள் இருந்தார்கள். லட்டூவை அமைதியாக இருக்கும்படி சைகை செய்தான். அது கண்ணை மூடிக் கொண்டது. பத்திரிகைகள், புத்தகங்கள் குவியலை எல்லாம் தள்ளிவிட்டு வருண் படுத்து, தன் படுக்கைக்கு நேர் எதிரில் இருந்த இணைப்புக் கதவை நோக்கி நகர்ந்தான். அப்பதான் நல்லாக் கேக்க முடியும்.

அவன் அறைக்குள்ள லட்டூவைத் தவிர வேற யாருக்கும் அனுமதி கிடையாது. பெற்றோர் பரவாயில்லை. ஆனால் பணியாளைக்கூட வராமல் செய்தால் அவன்தான் அவன் அறையை சுத்தம் செய்தாக வேண்டும். காதில் பேச்சு விழும்போதே ஷூக்களையும் துணி களையும் எடுத்து வைத்தான்.

'யாரும் வீட்ல இல்லையா?'

'இல்லை. வருண் கொஞ்சம் வெளிய போயிருக்கான்' என்றாள்

உன் தோலுக்கு அடியில் நீ ❋ 199

அம்மா. ‘இன்னிக்கு காலை சம்பவத்துக்குப் பிறகு அவனுக்கு கொஞ்சம் இடைவெளி தேவைப்பட்டதுன்னு நினைக்கறேன்.’

‘சாரி அண்ணி. இதெல்லாம் நிகிலுக்கு புதுசு. அதோட இவ்வளவு காலம் வீட்டைவிட்டு அவன் வெளியே இருந்ததில்லை.’

அடடா, அடடா என்ன கரிசனம் நிகில் மேல. வருண் கதவோரம் சாய்ந்தான்.

‘எவ்வளவு நாள் அந்தப் பொண்ணு உன் இடத்தில இருப்பா?’ அம்மாவின் குரலில் வெறுப்பு தெரிந்தது. நிகில் மறுபடியும் இங்கே வந்து தங்குவதை அவள் விரும்பவில்லை. தன் மென்மையான கண்களால் அவனைப் பார்த்துக்கொண்டிருந்த லட்டூவைக் கைமுட்டியால் குத்தினான் வருண்.

‘தெரியாது அண்ணி. இப்பவே ஏதேதோ சிக்கலாயிடுத்து’

‘நீ அந்தப் பொண்ணைத் தூக்கி எறியறதை யதீன் ஏன் வேணாங்கிறார்ன்னு தெரியல.’

‘அஞ்சலிதான் சகியைக் கொண்டு வந்தாங்க’

‘சிலசமயம் யதீன் அஞ்சலிக்கு ரொம்ப இடம் கொடுக்கறாரு. அவர் வழிகாட்டியின் மகள்தான் அவ. ஆனா…’

அமைதி. அவங்க என்ன செய்றாங்க? அவனுடைய மட்டி பூப்பி அம்மா கிட்ட என்ன சொல்லப்போறா? வருண் எழுந்து நின்றான். படிப்பறைக்குள் ஓடி அவளை நிறுத்துவதற்கு. ஆனா காலம் கடந்துவிட்டது.

‘அண்ணன் அஞ்சலிகிட்ட கள்ள உறவு வச்சிருக்கார்’ அவன் பூப்பி தேம்பினாள்.

இல்ல, இல்ல, இல்ல. பொம்பளைப் பொறுக்கி பூப்பி. எல்லாப் பொண்ணுங்களும் இவ்வளவு முட்டாளாவா இருப்பாங்க? இப்ப அம்மா குதிக்கப் போறா.

அந்த முதல்முறை இருவரையும் ஒன்றாகப் பார்த்தது வருணுக்கு ஞாபகம் வந்தது. ரெண்டுபேர் கையும் ஒவ்வொருத்தர் மீதும் ஊர்ந்துகிட்டு. சாலா, அப்பக்கூட அது ஏதோ தப்புன்னு அவனுக்குத் தெரிஞ்சுது. வளர்ந்ததும் விஷயம் புரிஞ்சுது. பண்ட்டியை அப்பதான் சந்திச்சான். வாய மூடிக்கொண்டுதான் இருந்தான், இருந்தாகணும். அம்மா-அப்பா பிரிஞ்சா, அம்மா மேஹரா மாளிகைக்குப் போயிடுவா. அது நடக்கவே கூடாது.

வருணின் அன்பான தாத்தா-பாட்டி பணத்தை ஒரு கழுகுபோலப் பார்த்துக்கொள்வார்கள். அவங்ககிட்டருந்து திருட முடியாது. பண்ட்டிக்கு வருண் ஒரு அவசர மெயில் போட்டான். அதாவது ரெண்டு பேரும் சந்திக்கணும். அவங்க தாராளமா செலவு செய்யற முக்கியமான பண ஆதாரமே போய்விடும் போல் இருந்தது. அப்பா-அம்மா எக்கேடு கெட்டா என்ன? சிஸ்ஸி பையங்கதான் இதெல்லாம் பத்தி கவலைப்படுவாங்க. இவன் இப்ப வளந்த மனுஷன். மருந்தெல்லாம் பயன்படுத்தற ஆள். பண்ட்டிக்கு என்ன செய்யணும்னு தெரியும்.

தன் பொம்பளப் பொறுக்கி பூப்பி மேல அம்மா விழுந்து குதிக்கட்டும்ன்னு விட்டுவிட்டு அவன் லட்டூவைத் தழுவிக் கொண்டான். அது அவன் கழுத்தை நக்கியது. லட்டூ நாய்தான் வருண் சத்யப்ரகாஷ் பட்டின் உயிர். அது அவன் தொல்லைகளை எல்லாம் புரிந்துகொண்டது. அம்மா பூப்பியை முதல் பயங்கர கேள்வியைக் கேக்குற சமயத்துல அவன் லட்டூவை இறுக்கித் தழுவிக் கொண்டான்.

29

அஞ்சலியின் தொண்டை வலித்தது. நிகிலை அவள் தேடி, பேசவேண்டி ஓடிய போது, அந்த வலி கூரிய ஊசிகளை அவளுடைய முகத்திலும் மார்பிலும் செலுத்தியது. அவனை அவள் கண்டபோது அவள் அவனிடம் பேச பயப்பட்டாள். அவன் திரும்பினால் அவன் முகத்தைப் பார்க்க பயந்தாள்.

'அஞ்சி' மாயாவின் குரல் அஞ்சலியின் பயத்துக்குள் ஊடுருவியது. இது மயக்க மருந்து தூண்டிய கனவின் ஒரு பகுதியா என்று அவளுக்குத் தெரியவில்லை. ஒருவேளை அவள் கண்களைத் திறக்க முயன்றால், அவள் மாயாவைக் காணலாம். ஒரு பாதுகாப்பான இடம். ஒளி.

'அஞ்சி, டாக்டர் பல்லா உன்னைப் பார்க்க வந்திருக்கிறார்.'

அஞ்சலி கண்களைத் திறந்தாள். எலுமிச்சை மஞ்சள் நிற ரிப்பனால் கட்டப்பட்டிருந்த மாயாவின் சுருண்ட தலைமுடியைக் கண்டாள். அது அவள்தான். டாக்டர் பல்லா. ஏன் டாக்டர் பல்லா?

இதற்கு அஞ்சலி எச்சரிக்கையுடன் இருக்கவேண்டும். நிகிலால் புதிய இடங்களைச் சகித்துக்கொள்ள முடியாது. ஆகவே யதீனின் வீட்டில் அவனால் இருக்க முடியவில்லை. அவனது புதிய பள்ளிக்கு ஒத்துச் செல்லவைக்க அவளுக்கு ஆறுமாதம் பிடித்தது.

அஞ்சலி, மிக மோசமான நிலையை எதிர்கொள்ளத் தயாராகி, ஒரு நீண்ட அசைவற்ற பெருமூச்சை விட்டாள். ஒருவேளை அவர்களுக்கு நிகில் என்ன செய்தான் என்பது பற்றித் தெரிந்திருக்கலாம். 'நான் இருக்கேன்' தன் கையை அஞ்சலியின் முழங்காலின் மீது வைத்த வண்ணம் மாயா கூறினாள். அவள் அணிந்திருந்த மருத்துவ முகமூடியைத் தாண்டி வெளிப்பட்ட மென்மையான கண்களை மட்டுமே அஞ்சலியால் காணமுடிந்தது.

அவளது உடலின் காயப்படாத பகுதிமீது அந்தத் தொடுகை அஞ்சலியைப் பெரிய, வலிநிறைந்த தேம்பல்களை விழுங்கும் அழுகையில் முடிந்தது. இன்னும் அவளிடம் அவள் முழங்கால்,

அவள் கால்கள், அவள் உடல் இருக்கிறது. மாயா, ஆமாம், நிகில்தான். அவனைக் காப்பாற்ற அவள் தேவையான எதையும் செய்வாள். இப்போது அவள் கைகள் கட்டவிழ்த்துவிடப்பட்ட நிலையில் அவனை எப்படியும் காப்பாற்றுவாள். அவள் மாயாவை எட்டித் தொட முயன்றாள், ஆனால் அவள் முன்கைகள் வலித்தன. அவள் தலை சுழன்றது.

பல்லா வந்ததும் அவர் முன்பிருந்ததைவிடக் குள்ளமாகத் தோற்றமளித்தார். அஞ்சலி பூ என்று கூச்சலிட்டு பயங்காட்டவும், அவர் துள்ளிக் குதிப்பதைக் காணவும் நினைத்தாள். அவருடைய குட்டிக்கால்களால் எவ்வளவு உயரம் எட்டிக் குதிக்க முடியும்? தொலைக்காட்சி நிகழ்ச்சியிலிருந்து, லெமூர் குரங்குகள் குதித்தன என்பது அவளுக்குத் தெரியும். பல்லா அவள் கவலைப்பட வேண்டாம் என்றும், குணமாவது பற்றி மட்டுமே யோசிக்க வேண்டும் என்றும், முழுத் துறையும் அந்தச் சம்பவத்தால் அதிர்ச்சியடைந்தது என்றும் சுற்றிவளைத்துப் பேசினார். அவர் ஏன் விஷயத்துக்கு வரவில்லை?

'நிகில் எப்படியிருக்கிறான்?'

அஞ்சலியின் கேள்வி அவள் பாக்கெட் உயர எஜமானரைத் துள்ள வைத்தது.

'நிகிலிடம் இன்னும் கொஞ்சம் கடுமையாகத் தலையிட்டு நடக்க வேண்டும் என்று நான் சொல்லிக் கொண்டிருந்தேன்' என்றார்.

அஞ்சலி பல்லா தொடர்ந்து பேசுவார் என்று காத்துக்கொண்டிருந்தாள். அவர் பேசாமல் இருந்ததும், அவரது அறிவுரையை நடைமுறைப் படுத்தினாள். ஆழமான மூச்சு விடு. அவள் அமைதியானதும், திரும்பக் கேட்டாள், 'அவன் எப்படியிருக்கிறான்?'

ஒருவேளை பல்லாவுக்கு நிகிலைப் பற்றித் தெரியாமல் இருக்கலாம். யாரும் யூகிக்கவில்லை.

'முதல் சில நாள்களுக்கு அவன் இயல்பாகத்தான் இருந்தான். ஆனால் கலந்து பழகவில்லை. அவனுக்கு ஒரு சிக்கல் நேற்று காலை ஏற்பட்டது. அவனை மருத்துவமனையில் சேர்க்கவேண்டும்.'

'என்னவிதமான சிக்கல்?'

'திடீரென்று வருணைத் தாக்கினான். அவனை மருத்துவ மையத் திற்குக் கொண்டுவந்து நேற்றிரவிலிருந்து கண்காணிப்பில் வைத்திருக் கிறோம்.'

'அவன் அங்கேயே இருக்க வேண்டுமா?' அஞ்சலியின் தொண்டை

உலர்ந்தது. அவள் படுக்கையின் பக்கத்திலிருந்த பாட்டிலை நோக்கிய போது, மாயா பக்க மேஜையிலிருந்து ஒரு பேப்பர்கப்பைக் கொண்டுவந்து அவள் உதடுகளில் வைத்தாள்.

'உங்களுக்கு உடம்பு சரியில்லை' பல்லா தன் எடையை ஒரு காலிலிருந்து மற்றொன்றிற்கு மாற்றினார். 'மருத்துவமனைகளைப் பார்த்து அவன் பயப்படுகிறான். ஆனால் உங்கள் அனுமதி இருந்தால் அவனை மேலும் கொஞ்ச காலம் வைத்து இந்த மருந்துகளின் எதிர்வினையை அவனிடம் கண்காணிக்கலாம். பட் சாஹப் அவன்...' பல்லா தொடரவில்லை.

அஞ்சலியின் பார்வை மாயாவின் மீது பதிந்தது. அவள் குழம்பிக் காணப்பட்டாள். யதீன் பல்லாவிடம் பேசியிருக்கிறார், ஆனால் மாயாவுக்குச் சொல்லவில்லை. கவனத்தைக் குவிக்க முயன்றதால் அஞ்சலியின் நெற்றிக்குள் இடிப்பது போன்ற வலி. அவள் தொண்டையையும் முகத்தையும் கிழிப்பதுபோன்ற வலி முன்னைவிட அதிகமாயிற்று. 'அவனை நாங்கள் தீவிர சிகிச்சைக்கு உட்படுத்துவோம்' பல்லாவின் கண்கள் மஞ்சளாகவும் கெடுநோக்கிலும் ஒளிர்ந்தன. அவர் மீசை வைத்திருந்தார் அல்லவா, ஒரு லெமூர் குரங்கின் மீசை? இல்லை, அப்படியிருக்க முடியாது. அவள் அறைக்குள் வரும் ஒவ்வொருவரும் மருத்துவ முகமூடிகள் அணிந்திருந்தனர். எனவே அவர்கள் உணர்ச்சிகளை எடைபோட முடியவில்லை. அவள் கண்களிலிருந்த எரிகாயம் கண்களை மூடவைத்தது. 'கூடாது' என்றபடி அஞ்சலி திடீரென எழுந்து உட்கார்ந்தாள். ஆனால் மாயா அவளைப் படுக்க வைத்து நர்ஸைக் கூப்பிட்டாள்.

'ஷ்ஷ்...அது சரிதான் அஞ்சி'

'நிகில் இன்னிக்கு ராத்திரி மருத்துவஅகத்தில் இருக்கட்டும். அப்புறம் அவனை நான் பார்க்கவேண்டும்.'

உன் பையனுக்கு மறுபடியும் வக்காலத்து வாங்குகிறாயா? அம்மாவின் குரல் ஒலித்தது. ஆம். அப்படித்தான். அதனால் என்ன? எல்லா அம்மாக்களும் தங்கள் பிள்ளைகளுக்காக வாதிடவே செய்கிறார்கள்.

விபா உள்ளே வந்தாள். சொட்டு மருந்தைக் கண்ணில் விட்டாள். அடுத்து, அவள் கேன்யுலாவிலிருந்து திரவம் இரத்தத்திற்குள் செலுத்தப்படுவதை உணர்ந்தாள். அவள் கண்களைக் கொஞ்சநேரம் மூடியே இருக்கவேண்டும் என்றாள் விபா. அஞ்சலி கண்களைத் திறந்தபோது பல்லா மறைந்துவிட்டிருந்தார். எனவே அவள்

மாயாவிடம் வாக்குறுதி கேட்டாள். ஓரிரவு. அவர்கள் தன்னிடம் பேசினாலொழிய அதற்குமேல் இல்லை. மாயாவின் குரல் மென்மையாக இருந்தாலும் அவள் கண்கள் கோபத்தைக் காட்டின. எல்லாரும் அஞ்சலியிடம் கோபப்பட்டார்கள். சுத்தம் செய்யும் திரவங்கள், அறை மணமூட்டிகள் எல்லாம் கலந்து நாறும் இந்த அறைக்கு அவள் எல்லாரையும் இழுத்துவிட்டாள். யதீன் உட்பட எல்லாரும் அவளை வெறுத்தார்கள்.

தன் ஃபோனைக் கேட்க வேண்டும் என்று நினைத்தாள், பிறகு மனத்தை மாற்றிக்கொண்டாள். ஏதோ அவளால் ஒரு ஃபோனைப் பிடிக்க முடியாதது போல, ஒரு எண்ணை டயல் செய்ய முடியாதது போல. தூக்க மருந்து ஊட்டிய உறக்கத்திலிருந்து தன்னைத் தடுத்துக் கொள்ள முயன்றாள். அவள் யதீனிடம் பேச நினைத்தாள், ஆனால் அதைவிட முக்கியம், இதுதான் அவள் தன் அம்மாவுக்கு முகம் கொடுக்க வேண்டிய நேரம். 'மாயா?'

'தூங்குங்க அஞ்சி. சீக்கிரமே நிகில் வீட்டுக்கு வந்திடுவான். நிச்சயம்.'

'அது இல்ல' அஞ்சலி மூச்சு வாங்கினாள். 'நான் அம்மாவிடம் பேச வேண்டும்.'

***

தளமிட்ட தரையில் பூட்ஸ் சத்தம் யாரோ வந்திருக்கிறார்கள் என்பதை அஞ்சலிக்குத் தெரியப்படுத்தியது. மிகுந்த சிரமப்பட்டு கண்களைத் திறந்தாள். யார் வந்திருந்தாலும் அஞ்சலி விழித்திருக் கிறாள் என்பது தெரியத் தேவையில்லை. காக்கிச் சீருடையின் ஒரு வீச்சு. யதீன்?

'நமஸ்தே அஞ்சலிஜீ.' குஸூம் படுக்கையின் காலடியில் காத்திருந்தாள். 'இவள் உன் வாக்குமூலத்தைப் பெற வந்திருக்கிறாள்.' மாயா குஸூம் அருகில் நின்றாள். 'ஆனால் மறுபடியும் வரமுடியும்.'

'பரவாயில்லை, ஓகே' அஞ்சலியின் மூளை தெளிவாகியது. அவள் இதைச் சந்தித்தே ஆக வேண்டும். ஆனால் எதையும் தவறாகச் சொல்லிவிடக் கூடாது.

ஜன்னல் இருட்டாகிவிட்டது. பல மணிநேரம் அவள் தூங்கியிருக்க வேண்டும். வெள்ளை முகமூடி அணிந்திருந்த இரண்டு பெண் களையும் அவள் பார்த்தாள். ஏறத்தாழ சம உயரம். ஆனால் ஒருத்தி அழகாக, குண்டாக, வண்ணமயமாக. மற்றொருத்தி நல்ல தசைப்

பிடிப்போடு, கருப்பாக, காக்கிச் சீருடையில். அவள் நேரம் கேட்டபோது ஒன்றாகச் சேர்ந்து 6 மணி என்றார்கள்.

குஸூம் படுக்கை அருகிலிருந்த பிளாஸ்டிக் நாற்காலி ஒன்றை இழுத்து அமர்ந்தாள். அவள் பேனா நோட்டுப்புத்தகத்தின்மீது தயாராக இருந்தது. அவள் கண்கள், மன்றத்தில் நிற்கும் ஒரு சாட்சியின் எச்சரிக்கையான வெற்றுத்தன்மையைக்கொண்டிருந்தன. அஞ்சலி வெகுநாள்களாக ஒரு முழு மனித முகத்தைக் காணவில்லை. குஸூமின் முகமூடியைக் கிழித்துவிட்டு, அவள் வெளிப்பாட்டை கவனித்து, அதற்குத் தக்கவாறு தன் பதில்களை அமைக்கவேண்டும் என்று நினைத்தாள்.

'நீங்க உங்களைத் தாக்கினவனைப் பாத்தீங்களா?'

ஆம், நான் எப்போதும் அவனைப் பார்த்துக்கொண்டே இருக்கிறேன் என்று குஸூமுக்குச் சொல்ல நினைத்தாள். அவள் முகத்திலிருந்து வழிந்த திரவத்தை உணர்ந்தாள். கண்களை மூடிக் கொண்டாள்.

அஞ்சலி அன்றைய மூடுபனியைப் பற்றிப் பேசினாள். காண்டாக்ட் லென்ஸ் அணிந்திருந்ததால் அவள் கண்கள் கண்ணீர் நிறைந்து பார்வை மங்கலாகியிருந்தது. தாக்கியவனா? ஒரு முழு மனிதன் அல்ல. அவன் ஒரு பதின் வயதினன். அவன் கருப்பா சிவப்பா என்றெல்லாம் சொல்ல முடியவில்லை. எவ்வளவு உயரம் என்றும் தெரியவில்லை. அவளைவிட மிகவும் குட்டையாக இருந்தான். அகலமாகவோ குண்டாகவோ இல்லை. தனக்குள் பதில்களை எவ்வளவு தெளிவற்றுத் தரமுடியுமோ அந்த அளவு நல்லது என்று நினைத்தாள். அதேசமயம் பொய் சொல்லவும் கூடாது. யதீன் எளிதாகக் கண்டுபிடித்து விடுவார்.

அவள் முகத்தில் அந்த திரவம் பாய்ந்த கணம் அவள் நினைவுக்கு வந்தது. அதுதான் அவள் அஞ்சலி மார்கனாக இருந்த கடைசி கணம். சற்றே வயதாகும், ஆனால் அழகான தாய், ஓரளவு வெற்றிபெற்ற உளவியல் ஆய்வாளர். இந்த மருத்துவமனைப் படுக்கையில் கிடக்கும் கரிக்குவியல் அல்ல.

'அவன் எவரையேனும் உங்களுக்கு ஞாபகப்படுத்தினானா?'

குஸூம் தன் நாற்காலியின் முன்னால் சாய்ந்தாள். அவள் ஆங்கிலத்தைக் கேட்டு அஞ்சலிக்கு சிரிப்பு வந்தது. அது அவள் தலையில் அடித்துக்கொண்டிருந்த மண்டைவலியிலிருந்து சற்றே திசைதிருப்ப உதவியது.

'இல்லை.'

'தாக்கியவன் உங்களிடம் பேசினானா?'

அஞ்சலி குஸுமின் உணர்ச்சியை விளங்கிக்கொள்ள முயன்றாள் 'நான் அவனைத் தெரிந்துகொண்டிருக்க வேண்டும் என்று கட்டாயமா, இதைச் செய்தவன் யார் என்று நீங்கள் கண்டுபிடித்து விட்டீர்களா?'

'இல்லை அஞ்சலிஜீ' குஸுமின் கடுமை தளர்ந்தது. ஆனால் அவள் வாய் இன்னமும் அவள் முகத்தில் வாயின் கோடு இறுக்கத்தைக் காட்டியது. 'ஆனால் அவனைப் பற்றிய விளக்கத்தைப் பெற உங்கள் உதவி அவசியம்.'

'அவன் என்னைப் பெயரிட்டுக் கூப்பிட்டான்.' அது உண்மை. 'ஆனால் குரல் எனக்குத் தெரியவில்லை.' இது பொய். ஆனால் எல்லா நல்ல பொய்களிலும் உண்மையின் கீற்று இருக்கும் என்று யதீன் சொல்வார்.

'அப்ப, தாக்கினவனுக்கு உங்களைத் தெரியும்? உங்களுக்குத் தீங்கு செய்ய வேண்டும் என்று நினைக்கும் யாரையாவது உங்களுக்குத் தெரியுமா?'

'இல்லை.'

'உங்க கார் டிக்கியில சாக்கடை சுத்தம்செய்யும் திரவம் இருந்தது'

'நான்தான் ஒரு கேன் சஃப்தர்ஜங் ஆஸ்பத்திரிக்கு டாய்லெட் சுத்தம் செய்வதற்காக கொண்டுபோனேன். ஆனா அதுக்கு என்ன சம்பந்தம்?'

குஸும் ஒரு அமைதியான முறுவல் பூத்தாள். என்றாலும் அவள் கை பேனாவை இறுகப் பிடித்தது. 'நிகில் அந்தச் சமயத்தில் அருகில் இருந்தான்.'

அவள் நெற்றியில் வலி குரூரமாகத் தாக்கியது. இதிலிருந்து மாற்ற வேண்டும். அவர்கள் நிகிலைக் கண்டுபிடித்தால், அவனால் எதிர் நிற்க முடியாது. உயரமான மதில்கள்கொண்ட இடத்தில் அவனை அடைத்துவிடுவார்கள். அவனால் வெளிவரவே முடியாது.

'நிகிலா? நிகில் இதைச் செய்தான்னு நினைக்கறீங்களா? உங்க புத்தி சரியாயிருக்கா?'

இரு பெண்களும் அவளை அமைதிப்படுத்த முயன்றார்கள். அது வழக்கமானதுதான், உரிய செயல்முறையை அவர்கள் கடைப்பிடிக்க வேண்டும், சந்தேகங்களை ஒதுக்க வேண்டும்.

குஸூம் மேலும் சில கேள்விகளைக் கேட்டாள். அந்தச் சம்பவம் நடப்பதற்கு முந்திய சில நாள்களில் அஞ்சலி எதை எதை நினைவு வைத்திருந்தாள், அவள் மருத்துவஅகத்தையோ வீட்டையோ யாராவது சந்தேகப்படும் முறையில் சுற்றிவந்தார்களா என்பவை. கடைசியாக முகங்களின் படங்களைக்கொண்ட போலீஸ் ஃபைல் ஒன்றைக் காட்டினாள்.

'இவர்களில் எவரையாவது இதற்குமுன் பார்த்திருக்கிறீர்களா?'

அஞ்சலி சந்தரைக் காட்டினாள். அந்த முகங்களில் அது ஒன்றே பரிச்சயமாக இருந்தது. அவள் அலுவலகத்தில் ராதேயும் அவன் உருவத்தில் பெரிய நண்பனும் வந்து பேசியதைக் கூறினாள். சகியைப் பற்றிய கூச்சல், மறைமுகமான மிரட்டல்கள். அவர்கள் ராதே, சந்தர் மீதே கவனம் செலுத்தட்டும், நிகில் மீது அல்ல.

'இவன் ராதே சியாம் மிஸ்ராவின் நண்பன்தானா?' குஸூம் பெயரை உறுதிப்படுத்திக்கொண்டாள்.

'ஆமாம்'

'ஹிரிதயோக் தவிர ராதே வேறு எங்கெல்லாம் போவான், உங்களுக்குத் தெரியுமா?'

'இல்லை, ஏன்?' அஞ்சலி உட்கார முயன்றாள். 'அவன் அங்கே இல்லையா?'

'நாங்க அவனைக் கண்டுபிடிக்க முயற்சி பண்றோம். அவன் திரு. லாஹிரி யோடு நேற்று இருந்தான், ஆனா இன்னிக்குக் காலையில இல்ல.'

'எனக்குத் தெரியல. திரு. லாஹிரிய நீங்க கேட்டீங்களா?'

'லாஹிரியத் தெரியும்னு நெனைச்சோம். ஆனா அப்படி இல்லை.' என்றாள் மாயா.

'அப்படீன்னா?'

மாயா அடுத்துச் சொன்னவற்றை அஞ்சலி அர்த்தப்படுத்திக் கொள்ள முயன்றாள். ஹிரிதயோக், போதைமருந்து ஒளிவிடம், மனோஜ், விபசாரம், சகி. சந்தர் அவர்களைப் பின்தொடர்ந்து போதை மருந்துடன் மாட்டிக்கொண்டது. இதில் வியப்புகள் இல்லை, ஆனால் லாஹிரியைப் பற்றி எப்படி இத்தனை நாள் தெரியா திருந்தாள்? மனோஜ் யார்?

குஸூம் அவள் நோட்டுப் புத்தகத்தில் எழுதிக்கொண்டாள், அவர்கள் குற்றவாளியைக் கண்டுபிடித்துவிடுவார்கள் என்று

உறுதியளித்தாள், பிறகு போய்விட்டாள். மாயாவும் அவளுடன் சென்றுவிட்டு சற்றுநேரம் கழித்துத் திரும்பிவந்தாள்.

'இந்த ஆள், இந்த திரு. லாஹிரியின் நண்பன், சகியின் படங்களைக் காட்டினானா?' என்றாள் அஞ்சலி.

'சாரி' என்றாள் மாயா. 'லாஹிரியினுடைய குண்டு மூஞ்சியினாலே அவன் தீங்கற்றவன்னு நெனைச்சிருந்தோம்.'

'நிச்சயமா சொல்றியா? நான் இந்த மனோஜைப் பார்த்திருக்கணும். அவன் அவளைத் தயார் பண்ணினானா?'

'நான் நிகிலின் ஆலோசகரோட பேசினேன். அவள் சகியோடு பேசினாள். சகிக்கு ஒண்ணும் ஆகல. அவளுக்கு மனோஜத் தெரியல.'

'இவனெல்லாம் ஜெயில்ல போடணும்'

'போட்டுறுவோம்' என்றாள் மாயா. 'சகி பாதுகாப்பா இருக்காள். இப்ப நீங்க முயற்சி பண்ணிக் கொஞ்சம் தூங்குங்க.'

அஞ்சலியின் கண்ணிமைகள் அழுந்தின. அவள் கை வலியால் துடித்தது. அவளின் உடல்முழுவதும் மிகப் பளுவாக இருந்தது. இனி தூக்கிக்கொண்டு செல்ல இயலாதவாறு. முட்டாள் அஞ்சலி. ஏன் இவ்வளவு வெள்ளையா இருக்கே? அம்மாவின் குரல் அவளைத் திட்டியது.

'உங்கூடப் பேச நினைச்சேன்.' தன் குரலிலேயே இருந்த வருத்தக் குறிப்பை அஞ்சலி கவனித்தாள். தன்னை அமைதிப்படுத்திக்கொள்ள ஆழமான மூச்சுவிட்டாள். தன் தலையிலிருந்த இடி போன்ற வலியையும், அவள் முகத்தின் துடிப்பையும் மறைத்துக்கொண்டாள்.

'நீங்க ரெஸ்ட் எடுங்க' மாயா தன் பையின் ஜிப்பை மூடிவிட்டுக் கிளம்ப ஆயத்தமானாள்.

மாயா பாதிக்கப்பட்டபோது, நீ அவளை ஒரு காயப்பட்ட விலங்கை அணுகுவதுபோல அணுகினாய். பிற விஷயங்களைப் பற்றி மெதுவாகப் பேசி, கண்களின் சந்திப்பைத் தவிர்த்து, ஆனால் அவளை எப்போதும் அரவணைத்தே இருந்தாய். மாயா புண்பட்டிருந்தாள். இல்லை என்றால், ஒரு நிமிடத்தில் அன்பாகவும், அடுத்த நிமிடத்தில் இரக்கமின்றியும் இருக்கமாட்டாள். அவள் மாயாவை அமைதிப் படுத்த வேண்டியிருந்தது, ஆனால் அதைவிட அம்மாவிடம் பேசுவது அதிகத் தேவையாக இருந்தது. எப்படி அவள் இந்த நிலைக்கு வந்தாள், எப்படி விஷயங்களை நன்றாக ஆக்க முடியும். எப்படி அவள் மகனைப் பாதுகாப்பது, அவனுக்கு பயப்படாமல் எப்படி இருப்பது,

உன் தோளுக்கு அடியில் நீ $\quad$ 209

ஆம். ஏனென்றால் குஸுமிடம் அவள் பேசியபோது, நிகில் கதவைத் திறந்துவந்து அவள்மீது அந்த திரவத்தை மேலும் அவள்மீது ஊற்றிவிடுவான், அந்த எரியும், பிறாண்டும் வலி மறுபடியும் தொடங்கிவிடும் என்று அவள் பயந்தாள்.

'நான் அம்மாவிடம் பேசவேண்டும்' என்றாள் அஞ்சலி. ஒவ்வொரு சொல்லும் தெளிவாக திடமாக வெளிவரவேண்டும் என்று சொல்லை உச்சரிப்பதில் கவனம் செலுத்தினாள்.

'நீங்க உறுதியா இருக்கீங்களா?' மாயா படுக்கைக்கு அருகில் வந்தாள். 'அப்படித்தான் முன்ன சொன்னீங்க, ஆனா நீங்க...'

'கனவுலகத்தில இருந்ததா நினைச்சியா?' அந்தச் சொற்களில் தன் முயற்சி முழுவதையும் புகுத்தினாள். தனக்குள் மேலோங்கி வந்த அனைத்தையும் அழுத்தப் போராடினாள். அவை இல்லை, மெய்யாகவே நான் பேசவில்லை என்று சொல்லத் தூண்டின. நான் கனவு காண்கிறேன். நான் ஏன் அம்மாவிடம் பேசவேண்டும்?

'இல்லை, நான் அவளிடம் பேச வேண்டும். ஐராவிடம் அம்மா எண் இருக்கிறது.'

'சரி, நான் அவளைக் கூப்பிடுகிறேன்.'

30

அவர்கள் சந்தரை ஜாமியா நகர் போலீஸ் ஸ்டேஷனுக்கு மாற்றிய பிறகு யதீன் அதற்குள் நுழைந்தார். யதீனுடைய இயல்பான உடை அவருக்கு யாரும் வழியவோ தலைவணங்கவோ இல்லை என்பதைக் காட்டியது. எஸ்எச்ஓ கிரேவால் மட்டும்தான் முழு போலீஸ் படையிலும் அவரை 'சார்' என்று அழைக்காதவர். இத்தனைக்கும் அவர் யதீனைவிட ரேங்க் குறைவுதான். அதற்காக அவர் ஒன்றும் அலட்டிக் கொண்டதில்லை. யதீனை நாற்காலியில் உட்காருமாறு கையசைத்து, ஒரு டீக்கு ஆர்டர் செய்தார்.

'அஞ்சலி எப்படியிருக்கிறாங்க இப்ப?'

கிரேவாலின் சீருடையின் கீழ் அவருடைய முண்டா தசைகள் பெரிதாகத் தோற்றமளித்தன. ஒன்றாகப் படித்த பள்ளி நாள்கள் முதலாக அவர் பெரிதும் மாறவில்லை. இன்னும் தனக்குரிய அளவைவிட ஒரு அளவு குறைவான உடைகளைத்தான் அணிந்தார். அதிகமாக சிகரெட் பிடித்தார். பான் மென்றார். பெல்ட்டை நன்கு உயர மாகக் கட்டினார்.

'குணமாயிட்டிருக்கு. உன் தங்கை எப்படி இருக்காங்க?'

'அதே ஆளுக்கு அவளுக்கு நிச்சயமாயிருக்கு. சொந்தமா கடையைத் திறக்கப் போறா.' கிரேவால் தனது நாற்காலியைப் பின்னுக்குத் தள்ளினார். இரண்டு கைகளையும் மேஜைமீது வைத்தார். 'இப்போது மறுபடியும் சிரிக்கிறாள். அஞ்சலிஜீக்கு நன்றி. அவங்களுக்கு இப்படிச் செய்த தே... மகனை கரெக்டாக் கண்டுபிடிக்கணும். நீ கொண்டுவந்த அந்த ஆள் இந்த கேசுக்குச் சம்பந்தப்பட்டவனா?'

'இருக்கலாம்.' வீடியோ பதிவு வந்த பென்டிரைவை கிரேவாலிடம் யதீன் தள்ளினார்.

'ரெண்டு பேரும் கோவமாயிருக்கானுங்க.' கிரேவால் திரையை உற்றுநோக்கினார். 'அவங்க கிட்ட நாம பாத்த போதைமருந்து வேற இருக்கு.'

சுஜினி கொலை, தொடர் வழக்குகள் பற்றிய தகவல்களை கிரேவாலிடம் யதீன் கொடுத்திருந்தார். மாயாவும் பவனும் லாஹிரியைச் சந்தித்தது, அவர்களைச் சந்தர் பின்தொடர்ந்தது என்பதைப் பற்றியும் தான். கிரேவால் கேட்டுக்கொண்டே அறையில் நடைபோட்டார். அவ்வளவு பெரிய உருவத்துக்கு நடையிலிருந்து சத்தமே வரவில்லை.

பத்து நிமிடம் கழித்து, ஜன்னலற்ற விசாரணை அறையில் யதீன் நுழைந்தார். அதில் ஒரே ஒரு டியூப்லைட்தான். ஒருவனைப் பிடித்து ரிமாண்டில் லாக்-அப்பில் வைத்து, அவன் உரிமைகளைச் சொல்லாமல், அவனை விசாரிப்பது சட்டப்படி சரியல்லதான். யதீன் இப்படிப்பட்ட விசாரணைகளை டஜன் கணக்கான சமயம் பார்த்திருக்கிறார். பாராளுமன்ற உறுப்பினர்கள் சம்பந்தப்பட்ட, சட்டத்தை மீறிய வழக்குகளில் அவரே இதை அனுமதித்தும் இருக்கிறார். மிகப் பல எம்பிக்கள் தங்கள் கைகளில் போலீஸை வைத்திருந்த காரணத்தினால் தங்கள் குற்றங்களிலிருந்து தப்பித்துக் கொண்டிருந்தார்கள். இப்படிப்பட்ட குற்றப்பதிவுகளும் கொலை வழக்குகளும் அவர்கள்மீது நிலுவையில் இருந்தும் தேர்தல்களில் வெற்றிபெற்றுக்கொண்டே இருந்தார்கள்.

யதீன் பெருமூச்செறிந்தார். இப்போது ஒரு குற்றவாளி எம்பிக்கு பதிலாக அவருடைய சொந்த நலனே பாதிப்பில் இருந்தது.

'உனக்கு இந்தப் பையனைத் தெரியுமா?' கிரேவால் தன் ஃபோனை நீட்டினார். அதன் சிசிடிவி காட்சி திரையில் சென்றுகொண்டிருந்தது.

சந்தர் அதைப் பார்த்ததும் உறைந்தான். ஆனால் ஒரு வார்த்தையும் பேசவில்லை. கண்களைத் தாழ்த்தியவாறே இருந்தான், கைகள் தொடைகளின்கீழ். அந்த அறை மிக ஈரமாகவும் குளிராகவும் இருந்தாலும் சந்தர் வெறும் மெல்லிய டீ ஷர்ட், மெல்லிய பேண்ட் மட்டுமே அணிந்திருந்தான். பக்கத்தில் நின்ற கான்ஸ்டபிள் அவன் ஸ்வெட்டரைக் கழற்றியிருக்கவேண்டும். ஒளியின் கீழ், சந்தரின் முன்னங் கையிலிருந்த வடுக்களைக் காண முடிந்தது. ஊசிகுத்திய அடையாளங்கள். கிரேவால் சந்தரின் கழுத்தைப் பிடித்துத் தூக்கி அவனை உலுக்கினார். அவன் முகத்தை மொபைல்போனின் மீது அழுத்தினார். அஞ்சலியின் ஆபீசில் ராதேயும் சந்தரும் இருந்த காட்சி ஓடியவாறு இருந்தது.

'ஆக, அவனை உனக்குத் தெரியாது, ஊம்?'

அறையில் வியர்வை, சிறுநீர், வாந்தியின் துர்நாற்றம் வீசியது. யதீன் இப்படிப்பட்ட விசாரணைகளை நடத்தி நெடுநாள்கள் ஆகிறது.

அவர் ஒருகணம் மூச்சைப் பிடித்துக்கொண்டிருந்துவிட்டுப் பிறகு ராதேயைப் பற்றி குஸுமின் தகவல்களைக் கேட்கச் சென்றார். அவனை முன்னாள் பிடிக்கமுடியவில்லை. பவனின் ஆள் ராதே இரவில் ஒரு மாருதி வேனில் ஏறிமறைவதை மட்டுமே பார்த்திருந்தான்.

'இன்னும் கண்டுபிடிக்க முடியல சார்' என்றாள் குஸும். 'ஹிரிதயோகிலோ, குடிசையிலோ, சஞ்சய் காலனியில் எங்குமோ ராதே காணப்படவில்லை சார்.'

'அது எப்படி?'

'இங்கதான் எங்கயாவது இருக்கணும். பாத்துக்கிட்டிருக்கோம் சார்.'

நேராக அவர்கள் கண்களிலிருந்து ராதே மறைந்துவிட்டான். பவனைக் கூப்பிட்டு இதுவரை நடந்தவற்றைக் கேட்கலாமா என்று யதீன் நினைத்தார். ஆனால் அந்த எண்ணத்தை விட்டுவிட்டார். அவர் பின்னர் வருத்தப்படக்கூடிய செய்திகளை அவன் சொல்லுவான், அதனால் அவனிடம் பேசிப் பயனில்லை. சந்தரிடமிருந்துதான் வரவழைக்க வேண்டும். ராதே எங்கே ஓடிப்போனான், ஏன் அவன் பவனையும் மாயாவையும் பின்தொடர்ந்தான் எல்லாம்.

யதீன் திரும்பி விசாரணை அறைக்கு வந்தார். சந்தர் உயரமாக, பரந்த தோள்களோடு இருந்தான். ஆனால் ஏதோ தளர்வாகக் கட்டப்பட்ட தானிய மூட்டை போல அவனை கிரேவால் உதைத்துத் தள்ளினார். சந்தரின் கைகள் நடுங்கின. அதனால் அவன் கைகளை மேஜைமீது வைத்திருக்க வேண்டியிருந்தது. ஏதோ தெரிந்தவனைத் தேடுவதுபோல இங்கும் அங்கும் பார்த்தான். நாற்காலியில் மாறிமாறி உட்கார்ந்தான். வெறும் சுவர்கள், ஒரே ஒரு மறைப்பு இடப்பட்ட ஜன்னல். அதனால் அந்த அறை பார்ப்பதற்கு இனிமையாக இல்லை.

'நாங்க உன்மீது வழக்குப் போடுவோம்' சந்தரைத் தாடைமீது அடித்ததற்கு முற்றிலும் மாறாக, கிரேவால் பேசிய இந்தி பணிவாக, மென்மையாக வெளிவந்தது. 'ஆனா நீ சில விஷயங்களை ஞாபகம் வச்சிருக்கிறியான்னு முதல்ல நாங்க பாக்கணும்.'

சந்தர் பேசவில்லை. சீருடையில் இருந்த இரண்டுபேர் வந்து சந்தரைக் கையில் பிடித்து முகம் மேஜைமீது இருக்குமாறு அழுத்தினார்கள். மூன்றாவது ஆளை கிரேவால் ஒரு மீட்டர் நீளமுள்ள போலீஸ்தடியால் அடிக்கச் சொன்னார். அவன் பின்புறத்தின்மீது மறுபடி மறுபடி அடிகள் விழுந்தன. ஒவ்வோர் அடிக்கும் சந்தர் பெரிதாகக் கூச்சலிட்டான், உதைத்து எழுவதற்கு முயன்றான், விட்டுவிடுங்கள் என்று கெஞ்சினான். ஆனால் தடியோடு இருந்த

துணை ஆய்வாளர் மிகவும் குறி தவறாமல் ஒரே இடத்தில் அடித்தார். சரியாக ஆறு அடி எண்ணினார் யதீன். சந்தர் ஒரு நீண்ட புலம்பும் குரலோடு கத்தினான். கிரேவால் அடியை நிறுத்தச் சொன்னார். 'சாய்ஸ் உன்னுடையதுதான்' என்றார். ஆட்கள் பின்னால் தள்ளி நின்றார்கள். 'உன்னை அமிலம் வீசியதற்காகக் குற்றம்சாட்ட முடியும், ஏன்னா எங்ககிட்ட அந்தம்மா மேல வீசினப்போ எடுத்த சிசிடிவி காட்சி இருக்கு. அதனால்தான் உன்னை இங்க விசாரணைக்கு வச்சிருக்கோம்.'

'இங்க அடிதான் கிடைக்கும்' என்று தன் முட்டியை உயர்த்தி ஒரு கடுமையான சமிக்ஞையுடன் கிரேவால் கூறினார். அவர் ஆட்கள் சிரித்தார்கள். கால்கள் பெரிதாக ஆட, சந்தர் நடுங்கினான், ஊளை யிட்டான். இப்போது வெறுமனே பார்த்துக்கொண்டிருந்தாலும், இப்படிப்பட்ட விசாரணைகளில் அவர் எத்தனைமுறை முன்னால் பங்கேற்றிருக்கிறார் என்பதை அவர் மனம் எடுத்துக் காட்டியது. போலீஸ்காரர்கள் தங்கள் சக்தியை எல்லாம் பிரயோகித்து அடித்தார்கள். சில சமயங்களில் தங்கள் பணிகளிலிருந்த நியாயமற்ற நிபந்தனைகளால் ஏற்பட்ட கஷ்டத்தைத் தணித்துக்கொள்ள. அதற்கான விலையை லாக்கப்பிலிருந்த மோசமான ஆட்கள் கொடுத்தார்கள். சந்தேகத்திற்குரிய ஆட்களின் உடலில் இருந்த அடையாளங்களை மற்றவர்களுக்குக் காட்ட அவர்களை உடைகளை கழற்றச் சொல்வார்கள். அவர் தன்னை இறுகிய ஒரு போலீஸ் அதிகாரி என்று நினைத்துக் கொண்டிருந்தார். ஆனால் இந்தச் செயல்முறை, அவருக்காக மட்டுமே செய்யப்பட்டது, அது அவரைக் குன்ற வைத்தது. சுஜினியின் வழக்கில் சான்றுகள் வேண்டும். ஆனால் அதற்கான விலை என்ன? அவர் நிறுத்த நினைத்தார், சந்தர் அவர் களுக்கு வேண்டிய செய்திகளைத் தருவதற்காக.

'அல்லது, இன்னும் சீக்கிரமா, நீ வச்சிருந்த போதை மருந்துக் காகவே உன்னை சார்ஜ் பண்ணலாம்.' ஒடுங்கிக்கொண்டிருந்த சந்தர்மீது கிரேவால் குனிந்தார். 'நாளைக்கே உன்னை ஆஜர் பண்ண கோர்ட்டுக்குக் கொண்டு போவோம். எது வேணும் உனக்கு?'

'நான் அவங்களை ஒருதரம்தான் பார்த்தேன் சாப்ஜீ, சத்தியம்.' 'ஒரே தரம், ராதேயோட'

'ஆக உனக்கு ராதேயைத் தெரியும்'

'அவங்கப்பாவும் எங்கப்பாவும் அண்ணன் தம்பிங்க, சாப்ஜி. நான் அவனை சப்போர்ட் பண்ணத்தான் போனேன். ராதேயினுடைய

தங்கச்சியை அவங்க திருப்பித் தரமுடியாதுன்னு சொன்னதினாலே அவங்களைக் கொஞ்சம் பயமுறுத்தினோம். அவ்வளோதான், சாப்ஜீ. நம்புங்க. என்னை விட்றுங்க.'

'போதைமருந்து எப்படி வந்தது?'

'தெரியாது' சந்தர் முகத்தைக் கைகளால் மறைத்துக்கொண்டான். அவன் தரையில் சுருண்டுகிடந்தான். 'யாரோ அதை வச்சிட்டான்.' சந்தர் பின்னால் இழுத்துக்கொண்டு குமட்டினான். கிரேவால் பக்கத்திலிருந்த பக்கெட் ஒன்றை சந்தரிடம் தள்ளினார். அவன் பெரிய சத்தத்துடன் வாந்தி எடுத்தான். அறை பித்தநீரின் நாற்றத்தில் நிறைந்தது. யதீனுக்கும் வாந்தி வந்தது. அதை அடக்கிக்கொண்டார். 'உன்னை உடனடியாக சரிபண்ண வழி எனக்குத் தெரியும்' என்று கிரேவால் பக்கெட்டை ஒதுக்கிவிட்டு ஒரு குவளை நீரை சந்தரிடம் கொடுத்தார். 'கொஞ்சம் மூச்சை இழு... சரியாகிவிடும்.'

சந்தர் முகத்தில் நீரை அடித்துக்கொண்டான் கொஞ்சம் அதில் விழுங்கினான். முதல்முறையாக கிரேவாலைப் பார்த்தான். 'நானா ஒண்ணும் செய்யல, சாப்ஜி. எல்லாம் அந்த லாஹிரிதான். அதை வாடிக்கையாளர்கள் கிட்ட கொண்டுபோய் கொடுக்கச் சொன்னான்.'

'ரைட், நீ சொன்னதை எழுத்தில் பதிவுசெய். உனக்கான பரிசு கிடைக்கும்.' யதீனும் கிரேவாலும் அறையைவிட்டு வெளியேறி காவல் நிலையத்தின் வாசலுக்கு அப்பால் குளிர்ந்த காற்றில் நடந்தார்கள். மூடுபனி தெரு விளக்குகளை மங்கலாக்கியது. தொலைவில் ஒரு மைக்கில் முஸ்லிம்களைப் பிரார்த்தனைக்காக எழுப்பிக்கொண்டிருந்த அழைப்பு கேட்டது. யதீன் புகைநிறைந்த காற்றை ஒருமுறை விழுங்கிவிட்டு தன் நண்பரிடம் திரும்பினார். ஒரு போதை மருந்துக்காரன் ஒப்புதல் பெரியதொரு சாட்சியம் ஆகாது. லாஹிரி, மனோஜிடமிருந்து மேலும் செய்திகளைப் பெறவேண்டும்.

'நம்மிடம் ஒரு ரெய்டுக்குப் போதுமான விவரம் இருக்கிறதா?'

'இதோ குடுத்துருவான்.' கிரேவால் தன் பெரிய வயிற்றை வெளியே தள்ளி நீட்டிமுறித்தார். கணுக்கைகளை ஒடித்தார். 'ஆனா இவன் மாட்டிக்கிட்டான் என்ற விஷயம் அவங்களுக்குத் தெரியும். அவங்க வழிகளை மறைத்துக்கொள்ள போதிய அவகாசம் குடுத்தாச்சு.'

'அஞ்சலி மீதான தாக்குதல் பற்றி செய்தி?'

'தான் செய்யலன்னு சொல்லிகிட்டிருக்கான். உங்க சந்தேக நபருக்கான உயரத்தோட பொருந்தலை. இவன் ரொம்ப உயரம்,

அகலம். கடையிலிருந்து கிடைச்ச காட்சி ஒரு ஒல்லியான பையனைக் காட்டுதுன்னு சொன்னாப்பா.'

'ஆமாம், இருந்தாலும் ராதே பத்தி தகவலைக் கேட்டுக் கொண்டேயிரு' என்றார் யதீன். 'அந்த ராஸ்கல் இருக்கற இடம் இவனுக்குத் தெரியும்.'

யதீன் தான் பேசும் பேச்சுமொழியையும் வசையையும் ரசித்தார். இப்போதெல்லாம் அவர் மிகச் சுத்தமான மொழியையே கூட்டங் களிலும் கையாண்டார். அவர் விரும்பியதைவிட அதிகமான ஆங்கிலத்தைப் பேசவேண்டியிருந்தது.

'என் ஆட்கள் நாளைக் காலை தொடங்கிடுவாங்க.'

'லாஹிரியைப் பத்தி மேலும் கண்டுபிடிக்க முயற்சி செய். அவன் ஃபார்மகாலஜி படிச்சவன். அவனால மருந்துகளை உண்டாக்க முடியும். அவனுக்கு ப்ரோபோஃபோல் கெடைக்க வழி இருக்கா பாரு.'

'அந்த சுஜினி வழக்கில நீ கண்டுபிடிச்சதா?'

கிரேவாலுக்கு எல்லாத் தந்திரங்களையும் கையாளத் தெரியும். அவரிடம் படிநிலையில் உயர்வதற்கான உடலாற்றலும் மூளையும் இருந்தது. ஆனால் அவர் எஸ்எச்ஓவாகவே இருந்துவிட நினைத்தார். யதீனால் அதைப் புரிந்துகொள்ள முடியவில்லை.

'நீ சீக்கிரம் ஏணியில மேல போயிடலாமேப்பா, தெரியாதா?'

'இங்கேயே நான் சந்தோஷமா இருக்கேன். எங்கிட்ட இருநூறு பணியாளர்கள் இருக்காங்க. இது கொஞ்சம் சிரமமானதுதான்னாலும், இதுதான் நான் விரும்பிச் செய்யற வேலை. என்னால இதுக்குமேல பாலிடிக்ஸ் பண்ண முடியாது, யதீன், என்னால பேப்பர்களை எல்லாம் நகர்த்த முடியாது.'

'நான்தான் பேப்பரை நகர்த்தறவன்னு சொல்றியா?' என்று யதீன் சிரித்தார். 'நான் இருக்கற இடத்தில சந்தோஷமா இருக்கேன்னு தான் சொல்றேன். நீ உன்னப் பத்தி அப்படிச் சொல்லிக்கொள்ள முடியுமா?'

***

பஞ்சாபி பாக்-கில் உள்ள தன் வீட்டுக்குப் போகும் வழியில் யதீன் தாக்குதல் நடந்த நாள் முதலாக அஞ்சலியைப் பார்த்துவிட்டுப் போவது வழக்கம். அப்படியே இன்றும் செய்தார். மருத்துவமனையின்

சத்தம் அவள் அறையில் அமைதிப்படுத்தப்பட்டிருந்தது. ஜன்னல் திரைகள் தூரத்து தெரு விளக்குகளைப் பாதி மறைக்கும்படியாக இழுத்துவிடப்பட்டிருந்தன. அவள் அறையில் இருந்துகொண்டே, அவளது நறுமணத்தை சுவாசிக்க முடியாதது விசித்திரமாகத் தோன்றியது. அவர் ஒருபோதும் அவள் படுக்கையின் அருகில் நெருங்கிய தில்லை. அவள் முகம் ஓர் இருண்ட நிழலாகவே இருக்கட்டும் என்று விட்டுவிட்டார். அவளிடம் அவர் விரைவில் பேச வேண்டியிருக்கும். ஆனால் இயன்றவரை அதை ஒத்திப்போடவே நினைத்தார். குறைந்தபட்சம் அவளைத் தாக்கியவன் பற்றிச் சில தகவல்கள் கிடைக்கும் வரை. தாக்கியவன் நிகில் என்று ஆகுமானால்... நிகில் வருணை முந்தியநாள்தான் தாக்கியிருந்தான். அஞ்சலியின் அனுமதி யுடன் அவன் பல்லாவின் கிளினிக்கில் இருந்தான். அங்கே அவர் எதுவும் செய்ய முடியாது.

அஞ்சலியின் அறையைவிட்டு வெளியே வந்த யதீன், கிரேவால் கூறியது சரி என்று உணர்ந்தார். கிரேவால் தன் இடத்தில் மகிழ்ச்சியாக இருந்தார். ஆனால் யதீன் அப்படி இல்லை. அவருடைய தொழில் அவருக்கு அளித்த சிரமங்களாலும் சரி, வெறும் கூடாகிப் போய்விட்ட தனது திருமணத்தினாலும் சரி, அல்லது அஞ்சலியுடன் வைத்திருந்த தொடர்பினாலும் சரி... அவர்கள் தொடர்பை இரகசியமாக வைத்திருந்தது இதையெல்லாம் செய்துவிட்டது. ஆனால் இப்போது இல்லை... அஞ்சலி மருத்துவமனையில் கஷ்டப்பட்டுக்கொண்டிருந்த போது அல்ல... அவர் வெறும் பார்வையாளனாக மாறிவிட்ட நிலையில் அல்ல. அவர் அவளுடன் இருக்கவும், அவள் கையைப் பிடித்திருக்கவும், அவள் அருகில் நிற்கவும், மருத்துவமனை யிலிருந்து விடுதலை பெற்றால் அவளை கவனித்துக்கொள்ளவும் அவர் விரும்பினார்.

மாயா ஏற்கெனவே அது பற்றிய வெறுப்பைச் சொல்லிவிட்டாள். இப்போது அஞ்சலி உருவழிந்த நிலையில் இருக்கும்போது அவர் எவ்வளவு தூரம் அவளுடன் இருக்க விரும்புகிறார் என்ற நிலையில் இது வேடிக்கைதான். எப்போதுமே அவளின் கவர்ச்சி பிறவற்றைவிட அதிகமாக உடல்சார்ந்தது என்று அவர் நினைத்து வந்திருக்கிறார். ஒருவேளை நட்பாக இருக்கலாம். ஆனால் இது அதைவிட அதிகமாகச் சென்றது. மாயாவைப் பற்றியோ, வருணைப் பற்றியோ அவர் நினைத்ததைவிட வேறானது இது—அஞ்சலி பற்றிய உணர்ச்சிகளின் தீவிரம் அவரை ஒன்றுமில்லாமல் ஆக்கிவிட்டது. ஒருவேளை இவ்வுணர்வுகள் முன்பிருந்தே இருந்திருக்கலாம், அவர் அவற்றை

எப்படியோ மறைத்துக்கொண்டார். உணர்வில்லாமல் இருக்க முடியவில்லை, ஏனெனில் கடந்த சில நாள்களாக அவர் கண்டறிந்தது போல... அது மிகவும் வலித்தது.

தன் சிந்தனைகளில் மூழ்கியபடி வந்ததால், அவர் முன்னறையின் ஸ்விச்சைப் போடவில்லை. ஷூக்களைக் கழற்றிவிட்டு மாடியிலுள்ள தன அறைக்குச் செல்ல இருந்தார். விளக்குகள் எரிந்தன. திருஷ்டி.

'நீ இன்னும் தூங்கலையா?'

திருஷ்டிதான் முக்கியப் படுக்கையறையைப் பயன்படுத்த வந்தாள். அங்கே அவர் உடை மாற்றுவதற்கு மட்டும் செல்வார். மற்றபடி விருந்தினர் அறையில்தான் தங்குவார். திருஷ்டி தினமும் காலை ஏழு மணிக்கே தன் வேலைக்குச் செல்வதால் அவள் சீக்கிரம் தூங்கிவிடுவாள்.

'எங்கிருந்தீங்க? உங்களுக்கு ஃபோன் பண்ணேன்.'

இது வழக்கத்துக்கு மாறானது. அவர்கள் ஒருவருக்கொருவர் தடை வைத்திருக்கவில்லை. விரும்பியபடி எப்போது வேண்டுமானாலும் போவது வருவது இப்படித்தான். ஒருவேளை நிகிலுடனான சம்பவம் அவளை பயப்படுத்தியிருக்கலாம்.

'நான் ஆஸ்பத்திரிக்குப் போனேன்.' என்றார் யதீன். 'டாக்டரைப் பார்க்க நேரமாயிடிச்சு. அவர் முன்னாலேயே போய்ட்டார்.'

'நீங்க அவளுக்காகக் குடும்பத்தை உடைக்கப் போறீங்களா? எத்தன வருஷமா நான் இருக்கேன், உங்களை சகிச்சிக்கிட்டு, நீங்க இப்படி...?'

'இது எதுக்காக?'

'மாயா எங்கிட்ட எல்லாத்தையும் சொல்லிட்டா. வருண் வீட்ல இருந்ததனாலே நேத்து உங்ககிட்ட பேசமுடியலே'

இன்றிரவு வருண் அவன் தாத்தா பாட்டியோடு தங்குகிறான். அவர்கள் ஐந்து நிமிட கார்டிரைவ் தூரத்தில்தான் இருந்தார்கள்.

மாயா திருஷ்டியிடம் பேசுவாள் என்று யதீன் எதிர்பார்க்க வில்லை. மாயாவின் அப்பா வயது அவருக்கு. எப்போதுமே இந்த வித்தியாச உணர்வு அவர்களிடம் இருந்தது. ஆனால் இப்போது எதையும் மறுத்துப் பயனில்லை. திருஷ்டியின் தந்தையிடம் நடந்து விட்ட சேதத்தை எப்படிக் கட்டுப்படுத்துவது என்றுதான் யோசிக்க வேண்டும்.

'அஞ்சலிக்கும் இதுக்கும் சம்பந்தமில்லை. அவ எப்பவுமே

என்ன ஏத்துகிட்டதில்ல. உன்னோட இருக்கத்தான் சொல்லியிருக்கறா.'

இந்தச் சொற்களைச் சொல்லும்போதே அவை எவ்வளவு பலவீனமானவை என்பது அவருக்குப் புரிந்தது. உண்மையும்கூட சிலசமயங்களில் பலவீன மாக இருக்கக்கூடும்.

'எப்படி? அப்பப்ப உன்னோட படுத்துகிட்டா? அப்படித்தான் உன் நல்ல நண்பி இதைப் பாக்கிறாளா?'

'திருஷ்டி, அது என் தப்பு. நான் அவளோட மட்டும் இல்ல, தெரிஞ்சுதா?' இதுவும் உண்மைதான். திருமணத்தின் ஆரம்ப நாள்களில் வேறு பெண்கள் இருந்தார்கள்.

திருஷ்டி சோபாவில் சரிந்தாள். கண்களை மூடிக்கொண்டு தலையைப் பின்னுக்குச் சாய்த்துக்கொண்டாள். அவள் என்ன பதிலை அவரிடமிருந்து எதிர்பார்த்தாள்? இத்தனை வருஷமாக பிரம்மச்சாரியாக இருந்தேன் என்ற பதிலையா?

'உனக்கு மணவிலக்கு வேணுமென்றால் ஏற்பாடு செய்துவிடுவோம். ஓர் ஆண்டுக்கு வருணுக்கு கூட்டுப் பொறுப்பு ஏத்துக்கலாம்.'

'எல்லாத்தையும் முன்னாடியே திட்டம் போட்டுட்டீங்களா?'

இல்லை. அவர் எதையும் திட்டமிடவில்லை. ஆனால் மணவிலக்கு என்ற சொல் தனக்கு ஒரு இலேசான தன்மையை அளித்ததை உணரமுடிந்தது. இத்தனை ஆண்டுகளாக அவர் 'முயன்றார்' 'சிந்தித்தார்' 'விவாதித்தார்.' இனிமேல் அப்படி இல்லை. ஓர் அமில வீச்சு அஞ்சலியின் வாழ்க்கையை மாற்றிவிடும் என்றால், அதற்கு இணையாக எந்த ஒரு சிறிய விஷயமும் அவர் வாழ்க்கையையும் மாற்றும். அதற்குப் பிறகு தன்னால் சகித்துக்கொள்ள முடியாத ஒருத்தியுடன் தன் வாழ்க்கை முழுவதையும் கழிக்க வேண்டியதில்லை.

'நம்ம ரெண்டுபேருக்குமே இது கஷ்டமா இருந்ததுன்னு தெரியும்.'

'யார் அதைக் கஷ்டமாக்கினது?' திருஷ்டி எழுந்து நின்றாள். அவள் மூக்கு அவர் கழுத்துவரை வந்தது. அவள் சண்டைபோட நினைத்தாள். அவள் தலையை முன்னுக்குத் தள்ளியதிலிருந்தே அது தெரிந்தது. அவளது நெடிய ஒல்லியான கழுத்து இறுகிநின்றது.

'இங்கிருந்து நாம் எங்கே போகப்போறாம்-ங்கறதுதான் முக்கியம்.'

'எனக்குக் கவலையில்லை' அவருக்கு நெருக்கமாக எவ்வளவு முன்னே தள்ளிக்கொள்ள முடியுமோ அப்படித் தள்ளிக்கொண்டாள். 'எனக்குத் தெரியணும். எல்லாம். நான் இல்லாதப்ப என் படுக்கையில அவ படுத்திருந்தாளா? உங்க சகாக்களுக்கெல்லாம் இது தெரியுமா?

நான் அவங்களுக்கு பார்ட்டி நடத்தினப்பல்லாம் அவங்க என்னைப் பார்த்து சிரிச்சுகிட்டிருந்தாங்களா? எப்பல்லாம் அவளைப் பாத்தே? ஆபீஸ் நேரத்துக்கு மத்தியிலா? ஓட்டலிலா? இல்ல, வேற அபார்ட்மெண்ட்டே வச்சிருக்கியா?'

'திருஷ்டி'

'திருஷ்டின்னாதே. நான் சாகறதா இருந்தாலும் நான் எல்லா விஷயத்தையும் தெரிஞ்சிக்கிட்டுதான் சாவேன்.'

திருஷ்டியின் சிவந்த, புள்ளிகள் கொண்ட முகத்திலிருந்து யதீனை அவர்களுக்குப் பின்னாலிருந்து எழுந்த சத்தம் ஒன்று திரும்ப வைத்தது. நேராக வருணின் முகத்தில் நிலைக்கவைத்தது.

வருணின் கண்கள் அவர் கண்களில் நிலைத்தன. கோபத்துடனும் வலுவாகவும். அடுத்தவனை சவாலுக்கழைக்கும் ஒரு வளர்ந்தவனின் கண்கள். எப்போது அவன் திரும்பி வந்தான்? யதீன் அவன் பைக் வந்து நின்ற சத்தத்தைக் கேட்கவில்லை.

'வருண்' யதீன் திருஷ்டியைப் பக்கத்தில் தள்ளிவிட்டு மகனை நோக்கி நடந்தார். ஆனால் கடுமையான பார்வைகொண்ட அந்த இளைஞன் போய்விட்டிருந்தான். அவன் ஓடியிருக்க வேண்டும். ஏனெனில் யதீன் தலைவாயிலை அடைந்தபோது அவருக்கு அவனது பைக் வெளியே கேட்டில் புறப்படத் தொடங்கி வேகம் எடுத்தது, கேட்டது.

31

விபா அஞ்சலியின் சக்கர நாற்காலியை அவள் ஆலோசகரின் இரண்டாவது அமர்வுக்காக நகர்த்தினாள். அஞ்சலி தன் பார்வையைத் தரையை நோக்கியே செலுத்தியிருந்தாள். தாக்குதல் நடந்து ஒன்பது நாள்கள் ஆன பின்னும் அவள் தன் முகத்தைப் பார்க்கவில்லை. அவள் திரும்பத்திரும்ப ஒரு கண்ணாடியைக் கேட்டாள். ஏனெனில் குளியலறையில் எதுவும் இல்லை. ஆனால் அவளது ஆலோசகர் ஃபரீதா சைகல் இதைப் பற்றி முடிவு செய்வாள் என்று மருத்துவர் கூறிவிட்டார். அதுவரை ஸ்மார்ட் ஃபோன்கள், கண்ணாடிகள் கேமராக்கள் எதுவும் கிடையாது.

அஞ்சலிக்கு அடுத்த ஆலோசனையை அவளது அறையிலேயே வைத்துக்கொள்ளலாமா, அல்லது மருத்துவமனையின் அடுத்த பகுதியிலுள்ள ஃபரீதாவின் மருத்துவ மையத்திலேயே வைத்துக் கொள்ளலாமா என்று ஃபரீதா கேட்டிருந்தாள். அஞ்சலி பின்னதைத் தேர்ந்தெடுத்தாள். ஏனெனில் தன் அறைக்கு அப்பால் உள்ள உலகத்தைக் காண அவள் ஆவலோடிருந்தாள். சக்கரங்களுக்குக் கீழே உள்ள தரை பளபளப்பாக இருந்ததால் ஏற்படும் இலேசான மயக்கம் ஒருபுறம் இருப்பினும் அவள் தன் தலையைத் தாழ்த்தியே வைத்திருந்தாள். அவள் முகத்தைப் பார்ப்பவர்களின் கண்களைச் சந்திக்க அவள் விரும்பவில்லை. அவர்கள் ஒரு கதவருகில் நின்றார்கள். விபா தட்டினாள்.

விபாவின் சுருங்கிய முகத்தை, அவள் வெளுத்த லிப்ஸ்டிக் அவள் உதடுகளுக்கு வெளியே வந்ததை, அவள் நெற்றியிலிருந்த சுருக்கங்களை, அவள் கண்களின் கீழிருந்த குழிகளை அஞ்சலி நோக்கினாள். முன்னால் எல்லாம் தன் முகத்துக்கு மேக்-அப் போட்ட பொழுது, அஞ்சலி ஒரு பருவைக் கண்டாலும் சபிப்பாள். ஏனெனில் அது அவள் தன் சொந்தத் தோலைக் கட்டுப்படுத்த முடியாதவள் என்று உலகத்துக்குக் காட்டியது. ஆனால் இப்போது அவள் பருக்கள் கொண்டதொரு முகம், அல்லது சிவந்த படைகள் அல்லது சுருக்கங்கள்

கொண்ட முகம் எதை ஏற்கவும் எதையும் கொடுப்பதற்குத் தயாராக இருந்தாள். ஆலோசகரின் உதவியாளருடன் பேசிக் கொண்டிருந்த செவிலியின் முகத்தைப் போன்ற ஒன்றைக்கூட.

'ஹலோ, அஞ்சலி' ஃபரீதா சைகலின் அமைதியான முகமன் அவளைத் திடுக்கிடச் செய்தது.

பெரிய உருண்டை வடிவமான பெண்மணி. நரைத்த தலை. தடித்த மூக்குக் கண்ணாடி. ஒரு வெளிர் நீலநிறச் சேலை, கருப்புநிற கம்பளிச் சட்டை.

விபா அஞ்சலியை ஒரு சோஃபாவில் உட்கார வைத்தாள். ஒரு மணிநேரம் கழித்துத் திரும்பி வருவதாகச் சொல்லிச் சென்றாள்.

'ஏதாவது பானம் கொண்டுவரச் சொல்லட்டுமா?'

பானம் சிந்திவிடுவதன் சாத்தியம் அஞ்சலியை நடுங்கவைத்தது. அவள் தலையை ஆட்டினாள். ஆனால் அந்த மிகச் சிறிய இயக்கம் கூட அவள் தொண்டையை அடைத்தது. சில உலர்ந்த பொருக்குகள் மீண்டும் காயப்பட்டது போல ஆயின.

'1 முதல் 10 வரை உள்ள அளவுகோலில், நீங்கள் இன்றைக்கு எப்படி இருக்கிறீர்கள்?' ஆலோசகர் தனது நாற்காலியில் தன்னை நிமிர்த்திக் கொண்டார்.

'3.' அஞ்சலி ஃபரீதா மீது கவனத்தைக் குவித்தாள். தொண்டையின் கட்டுகள் தினவெடுத்தன. அவற்றைத் தொடும் உந்துதலைத் தடுக்க முயன்றாள்.

'இது நேற்றையதைவிட அதிகமாக இருக்கிறதே? இதைப் பற்றிப் பேச உங்களுக்கு விருப்பமா?'

அஞ்சலி எதை எப்போது சொன்னோம் என்பதை மறந்துவிட்டாள். ஒவ்வொரு மணிநேரமும் அடுத்ததில் கரைந்துவிடுவதுபோலத் தோன்றியது. காலைகள், மாலைகள், இரவுகள், வலியின் நீடித்த உணர்வு, அவள் அறைக்குள்ளும் வெளியிலும் வந்துபோய்க் கொண்டிருக்கும் மக்கள், ஊசிகள், புரோட்டீன் பானங்கள், உடலியக்கச் சிகிச்சை, கொடுங்கனவுகள். எவரைப் பற்றி நினைத்தாலும் அவர்களிடம் அவள் கேட்க விரும்பியது நிகில் ஏன் அவளைத் தாக்கினான், சிகிச்சையாளர்கள், போலீஸ் இவர்களை உள்ளடக்காமல் அவனைக் காப்பாற்ற வழி எதுவும் உண்டா என்பதைத்தான்.

'அஞ்சலி?'

'முடிந்தால் நான் நிகிலைச் சந்திக்க விரும்புகிறேன். தயவுசெய்து.'

அவள் பார்வை மார்பிள் தரைமீதே நிலைத்திருந்தது. அவள் தொண்டை உலர்ந்ததுபோல் இருந்தது. ஆனால் தண்ணீர் கேட்க மாட்டாள். அவள் மகன் மட்டும் வேண்டும். அவன் கண்களில் பார்க்க வேண்டும். அங்கு என்ன இருக்கிறதென்று அறிய வேண்டும். அவனிடம் அவளுக்கு பயமாக இருந்தது, சென்ற வாரம் போலவே.

'கொஞ்ச காலம் போக வேண்டும்' ஃபரீதா தன் இருக்கையில் அசைந்தாள்.

'உங்கள் மகனுக்கு ஆட்டிசமா?'

அஞ்சலி தலையசைத்தாள்.

'அப்படியானால் புரிந்துகொள்வீர்கள், இந்தச் சூழ்நிலையில், அவன் கொஞ்சம் கலக்கத்தில் இருக்கிறான்.'

ஆம். வருணைத் தாக்கும் அளவுக்குக் கலக்கம். அவன் இவனைப் போல இரண்டு மடங்கு அளவு. இவனைக் கூழாக்கிவிடும் வலிமை. இது நிகில் போலவே தோன்றவில்லை. வருண் எப்போதுமே நிகிலைத் தூண்டிவிட்டுக்கொண்டிருந்தான். ஆனால் சில வருடங்களாக அதை எப்படிச் சமாளிப்பது என்று நிகில் தெரிந்து கொண்டிருந்தான். அவனது சிகிச்சை இறுக்கமிக்க சூழல்களில் எப்படி அதைக் கையாளுவது என்று கற்றுத் தந்தது. எப்படி கண்ணுடன் கண் நோக்குதல், முறுவல்கள், ஜோக் அடிப்பது போன்ற நரம்புசார் நடத்தைகளைப் போலி செய்வது. முரட்டுத்தனம் என்பது அண்மைக் காலத்தில் ஏற்பட்ட நடத்தை. மாலில் ஓடிப்போனது, நாய்க்குட்டிச் சம்பவம், காரில் அவளுடன் சண்டை போட்டது. அவன் உன்னைத் தாக்கிவிட்டான் அஞ்சலி, அது பற்றி என்ன சொல்வாய்? அம்மாவின் குரல் அவளைக் கேலிசெய்தது.

'நீங்க நல்லாயிருக்கிறீர்களா?'

'ஆமாம்'

'நான் சொல்லிக் கொண்டிருந்ததுபோல, நிகிலைச் சந்திப்பதற்கு முன்னால் கொஞ்சம் தாமதிப்போம். நீங்க உங்க அம்மாவுடன் பேசவேண்டும் என்று கேட்டீர்களாமே?'

'மாயா உங்களிடம் பேசினாளா?'

'நான் மாயா, யதீன் இருவருடனும் பேசினேன்.'

மெய்தான். காய அதிர்ச்சி ஆலோசனையில் உதவி செய்வதற்காக ஃபரீதா அஞ்சலியின் குடும்பத்துடனும் நண்பர்களுடனும் பேசுவாள்.

'புரிகிறது'

'நீங்க உங்க அம்மாவுடன் தொடர்பைப் புதுப்பித்துக்கொள்வது பற்றி மாயா கவலைப்படுவதாகத் தெரிகிறது.'

'என்னுடனும் நிகிலுடனும் நடத்திய ஆலோசனைப் பகுதிகளின் படி, டாக்டர் பல்லா, என் அம்மாவுடன் எனக்குள்ள உறவைப் புரிந்துகொள்வது பற்றி யோசிக்குமாறு அடிக்கடி கூறியிருக்கிறார்.'

நிகில் பற்றியும் அவன் சிகிச்சை பற்றியும் மேலும் கேட்பாள் என்று அஞ்சலி நினைத்தாள். ஆனால் ஃபரீதா அம்மாவைப் பற்றியே பேசினாள்.

'அந்தம்மா எப்படிப்பட்ட மனிதர்?'

அம்மா. உன் தலைமையாசிரியையே அன்புசெய்வதில் அவளை விட மேல் என்று ஆக்கிவிட்ட ஒருத்தியை எப்படி வருணிப்பது? அவளுக்கு உண்மையில் அம்மாவைத் தெரியாது. அவளுடைய குழந்தைப் பருவத்தைப் பற்றித் தெரியாது. எப்படி அவள் தன் கணவன் அசோக் குப்தாவைச் சந்தித்தாள் என்பது பற்றியும் தெரியாது. பிற தாய்மார்கள் செய்தது போல அஞ்சலியின் குழந்தைப் பருவத்தைப் பற்றிய செய்திகளையும் அவள் அம்மா ஊட்டி வளர்க்கவில்லை. அவள் உரக்க அடிக்கடி பேசுவது ஒரே ஒரு விஷயத்தைப் பற்றித்தான்—அஞ்சலியின் குறைபாடுகள்.

'கடுப்பாக இருந்தாள். நான் என் அத்தையுடன் நன்றாகப் பிணைந்தேன்.

'ரொம்ப கண்டிப்பானவள். மகிழ்விப்பது எளிதல்ல. என்னுடைய ஆண்ட் உடன் நல்ல தொடர்பில் இருந்தேன்.'

'ஆண்ட் என்றால், உங்கள் அப்பாவின் சகோதரியா?'

'இல்லை. என் அம்மாவின் சகோதரி. சித்தி. அவள் பெயர் விவியன்.'

பத்து ஆண்டுகளுக்கு முன்னால் விவியன் நுரையீரல் புற்றுநோயால் இறந்துவிட்டாள். இவர்களுடைய ஃபுளோரிடா வீட்டிற்கு அவள் ஒவ்வொரு ஜூலை நான்காம் தேதியும் வருகைதருவது வழக்கம். திருமணமாகாதவள். குழந்தைகளும் இல்லை. கூர்த்த, நிறம் ஊட்டிய கூந்தல். எங்கு பார்த்தாலும் துளைகள். முப்பது வயதில் விவி சித்தி ஒரு பள்ளிப் பெண்ணைப் போல நடந்துகொண்டாள். விவி சித்தியின் முதுகுக்குப் பின்னால் அவளைப் பற்றிப் பேசுவது அம்மாவின் வழக்கம். சீ எப்படி உடை உடுத்துகிறாள், வெட்கமே கிடையாது, இவ்வளவு ஆழமாகவா ஜாக்கெட் கழுத்து இருக்கும்? ஏன் அவள்

224 ❋ உன் தோளுக்கு அடியில் நீ

தன் வயதுக்குத் தகுந்த மாதிரி உடையுடுத்தக்கூடாது?

'ஏன் நீங்கள் உங்கள் அம்மாவைவிட்டு அவளிடம் ஒத்துப் போனீர்கள்?'

'அவ தமாஷா இருப்பா. பேசறது ஈஸி. அவ பொருளையெல்லாம் நான் முயற்சி பண்ண உதவி செய்ஞ்சா. எனக்குப் பரிசுப் பொருள்கள் வாங்கி வருவா.'

'உங்க அம்மா பத்தி உங்க மிகப் பழைய ஞாபகம் என்ன?'

அஞ்சலி கண்களை மூடிக்கொண்டு ஏதாவது மகிழ்ச்சியான ஞாபகம் கிடைக்குமா என்று தேடிக்கொண்டிருந்தாள். ஆனால் அவளுக்கு ஞாபகம் வந்ததெல்லாம், அவள் அம்மா அவள் காதைப் பிடித்து சமையலறையிலிருந்து இழுத்துவந்த நிகழ்ச்சி தான். அஞ்சலி ஒரு ஸ்டூலைப் போட்டு ஏறி அலமாரிகளில் இருந்த குக்கீ ஜாடியில் தலையைவிட்டாள். அவளுக்கு அப்போது வயது நான்கு.

32

வருண் தனது பைக்கில் மறைந்துபோய் தாத்தா-பாட்டியுடன்
பதுங்கிக்கொண்ட பிறகு இரண்டு நாள்களாக யதீன் தன் மகனைக்
காணவில்லை. மூடுபனி மூடியிருந்த விமானம் புறப்படும் முனையில்
வருணுக்காக அவர் காத்திருந்தார். மங்கலான விளக்குகள் நிலையம்
முழுவதையும் மங்கிய செபியா, கருப்பு நிறங்களில் பழைய
பாலிவுட் திரைப்படத்தின் செட்டைப் போல ஆக்கிவைத்திருந்தன.
ஓரிரண்டு பயணிகளை அனுப்ப கார்களில் டஜன் கணக்கில் ஆட்கள்
வந்து இறங்கினர். ஒரு ஜோடியை அனுப்பக் குடும்பங்கள் முழுவதும்.
வருணை அனுப்ப அவ்வாறே மேஹரா குடும்பம் முழுவதும் வரும்
என்று யதீன் நம்பவில்லை. வருண் தன்னைப் பற்றி என்ன
நினைத்தான் என்று அவரால் கற்பனை செய்ய இயலவில்லை.
வருணைச் சிறு குழந்தையாகக் கையில் அணைத்த நாளுக்குப் பிறகு
இன்று அவர்தான் அவனுக்கு ஒரு மோசமான உதாரணமாக
இருந்திருக்கலாம் என்று நினைத்தார்.

வருண் தனது திருமணத்திலிருந்து விலக மாட்டார்—ஏனென்றால்
அவன் பெற்றோரின் விருப்பத்தின் அடிப்படையில் ஒரு பெண்ணைத்
தேர்ந்தெடுக்க வேண்டியதில்லை, அல்லது அவள் தனது தொழிலுக்கு
எவ்வளவு நன்றாக இருப்பாள்? யதீன் தன்னைத்தானே சமாதானப்
படுத்திக் கொண்டான். இந்த எண்ணம் வந்தாலும், அது பொய் என்று
இப்போது தெரிந்தது. திருஷ்டியை அன்புக்காகத் திருமணம்
செய்திருந்தாலும் அவரால் அஞ்சலியுடனான உறவைத் தவிர்த்திருக்க
முடியாது. தான்தான் தனக்கு எப்போதும் பிரச்சினை. யதீன். அவரால்
அவர் வாக்குறுதிகளை நிறைவேற்ற முடியவில்லை.

தான் காத்திருப்பதாக வருணுக்குச் செய்தி அனுப்பினார். ஆனால்
பதில் இல்லை. அவர் ஒளிபடுமாறு நின்ற இடத்தில் வருண்
அவரைத் தவறவிட வாய்ப்பில்லை. முனையம் ஓரளவு கும்பலாக
இருந்தபோதும்கூட, அவர்கள் ஒருவரை ஒருவர் தவறவிட வாய்ப்பே
இல்லை. தான் நின்ற இடத்திலிருந்து கொஞ்ச தூரத்திலேயே

226 ✱ உன் தோளுக்கு அடியில் நீ

மேஹரா கார் வந்து நிற்பதைக் கண்டார். அவர் காரை நோக்கி நடந்தார். வருண் ஒரு பின்மூட்டையுடனும் சிறிய சூட்கேசுடனும் அதிலிருந்து வெளியேறுவதையும் கண்டார்.

யதீன் தன் மகனைக் கூப்பிட்டார், ஆனால் அவன் திரும்பவில்லை. அடுத்ததாகக் காரிலிருந்து திருஷ்டி, கண்களில் நீருடன் இறங்கினாள். அவள் யதீனைப் பார்த்தபோது வழியிலேயே யதீன் நின்றுவிட்டார். அவள் வருணுடன்தான் இருந்திருக்கிறாள். ஏற்கெனவே அவளுக்குச் சொல்லியதற்குமேல் வேறு என்ன சொல்வதென்று அவருக்குப் புரியவில்லை. முன்பே மன்னிப்பும் கேட்டு, அவளையே மண விலக்குக்கான நிபந்தனைகளையும் சொல்லச் சொல்லிவிட்டார். மறுபடியும் அவர் வருணை நோக்கித் திரும்பியபோது அவன் வாயிலுக்குச் சென்றுவிட்டான், அவன் ஆவணங்களைச் சோதனைக்கு அளித்துக் கொண்டிருந்தான். யதீன் வருணைக் கூப்பிட்டு நிற்குமாறு சொன்னார். ஆனால் அவன் திரும்பவோ நிற்கவோ இல்லை. தன் தாய்க்குக் கையசைக்கவும் இல்லை. யதீன் அவனை நோக்கி ஓடியபோது அவன் முனையத்தினுள் நேராகச் சென்றுவிட்டான். இந்திய விமான நிலையங்கள் எல்லாரையும் சோதனைக் கவுண்ட்டர் வரை வருவதற்கு அனுமதிக்க வேண்டும் என்று விரும்பினார். ஆனால் அப்படி இல்லை. அவரால் ஒரு ஏர்போர்ட் டிக்கெட் வாங்கிக் கொண்டு நுழைய முடியும், ஆனால் வருண் ஒரு பள்ளிக்கூடப் பயணத்தில் இருந்தான். அவனைச் சுற்றி நண்பர்கள் கூட்டம் இருக்கும். அதனால் அது வருணைச் சங்கடப்படுத்தும். அது அவர் வேலைக்கு உதவாது. அவர் தன் மகனைப் புண்படுத்திவிட்டார். அதற்கான பலனை அனுபவித்துத்தான் தீரவேண்டும். யதீன் திரும்பி தன் காரை நோக்கி நடந்தார்.

***

யதீன் ஏர்போர்ட்டிலிருந்து நேராக எல்.கே. மருத்துவமனைக்குச் சென்றார். அஞ்சலியின் மருத்துவர் ஒரு சந்திப்புக்காக நேரம் கேட்டிருந்தார். அன்று இரண்டாவது முறையாக, யதீன் காத்திருந்தார். டாக்டர் சிங்-கின் நாற்காலிக்குப் பின்புறம் சுவர் முழுவதும் சட்டமிட்ட சான்றிதழ்கள், பாராட்டுரைகள் மூடியிருந்தன. யதீனுக்கு அது தனது அலுவலகத்தை நினைவூட்டியது. தனது வழுக்கை மண்டை அறையின் வெள்ளை ஒளியில் பளபளக்க டாக்டர் சிங் உள்ளே நுழைந்த போது, யதீன் எழுந்துநின்று அவரை வரவேற்றார். அஞ்சலியின் உயிர் இந்த ஆளின் கையில் இருந்தது. அஞ்சலியின்

முகத்தை ஒரு முகமூடியால் தற்காலிகமாக மூடியிருக்கிறோம் என்றார் டாக்டர் சிங். அவள் குணமாவதற்கு உதவுவதற்காகவும் அதைத் தொற்றிலிருந்து காப்பதற்காகவும் கொடையாளிப் பிணங்களின் தோல் ஒன்றாகத் தைக்கப்பட்டு அவள் முகத்தின் மீது வைக்கப்பட்டது.

'செத்துப்போனவர்களா? அது மேலும் அதைக் கெடுத்துவிடாதா?' என்றார் யதீன்.

'நாங்கள் என்ன செய்கிறோம் என்பதைத் தெரிந்துதான் செய்கிறோம், கமிஷனர் சாப்' டாக்டர் சிங் சிரித்தார், யதீனின் கையைத் தட்டிக் கொடுத்தார். 'கவலைப்படாதீர்கள். இந்த முகக்கவசம் அவள் உடலை வெப்ப இழப்பிலிருந்து காப்பாற்றும். இன்னும் பத்து நாள் அளவில் அதை நாங்கள் நீக்கிவிடுவோம். அடுத்து அவள் முகத்தை மற்றொரு முக்கிய ஆபரேஷனுக்குத் தயார்ப்படுத்துவோம்.'

'மற்றொரு ஆபரேஷனா? இவ்வளவு விரைவிலா?'

அவளுக்குப் பல ஆபரேஷன்கள் செய்யவேண்டி நேரிடலாம். இப்போது அவள் நிலவரம் நிலைப்பட்டுவிட்டதால் அவற்றை விரைவிலே தொடங்குவது நல்லது. அப்போதுதான் குணமாதல் காலம் குறையும். அதற்குப் பிறகு முழுவதும் ஒரு தோல் பதிலியை நாங்கள் முயற்சி செய்வோம்.' கடினமான செய்தியைச் சொல்ல வரும்போது டாக்டர்கள் அணிந்துகொள்ளும் எல்லாம்-தெரிந்த-பாவனையை டாக்டர் சிங்கும் மேற்கொண்டிருந்தார்.

'அது என்ன?'

'அவள் காயங்கள் ரொம்ப ஆழமானவை.' டாக்டர் சிங் தனது ஆய்வகக் கோட்டை இழுத்துவிட்டுக் கொண்டார். 'அவள் உடம்பிலிருந்து மட்டுமே தோல் ஒட்டுகளை எடுத்து முகத்தை மீட்டுருவாக்குவது இயலாது. ரொம்ப அதிகமான காயங்கள், வலி ஏற்படும். ஒரு தோல்-பதிலி என்பதன் விலை அதிகம். ஆனால் அது அவள் முகத்திலுள்ள பள்ளங்களை நிரப்புவதில் உதவும், எங்களுக்கு அவள் சொந்தத் தோல் ஒட்டுகளை வைக்க ஒரு சட்டகம் கிடைக்கச் செய்யும்.'

டாக்டர் தனது கைகளை அவரது கண்ணாடிச் சட்டமிட்ட மேஜைமீது குவித்து வைத்திருந்தார். அந்த அலுவலகம் சுத்தப்படுத்தும் திரவங்கள், பழைய நறுமணப் பொருள் ஆகியவற்றின் மணத்தால் நிறைந்திருந்தது. யதீன் வெளியேற நினைத்தார், ஆனால அஞ்சலி பற்றிய முக்கியமான கேள்வி ஒன்றை அவர் கேட்க வேண்டியிருந்தது.

228 ❋ உன் தோளுக்கு அடியில் நீ

'அவள் முன்னைப் போல தோற்றமளிப்பாளா?'

அஞ்சலி தன் முகத்தை நேசித்தாள். அழகுபடுத்துவதில் மணிக் கணக்காகச் செலவிட்டாள். மேக்-அப் இல்லாமல் அவள் முகத்தை அவர் கண்டதே இல்லை. விடியற்காலை ஐந்து மணிக்கு அவரைச் சந்திக்க வரும்போதுகூட. அவள் முகம் என்ன ஆகியிருக்கிறது என்பதைக் கண்டால் அவள் செத்தே போய்விடுவாள்.

'ரொம்ப கஷ்டமான கேள்வி' டாக்டர் சிங்கின் முகம் மேலும் அலுவல் ரீதியானதாக மாறியது. 'நாங்கள் ஒரு சந்தர்ப்பத்தில் ஒரு நடவடிக்கை மட்டுமே எடுப்போம். அவளை ஒரு செயற்கைக் கோமாவில் ஆழ்த்த உங்கள் அனுமதி வேண்டும்.'

கோமா. அதிலிருந்து அவள் ஒருவேளை மீளமுடியாமல் போகலாம். அது அவளை சேதப்படுத்தலாம். தனக்குள் அதிகரித்துவரும் இறுக்கத்தை நீக்க யதீன் தனது கழுத்தை நீட்டிமுறித்தார்.

'கோமாவில் இல்லாவிட்டால் அவளுக்கு மிகமிக வலி அதிகமாக இருக்கும். நன்கு குணமாக வேண்டுமானால் அவள் அசையாமல் இருக்கவேண்டும்.'

ஒவ்வொரு அறுவைக்குப் பின்னும் அவள் மேம்படுவாள் என்று டாக்டர் சிங் உறுதி கூறினார். அஞ்சலியின் மீட்பு பற்றியும், அறுவைசிகிச்சைகளுக்கு எவ்வளவு செலவாகும், அவர்கள் என்ன விதமான வரிசைமுறையைப் பயன்படுத்துவார்கள் என்பது போல யதீன் மேலும் மேலும் கேள்விகள் கேட்டபோதும் மகிழ்ச்சி தோன்றவே இருந்தார்.

விடைபெறும்போது, 'அவளைப் பார்க்கும்போது உங்கள் உணர்ச்சிகளைக் கட்டுப்படுத்திக் கொள்ளுங்கள்' என்றார் டாக்டர். 'அவள் தன்னைத் தனது நண்பர்கள், குடும்பத்தினர் கண்கள் வாயிலாகக் காணக்கூடும்.'

'தன் காண்டாக்ட் லென்சுகளை அவள் விரைவில் அணியக்கூடுமா?'

'கூடாது' பெருமூச்செறிந்தார் டாக்டர். ஆனால் கண்மருத்துவர், அவள் இடது கண்ணில் ஒரு லாசிக் சர்ஜரி செய்ய முடிந்தது. அடுத்த கண்ணுக்கும் விரைவில் செய்வார்கள்.'

ஆக, அஞ்சலி முன்னைவிட நன்றாகக் காணக்கூடும். அவள் அறையில் கண்ணாடிகள் அனுமதிக்கப்படாததற்குக் கடவுளுக்கு நன்றி.

***

உன் தோளுக்கு அடியில் நீ ❖ 229

அஞ்சலியின் அறையை நோக்கி தாழ்வாரத்தில் யதீன் நடந்த போது முகத்தில் மருத்துவ முகக்கவசத்தை மாட்டிக்கொண்டார்.

அஞ்சலி தன்னால் இயன்ற அளவு நன்றாகச் சாப்பிட வேண்டும், அப்போதுதான் அவள் குணமாவது விரைவுபடும் என்று டாக்டர் சிங் கூறியிருந்தார். யதீன் தான் வழக்கமாக விரல்கணுக்களை வைத்துக் கதவைத் தட்டுவதைப்போல இப்போதும் தட்டினார். ஆனால் அஞ்சலி அவர் ஹோட்டல் அறையில் ஷவரில் இருந்தாள். அவளுக்கு அது புரியுமா?

கிருமிநாசினியின் பலமான நாற்றத்தை ஏர்-ஃபிரெஷனரால் மாற்ற முடியவில்லை. இன்னமும் ஒரு தொற்று ஏற்பட்டால் அவள் இறந்துவிடும் நிலையில்தான் இருந்தாள்.

'ஜெல்லி?' அவள் படுக்கையை நோக்கி அவர் நடந்தார்.

அவள் கண்கள் மூடியிருந்தன.

'ஜெல்லி, நான்தான்.'

நல்லவேளை, அவள் இதுவரை கண்களைத் திறக்கவில்லை. அவள் தூங்கும்போதுதான் தினமும் அவளைக் காண வருவார். அவள் சரியாகிவிடுவாள் என்று உறுதிப்படுத்திக்கொள்ளத் தேவையான சில கணங்கள் மட்டுமே அவர் அங்கு இருப்பார். முதன்முதல் அவளை அங்கு பார்த்தபோது யதீன் திரும்பி ஓடிவிட வேண்டும் என்று நினைத்தார். ஆனால் நின்று அவளைப் பார்க்கவே செய்தார். அவள் தொண்டையில் குழியாகி உரிந்துவந்த தோல். உதடுகள் இருந்த இடத்தில் தோல் பொருக்குகள். தாடையில் போடப்பட்டிருந்த கட்டுகள். கருத்துப்போய்விட்ட நெற்றி. ஏறுமாறாக குண்டும் குழிகளாகக் காணப்பட்ட தலையில் கூரான கருத்துப் போன பொன்னிறத் தலைமயிர். தோலும் கட்டுகளும் மாறிமாறித் தென்பட்ட ஒட்டுவேலை. மீனின் செதில்கள் போன்ற கைகள். ஒரு கரிந்து போன முறுக்குண்ட கடல்கன்னி. ஆனால் உள்ளில் இருந்ததெல்லாம் அஞ்சலி, அவரது பளபளக்கும் பொன்னிறப் பெண். அவள் சிரிக்கும் போது அவள் உதடுகள் சற்றே இடப்புறம் விசித்திரமாக ஒதுங்கும். கன்னத்தில் குழி விழும். அதைத் தடவிக்கொடுக்க நினைப்பார். அவருடைய வெற்று மார்பின்மீது அவள் விழும்போது, அவரது மார்பின் மீது அவள் கூந்தல் இலேசாகப் படருவது அவளுக்கு கிசுகிசுப்பை மூட்டும். அவள் உச்சுக் கொட்டுவாள். அவளுடைய சிரிப்பு அவர் மார்புக்கு வெளியில், அவள் மார்புக் குள் ஒலிக்கும்.

அவர் கைகளில் அவள் நெளிந்து திரும்பியபோது அந்தக் கூர்த்த மார்புகள் உருண்டு அசையும். யதீன் அந்த ஞாபகத்தில் புன்முறுவல் செய்தார்.

அவள் அவரைப் பார்த்தபோதும் அவர் தன் கண்களில் இருந்த சிரிப்பை மாற்றவில்லை.

'நான் உனக்குக் காலை உணவு கொண்டுவந்தேன்'

'நீங்க...இங்கே' எழுந்து உட்கார முயன்றாள். 'கடைசியாக'

'பொறு' ஒவ்வொரு முறையும் அவள் முனகல் வெளிப்படுகிறதா என்று பார்த்தவாறு அவர் கொஞ்சம் கொஞ்சமாக லீவரை சரிசெய்து படுக்கையை உயர்த்தினார். சாப்பிடும்போது நோயாளி நிமிர்ந்துதான் உட்கார்ந்திருக்க வேண்டும் என்று நர்ஸ் கூறியிருந்தாள். மருத்துவ மனை விதிகளுக்கு முற்றிலும் மாறாக இந்த ஒருமுறை மட்டும் விதிவிலக்கு என்று சொல்லி பரோட்டாவை அனுமதித்திருந்தாள். அஞ்சலியின் பசியைத் தூண்டுவதற்கு ஒரு தொற்று ஏற்பட்டாலும் பரவாயில்லை என்பதாக அவர்கள் நினைத்தார்கள். ஏனென்றால், அவளுக்கான உணவு அளிக்கும் குழாயைச் சென்ற வாரம் நீக்கிய திலிருந்து அவள் தன் இழந்த திசுக்களை மீட்டுருவாக்குவதற்கான அளவு அவள் உண்ணவில்லை.

'இத்தனை நாளா எங்கிருந்தீங்க?'

அவரால் பதில் சொல்ல இயலவில்லை. எனவே அவர் உணவுப் பொட்டலத்தைப் பிரிப்பதில் தன்னை ஈடுபடுத்திக்கொண்டார்.

'வழக்கமா சாரி சொல்றது மாதிரி இல்ல, சரியா?' என்றாள் அஞ்சலி. 'நிகில் எப்படியிருக்கான்? வருண் நல்லாயிருக்கானா?'

'ரெண்டு பேரும் நல்லாயிருக்காங்க' யதீன் ஒரு பரோட்டாவையும் பிளாஸ்டிக் ஸ்பூன்களையும் எடுத்தார். 'நான்தான் இதோ இருக்கேனே.'

'மாயா ஏன் என்மேல கோவமாயிருக்கா?'

'முதல்ல நாம சாப்பிடுவோமா? நான் இன்னும் சாப்பிடல்ல.'

தான் நிர்தாட்சணயமாக இருப்பதுபோல அவருக்குத் தெரிந்தது. ஆனால் அவளுக்கு எந்த அதிர்ச்சியும் வரலாகாது என்று டாக்டர் சொல்லியிருந்தார். முகத்தைச் சற்றே தீவிரமாக வைத்துக்கொண்டு, ஒரு பரோட்டாவைச் சிறுசிறு துண்டுகளாக வெட்டி, அவற்றைத் தயிரில் தோய்த்து அவளுக்கு ஒவ்வொன்றாக ஊட்டினார். அவளது உரிந்த முகவாய்த் தோலின்மீது அல்லது உதட்டின் மீது உணவு சிந்தக் கூடாது. அவள் உதடு இப்போது பாதி குணமான பெரிய காயம்

உன் தோளுக்கு அடியில் நீ ❋ 231

போல இருந்தது. அவர் அணிந்திருந்த மருத்துவ முகமூடி அவர் உணர்ச்சிகளைப் பெருமளவு மறைத்தது பற்றி அவர் மகிழ்ச்சி கொண்டார்.

சின்னஞ்சிறு குழந்தையாக மாயாவுக்கும், பிறகு வருணுக்கும் ஊட்டிய போது அவளோடு உரையாடிக்கொண்டிருந்தது போல இப்போது உரையாடினார். எப்படி வெளியில் ஒரே குளிராக இருக்கிறது, எப்படி அவருடைய பணியாளர் ஒருவர் தனக்கு இரட்டை ஆண்குழந்தை தரித்தபோது இனிப்புகள் கொண்டுவந்தார் என்றெல்லாம் பேசிவிட்டு பிறகு நிகில் பற்றித் திரும்பினார். அவன் சந்தேகத்துக்குரியவன் அல்ல, அவளுக்கு என்ன பைத்தியமா? குஸூம் தன் விசாரணையை முறைப்படி செய்ய வேண்டியிருந்தது, அவ்வளவு தான். மாயா, தன் வேலையிலும், வீட்டிலும், மருத்துவ மனையிலும் எவ்வளவு சிரமப்பட்டாள் என்று சொல்லி, அதனால் அவள் சிலநேரம் கோபமாக இருந்தாள், அதைப் பற்றிக் கவலைப்பட ஒன்றுமில்லை என்றார்.

திருஷ்டியைப் பற்றியோ, வருணைப் பற்றியோ அவர் பேச வில்லை. ஒரு கூடைநிறைய வெள்ளைப் பொய்கள். ஆனால் வேறுவழியில்லை. அவள் அமைதியாக இருக்கவேண்டும், சாப்பிட வேண்டும். அவ்வளவுதான்.

'இப்ப நீ ஃபுல்லா சாப்பிட்டுட்ட' அவளது காலித்தட்டைக் கீழே வைத்தார். இன்னொரு தட்டை எடுத்தவாறு, 'நானும் சாப்பிடட்டுமா?' என்றார்.

படுக்கையில் அவள் இருந்ததால் அவளை கேலிசெய்வதற்காகவே இப்படிக் கூறினார். இருவர் மனத்திலும் உணவு என்பது பற்றி அறவே எண்ணம் இல்லை.

'சரி' அவள் தன் எலும்புக் கைகளை மார்புக்கு உயர்த்தினாள். அவர் தனது ஆரோக்கியமான, காயமற்ற உள்ளங்கைகளை உற்று நோக்கினார், அஞ்சலியின் கைகள் அவற்றில் இருப்பதாகக் கற்பனை செய்தார். நீண்டு குவிகின்ற விரல்கள், அழகாக வெட்டப்பட்ட நகங்கள். படுக்கையிலிருந்து அவர் திரும்பினார். அவர் தன்னைச் சாப்பிட வைத்தாக வேண்டும், முன்பெல்லாம் அறைக்கு உணவை வருவித்தது போல இப்போதும் ஓர் இயல்பான உரையாடலை உருவாக்க வேண்டும்.

படுக்கையிலிருந்து தொலைவில் தன் தட்டை வைத்தார், உண்பதற்காக முகக் கவசத்தை நீக்கினார்.

'ஹிரிதயோக் பற்றி மாயா சொன்னாள்' என்றாள் அஞ்சலி. திரு. லாஹிரியுடன் எவரேனும் பேசினார்களா?'

'இது இப்போது நடக்கின்ற ஒரு புலனாய்வு. அதைப் பற்றி நாம் இப்போதே பேச முடியாது. ஏதாவது விஷயம் தெரிந்தால் உனக்குச் சொல்றேன்.'

அவரால் ஏன் குற்றவாளியை இன்னமும் கண்டுபிடிக்க முடிய வில்லை? பலமான உள்நோக்கம் ராதேவுக்குத்தான் இருந்தது, ஆனால் அவனைத் தாக்குதல் நடந்த காட்சியில் ஒரு சாட்சியும் காண வில்லை. மாறாக நிகில்...

'நீங்க நல்லாயிருக்கீங்களா?' அஞ்சலி படுக்கையிலிருந்து முன்னோக்கிச் சாய்ந்தாள். ஆனால் அவள் முகத்தின் மாறாத முக மூடியின் ஊடாக அவரால் எதையும் உணர முடியவில்லை.

'ஃபைன்' அவளிடம் முறுவலித்தார்.

முன்னாள் மாலை திருஷ்டியுடன் நடந்த சண்டை பற்றியும் அவரை இரவுகளில் விழித்திருக்கவைத்த பெரிய முட்டியின் அளவுள்ள வலி பற்றியும் தான் உறங்கியபோதெல்லாம் அவள் முகத்தைப் பற்றி ஆழ்ந்த கொடுங் கனவுகள் பற்றியும் அவளிடம் சொல்ல நினைத்தார். வியாகூலம் ஏற்பட்ட போதெல்லாம் அவரை உற்சாகப்படுத்துவது அவள் வழக்கம். இப்போது அஞ்சலி விரும்பினாலும் விரும்பா விட்டாலும் அவள் பக்கத்தில் நிற்க நினைத்தார். அப்படி அவர் நிற்காமல், தன் வேலையைப் பற்றி மட்டும் கவலைகொண்டால், அவர் கசப்பான, வன்மம் கொண்ட, அடாவடி ஆளாக, ததாகத சத்ய ப்ரகாஷ் பட்டாக, தன் தகப்பனாராக, மாறிவிடுவார். யதீனாக இருக்கமாட்டார். முதல்முதலாக சில பத்தாண்டுகள் முன்னர் அவர் அஞ்சலியின் பதின்வயது முகத்தைக் கண்டபோது அவர் அதை சோகமான, மிக வலுவான தாடைகொண்ட, நீண்டு பார்க்கின்ற, அழகான முகமாக உணர்ந்தார். ஆனால் அடுத்த கணம், அவள் சிரிப்பின் ஒளி அவரை நிலைத்துப் பார்க்க வைத்துவிட்டது. அந்தச் சிரிப்பு போய்விட்டது. அந்த முகம் இப்போது செத்த பிணங்களின் தோலினால் மூடப்பட்டிருக்கிறது. பசியின்மை, பரோட்டாவை அவர் வாயில் பழைய தோல் போல உணரச் செய்தாலும் சாப்பிட்டுக் கொண்டே இருந்தார். அவள் பேசுவதை அவர் கேட்க வேண்டும்— கொஞ்சம் உரசலான தன்மை இருந்தாலும் அவள் குரல் இன்னும் அப்படியேதான் இருந்தது.

'நீ உன் அம்மாவிடம் நிஜமாவே பேச விரும்பறயா?'

உன் தோளுக்கு அடியில் நீ ✦ 233

'ஆமாம்.'

'இவ்வளவு வருஷம் கழிச்சி எதுக்கு? அதுவும் இப்ப ஏன்?'

'சொந்தக் காரணம் இருக்கு.'

'நேத்து ராத்திரி அவ எங்கிட்ட பேசினா.' தன் உணவுக்கிடையில் யதீன் பேசினார். 'உங்கப்பா இறந்ததிலிருந்தே உங்கிட்ட பேசணும்னு விருப்பமா இருந்திருக்கா. ஆனா உங்கிட்ட தானே வந்து பேசணுமாம்.'

'நேரா பேசணுமா?' அஞ்சலி எழுந்து உட்கார்ந்தாள்.

'ஆமாம்.'

அஞ்சலி அசைவற்றுப் போனாள். 'சிலை' என்ற விளையாட்டை மாயாவுடன் சேர்ந்து விளையாடியதை யதீன் நினைவுகூர்ந்தார். கையாள முடியாத அளவு மாயாவின் சேட்டை போகும்போது அவளிடம் இதைப் பயன்படுத்துவார். ஆறு வயது மாயா உறைந்து நிற்பாள், அவர் அவள் பின்னலைப் போடுவார் அல்லது ஷூ நாடாக்களை முடிவார். அதுவரை அவள் அசைய முடியாது. அஞ்சலி இப்போது சிலையானாள். சில பத்தாண்டுகளுக்கு முன்பு 'தளர்ச்சியடை' என்று மாயாவிடம் சொன்னதுபோல், இப்போது சொல்ல நினைத்தார்.

'ஜெல்லி?'

'ஆமாம், என்னுடன் முகத்தோடு முகம் நேராகப் பேச விரும்புகிறாள். ஆனா எனக்குத்தான் முகம் இல்லை'

'சாரி ஜெல்லி, நீ அவளிடம் ஃபோனில் பேசுவதாகச் சொல்லி விடுகிறேன்.'

'நான் எப்படி இருக்கிறேன் என்றுகூட எனக்குத் தெரியலை. உங்களுக்குத் தெரியுமா? உங்க ஃபோனை எனக்குத் தர முடியுமா?'

'டாக்டர்களின் ரூல் பற்றி உனக்குத் தெரியும்.'

'சரி. அப்படீன்னா, நான் அவளைப் பார்க்கிறேன்னு அம்மாவிடம் சொல்லிவிடுங்க'

யதீன் அஞ்சலியை உற்று நோக்கினார். அவள் முகத்தில் உணர்வுகள் இல்லாமல் போய்விட்டன. ஆனால் அவள் கண்களில் ஒரு பயங்கர ஒளி தெரிந்தது. ஏனெனில் அஞ்சலியை அவர் பார்த்தவரை, அவளுக்குப் பதினைந்து வயதானபோதுகூட, அவள் அம்மாவைவிட்டு ஓடவே செய்தாள். அவள் அம்மா ஒரு அறையில் நுழைந்தால் அதைவிட்டு ஏதாவது சாக்குச் சொல்லி வெளியே ஓடிவிடுவாள். அவள் அம்மாவைவிட்டுத்தான் இந்தியாவுக்கு

234 ❋ உன் தோழுக்கு அடியில் நீ

ஓடிவந்தாள். தன் அப்பாவுக்காகத் தொலைவிலிருந்து கவலைப் பட்டாள். ஏனென்றால் அவள் முகத்தில் விழிக்க விரும்பவில்லை. தன் வாழ்க்கையின் நோக்கமாகவே அம்மாவைச் சந்திக்கக் கூடாது என்றிருந்த அவள், இப்போது அவளையே சந்திக்க விரும்புவதாகச் சொல்கிறாள். தன்னால் அஞ்சலியை ஒருபோதும் புரிந்து கொள்ளவே முடியாது.

'மெய்யாகவா?'

'ஆம்ாம். டிக்கெட்டு புக் செய்யும்படியாக அவளிடம் சொல்லி விடுங்கள்.'

யதீனுக்கு அஞ்சலியின் பெரும்பாலான இரகசியங்கள் தெரியும். இதைப் பற்றியும் விரைவில் அவர் தெரிந்துகொள்வார்.

33

நிகில் ஃபரீதாவின் கிளினிக்குக்கு வருவதற்காக அஞ்சலி காத்திருந்தாள். அவன் கதவருகில் அமைதியாக தன் காலைப் பார்த்தவாறு நின்றான். இப்போது மேலும் ஒல்லியாகவும் உயர மாகவும் தோன்றினான். அவன் மணிக்கட்டுகள் ஸ்வெட்டருக்குள் தெரிந்தன. இடக்கையை உதறினான். வலக்கையில் ஒரு அழுத்துப் பந்தை வைத்திருந்தான். சில வாரங்களுக்கு முன்னால் அவள் வாங்கித் தந்த கருப்பு ஷூக்கள், ஏதோ அவன் சுவர்களிலும் கற்களிலும் உதைத்துக்கொண்டே வந்ததுபோல பிளவுகளோடு காணப் பட்டன. அந்த மருத்துவமனை அவள் வாழ்க்கையை அதற்கு முன்னால்-பின்னால் என இரண்டாகப் பிரித்துவிட்டது. நிகிலுக்கு ஷூ வாங்கியது 'முன்னால்.' அவ்வளவுதான் அவளுக்கு உறுதியாகத் தெரிந்தது. நிகில் ஏறிட்டுப் பார்ப்பதற்காக அவள் காத்திருந்தாள்.

அவள் முகத்தை அவன் பார்த்துவிட்டால், அவன் முகபாவம் மாறும். அதைப் பதிவுசெய்துகொள்ள அவள் நினைத்தாள். தன் உணர்ச்சிகளை முற்றிலுமாக மறைக்க அவன் கற்றுக்கொள்ளவில்லை. அவன் முகத்தில் அவை எப்படித் தோன்றுகின்றன என்பதை மற்றவர்கள் எப்படிக் காண்பார்கள் என்றும் அவனுக்குத் தோன்ற வில்லை. பிறருடைய உணர்ச்சிகளைப் படிப்பது டாக்டர் பல்லாவிடம் அவன் கற்கும் கல்வியின் ஒரு பகுதி. அவள் இதயம் வேகமாக அடித்தது. கணங்கள் விரைந்தபோது, ஃபரீதா கூறியது உண்மை என உணர்ந்தாள். அது விரைவில் நடந்துவிட்டது.

அஞ்சலி இந்தச் சந்திப்புக்கு ஏற்பாடு செய்திருந்தாள். அவள் தன் டாக்டரிடமும் மாயாவிடமும், டாக்டர் பல்லாவிடமும் பேசியிருந்தாள். ஃபரீதாவை ஏற்கவைத்தாள். அவர்களுடன் பேரம் பேசினாள். நிகிலைப் பார்க்காவிட்டால், அடுத்து நடக்க இருக்கும் ஆபரேஷன்களுக்கு ஒப்புக்கொள்ள மாட்டேன் என்றாள். மருத்துவமனையைவிட்டு வெளியேறிவிடுவேன் என்றாள். முன்பின்னாக ஒருநாள் சென்றதும் அவர்கள் ஒப்புக்கொண்டு

விட்டனர். ஃபரீதாவின் மருத்துவ அகத்தில், அவள் முன்னிலையில் மட்டுமே அவள் நிகிலைச் சந்திக்கலாம். ஆனால் இப்போது அவள் வேண்டுகோள் நிறைவேறிவிட்ட நிலையில், அவள் தன் சால்வையைக் கண்வரை போர்த்திக்கொண்டு மறைய வேண்டும் என்று நினைத்தாள்.

ஃபரீதாவின் தாள்களின் சலசலப்பினாலும், பின்னணியில் ஹீட்டரின் விர்-ரென்ற சத்தத்தினாலும் அறையே தூக்கத்திற்குச் செல்ல விரும்பியது போலத் தோன்றியது. அஞ்சலி தன் பாதம் வரை தன் சாக்ஸ்களில் மறைத்துக்கொண்டு கதவருகில் இருந்த நிகிலின் கருப்பு ஷூக்களைப் பார்த்தாள்.

ஃபரீதா பேசினாள். 'நிகில், நீ உள்ளே வந்து கதவைச் சாத்த விரும்புகிறாயா? ஹீட்டர் சரியாக வேலை செய்யவில்லை.' அஞ்சலி தன் கண்களை நிகிலின் ஷூக்கள்மீதே வைத்திருந்தாள். அவை திரும்புவதையும், உள்ளே வருவதையும், ஒரு நாற்காலிக்குச் செல்வதையும் கவனித்தாள். அந்த நாற்காலி கிறீச்சிட்டது. அவளைப் பார்க்காமல் அவன் ஒரு பக்கமாகத் திரும்பி உட்கார்ந்திருந்தான். 'காலை உணவாக என்ன சாப்பிட்டாய், நிகில்?' என்றாள் ஃபரீதா.

'ஆமலெட்டுகள்' நிகில் மெதுவாக விழுங்கினான். அவன் கைகள் இப்போது மேலும் வேகமாக உதறின. நிகிலுக்கு சதைப்பிடிப்பு ஏற்பட, அவன் எக்நாக் குடிக்குமாறு பவன் ஆலோசனை கூறினான். நிகில் முதல்முறை முயற்சி செய்து பார்த்தபோது அதைத் தூக்கி எறிந்தான். 'மண்ணைப் போல இருக்கு' என்று ஐராவிடம் சொன்னான். அஞ்சலியும் மாயாவும் பார்வையைப் பரிமாறிக் கொண்டதோடு சிரிப்பை அடக்கிக்கொண்டார்கள்.

'ஐரா அதில சீஸ் போட்டாளா?' என்று அஞ்சலி கேட்டாள்.

தன்னால் சகிக்கமுடியாத உணவு எதுவாக இருந்தாலும் அதில் சீஸ் தூவி விட்டால் நிகில் அதைச் சாப்பிட்டுவிடுவான். பாஸ்டா, பரோட்டா, சீரியல், கறிகள், வெறும் சோறு—எதுவாக இருந்தாலும். சீஸ் எல்லாவற்றையும் நன்றாக ஆக்கிவிட்டது.

'நீ எப்ப திரும்பி வருவே?'

பலநிலைகளில் இது எதிர்பாராத ஒரு கேள்வி.

ஒரு கேள்வி கேட்டால் நிகில் வழக்கமாக பதில் சொல்லிவிடுவான். அதைத் தவிர்க்க முடியாது. விஷயத்தை மாற்ற மாட்டான். குறிப்பாக அவன் விரும்பிய ஒன்றாக இருந்தால். மேலும், அவள் ஊரைவிட்டுச்

உன் தோளுக்கு அடியில் நீ ✽ 237

சென்றால், எப்போது திரும்பிவருவாள் என்று கேட்கவே மாட்டான். எப்போதும் போலவே அவள் அவனிடம் முழு உண்மையை மட்டுமே சொன்னாள். 'டாக்டர்கள் என்னை அனுமதிக்கும்போது.'

'நான் வருணின் இடத்தில்தான் மறுபடியும் தங்க வேண்டுமா?'

இது ரொம்ப சிக்கலானது. டாக்டர் பல்லா அவனை இரண்டு நாள்கள் கண்காணித்துவிட்டு இன்று அவனை விட்டுவிட்டார். நிகில் திரும்பி வீட்டுக்குப் போக வேண்டும். ஆனால் அது மாயாவுக்கு மிகக் கடினமான சவாலாக இருக்கும். சகியும் அவனும் தனியாக விடப்படாமல் அவள் எப்படி நிகில் மீது கண்ணை வைத்திருப்பாள்? அஞ்சலியின் ஒரு பகுதி குற்றவுணர்ச்சி கொண்டது. அவர்களுக்கு நிகில் தன்மீது தாக்குதல் நடத்தியதைச் சொல்லாமல்விட்டதால், மற்றவர்களை அதேமாதிரி ஆபத்தான சூழ்நிலைகளில் அவள் இருத்த நேரிடலாம்.

நிகிலின் ஆவேச உணர்வுக்கு சிகிச்சை வேண்டும்தான். ஆனால் டாக்டர் பல்லாவிடம் அந்தத் தாக்குதல் பற்றிக் கூறினால், அவர் நோயாளி இரகசியத்தை உடைக்க வேண்டி வரலாம். நிகில் அவளுக்கு ஏற்கெனவே தீங்கிழைத்திருக்கிறான், வருணைத் தாக்கியிருக்கிறான், அவர்கள் நிகிலை ஏதாவதொரு நிறுவனத்தில் போடலாம். அங்கிருந்து தப்பிவர அவனால் இயலாது. தன் மகன் இன்னும் சரியாக நடந்து கொள்ள வேண்டும் என்றுதான் அவள் விரும்பினாள், அவனை எங்கேயாவது அடைத்து அவன் வீணாகப் போக வேண்டும் என்றல்ல.

'அஞ்சலி, நான் அங்கே தங்க வேண்டுமா?'

'உன் மாயா சித்தி முடிவுசெய்வாள். நான் இங்கே இருக்கும் வரை உன்னை அவள் பார்த்துக்கொள்வாள். நீ அவள் பேச்சைக் கேட்க வேண்டும்.'

அவள் பார்வை தன் மகனின் சதை முறுக்கேறிய கைகளில் சென்றது. அவள் கைகளைப் பிடித்தபோது எவ்வளவு வலுவாகப் பிடித்தான்? இந்தக் தடித்த கருப்பு ஸ்வெட்டரின்கீழ் இருந்த எலும்பான, ஆனால் மெதுவாகப் பரந்து விரிந்து வந்த தோள்களையும் அழகான முகவாயையும் அப்போது தான் எழுகின்ற மெல்லிய மீசையையும் அவள் கவனித்தாள். நிகிலின் பார்வை, ஒரு கழுகு போல, ஆர்வமாக, தலையை ஒருபுறம் சாய்த்து, எங்கேயோ அவளுக்குப் பின்னால் நிலைத்திருந்தது.

'உன் முகம் எல்லாம் அசிங்கமாக இருக்கிறது' இதுதான் அவளுடைய நிகில். ஒருபோதும் தன் வார்த்தைகளை மறைத்துப்

பேசியதில்லை. அப்படிச் செய்யவும் தெரியாது. 'இதைச் சரிசெய்ய முடியுமா?' இதை அவள் முகத்துக்குச் செய்தவனே அவன்தான். அஞ்சலி விடை சொல்லாமல் திரும்பிக்கொள்ள நினைத்தாள். 'டாக்டர்கள் முயற்சி செய்கிறார்கள்' என்றாள்.

'நான் கிளினிக்கிற்குப் போக வேண்டுமா?'

'தேவையானால், போகணும்தான்.'

'நான் அங்கே போகலை. ஸ்கூல் போய்விடுகிறது.'

நிகில் அழுத்து மஞ்சள் பந்தை அழுத்தினான். அவளுக்கும் ஃபரீதா ஒன்று ஏன் கொடுத்திருக்கக்கூடாது? அவளுக்கும் அது தேவைதான். அப்போது அவள் நாக்குநுனியில் வரும் வார்த்தைகளைக் கடித்து விழுங்கிக்கொள்ளலாம். ஸ்கூல் போகாமல் இருப்பது எப்போதுமே உனக்குக் கவலை அளித்ததில்லை.

அவள் பதில் சொல்லாததால், அவன் சுவர்ப்பக்கம் திரும்பினான். அவன் சொற்கள் அவளுக்கு மிக மெல்லியதாகக் கேட்டன. 'நான் கிளினிக் போகப் போவதில்லை, ப்ராமிஸ்?'

அவளால் அந்த வாக்குறுதியைத் தர முடியாது. ஆனால் தர விரும்பினாள். மறுபடியும் பல்லாவின் அலுவலகத்தின் உட்புறத்தைப் பார்க்க விரும்பவில்லை. அல்லது ஒரு சிகிச்சையாளர் வந்து அவளுக்கு அவள் மகனை எப்படிக் கையாளுவது என்று கூறுவதையும் விரும்பவில்லை. எந்த மனக் கிலேசமும் இல்லாமல் நிகில் தன் விருப்ப விஷயத்தைச் செய்துகொண்டிருக்க வேண்டும்.

'பள்ளிக்கூடம் போகாமலிருக்கத் தேவையில்லை' என்றாள், பதிலுக்கு. 'வகுப்புகள் புத்தாண்டுக்குப் பின்னால்தான்.'

'வருணின் அப்பாஅம்மா டைவர்ஸ் பண்ணப் போறாங்களா?'

'உனக்கு யார் சொன்னாங்க?' அவள் நெற்றியில் இடிக்கும் வலி மிக அதிகமாக மாறியது. ஒவ்வொரு கேள்விக்கும், அவள் ஒரு பலூன் போலவும் அதிகமாக மக்கள் நிரம்பிய ஒரு பிறந்தநாள் விழாவில் அவளுக்குள் யாரோ ஹீலியத்தை நிரப்புவது போலவும் தோன்றியது. அவள் தோல் இறுக்கமாக, விரிவடைந்ததால் மெல்லியதாகத் தோன்றியது. எந்த நிமிடத்திலும் இப்போது அவள் வெடித்துவிடுவாள். அவளின் துண்டுகள் சுவர்கள்மீது ஒட்டியிருக்கும்.

'யாரோ மாயா சித்தியிடம் சொன்னாங்க' மிகவும் அதிகமாக அந்தப் பந்தை அழுத்தினான் நிகில். 'உனக்கும் அதுக்கும்கூட ஏதோ சம்பந்தம்-ன்னாங்க'

என்ன பேசுகிறான் இந்தப் பையன்? யதீனும் திருஷ்டியுமா? யதீன் இதை நேற்றுச் சொல்லவில்லை. இன்று காலை குடித்த புரோட்டீன் பானம் மேலேறிவந்து குமட்டியது. அதைக் கீழே அடக்க முயன்றாள்.

மணவிலக்கு. யதீன் மணவிலக்கு பெறுகிறார்.

கதவு திறந்து விபா உள்ளே நுழைந்தாள்.

'மேடம் போக நேரமாச்சு'

கால்சட்டை பாக்கெட்டில் முட்டிகளைக் குவித்தபடியே நிகில் நர்சை நோக்கினான்.

'இது உங்க மகனா, மேடம்?' பதிலுக்குக் காத்திராமல் விபா நிகிலின் பக்கம் திரும்பினாள். 'ஹலோ, உங்க பேர் என்ன?'

புதியவர்கள் தன்னை முறைத்துப் பார்த்தாலோ தன்னிடம் கேள்வி எழுப்பினாலோ நிகிலுக்குப் பிடிப்பதில்லை. அவனை விட்டுடுங்க என்று சொல்ல அஞ்சலி நினைத்தாள், ஆனால் மற்றவர்கள் முன்னால் நிகிலின் சார்பாகப் பேசுவது அவனை இன்னும் ஆவேசமாக்கும். அவள் மகன் சுவரை நோக்கி முன்னால் சாய்ந்து சுவர்த் தாளிலிருந்த பூக்கள் அவன் கவனத்தைக் கவர்ந்த மாதிரி இருந்தான். விபா அவளைச் சக்கர நாற்காலிக்கு மாற்றினாள்.

'நிகில்' என்று மென்மையான குரலில் கூப்பிட்டாள் ஃபரீதா. 'உன் அம்மாவுக்கு பை சொல்லறியா?'

நிகில் ஏதோ ஒலிபுகாத குமிழிக்குள் இருப்பதுபோல அசையாமல் நின்றான். வலக் கையை பாக்கெட்டிலிருந்து எடுத்து, ஸ்மைலி பந்தை தன் பலம் கொண்ட மட்டும் அழுத்தினான்.

'பை நிகில்' அஞ்சலி அவனைக் கூப்பிட்டாள். அவள் தொண்டை புண்ணாக இருந்தது.

'நான் கிளினிக் போக விரும்பலை' விபாவைத் தள்ளிக்கொண்டு நிகில் ஓடினான். விபா அஞ்சலியின் சக்கர நாற்காலியின்மீது அதைத் தள்ளியவாறே விழுந்தாள். அஞ்சலி தன் காலால் அதை நிறுத்த முயன்றாள். ஆனால் சக்கர நாற்காலி அவள் கீழிருந்து நழுவியது.

34

அஞ்சலி மிக அதிகமாகச் சொல்லியிருந்த பெண்மணி—டாரதி குப்தா, விமான நிலைய வாயிலிலிருந்து வெளியே நடந்து வந்த போது அருகில்தான் மாயா நின்றாள். இரண்டு பெரிய கனமான சூட்கேஸ்களை அவள் இழுத்துக்கொண்டு வந்தாள். உயர்ந்தும் அகன்றும் இருந்தாள். மஞ்சள் நிறத் தலைமுடி குட்டையாக வெட்டப் பட்டிருந்தது. எந்தச் சுருக்கமும் அற்ற வெள்ளை முகத்தில் மேக் அப் எதுவும் போடவில்லை. கூட்டம் அனைத்தையும் திரும்பிப் பார்க்க வைத்த ஓர் உரத்த குரலில் அண்ணனை அழைத்தாள். அவள் முகம் ஏறத்தாழ அண்ணன் முக உயரத்திலே இருந்தது. 'நான் டாரதி' என்று மாயாவின் கையை அவள் பிடித்தது, அதை நெரித்துவிடும் போல் இருந்தது. 'டாரதி குப்தா. 'தாயும் மகளும் தாங்கள் மணந்துகொண்ட ஆடவர்களின் குடும்பப் பெயர்களையே தாங்களும் நீடித்து வைத்திருந்தது வேடிக்கைதான். அமெரிக்காவில் பெண்கள் இவ்வாறு செய்ய வேண்டிய அவசியம் இல்லை. அண்ணன் காரில் உருவத்தில் பெரிய டிரைவர் அவள் பைகளை இரண்டு கார்களிலும் அடைக்க ஒரு போர்ட்டர் உதவி செய்தான். அண்ணன் மாயாவை ஏர்போர்ட்டில் சந்தித்து டாரதியை வீட்டுக்கு அழைத்துவர உதவி செய்யுமாறு கேட்டிருந்தார். அதுவும் அவருடைய வழக்கமான பிடிவாதமான மனநிலையில். அவருக்கு ஒரு சந்திப்பு இருந்தது. ஆகவே மாயாவே விருந்து உபசரிப்பவளாகவும் டிரைவராகவும் பணியாற்ற வேண்டி வந்தது. அண்ணனுடன் சண்டை போட விரும்பினாலும், அவர்களுக் கிடையில் இருந்த பத்தொன்பது வயது வித்தியாசம் மிகப் பெரிய இடைவெளி—அவ்வாறு செய்யவிடவில்லை. அவள் அவரை முகம் கொண்டு நோக்கவில்லை, காரணம் நேராகப் போய் திருஷ்டி அண்ணி யிடம் பேசித் தன் எல்லையைக் கடந்துவிட்டாள்.

கோபம் ஒருபக்கம் இருந்தாலும், அஞ்சலியை வெறுப்பது அவளுக்குத் தன்னையே வெறுப்பதுபோல் இருந்தது. மாயா அஞ்சலியிடம் தன் இரகசியங்கள் எல்லாவற்றையும் பகிர்ந்து கொண்டிருந்தாள். வார்த்தைகளில் இல்லாவிட்டாலும், சமிக்ஞைகள்

உன் தோளுக்கு அடியில் நீ ❋ 241

வாயிலாக. எதையும் மறைக்கவில்லை. அஞ்சலியைத் தன் இதயத்துக்குள் வைத்துவிட்டாள். அவளுடைய ஒரே 'நட்பான' அஞ்சலி அவ்வாறு தானும் செய்யவில்லை. மாறாக, அவள் தன் அண்ணனுடன்... அதை நினைத்துப் பார்க்க முடியவில்லை. புதிதாக ஒருத்தியுடன் தன் அண்ணன் தொடர்பு வைத்திருந்தால் கதையே வேறு. உடனே கூச்சல் போட்டுத் தன் கோபத்தைக் காட்டியிருப்பாள். ஆனால் அஞ்சலியுடன் இருந்த நிலை வேறு. எல்லாவற்றுக்கும் மேலாக, அவள் உதவியற்ற நிலையில் மருத்துவ மனையில் படுத்திருந்தாள். டாரதியை அஞ்சலி சந்திப்பது நிலையை மோசமாக்கவே உதவும், ஆனால் வழக்கம் போல, அவளை யாரும் ஆலோசனை கேட்கவில்லை. அஞ்சலியும், அண்ணனும் அவளை இன்னமும் பதினைந்து வயதுப் பெண் போலத்தான் நடத்தினார்கள்.

டாரதி காரில் ஏறி வசதியாக அமர்ந்துவிட்டாளா என்பதைப் பார்த்த பிறகு மாயா காரை ஓட்டிச் சென்றாள். டாரதியின் குரல் அவளை திடுக்கிட வைத்தது. அஞ்சலியின் மென்குரலிலிருந்து அது மிக வேறு பட்டிருந்தது.

'எல்லாம் பரவாயில்லையா?' டாரதி தன் சீட்டிலிருந்து முன்புறம் சாய்ந்து கேட்டாள். 'ரொம்ப சோர்ந்து போயிருக்கிறாய். அஞ்சலி இன்னைக்கு எப்படி இருக்கா?'

பரவாயில்லை என்று அவளிடம் தெரிவித்தாள் மாயா. அவளுக்கு மற்றுமொரு சுற்று அறுவைசிகிச்சைகள் நடைபெற இருந்தன.

இரண்டு மணிநேரம் கழித்து, அஞ்சலியின் அம்மாவை விருந்தினர் அறையில் விட்டுவிட்டு மாயா கனாட் பிளேஸில் ஒரு வாடிக்கையாளரைச் சந்திக்கப் புறப்பட்டாள். ஆம்புலன்சில் கழித்த அந்தக் கணங்கள் அவள் நினைவுக்கு வந்தன. எப்படி அஞ்சலியின் கையை அண்ணன் பிடித்திருந்தார், டார்லிங், டார்லிங், ஜெல்லி, ஸ்வீட்ஹார்ட் என்று முணுமுணுத்தார், துடைக்க அக்கறை எடுத்துக் கொள்ளாத அவரது கண்ணீர், அவரது பிரார்த்தனைகள்...

கூட்ட நெரிசலில் மாட்டிக்கொண்ட அவள், அடுத்திருந்த கார் களைப் பார்த்தாள். பச்சை மஞ்சள் ஆட்டோக்கள். பழைய எலும்புக் கூடான நாற்காலி ஒன்றில் நடைபாதையில் சால்வை சுற்றியிருந்த கிழவன் ஒருவன் உட்கார்ந்திருந்தான். அவன் தலை பின்னோக்கிச் சாய்ந்திருந்தது. முகத்தில் நுரை. கண்களை மூடியவாறு, ஷேவ் செய்துகொண்டிருந்தான். டாம் ஸ்வெட்டர் போட்டிருந்த மற்றொரு கிழவன் அவன்மீது குனிந்திருந்தான். அவன் கையில் பழைய காலக்

242 ❋ உன் தோளுக்கு அடியில் நீ

கத்தி. அதை என்ன என்று சொல்வார்கள்? சவரக்கத்தி. அவளுக்குத் தன் அப்பாவின் ஞாபகம் வந்தது. அவரும் ஒரு சவரக்கத்தியைத்தான் மழிக்கப் பயன்படுத்துவார். ஆண்டுகள் கழிய, அண்ணன் அப்பாவின் இடத்தை எடுத்துக்கொண்டார். தங்கள் படுக்கையறையில் அவள் அப்பா அம்மாவை அடிக்கும் சத்தத்தையும், பிறகு அவள் தேம்பும் ஒலிகளையும் மறைக்க அவள் முகத்தில் ஒரு சால்வையைச் சுற்றி மூடிவிடுவார். அவள் கையின் தோலிலிருந்த வெள்ளைப் பட்டைகளை கேலிசெய்த 'கஸின்'களை வராமல் தடுத்துவிட்டார். அவளைப் பலவேறு தோல்நிபுணர்களிடம் அழைத்துச் சென்றார்.

மாயா பிரேக் போட்டு தன் காரை நிஜாம் கேஃப் எதிரில் நிறுத்தினாள். அவள் மனம் சோர்ந்திருந்தாலும், அல்லது தேர்வு நன்றாக எழுதி மகிழ்ச்சியோடு இருந்தாலும் அண்ணன் இங்குதான் அவளை அழைத்து வருவார். அதனால்தான் இந்தச் சந்திப்புக்கும் இந்த இடத்தைத் தேர்ந்தெடுத்தார் போலும். உணவகத்தில் நுழைந்த போது, அவள் அண்ணன் ஏற்கெனவே வந்துவிட்டதைப் பார்த்து வியப் படைந்தாள். ஆனால் அவர் ஆர்டர் எதுவும் செய்யவில்லை. தங்கள் வழக்கமான உணவை அவள் கவுண்ட்டரில் ஆர்டர் செய்தாள். ஒரு டபுள் எக் மட்டன் கபாப் ரோல் அவருக்கு, ஒரு சிங்கிள் எக் சிக்கன் ரோல் தனக்கு.

தனது நீண்ட கருப்பு ஓவர்கோட்டைப் பக்க நாற்காலி ஒன்றில் தொங்கவிட்டுவிட்டு ஒரு ஃபோன் அழைப்பில் இருந்தார். பெயர்களை உச்சரிக்காமல், மென்மையான ஆங்கிலத்தில் பேசினார். அவரது பரந்த தோள்களிலும் மார்பிலும் சரியாகப் பொருந்திய சாம்பல்நிற ஸ்வெட்டர். அழகாகத் திருத்தியிருந்த முடியும், மீசையும். அழகாக இருந்தார். மாயா அவரை இதுவரை அண்ணனாகவே நோக்கி வந்திருக்கிறாள். ஆனால் இப்போது முதன் முறையாகத் தன் ஃபோனைப் பார்ப்பதுபோல் பார்த்தாள். அருகில் உள்ள மேஜைகளிலிருந்த பெண்கள் அவரைப் பார்க்கும் அழைப்புகளையும் கண்டாள். அஞ்சலியும் அவரை இவ்வாறுதான் நோக்கியிருப்பாள்.

அவர்களின் உணவு மேஜைக்கு வந்தபோது, அவள் தன் ரோலைக் கடித்தவாறு பெருமூச்சு விட்டாள். ரோலின் உருண்டைத் தோற்றமும், மாமிசத்தின் காரச்சுவையும் ஆண்டாண்டுகளாக அப்படியேதான் இருந்தன. அவர் தன் அழைப்பை நிறுத்திவிட்டு அவளுக்குப் பின்னால் நோக்கினார். அவள் திரும்பினாள். அவர்கள் பார்வைகள் சுவரின் கண்ணாடியில் சந்தித்தன. ஒருவேளை அஞ்சலியிடம்

பேசினாரோ? மாயா விழுங்கிக்கொண்டிருந்த சாறுநிறைந்த பகுதியின் சுவையை மறைத்து, கோபம் மீதூர்ந்து எழுந்தது. இந்த இடத்தின் மஞ்சள் விளக்குகள், அதன் சிவந்த மேஜைகள், எண்ணெய் நிறைந்த உணவு, உரத்த சத்தம் கொண்ட கும்பல்—இவற்றை எல்லாம் அவள் எவ்வாறு சகித்திருக்க முடியும்?

'நேற்றிரவு எல்லாக் கதவுகளையும் நன்றாகச் சோதித்தாயா?' என்றார் அண்ணா. 'ஆம். பகலிலும் ஜாக்கிரதையாக இருக்கும்படி தான் ஐராவுக்குச் சொன்னேன். அவளிடம் ராதேயின் ஃபோட்டோவைக் கொடுத்திருக்கிறேன். அவனைப் பார்த்தால் அவள் கூப்பிடுவாள்'

'இப்ப டாரதி வந்திருக்கறதாலே உனக்கு உதவி பரவாயில்லை.'

மாயா தன் தட்டைத் தள்ளினாள். 'அவளை அழைக்க வேண்டாம் என்று அஞ்சலியிடம் ஏன் நீங்க சொல்லலை?'

வழக்கம்போலவே அண்ணன் அந்தக் கேள்வியைக் காதில் வாங்காதது போல் இருந்துவிட்டார். மாறாக தன் ரோலைக் கடித்துக் கொண்டிருந்தார். மாயாவும் வேறொரு துண்டை எடுத்தாள்.

'குஸூம் நிகிலைப் பற்றி சில வேடிக்கையான கேள்விகளை ஆஸ்பத்திரியில் கேட்டாள்.'

'வழக்கமான விசாரணை' தன் இருப்புநிலையை மாற்றி உட்கார்ந்தார்.

'நிகிலுக்குத் திட்டமிடத் தெரியாது. உங்களுக்கே தெரியும்.'

'பல்லாவும் அப்படித்தான் சொன்னார். ஆனால் உண்மைகளைப் பார்க்க வேண்டும். அவன் அங்கே இருந்தான். அவன் துணிகளின் மீது அமிலக் கறை இருந்தது. தாக்குதலுக்கு சில மணிநேரம் முன்புதான் அஞ்சலியிடம் சண்டை போட்டான். அவன் கைவிரல் சுவடுகள் கொண்ட டிரெயின்கிளீனர் கேன் ஒன்று டிக்கியில் இருந்தது.'

'இதையெல்லாம் முக்கியமாக எடுப்பீர்களா?'

'அஞ்சலி சந்தேகப்பட்ட ஆளின் தோற்றத்தை நிகில் ஒத்திருக்கிறான். சிசிடிவி காட்சியை ஆராயும் தடயவியல்காரர்கள் அதை ஒதுக்க மாட்டார்கள்.'

'நிகில் இல்லை என்று அஞ்சலி சொன்னாள்.'

நிகில் மருத்துவமனையிலிருந்து வந்த பிறகு நன்றாகத்தான் இருந்து வந்தான். சகியையும், மிச்சமிருந்த நாய்க்குட்டி மங்க்கூவையும் கண்டுகொள்ளவில்லை. இன்று காலை தன் பாட்டியுடன் அமைதி யாகவே இருந்தான். இதைப் பற்றி அண்ணனிடம் பேசிப் பயனில்லை. நிகில் குற்றமற்றவன் என்பதற்கான ஆதாரம் கிடைக்கும்

244 ❋ உன் தோலுக்கு அடியில் நீ

போது அவர் இதை விட்டுவிடுவார். இப்போது வேறு பேச்சுக்கு மாறவேண்டும்.

'அண்ணியை டிவோர்ஸ் செய்யப் போகிறீர்களா?' அதை அவரே சொல்ல வேண்டும் என்று நினைத்தாள்.

'இது உனக்குத் தேவையில்லாத விஷயம், குடியா'

'நீங்க அஞ்சலியோட தொடர்பு வச்சிருக்கறது... எனக்குத் தேவையான விஷயம்தான். நீங்க என் அண்ணா, அவ என் தோழி, அவ நம்ம வீட்டில வாடகைக்கு இருக்கறா. அண்ணி, குழந்தைகள். இவங்க எல்லாம் எனக்கு விஷயம்தான். என் குடும்பம், உங்க குடும்பம்.'

அவள் குரல் ஒவ்வொரு வார்த்தைக்கும் உயர்ந்தது. கடைசி வாக்கியத்துக்கு வரும்போது அவள் மென்குரலில் பேசவில்லை. மற்ற மேஜைகளில் இருந்தவர்களின் பேச்சு ஓய்ந்துவிட்டது.

'உனக்கும் சரி, அவங்களுக்கும் சரி, என்னால் ஆனவரைக்கும் நல்லதைச் செய்யறேன். அதுக்கு அப்பால என் வாழ்க்கையில நான் என்ன பண்ணறேன் என்பது உனக்குத் தேவையில்லாத விஷயம்.'

'சீரியஸாத்தான் சொல்றீங்களா?'

'நீ போய் திருஷ்டி கிட்ட முதல்ல பேசினாய். என்கிட்ட முதலில் பேசியிருக்கணும்.'

மாயா அமைதியாக இருந்தாள். அண்ணன் தனக்குச் சாதகமான விஷயத்தை எடுத்துக்கொண்டார்.

'என் ஆபீசில் என்ன நடக்கிறதுன்னு உனக்குத் தெரியாது. இது மேல திருஷ்டியின் அப்பாவின் கவனம் போனா என்ன நடக்கும்னு உனக்குத் தெரியுமா?'

அவள் அதை நினைத்துப் பார்க்கவில்லை. அவள் பார்த்ததெல்லாம், அடிபட்ட வருண். நிகில் கட்டுப்பாட்டில் இல்லை. அவள் ஃபோனை எடுத்த அண்ணன், அண்ணிக்கு ஆதரவாக ஒரு வார்த்தையும் பேசவில்லை. வருணிடம் மட்டும்தான் பேசினார். நன்றாக இருக்கிறானா என்றபடி. அவர் அண்ணியை நடத்திய விதம் சரியில்லை. திருமணங்கள் இப்படி இருக்கக் கூடாது. எல்லா வற்றுக்கும் காரணம் அஞ்சலி.

'அம்மா இறந்தபோது அஞ்சலி எவ்வளவு உதவியாக இருந்தாள் என்பதை உனக்குச் சொல்லித் தெரிய வேண்டியதில்லை. உன்னை மீட்டவள் அவள்தான்.' அண்ணன் தன் முடியை அளைந்தார்.

‘உன் அண்ணி மருத்துவமனையில் இருந்தபோது வருணை கவனித்துக் கொண்டாள். இன்னும் சொல்லிக்கொண்டே போகலாம்.’

‘அண்ணி என்ன ஆகறது? உங்க குடும்பத்தைப் பத்தி அக்கறை இல்லையா?’

‘அது எனக்கும் திருஷ்டிக்கும் இடையிலுள்ள விஷயம். அதில் நீ தலையிடாதே. உன்னைப் பத்தியும் பவனைப் பத்தியும் நான் பேசினேனா?’

ஒரு ஸ்விச் போட்டதுபோல அவளைச் சுற்றியிருந்த உணவு மேஜைச் சத்தங்கள் ஓய்ந்துபோயின. அவ்வளவு மென்மையான வார்த்தைகள், அவ்வளவு அமைதியான முகம். ஆக, அவருக்குத் தெரியும்.

தன்னையே இகழ்ச்சியாகப் பார்த்துக்கொண்டாள். என்ன பெரிசாக நடந்துவிட்டது? ஒன்றாக சில டின்னர்கள். மருத்துவ மனையில் நிலை தவறியது. அவள் தோலிலிருந்த வெள்ளைப் பட்டைகளைப் பவன் பார்த்துவிட்டால் முடிந்தது விஷயம். யாருக்கும் உடம்பில் வெள்ளைத் தழும்புகள்கொண்ட ஒரு இருபத்தேழு வயதுக் கன்னிப்பெண் தேவையில்லை.

அண்ணனின் ஃபோன் ஒலித்தது. அவர் நிமிர்ந்தார். ‘கொஞ்சம் இரு குடியா. பண்ட்டி உள்ளே வர்றான்.’

பண்ட்டி சிசோதியா. உள்துறைச் செயலரின் மகன். அவனுக்கு இங்கே என்ன வேணும்? வருண் ஊரில் இல்லை. மேலும் அவங்க பேசிக்கிட்டிருக்கப்ப, வேற ஒருத்தன் குறுக்கிட அண்ணன் எப்படி அனுமதிக்கலாம்?

‘ஹலோ அங்கிள்‘பண்ட்டி அவர்கள் மேஜைக்கு வந்தான். கையில் ஒரு பருத்த கவர். ‘வருண் அவன் பள்ளியிலிருந்து இதை வாங்கிக் கொள்ள என்னிடம் சொல்லியிருந்தான்.’

அரைக்கை ஸ்டார்ம் ஜாக்கெட். பண்ட்டி தன் சதைப்பிடிப்புகளைக் காட்டும் ஒரு டைட்டான ஸ்வெட்டரை அணிந்திருந்தான். ஒரு பாடிகார்டு போல, ஒரு மலிவான பாலிவுட் படத்தின் செட்டிலிருந்து வெளிவந்த எக்ஸ்ட்ரா நடிகன் போல இருந்தான். அவள் பிறந்தநாள் பார்ட்டியில் சில ஆண்டுகளுக்கு முன்னால் வருண் அவனை அறிமுகப்படுத்தியபோது, ஹல்லோ மாசி என்றவாறு பண்ட்டி அவளைக் கண்ணால் விழுங்கினான் மா-சி, அம்மாவைப் போன்றவள், சித்திமுறை என்று அவனுக்குச் சொல்ல நினைத்தாள்.

கொஞ்சம் மரியாதை வேண்டும்.

அந்த இரண்டு பெரிய உருவ ஆண்களையும் அவள் பார்த்தாள். பெரியவர் சின்னவன் தோள்களில் தட்டிக் கொண்டிருந்தார். தயாளின் மகனைத் தனக்குச் சமமாக பாவித்துப் பேசினார் அண்ணன்.

'சரி அங்கிள், நிச்சயம்' என்றான் பண்ட்டி. 'நான் அப்பாகிட்ட சொல்றேன். ஒண்ணும் பிரச்சினையில்லை. நான் இப்ப போகணும்.'

பண்ட்டி அவள் பக்கம் திரும்பினான். தனது உயரமான இடத்திலிருந்து அவளை ஏளனமாகப் பார்த்துத் தலையசைத்தான். மாயா அவனைப் பார்த்து முகம் சுளித்தாள். அவன் அசிங்கமான பின்புறத்தில் தன் தட்டை எறிய வேண்டும் என்று நினைத்தாள். எழுந்தாள்.

'முடிக்கலையேம்மா' என்றார் அண்ணன்.

'இதுக்கு மேல பசியில்லை.'

'உன் உணவைச் சொல்லலை, உன் பேச்சைச் சொன்னேன். நீ சொல்ல வந்ததைச் சொல்லிடு'

'என்ன புண்ணியம்?' மாயா உட்கார்ந்தாள். 'நான் சொல்றதை நீங்க கேக்கப் போறதில்லை.'

'குடியா, நீ என்னோட இருக்கணும். நாம ஒண்ணாச் சேந்தா, அஞ்சலிக்கு உதவி செய்யலாம். எல்லாக் குடும்பங்களும் இரத்தத்தினால உண்டாகற உறவு இல்ல.'

'அவ அவ்வளவு முக்கியமா உங்களுக்கு?' இதைக் கேட்டபோது மாயா தன்னையே வெறுத்துக்கொண்டாள். அண்ணனின் சிவந்த கண்களைப் பார்த்தபோது, இது இத்துடன் முடியப் போவதில்லை என்பது தெளிவாகத் தெரிந்தது. ஆனால் அவள் போராட முடிவு செய்துவிட்டாள்.

'இப்படியே போகக்கூடாது. இது சரியில்லை.'

'அப்ப நான் என்ன செய்யணும்னு நீ சொல்லறே?' என்றார் அண்ணன்.

அவரது கேள்வியின் தொனி, தன் கீழ் அலுவலர்களைப் பார்த்து பேசும் முறையில் இருந்தது. அது ஒரு சவால்.

'விலகிடுங்க.' மாயா தன் கைப்பையை எடுத்துக்கொண்டு நாற்காலியிலிருந்து எழுந்தாள். 'நான் பாத்துக்கறேன் அவளை.'

35

குளிர், மிகவும் குளிர். அஞ்சலி போர்வையைத் தனக்குமேல் இழுத்துவிட முயற்சி செய்தாள். ஆனால் முடியவில்லை. அவள் கைகள், அவள் புயங்கள், அவள் கால்கள், நடுங்கின, அவள் முழு உடலும் நடுங்கியது. அவள் இடை அவள் எடையைத் தாங்கவில்லை. ஜெல்லி என்று யதீன் சரியாகத்தான் பெயர் வைத்தார் எனத் தனக்குள் சிரித்துக்கொண்டாள். இதற்குமுன் அவளுக்குக் காய்ச்சல் வந்திருக்கிறது. இப்போதும் கடந்த சில நாள்களாக, வலிநிவாரணிகள் குறைந்தபோது அவள் எரிந்து தீர்ந்தாள்.

ஆனால் இந்த அடைந்த தலை, தொண்டை, மூக்கு, இந்த உதறல் எல்லாம் முதல்முறை. மணியடிக்கக் கையை நீட்ட முயன்றாள், ஆனால் கை இயங்கவில்லை. அவள் தேடத்தேட, பக்கத்திலிருந்த மேஜை தூரத்தில் சென்றது. திரைச் சீலைகள் இரவில் உயிர் பெற்றது போல, அருகில் அடித்துக் கொண்டன. வெளியிலிருந்து குளிரையும் உறைபனியையும் கொண்டுவந்தது போல இருந்தன. அவள் கால்களும் உள்ளங்கைகளும் பனிக்கட்டியாக மாறிவிட்டன. ஒருவேளை இத்தனை ஆண்டுகளுக்குப் பிறகு தில்லியில் பனி பொழிகிறது போலும். அசட்டுச் சிரிப்பு, அது இருமலை உண்டாக்கியது. மீண்டும் படுக்கையருகின் மேஜையை அடைய முயன்றாள். விழுந்த பிறகு கழுத்தில் ஏற்பட்ட வலி பற்றி செவிலிக்குக் கூறியிருந்தாள். அவர்கள் காயத்தைக் கட்டி, மருத்துவமனை கவுனின் மீது பரவியிருந்த இரத்தத்தைத் துடைத்தார்கள். அவளுடைய எரிந்துபோன அழகற்ற தோலிலிருந்து இவ்வளவு இரத்தம். டாக்டர் சிங் அவளை நோக்கி முணுமுணுத்தவாறு வந்தார்.

பிறகு அவளுடைய அறைக்கு வெளியே செவிலியை நோக்கி எப்படி இவ்வளவு கவனக்குறைவாக இருக்கலாம் என்று சத்தம் போட்டார். விபா, எப்படியானாலும் சரி, அவளுக்குக் காயம் ஏற்படக் கூடாது. கவனக்குறைவு. அந்தச் சொற்கள் மீண்டும் வந்தன. அன்றிரவு எங்கே போகிறோம் என்ற கவனமின்றி இருந்தது, தன்னுடன் கேக் ஷாப்புக்கு நிகிலையும் அழைத்து வராதிருந்தது, எவ்வளவு கவனக்

248 ❋ உன் தோளுக்கு அடியில் நீ

குறைவு. அஞ்சலி, எல்லாக் கப்புகளையும் இப்போது உடைத்து விட்டாய், உன் சித்தி போலவே கவனக்குறைவு என்றாள் அம்மா.

யதீனுடன் தொடர்பு வைத்ததில் கவனக்குறைவு. அவர் தன் மனைவியை விவாகரத்து செய்யப் போவதை அறியாத கவனக்குறைவு. சாக்கடை கழுவும் அமிலத்தின் அருகில் நிகிலை விட்டதில் கவனக் குறைவு. அவளோடு அவன் எவ்வளவு கோபமாக இருந்தான் என்பதை அறியாத கவனக்குறைவு. இப்போது இங்கே இருக்கிறாள், குளிர், நடுங்கிக் கொண்டு, காப்பாற்ற எவரும் இன்றி. அஞ்சலி தானே தன்னைக் காத்துக்கொள்வாள். அஞ்சலி மீண்டும் முயன்றாள். முயற்சியில் ஏறத்தாழ படுக்கையிலிருந்து விழுந்தே விட்டாள். டாக்டர் சிங்கின் வார்த்தைகள் கவனத்துக்கு வந்தன. மற்றொரு செப்சிஸ் ஏற்படக் கூடாது, டாக்டர் மார்கன். ஏற்கெனவே பார்க்க வேண்டிய விஷயங்கள் நிறைய இருக்கின்றன. இது மாதிரி இன்னொரு முறை ரிஸ்க் எடுக்காதீர்கள். ஆம், நிகிலைப் பார்க்க முயன்றது ரிஸ்க்-தான். அதனால் ஏற்பட்ட இலாபம் ஒன்றுமில்லை. ஆனால் மறுபடியும் ரிஸ்க் எடுக்கத்தான் வேண்டும். இந்த முறை அம்மா. அவளுக்கு காய்ச்சல் ஏற்பட்டபோது அவள் நெற்றியில் அப்பாவைக் குளிர் ஒத்தடம் கொடுக்க விட்ட அம்மா. காய்ச்சல். இப்போது அவளுக்குக் காய்ச்சல் அடித்தது என்று செவிலியிடம் சொல்ல முயன்றாள். ஆனால் அவள் அறைக்கதவு மூடியிருந்தது. மறுபடியும் காயம் ஏற்படும் அபாயத்தை மேற்கொள்ளத்தான் வேண்டும். தலையணையை எடுத்து மேஜைமீது வீசினாள். மெதுவான ஓசையுடன் அது தரையில் போய் விழுந்தது. மற்றொருமுறை. மீண்டும் முயற்சி செய். இந்த முறை ஓரளவு வெற்றி. டம்ளரையும் ஜக்கையும் தள்ளிவிட்டாயிற்று. கூடவே அவள் மருந்துகளையும். நர்ஸ் உள்ளே ஓடி வந்த போது அவள் ஆறுதலாக விம்மினாள். போர்வை, குளிர் எனச் சொல்ல முயன்றாள். என்னால் மூச்சுவிட முடியவில்லை. ஆனால் சொற்கள் வெளிவர வில்லை.

விளக்குகள் வந்தன, மேலுறைகள், பிறகு அறையே நர்சுகள், எந்திரங்கள், நிறைந்த ஒரு கலவையயாகியது. கலவரக் குரல்கள், ஆங்காங்கு, அழுத்தம் குறைகிறது, அதை நிலைப்படுத்து என்றார்கள். மற்றொரு குரல் ஆக்சிஜன், 500 மிகி, வெண்டிலேட்டர், கைகளில் ஊசிகுத்தல். யாரோ காலைப் பிடித்துக்கொண்டார்கள். அஞ்சி, என் குரல் கேட்கிறதா, பிறகு அமைதி, அமைதி, நற்பேறாக வாய்த்த இருட்டு.

36

தெருவிளக்கின் மங்கிய வெள்ளை ஒளியில் பவன் தஹியா தனது சிறிய பால்கனியில் கிஜாங் நுட்பங்களைப் பயிற்சி செய்து வந்தான். அகன்ற, வீச்சாகச் செய்யக்கூடிய டிரேகன், புலி, சிறுத்தை, பாம்பு, கொக்கு போன்ற கராத்தே பாவனைகளைச் செய்ய அதன் அளவு மிகச் சிறியதுதான். உதான் கிஜாங்-இன் இந்த மெதுவான, நடனம் போன்ற அசைவுகளில் தொடங்கி மாணவர்களைத் தளர்ச்சி கொள்ளச் செய்யவும், கராத்தே வகுப்புகளுக்கு ஆயத்தம் கொள்ளச் செய்யவும் சென்சீ ஆரம்பித்தார். அசைந்தபோது, பவன் இப்போதில் இரு, எல்லாச் சிந்தனையையும் விட்டுவிடு என்பதற்கு முயற்சி செய்தான். அவன் மூச்சு குளிர்ந்த காற்றில் புகையாக மாறியது. ஆனால் அது அவன் இயக்கங்களுடன் ஒன்றிசைந்து இல்லை.

அஞ்சலிஜீ-யின் அம்மா அன்று காலை வந்து இறங்கினர். அதனால் பவன் தன் அலுவலகத்தில் தனியாக இருந்தான். அப்போது யதீன் சார் அவனைக் கூப்பிட்டார். அவன் குஸுமிடமிருந்து ராதேயைப் பற்றித் தெரிந்துகொண்டதற்கு என்ன அவசியம் என்று கேட்டார். ராதே தப்பித்துப் போக அவள் விட்டது எவ்வளவு ஏமாற்றத்தை அவனுக்கு அளித்தது. மோசமான 'கிராக்கு' பயல். பவனின் தகவலாளியிடம் வாகனம் இல்லை. ஆகவே அவன் ராதே ஒரு நீலநிற மாருதி காரில் ஏறி மறைவதைப் பார்த்ததற்கு மேல் எதுவும் செய்யவில்லை. யதீன் சாரிடம் நல்ல அபிப்பிராயம் உண்டு பண்ண இது போதும்.

இரண்டு நாள்கள் சாத்தியமான எல்லா வழிகளையும் பயனின்றி ஆராய்ந்த பிறகு, அவன் தன் உறவினனிடம் பைக் ஒன்றைச் சில வாரங்களுக்குக் கடன் வாங்கி தன் ஆளிடம் கொடுத்தான். பெட்ரோலுக்குப் பணமும்தான். ராதேயையும் அவன் சகோதரன் ராம் சரணையும் கண்டுபிடிக்க வேண்டும். தன் சொந்தப் பணத்தையே, தேவைப் பட்டால் செலவு செய்தாக வேண்டும்.

தனது ஃபோனில் அந்த போதைமருந்து மறைவிடத்தின் ஃபோட்டோக்களை ஒன்றன்பின் ஒன்றாகத் துருவினான். அவனது

உறவினன் அவற்றை நாளைக்குள் சரிசெய்துவிடுவான். பெரிதாக்கப் பட்ட பிம்பங்களில் ராதே பற்றி ஏதாவது துப்பு நிச்சயம் இருக்க வேண்டும் என்று பிரார்த்தித்தான் பவன். மற்றப் படங்களை, மாயாவின், அவள் குடும்பத்தின் படங்களைத் தள்ளினான்.

திருஷ்டி அக்கா இன்று காலை கூப்பிட்டபோது பவன் பணிவாகத் தனக்கு யதீன் சாருடன் அஞ்சலிஜீயின் தொடர்பு பற்றி ஒன்றும் தெரியாது என்று கூறிவிட்டான். திருஷ்டியின் தாய், பீஜீயின் சகோதரி. மிகவும் நெருக்கமான உறவு. அதில் புகுந்து குழப்பக் கூடாது. மேலும் அவனுக்கு வேலை கிடைப்பதற்கு அவள்தான் காரணம். அவள் அதை அவன் மறக்கவிட்டதில்லை. அவன் வேறு வேலைகளைப் பெற்றிருக்க முடியும், ஆனால் ஒரு துப்பறியும் நிறுவனத்தில் சேர்ந்திருக்க முடியாது. அவன் பீஜி இதற்கும் போலீஸ் வேலைக்கும் இடையில் தேர்ந்தெடுத்துக்கொள் என்று சொல்லி விட்டாள். விஜில் அவன் விரும்பியதில் சிறிதளவையாவது அளித்தது- வேட்டையின் மகிழ்ச்சி, தடயங்களைப் பின்பற்றிச் செல்லுதல்.

சில குறிப்பிட்ட கராத்தே நிலைகளில் பவன் தன் கைகளைப் பயிற்சி செய்தான். ஒவ்வொரு நாள் காலையிலும் தான் பயிற்சி செய்துவந்த உயர் உதைமுறைகளைத் திரும்பச் செய்தான். அந்தக் கொழுத்த பழைய மீன் லாஹிரி மீது கண்வைத்திருந்த தன் தகவலாளன் மீதே அவன் எண்ணம் சென்றது. இந்த முறை பவன் எந்தத் தவறும் நிகழவிடமாட்டான். கீழே தெருவில் குரைத்துக்கொண்டிருந்த தெரு நாய்களின் சத்தத்தையும் மீறி அவன் கையிலிருந்த ஃபோன் ஒலித்தது.

‘ஹலோ’ மாயா. ‘ஏதாவது புது விவரங்கள் உண்டா?’ அன்றிரவு மருத்துவமனையில் அவன் கைகளில் அவள் அழுதபோது ஒலித்தது போல கரகரப்பாக ஒலித்தது.

‘சஞ்சய் காலனியிலிருந்து செய்திகள் வரும் என்று காத்திருக்கிறேன், ஆனால் இதுவரை எதுவும் வரவில்லை’ என்றான். ‘அந்த மற்ற வழக்கின் சுருக்கத்தைத் தரவேண்டியிருப்பதால், நான் இன்றைக்கு அங்கே போகவில்லை.’

அவள் விசும்பலைக் கேட்க முடிந்தது. அவன் அவளுடைய உதவியாளன். அவள் நண்பன் அல்ல. அல்லது நண்பன்தானா? மருத்துவமனையில் அவள் அவனுக்குத் தன் அந்தரங்கத்தை உரைத்தாள். பைக்கில் பின்புறம் அழுந்திக்கொண்டாள். அது முதலாக

அவர்களுக்கிடையில் விஷயங்கள் ஒருமாதிரியாகத்தான் சென்று கொண்டிருந்தன.

'சரி, பார்த்துவிடலாம் என்றுதான் நினைத்தேன்'

மாயா பார்க்கவேண்டிய அவசியமில்லை, அது இருவருக்குமே தெரியும். 'நிகில் நன்றாக இருக்கிறானா?' பவன் தன் கழுத்தை நன்கு அழுத்தியவாறு தன் வியர்வையை ஒரு டவலால் துடைத்தான். இப்போது அவனுக்குச் சளி பிடிக்கக்கூடாது. அஞ்சலி மேடத்தின் அம்மா, தன் கணவனின் உறவினர்களைக் காணச் சென்றிருந்தாள். மாயா எத்தனையோ தந்திரங்களைச் செய்தாலும் நிகில் சாப்பிட வில்லை. அவனுக்கு இரவில் பசியெடுத்தால், அவன் ஒரு ஆர்ப்பாட்டம் செய்வான் என்று மாயா பயப்பட்டாள். பவன் தன் கடிகாரத்தைப் பார்த்தான். இரவு 9.45 மணி. உதவி செய்யச் சென்றால் அவள் மறுத்துவிடுவாள். ஆனால் நிகில் பற்றி யதீன் சாருடைய சந்தேகங்களைப் பற்றித் தனக்குத் தெரிந்ததை வைத்துப் பார்த்தால், அவன் செல்லத்தான் வேண்டும். அவனுக்கே ஆச்சரியம் ஏற்படும்படியாக, அவள் ஒப்புக்கொண்டாள்.

'நன்றி பவன்.' என்றாள். 'முக்லாய் டேக்அவுட் நன்றாக இருக்கும். நிகிலுக்குப் பிடித்தது.'

தன் தலைக் கவசத்துக்குள்ளிருந்து புகைமூடிய தெருவிளக்குகளும் ஏறத்தாழக் காலியான சாலைகளும் ஒரு மாயமான மலைப்பாதையைப் போன்ற தோற்றத்தை அளித்தன. தனக்குள்ளாக ஒரு பாட்டை விசில் அடித்துக்கொண்டான். மாயா அவனுடைய உதவியை ஏற்றுக் கொண்டாள். பெரிய விஷயமல்ல, ஆனால் அது ஏதோ சாதாரணமான ஒன்றாகத் தோன்றவில்லை. குளிர்ந்த காற்று தன்மீது சாடியதில் பவன் கிளர்ச்சி அடைந்தான். அது அவன் கைப்பிடிப்பு முடுக்கியைத் தூண்டுவதில் சென்றது. அவளைச் சந்திக்க அதிவேகமாக விரைந்தான்.

***

மட்டன் தோ-ப்யாஜா, சிக்கன் டிக்கா, புதினா பரோட்டா, பிரியாணி இவை எல்லாம் சேர்ந்து நிகிலைச் சாப்பிட வைத்தன. சரியான நேரத்திற்குள் இரவுணவை அவன் முடித்துவிட்டான். சகியையும் பகிர்ந்துகொள்ளுமாறு அழைத்தான்.

தனது ஹீல்ஸ் காலணிகளும், ஓவர்சைஸ் கம்பளி மேலுடையிலும், குட்டையான மேலணியிலும், உல்லன் பைஜாமாவிலும் மாயா அலுவலகத்தில் காணப்படும் கண்டிப்பான எஜமானியாக அன்றி

252 ✳ உன் தோளுக்கு அடியில் நீ

வேறாகத் தோற்றமளித்தாள். இரவுணவை முடித்தபோது, முகம் வெளுத்திருந்த, கீழே சரியத்தொடங்கிய மாயாவை ஒரு சோபாவுக்குக் கொண்டு சென்று உட்கார வைக்கவும், ஒரு இஞ்சிடீ அவளுக்குப் போட்டுத் தரவும் நினைத்தான் பவன்.

ஐராவும் மாயாவும் உணவுப் பாத்திரங்களைக் கழுவினர். சகி அவர்களுக்குத் துணையாக நடந்துகொண்டிருந்தாள். பவன் நிகிலை மைய அறைக்குக் கொண்டுசென்றான். நிகிலின் ஏரோப்ளேனை சரிசெய்தவாறு சாதாரணமான கேள்விகளை அவனிடம் கேட்டுக் கொண்டிருந்தான்.

ஆம், நிகில் அஞ்சலிக்குத் தாக்குதல் நடந்த அந்த மாலைநேரத்தை நினைவு வைத்திருந்தான். அவள் கேக் வாங்கிவரச் சென்றபோது அவன் காரில்தான் இருந்தான். 'அஞ்சலி ரொம்ப நேரமாக வரவில்லை, அதனால் அவளைத் தேடிச் சென்றேன்.'

'நீ ஏன் காரிலேயே இருக்கவில்லை?'

'என் ஏரோப்ளேனைச் சரிசெய்' நிகில் கைகளைச் சொடுக்கிக் கொண்டான். 'அஞ்சலி ஆஸ்பத்திரியில் இருக்கிறாள்.'

'மறுபடியும் அவங்களைப் போய்ப்பார்க்க விருப்பமா?'

அவன் பிளேனைக் காட்டி, 'இங்கே சிறகு வரவேண்டும்' என்றான். 'நான் கம்ப்யூட்டரைப் பயன்படுத்தலாமா? இதைச் செய்ய ஒரு பாடம் வைத்திருக்கிறார்கள்.'

'அப்ப நீ அவங்களைப் பாக்கலியா?'

'எனக்குத் தேவைப்படற போதெல்லாம் கம்ப்யூட்டரைப் பயன்படுத்த அவள் விடறதில்லை.'

'அவங்க திரும்பிவர உனக்கு விருப்பமா?'

'அவ மறுபடி விதிமுறைங்களை ஏற்படுத்திடுவா.' நிகில் முன்னும் பின்னும் ஆடினான். 'இனிமே விதிங்க வேணாம், விதிங்க வேணாம், விதிங்க வேணாம்.'

இப்போது நிகில் தொந்தரவு கொடுத்தால், பவன் அவனைக் கேள்வி கேட்டுக்கொண்டிருந்ததை மாயா கண்டுபிடித்துவிடுவாள். இப்போது அவன் அடங்க வேண்டும்.

'கொஞ்சம் ஃப்ளைபாய்ஸ் போடலாமா?' பவன் அதிகமாகத் தெரியவராத அந்தப் படத்தை எற்கெனவே குறைந்தது மூன்று முறை நிகிலுடன் பார்த்திருந்தான். ஆனால் எத்தனை முறை பார்த்தாலும் நிகிலுக்கு அலுக்காது.

நிகில் தலையசைத்தான். 'ஃப்ளைபாய்ஸ், ஆமாம், ஃப்ளைபாய்ஸ்.'

'மறுபடியும் வேணாம்' என்று புன்சிரிப்புடன் மாயா நுழைந்தாள்.

'ஃப்ளை பாய்ஸ்' என்றான் நிகில்.

'சரி' என்றாள். 'ஆனா நாளைக்கு எந்தத் தொல்லையும் கொடுக்காம நீ பள்ளிக்கூடத்துக்குப் போவணும். தெரியுதா?'

'நிகில் சம்மதித்ததும், நாம இப்பத்தான் சாப்பாடு சாப்பிட்டதனாலே, ஒரே ஒரு பவுல் பாப்கார்ன்தான் சாப்பிடணும்'

நிகிலை எப்படி வசப்படுத்துவது என்று மாயா தெரிந்துகொண்டாள். ஒரு நல்ல தாயாகவும், மனைவியாகவும் ஆகும் திறன் இருக்கிறது. பவன் அந்த எண்ணத்தினால் நாணமடைந்து திரும்பிக்கொண்டான். இதனால் எதுவும் நடக்கப் போவதில்லை. இந்தப் பெரிய பரந்த வீடு, பெரிய ஸ்மார்ட்ஃபோன்கள், கைப்பைகள் இவற்றுக்கு மாயா பழக்கப்பட்டவள். அவனால் இது எதையும் தர இயலாது. குறைந்த பட்சம் இப்போது. மேலும் பீஜி (அவன் அம்மா) மாயாவை வெறுக்கிறவள். எல்லாவற்றுக்கும் மேலாக, மாயா அவனைவிட நான்கு வயது பெரியவள்.

'சகிக்கு வேணுமென்றால் மங்க்கூவைக் கொடுக்கலாம்' என்று நிகில் சொன்னான். அவன் கண்கள் தொலைக்காட்சி மீது இருந்தன.

'நெசம்மாவா, நிகில் அண்ணா?' சகி மகிழ்ச்சியடைந்தாள், அஞ்சலியின் அறைக்கு ஓடினாள்.

பவன் மாயாவைப் பார்த்தான் அவள் அகன்ற கண்கள் அவன் கொண்ட வியப்பை எதிரொளித்தன. ஆனால் நிகில் அவர்களைப் பற்றி சற்றும் அக்கறைப்படவில்லை. பவன் அந்தப் பையனிடம் பேச மற்றொருமுறை முயற்சி செய்ய வேண்டும். ஒருவேளை மறுநாள் கராத்தே வகுப்புக்கு அழைத்துச் செல்லும்போது. அஞ்சலியின் தாக்குதலைப் பற்றி பிரஸ்தாபித்தாலே நிகில் ஆத்திரம், பிறகு கோபம் அடைகிறான்.

விதிங்க வேணாம்.

சகி பின்னால் துள்ளிக்குதித்தாள். அவள் பளபளப்பான பின்னல்கள் ஆடின. மங்க்கூ அவளருகில் துள்ளியோடி வந்தது. நிகில் மாயாவையும் பவனையும் தன் இருபுறமும் அமர வைத்துக்கொண்டான். சகி மாயாவுக்குப் பக்கத்தில் மங்க்கூவுடன் உட்கார வைத்தான். பிறகு பவனை வேகமாக திரையில் முன்னால் ஓட்டி ஏர்பிளேன் காட்சிகளைக் காட்டச் சொன்னான். முதல் உலகப்போர் தொடங்கி

பிரபலமான பிளேன்களைப் பற்றி விரிவுரை ஆற்றினான். அந்தப் படத்தில் இருந்த குறைகளைப் பற்றி—எப்படி ரோட்டரி எஞ்சின்கள் தவறாக அமைந்தன என்பது பற்றிக் கூறினான். கொஞ்ச நேரம் கழித்து பவனுக்கு அருகில் மெல்லிய குறட்டைகள் கேட்டன. மாயா தூங்கிவிட்டிருந்தாள், வழக்கம்போல் வாயைத் திறந்துகொண்டு. பவன் அவளை எழுப்பலாமா என யோசித்தான். அடுத்த கணமே சோபாவில் விரிந்திருந்த அவன் கையில் அவள் தலை தாழ்ந்தது.

ஆண், பெண், பிள்ளைகள் ஒரு படத்தைப் பார்த்தவாறே தழுவிக் கிடந்தனர். மங்க்கூ சகியின் காலடியில் உறங்கியது. ஒரு குளிர்ந்த காலையில் ஒரு வெதுவெதுப்பான போர்வைக்குள் இருக்கும் கனவுணர்வை இது ஏற்படுத்தியது. அவன் வெளியே வர நினைத்தான், ஆனால் அவன் ஒவ்வொரு தசையும் அதற்கு எதிராகப் புரட்சி செய்தது. அவன் மாயா பக்கம் திரும்பினான். அவள் மேலுடை பிரிந்திருந்தது. அவள் சட்டையின் விளிம்பு உயர்ந்திருந்தது.

புகைபிடிக்கின்ற, குடிக்கின்ற, வசைச்சொற்கள் பேசுகின்ற ஒரு பெண், டைட்டான ஜீன்ஸ்களிலும் மேற்சட்டைகளிலும் உடலின் வடிவத்தைக் காட்டத் தயங்காதவள், ஏன் தன் தோலை மட்டும் வெளிக் காட்டுவதில்லை என்று அவன் அடிக்கடி யோசித்திருக்கிறான். இப்போதுதான் அதற்குக் காரணம் தெரிந்தது. அவன் எஜமானி அவளுக்கான தோல் பற்றிய இரகசியத்தைத் தனக்குள் வைத்திருந்தாள். முழுகிப்போன கப்பல். அவளைத் தொட்டு எழுப்பி, தான் கண்டதைப் பற்றி அவளுடன் பேசலாமா என்று அவன் நினைத்தான். நல்ல வேளையாக அப்படிப்பட்ட முட்டாள்தனம் எதையும் செய்வதற்கு முன்னால், அவன் ஃபோன் ஒலித்தது. அதன் கீச்சொலி எல்லாரையும் குதித்து எழ வைத்தது.

‘அந்த குண்டன் போய்க்கொண்டிருக்கிறான்.’ தகவலாளி கிளர்ச்சியுற்றுப் பேசுவதுபோலிருந்தது. ‘அந்த ஆள் ஒருபோதும் இரவில் எங்கும் போவ்தில்லை.’

‘இதோ வந்துகிட்டே இருக்கேன்’

அவனருகில் மாயா எழுந்து உட்கார்ந்தாள். அவளிடம் லாஹிரி என்று சொன்னான். அவள் தலையசைத்தாள். பாதி தூக்கத்திலிருந்த சகியைத் தூக்கி எழுந்தாள். பவன் டீவியை அணைத்தபோது, சுழன்ற கண்களோடு நிகில் எந்த எதிர்ப்பும் இன்றி எழுந்து நின்றான்.

பவன் குஸுமுக்கு டயல் செய்தான். அவள் இன்னும் தூங்கப் போயிருக்க மாட்டாள் என்ற நம்பிக்கை. முன்னறையிலிருந்து

மாயா இரண்டு குழந்தைகளையும், ஒன்று கையில், ஒன்று அவள் பின்னால் வர, கொண்டு சென்றாள். மங்க்கூ அவர்கள் பின்னால் ஓடியது.

'கொஞ்சம் காத்திரு. நான் இவங்களை ஐராவிடம் கொடுத்துவிட்டு வர்றேன்.' மாயா கதவருகில் கூறினாள். 'என்னை மருத்துவமனையில் விட முடியுமா? ரெண்டு நிமிஷம் பொறு.'

கழுத்து முதல் கால்வரை போர்த்தியிருந்த அவள் குள்ள உடலை உற்று நோக்கினான் பவன். அவன் தன் மேலுடையைச் சொருகிக் கொண்டு காத்திருந்தபோது, வகுப்பில் அவனுடைய சென்சே அவ்வப் போது கூறும் சொற்களை முணுமுணுத்தான் ...*'அறிவுடையோர், அதை விடுத்து, இதைப் பிடித்துக்கொண்டு, என்றெல்லாம் அல்ல, அவர்கள் தங்கள் உணர்ச்சியின் வழி நடக்கின்றார்களே ஒழிய, பார்வையின் வழி அல்ல.'*

37

யதீன் தன் மகனைக் கூப்பிட முயற்சி செய்தார், ஆனால் ஃபோன் அடித்துக்கொண்டே இருந்தது. வருண் இரண்டுநாள்கள் முன்னால் தான் கிளம்பினான். ஆனால் யதீனுக்கு அது ஒரு வாரத்துக்கு மேல் என்று தோன்றியது. அவருக்கு அந்தக் குழுவை அழைத்துச் சென்ற ஆசிரியரிடமிருந்து தகவல்கள் கிடைத்தன, ஆனால் வருணிடமிருந்து எந்தச் செய்தியும் இல்லை. அந்தப் பையன் தளர்ச்சியடைந்து இருப்பதற்குக் காரணம் இருந்தது. அவன் எந்தத் தந்தையும் பெருமைப்படத்தக்க ஒருவன். அவன் எந்த ஆர்ப்பாட்டமும் செய்ததில்லை, அல்லது குடும்பத்திற்கு அவமானம் விளைவித்த தில்லை, ஆனால் யதீன்தான் அவனைக் கைவிட்டு விட்டார்.

மென்மையும் குளிர்ச்சியும் யதீனுடைய நாள்களிலிருந்து மறைந்து விட்டன. தன் திருமண உறவு உடைந்துபோவதன் கூர்முனைகளை அவர் உணர்ந்தார். உடைந்த கண்ணாடி போல மாயாவும் மிகவும் நொறுங்கக்கூடியவளாகவும் பயமூட்டும் விதமாகவும் மாறியிருந்தாள். அஞ்சலியோ மருத்துவமனையின் வெள்ளை விரிப்புகள் மீது எரிந்து படுத்துக்கிடந்தாள்.

தன் அலுவலகத்திலிருந்த தில்லிப்படத்தை அவர் நோக்கினார். நான்கு சிவப்புப் புள்ளிகளை அவர் அதில் குறித்திருந்தார். புல் மிட்டாய், மடிபூர் காலனி, தில்ஷாத் கார்டன்ஸ், சஞ்சய் காலனி. இரவு 10.30 மணி நேரத்தில், தனது துடிக்கும் தோள்வலியைக் குறைக்கக் கொத்தாக வலிநிவாரணி மாத்திரைகளைச் சாப்பிட்ட பிறகு, எண்ண முடியாத கருப்புக் காப்பிகள் குடித்த பிறகு, மேப்பில் பார்த்த நகரம் எப்போதையும்விட அதிகமாக, வெறும் வலைப்பின்னலாகக் காட்சியளித்தது. பல சாலைகளின் நம்பிக்கையற்ற குழப்பம், தரைக்கு மேலும் கீழும் சென்ற இரயில் வழிகள், சந்துகள், நடை பாதைகள், மேம்பாலங்கள், மால்கள், சந்தையிடங்கள், சேரிகள், பழைய நினைவகங்கள், புதிய அலுவலகக் கட்டிடங்கள் எல்லாம் ஒன்றுசேர்ந்து அங்கு வாழ்ந்த பதினெட்டு மில்லியன் மக்களின் இடத்துக்கு அடித்துக்கொண்டது போலத், தாங்களும் இடம் கிடைப்பதற்காக மோதிக்கொண்டன எனத் தோன்றியது. எறும்புகள்

போல, ஆனால் எறும்புகளிடம் இருக்கும் எவ்வித அமைப்புத் தன்மையும் இல்லாமல்.

இத்தனையாண்டு குற்றப்புலனாய்வும் யதீனை அவரது தனிப்பட்ட மற்றும் தொழில் வாழ்க்கையின் இப்படிப்பட்ட வீழ்ச்சிக்குச் சற்றும் தயார் செய்யவில்லை. தன் எஜமானரின் மகளையே மணந்து கொண்டாலும் இரண்டையும் அவர் வேறுவேறாக வைத்துக் கொள்வதற்குத் தன்னால் இயன்றவரை முயற்சி செய்தார். ஆனால் திருஷ்டியுடனான சண்டைக்குப் பிறகு அது முடிந்துவிட்டது. மேஹரா விரைவில் அவரை அழைப்பார். தேர்தல்கள் நடக்க இன்னும் ஒரு மாதம் இருந்தது. அதில் சாபர்வால் முதலமைச்சர் ஆகக்கூடும். யதீனுக்கும் ஏதாவது பெரிய பதவி கிடைக்கலாம். சாபர்வால் வழக்கு வெளிவந்தால் ஊடகங்களில் ஏதாவது பெரிதாக வெளிவந்து அவருக்கு நல்ல நிலையை உருவாக்கலாம். அவர் கிரேவாலிடமிருந்தோ, அல்லது இன்றைய இரவின் செயல்பாட்டுக்கு கிரேவாலுடன் சேர்ந்திருக்கும் குஸுமிடமிருந்தோ செய்திக்காகக் காத்திருந்தார். இன்றைய இரவே ரெய்டை ஒன்றாக நடத்தமுடியுமா என்பது கிரேவாலுக்குச் சந்தேகமாக இருந்தது. ஆனால் எப்படியிருப்பினும் குஸுமைத் தன் டிரைவரோடு யதீன் அனுப்பிவைத்தார். அவருக்குத் தரையின் மீது கண்ணைச் செலுத்தும் ஆள்தான் தேவை. இராட்சஸ உருவம் கொண்ட, ஆனால் எளிமையாக இருக்கக்கூடிய கான்ஸ்டபிள் திலாவர் குஸுமைப் பாதுகாப்பாக கவனித்துக்கொள்வான்.

இப்போதெல்லாம் மிக முக்கியமானதாக, சர்வதேசத் தொடர்பு களோடு கூடிய ஆட்களுடன், நீண்டகால பதிவுகளுடன் இருந்தா லொழிய யதீன் ரெய்டுகளில் பங்கேற்பதில்லை. அவரது இருப்பு கிரேவாலின் குழுவிலுள்ள சிலரின் நாக்குகளை ஆடவைக்கும், விஷயம் மேஹரா வரை சென்றுவிடும். அது நடக்கக்கூடாது.

அவருடைய ஃபோன் ஒலித்தது.

'நமது தகவலாள் சொன்னான் சார். லாஹிரி சஞ்சய் காலனியை விட்டு ஒரு ஆட்டோ ரிக்ஷாவில் கிளம்புகிறான்' என்றாள் குஸும்.

லாஹிரி இப்போது ஓட வேண்டிய அவசியம் என்ன? அவனுக்கு ரெய்டு பற்றிய செய்தி தெரிந்திருக்குமா? லாஹிரி, மனோஜ், முடியுமானால் ராதே, ராம் சரண் ஆகிய அனைவரையும் ஒரே மூச்சில் பிடிப்பதுதான் யதீனின் திட்டமாக இருந்தது. அதனால் சுஜினி வழக்கைத் திறக்க முடியும். இப்போது லாஹிரி ஓடுகிறான் என்றால், அவனை யாராவது பின்தொடர வேண்டும்; ரெய்டு என்ன

வெளிப்படுத்துகிறது என்பதைப் பொறுத்து அவனைத் தனியாகக் கைதுசெய்ய வேண்டும்.

'லாஹிரி மீது ஒரு கண் வை. அவனை விட்டுவிடாதே.'

'வழியிலதான் இருக்கேன் சார். நம்ம ஆள் அவனுக்கு நேர்ப் பின்னால இருக்கான். அவன் கோவிந்தபுரியைப் பாத்துப் போறான்' என்றாள் குஸுூம். 'அப்புறம் பவன் தஹியா கூப்பிடறார் சார்.'

'இப்ப அவன் எங்கிருக்கான்?'

'ஃஸப்தர்ஜங் ஆன்கிளேவைவிட்டுப் புறப்படறார் சார். இங்கேதான் வர்றார்.'

'ஃஸப்தர்ஜங் ஆன்கிளேவா? அப்ப மாயாவோட இருந்தானா? அதைப் பற்றி நினைக்க இப்போது நேரமில்லை. அந்த முனையில் குஸுூம் அவரது ஆணைகளுக்காகக் காத்திருந்தாள். யதீனால் ரெய்டுக்குப் போக முடியாது, ஆனால் பவன் போகமுடியும்.

'ரெய்டுக்கு அவனைப் போகச் சொல். நான் கிரேவாலுக்கு அவனைப் பற்றிச் சொல்லிக்கொள்கிறேன். நாம் அந்த ராதேயையும் அவன் அண்ணனையும் கண்டுபிடிக்க வேண்டும்.' என்றார். 'எனக்கு லாஹிரியைப் பற்றிக் கூடுதல் தகவல்களைச் சொல்லிக் கொண்டே இரு.'

யதீன் டிராயரைத் திறந்தார். தன் கைத்துப்பாக்கியை எடுத்துக் கொண்டார். நல்ல வேளை, ஆட்டோ 9 மிமீ பிஸ்டலையும் எடுத்துக் கொண்டார். தன் ஃபைல்களை எல்லாம் வேறொரு டிராயரில் வைத்துப் பூட்டினார். 'எந்த வழியில் போயிருக்கிறான் சொல். நான் இப்ப புறப்படுகிறேன்.'

'ஆனா, சார்...'

'ஆணைகளை அப்படியே ஃபாலோ பண்ணு, நேத்தம். இப்ப பவனைக் கூப்பிடு. நான் சீக்கிரம் உன்னைப் பாக்கறேன்.'

***

தன் அலுவலக ஜீப்பை லாஜ்பத் நகரின் அபார்ட்மெண்ட் பகுதிக்குச் சற்று தூரத்திலேயே ஒரு மூலையில் நிறுத்திவிட்டு யதீன், குஸுூமுடன் காரில் ஏறினார். வழக்கமான போலீஸ் சுமோ இல்லை, இது ஒரு பழைய சாண்ட்ரோ. தேவைப்பட்டால், குறுகிய சந்துகளில் செல்ல வசதியானது. மேலும் மறைந்திருக்க வசதி. குஸுூம் சாதாரண உடை அணிந்திருந்தாள். ஒரு குர்த்தா, ஜீன்ஸ். அது ஒரு பள்ளிப் பெண் பெரியவர்களின் உடையில் இருப்பதுபோலத் தோன்றியது.

'அவன் உள்ளேதான் இருக்கிறான் என்று நிச்சயமாகத் தெரியுமா?'

'எங்க தகவலாளியும் பவன் தஹியாவுடைய ஆளும் இதுவரைக்கும் அவனைப் பின்தொடர்ந்திருக்காங்க சார். திலாவர் எங்க ஆளோட பின் வாசலில் பேசப்போயிருக்கார். லாஹிரி வெளியே போகல சார்.'

'அவன் இங்க முன்னால வந்திருக்கானா?'

'எங்க ஆள் பின்தொடர ஆரம்பிச்சதிலிருந்து இல்ல சார்.'

அசாதாரணம். லாஹிரி நடுராத்திரியில் ஒரு சம்பந்தமில்லாத அபார்ட்மெண்ட்டில் இருக்கிறான். ஒரு மத்தியதர வர்க்க வசிக்குமிடத்தின் நடுவில் மற்றொரு போதைமருந்து குகையா? யதீன் தனது கையை நீட்டித் தன் தோளை அழுத்தி மசாஜ் செய்தார். காப்பி, வலிநிவாரணிகள் சேர்க்கையில் வலியின் மோசமான பகுதி நீங்கியிருந்தாலும், மிதமான ஒரு வலி நீடித்தது. கடிகாரத்தைப் பார்த்தார். பதினொன்று ஐந்து. இன்னும் லாஹிரி பற்றிய அடையாளம் இல்லை. அவர்களுக்கு முன்னாலிருந்த புகைப்பனியிலிருந்து ஒரு கார் வெளிப்பட்டு அவர்களைத் தாண்டிச் சென்றது. உரத்த பாலிவுட் பாடல் ஒலித்தது. பின் ஜன்னலிலிருந்து சிகரெட் ஏந்திய ஒரு கை வெளியே தெரிந்தது. யதீனுக்கு உயர்ந்த குரலில் ஆண்குரல்கள் சற்றும் சுருதியின்றிப் பாடுவது கேட்டது. இன்னொரு கைமுன் ஜன்னலி லிருந்து வெளியே வந்து தூக்கி எறிந்த பாட்டில் அபார்ட்மெண்ட் சுவரில் மோதி உடைந்தது. குடிகார மடையன்கள். யதீன் கட்டுப் பாட்டறைக்கு ஒரு ஃபோன் போட்டுச் சொல்லியிருப்பார், ஆனால் தன் இருப்பிடத்தை அப்போதே ஒரு காவல் கட்டுப்பாட்டறைக்குத் தெரிவிக்க அவர் விரும்பவில்லை. 'அவன் வெளியே வர்றான் சார், நான் திலாவரைக் கூப்பிடறேன்' என்றாள் குஸும். மங்கிய ஒளியில் தெரிந்த முகப்பில் கவனிக்கத் தவற முடியாத லாஹிரியின் வடிவம் நடந்து வருவதை யதீன் பார்த்தார்.

ஆனால் அவர் தனியாக இல்லை. வேறிரண்டு ஆட்கள் மேல்சட்டைகள், சால்வைகள் அணிந்து அவர் பக்கங்களில் வந்தனர். ஒரு ஆள் பெரியவடிவம், அகலம். மற்றொருவன் ஒல்லி. அந்த வளாகத்திற்குள் நிறுத்தியிருந்த ஒரு நீல வேனுக்கு அவர்களிடையில் ஒரு பெரிய மூட்டையைத் தூக்கி வந்தனர். அதை வேனின் பின் சீட்டில் எறிந்தனர். பிறகு வளாகத்திலிருந்து வேனில் வெளியேறினர். ஒரு சரியான தூரத்தில் அந்த வேனைப் பின்தொடர்வது அந்தச் சாலை காலியாக இருந்ததன் காரணமாக இயலாததாக இருந்தது. கூடியவரை வேனுக்கு தூரத்திலேயே இலக்கைத் தவறவிடாமல்

260 ✳ உன் தோளுக்கு அடியில் நீ

போகும்படி யதீன் உத்தரவிட்டார். முதலில் அந்த நீல மாருதி வேன் சஞ்சய் காலனியை நோக்கிப் போவதாகத் தோன்றியது. ஆனால் கேப்டன் கவுர் ரோடில் வலப்புறம் திரும்புவதற்கு பதிலாக அது இடப்புறத்தில் மகாத்மா காந்தி சாலையில் சென்றது. ஆக, லாஹிரி திரும்பவும் ஹிரிதயோக்கிற்குச் செல்லவில்லை.

· யதீனின் ஃபோன் ஒலித்தது. பவனிடமிருந்து செய்தி: சஞ்சய் காலனியில் ரெய்டு தொடங்கிவிட்டது.

கார் இப்போது கீதா காலனி ரோடில் ஒரு காலியான பகுதியில் சென்றது. அதன் ஹாலஜன் விளக்குகள் பிரகாசமான ஒளியைத் தார்மீது வீசின என்றாலும் அதற்கப்பால் இந்த இருட்டை நீக்க முடியவில்லை. மிகத் தொலைவில் தனியான ஒன்று அல்லது இரண்டு விளக்குகள் தெரிந்தன. கரிய கட்டடங்களுக்குப் பிறகு சில மரங்கள் சிதறிக் கிடந்தன. எப்போதாவது ஒரு பிரகாசமான ஜன்னல் திறந்தது. யதீனின் காரில் திலாவர் தன் பெருத்த உடலைச் சற்று இடம்பெயர்த்து ஸ்டியரிங் மீது குனிந்தான்.

வேன் இடப்புறம் ஒரு இருண்ட சந்தில் திரும்பி கீதா காலனிக்கு எதிரிலிருந்த சேரிக்குச் சென்றது. திலாவரைக் காரின் விளக்குகளை அணைத்துவிடுமாறு யதீன் கூறினார். அதேசமயம் குஸும் தன் துப்பாக்கியைச் சரிசெய்துகொள்வது கேட்டது.

சந்தின் முன்னால் கொஞ்ச தூரத்திலேயே கார் நின்றுவிட்டது. அதன் பின் விளக்கு வெளிச்சத்தில் அடுத்த இரண்டுபேர் வெளிவருவதைப் பார்த்தார், ஆனால் அதில் லாஹிரி இல்லை. எங்கேயோ ஒரு குழந்தை உச்ச ஒலியில் அழுவது கேட்டது. அது விசும்பலாகத் தேய்ந்தது. அந்த இரண்டு பேரும் பின்கதவு ஒன்றைத் திறந்து அந்த மூட்டையை இறக்கினர். அந்த மூட்டையில் என்ன இருந்தது? தன்னைப் பிடிக்கும் முன்னால் லாஹிரி ஹிரிதயோகிலிருந்து தடயங்களை எல்லாம் வெளியேற்று கிறானா?

யதீன் சீட்பெல்ட்டை அவிழ்த்துத் தன் துப்பாக்கியின் பாதுகாப்பு லாக்கைச் சரிசெய்துகொண்டார். வெளியே வந்ததும் அவர் மிக வேகமாக இயங்கியாக வேண்டும். அவர் தோள் இப்போது வலித்தது, ஆனால் அவர் அதைப் பற்றிக் கவலைப்படவில்லை.

'திலாவர்?' அவர் தன் 9 மிமீயை அவனிடம் கொடுத்தார். சாதாரணமாக கான்ஸ்டபிள்களுக்குத் துப்பாக்கி கொடுப்பதில்லை, ஆனால் யதீன் திலாவருக்கு எப்போதுமே அளித்தார், அதைப் பற்றி வருத்தப்பட நேர்ந்ததில்லை. 'ரெடி சார்' திலாவர் தலையசைத்தான்.

அந்த ஆட்கள் மூட்டையைச் சாலையின் ஓரத்துக்குக்கொண்டு சென்று போட்டனர். அதற்குள்ளிருந்து யாரோ உதைத்துக்கொள்வது போல அது அசைந்தது. 'இப்ப ஓடுங்க' பிற இருவரையும் கவனிக்காமல் யதீன் இறங்கினார். சாக்கடைகளின் நாற்றம் ஒரு சுவர் போல மூடியது. அவர் முகத்தில் திடீரெனக் குளிர் அடித்தது. அந்த ஆட்களை நிற்குமாறும், கைகளை உயர்த்துமாறும் கூவிக்கொண்டே அவர் நீண்ட நடைகளால் ஓடினார். அவருக்குப் பின்னால் திலாவரும் குஸுமும் ஓடிவருவது கேட்டது. காரில்வந்த இருவரில் உயரமான மனிதனைக் குறிவைத்து ஓடலானார். அவனும் ஓட்டத்தில் இறங்கினான்.

ஒவ்வொரு முறையும் அவருடைய கால்கள் தரையில் படும்போது தோள்பட்டை வலியை வெளிப்படுத்தியது, ஆனாலும் யதீன் ஓடினார். அந்த அரையிருட்டில், சமமற்ற நிலத்தில், அந்த சந்தேகத்திற்குரியவனை துரத்திக்கொண்டு, காதில் இரத்தம் முனக, பலமுறை எச்சரிக்கைகளை விடுத்துக்கொண்டே நிற்குமாறு கத்தினார். அவை அவர் தொழிலில் பல நூறு முறை கத்தியவைதான். சந்தேக நபர் அதை அலட்சியப்படுத்தி, அவனுடைய சால்வை பின்னால் இழுத்துக் கொண்டுவர துப்பாக்கியால் சுடப்படும் தவிப்பில் ஓடினான்.

அந்தச் சால்வையை யதீன் பிடித்ததும், வலி அவர் தோளில் தாக்க, அவர் துப்பாக்கியைக் கீழே போட்டவாறு விழுந்தார். அவருடைய முகத்தைப் பேப்பர் குப்பைகள், கந்தைகள், அழுக்குகள் தாக்கின. அவர் எழுந்து பார்த்தபோது அந்த ஆள் ஒரு சந்தில் திரும்பி குனிந்து ஓடிக்கொண்டிருந்தான். தன் துப்பாக்கியைத் தேடி எடுத்து, தன் வலியையும் ஒரு கணம் மறந்து, சுட்டார். அந்தச் சந்துக்கு ஓடினார். ஆனால் அவன் மறைந்துவிட்டிருந்தான். தன் ஃபோனிலிருந்த லைட்டை இயக்கி கற்களையும் செங்கற்களையும் தாண்டியவாறு ஓடினார். ஆனால் அதற்கு அப்பால் ஒரு சேற்றுக் குட்டையில் சில சிறிய பன்றிகள்தான் இருந்தன, வேறு உயிரின் அடையாளம் எதுவும் இல்லை.

அவருடைய ஃபோன் அந்த அமைதியில் பயங்கரமாக ஒலித்தது. மாயாவின் பெயர் திரையில் வந்தது. இரவு 1 மணிக்கு மேல் ஏன் அழைக்கிறாள்?

யதீன் ஹலோ சொல்வதற்குள் மாயா தேம்பினாள். 'வேகமா வாங்க அண்ணா. அவங்க அஞ்சலியைத் தீவிர சிகிச்சைப் பகுதிக்குக் கொண்டு போயிட்டாங்க.'

38

அஞ்சலி மற்றொரு மேகத்தில் மிதந்தாள். இந்தப் பஞ்சு-உல்லன் தளத்தின் மீது நடக்கும் இந்தத் தன் ஏறுமாறான கற்பனையை எண்ணிச் சிரித்தாள். அவள் ஏன் விழவில்லை? பஞ்சுபோன்ற மேகங்கள் அவளை உயர்த்திப் பிடித்தன. அவள் சின்னவயதில் பார்த்த விளையாட்டிடங்களில் இருந்த மிருதுவான மெத்தைகள் போல.

எல்லாச் சிறுசுகளும் அவள் பின்னால் குண்டம்மா, குண்டம்மா என்று கத்தியவாறே ஓடிவந்தன. அவர்களால் இப்போது அவளை- இந்த ஒல்லி அஞ்சலியைப் பிடிக்கமுடியாது. அவள் சுரங்கவழி களிலும் சிக்கலான வழிகளிலும் சென்றாள். ஆனால் அவர்களின் கேலிக் குரல்கள் இருட்டில் எங்கிருந்தோ தொலைவிலிருந்து பின்தொடர்ந்தன. விவி ஆண்ட்டியும் அம்மாவும்கூட ஓடாதே என்று கூறியவாறு அவளைத் துரத்தினர். முகத்தை மூடிய ஓர் உருவம் இப்போது துரத்தத் தொடங்கியது. எவ்வளவு முறை அவள் ஏமாற்றினாலும் தொடர்ந்தது. அது பெருங்கற்கள், கூரியநகக் கைகளைப் போன்றவை தூவியிருந்த கடினமான திடல் அது. அவள் கால்கள் பட்ட இடங்களிலிருந்து கரிய சிலந்திகள் பின்னால் சென்றன. கூரிய கற்கள் பரந்த அந்தக் கெட்டித் தரையில் அவளுக்குக் காயங்கள் ஏற்பட்டன. ஆனால் அவள் தொடர்ந்து ஓடினாள். ஒரு வெதுவெதுப்பான உடல்மீது மோதினாள். கூச்சலிட்டாள். ஷ்ஷ்... நான் இருக்கிறேன். ஜெல்லி, இப்பத் தூங்கு. அஞ்சலி தளர்ச்சி பெற்றாள். கடைசியில், பாதுகாப்பாக.

கடல்காற்று தலையில் மோத, விவி ஆண்ட்டியின் வார்த்தைகளுக்குச் சிரித்தாள் அஞ்சலி. ஜூலை நாலுக்கு வீட்டுக்குத் திரும்பியாயிற்று. அவளும் விவி-வும் வெளியே போனார்கள். அவர்கள் அணிந்து சென்றது, விவியின் செக்ஸியான உடைகளை. அவற்றில் மினி ஸ்கர்ட்டுகள், கீழிறங்கிய கழுத்து வளைவுகள், நிறைய பளபளப்பு ஆகியவை உண்டு. அந்தச் சிறிய நகரத்தில்—குடும்பங்கள் ஒருவர் மற்றவரின்

உன் தோளுக்கு அடியில் நீ ✸ 263

புழக்கடை விருந்துகளில் ஈடுபடுகின்ற, சர்ச் தந்தை தனது போதனைப் பிரசங்கத்தில் பேசிய விஷயத்திற்காக ரொட்டி விற்பனையை ஏற்பாடு செய்கின்ற, புதிதாக வந்த அண்டை வீட்டார்களை குக்கீகள், கேசரோல்கள் கொடுத்து வரவேற்கின்ற ஊரில், அவர்கள் தனியாகத் தெரிந்தார்கள்.

தலையைப் பின்னுக்குத் தள்ளி, தலைமுடியைப் பிரித்து அசைத்தவாறு அஞ்சலி சிரித்தாள். அம்மாவுக்கு முழுக்கைச் சட்டைகளையும், முழங்கால்களுக்குக் கீழ் ஆடிச்செல்லும் பூப்போட்ட பாவாடைகளையும்தான் பிடிக்கும். அதனால்தான் விவின் வீட்டில் உடையணியச் சென்றாள்அஞ்சலி. லிப்ஸ்டிக்குகளை மாற்றிக் கொண்டு, கண்நிழல்களின் சாயைகளை விவாதித்துக்கொண்டு, வெவ்வேறு விதமான ஷூக்களை முயற்சி செய்து கொண்டு... நேட் மார்கனுக்கு இவை பிடிக்கும், இந்தக் குட்டைப் பாவாடை கேர்ல்-ஃப்ரெண்டையும்தான். இந்த மாலை அவர் அவளைப் பார்க்கும்போது அவரது முகபாவத்தைக் காண வேண்டும் என ஒரே ஆவல். அதற்கு நேரம் தள்ள முடியாது.

இங்கேயே அவள் அவரோடு தங்கியிருக்க வேண்டும். ஆங்கில மேஜர் படிப்பதில் அவளுக்கு ஆசை. எதற்காக அவள் உளப் பகுப்பியலைத் தேர்ந்தெடுத்தாள்? அவள் பெற்றோர், ஒரு அக்கவுண்டண்ட், ஒரு பேராசிரியர். அவள் டாக்டரேட் பட்டம் பெறவேண்டுமென அவர்கள் விரும்பினார்கள். உலகத்துக்கு அதனால் ஒரு அறிவார்ந்த மேட்டுக்குடி மகளை உலகிற்குக் காட்ட விரும்பினார்கள். பல தசாப்தங்களாக நுழையாத ஃபேவலோசா பாருக்குள் அவள் பெற்றோர் கைபிணைந்து உள்ளே வந்தார்கள்.

'இந்த நிமிஷமே வீட்டுக்கு வா' என்றாள் அம்மா. அவள் மதுக்கிண்ணம் மூக்குவரை உயர்த்தியிருந்தது. அவள் நீண்ட தளர்த்தியான உடை கசங்கியது. மதுச்சிவப்பின் கீற்றுகள் அவளது மெல்லிய வெளுத்த முகத்தில் தேங்கியிருந்தன. இறுக்கமான கொண்டையிலிருந்து மயிர்கள் தப்பிப் பறந்தன.

'அம்மா சொல்வதைக் கேள்' அம்மாவின் பின்னால் நின்றார் அப்பா. அவர் குரல் நடுங்கியது.

'விவி ஆண்ட்டி' அஞ்சலி தன் பீர்க் குவளையை தங்க் என்ற ஒலியோடு வைத்தாள். இசை நின்றது. எல்லாரும் அவர்களைப் பார்க்கத் திரும்பினார்கள்.

'ஒரு குடும்பத்துக்கு ஒரு வேசி அதிகம்'

‘அம்மா’

தன் கையைப் பிடித்திருந்த, விரல்கள் கெட்டியாக நெரித்த விவி ஆண்ட்டிக்கு நெருங்கினாள் அஞ்சலி. இப்போது மதகுருக்கள் போலத் தென்பட்ட தன் பெற்றோரை எதிர்கொள்ள அஞ்சலி திரும்பியபோது அவள் கைகள் வலித்தன. உயர்ந்த காலர் கொண்ட உடையில் அவள் எலும்பும் தோலுமான அம்மா அபத்தமாகவும் அப்பா தனது பெரிய பழுப்புக் கழுத்து உடையில் மிக இறுக்கமாகவும் தென்பட்டனர்.

இசை மறுபடியும் தொடங்கியது. ‘ஏதோ நம்மைப் பீடிக்கப் போகிறது’ என்று ஒரு பாட்டு புதிய இசையுடன் தொடங்கியது. அவள் பெற்றோர் உரத்த நாடகத்தனமான முணுமுணுப்புகளுடன் அவளை நோக்கி வந்தனர். இதுக்குள் கர்ப்பமாகி... என்ன நினைத்துக் கொண்டிருக்கிறாய்? உன் மூஞ்சியைப் பார், ஒரு டார்ட்டைப் போல, ...ப் போல, உன்னைப் பற்றி நீ வெட்கப்பட வேண்டும். அதைத் துடை. அம்மா கவுண்ட்டரிலிருந்து ஒரு தட்டுத் துடைக்கும் துணியை எடுத்து அவள் முகத்தைத் துடைக்கத் தொடங்கினாள். நீ என் பெண்ணே கிடையாது. உன்னைப் பார். எவ்வளவு முகப்பூச்சு. பார், நல்லாப் பார்!

இசை மங்கியது. உண்ணும் கலங்கள் நறநறத்தன. தட்டுகள் நடுங்கின. அவள் சுவாசித்த ஆல்கஹால் காற்று நாற்றமடித்தது, மருந்து போல, ஃபினைல் போல கடுப்பாக. அதில் அறை நீந்தியது. அவள் தட்டுத் துடைக்கும் துணியை அம்மாவின் முகத்தில் எறிந்து குறுக்கே வராதே என்று அறைய விரும்பினாள்.

‘அஞ்சலி!’

ஓர் ஆணின் குரல். யதீன்.

‘ஹெல்ப்! இவர்கள் என்னைக் கொன்றுவிடுவார்கள்’ என்று கூச்சலிட்டாள். ஆனால் அவள் குரல் ஒரு கடூரமான, சித்திரவதைக்கு ஆளான முனகலாகத்தான் வெளிவந்தது. அது அவள் தொண்டையில் எரிந்தது. ‘நான் இவர்களை வெறுக்கிறேன். இங்கிருந்து என்னைக் கொண்டு செல்லுங்கள்... ரொம்ப இருட்டாக இருக்கிறது... விளக்கைப் போடுங்கள்...’

‘நான் இருக்கிறேன்’ யதீன் குரல் மென்மையாக, கம்மியதாக ஒலித்தது. இந்தக் கொடுங்கனவுக்கு முடிவே இல்லையா?

‘அவர்கள் உனக்கு உதவி செய்யட்டும். அவர்கள் சிகிச்சையை முடிக்க வேண்டும் இல்லையா?’

சிகிச்சை. இந்த வலிக்காக. அவளது யதார்த்தம் அவள் கழுத்தில் கடிக்கும் இந்த ஊசிகள், மிகவும் கனமான தலை, இந்த இருட்டு, அவள் கீழிருக்கும் படுக்கை, அவ்வளவுதான். அவளுக்கு இப்போது முகமில்லை. அம்மா அவள் முகத்தை முற்றிலுமாகத் துடைத்து விட்டாள்.

39

அவனது பகற்கனவுகளில் பவன் அடிக்கடி போலீஸ் குழுக்களுக்குத் தலைமை தாங்கினான், குத்துகளை வழங்கினான், ஆணைகளை கர்ஜித்தான், குற்றவாளிகளைப் பிடித்தான். இதற்கு, கிரேவாலின் ஆட்களுடன் இருண்ட, சஞ்சய் காலனியின் சந்துபொந்துகளில் ஓடுவது ஒத்துவரவில்லை. ஆண்களும் பெண்களும் வீடுகளிலிருந்து பாதித் தூக்கத்தில் அரைகுறை உடைகளுடன் ஓடினார்கள். போலீஸ்காரர்கள் எல்லாப் பக்கங்களிலிருந்தும் ஹிரிதயோகையும், மனோஜின் மறைவிடம் உள்பட முன்பே தேர்ந்தெடுத்த இடங்களையும் சூழ்ந்து கொண்டார்கள். ஒவ்வொரு குடிசையாக அவர்கள் தேடி வரும்போது பவனின் உலகம் அவனைச் சுற்றி வெறும் கூச்சல்களால் நிறைந்தது. எச்சரிக்கைகள், புலம்பல்கள், சாபங்கள், போலீஸ் தடிகள் கைகால் களிலும் மண்டைகளிலும் மோதும் சத்தங்கள். சைரன்களின் ஓலங்கள், வியர்வை, பயம், செக்ஸ், புகையிலை, ஹஷீஷ் ஆகியவற்றின் நாற்றங்கள். மிகவும் அமைதியாகத் தொடங்கிய போலீஸ்காரர்கள், இப்போது தங்களுக்குள்ளும், தாங்கள் பிடித்த சந்தேகக் கேஸ்களுடனும் கூச்சலிட்டார்கள். குழப்பம், பயம், ஏமாற்றம் ஆகியவற்றின் எழுச்சியுடன் போரிட்டவாறு ராதேயைத் தேடும் தனது சொந்தத் தேடலை விடாமல், அவன் ஆட்களைப் பின்தொடர்ந்தான்.

பவன் சம்பவங்களின் கோர்வையைப் புரிந்துகொள்வதற்கு முன்னால், ஒரு சுவருக்கு முன்னால் வரிசையாக நின்றிருந்த மனோஜ் உள்ளிட்ட சந்தேகக் கேஸ்களை உற்றுநோக்கிக்கொண்டிருந்த கிரேவாலின் அருகில் இருந்தான்.

மனோஜ் பவனைப் பார்த்து வாயை அகலத் திறந்தான். பேச இருந்தான். அதற்குள் ஒரு போலீஸ் அவனை பயங்கரமாக அடித்தான். வாயை மூடுமாறு சொன்னான். கிரேவால் வெற்றிலை மென்றவாறும் தன் பெல்ட்டை உயர்த்தியவாறும், லாஹிரியின் அறைகள் எல்லா வற்றையும் கலைத்துத் தேடியபோது தலையை ஆட்டிக் கொண்டும்

இருந்தார். கைப்பற்றப்பட்ட பாக்கெட்டுகள் பைகளில் வரிசையாக வைக்கப்பட்டன. எல்லா திசைகளிலிருந்தும் மக்கள் வந்தனர். ஆனால் ராம் சரண் அல்லது ராதேயைப் பற்றிய சுவடே இல்லை.

பவன் தனது கடிகாரத்தை நோக்கினான். விடியல் 2 மணி. கடந்த மூன்று மணி நேரத்துக்குள் பீஜி அவனை ஐந்து முறை அழைத்திருந்தாள். அவள் மனம் அமைதியின்றி இருந்தது. இன்றிரவு அவனால் அங்கே வர முடியுமா? அவன் அவளைச் சமாதானப் படுத்திக்கொண்டிருந்தான். அவன் தன் இடத்தில் இல்லை, நகரத்தின் அடுத்த கோடியில் வேலையாக இருப்பதாகவும், போலீஸ் தாக்குதல் ஒன்றின் மத்தியில் இருப்பதாகவும் சொன்னான். எப்போதும் அந்தக் கேடுகெட்ட போலீஸ்களுடன்தானா என்று அவள் ஃபோனில் கூச்சலிட்டாள். ஒருநாள் அவன் தன் வேலைக்குப் பின்னாலும் போலீஸ் பின்னாலும் ஓடிக்கொண்டிருக்கும்போது அவள் செத்துப் போவாள். ஒரு மகன் தனது நோயாளித் தாயை மறந்துவிடும்படியான பிழைப்பு அது எப்படிப்பட்ட பிழைப்பு?

சுற்றிலும் பார்தத பவன், தனக்கு அங்கு வேலை ஒன்றுமில்லை என்பதைப் புரிந்துகொண்டான். யதீன் சாருடைய கட்டளைப்படி அவன் ராம் சரணையும் ராதேயையும் தேடினான். ஆனால் முழுமையான தேடலுக்குப் பிறகும் அவர்கள் இருவரும் அங்கு காணப்படவில்லை. இப்போது லாஹிரி யதீன் சாரால் தேடப்படும் ஆள். அவன் யதீனுக்குப் ஃபோன் செய்ய இருந்தான், அதற்குள் அவரே கூப்பிட்டுவிட்டார். ஒரு காயம்பட்ட பெண் காரில் இருந்ததால் லாஹிரியைக் கைதுசெய்ததாகச் சொன்னார்கள். குஸும் அந்தப் பெண்ணின் வாக்குமூலத்தைப் பெறச் சென்றிருந்தாள். பவன் அவளுக்கு உதவி செய்ய வேண்டுமா? ஒருகணம், தன் பீஜீயைப் பவன் நினைத்தான். ஆனால் அவன் யதீன் சாரிடம் நல்ல பெயர் வாங்க வேண்டுமானால், இதுதான் நல்ல வாய்ப்பு. 'நான் போவேன்' என்றார் யதீன். 'ஆனால் அஞ்சலி இப்போது ஐசியூவில் இருக்கிறாள். நான் மருத்துவமனைக்கு ஓடுகிறேன்.'

அது பவனை முடிவுக்கு வரச்செய்தது. அவன் தனது பைக்கை அன்றிரவு மூன்றாம் முறையாகச் செலுத்தினான்.

எல்லா அரசாங்க மருத்துவமனைகளையும் போலவே லோக் நாராயணிலும் அந்த விடியற்காலையிலும் அதன் பங்குக்கான கூட்டம் இருந்தது. குஸும் கூறிய வழியில் அவன் தாழ்வாரங்களில் சென்றான்.

அவன் பீஜீயும் அண்மையிலோ பிறகோ இதுபோன்ற மருத்துவமனை ஒன்றில் வந்து சேரநேரிடும். டாக்டர்கள் சென்றவாரம் அவளுக்கு தாங்கள் நினைத்ததுபோல ஆஸ்த்மா இல்லை, நுரையீரல்களைத் தாக்கும் ஒருவித அர்த்ரைடிஸ் என்று சொன்னார்கள். பவன் தன் தாயைப் பற்றிய நினைவை ஒதுக்கிவைத்துவிட்டு, அவசரமாகச் சென்ற செவிலிகளிடம் வழி கேட்டான். அவர்கள் விரைவாக பதிலளித்துவிட்டு தங்கள் வேலைக்குப் பறந்தார்கள்.

குஸூம் வாக்குமூலத்தைப் பதிவுசெய்யத் தயாராக இருந்தாள்.

அந்தப் பெண் ஒரு போர்வைக்குள் சுற்றிவைக்கப்பட்டிருந்தாள். அவள் முகம் கீறல்கள்கொண்டதாகவும், கண்கள் தூக்கக் கலக்கத்துடனும், பாதி முடியும் இருந்தன. பவன் பின்னால் நின்று கையை ஆட்டி, குஸூமைத் தொடருமாறு சமிக்ஞை செய்தான்.

'இது நடந்தபோது எங்கே இருந்தாய்?'

'என் குடிசைக்குப் பின்னால். நான் வெளியே...'

சேரிவாசிகள் பலர் திறந்த சாக்கடைகளைக் கழிப்பிடங்களாகப் பயன்படுத்தினர். குஸூமின் குறிப்புகளைப் பவன் நோட்டமிட்டான். இந்தப் பெண், ரோலி, யமுனாபுஷ்டாவில் காஞ்சன்புரியில் வசித்தாள். இருபத்திரண்டு வயது. திருமணமானவள். இரண்டுவயதுப் பெண்குழந்தை. டாக்டர்கள் பாலியல் வன்முறை என்பதை உறுதிப்படுத்தி ஸ்வாபுகள் எடுத்திருந்தனர். சுஜினி போலவே அதே மருந்துதான்—ப்ரோபோஃபோல்—செலுத்தப்பட்டிருந்தது.

'எத்தனை பேர்?' குஸூம் மென்மையான இந்தியில் மெதுவாகப் பேசினாள். 'ரெண்டு-மூணு பேர்.' அந்தப் பெண் திரும்பிக் கொண்டாள். 'சரியாகத் தெரியவில்லை.'

'அடையாளம் சொல்லமுடியுமா?'

'இருட்டாயிருந்துது'

'அவங்க குரல் ஏதாவது ஞாபகமிருக்குதா கேள்' என்றான் பவன்.

'நெறய குரலுங்க' ரோலி மூச்சுத்திணறி இருமினாள்.

ஒரு நர்ஸ் ஆக்சிஜன் மூடியை அவள்மீது வைத்தாள். அந்த மருந்து அவள் உடலை முழுஅளவு ஆட்கொண்டுவிட்டபோதிலும் அவள் போராடினாள் என்று மருத்துவர்கள் தெரிவித்தனர்.

பவன் ஒரு ஸ்டூலை இழுத்துப்போட்டுப் படுக்கையின் அருகில் அமர்ந்து காத்திருந்தான். சில மனிதர்கள் மிகக் கொடூரமான முறையில் இவளை பலாத்காரம் செய்ததால் இவள் துன்பப்படுவதைக்

காண்பது, இறந்த பெண்களின் நிழற்படங்களை வைத்து வேலை செய்வதிலிருந்து மிக வித்தியாசமாக இருந்தது.

ரோலி சற்றே அமைதியாகி, மாஸ்க் தேவைப்படாத நிலை அடைந்ததும், குஸும் 'அவர்கள் என்ன பேசிக்கொண்டார்கள்' என்று கேட்டாள்.

'முதலில், அவர்கள் என்னைக் காரில் கொண்டுபோவது பற்றித்தான் பேசினார்கள்.' ரோலிக்கு இரண்டு வெவ்வேறான இளம் ஆண் குரல்கள் கேட்டன. முதல் ரெண்டுபேரும் இந்தியில் பேசினார்கள். அவள் வாயைத் துணியால் அடைத்தார்கள். அவளுக்கு மயக்கமாக வந்தது. பிறகு காரில் அவளுக்கு ஒரு ஊசிபோட்டார்கள். அதற்குப் பிறகு அவளுக்கு ஞாபகம் குறைந்துபோயிற்று. பின்னால் கொஞ்சம் இங்லீஷ் பேச்சு. ரெண்டு குரல்களுக்கு மேல்.

பவன் இண்டர்நெட்டில் ப்ரோபோஃபோலின் விளைவுகள் பற்றிப் படித்திருந்தான். அறுவைசிகிச்சை அளிப்பதற்குமுன் நோயாளிகளுக்கு அவர்களுக்கு என்ன நிகழ்கிறது என்று தெரியா திருப்பதற்காக இந்த ஊசியைப் போடுவது வழக்கம். நிபுணர்களால் அன்றி, கட்டுப்பாடற்ற முறையில் இந்த மருந்து செலுத்தப்பட்டால் மரணத்துக்கு இட்டுச் செல்லும். ரோலி மேலும் பேசும்போது மூச்சுத் திணறியது. இந்தச் சமயம் நர்ஸ் உள்ளே வந்து இருவரையும் வெளியேறுமாறு கூறினாள். பவன் வெளியே தாழ்வாரத்துக்கு வந்தவுடனே ஃபோன் அடித்தது. மாயாவின் பெயர் திரையில் பளிச்சிட்டது.

270 ❊ உன் தோலுக்கு அடியில் நீ

40

யதீன் தனது கையை மாயாவின்மீது வைத்தவாறு உட்கார்ந்திருந்தார். நீதான் பொறுப்பு என்று அவளிடம் கத்த நினைத்தார். நீதான் விலகியிருக்கும்படி சொன்னாய். ஆனால் உண்மையில் பழி அவர் வீட்டில்தான் இருந்தது. அவர் அவளைக் கைவிட்டுவிட்டார். மருத்துவமனையும் அவளைக் கைவிட்டுவிட்டது. தங்கள் கண்காணிப்பில் அவள் தன்னைத் தானே காயப்படுத்திக்கொள்ளவும் அதனால் ஏற்பட்ட தொற்று எல்லா உறுப்புகளுக்கும் பரவி செயலிழப்பதுவரை செல்லவிட்டுவிட்டார்கள். உணர்ச்சிகளைக் கட்டுப்படுத்த முடியாமல் நடுங்கிக்கொண்டிருந்த தன் குட்டிச் சகோதரியிடம் எல்லாம் சரியாகிப் போய்விடும் என்று சொன்னார். அஞ்சலி சமாளிப்பாள். இரத்தம் நஞ்சாகியதைத் தடுக்க அவர்கள் அவசர கால நடவடிக்கைகள் எடுத்துவந்தார்கள். இப்போது அவளுக்கு வென்ட்டிலேட்டர் வைக்கப்பட்டிருந்தது. அது அவள் மூச்சுவிட உதவி செய்யும். அஞ்சலி இனிமேல் கண்காணிப்பிலேயே இருப்பாள் என்று டாக்டர் கூறியிருந்தார். மருந்துகளால் பாதிக்கப்படாத அளவுக்குத் தொற்றுகள் இப்போது வலிமை பெற்றுவிட்டன. இன்றிரவு எந்தப் பக்கமும் சாயலாம். ஆனால் மாயாவுக்கு அதைச் சொல்ல முடியாது.

'அவ நல்லாயிடுவா' தனக்குள் மறுபடியும் சொல்லிக்கொண்டார்.

'உங்களுக்கு எப்படித் தெரியும்?'

'வழியில் டாக்டர் சிங்கைச் சந்தித்தேன்.' அவரைச் சிறைக்கு அனுப்புவதாக மிரட்டியதை யதீன் சொல்லவில்லை.

'நான் அவங்களத் தனியே விட்டுட்டேன்' மாயா தன் விம்மல் களைக் குறைத்தவாறு கைகளுக்குள் முகத்தைப் புதைத்து உட்கார்ந் திருந்தாள். 'நான் முன்னாலயே வந்திருக்கவேண்டும். ஆனா கோவமாயிருந்தேன். குழந்தைகளோட போய் தங்கிட்டேன்.'

யதீன் மாயாவின் தலையைத் தட்டிக் கோதினார். தாழ்வாரத்திலிருந்த காலி நாற்காலிகளைப் பார்த்தார். தன் தங்கையின் மெல்லிய அழுகை

உன் தோளுக்கு அடியில் நீ ✦ 271

ஒலியைத் தவிர வேறு சத்தம் கேட்காதா என்று ஏங்கினார். 'நேற்றுமாலை இரவு உதவியாள் வரவில்லை.' மாயா தேம்பல்களுக் கிடையில் பேசினாள் 'நான் உங்களை விலகிவிடச் சொன்னேன் நம் இருவரில் ஒருவர் எப்போதுமே...'

'இப்ப அவ பாதுகாப்பா இருக்கறா.' யதீன் மாயாவின் கையை ஏந்திக்கொண்டார். 'அதான் தேவையான விஷயம்.'

அவர் இதைச் சொன்னாலும், உள்ளே ஒரு குரல் பிரார்த்தனை செய்துகொண்டே இருந்தது. அவள் இதைவிட்டு வெளியே வரட்டும், அவள் நன்றாக ஆகட்டும், நான் என்ன வேண்டுமானாலும் செய்கிறேன். கடவுளே, அவளைக் காப்பாற்று. அவளை எனக்கு மறுபடியும் கொடு. நான் யாரானாலும் நல்லது செய்வேன். இது சத்தியம்.

தங்கையிடம் முணுமுணுத்துக் கொண்டிருந்தாலும், அஞ்சலி இல்லாத வாழ்க்கையைக் கற்பனை செய்து பார்க்க முயன்றார். அவரது நாள்கள் தாங்கிப் பிடிக்க எவரும் இன்றி தூணற்ற மண்டபம் போல விழுந்துவிடும். அவர் வேலை, அவர் குடும்பம், அவர் மகன், அவர் தங்கை... ஒருவரும் முக்கியமில்லை. இந்த உணர்வு அவருக்குள் ஒரு சிறுத்தையைப் போல ஓசையின்றி, அபாயகரமாக, புகுந்துகொண்டது. அதன் தாடைகள் தன் கழுத்தில் ஊன்றுவதை உணர்ந்தார்.

'நீ எப்படி இங்க வந்தே?' என்று கேட்டார். 'நீ மற்றொரு ஆளோடு பேசிக்கொண்டிருந்தபோது உன்னை எது வறுத்துக் கொண்டிருந்தது என்று சொல்லவில்லையே?'

'பவனோடுதான். நிகிலைப் பார்த்துக் கொள்ள உதவி தேவைப் பட்டதால் அவன் வந்தான்.' அவள் தன் முகத்தைத் துடைத்துக் கொண்டாள், ஆனால் அவர் முகத்தை ஏறிடவில்லை.

முன்னால் அவள் தூங்கிவிட்டதாகச் சொன்னாள். பவன் அவளிடத்தில் இரவில் தங்க ஆரம்பித்துவிட்டானா?

அவர் கைகளை விலக்கி மாயா பழையபடி தன் கைகளுக்குள் முகத்தைப் புதைத்துக்கொண்டாள். அவர் ஃபோனைப் பார்த்தார். அஞ்சலியின் அம்மாவிடமிருந்து அழைப்பு எதுவும் இல்லை. அவள் வந்து கொண்டிருக்க வேண்டும்.

'சாலைகள் எவ்வளவு மோசம்ன்னு உனக்குத் தெரியாதா? நீ பைக்கில வந்திருக்கக் கூடாது.'

'களைப்பாயிருந்தது அண்ணா. எந்த ஆளும் மாதிரி நானும் என் தொழிலுக்கு வரி கட்டறேன். ஆனா நான்தான் ராத்திரி வீட்ல

272 ❖ உன் தோளுக்கு அடியில் நீ

இருந்தாகணும். ஒரு மாற்றத்துக்காவது ஏன் ஆம்பளைங்க வீட்ல தங்கக்கூடாது?'

'நீ முன்னெச்சரிக்கை எடுக்கக்கூடாது. அது பாதுகாப்பில்லை.'

'எந்த இடமும் எந்த நேரமும் பாதுகாப்பில்லை அண்ணா. ராத்திரி எட்டு மணிக்கு ஒரு கேக் ஷாப் முன்னாலே அஞ்சலிக்கு பாதுகாப்பா இல்லையே'

இதற்கு யதீனிடம் விடையில்லை. எந்தத் தப்பும் செய்யாமலே அஞ்சலி சாவின் விளிம்பில் கிடந்தாள். எந்த முன்னெச்சரிக்கையும் அவளைக் காப்பாற்றியிருக்காது.

'மன்னிச்சுடு' அவள் கைகளை அவர் பிடித்துக்கொண்டார். அந்த வார்த்தை அவரை நிலைப்படுத்திய அளவுக்கு மாயாவுக்கு அதிர்ச்சி அளித்தன. அவர் உணர்ந்தே மன்னிப்புக் கேட்டார். மாயா அதிர்ச்சியில் வாயை அகலமாகத் திறந்து அவரைப் பார்த்தாள்.

'இதெல்லாம் என்னைப் பொறுத்த விஷயம். உன் விஷயமல்ல' என்றார் அவர். 'என்னால் முடிஞ்சவரைக்கும் நான் சரிப்படுத்துவேன். என்னால முடியாததை நீதான் செய்ய முயற்சி எடுக்கணும்.'

வருணைப் போல. வருண் அவரது மின்னஞ்சலுக்கு பதிலும் அனுப்பவில்லை; அவர் அழைப்புகளையும் எடுக்கவில்லை. அவனுக்கு அவர் கொஞ்சம் இடமளிக்க வேண்டும். ஒருவேளை மணிலாவில் அவன் தங்குவது அப்படி இடமளிக்கலாம். யதீன் தன் தோளில் ஏற்பட்ட துடிப்பைப் புறக்கணிக்க முயன்றார். வேறு ஏதாவது வலிநிவாரணியைப் பயன்படுத்த வேண்டும்.

'இல்ல அண்ணா. அவங்க எனக்காகத்தான் கேக் வாங்க கடைக்குப் போனாங்க.'

'முட்டாள்தனமாப் பேசாதே.'

'நான் திருஷ்டி அண்ணிகிட்ட உங்களையும் அஞ்சலியையும் பத்திச் சொல்லியிருக்கக் கூடாது.' மாயா தேம்பினாள். 'நான் பைத்தியம்.'

'திருஷ்டிக்கு இன்னும் நல்லா வேணும்.'

இன்றிரவு ஏறத்தாழ அஞ்சலியை இழந்த நிலையில் இது ஒன்றும் பெரிய விஷயமாகப் படவில்லை. அவர் அஞ்சலியின் பக்கத்தில் நிற்க விரும்பினால், திருஷ்டியுடன் திருமண பந்தத்தில் இருக்க முடியாது. அப்படி அவர் வேலை போவதாக இருந்தால் போகட்டும்.

தரையில் கண்கள் நிலைகுத்தியிருக்க, மாயா தலையை ஆட்டினாள்.

உன் தோலுக்கு அடியில் நீ ❖ 273

அவளுக்குக் கொஞ்ச நாள் ஆகலாம், ஆனால் அவள் ஒருநாள் இதை ஏற்றுத்தான் தீரவேண்டும்.

'அஞ்சலியின் அம்மா இங்கே வந்துகிட்டிருக்கா' என்றார் மாயாவிடம். 'உன் உதவி தேவைப்படும்.'

'நான் இங்க இருக்கேன்.'

மாயாவின் முகம் உப்பியிருந்தது. அவள் சுருண்ட கூந்தல் அவள் முகத்தைச் சுற்றி ஒரு கூண்டைப்போல் இருந்தது. அவளிடம் அவர் அப்போது ஒரு சின்னப் பெண்ணைப் பார்த்தார். தனக்கு ராக்கி கட்டியவள், தன்னோடு உடன் உட்கார்ந்து சாப்பிடுவதற்காக முரண்டுபிடித்தவள், யாருக்கும் முன்னால் அவர் பார்க்கவேண்டும் என்று ப்ராக்ரஸ் கார்டைத் தூக்கிக்கொண்டுவந்தவள். கையை நீட்டி அவள் சிவந்திருந்த மூக்கைப் பிடித்து இழுத்தார்.

'போய் நல்லா சளியை அலம்பிட்டு வா' என்றார். 'நான் உனக்குக் கொஞ்சம் காப்பி கொண்டாறேன்.'

ஒரு பலவீனமான புன்முறுவலை உதிர்த்தாள் மாயா.

'எங்க இருந்தீங்கண்ணா? நான் கால் பண்ணப்போ வீட்ல இல்லையே?'

ஆக, அவர் லாஹிரியின் காரைத் துரத்தியது பற்றியும் அதற்குப் பின் நிகழ்ந்தவற்றையும் கூறினார்.

'அப்பா, என்ன ஒரு ராத்திரி' மாயா கண்களைத் துடைத்தாள். 'நாம லாஹிரியைப் பிடிச்சிற முடியும்னு நினைக்கறேன்.'

'சீக்கிரம் வா' என்றார் யதீன். 'அஞ்சலியைப் பத்தி ஒருமணி நேரத்துக்குள்ள செய்தி சொல்றேன்னாங்க.'

ஆண்கள் அறையில் யதீன் முகத்தைக் கழுவிக்கொண்டார். தன் முகத்தை நோக்கினார். காகிதத் துண்டுகள் தலையில் ஒட்டி யிருந்தன. கண்கள் சிவந்திருந்தன. சந்தேகத்துக்குரிய ஓர் ஆளை, கற்பழிப்பவனாக, கொலைகாரனாக, இருந்திருக்கக்கூடிய ஒருவனைத் தப்பவிட்ட தகுதியற்ற கையாலாகாதவர்.

முன்னால், தன் காருக்குத் திரும்பியபோது எல்லாம் கட்டுப்பாட்டில் இருப்பதுபோலத் தோன்றியது. அந்த நீல மாருதி வேன் லாஹிரி யினுடையது. அடுத்த ஆள் அவன் டிரைவர். லாஹிரியிடம் ஒரு துப்பாக்கி இருந்தது. ஆனால் அவன் அதைப் பயன்படுத்தி இருக்க வில்லை. இரண்டு பேரும் கைவிலங்கோடு உட்கார்ந்திருந்தார்கள். லாஹிரி அவன் காரில், அவன் டிரைவர் சாண்ட்ரோவில். லாஹிரி

274 ❖ உன் தோளுக்கு அடியில் நீ

யதீனிடம் தனியாகப் பேச வேண்டும் என்று சொன்னான். ஆனால் யதீன் திலாவருக்கு ஜாடை காட்டினார். அவன் வாய மூடிக்கிட்டிரு, இல்லன்னா... என்றான். ரிகார்டுக்கு அப்பால் சந்தேகத்துக்குரிய ஒருத்தனோடு யதீன் பேசி வழக்கைச் சமரசம் செய்துகொள்ள விரும்பவில்லை.

ஆனால் அந்தப் பெண்ணுக்கு உணர்வே இல்லை. தண்ணீரடித்து அவளை எழுப்பப் பார்த்தார்கள், ஆனால் முடியவில்லை. குஸும் ஆம்புலன்சுக்குப் ஃபோன் பண்ணினாள். அது வந்தவுடன், அந்தப் பெண்ணுடன் குஸுமும் சேர்ந்து பக்கத்திலிருந்த லோக் நாராயண் அரசாங்க மருத்துவமனைக்குச் சென்றாள். திலாவர் லாஹிரியையும் அவன் டிரைவரையும் ஜாமியா நகர் காவல்நிலையத்துக்கு கிரேவால் விசாரிப்பதற்காக அழைத்துச் சென்றான்.

குஸும் விசாரிக்கும்போது துணையிருப்பதற்காக பவனை அழைத்தார். பிறகு மருத்துவமனைக்கு ஓடினார். அஞ்சலியைப் பார்க்க.

***

யதீன் திரும்பிவந்தபோது அஞ்சலியின் அம்மா தீவிர சிகிச்சைப் பிரிவின் கதவருகே நின்றிருந்தாள். அவனிடம் நடைபோட்டுச் சென்றாள்.

'எப்படியிருக்கிறாள் அவள்?' டாரதியின் வெளுத்த முகம் மேலும் வெளிறிக் காணப்பட்டது. அவள் கண்கள் பெருத்திருந்தன. சில பத்தாண்டுகள் முன்னர் அவள் தன் கூந்தலை நீளமாக வைத்திருந்தாள். தடித்த கண்ணாடி அணிந்திருந்தாள். இப்போது அவளது குட்டைக் கூந்தலும் கண்ணாடியற்ற கண்களும் வியப்புக்குரிய முறையில் அவள் பலவீனமானவள், பாதுகாப்பற்றவள் என்று காட்ட முற்பட்டன.

'டாக்டர் எந்த நேரத்திலும் இங்கே வரலாம்' என்றார் யதீன். 'அவளை நான் பார்க்கலாமா?' டாரதியின் தலைமுடி அவள் விரலைவிட்டுக் கோதியது போலக் கலைந்து நின்றது.

யதீன் பதில் சொல்வதற்கு முன்னாலேயே, டாக்டர் சிங் தீவிர சிகிச்சைப் பிரிவிலிருந்து வெளியே வந்தார். அஞ்சலி மார்கனின் பணியாளர்களைப் பற்றிக் கேட்டார். அஞ்சலி உணர்வோடு இல்லை. ஆனால் கோமாவிலும் புகவில்லை. காலையில் நிச்சயமாகத் தெரியும். காத்திருப்பதைத் தவிர வேறு வழியில்லை என்றார் டாக்டர். யதீன் டாக்டர் சிங்கைக் காலரைப் பிடித்துத் தூக்கிக் குலுக்க வேண்டும்

உன் தோளுக்கு அடியில் நீ ✦ 275

என்று நினைத்தார். அவர் தனியே கூப்பிட்ட போது யதீன் உடன் சென்றார். 'நான் சொந்த முறையில் மன்னிப்புக் கேட்டுக்கொள்கிறேன்' என்றார் டாக்டர். அவருடைய வெளிப்பாடு எச்சரிக்கையுடன் இருந்தது, ஆனால் உடைகள் கசங்கியிருந்தன. யதீன் கூப்பிட்ட பிறகு அவர் மருத்துவமனைக்கு உடனே ஓடிவந்திருந்தார்.

'அவள் குணமடைவாளா என்று உங்களால் சொல்லமுடியாதா?'

'எங்களால் முடிந்ததை நாங்கள் செய்துகொண்டுதான் இருக்கிறோம், ஆனால் செப்டிசீமியாவை நம்பமுடியாது.'

'உங்கள் கண்காணிப்பின்போதுதான் அவளைக் காயப்படும்படி விட்டீர்கள்.'

'மருத்துவமனை அஞ்சலிக்குச் சிகிச்சைச் செலவில் நிறைய சலுகைகள் தர உத்தேசித்திருக்கிறது அது டாக்டர் மார்கனுக்கு ஏற்பட்ட அபாயத்துக்கோ குடும்பத்திற்கு ஏற்பட்ட மனஇறுக்கத்திற்கோ பதிலாகாது என்று எங்களுக்குத்தெரியும், என்றாலும் நாங்கள் எல்லாச் செலவுகளுக்கும் பாதி அளவை நாங்கள் ஏற்றுக் கொள்கிறோம்.'

அந்த நல்ல டாக்டரின் தள்ளுபடியை எங்கே போடலாம் என்று யதீன் காட்ட நினைத்தார், ஆனால் தன்னைக் கட்டுப்படுத்திக் கொண்டார். அந்த டாக்டர்தான் அஞ்சலி விழித்தெழுவதற்கு வழி செய்தாக வேண்டும். ஆகவே அவருக்கு ஒரு மகிழ்ச்சியான குட்பை சொல்லி அனுப்பிவைத்தார்.

காத்திருப்பது அவருக்கு ஒத்துவருவதில்லை. குறிப்பாக அதன் முடிவு அவர் வாழ்க்கையையே மாற்றுவதாக இருந்தால். அவர் ஒருவேளை அவளிடமிருந்து விலகியிருந்தால், அவள் விரைவில் எழுந்திருக்கவும் செய்யலாம். தனக்கு அவ்வப்போது அஞ்சலியின் உடல்நிலை பற்றித் தெரிவிக்குமாறும், தான் விரைவில் திரும்புவ தாகவும் கூறிவிட்டு அஞ்சலியின் தாயுடன் மாயாவை விட்டுச் சென்றார்.

ஒருகணம், மூடுபனிக்குள் நடக்கலாம், அந்த விபத்திலிருந்து விலகி, இரவுக்குள் காணாமல் போகலாம் என்று நினைத்தார். அவருக்குப் பின்னால் ஒரு பைக் புறப்பட்டு சத்தமிட்டவாறு சென்றது. அது வருணுடையது போலத் தோன்றியது. கடிகாரத்தைப் பார்த்தார். விடியற்காலை 4.30 மணி. தொலைவில் மணிலாவில் இந்த நேரத்துக்கு வருண் எழுந்துதான் இருக்கவேண்டும். யதீன் தன் மகனின் எண்ணை

276 ❖ உன் தோளுக்கு அடியில் நீ

அழைத்தார். அதன் ஒலி சென்றுகொண்டே இருந்தது. சர்வதேச ரோமிங்கின் நீண்ட மெதுவான ஒலி. யதீன் அவன் ஆசிரியர்களில் ஒருவரை அழைத்துத் தன் மகனுடன் பேசலாம் என்று நினைத்தார். ஆனால் எதையும் திணிக்கவேண்டாம் என்று கருதி அப்படியே விட்டுவிட்டார். இன்னும் அதற்குக் காலம் வரவில்லை.

அவர் ஜன்னல்களை நோக்கினார். அவற்றில் சிலவேனும் அஞ்சலி பிரக்ஞையற்றுக் கிடந்த தீவிரசிகிச்சைப் பிரிவுக்குரியனவாக இருக்கலாம். 'கடவுளே, அவளைக் காப்பாற்று, எங்களுக்கு ஆசீர்வாதம் அருள்வாய்' என்று தனக்குள் பிரார்த்தித்தவாறே காரில் ஏறி கிரேவாலைச் சந்திக்கப் புறப்பட்டார்.

உன் தோலுக்கு அடியில் நீ ✻ 277

41

அண்ணன் போனபிறகு மாயா பவனுடைய எண்ணுக்கு ஃபோன் செய்யலாமா வேண்டாமா என்று தனக்குள் விவாதித்துக் கொண்டிருந்தாள்.

அப்போது விடிகாலை 3 மணிக்கு மேல். அவன் வீட்டுக்குத் திரும்பித் தூங்கியிருந்தால் ஃபோனை எடுக்கமாட்டான். அவ்வளவு தான். எடுத்தால், அவனிடம் அஞ்சலியைப் பற்றிச் சொல்வாள். ரெய்டு பற்றி விசாரிப்பாள். மீண்டும் நேரடிதான். அவள் அழைத்தாள். இரண்டாம் முறை அடிக்கும் போது அவன் எடுத்தான்.

'மாயா?'

அஞ்சலியையும் மருத்துவமனையையும் பற்றி தான் மனப்பாடம் செய்து வைத்திருந்த வரிகளை அப்படியே பேசினாள்.

'யதீன் சார் எனக்குச் சொன்னார். நான் வருகிறேன்.' பேச்சைத் துண்டித்தான்.

அந்த நீண்ட இரவில் இரண்டாவது முறை, பவன் அவளருகில் நிற்க முடிவு செய்திருந்தான். அவன் உண்மையிலேயே கவனம் கொள்கிறான் என்பது நிஜமாக இருக்கக்கூடாதா என்று அவள் விரும்பினாள். பவன் தனது பாய்ஃப்ரெண்ட் என்றும், அவன் கையில் கஃபே-லாட்டி (ஒருவகை காப்பி)யின் மிகப் பெரிய தம்ளரை எடுத்துக்கொண்டு உள்ளே நுழைவது போலவும் கனவுகண்டாள்.

அஞ்சலியின் அம்மாவை வீட்டுக்குப் போகச் சொல்லி வற்புறுத்தி விட்டு, தான் இண்டென்சிவ் கேரின் வெளியே அமர்ந்துகொண்டாள். அஞ்சலியை இன்றிரவு ஆரம்பத்தில் விட்டுவிட்டுச் சென்றாள். இனி அப்படிச் செய்ய மாட்டாள்.

திடீரென்று ஒரு மென்மையான குரல் தன் பெயரை அழைத்ததால் திடுக்கிட்டுக் கண்விழித்தாள்.

பவன். அவன் மருத்துவமனைக் கேண்டீனிலிருந்து அவளுக்கு காப்பி கொண்டுவந்திருந்தான்.

'அஞ்சலிஜீ இப்ப எப்படியிருக்கிறார்கள்?'

மாயா காப்பியை எடுத்துக்கொண்டு உட்கார்ந்தாள். 'திடமாக இருக்கிறாங்க. ஆனா அபாயத்தைத் தாண்டல.'

பவன் அவளுக்கு அருகில் இருந்த நாற்காலியில் உட்கார்ந்தான். வழக்கம் போல் கூர்மையான பார்வை. ஆனால் அவன் இருப்பு நிலையில் இன்றிரவு ஒரு மாற்றத்தை அவள் கவனித்தாள். அவளுக்கருகில் அவன் எப்போதும் அலெர்ட்டாகவே இருப்பான். ஏதோ அவளது அடுத்த ஆணைக்குக் காத்திருப்பது போல. ஆனால் இப்போதோ அவன் ஒரு நண்பரைப் பார்க்க வந்திருக்கும் பாவனையில் இருந்தான்.

'ரெய்டு எப்படிப் போயிற்று? ஏதாவது பயனுள்ள விஷயம் கிடைத்ததா?'

'எஸ்எச்ஓ கிரேவால் தன் ஆட்களுக்கு என்ன சொன்னார் என்று எனக்குத் தெரியவில்லை. ஆனால் என்னிடம் நன்றாகவே நடந்து கொண்டார்கள்.' பவன் தன் காப்பியை உறிஞ்சினான். 'நான் யதீன் சாரின் மைத்துனன் என்று அவர் சொல்லாமல் இருந்தால் சரி.'

மாயா சிரித்தாள். மற்ற எதுவாகவும் இருக்கலாம் என்றாலும் இது ஆச்சரியத்தின் சிரிப்பு. அவளைத் தெரிந்த நாள் முதலாக பவன் ஒருபோதும் ஒரு ஜோக்கும் அடித்ததில்லை. அவன் சொன்னதை நினைத்துப் பார்த்தபோது, அவள் தன் நாணத்தை மறைக்க முயற்சி செய்தாள். பாயின் மைத்துனன் என்றால் இரண்டு வழிகளில் மட்டுமே முடியும். ஒன்று மனைவியின் சகோதரன். அல்லது சகோதரியின் கணவன்.

'யதீன் சார் எங்கே?' என்றான் பவன். 'இங்கே அவரைச் சந்திக்கக் கூடும் என்று நினைத்தேன்.'

'அவர் ஜாமியா நகர் காவல் நிலையத்துக்குப் போயிருக்கிறார்.' மாயா அவளது இறுக்கமான கால்களை நீட்டினாள். பிறகு ஒரு பாதத்தை ஒரு விதமாகவும் மற்றொரு பாதத்தை மற்றொரு விதமாகவும் நெளித்தாள். 'அவர்கள் லாஹிரியையும் அவன் ஓட்டுநரையும் விசாரிக்கிறார்கள்.'

'லாஹிரியின் காரில் கண்ட அந்தப் பெண்ணிடம் நான் இப்போது தான் பேசினேன்.'

'அப்புறம்?'

'அந்தப் பொம்பளை, ரோலி, அவர்கள் முகங்களை அவள்

உன் தோளுக்கு அடியில் நீ ✦ 279

பார்க்கவில்லை. அவர்கள் அவளுக்கு புரோபோஃபோல் ஊசியைப் போட்டிருந்ததாக டாக்டர்கள் சொல்கிறார்கள்.'

'சுஜினியைப் போலவே'

'ஆமாம்' என்றான் பவன். 'முதலில் ரெண்டு குரல்கள் கேட்ட தாகவும் பிறகு மூணு பேர் என்றும் அவள் சொன்னாள். அவர்களில் இரண்டு பேர் ஆங்கிலத்தில் பேசினார்கள்.'

'லாஹிரி, அவன் டிரைவர், அந்த மூணாவது ஆள்' என்றாள் மாயா. 'லாஹிரி இங்லீஷ் பேசுகிறான். அவன் டிரைவர் இங்லீஷ் பேச வில்லை என்றால், ஓடிப்போன மற்றொரு ஆள்தான் இங்லீஷ் பேசுபவனாக இருக்க வேண்டும்.'

'அவனைக் கண்டுபிடிக்க ஒரே வழி, மற்ற ரெண்டு பேரையும் பேச வைப்பதுதான்.'

'அப்படித்தான் தோணுது' என்றாள் மாயா. 'நமக்குத் தெரிந்த தெல்லாம் அவன் உயரமானவன், கட்டுமஸ்தான ஆள் என்பதுதான். கொஞ்சதூரம் அண்ணா அவனைப் பின்தொடர்ந்தார்.'

பாவம் அண்ணா. எத்தனையோ ஆண்டுகளுக்குப் பிறகு களத்துக்கு வருகிறார், ஆனால் அவர் பின்தொடர்ந்த ஆளைத் தவறவிடுகிறார். அதுவே அவருக்கு வலி தரும். அதற்குப் பிறகு உடனே, அவருக்கு அஞ்சலியைப் பற்றிய செய்தி கிடைக்கிறது. அவர் உள்ளே வந்தபோது அவர் தலையும் உடைகளும் கலைந்திருந்ததில் ஆச்சரியமில்லை.

'வேன் லாஹிரிக்குச் சொந்தம். அவன் ஒரு டிரைவரை வைத்திருக்கிறான்' என்றான் பவன். 'நாம் கண்காணித்தவரை அவன் ஒருமுறைகூட அதைப் பயன்படுத்தவில்லை.'

'தெரியும். அவன் கோபக்காரன், ஆனால் நல்ல மனுஷன் என்று அஞ்சலிக்குச் சொல்லிக் கொண்டிருக்கிறேன். லாஜ்பத் நகரிலுள்ள அந்த அபார்ட்மெண்ட்தான் அவர்களின் மறைவிடமாக இருக்க வேண்டும். அவர்கள் பெண்களைக் கொண்டுசென்ற ஒளிவிடம்.'

'லாஹிரி என்ன காரை வைத்திருக்கிறான்?'

'நீல மாருதி வேன். அண்ணா சொன்னபடி.'

பவன் எழுந்தான். 'அவன் ஒருவேளை ராதேயை மறையுமாறு செய்திருக்கலாம். என் தகவலாள் ராதே அந்த மாதிரி வேனில் ஏறுவதைப் பார்த்திருக்கிறான்.'

'ராதே அவன் அம்மாவைப் பற்றிக் கண்டுபிடித்துவிட்டதால் லாஹிரி அவனைக் கடத்திவிட்டான் என்கிறாயா?'

280 ✦ உன் தோலுக்கு அடியில் நீ

'சரி. ஒருவேளை சுஜினி வழக்கில் சம்பந்தப்பட்டிருக்கும் கும்பலில் லாஹிரி ஒருவனாக இருந்தால்...'

'சுஜினியின் உடலில் இருந்த பல்கடி அடையாளங்கள் பற்றிய பதிவுகள் மருத்துவமனையில் இருக்கின்றன என்று அஞ்சலி சொன்னார். டிஎன்ஏ சான்று கிடைத்தால் சுஜினியின் வழக்கிலும், ரோலியின் வழக்கிலும்தான், லாஹிரி சம்பந்தப்பட்டிருக்கிறானா என்பதை நாம் உறுதிப்படுத்தலாம்.'

'யதீன் சார் அதைக் கவனித்துக்கொண்டிருக்கிறார் என்பது உறுதி.'

'ராதே அஞ்சலியுடன் சண்டை போட்டான். அவ்வளவு தூரத்துக்கு லாஹிரி தூண்டிவிட்டான் என்று நினைக்கிறாயா?' என்றாள் மாயா. 'ஒருவேளை அவனே ராதேயை அஞ்சலியைத் தாக்குமாறு அனுப்பி யிருப்பானோ?'

'லாஹிரி ஏன் அப்படிச் செய்ய வேண்டும்? அஞ்சலி எப்போதும் அவனுக்கு உதவிதான் செய்திருக்கிறார். ராதே அப்படிச் செய்திருக்க முடியாது என்று சந்தர் சொல்கிறான்.'

அஞ்சலி. கடந்த பத்து நாள்களாக அஞ்சலி மீது கோபமாக இருந்தாள் மாயா. ஆனால் இன்றிரவு அந்த பயந்து நடுங்கிய கணங்களில் அவளைத் தீவிரப் பாதுகாப்புக்குக் கொண்டு சென்ற போது, அஞ்சலி தனக்கு எவ்வளவு நெருக்கமானவள் என்பதை மாயா புரிந்துகொண்டாள். அஞ்சலி மீண்டு வருவாளா?

அவள் கேள்விக்கு பதில் போல, ஒரு செவிலி இண்டென்சிவ் கேரிலிருந்து வெளியே வந்து அஞ்சலிக்குத் துணையாக இருப்பவர்கள் யார் என்று கேட்டாள். அவளுக்கு நினைவு வந்திருந்தது, ஆனால் அவள் பயங்கர வலியில் இருந்ததால் அவளுக்கு மயக்கமருந்து அளித்துவிட்டார்கள். முகத்தில் செய்யவேண்டிய அடுத்த ஆபரேஷ னைத் தள்ளிவைக்க வேண்டியிருந்தது. ஆனால் அவள் குணமாகும் சாத்தியம் சிறப்பாகவே இருந்தது. மருத்துவத்திற்குப் பலன் இருந்தது. அவள் உடல் தொற்றுக்கு எதிராகத் தன் பலத்தைக் காட்டியது.

செவிலிக்கு மாயா நன்றி சொன்னாள். பவன் சிரித்துக் கொண்டிருந்தான். சிரித்துக்கொண்டே, கண்களில் நீர்வழிய அவன்மீது பாய்ந்தாள். அவன் அவளைப் பிடித்துக்கொண்டான். அவள் கன்னத்தின் கீழ் அவன் தோள்களில் இருந்த உறுதி அவளுக்குப் பிடித்திருந்தது. அவளை அவன் தூக்கிக்கொண்ட விதமும், கீழே விடுவதற்குள் அவளை ஒரு சுற்றுச் சுற்றிய விதமும் பிடித்திருந்தன. அவன் சட்டையில் அவள் தலை புதைந்த நிலையில், தான் எங்கே

உன் தோளுக்கு அடியில் நீ ✤ 281

இருக்கிறோம் என்ற எண்ணம் எழுந்து, தன்னை சுதாரித்துக் கொண்டாள். ஆனால் தன் புன்சிரிப்பைத் தடுக்க இயலவில்லை, அவன் கண்களில் அவள்... அந்தக் கணத்தை ஆராய்ந்து பார்த்து அதைப் பாழாக்க அவள் விரும்பவில்லை.

'பிறகு வரேன்' என்று விரைந்தாள்.

முகத்தைக் கழுவிக்கொண்டு அவள் திரும்பியபோது அவன் ஃபோன்மீது கவிந்திருந்தான். முகம் கடுமையாக இருந்தது.

'என்ன அது?' அவள் தன் கையை அவன் தோள்மீது வைத்தாள். 'பவன்?'

'சஞ்சய் காலனியில் நான் எடுத்த ஃபோட்டோக்களை என் உறவினனைக் கவனிக்கச் சொன்னேன்.'

'சரி, அதனால?'

'என் ஃபோனில் அதைப் பெரிசாக்கிப் பார்க்க முடியவில்லை.'

'இரு. என் டேப்லட்டை எடுத்துக்கொண்டு வரேன்.'

அவள் அதைத் தன் பையிலிருந்து வெளியே எடுத்தாள். அதன் திரையைத் திறந்தாள். பவனது ஃபோனின் திரையைவிட மிகப் பெரிய ஒரு திரை. வெளிச்சமாயிற்று.

படங்கள் டவுன்லோட் ஆன பிறகு, பவன் ஒன்றின் பின் ஒன்றாக இறக்கி அவற்றை நோக்கத் தொடங்கினான். மாயா அவன் தோளின் மீது குனிந்து பார்த்தாள். ஒரு கணப் பகுதியில் திரையில் மிகவும் பயங்கரமான ஒன்றைப் பார்த்ததாக அவளுக்குத் தோன்றியது. பவனை நிறுத்துமாறு கூறி 'பின்னால் போ' என்றாள்.

'ஓ மை காட்' அவள் குரல் தொண்டையிலே சிக்கிக்கொண்டது. 'அது அவன்தான்...'

பவனை ஏறிட்டு நோக்கியபோது, அவள் நினைத்தது சரிதான் என்பதை உணர்ந்தாள்.

42

முன்பு, யதீன் பட் சிறப்புப்பணிகளில் ஈடுபட்டபோது ஒரேமூச்சில் எழுபத்திரண்டு மணி நேரம் வேலை செய்திருக்கிறார். அவர் உடல் எந்தத் தொல்லையும் கொடுத்ததில்லை. ஆனால் இந்தச் சமயம், உறக்கமின்மையும் ஒரு சில நாள்களின் அழுத்தமும் அவர் தோளைப் பாதித்துவிட்டது. நல்ல உணவும் உடற்பயிற்சியும் இருந்தபோதும், வயது அவர் பலத்தைக் குறைத்துவிட்டது. ஓக்லா செல்லும் வழியில் அவர் தன் காரை ஒரு டீக்கடையில் பார்க் செய்தார். குளிர்ந்த காற்றில் வெளியே வந்தார்.

கடந்த சில ஆண்டுகளில், வெப்பமூட்டிய அறைகளில் நன்கு உடையணிந்த சகாக்களுடன் அதிகரிக்கும் குற்ற வீதங்களையும், பெண்களுக்கு எதிரான குற்றங்களைக் கையாளுவதையும் பற்றிய காட்சியளிப்புகளைப் பார்த்தவாறு அவர் பெரும்பாலான தனது நேரத்தைக் கழித்துவந்தார். நகரத்தின் உயிர்த்துடிப்புகளிலிருந்து நீக்கப்பட்ட விதத்தில். ஆனால் விடியற்காலையில் இப்படி சாலையோரத்தில் நிற்பதும், பவனுடனும் குஸுமுடனும் கடந்த வாரத்தில் பணியாற்றியதும் மிக மெய்யாக உணர வைத்தன.

யதீன் சத்யப்ரகாஷ் பட் சேரிகளினூடாக சல்லடை போட்டுத் தேடுவதிலும் கிரேவாலின் ஸ்டேஷனைப் பார்வையிடுவதிலும் மகிழ்ச்சியே அடைந்தார். பல ஆண்டுச் சேவையில் அவரது நடுப்பெயர் விட்டுப்போய் அவர் யதீன் பட், போலீஸ் கமிஷனர் (குற்றப்பிரிவு) ஆனார் என்பது வேடிக்கை. விட்டுப்போனது சத்யப்ரகாஷ், சத்யம் —உண்மை, ப்ரகாஷ்—வெளிச்சம். உண்மையின் வெளிச்சம். நேரான குறுகிய பாதையில் இருந்தே உயரலாம், இந்தியாவில் நல்ல பண்பும் நேர்மையும் உயரத்திற்குக் கொண்டு செல்லும் என்பதைத் தன் உதாரணத்தால் நிரூபிக்க வேண்டும் என்றே தொடங்கினார். ஆனால் கடைசியில் எங்கிருந்து வந்தாலும் கவலையில்லை, கௌரவத்திலும் பணத்திலும் கவனத்தைக் குவித்தால் போதும் என்று தன் தந்தையின் உதாரணத்தைப் பின்பற்றுவதில்

முடிவடைந்தார். முன்னாள் இரவு, அந்தச் சந்தேகப்படும் ஆளைப் பிடிப்பதில் தோல்வியடைந்து, ஒரு குப்பைக் குவியலில் தலைகீழாக விழுந்தார். சரியான தீர்ப்புதான்.

தன் இஞ்சி டீயை உறிஞ்சினார். பேப்பர் கப்பினால் கையைச் சூடாக்கிக்கொண்டார். சென்ற ஆண்டுகளின் மண் டம்ளர்களுக்காக ஏங்கினார். இப்போது எங்கு பார்த்தாலும் தில்லியில் பளபளப்பான பிளாஸ்டிக், தூக்கி எறியக்கூடிய கப்புகள்தான். அவர் டீயை சர்ரென்று உறிஞ்சினார், பிறகு நிறுத்தினார், அப்பாவும் இப்படித்தான் சர்சர் ரென்று உறிஞ்சிக்குடிப்பார்.

ஜாமியா நகர் போலீஸ் ஸ்டேஷனில், கிரேவால் தன் மேஜையில் சஞ்சய் காலனியில் கைப்பற்றப்பட்ட பொருள்களின் வகைப் படுத்தலையும் பதிவு செய்தலையும் மேற்பார்வை செய்துகொண்டு இருந்ததை யதீன் பார்த்தார். இதுவரை கண்ட மருந்துகளின் பட்டியலை யதீனுக்கு கிரேவால் காட்டினார். கெடாமின், எஃபிட்ரினும் போலி எஃபிட்ரினும் மிக அதிகமான அளவுகளில், மேலும் கொஞ்சம் பிரவுன் ஷுகர், மற்றும் கஞ்சா. இந்த போதை மருந்துகளைத் தயாரிப்பதற்கான சமையல் உபகரணங்கள் ஹிரிதயோகின் பல இடங்களில் பதுக்கி வைக்கப்பட்டிருந்தன. இது மிக அதிகமாகக் கைப்பற்றப்பட்ட 'ரிகார்ட்' அளவும் அல்ல, அதேசமயம் மோசமும் அல்ல. ஏறத்தாழ எல்லாமே வணிகத் தரத்தில் இருந்தன. குறைந்த பட்சம் லாஹிரியைப் பத்து வருஷம் உள்ளே தள்ளக் கூடியவை.

'இது டீவியில நல்லா வரும். ஜாயின்ட் கமிஷனர் சந்தோஷப் படுவார்' என்றார் யதீன்.

'உனக்கு உதவினால் நிச்சயம் பலன் இருக்கிறது' கிரேவால் தனக்கே உரித்தான வெற்றிலைச் சிவப்புப் புன்முறுவலை வெளியிட்டார்.

'லாஹிரி சொல்ற கதை என்ன?'

'ரொம்ப விசித்திரமானது' கிரேவால் தனது நாற்காலியைப் பின்னுக்குத் தள்ளி தனது சதைநிறைந்த கைகளை அவர் முன்னால் நீட்டினார்.

'அப்படீன்னா?'

'தன் பையன்களில் ஒருத்தனைத் தனது லாஜ்பத் நகர் குடியிருப்பில் இருந்து ஏதோ கருவியை எடுத்துவர அனுப்பியதாக அந்த பஹன்சோத் சொல்றான். ஆனால் உள்ளே குரல்கள் கேட்டதால போக தைரியம்

இல்லன்னு அந்தப் பையன் ஃபோன் பண்ணினானாம். லாஹிரி வரவேண்டிய விஷயத்தைத் தன் நண்பன் மனோஜை வாங்கி வைக்கச் சொல்லிட்டு ஃப்ளாட்டுக்கு ஓடினானாம்.'

'ஆக அவன் அபார்ட்மெண்டல திருடன் வந்துட்டதா அவன் சொல்றான்?'

'ஆமாம். சாலா டர்க்கி.' கிரேவால் தமது பெரிய தோள்களைக் குலுக்கிக்கொண்டார். 'அவன் பொய் சொல்றான். எனக்குத் தெரியும்.'

'அவன் நுழைஞ்சப்ப ரெண்டுபேர் அடித்தளத்தில இந்தப் பொம்பளையை பலவந்தப்படுத்திக்கிட்டிருந்தாங்க. தன் துப்பாக்கியைச் காட்டி அவங்களை இவன் மிரட்டினானாம். பாத்தா, அதில ஒருத்தன் இவனுடைய சொந்த டிரைவர். இன்னொருத்தன் கிட்டயும் ஒரு துப்பாக்கி இருந்திச்சாம். அந்த ஆள் முகத்தை ஒரு மஃப்ளரால மறைச்சிருந்தானாம். லாஹிரி அந்தப் பொண்ணை விட்றுங்க, ஏன்னா நான் ஒரு தொழில் செய்றேன், எனக்குத் தொல்லை வரக்கூடாதுன்னு சொன்னானாம். அவங்க அந்தப் பொம்பளையைப் பொட்டலம் கட்டி லாஹிரி கார் டிக்கியில போட்டாங்களாம். அவளை அவ வீட்ல விட்டுர்றதா சொன்னாங்களாம். அங்கதான் இவன போலீஸ் அரெஸ்ட் பண்ணாங்களாம். அதான் அந்தப் பொண்ணு வீடு. அந்த மப்ளர் ஆளைக் கண்டுபிடிக்க முடியல. ஏன்னா அவன் ஓடிட்டானாம். மற்றபடி அவனுக்கு ராதே, ராம் சரண் எங்க இருக்காங்கன்னு தெரியாதாம்.'

'அதனால தான் குற்றமில்லாதவன்னு சொல்றானா அவன்?'

'இல்லை இல்லை. அவன் போதைமருந்துக் குற்றத்தை மறுக்கல' என்றார் கிரேவால். 'ஆனா கார் டிக்கி பொண்ணை அவன் ஒண்ணும் செய்யல. அவள் உயிரைக் காப்பாத்தத்தான் முயற்சி செய்தானாம். என் டிஎன்ஏவைத் தர்றேன்-னு சொல்றான் காண்டு சாலா. நம்ம முட்டாளாக்கிடலாம்னு நினைக்கறான்.'

'அந்த டிரைவர் என்ன ஆனான்?' யதீன் தன் நாற்காலியை கிரேவாலுக்கு எதிராகத் தள்ளிக்கொண்டார்.

'லாஹிரிதான் அந்த இடத்துக்கு அவனைக் கூப்பிட்டதா சொல்றான். ஓவர்டைம் தர்றேன்னு லாஹிரி சொன்னானாம்.'

'மனோஜ்?'

'தான் ஒரு பொம்பளைங்க வியாபாரம் நடத்தினதா அவன் சொல்றான். அதுக்குமேல ஒண்ணும் இல்லையாம். அவனும்

லாஹிரியும் ஒருத்தனுக்கு ஒருத்தன் ஆதரவு. அவங்க வாக்குமூலம் ஒரே மாதிரி இருக்கு. லாஹிரி மருந்து வியாபாரம், இவன் பொம்பளை வியாபாரம். ரெண்டு பேருக்கும் பொதுவான வாடிக்கை யாளர்களுக்கு சேர்ந்து உதவி செய்வாங்களாம். இவங்களில் யாருமே கடத்தலும் பாலியல் பலாத்காரமும் செய்ததா சொல்லல.'

'ராதே பத்தி என்ன?'

'அவங்க யாருக்கும் தெரியல' என்றார் கிரேவால்.

எல்லாம் யதீனின் தப்புதான். அவரால் அந்த மூன்றாவது மனிதனைப் பிடிக்க முடியவில்லை.

'நாங்க அவங்க மூணு பேரையும் தனித்தனியா, இடைவிடாம, கேட்டுப் பார்த்தோம், யதீன். ரொம்ப அடிதடி இல்லாம கீழ்நிலை யையும் இதுவரைக்கும் வச்சிருந்தோம். ரொம்ப நம்பிக்கையான ஆட்கள்தான் கேள்வி கேக்கறாங்க. ஆனா இதை ரொம்ப நாள் மறைச்சி வைக்க முடியாது. இந்தத் தொடர் கொலைகள் பற்றி வெளியே கொண்டுபோக நீ உறுதியா விரும்பலையா, யதீன்?'

வழக்கம்போல, கிரேவால் அர்த்தமுள்ளதாகவே பேசினார். யதீன் சுஜினி கேசைப் பற்றித் துறையில் பேச வேண்டியிருக்கும். ஆனால் கடைசியாக ஒரு முயற்சி செய்ய விரும்பினார்.

'நீ இந்தக் கேசில் ஏற்கெனவே ஈடுபட்டிருப்பதால் உன் குற்றப் பிரிவை அபார்ட்மெண்ட்டில் பயன்படுத்து' என்றார் யதீன். 'நான் அவங்க டிஎன்ஏ வை எடுக்க ஒரு டாக்டரை அனுப்பறேன். எல்லா ஆட்களுக்கும் ஸ்வாப் எடு. ரோலி, சுஜினியின் சேம்பிள்களோடு அதை ஒப்பிட்டுப் பார்க்கறேன். லாஹிரி மெய் சொல்றானா, அவன் டிரைவர் சொல்றானான்னு கண்டுபிடிப்போம். மும்பையில இதை விரைவா, அமைதியாச் செய்யக்கூடிய, எனக்குத் தெரிந்த ஆள் ஒருத்தர் இருக்காரு.'

சுஜினியின் பிணப் பரிசோதனை செய்த டாக்டரை ஜாமியா நகர் ஸ்டேஷனுக்கு வரச்சொல்லி யதீன் குஸுமுக்கு செய்தி அனுப்பினார். மும்பையிலுள்ள ஆளோடு தொடர்புகொண்டு வேலை செய்ய மாயா தேவைப்படுவாள்.

'லாஹிரியை ரெண்டுபேரும் மறுபடியும் ஒரு தடவை போய் பார்த்துடுவோம்.' கிரேவால் எழுந்து நின்று டிரவுசர்களை வயிற்றின் மீது டக் செய்துகொண்டார். 'வேற எதுவும் பலனளிக்க வில்லை என்றால், ஒவ்வொருத்தனும் ஒரு ஃபோன்கால் மட்டும்

286 ❋ உன் தோளுக்கு அடியில் நீ

பண்ணிக்கொள்ளலாம் என்று சொல்' என்றார் யதீன்.

'நான் அவங்க ஃபோன் பதிவுகள் எல்லாத்தையும் எடுத்துட்டேன். அதையெல்லாம் பாத்துக்கிட்டிருக்கோம். லாஹிரியும் அவன் டிரைவரும் ஒரே நம்பரைப் பல தடவை கால் பண்ணியிருக்காங்க. அந்த நம்பர் ஒரு போலி அடையாளத்துக்குப் போவுது. அது ஸ்விச் ஆஃப் ஆகியிருக்கு.'

விஷயம் இருக்கிறது. இந்த ஸ்விச்-ஆஃப் ஆன எண் யதீனிடமிருந்து தப்பிய அந்த ஆளுக்குரியதாக இருக்கலாம். ஒருவேளை ராதேயின் காணாமல் போன அண்ணன் ராம் சரணுடையதாக இருக்கலாம்.

லாஹிரியின் டிரைவரும் ராம் சரணும் நண்பர்கள் என்றால் அவர்கள் ராதேயைத் தவிர்த்திருப்பார்கள். ஆனால் சுஜினி ராம் சரணின் தாய். அது சரிவரவில்லை. அல்லது ராம் சரண் தன் தாயுடன் சண்டையிட்டுப் பிறகு அவளை அவள் கொலைகாரர்களிடம் கொண்டு சென்றிருக்கலாம். இப்போது பயந்து ஓடுகிறான் போலும்.

'சந்தர் என்ன சொல்றான்?'

'அவன் இப்ப உளர்றான். அவன் மருந்துப் பழக்கத்தில ரொம்பவும் ஊறிட்டான் போல இருக்கு. அவன் சொல்றது எதையும் நாம நம்பமுடியுமான்னு தெரியல.'

'அஞ்சலியைப் பத்தி அவன்கிட்ட கேட்டயா?'

பவன் நிகிலுடன் பேசியிருந்தான். ஆனால் இன்னொருமுறை பேச வேண்டும். ஆனால் இடையில், யதீன் மற்ற சந்தேக நபர் களையும் பார்க்க விரும்பினார். சந்தருக்கும் ராதேவுக்கும் நோக்கம் இருந்தது. 'எல்லாரும் சந்தர், மனோஜ், லாஹிரி, டிரைவர் தீனு, எல்லாரும் எதுவும் தெரியலன்னுதான் சொல்றாங்க.'

'அந்த டிரைவரை இன்னும் நல்லா விசாரி. ஆனா லாஹிரி கிட்ட எச்சரிக்கையா இருக்கணும். ரொம்ப கேள்விகேட்டா அவன் தாங்க மாட்டான்.'

'குண்டான ஆளை வீக்குன்னு சொல்றியா யதீன்?' கிரேவால் தன் வழக்கமான புன்சிரிப்பு நிலையை அடைந்துவிட்டார் என்று தோன்றியது.

'அப்படி நான் நினைப்பேனா?' யதீன் தன் நண்பருடைய பருத்த தோள் மீது தட்டினார்.

***

லாஹிரி விசாரணை மேஜைமீது சாய்ந்துகிடந்ததை யதீன் கண்டார். அவன் மெல்லிய குர்த்தா பைஜாமா கிழிந்திருந்தன. கால்கள் வீங்கியிருந்தன. மாயாவோ அஞ்சலியோ அவனைப் பார்க்க நேரிட்டிருந்தால், மாயா 'போலீஸ் மிருகத்தனம்!' என்று கூச்சலிட்டிருப்பாள். அஞ்சலி ஒரு வழக்கறிஞரைக் கூப்பிடவேண்டும் என்று சொல்லியிருப்பாள். ஆனால் அவர்களுக்கு மக்களைப் பாதுகாப்பாக வைத்திருக்க, சட்டம் ஒழுங்கைக் காப்பாற்ற என்ன வெல்லாம் செய்ய வேண்டியிருக்கிறது என்று தெரியாது. அவர் தலை கவிழ்ந்திருக்க, இருட்டில் நின்று கவனித்தார்.

'பாரு, நேரம் போய்ட்டே இருக்கு. அந்தப் பொம்பளை போயிட்டா, அப்புறம்...' லாஹிரிமீது கொலைக்குற்றம் சுமத்தி பயமுறுத்துகிறார். அவன் காரின் டிக்கியிலிருந்த பெண் செத்துப் போய்விடலாம் என்று. கிரேவாலின் குரல் ஏற்றஇறக்கமின்றி இருந்தது. ஆனால் அவர் லாஹிரியை உலுக்கிய விதம் அவர் சரியாகத்தான் 'கவனிக்கிறார்' என்பதைக் காட்டியது.

'நான் அந்தப் பொம்பளையைத் தொடலை.' லாஹிரி தேம்பினான். 'நான் அவளைக் காப்பாத்தத்தான் முயற்சி செஞ்சேன்.'

'இன்னும் உன் உடம்புல ஒத்த காயம்கூட படலே' என்றார் கிரேவால். 'என் ஆள் ரொம்ப எக்ஸ்பர்ட். ஆனா உனக்கு ரொம்ப வலிக்கும்' கிரேவாலும் அவர் ஆளும் லாஹிரியின் தலைக்குமேல் சிரித்துக்கொண்டார்கள். கொழுத்த பறவை கிடைத்த பூனைகள் மாதிரி. கிரேவால் பெரும்பாலும் பேசினார், அவர் ஆள்தான் சரியாக பூசை போட்டார். ஆனால் அவ்வப்போது முனகுவதைத் தவிர லாஹிரியிடமிருந்து எதிர்வினை இல்லை.

மனோஜின் ஃபோனிலிருந்த படங்கள் அவனையும் லாஹிரியையும் குற்றவாளிகள் என்று நிரூபித்தன. அவற்றில் சகியும் மற்ற பெண்களும் இருந்தார்கள். லிப்ஸ்டிக் பூசிக்கொண்டு, வயிற்றைக் காட்டும் சோளிகள் அணிந்துகொண்டு. லாஹிரி ஒரு போதைமருந்து கும்பலை நடத்தி வந்தான். மனோஜின் தொழிலை அவன் பார்வைக் கீழ் வைத்திருந்தான். யதீன் இந்தமாதிரி விசாரணைகளில் பாதிக்கப் பட்டது கிடையாது. ஆனால் அஞ்சலி மீதான தாக்குதலுக்குப் பிறகு அவருக்குள் ஏதோ ஒன்று, ஒரு பரிச்சயமற்ற உணர்வின் முடிச்சு, நகர்ந்திருந்தது. அவர்முன் நடந்த இடைவிடாத வன்முறை அவர் வயிற்றைக் கலக்கியது.

288 ❖ உன் தோளுக்கு அடியில் நீ

அவர் ஃபோன் ஒலித்தபோது, அவர் ஓர் ஆறுதல் உணர்வோடு வெளியே வந்தார். குஸும். கவலைகொண்டிருந்தாள். தன் அலுவலகத்துக்குத் திரும்பி வழக்கமாக ஜிப்நெட்டைப் பார்க்கும் வேலையில் ஈடுபட்டிருந்த போது ஒரு படத்தைக் கண்டாள். அந்தப் படம் ராதே போல் தோன்றியது. தில்லி ஜங்ஷனில் அவன் உடல் இரண்டாகத் துண்டுபட்டுக் கிடந்ததை ஒரு போலீஸ்காரர் கண்டுபிடித்திருந்தார்.

'உறுதிதானா?'

'நான் முகத்தைப் பார்த்துக்கொண்டிருக்கிறேன் சார். அது ராதேதான்.'

'உடலைப் பொறுப்பெடுத்துக்க.'

ராதே ஏன் தில்லி ஜங்ஷன் வரை போகவேண்டும்? அவன் அண்ணன் அவனை அங்கே ஆசைகாட்டிக் கொண்டுபோனானா? கிரேவால் தன் கவனிப்பில் வைத்திருந்த நான்குபேரையும் இன்னும் கடுமையாக விசாரிக்க வேண்டும் என்று கேட்க நினைத்தார் யதீன்.

'அப்புறம் சார்...' குஸும் தயங்கினாள்.

'என்ன விஷயம்?'

'மேஹரா சார் உங்களை ரெண்டு தரம் கேட்டார். இன்னிக்கு ராத்திரி சென்னைக்கு கிளம்பறதுக்கு முன்னாடி உங்களைப் பாக்கணும்ன்னார்.'

ஜோர். சுஜினி வழக்கில் சாட்சியாக இருக்கக்கூடிய ராதே, செத்துப் போனான். இப்போது இவர் தன் மாமனாரைக் கவனித்தாக வேண்டும். யதீன் தலைமயிருக்குள் கையைச் செலுத்தி இழுத்தார். விஷயங்கள் அவர் கைப்பிடிக்குள் இருந்தாக வேண்டும். ஒருவேளை கிரேவாலுக்கு சுஜினி வழக்கை உடைக்கக்கூடிய ஒரு தடயம் கிடைத்தால் அவர் கமிஷனர் மேஹராவிடம் சாபர்வால் பிரச்சினை யைப் பற்றியோ திருஷ்டியைப் பற்றியோ பேசாமல் சுஜினி வழக்கைப் பற்றிப் பேசலாம். ஒரு பெண்பிள்ளை மாதிரி நடப்பதைவிட்டு, விசாரணையைப் போய் கவனிக்க வேண்டும்.

அறையிலிருந்த அடைந்த காற்று, லாஹிரியின் முனகல்கள், மந்தமான வெளிச்சம், வியர்வையின் நாற்றம்: யதீன் உள்ளே நுழைந்தவுடனே வெளியே ஓடிவிட வேண்டும் என்று நினைத்தார். கிரேவாலின் ஆள் இப்போது ஒரு தோல் வார் வைத்திருந்தான். அதை ஓங்கி லாஹிரியின் பின்புறம் ஓர் அடி கொடுத்தான். அறை வாங்கிய உடனே லாஹிரி தரையில் உருண்டான். இம்மாதிரி இருமுறை

உன் தோளுக்கு அடியில் நீ ❋ 289

பூசை வாங்கியதும் அவன் சிறிய கால்கள் தொப்பையில் மடங்க, ஒரு பந்தைப் போலச் சுருண்டான். திருப்பிப் போட்ட வண்டுபோல துடித்தான்.

'நான் அந்தப் பெண்ணைத் தொடவில்லை' மார்பைப் பிடித்துக் கொண்டான் லாஹிரி. கனத்த மூச்சுடன் 'அவளைச் சோதித்துப் பாருங்கள் தெரியும்' என்றான்.

'உன் பொய்யை நிறுத்து!'

'வழியிலே சரக்கு கிடைத்தபோது நான் ஏன் ஓட வேண்டும்?' மூச்சு வாங்கினான் லாஹிரி. 'நான் திருட்டுக் கொடுத்தால் போலீசுக்குப் போக முடியுமா?'

'ராதே எங்கே?' கிரேவால் தனது இரும்புமுனையுள்ள பூட்ஸால் மேஜையின் கால்களில் ஒன்றின் மீது உதைவிட்டார். லாஹிரி பயந்து ஒடுங்கினான். 'ராதே எனக்காகத்தான் வேலைசெய்தான் என்பது உண்மை.' வளைந்து நிமிர்ந்து சுவரில் சாய்ந்தான்... 'ஆனால் என்னிடம் திருடினான். ஓடிப் போய்விட்டான். சரக்கு கிடைக்காத வாடிக்கையாளர்கள். வேறு சப்ளை இல்லை. நான் பயந்து போனேன். அவங்க... அப்புறம் வேற ஆள்கிட்ட போயிடுவாங்க. அதனால்தான்... அந்தச் சரக்கை ஒத்துகிட்டேன்.'

'பொய் சொல்றே.'

'நான்...பண்றது சின்ன பிஸ்னஸ். பேராசை பிடிச்சவன் இல்ல நான்.' மார்பைப் பிடித்துக்கொண்டு நீண்ட மூச்சை இழுத்தான். 'குடும்பம் இல்ல.' வியர்வையின் ஓடைகள் லாஹிரியின் முகத்தில். கண்களில் தெளிவு இல்லை. மூச்சு நீண்ட பெருமூச்சுகளாக வந்தது. கிரேவால் மறுபடியும் அவனை அடிக்காதவாறு தடுக்க வேண்டும் என்று யதீன் நினைத்தார். ஆனால் லாஹிரி விட்டுவிடும்நிலையில் இருந்தான். இப்போது கிரேவால் நிறுத்தமாட்டார்.

'என் மார் வலிக்குது. அநாதைப் பிள்ளைகளை வளர்க்கறேன்...'

'அவங்களை மருந்து விக்கறவங்க ஆக்கறே.'

கிரேவாலிடமிருந்து மற்றொரு அறை. யதீன் விசாரணையை நிறுத்திவிடலாம் என்று நினைத்தார். லாஹிரியின் தலை சுவரில் ஆடியது. அவன் கண்ணைத் திறந்தான்.

'எங்கிட்ட ஒரு துப்பாக்கி இருக்கு சாப்' லாஹிரியின் குரல் உடைந்து வெளிவந்தது. 'ஆனா சுட்டதில்லை. யாருக்கும் தீங்கு செஞ்சதில்லை. என்னைக் கைது செஞ்சவங்களைக் கேளுங்க...

நான் எந்தத் தொல்லையும் தரல'

'உனக்கு சுடக்கூட தெரியுமா?' கிரேவால் மறுபடியும் தள்ளினார். 'இல்ல, சும்மா ஷோவுக்காக வச்சிருந்தியா?' ஆடிப்போய் லாஹிரி சுவரின்மீதே விழுந்தான். 'நீங்க...இங்கே...' மூச்சு வாங்கினான். அவன் பார்வை யதீன் மீது நிலைத்தது. இந்நேரம் வரை அவன் இருளிலிருந்த யதீனை கவனிக்கவில்லை. இப்போது பேச முனைப்புக் காட்டினான். 'நான் அவர்கிட்ட சொல்றேன்...' தன் மார்பைப் பிடித்துக் கொண்டான். 'அவரிடமா?' தான் கைது செய்யப்பட்டபோதே அவரைத் தெரிந்துகொண்டிருக்க வேண்டும். 'நாங்க அரைமணி நேரமா உங்கிட்ட பேச முயற்சி பண்ணறோம்.' கிரேவால் கர்ஜித்தார். 'இப்ப நீ யார்கிட்ட உளர்றதுன்னு தேர்ந்தெடுக்கிறியா?' லாஹிரி ஒரு முனகலோடு கீழே சரிந்தான். அவன் உடல் குப்புறக் கிடந்தது. கிரேவாலின் ஆள் லாஹிரியின் முதுகிலும் பரந்த வயிற்றிலும் உதைத்தான். ஆனால் லாஹிரி குப்பை மாதிரிக் கிடந்தான். 'நிறுத்துப்பா' என்று யதீன் முன்னே சென்று கிரேவாலைத் தொட்டார்.

ஒரு கணம் கிரேவாலிடம் எதிர்வினை இல்லை. பிறகு அவர் ஆளை நோக்கித் தலையசைத்து, ஓடிப்போய் உதவி கொண்டுவரச் சொன்னார். யதீனும் கிரேவாலும் அவனை ஒரு வழி செய்தாயிற்று. அவனை உட்கார வைக்க முயற்சி செய்தபோது அவன் தலை தொங்கியது.

உள்ளே மூன்று பேர் ஓடிவந்தனர். அவர்களில் ஒருவனைச் சுட்டிக்காட்டி, 'அவன் கவனிக்கட்டும்' என்றார் கிரேவால். 'அவனுக்கு மருத்துவப் பயிற்சி இருக்கிறது.'

அந்த நெருக்கடியான அறையிலிருந்து வெளியே வந்தனர். கிரேவால் தனது மேஜைக்குப் போய் அவர்களுக்காக டம்ளர்களில் தண்ணீர் ஊற்றினார். தன் டம்ளரை ஒரே மூச்சில் குடித்தார். யதீன் கையில் டம்ளரோடு முன்பே தான் தலையிட்டிருக்கலாம் என்றவாறு யோசித்தார். லாஹிரிக்கு ஏதாவது ஆபத்து ஏற்பட்டால் மேஹரா கையில் பெரிய ஆயுதம் கிடைத்தாற் போலத்தான்.

கிரேவால் லாஹிரியைப் பொறுப்பில் விட்ட ஆள் ஓடிவந்தான். 'அவனுக்கு ஹார்ட் அட்டாக் வந்துவிட்டாற்போலத் தோணுது சார்' என்றான்.

43

அஞ்சலி கண்ணைத் திறந்தபோது, ஒரு பூத்தொட்டியில் நிமிர்ந்து நின்ற, ஆரோக்கியமாகச் செழித்த இளஞ்சிவப்பு ரோஜாக்கள் கண்ணில் பட்டன. திரும்பினாள். மாயா படுக்கையின் பக்கத்தில் ஒரு நாற்காலியில் தூங்கிக்கொண்டிருந்ததைக் கண்டாள். வாய் திறந்திருந்தது. அஞ்சலி எப்போதும் கேலிசெய்யும் குறட்டையை நன்றாக விட்டுக்கொண்டிருந்தாள். மாயாவின் ஆடும் தலைக்குக் கீழ் ஒரு குஷனை வைத்துவிட்டு, அவள் முகத்தில் படர்ந்த தலைமயிரை ஒதுக்கிவிடலாம் என்று நினைத்து எழ முயன்றாள். ஆனால் உட்காரும் முயற்சி அவளுக்குத் தலைசுற்றலை ஏற்படுத்தியதால் பின்னால் சாய்ந்தாள். படுக்கை கிறீச்சிடவும், மாயா ஓர் அதிர்ச்சியுடன் எழுந்தாள்.

'அஞ்சி'

மாயா தடுமாறியபடி அவளிடம் ஓடினாள். பாதி உட்கார்ந்த, பாதி நின்ற நிலையில் இருந்த அவ்விருவரும் கைகளின் கலப்பில் தழுவிக்கொண்டார்கள். மாயா அவளை மென்மையாகப் பிடித்தாள், எனினும் அவள் விரல்கள் அஞ்சலியின் முதுகில் அழுத்தின.

'சாரி அஞ்சி, ரொம்ப சாரி.'

அவளுடைய அடங்கியகுரல் தேம்பல்கள் பதின்வயதுகளிலிருந்த மாயா தன் தாயின் இறப்பின்போது ஆறுதல் சொல்ல இயலாவகையில் கொண்ட அழுகையை நினைவுறுத்தின.

'ஏய், ஹஷ்' அவள் பிடி தொண்டையில் உறுத்தினாலும் முகத்தில் எரிச்சல்களின் தொடுகையை நிகழ்த்தினாலும் அஞ்சலி மாயாவை இறுக்கிப் பிடித்தாள். 'நான்தான் உன்னை எழுப்பிவிட்டேன்.'

'நான் நேற்றுக்கூட ஐசியூவுக்கு வந்தேன். ஆனால் நீங்கள் தூங்கிக் கொண்டிருந்தீர்கள். இன்று காலை நான் நிகிலின் பள்ளிக்குச் சென்றேன்.'

'ஷ்..ஷ்... மாயா'

'நான் ரொம்ப பயந்துபோய்ட்டேன்.'

'ரொம்ப சாரி, பேபி, ரொம்ப ரொம்ப சாரி' யதீனைப் பற்றி. அவளுக்குச் சொல்லாததைப் பற்றி. எல்லாவற்றையும் பற்றி.

தன் வீட்டுப்பாடங்களைக் குறித்த நேரத்தில் செய்தால், தன் உணவை எந்த ஆர்ப்பாட்டமும் இன்றி சாப்பிட்டால் அந்த நல்ல நாள்களில் நிகிலை பேபி என்று அழைப்பது அஞ்சலியின் வழக்கம். மாயாவும் அவள் குழந்தைதான். அவளது குழந்தைத் தங்கை, அவளது மகள். அவளிடம் சொற்கள் இல்லை. பிறப்புக் கொடுத்தபின் அவள் மார்புகளில் உணர்ந்த மென்மையில், அதன் முழுமையில், புதிய தாய்மையின் பாரத்தில் அவள் உடல் கண்ணீரால் நனைந்தது. மாயாவை அவள் பிடித்துக்கொண்டாள். அவளால் தானே கண்ணீர் விட முடியாது, ஏனெனில் அமிலம் அவள் கண்களைக் கெடுத்திருந்தது. ஆனால் அவளது மாயா இன்னமும் அழ இயலும். இந்தப் பெண்ணுக்குத் தான் வேண்டும். நிகிலுக்கும் அவள் வேண்டும். சிந்திக்காமல் இருப்பது நல்லது என்று அவள் மனத்திற்குச் சொல்லிக் கொண்டாள். உன் தோழியின் தலைமுடியை உணர். அவள் கண்கள் நீரால் நிறைவதை, அவள் மூச்சு தடுமாறுவதைப் பார். ஆழமான மூச்சு. உள்ளே, வெளியே. ஒன்று, இரண்டு, மூன்று. அதோ. முன்னைவிட நன்றாக இருக்கிறது.

மாயாவைப் பிடித்திருப்பது அவளுக்குக் கஷ்டமாக இருந்தது. ஆனால் அஞ்சலி விடுவதற்கு விரும்பவில்லை. இந்தியாவில் மறுபிறப்பில் நம்பிக்கை கொள்வது வழக்கம். கர்மவினையில், வாங்கிய, செலுத்திய கடன்களில். யாரையாவது புண்படுத்திவிட்டால், அல்லது உனக்கு ஏதேனும் செய்துகொண்டால், நீ கடன்படுகிறாய். பெரியதோ சிறியதோ, இந்தப் பிறவியிலோ அடுத்த பிறவியிலோ அப்புறம் திருப்பிச் செலுத்துகிறாய். இதிலிருந்து தப்பித்தலோ, பேரங்களோ கிடையாது. மாயா அவளை மன்னித்ததால், நிகிலை வளர்க்க உதவியதால், அவள் இந்தப் பிறவியிலும் அடுத்த பிறவியிலும் அல்லது இன்னும் சில ஜென்மங்களுக்கு அவளுக்குக் கடன்பட்டவள் ஆனாள்.

'சாரி. நான் திருஷ்டி அண்ணியிடம் உன்னைப் பற்றிச் சொல்லியிருக்கக் கூடாது. நான் அண்ணனைப் புண்படுத்திவிட்டேன், உங்களையும்தான்.'

'உன் தப்பில்லை.' அஞ்சலி மாயாவின் தோளைத் தட்டிக் கொடுத்தாள். 'சாரி சொல்ல ஒண்ணுமில்லை.'

'உனக்கு நான் தேவைப்பட்டபோது நான் தூரத்தில் இருந்து விட்டேன்.'

'இப்ப இங்கே இருக்கிறாய்.' அந்தச் சொற்களின் ஆழத்தை எண்ணி அஞ்சலி தனக்குத்தானே வியந்துகொண்டாள். 'அவ்வளவு தான் தேவை.'

முதலில் அர்த்தமுள்ள சொற்களாக, பிறகு அர்த்தமற்ற ஆனால் ஆறுதல் தரும் ஒலிகளாக மாயா அமைதியாகும்வரை அவள் முணுமுணுத்தவாறே இருந்தாள். ஆம், மாயா திருஷ்டிக்கு அவள் தொடர்பைப் பற்றிச் சொல்லிவிட்டாள், ஆனால் அவள் இடத்தில் அஞ்சலி இருந்திருந்தால், இன்னும் மோசமாகச் செய்திருக்கக்கூடும்.

இன்னும் பிறகு, அறையில் இலகுவாகவும் காற்றுப் போலும் மாயாவின் குரலினால் நிறைந்தது. அது நிழல்களைத் துரத்தி விட்டது. எப்படி நிகிலும் சகியும் இப்போதெல்லாம் ஒன்றாக அமர்ந்து உணவு உண்டார்கள் என்பதைப் பற்றி மாயா கூறினாள். ஆனால் நிகில் தன் பாட்டியை வெறுத்தான்.

'எப்ப அவ என்னைப் பாக்க வருவா?'

தான் தன் அம்மாவைப் பற்றிக் கேட்போம் என்று அஞ்சலி நினைக்கவேயில்லை.

'அவள் நேற்று முழுவதும் இங்குதான் இருந்தாள். இன்றிரவு மறுபடியும் வரலாம்' மாயா படுக்கையிலிருந்து நாற்காலிக்குச் சென்றாள். காலந் தாழ்த்தித் தன் மருத்துவமனை முகமூடியைப் பொருத்திக்கொண்டாள். 'என்னால் உன்னை அடிக்கடி தழுவிக் கொள்ள முடியாது. சகிக்கு சளி. நான் உனக்குத் தொற்றை அளித்துவிடக்கூடும். நீ எங்களை ரொம்ப பயமுறுத்திட்டாய்.'

'நிகில் கிறிஸ்துமஸ் பரிசு கேட்டானா?'

'கவலைப்படாதே.' மாயா முறுவலித்தாள். 'நான் அதைப் பாத்துக்குறேன்.'

நான்கு நாள்களில் கிறிஸ்துமஸ். அஞ்சலி இல்லாமல் நிகில் எப்படி தன் பாட்டி, சகி, நாய்க்குட்டி எல்லாருடனும் ஒத்துப்போவான்?

விபா அறைக்குள் வந்தாள். கேன்யூலாவில் ஊசிமருந்தைச் செலுத்தினாள். அது வலிக்கவேயில்லை. கேன்யுலாவும் அவள் உடலின் ஒருபகுதி ஆகிவிட்டது.

'திரு. லாஹிரி என்ன ஆனார்?' மாயாவைத் தொடர்ந்து பேசவைக்க முயன்றாள். அதனால் அவள் பேசவேண்டியிருக்காது.

294 ✳ உன் தோளுக்கு அடியில் நீ

மாயா லாஹிரியின் கைது பற்றியும் அவன் வாக்குமூலம் பற்றியும் ஒரு நீண்ட உணர்ச்சிகரமான பிரசங்கம் செய்யத் தொடங்கிவிட்டாள். அவன் போதை மருந்து வியாபாரம் செய்தான். அவன் காரில் உணர்வற்ற பெண் ஒருத்தி டிக்கியில் கிடந்தாள். அஞ்சலி படுத்தவாறு கேட்டபோது, மாயாவின் குரல் பின்னணி ஒலிக்கு முன் ஒரு ரீங்காரம் போல் கேட்டது. யதார்த்தத்தின் பலவேறு சாயைகள். எல்லாமே நிலையற்றவை. லாஹிரி-முன்னால் ஒரு நன்மை செய்பவனாக இருந்தவன். இப்போது ஒரு ரவுடி, போதை மருந்து விற்பவன். ஒருவேளை பலாத்காரம் செய்பவனாகவும் கொலைகாரனாகவும் இருக்கலாம். யதீனுடன் அவள் தொடர்பு இப்போது எல்லாருக்கும் தெரிந்ததாகிவிட்டது. யதீன் விரைவில் மணவிலக்கு பெறக்கூடும். அவள் முகம், அவள் அடையாளம், எல்லாவற்றையும் அவள் மகனே மாற்றிவிட்டான். அதை அவள் சாகும்வரை இரகசியமாக வைத்திருக்க வேண்டும். அவள்மீது நேசம் கொண்டிருந்த மாயா, பிறகு அவளை வெறுத்தாள், இப்போது மறுபடியும் நேசிக்கிறாள். அம்மாவிடமிருந்து தப்பி ஓடிவிட தில்லி ஒன்றும் வெகுதொலைவிலுள்ள நகரம் அல்ல. இந்த உலகில் எதுவும் நிச்சயமில்லை. எதையும் உறுதி என நினைக்கவே முடியாது. பிரபஞ்சத்திற்கு எதைப் பற்றியும் அக்கறை இல்லை. அது தன் வேலையைப் பார்த்துக்கொண்டு கவனிக்காமல் அக்கறையற்று இருந்தது.

உருவம் சிதைந்து, ஒதுக்கப்பட்டு. மறுவாழ்வு.

வார்த்தைகள் அஞ்சலியைச் சுற்றி மிதந்தன. தூசி மேகங்கள் உயர்ந்தும் தாழ்ந்தும் செல்வதைப் போல. ஒவ்வொன்றும் அவள் மீது நிலைகொள்ள இடம் தேடின. சிலவகையான மருந்துகள் அவளை மகிழ்ச்சி நிலைக்குள்ளாகத் தள்ளிவிடும் என்று டாக்டர் சொல்லி யிருந்தார். ஆனால் இது அப்படிப்பட்ட நிலையல்ல. இன்றா நேற்றா, மாயா வந்ததற்கு முன்பா, பின்பா அவர் அப்படிச் சொல்லியது? பகல்களும் இரவுகளும் ஒன்றிற்குள் ஒன்றாகக் கரைந்துகொண்டிருப்ப தாகத் தோன்றியது. முழு நாளும் அவள் தூங்கியிருக்க வேண்டும். ஜன்னலுக்கு அப்பால் இருட்டாக இருந்தது. அவள் தன் கண்களைத் திறந்துவைக்க முடியாமல் மறுபடி மூடிக்கொண்டாள். தன்னைச் சுற்றி மெல்லப் பேசப்பட்ட வார்த்தைகள் சலசலப்பதைக் கேட்டாள். தங்களுக்குள்ளாக மக்கள் சுமந்துசென்ற சொற்களை அவள் கேட்டாள். அமைதிப்படுத்தப்பட்ட, ஒளிக்கப்பட்ட, நசுக்கப்பட்ட விஷயங்களை அவள் புரிந்துகொண்டாள். மிகப் பல ஒலிகள். எரிப்பவை. தோலை மீட்டுருவாக்கும் மாற்றுகள். நூமன். அதிர்ச்சிக்குப் பிந்திய அழுத்த

உன் தோலுக்கு அடியில் நீ ✳ 295

ஒழுங்கறுநிலை. திருமணம். உடையணிவு. கிறிஸ்துமஸ். தைரியம். கட்டு. மணவிலக்கு. தாழ்வுறச் செய்வது. வேசி. பக்க விளைவு. இந்தச் சொற்கள் அஞ்சலியைத் தொட்டன.

நீண்டகாலம். கைவிடப்பட்டநிலை. நாளை. தொடர்பு. யாருக்குத் தெரியும்? சர்ஜரி. சோதிக்கும் நாள். ஒருவேளை அசைவற்று. வலி நிவாரணி. அவளுக்குத் தகும். நாம் சொல்ல இயலாது. இரண்டு லட்சம். இருபதாயிரம் ரூபாய். அவள் எல்லாச் சொற்களையும் மாட்டிக் கிழிக்க முயன்றாள். ஆனால் அவை தப்பிவிட்டன. சொற்களையும் தொடர்களையும் தொட முடியாது, அஞ்சலி மார்கன், ஆனால் அவை உன்னைத் தொடும். அஞ்சலி சில வார்த்தைகளைப் பிடித்துக்கொண்டு பிறவற்றை விட்டுவிடலாம் என்று விரும்பினாள். ஆழமான மூச்சு. உதாரணமாக. அல்லது இப்போதில் இரு.

அவளின் உடல் இப்போது நுணுக்க ஆய்வைத் தாங்காது என்றால் என்ன செய்ய? மாயா வரிசைப்படுத்தி வைத்த, ஜன்னலுக்கு அருகில் மலர்ந்த இளஞ் சிவப்பு ரோஜாக்களில் அவள் ஒளிந்துகொள்ள முடியுமா? அவள் ஊட்டிய போது சகி விரலால் மூடிக்கொண்ட வாய் போலவா? ஒரு புதிய பிளேன் பொம்மையைப் பெற்றபோது மதுஅருந்திய குதிரைபோலக் குதித்தானே நிகில், அது போலவா? அப்புறத்திற்கு ஓடிவிடலாமா? முன்னதற்கு முன் அஞ்சலி தன் கண்களை மூடிக்கொண்டு தன் அம்மாவுக்காகக் காத்திருந்தாள்.

அவள் கண்ணைத் திறந்தபோது மாயா 'தூக்கம் இழுத்துக் கொண்டது உன்னை' என்றாள். 'அதனால் நான் ஆபீஸ் பக்கம் கொஞ்சம் போய் வந்தேன்.'

'இப்ப என்ன நேரம்?'

ஏழு மணி.

'ஏன் அம்மா இன்னும் இங்க வரல்ல?'

'அவளுக்கு வயித்துக்கடுப்பு போலக் கிடக்கறா.' அடுத்த வார்த்தைகளை மாயா தேடுவதுபோலத் தெரிந்தது.

'என்ன அது?'

'தெரியல. உன்னப் பாக்க பயப்படுறா மாதிரித் தெரியுது. பாக்கணும்னு நினைக்கறா, ஆனா விரும்பல. ஏதாவது நான் சொல்றதில அர்த்தம் இருக்கற மாதிரி தெரியுதா?'

ஒருவகையில், அது அர்த்தப்பட்டது. அப்படித்தான் அஞ்சலியும் உணர்ந்தாள். ஆனா இன்னொரு வகையில, அது அர்த்தப்படவில்லை.

அம்மா தன்னளவில், தன் நம்பிக்கைகளில், தன் பிரார்த்தனைகளில், கடவுள்மீது தன் விசுவாசத்தில் எப்போதும் உறுதியானவள். அவள்தான் எப்போதும் சிறந்தவள், எப்போதும் பிறருக்கு இன்னதைச் செய்ய வேண்டும் என்று சொல்லும் உரிமை பெற்றவள். ஆனால் இதைப் பற்றி மாயாவிடம் பேசிப் பயனில்லை.

மாயாவுக்கு ஒரு நிஜமான அம்மா இருந்தாள். அவள் தன் குழந்தைகளுக்கு அல்ல, பிறருக்கே தன் இதயத்தைத் திறந்தாள். அஞ்சலிக்கு. சுய உணர்வற்றவளாக, அன்பே அனைத்துமாக, தயக்கமோ, சுயசந்தேகமோ இன்றி அஞ்சலி அப்படிப்பட்ட தாயாக இருக்க விரும்பினாள். நிகில் சந்தேகத்தைக் கொண்டுவந்தான், அவனுடன் அவள் எப்போதும் எச்சரிக்கையாக இருக்க வேண்டி யிருந்தது. தன்னைக் காத்துக்கொள்ள, அவனைப் பாதுகாக்க.

'நிகில் மேல் எப்போதும் கண்வைத்திரு.'

'அவன் ஒத்துவந்து கொண்டிருக்கிறான். கவலைப்படாதே.' மாயாவுக்குத் தெரியாது. அஞ்சலியால் முடியாவிட்டாலும் அவள் தெரிந்துகொள்ளவும் மாட்டாள்.

44

யதீன் பட் சென்ற சில நாள்களாக தன் மாமனார் கண்ணில் படாமல் ஒளிந்துகொண்டார்.

இன்று சந்திப்பைத் தள்ளிப்போட அவரால் முடியாது. அந்தக் காலை நேரத்தில் முதல் வேலையாக அதைப் பார்த்துவிடுவது என்று முடிவு செய்தார். பல அதிகாரிகள் கிறிஸ்துமஸ் விடுமுறைக்காகச் சென்றுவிட்டார்கள். யதீன் ஒருவேளை தன் மாமனாருடன் ஒரு வாய்ச்சண்டையில் இறங்கினால், அதைக் கேட்கக் குறைந்த எண்ணிக்கையிலான காதுகளே இருக்கும். அவருக்கு அந்த வெட்டிப் பேச்சு வேண்டாம்.

வருண் இன்றிரவு திரும்பிவிடுவான். என்ன வந்தாலும் சரி, யதீன் தன் மகனைப் பார்த்தே ஆக வேண்டும். மணிலாவில் அவன் இருந்தபோது தினமும் இருமுறை அவனுக்கு ஃபோன் செய்வார். காலையில் எழுந்தவுடன் ஒருமுறை, மற்றொன்று நண்பகல் உணவுக்குப் பிறகு. இப்போதைக்குள் வருண் அவர் அழைப்புகளை எடுக்க மாட்டான் என்று தெரிந்துவிட்டது. நேருக்கு நேர் அவர்கள் சந்தித்தாக வேண்டும்.

கருத்தரங்க அறையின் கதவைத் தட்டினார். மேஹரா அவரை உள்ளே அழைப்பது கேட்டது. ராட்டி மேஹராவுக்குக் குறுக்காக உட்கார்ந்திருந்தார். அவர்களிடையில் ஃபைல்களும் தேநீர்க் குவளைகளும் சிதறிக் கிடந்தன. உள்துறை அமைச்சரின் உடந்தையாள் யதீன் உள்நுழைந்தபோது எழுந்து நின்று வணக்கம் சொன்னான். யதீன் திரும்ப வணக்கம் சொன்னபோது ஒரு முறுவலை வருவித்துக் கொண்டார். ராட்டி அவர் காகிதங்களை அள்ளிக்கொண்டு சென்றார்.

'ஹலோ சார்'

மேஹரா பேசவுமில்லை, அவரை உட்காரச் சொல்லவுமில்லை. யதீன் அவராகவே தன் எஜமானருக்கு எதிராக ஒரு இருக்கையில் உட்கார்ந்தார்.

'என்ன நடக்கிறது என்று எனக்குச் சொல்ல விரும்புகிறாயா?'

யதீன் தவறாகப் புரிந்துகொண்டதாகவே காட்டிக்கொண்டு, அந்த வாரம் தன் துறைக்குவந்த முக்கியமான வழக்குகள் பற்றிய தகவல்களை அளித்தார்.

'யதீன்' திருஷ்டியின் அப்பா நிமிர்ந்து உட்கார்ந்தார். அந்த வயதான மனிதரின் முகவாய், அவரது மூக்கின் கோணம், கோபப்படும்போது அவர் முகத்தைச் சுளித்தவிதம், இவை யாவுமே எப்படி திருஷ்டி தன் தந்தையையே கொண்டு பிறந்திருக்கிறாள் என்பதை அறைந்து சொல்லின.

'நாம் நேராகப் பேசிவிடுவோமா? உனக்கும் திருஷ்டிக்கும் இடையில் என்ன நடக்கிறது?'

யதீன் தன் மாமனாரின் மடித்த உதடுகளையும் குவித்த விரல்களையும் கண்டார். அவர் அமைதியாக இருக்க வேண்டும். ஏனெனில் அவரிடம் இப்போது பலமில்லை. மேஹராவிடம்கூட ஒரு பலம் இருந்தது. பேரன்.

'எங்களுக்குள் பிரச்சினைகள்.'

'அல்லது நீ அவளுக்குப் பிரச்சினைகளைத் தருகிறாயா? எனக்கு அந்த அயல்நாட்டுப் பாதி இந்தியப் பெண்ணைப் பிடிப்பதில்லை. இப்போது பிரச்சினைகளுக்கு அவள்தான் காரணம் என்று தெரிகிறது.'

அஞ்சலியை அவமானப்படுத்தியதற்கு பதில் கொடுக்க வேண்டும் என்று யதீன் நினைத்தார். ஆனால் மிகமிக உணர்ச்சியற்ற குரலில் பேசினார்.

'திருஷ்டிக்கு எவ்வளவு சாத்தியமோ அந்த அளவுக்கு சாத்தியமான பயன்களைத் தருகிறேன்.'

'நம்ம ரெண்டு குடும்பங்களுக்கும் எவ்வளவு கெட்ட பெயரை விவாகரத்து உண்டாக்கும் என்று உனக்குத் தெரியாதா? திருஷ்டியின் தங்கைக்கும், ஏன் உன் தங்கைக்கும்கூட இன்னும் கல்யாணம் ஆகவில்லை. தயவுசெய்து உன் மகன்மீது அது ஏற்படுத்தும் விளைவைப் பற்றி யோசித்துப் பார். கல்யாணம் பண்ணிக்கறது எளிது, அப்படியே தொடர்ந்து இருக்கறதுதான் கஷ்டம்.'

என் பெற்றோர்கூட தொடர்ந்து மணவாழ்க்கையில்தான் இருந்தார்கள். ஆனால் அது எங்கே கொண்டுவந்து நிறுத்தியிருக்கிறது பார்.

'திருஷ்டிக்கு அவள் வேலையில்தான் மகிழ்ச்சி.' யதீன் அவர்கள்

உன் தோளுக்கு அடியில் நீ ✦ 299

இருவருக்கும் இடையில் இருந்த மேஜைமீது கைகளை வைத்தார். 'நாம் இதைப் பேசித் தீர்த்துவிட்டால் அவள் முன்னே செல்வாள். வருணுக்கு அட்ஜஸ்ட் செய்ய கொஞ்ச காலம் பிடிக்கும். ஆனால் இப்போது அவன் ஏறத்தாழ வளர்ந்த பையன்தான்.'

'நீ இதைப் பற்றி மறுபடியும் யோசிக்க வேண்டும். அவ்வப்போது ஆண்கள் மணவாழ்க்கையிலிருந்து தவறத்தான் செய்கிறார்கள். அது ஒண்ணும் புதிசில்லை.'

கமிஷனர் மேஹ்ரா எழுந்தார். 'உனக்கு ஒரு பிரகாசமான தொழில் வாழ்க்கை எதிர்காலத்தில் இருக்கிறது. நாம் ரெண்டுபேரும் சேர்ந்துதான் சாபர்வால் வழக்கை முடிக்கணும். இந்தப் பெண் நடுவில அவசியமா? குறிப்பாக இப்போது?'

ஆக, இப்போது அஞ்சலியின் முகம் கருகிவிட்டது, முகம் கருப்பு—நேரடி யாகவே. அதனால் யதீனின் நேசத்துக்கு அவள் இப்போது தகுதியில்லை. மேஹ்ரா தன் நிபந்தனைகளை நேரடியாகவே தெளிவாக்கிவிட்டார். என் மகளோடு மணவாழ்க்கையில் இரு, கேசை நான் உனக்காக மறைத்து விடுகிறேன்.

'அவள் பையன் ஆபத்தானவன்.' மேஹ்ரா தொடர்ந்தார். 'அவன் வருணைத் தாக்கினான், அதைப் பற்றி நீ எதுவுமே செய்யவில்லை.'

அந்தத் தாக்குதல் யதீனைக் குழப்பியது. வருண் நிகிலைப் போல இரண்டு மடங்கு அளவு. கராத்தே பிரவுன் பெல்ட் வேறு. அவன் விரும்பியிருந்தால் நிகிலை மிக எளிதாகக் கட்டுப்படுத்தியிருக்க முடியும்.

'வருண் இன்றிரவு திரும்பிவந்த பிறகு அவனிடம் பேசுகிறேன்.'

'அவனுக்கு எது நல்லதோ அதைச் செய்' மேஹ்ரா எழுந்தார். 'நமக்கும்தான்.'

யதீன் எழவில்லை. மாறாக, எதிரிலிருந்த கட்டடத்தின் பழைய சுவரை முறைத்துப் பார்த்துக்கொண்டிருந்தார். பல இடங்களில் பெயிண்ட் உதிர்ந்து குளிர்ந்தும் சாம்பல் நிறத்திலும் அது இவரை முறைத்துப் பார்த்தது. அவருக்குப் பின் அந்த கருத்தரங்க அறை யிலிருந்து அவரது மாமனார் வெளியேறும் ஒலி கேட்டது.

இருபத்திரண்டு வருட தில்லி போலீஸ் சேவை. பல துறைகளில்—டிராஃபிக் போலீஸிலிருந்து கண்காணிப்புவரை. முதல் முறையாக யதீன் வேலையைவிட்டு வெளியேற நினைத்தார். இன்னும் அதிக மெடல்களோ பாராட்டுகளோ, ஒரு வாகனத்தைத் தனக்கென்று

வைத்திருப்பதோ, தன் பாதுகாப்புப் பெட்டகத்தில் அவர் தூக்கி யெறிந்த பணத்தின் சுமையோ—எதுவும் தேவையில்லை.

அவரது வருண் இப்போது பேரப்பொருளாகி விட்டான். அஞ்சலியும்தான். காலிபின் செய்யுட்கள் எல்லாச் சூழல்களுக்கும் பொருத்தமான வார்த்தைகளைக் கொண்டிருக்கின்றன.

பேச்சுக்குச் சக்தியில்லை, இருந்தாலும் ஒருவேளை
எதிர்பார்ப்பிற்கு என்ன பயன் உண்டு?

நம்பிக்கை இன்றி, யதீனுக்குத் தான் இதயத்தில் விரும்பியதைப் பற்றிப் பேசும் சக்தி போய்விட்டதாகத் தோன்றியது. இதயத்தின் எதிர்பார்ப்பு. கனவுகளுக்கும் விருப்பத்திற்கும் என்ன விதமான இதயத்தை உடைக்கும் அழகான சொல் அது?

யதீன் எழுந்தார். அவருடைய காதல் கவிதைக் காலம் வெகு நாள்களுக்கு முன்னே முடிந்துபோய்விட்டது. அது வேறொரு மனிதன். யதீன் தம்மைத் தன் தாய்க்காகவும் மாயாவுக்காகவும் புதைத்துக்கொண்டார்.

யதீன் இன்று விமான நிலையத்துக்குப் போவார். வருணைச் சந்திப்பார். திருஷ்டிக்கும் அவருக்குமிடையே விஷயங்கள் எப்படி இருக்கின்றன என்பதை விளக்குவார். வருண் புரிந்துகொள்வான், புரிந்துகொள்ள வேண்டும்.

தில்லி ஜங்ஷன் ரயில் நிலையத்தில் கண்டெடுத்த உடலுக்கு குஸும் பொறுப்பேற்றுக்கொண்டாள். சந்தரை அடையாளம் காட்ட அழைத்தாள். நண்பகல் உணவு நேரத்துக்குப் பிறகு அவள் கதவைத் தட்டி உள்ளே நுழைந்தாள். 'அது ராதே இல்லை, அவன் அண்ணன் ராம் சரண் என்கிறான் சந்தர்.'

'ராம் சரணா? அவன் எப்படி அங்கே வந்தான்?' யதீன் எழுந்தார்.

'உறுதியாத் தெரியல சார். சந்தருக்கும் தெரியல.'

யதீனிடமிருந்து அந்த சந்தேகத்துக்குரிய ஆள் தப்பிச் சென்ற கீதா காலனியிலிருந்து தில்லி ஜங்ஷன் ரொம்ப தூரமில்லை. அந்த ஆள் ராம் சரணா?

'ராம் சரண் எவ்வளவு உயரம்?'

அவன் உடலை இரயில் பாதியாகத் துண்டாக்கிய பிறகு இது பதிலளிப்பதற்கு அவ்வளவு எளிதான கேள்வி இல்லை. ஆனால் தயக்கமின்றி குஸும் பதில் சொன்னாள். 'உயரம் சார்.' குஸுமின் உணர்வு மாறவில்லை. 'ராதேயைவிட உயரம்.'

போஸ்ட்மார்ட்டம் செய்ய நீண்ட நேரம் ஆகலாம். ஆனால் அந்த உடல் பற்றி ஒரு டாக்டரின் கருத்து யதீனுக்குத் தேவைப்பட்டது. உடலை சஃப்தர் ஜங் பிணக்கூடத்துக்கு எடுத்துச் செல்லுமாறும் அங்கு விரைவானதொரு சோதனை செய்யுமாறும் குஸுமுக்கு அவர் கூறினார். முடிந்தால் இறப்புக்குக் காரணமும்கூட.

ராதே சியாம் மிஸ்ரா மறைந்துவிட்டான். ஆனால் தில்லியில் ஓர் ஆள் மறைவது கடினமல்ல. ஆயிரக்கணக்கான மக்கள் ஒவ்வொரு நாள் காலையிலும் நகருக்குள் நுழைகிறார்கள், ஒவ்வொரு இரவும் செல்கிறார்கள். இது போலீசுக்கும் நிர்வாகத்துக்கும் ஒரு சவாலாகவே இருக்கிறது. யதீன் ஜன்னல் பக்கம் மெதுவாகச் சென்று ஒரு கருவேல மரத்தை நோக்கினார். அது கனாட் பிளேஸ் சர்க்கிளின் நெரிசல் நதிக்கிடையிலும் வேலைக்கு வேகமாகச் செல்லும் நடைபாதை மனிதர்களின் ஓடைக்கிடையிலும் தனியாக அசையாமல் நின்று கொண்டிருந்தது. ஒட்டுண்ணி பெரணிகள் அதன் நடுப் பகுதியில் வளர்ந்தன. என்றாலும் அதன் உச்சி கட்டடங்களையும் தாண்டி உயர்ந்தது. யதீன் தனியாக, தன் இடத்தில் நிலைத்திருக்கும் அந்த மரத்தைப் போல இருக்க விரும்பினார். பிறகு தன் பார்வையை அதைக் கடந்துசெல்லும் மனிதர்கள் மீது திருப்பினார். அவர்களில் எவன் ஒருவனும் ராதேயாக இருக்கலாம். சுஜினி வழக்கில் முக்கியப் புள்ளி ராதேதான். அதை அவர் மனத்திலிருந்து அறிவார். ஏதோ காரணத்துக்காக அவன் காணாமற் போய்விட்டான்.

படத்தில், புல் மிட்டாய், மடிபூர் காலனி, தில்ஷாத் கார்டன்ஸ், சஞ்சய் காலனி ஆகிய நான்கு புள்ளிகளையும் இணைக்கும் நாற்கரத்தை நோக்கினார். லாஹிரியின் ஒரு அபார்ட்மெண்ட் இருந்த லாஜ்பத் நகரும், லாஹிரியின் காரிலிருந்து சந்தேகத்துக்குரிய நபர் தப்பித்த கீதா காலனியும் அந்த நாற்கரத்திற்குள்தான் இருந்தன.

கிரேவாலின் லாக்கப்பிலிருந்த ஆட்களின் அதிகப்படி தகவல்கள் பற்றி விசாரித்து அவருக்கு ஒரு செய்தி அனுப்பினார்.

முன்னாள், மனோஜின் விசாரணை ஜாமியா நகர் நிலையத்தில் நடந்த போது யதீன் அங்கிருந்தார்.

அஞ்சலியின் நிழற்படம் ஒன்றைப் பார்த்துவிட்டு 'இவளை நான் சஞ்சய் காலனியில் பார்த்திருக்கிறேன். வழக்கமா ஹிரிதயோகிற்கு வந்து வேலை செய்பவள்' என்றான் மனோஜ்.

'அப்ப, அவளோட இருந்த இந்த சின்னப் பொண்ணை உனக்குத்

தெரியாதா?' என்று சகியின் படத்தை கிரேவாலின் ஆட்கள் காட்டினார்கள்.

'அந்தப் பொண்ணு ஏதோ போலீஸ் விவகாரத்தில மாட்டிக்கிட்டா. அவளக் கொண்டு போயிட்டாங்க' என்று மனோஜ் தன் மெல்லிய மூக்கைத் தடவிக்கொண்டான். அதன் ஒருபக்கம் புடைத்திருந்தது. 'அவளை எங்கிட்ட தரலை.'

'ஆனா அவ படத்தை வாடிக்கைக்காரங்க கிட்ட காட்டினியே, அவ படங்க எங்கிருந்து கெடைச்சுது?'

'அது ஒண்ணும் கஷ்டமில்ல. இப்பல்லாம் எல்லார்கிட்டயும் ஃபோன் இருக்கு.'

'இவ படங்களை வாடிக்கைக்காரங்க கிட்ட காட்டினே.'

'பொண்ணுங்க படத்தை மாத்திட்டா வாடிக்கையாளுங்க கவலப்படறதில்ல.'

'அப்ப இந்தம்மாவை நீ பாத்ததே இல்லைன்னு சொல்றே' போலீஸ்காரர்கள் அஞ்சலியின் படத்தை மனோஜ் முன்னால் வைத்தனர்.

'அவங்களப் பாத்திருக்கேன், ரொம்ப நல்லா இருக்காங்க, வெள்ளை, ஆனா எங்க குழுவுல கிடையாது—'

அந்தப் போலீஸ்காரர் மனோஜைத் தள்ளினார். ஆனால் கண்ணடித்துப் புன்முறுவல் செய்தார். 'நான் சொல்றேன், எனக்கு அந்தம்மா மேல எதுவும் கெடையாது.'

அவன் நிச்சயமா ரொம்ப நாளா மாமா வேலையில இருந்தவன் தான். போலீஸ் கையாளுகை அவனுக்குப் புதிசு கெடையாது. லாக்கப்பில் இருந்த நேரத்தில் எல்லாம் அவன் கூற்றுகள் மாறவே யில்லை.

அஞ்சலியின் மீதான தாக்குதலை மனோஜ் ஏற்பாடு செய்திருக்கலாம் என்ற பவனின் கொள்கை நிற்கவில்லை. சுஜினி வழக்கை பவனுடன் விவாதிக்க அவனைச் சந்திக்க வேண்டும். முன்பே பவன் அவரைத் தனியாகச் சந்திக்க வேண்டும் என்று கேட்டிருந்தான், ஆனால் மிகப் பணிவாகக் காரணத்தைக் கூறாமல் தவிர்த்துவிட்டான். அது சுஜினி வழக்குப் பற்றியதாகத்தான் இருக்கும் என்று யதீன் நம்பினார்.

உன் தோளுக்கு அடியில் நீ ✣ 303

45

அஞ்சலி கண் விழித்தபோது மூலை ஜன்னலின் அருகில் அம்மா உட்கார்ந்திருந்தாள். நிமிர்ந்த முதுகு. முக்கோண வடிவத் தாடை பக்கவாட்டுத் தோற்றத்தில் தெளிவாகப் புலப்பட்டது. ஏதோ ஒரு கதையில் வரும் தீய ராணி தன் இராச்சியத்தை மேற்பார்வை யிடும் தோரணையில். கனவின் ஒரு பகுதி.

'ஹை, அம்மா' என்றாள் அஞ்சலி, பதிலை எதிர்பார்க்காமல்.

அந்த உருவம் அதிர்ந்து எழுந்தது. 'நீ ரொம்ப நேரம் கழித்துத்தான் எழுந்திருப்பாய் என்று அவர்கள் சொன்னார்கள்.'

அது அம்மாதான். என்னைக் கூப்பிட்டாயே அஞ்சலி என்று அவள் தலைக்குள்ளிருந்த அம்மா பேசினாள். அவளுக்கு மயக்கக் கலக்கம் ஏற்பட்டது. ஒரு அம்மா போதும்.

'இன்னிக்கு என்ன தேதி?'

எப்போது அவர்கள் சர்ஜரியை முடித்தார்கள்? எத்தனை காலம் முன்னால்?

'இருபத்திரண்டு.' அம்மா அவளை நோக்கி வந்தாள். 'நர்ஸைக் கூப்பிடட்டுமா?'

'சரி.' அஞ்சலியின் குரல் தவளைபோல் ஒலித்தது. 'தண்ணி வேணும்.'

தீப்புண்கள் உள்பக்கமாகக் காயங்களை ஏற்படுத்தியிருந்தன. விழுங்குவதை அது கடினமாக்கியது. அம்மா நர்ஸைக் கூப்பிட வில்லை. பதிலாக, அவள் ஒரு டம்ளரில் நீரை நிரப்பி, அஞ்சலி குடிக்க உதவிசெய்தாள். அஞ்சலியின் நீண்ட ஞாபகங்களில் இப்படி நடப்பது முதல்முறை.

அஞ்சலி குடித்து முடித்ததும், அம்மா ஜன்னலுக்கருகில் இருந்த நாற்காலிக்குச் சென்றாள். அஞ்சலிக்கு அந்தத் தொலைவு தேவைப்பட்டது. ஒருவேளை அம்மாவுக்கும் அப்படித்தான் போலும். அஞ்சலி எப்போதும் அம்மாவின் சுற்றுவட்டத்தில்தான் இருந்தாள்.

304 ❖ உன் தோளுக்கு அடியில் நீ

அதைவிட்டு வெளியில் செல்ல முடியாமல். ஆனால் கிட்டே நெருங்கவும் முடியாது.

'உன் மொத்த சிகிச்சைச் செலவுக்கும் காப்பீடு செய்திருக்கிறாயா?'

அம்மா, எப்போதும் கேள்விகள் கேட்கும் அம்மா. மற்றவர்கள் வழக்கமாக 'நீ எப்படி உணர்கிறாய்' என்று கேட்பார்கள். அல்லது இன்னும் மோசம்—'எப்படி இருக்கிறாய்?' என்பார்கள். அவற்றை யெல்லாம் விட்டு அம்மா இந்தக் கேள்வியைக் கேட்டது மகிழ்ச்சிதான். டாக்டர்கள், நர்சுகள், ஃபரீதா எல்லாரும் கேட்பார்கள். பதில்? ஒரு பணிவான வணக்கம். என் முகம் போய்விட்டது. என்னால் நிற்க முடியவில்லை. நான் பழுதடைந்த வீட்டுப் பிராணி. என் மகன் இங்கே கொண்டு விட்டுவிட்டான். ஏறத்தாழ நான் இறந்துவிட்டேன். என்னால் ஒருவேளை என் மருத்துவச் செலவுகளை ஏற்க முடியாமல் போகலாம். என் மகனின் செலவுகளையும்தான்.

அவள் அமைதியாக இருந்தாள். நேர்முகச் சிந்தனைகளில் கவனம் குவி. ஃபரீதா வழக்கமாக என்ன சொல்வாள்? 'உனக்குப் பிடித்தமான ஏதாவது ஒரு விஷயத்தைக் கண்டுபிடி.'

அம்மா இங்கே இருக்கிறாள். அஞ்சலி கடந்த வாரங்களில் கற்பனை செய்திருந்தது போல அஞ்சலி அம்மாவிடம் பேச முடியும். கேள்விகள் கேள். பதில்கள் கண்டுபிடி. நிகிலுடன் அவள் வாழ்க்கையைச் சேர்த்துப் பயன்படுத்து. இவைதான் இங்கே உடன்பாடானவை. அம்மா ஃப்ளைட் பிடித்து, கண்டங்களைத் தாண்டி அவளுடன் பேச வந்திருக்கிறாள். அஞ்சலி அதைக் கணக்கில் கொள்ள வேண்டும்.

'உனக்கு ஒன்று கொண்டுவந்திருக்கிறேன்' அம்மா அவள் கைப்பையைத் துழாவி ஒரு பெரிய பழுப்பு உறையை எடுத்தாள்.

இதுவும் புதிதுதான். அம்மா அவளுக்கு எதுவும் எப்போதும் தந்ததில்லை.

'என்ன அது?' அஞ்சலி கையை நீட்டினாள்.

மாறாக, அம்மா அதைப் படுக்கையின் பக்கத்திலிருந்த மேஜை மீது வைத்தாள். அவளது சுபாவம்.

'நான் போனபிறகு அதைப் பார்க்கலாம். இப்போது நீ சொல்வதைக் கேட்க வேண்டும். என்னுடன் நீ பேச விரும்பாததால் அப்பாவின் இறுதிச் சடங்குக்குக்கூட நீ வரவில்லை.'

உண்மைதான். அம்மா எல்லா உரையாடல்களையும் தனக் கேற்றவாறு மாற்ற விரும்பினாள். அப்புறம் இது மட்டும் ஏன்

உன் தோளுக்கு அடியில் நீ ❋ 305

விதிவிலக்காக? அஞ்சலிக்குள் கோபம் எழுந்தது. திரைச்சீலைகள் நிரம்பியுள்ள அறையில் தீப்பிடித்தது போல. அது பரிச்சயமானது. அதிலிருந்து அவள் பலம் பெற்றாள். அவளுக்குள் உயர்ந்து எழுந்து அவளை ஆக்கிரமித்த பல்லாண்டுக்கால வெறுப்பை ஒரு சில மணிநேர கவுன்ஸ்லிங் சரிசெய்து விடுமா? ஆனால் அஞ்சலி இப்போது இளம் பெண்ணோ, இளம் தாயோகூட அல்ல. அவள் வாழ்ந்திருக் கிறாள், எரிந்திருக்கிறாள், ஏறத்தாழ இறந்திருக்கிறாள், அவளுக்கு அவள் வயிற்றுக்குள் ஒரு இரகசியம் இருந்தது. அது உள்ளிருந்து அவளைத் தின்றது. அவளுக்குக் கொடுங்கனவுகளை அளித்தது. அவள் எல்லாவற்றையும் மூச்சுக் காற்றாகச் சேகரித்து ஒரு பெருமூச்சாக அதை விட்டாள். அவளுக்கு அமைதி வேண்டும். அவள் குரல் எழுந்தபோது, அது நடுங்கவோ, முணுமுணுப்பாகவோ இல்லை.

'நிகிலின் மருத்துவர் அவனைச் சரிப்படுத்திக்கொண்டிருக்கிறார், என்னையும்தான். உன்னோடு பேசுவது உதவி செய்யும் என்று அவர் கூறினார். என்னைப் புரிந்துகொள்ள. நிகிலைப் புரிந்துகொள்ள.'

அம்மா பதில் சொல்லவில்லை. ஜன்னலருகிலிருந்த நாற்காலி யிலிருந்து அவளைப் பார்த்துக்கொண்டிருந்தாள். அவள் முகம் முகமூடி போலவே இருந்தது. அஞ்சலி நினைவுகூர்ந்ததைவிட இன்னும் வெளிறிப்போய்.

ஏன் நீ என்னை நேசிக்கவே இல்லை? அஞ்சலி கேட்க நினைத்தாள். ஏன் ஒரு பாராட்டுச் சொல்கூடக் கிடையாது? எப்போதும் அதே வெறுப்பூட்டும், கோபமான தீர்ப்பு? அவள் ஒரு மனநோய் மருத்துவர். தனது தொழிலைத் தனக்குத் தேவையான மாதிரி இப்போது பயன்படுத்திக் கொள்ளலாம் என்று சொல்லிக்கொண்டாள்.

'நான் கர்ப்பத்தில் இருந்தபோது நீ இருந்தது பற்றிச் சொல்லு.'

'நான் உன்னைக் கருவுறவேயில்லை' அம்மா அவளிடமிருந்து ஜன்னலை நோக்கித் திரும்பினாள்.

பதில்களிலெல்லாம் இந்த பதில், இது என்ன?

அஞ்சலி தன்னைச் சரிசெய்துகொண்டாள். தன் வலியை உணர வில்லை. அவள் மனம் நன்றாக அழிக்கப்பட்ட சிலேட்டு போல் இருந்தது. சொல்லை உருவாக்க முயன்றாள். ஆனால் அவள் வாய் அசையவில்லை.

'நான் அசோக்கை கோவாவில் சந்தித்தேன். இந்தியாவுக்குத் திரும்பி வரும் ஒரு பயணத்தில்.' அம்மா ஜன்னலிடம் பேசினாள். 'அந்தப்

306 ❈ உன் தோளுக்கு அடியில் நீ

பைத்தியக்காரத்தனமான பார்ட்டிகள் ஒன்றில். அறுபதுகள். எல்லாச் சமயங்களிலும் நாங்கள் உச்சத்தில் இருந்தோம். அவர் என்னை ஒரு ஊர்வலத்திற்கு மறுநாள் அழைத்துச் சென்றார். எங்களிடம் அட்டைகள் இருந்தன. எதைப் பற்றி எங்கள் எதிர்ப்பைத் தெரிவித்தோம் என்பது எனக்கு ஞாபகம் இல்லை. சாயங்காலத்திற்குள் என் தொண்டைதான் புண்ணாகியிருந்தது. அதனால் குடிக்கவில்லை. அவர் ஒரு பல்கலைக்கழக மாணவர் அப்போது. உலகத்தையே காப்பாற்ற விரும்பினார். நான் ஃப்ளோரிடாவுக்குத் திரும்பிய பிறகு இருவரும் தொடர்புவைத்திருந்தோம். அடுத்த ஆண்டு அவரைத் திருமணம் செய்துகொண்டேன். அவர் என் வீட்டுக்கு வந்து விட்டார். ரெண்டு வருஷம் கழிச்சி, அவருக்கு உள்ளூர்ப் பல்கலைக் கழகத்தில் வேலை கிடைத்தது. எனக்கு முதல் கருச்சிதைவு நேரிட்டது. அப்புறம் அடுத்தடுத்த சந்தர்ப்பங்களிலும் அடுத்தமுறை நான் கருவுற்றபோது அம்மா என்மீது பரிதாபப்பட்டு தங்கை விவியனை உதவிக்கு அனுப்பினாள். நான் பலவீனமாக இருந்தேன். மருத்துவ ரீதியாக, கடும் மனச்சோர்வில். நான் ஓய்வெடுத்தேன். விவியன் வீட்டைப் பார்த்துக் கொள்ள வேண்டியிருந்தது.'

அம்மா தொண்டையைச் சரிசெய்துகொண்டாள். தொடர்ந்தாள்.

'அவளுக்கு அந்தக் கோடைகாலத்தில் பதினேழு முடிந்தது. கல்லூரியில் சேருவதற்கு முன்னால் ஆன நீண்ட விடுமுறை. உதவி செய்ய வந்தாள். எனக்குக் காலந்தாழ்ந்த ஒரு கருச்சிதைவு ஏற்பட்டுப் பிழைத்திருந்தேன். ஆனால் மறுபடி என்னால் கர்ப்பம் தரிக்க முடியாது என்று மருத்துவர்கள் கூறிவிட்டார்கள். நான் சர்ச்சுக்குப் போக ஆரம்பித்தேன். விவியன் இருந்தாள். அசோக் பாடம் நடத்திய பல்கலைக்கழகத்திலேயே அவளும் சேர்ந்துவிட்டாள். அவள் கர்ப்பத்தைப் பற்றி நான் தெரிந்துகொள்ள நேர்ந்தபோது, கலைக்க இடமில்லாத அளவுக்கு நாள்கள் கடந்துவிட்டன.'

விவி சித்தி. குட்டைப்பாவாடை. தலைமுடியை மிகச் சிறிதாக வெட்டி சிவப்பு வண்ணம் பூசியிருப்பாள். வெகுளியாகப் பெரிதாகச் சிரிப்பாள். அதற்கு வருத்தப்பட மாட்டாள். ஹை-ஹீல்கள். தொப்புளைத் துளையிட்டிருப்பாள். வருடத்துக்கொரு நாள் அஞ்சலி அவளைப் பார்ப்பாள். அவளுக்காகப் பிறந்த நாள் வாழ்த்து அட்டைகள் செய்வாள். விவி சித்தி வந்தபோதெல்லாம் விருந்தினர் அறையைத் தயார் செய்வதற்கு அம்மா முணுமுணுப்பாள். அப்பா ஒரு சொல்லும் பேசமாட்டார்.

உன் தோளுக்கு அடியில் நீ ✦ 307

ஆக விவி சித்தி ஒரு குழந்தையைப் பெற்றுவிட்டாள். பெரிய விஷயம். எழுபதுகளில் திருமணமின்றி ஒரு குழந்தை பெறுவது ஒரு முக்கியச் செய்தி. இப்போது அப்படியில்லை.

'இதெல்லாம் எனக்கு ஏன் சொல்கிறாய்?'

'அந்தக் குழந்தை நீதான்.' அம்மா இன்னமும் திரும்பி அவளைப் பார்க்கவில்லை. டாரதியின் குழந்தையாக தான் இல்லாதது, விவி சித்தியின் கர்ப்பம் இரண்டிற்குமிடையில் அஞ்சலி தொடர்பு படுத்திப் பார்க்கவில்லை. அமைதியின் மூடுதிரை ஒன்று அறைமீது கவிந்தது. அஞ்சலி தன் குரலை அந்தத் திரையைக் கிழிக்கும் கூர்க்கத்தியாகப் பயன்படுத்தினாள்.

'அப்பா யார்?'

'அசோக்தான் உன் அப்பா.'

'பொய் சொல்றாய்' அது அவளை மூச்சடைக்கவைத்த ஒரு சவச்சீலை அல்ல. ஒரு கருத்த, உருவமற்ற புகைப்பனி. அது அவளுக்குள் புகுந்தது. ஆனால் புகைப்பனியோடு எப்படிப் போராடுவது? அஞ்சலி மேற்கொண்டு பேசப் புகுந்தபோதே வார்த்தைகளின் பயனின்மையை உணர்ந்துகொண்டாள். அவள் கீழே விழுந்து முழங்காலில் வெட்டு ஏற்பட்டபோது பேண்ட்-எய்ட் ஒட்டிய அப்பா. அவளைப் பள்ளிக்குக் காரில் அழைத்துச் சென்ற அப்பா. அம்மா சர்ச் கூட்டங்களுக்குச் சென்ற இரவுகளில் அவளுக்கு உணவு சமைத்த அப்பா. நிகிலைக் குழந்தையாக இருந்தபோது பார்த்துக்கொண்ட அப்பா. இருந்தாலும் அது சரியில்லைதான். அவள் விழுங்கினாள். அவள் தொண்டை வலித்தது. அவள் கழுத்தின் பின்னால் ஒரு மெல்லிய துடிப்பு எழுந்தது.

'என்ன ஏன் வச்சிகிட்டே?' என்றாள் அஞ்சலி. ஏன் என்னைத் தத்துக் கொடுத்திருக்கக் கூடாது? எனக்கு ஒரு குடும்பம் கெடைச்சிருக்கும்.

'நான் உண்மையில இருந்ததைவிட நல்லவன்னு நான் நெனைச்சிகிட்டதுதான் காரணம். அதான் சரின்னு தோணித்து. ஒரு பழி காரணமா அசோக் தன் வேலையை விடவேண்டி வராது. விவியும் வழக்கம்போல தன் வேலையைச் செய்யலாம். எனக்கும் குழந்தை வேணும்னு இருந்தது. நான் விரும்பிய குழந்தை எனக்குக் கிடைக்கும்.'

'நீ என்ன விரும்பல.'

'முதல்ல விரும்பினேன்.' அவளைப் பார்க்க அம்மா திரும்பினாள். 'நான் எல்லாத்தையும் மறந்து உன்னை என் சொந்த மகளா ஆக்கிக்க

விரும்பினேன். ஆனா விவியனை வளக்கவும் நான் உதவி செஞ்சேன் என்பதை நான் நெனைக்கவேயில்லை. நீ வளந்தப்ப அவ துப்பின பிம்பமாகவே இருந்தாய். அதே மாதிரி கனைப்பு, யாராவது உன்னிடம் பேசினால் அவள் மாதிரியே கண்களின் விரிவு, பசியாக இருக்கும்போது அதே மாதிரி அழுகை. அதே வழுக்கைக் குழந்தைத் தலை. அதே முகம். நான் முன்னாலே என்ன சொன்னேன், நான் உண்மையில இருந்ததை விட நல்லவன்னு. அப்படியில்லை. சர்ச்சில எவ்வளவு பிரார்த்தனை பண்ணினாலும் அது மாற வில்லை. என்னால அவரை மன்னிக்க முடியல. அவங்களை.'

அஞ்சலி கண்களை மூடிக்கொண்டாள். அம்மாவின் கலங்கும் குரலுக்கும் அவள் தலையிலிருந்த துடிப்புக்கும் இடையில் மாட்டிக் கொண்டு சொற்கள் அவள்மீது படர்ந்தன, நெருக்கமாக, ஆனால் கைக்கு அகப்படாத நிலையில்.

மன்னிப்பு. உண்மை. அழுக்குப் பெண். அவளைப் பற்றிக் கவலைப்படாதே. பிரார்த்தனை. கெட்ட இரத்தம். இந்தா கொஞ்சம் ஐஸ்கிரீம். சேறு. அடிகள். அவள் அப்படித்தான். அதோ, அதோ.

அப்பா. அவள் அப்பா. நல்லவர். அவள் படுக்கையறையிலிருந்து அம்மா கோபத்துடன் வெளியேறி கதவை அறைந்து மூடிச் சென்ற பிறகு சாகலேட் மில்க் ஷேக் கொண்டுவந்து தந்த அப்பா. அம்மா தன்னிலை இழந்து அவளை ஒரு மேஜைமீது எறிந்தபோது அவள் முழங்காலில் ஐஸ் ஒத்தடம் கொடுத்த அப்பா. அஞ்சலி அவரை அப்போது குற்றம் காணவில்லை. அம்மா மாதிரி ஒருத்திக்குமுன் ஒரு சாதாரண மனிதர் ஒளிந்துகொள்வதைத் தவிர வேறு என்ன செய்ய முடியும்?

மன்னிப்பு. அஞ்சலி அந்தச் சொல்லை நினைவு வைத்துக்கொள்ள வேண்டும். எப்போதென்று தெரியாத உன்னைப் பிரித்து ஆராய முற்படும் முன்னர், ஒருவேளை அவள் இப்போதிருப்பதைச் சீர்தூக்கிப் பார்க்கும் போது தேவைப்படலாம்.

'மன்னிக்க வேண்டும். உனக்காகத்தான். அவர்களுக்காக அல்ல.' மாயா இதை வெகுநாள்கள் முன்னால் சொன்னாள். மாயாவின் தோலைப் பற்றி ஏளனம் செய்தபோது அவள் வெடிப்பாள். அப்போதெல்லாம் ஒவ்வொரு முறையும் அவள் அம்மா இந்த அறிவுரையை அவளுக்குச் சொல்லுவாள். அதைக் கிளிப்பிள்ளை போல அஞ்சலிக்கு அவள் சொன்னாள்.

அஞ்சலிக்கு அம்மா இல்லை. அம்மா இல்லை, பெரியம்மாதான்.

அப்பாவும் இல்லை, இப்போது, செத்துப்போன அப்பாகூட இல்லை. இந்த மனிதர் தன் மனைவியின் பதினேழு வயது தங்கையை வசப்படுத்தியவர். அவளை கர்ப்பமாக்கியவர். அப்படிப்பட்ட ஆளுக்கு மகளாக இருப்பதைவிட அநாதையாக இருப்பதே நல்லது.

'நீ அவர் பெயரைத்தானே உன் பெயருடன் சேர்த்திருந்தாய். ஏன் அவருடன் தங்கியிருந்தாய்?'

'நீ இன்னும் நேட்டின் பெயரைத்தானே (மார்கன்) வைத்திருக்கிறாய்?' டாரதியின் குரல் அமைதியுடனிருந்தது.

'அது என் சான்றிதழ்களால். என் வேலை அவற்றை நம்பி யிருக்கிறது.'

'நான் சர்ச் காரணமாக என் பெயரை மாற்றவில்லை. அது ஒரு பெரிய அவதூறினை உருவாக்கியிருக்கும். அதற்கு நான் அவரை விவாகரத்தே செய்திருக்கலாம்.'

அநாதை. தள்ளி வைக்கப்பட்டவள். கட்டுப்பாடில்லை. ஆதாரம் இல்லை. சுதந்திரம். பேன்கேக்குகள். வோட்கா. உன் முகத்தை பத்திரமாகப் பார்த்துக்கொள்.

இந்த ஜன்னல், இந்த குளிர்சாதனம், திரைச்சீலைகள், இந்த தொலைக்காட்சி. இவை எல்லாமே தங்கள் தங்கள் மூலைகளில் இருந்தன. அசையாமல், கருத்தின்றி. படுக்கை தானாக அசைய வில்லை. கதவு மூடியே இருந்தது. வெளியிலிருந்த வெயில் ஒளி மங்கவில்லை. எப்படி இது சாத்தியம்?

சுதந்திரம். இனிமை. இயல்புநிலை.

அவளிடம் எதுவும் தவறில்லை. ஒன்றுமே இல்லை. அவளால் நேசிக்க முடியும், நேசிக்கப்பட முடியும். தவறான பெற்றோருக்கு அவள் பிறந்துவிட்டாள். அவள் இதுவரை வாழ்நாள் எல்லாம் மகிழ்ச்சிப்படுத்த விரும்பிய ஒரு பெண்மணி... அவள் அம்மா...அவள் அம்மா அல்ல. அவளுக்கு ஒரு அம்மா தேவையுமில்லை. அவள் அஞ்சலி. தீயில் எரிந்த அஞ்சலி. நிகிலின் தாய் அஞ்சலி. டாக்டர் அஞ்சலி. மாயாவின், யதீனின் அஞ்சலி. டாரதி குப்தா, எப்போதும் உன் கணவனைப் பிடித்து வைத்துக்கொள் என்பாள். ஆனால் அவளே தன் கணவனைக் கைக்குள் வைத்திருக்க முடியவில்லை. இத்தனை ஆண்டுகளாக, அவள் சட்டபூர்வமாக ஏற்றுக்கொண்ட, ஆனால் மனப்பூர்வமாக ஏற்றுக்கொள்ளாத, ஒரு பெண்மீது தன் பயங்கள், தன் கோபம், தன் பொறாமை, தன் துயரம் எல்லாவற்றையும்

சுமத்தி வந்திருக்கிறாள்.

'வருத்தப்படுகிறேன்' அம்மாவின் குரல் சுருதிகுறைந்தது. 'நான் ரொம்ப ரொம்ப வருத்தப்படுகிறேன், எல்லாவற்றுக்கும்.'

அவள் அம்மாவின் தலை உச்சியைப் பார்த்தாள். தலைமயிர் வளராத இடங்கள். வெள்ளை முடிகள். முகத்தைத் திருப்பிக் கொண்டாள். இல்லை, அம்மா இல்லை, இவள் அம்மா இல்லை.

மன்னிப்பு. பதிலுக்குப் பதில். இயல்புநிலை. அநாதை.

அஞ்சலி அந்தச் சொற்களை ஒதுக்கினாள். இவற்றுக்காக அவள் கவலைப்படவில்லை. புதிய சொற்கள் குமிழியிட்டு வந்தன.

நாளை. என் சுயம். இப்போது. குடும்பம். நண்பர்கள். நிகில்.

ஒரு நீலநிற வடிவம் அறைக்குள் மிதந்து வந்தது. ஒரு செவிலி.

அவளுக்கு அம்மாவோ அப்பாவோ தேவையில்லை. அதை இப்போது நன்றாக உணர்ந்தாள். மார்கனோ, குப்தாவோ...எது பற்றியும் கவலையில்லை. அவள் தன்னைக் கண்டாள். அஞ்சலி. அவளால் சிரிக்கவும் போராடவும் முடியும். ஒரு தாய். தன் குடும்பத்தை, எல்லாருமே அவள் இரத்தம் இல்லை என்றாலும், அதை உருவாக்கியவள்.

இரத்தத் தொடர்பு எதற்காக?

மேலும், இவை யாவுமே எந்தக் கணத்திலும் மறைந்துபோகலாம். அவள், இந்தப் படுக்கை, மருத்துவமனை, அவள் அறிந்த, நேசித்த மக்கள், எல்லாமே. எதுவும் நிரந்தரமில்லை. அவள் முகம் நிரந்தர மில்லை. அவள் தந்தை. அம்மாவாக இருந்த அவள் பெரியம்மா. அவள் பிறந்ததாக நினைத்த தாய். எல்லா உயிர்களும் ஒரு பெரிய அக்கறையற்ற வெளியில் சுருக்கமாக மலர்ந்து மடிகின்றன. அவள் ஒரு சிறிய, எவ்வித முக்கியத்துவமும் அற்ற ஒரு தூசி.

ஒரு சிறிய சூடுபட்ட வலி அவள் முன்னங்கையில். அவள் பேச முனைந்த போது, அவள் சொற்கள் ஒன்றில் ஒன்று உருகிக் கலந்தன. அவள் உதடுகளைவிட்டு வெளியே வரவில்லை. இப்போது அறையின் நடுவில் நின்றிருந்த உயரமான, குனிந்திருந்த உருவத்துடன் பேச ஒரு கடைசி முயற்சியை மேற்கொண்டாள். சுதந்திரம் என்று சொல்ல விரும்பினாள், ஆனால் சொல் ஒன்றும் வெளிவரவில்லை.

உன் தோளுக்கு அடியில் நீ ✦ 311

46

ஹிரிதயோக் கட்டடத்திற்குப் பின்னிருந்த போதைமருந்து மறைவிடத்தில் பவன் தான் எடுத்த படங்களைப் பற்றிப் பேசியபோது உற்றுக் கேட்பதற்காக யதீன் முன்பக்கம் சாய்ந்தார். நீண்டதொரு வாரத்திற்குப் பிறகு அவர் நல்ல செய்தி வருமென நம்பினார்.

மேஜையில் நேர்எதிரில், பவன் தான் எப்படி அந்த நிழற்படங்களைப் பெரிதாக்கினான் என்பதைப் பற்றிய விரிவான வருணனைகளைத் தந்தவாறு சென்றான். அந்தச் செயல்பாட்டில்தான் எவ்வளவு எச்சரிக்கையாக இருந்தான் என்றும், எப்படி ஒவ்வொரு படத்தையும் சரிபார்த்தான் என்பதையும் விளக்கினான்.

சாபர்வால் வழக்கில் தங்கள் அடுத்த சந்திப்பு அடுத்து நிகழ இருந்ததால் ஒருமணி நேரத்துக்குள் ராட்டியைச் சந்திக்க வேண்டியிருந்தது. சுஜினி கொலையில் பவனுக்குத் துப்புக் கிடைத்தால் அதை அவர் விரைந்து பெறவேண்டும்.

'விஷயத்துக்கு வா.'

'ஹாஞ்ஜீ, சார்.' பவன் அவரிடம் ஒரு பென்-டிரைவைக் கொடுத்தான். 'நான் உங்களுக்குக் காட்டுவதுதான் நல்லது.'

யதீன் அதைக் கணினியில் செருகினார். பவன் மேஜையைச் சுற்றிச் சென்று அந்த டிரைவில் இருந்த கோப்புத் தொகுப்புகளைக் கீழே இறக்கினான். அதே நிழற்டங்கள்தான், ஆனால் தெளிவாக இருந்தன என்று யதீன் நினைத்தார்.

பவன் ஒரு பையனின் பக்கவாட்டுத் தோற்றத்தைக் காட்டினான். மேலும் ஃபைல்களை இறக்கி மேலும் மூன்று படங்களைக் காட்டினான். எல்லாம் அதே பையனின் படங்கள். எதுவும் முகத்துக்கு நேராக எடுத்ததில்லை. அவன் கையில் ஒரு ஊசிபோடும் குழல்.

தொய்வாக, அவன் கழுத்து கவிழ்ந்திருந்த நிலை, அவன் எவரையோ குறித்து முன்னோக்கி குனிந்தான் என்பதைக் காட்டியது.

வருணின் இருப்பு நிலையை வைத்தே யதீன் ஆயிரம் பையன்களுக் கிடையிலும் அவனைக் கண்டுபிடித்துவிடுவார். இந்தப் பையன் தன் தோள்களில் சரியாகப் பொருந்துகின்ற ஒரு டீ ஷர்ட் அணிந் திருந்தான். அது வருணுக்கிருந்தது போன்ற, மிகவும் நன்றாக வளர்ந்திருந்த புஜத் தசைகளைக் காட்டியது. அழகான இளைஞன் என்று யதீன் தனக்குள் சொல்லிக்கொண்டார்.

'அவனாயிருக்க முடியாது.' பின்னால் சாய்ந்தார். 'வருண் இப்போது மணிலாவில் இருக்கிறான்.'

'இது அதைவிட நன்றாக இருக்கும் சார்' பவன் மற்றொரு படத்தை க்ளிக் செய்து திறந்தான்.

சந்தேகமின்றி வருணின் கைதான். அவனது மணிக்கட்டில் யதீன் அவனுக் குப் பரிசளித்த அதே செயின். பவன் மேலும் படத்தைப் பெரிதாக்கியபோது, பொறித்திருந்த எழுத்துகளை அவர் கண்டார். பின்னால் வருண் சத்யப்ரகாஷ் பட் என்று இருந்தது. வருண். அவருடைய மகன். சஞ்சய் காலனியில் ஒரு போதைமருந்துக் குகையில். தனது நாற்காலியில் அவர் சரிந்தார்.

'அப்புறம் சார், இதையும் பார்த்துவிடுங்கள்.'

பெரிதாக்கப்பட்ட படங்கள் ஒன்றில், யதீன் வருணுக்கு எதிரில் சிரித்துக்கொண்டிருந்த மற்றொரு பையனைக் கண்டார்.

'யார் அவன்?'

'ராதே சியாம் மிஸ்ரா'

47

மாயாவுக்கு டாரதியை நன்றாகத் தெரியாது. அப்படியே இருக்கட்டும் என்று அவள் வேண்டிக்கொண்டாள். அந்தப் பெண்மணி நடத்தை ரொம்ப அதிகம். எல்லாமே தன் விருப்பப்படிதான் நடக்கவேண்டும் என்று அவள் விரும்பினாள். பைத்தியம் பிடித்த நெருப்புக்கோழி போல் முகப்பறைக்கும் சமையலறைக்கும் இடையில் அலைந்து கொண்டு, வீட்டையே ஒரு கலக்குக் கலக்கிக்கொண்டு பறந்தாள். ஐராவை வேலை வாங்கினாள். கிறிஸ்துமஸ் மரத்தை இழுத்துக் கொண்டு வரச் செய்தாள். அதைச் சில வாரங்கள் முன்னாலேயே அமைத்திருக்க வேண்டும் என்றாள். அந்த நிமிஷமே கதவின்மீது ஒரு கிறிஸ்துமஸ் மாலையைத் தொங்கவிட வேண்டும் என்றாள். அந்தத் தொல்லைதரும் பெண்மணியை ஒரு காப்பகத்தில், குறைநதபட்சம் ஒரு ஓட்டலிலாவது விட்டுவிட வேண்டும் என்று மாயா நினைத்தாள்.

உணவு மேஜையில் இருந்த ஏற்பாட்டை மாற்ற முயற்சி செய்து நிகிலை நோகடித்துவிட்டாள். அவன் காலை உணவாக ஒரு பழக்கேக்கைத்தான் சாப்பிடுவது வழக்கம், அதையும் தன்னோடு உரையாடிக்கொண்டே சாப்பிடுவான். எல்லாவற்றுக்கும் மேலாக நிகிலின் ஆலோசகர் மூன்று நாள் விடுப்பில் போய்விட்டார்.

கிறிஸ்துமஸ் விளக்குகளைப் பிரித்துவிட்டுக் கொண்டே, மாயா மிக மெதுவாக வைதுகொண்டாள். சகி அவளருகே உதவிசெய்ய முயன்ற வாறு உட்கார்ந்திருந்தாள். மங்க்கூவின் தலை அந்தப் பெண்ணின் மடியில் இருந்தது. இது முன்புசென்ற கிறிஸ்துமஸ் முன்மாலைகள் போல் இல்லை. அப்போதெல்லாம் பட் குடும்பம் முழுவதும் இரவுணவுக்கு இங்கு வந்துவிடுவார்கள். ஒரு அமில வீச்சு எத்தனையோ வாழ்க்கைகளை மாற்றிவிட்டது.

அண்ணன் இன்று நேரம் கழித்து வருவார். அவர் குடும்பத்தில் மற்றவர்களை அவள் எதிர்பார்க்கவில்லை. இன்றிரவு வருண் மணிலாவிலிருந்து வரவேண்டும். ஆனால் அவனும் அண்ணியும் விடுமுறை வாரத்தில் மேஹரா வீட்டில் தங்கியிருந்தனர். திருஷ்டி அண்ணி மாயாவின் அழைப்புகளை ஏற்கவோ அவள் செய்திகளுக்கு

பதில் அனுப்பவோ இல்லை.

அண்ணாவின் குடும்பம் முழுவதும் இப்போது சிதறிக்கிடந்தது. மாயா பெருமூச்சை அடக்கிக்கொண்டாள். சிக்கிக்கொண்டிருந்த ஒயர்களில் தன்னை ஈடுபடுத்திக்கொண்டாள்.

சகி அவள் ஜாக்கெட் கைவிளிம்பைப் பிடித்து இழுத்தாள். 'நான் இன்னிக்கு சீக்கிரம் சாப்பிடட்டுமா?' இந்த மென்மையான கேள்வி மாயாவை அவள் சிந்தனைகளிலிருந்து தூக்கி எறிந்தது. அவள் அந்தப் பெண்ணின் தலையைக் கோதினாள். ஏறத்தாழ அவள் வந்து ஒரு மாதத்திற்குப் பிறகு இன்றைக்கு உணவு கேட்குமளவுக்கு பரிச்சயமாகி விட்டாள் என்பதில் மாயாவுக்கு மகிழ்ச்சி.

'உனக்குப் பசிக்குதா?'

சகிக்கு இப்போது பசி அதிகம். அவள் வாடியிருந்த நாள்களுக் கெல்லாம் சேர்த்துச் சாப்பிடுவது போல இருந்தது.

'இல்லை. ஆனா பவன் மாமா வந்து என்ன உக்காரவச்சி பைக்கில சுத்திக் காட்றேன்னு சொன்னாரு.'

பவன் மாயாவுக்கு இதைப் பற்றித் தெரிவிக்கவில்லை. அவளுக்குத் திடீரெனக் கோபம் எழுந்தது. அதை அடக்கிக் கொண்டாள். இன்றைக்கு அவனுக்கு லீவுநாள்தான். அதை அவன் யாருடன் வேண்டுமானாலும் செலவு செய்யலாம்.

'ஐராவை அவ ரூம்லயே உனக்கு லஞ்ச் குடுக்கச் சொல்லு' மாயா சகியை இழுத்து அணைத்துக்கொண்டாள். 'ஆனா நீ அமைதியா இருக்கணும்.'

'நிகில் அண்ணாவுக்காகவா?' சகி, நிகிலின் செயல்களிலிருந்து விலகியிருக்கக் கற்றுக்கொண்டாள்.

மாயா தலையசைத்தாள். நிகில் அஞ்சலியைப் பார்க்க வேண்டும் என்று ஒருமுறைகூடக் கேட்கவில்லை. ஆனால் அவன் சாப்பிட உட்காரும் போது அவன் அஞ்சலி உட்காருகின்ற நாற்காலி மீது பார்வையைச் செலுத்துவான். எல்லாரும் உணவுமேஜையில் சேர்ந்து கொள்ளவில்லை என்றால் ஒரு ஆட்டம் போட்டுவிடுவான். அவன் வாழ்க்கையிலிருந்து வேறு எவரும் விலகுவதை நிகில் விரும்ப வில்லை என்று டாக்டர் பல்லா சொன்னார்.

சகி ஐராவிடம் ஓடியதை மாயா பார்த்தாள். நேற்று அவள் சகியை அவள் தம்பி சோட்டுவைப் பார்க்க அழைத்துச் சென்றிருந்தாள். கடந்த சில வாரங்களாகச் சோட்டுவை வளர்த்துவந்த உஷா,

பெரியதொரு சிரிப்புடன் மாயாவை வரவேற்றாள். தங்கள் ஓரறை வீட்டில் இருந்த ஒரு சிறிய படுக்கைமீது அவளை உட்கார அழைத்தாள். அலமாரி களுக்கும் சமையலறைக்கும் இடையில் ஒரு மடிப்புப் படுக்கை. ஒரு சிறிய டீவி செட் எல்லாம் அடைக்கப்பட்டிருந்தன. மேடுபள்ளமான தரை. இவற்றுக்கு அப்பால் நான்கு பேர்கூட ஒன்றாக நிற்க முடியாது. இந்தச் சிறிய இடத்தில்தான் அந்தத் தம்பதியினர் ஒரு குழந்தையை ஏறத்தாழ ஐந்து வாரங்களாகக் காப்பாற்றி வந்தனர். மாயா அவர்களுக்கு மளிகை சாமான்கள் வாங்கித் தருவதாகச் சொன்னதும் உஷாவின் கணவன் மகிழ்ச்சியடைய வில்லை, மாறாக வெட்கமே அடைந்தான். அஞ்சலி பலமுறை கேட்டுக்கொண்ட போதும், மாயா சஞ்சய் காலனிக்கு இதுவரை வந்ததில்லை. இப்போது உஷாவையும் அவள் கணவனையும் முன்னரே சந்தித்திருக்கலாமே என்று நினைத்தாள். தொண்டையைக் கமறிக்கொண்டிருந்த சோட்டுவோடு சகி விளையாடிக்கொண்டிருந்தாள். அவர்கள் சோட்டுவை வைத்திருப்பதில் பிரச்சினையில்லை என்று சொன்ன போது தனக்கு வந்த அழுகையை அடக்கிக்கொண்டாள். ஹிரிதயோகை ரெய்டுக்குப் பிறகு மூடிவிட்டதால், நாள் முழுவதும் மூன்று குழந்தை களையும் பார்த்துக்கொள்வது கடினமாகத்தான் இருந்தது. மாயா அவர்களிடம் விடைபெற்றுக்கொண்டு அழும் சகியை எடுத்துக்கொண்டு காருக்குச் சென்றாள்.

முன்பு சகியை வீட்டுக்குள் அனுமதிப்பதற்கு எதிராக மாயா வாதிட்டாள். இப்போது மனோஜும் லாஹிரியும் சிறையில் இருந்ததால் சகிக்கு எவ்வித ஆபத்தும் இல்லை. தனதல்லாத ஒரு குழந்தையை உஷாவால் எடுத்து வளர்க்கமுடியுமானால், மாயாவாலும் முடியும்.

***

‘அதைக் கிறிஸ்துமஸ் மரத்தின் உச்சியில் வைக்கக்கூடாது’ நிகிலின் குரல் வழக்கத்தைவிட ஒரு ஸ்தாயி உயர்ந்திருந்தது. மாயா ஒயர்களில் விரல்களை விட்டு சரிசெய்தவாறு இருந்தாள். ஆனால் அவள் காதுகள் வலித்தன.

‘எவ்வளோ அழகாருக்கும் பாரு’ மரத்துக்கு அருகிலிருந்த ஸ்டூல் மீது டாரதி நின்றாள். ‘அது ரூம் முழுக்க வெளிச்சத்தக் குடுக்கும்.’

மாயா எழுந்தாள். இந்த உரையாடல் இப்படியே போனால் நிகில் கூச்சலிடுவான். அவனுக்கு வீட்டில் புது ஆட்கள் இருப்பது பிடிக்காது. மாற்றமும் பிடிக்காது. ‘அஞ்சலி அங்கே அதை வைப்பதில்லை’

நிகிலின் குரல் மேலும் உச்சத்துக்குச் சென்றது. 'இந்த நட்சத்திரம் வாசல் கதவுக்குப் பக்கத்திலதான் தொங்கும்.'

திடீர் அசைவு எதையும் உண்டாக்கிவிடாமல் மாயா எழுந்து நின்றாள். அவள் ஒரு அழுத்தும் பந்தை மேஜையிலிருந்து எடுத்து நிகிலின் இடது கையில் திணித்தாள். ஆனால் பேசும் ஒவ்வொரு வார்த்தைக்கும் நிகிலின் குரலின் சுருதி ஏறிக்கொண்டே போயிற்று.

அஞ்சலி. அஞ்சலி அஞ்சலி அஞ்சலி. அஞ்சலி-அஞ்சலி அஞ்சலி அஞ்சலி அஞ்சலி அஞ்சலி...

'டாரதி, நீங்க கிச்சன்ல ஈரா என்ன செய்றான்னு பாருங்களேன்.'

டாரதி இறங்கினாள். ஒருவார்த்தையும் சொல்லாமல் சமைய லறைக்குச் சென்றாள்.

'இந்தா நிகில். இந்த நட்சத்திரத்த ஃபிக்ஸ் பண்ண எனக்கு ஹெல்ப் பண்றியா?'

நிகில் தலையை ஆட்டிக்கொண்டு மாயாவிடம் ஓடிவந்தான். அவள் தன் நிலையில் உறுதியாக இருந்தாள். இந்தப் பையன் அவளைவிட உயரமாக வளர்ந்துவிட்டான். கொஞ்ச நாளில் வலுவும் அதிகமாகி விடும். நிகில் நின்று ஒரு ஸ்காச் டேப்பின் ரோலை எடுத்தபோது மாயா ஒரு ஆறுதல் மூச்சுவிட்டாள்.

முக்கிய வாயிலில் ஒரு ஸ்டூலின்மீது சத்தமின்றி ஏறினாள். கதவுக்கு அருகில் வரிசையாகச் சட்டிகளில் செடிகள் வைக்கப்பட்டிருந்தன. அவள் பார்வை வரும் வழியிலிருந்த பசுமையின் வரிசையைத் தாண்டி கேட் வரை சென்றது. அம்மாவுக்குச் செடிகள் பிடிக்கும். எப்போது வாய்ப்புக் கிடைத்தாலும் அவற்றை வளர்ப்பாள். அவள் வைத்த சில பெரணிகளும் குட்டிப்பனைகளும் இன்னமும் இருந்தன.

'மாயா' நிகில் அவள் ஸ்வெட்டரைப் பிடித்து இழுத்தான். 'நட்சத்திரத்தை கவனி.' அவளது வெறுங்கால்களில் காலைக் குளிர் கடித்தது. இதை வேகமாகச் செய்துவிட்டு வெப்பமூட்டிய முன்னறைக்குச் செல்ல வேண்டும். ஸ்காச் டேப் அவள் கையில் ஒட்டிக்கொண்டது. கையை உதறினாள். ஸ்டூல் ஆடியது.

'ஏதாவது ஹெல்ப் வேணுமா?'

கதவுநிலையைப் பிடித்துக் கொண்டிருக்காவிட்டால் பவனின் குரல் அவளை விழச் செய்திருக்கும்.

இது ஆங்கிலப் படமாயிருந்தால், பவன் அவள் விழும்போது அவளை முத்தமிடும் முன்பு தாங்கிப் பிடித்திருப்பான். திரைப்படக்

கதாபாத்திரங்கள் கிறிஸ்துமஸ் நேரத்தில் மரச்செடியின் கீழ் முத்தமிட்டுக் கொள்வார்கள். ஆனால் இது படமல்ல. மாயா அவனைப் பார்த்துச் சிரித்துவிட்டு ஸ்காச் டேப்பைக் கொடுத்தாள். பவனும் நிகிலும் நட்சத்திரத்தைத் தொங்கவிட்டார்கள்.

ஒயர்களின் சிக்கலுக்கு இப்போது அவள் சென்றாள். கிறிஸ்துமஸ் விளக்குகளை இன்னும் நீளமாக எப்படியோ ஆக்கிவிட்டாள். அவள் ஒயரை இழுத்த போதெல்லாம் சிக்கல் அதிகமாகியது. ஆனால் அவள் அந்த வேலையை விடவில்லை. அவளுக்குப் பின்னால் பவன் மரத்தில் அலங்காரங்களை மாட்டிக்கொண்டிருந்தான் என்ற நினைப்பிலிருந்து அவளைத் திருப்ப ஏதாவதொன்று செய்ய வேண்டும்.

டாரதியின் குரல் சமையலறையில் உயர்ந்து ஒலித்தது. அந்தப் பெண்மணி குடும்பத்தில் ஒரு கணம்கூட ஓய்வளிக்கமாட்டாள். ஐராவின் அறையிலிருந்து ஓர் உடைசல் சத்தம். இதயம் மேலெழுந்துவர மாயா ஓடினாள். முன்பு செத்த நாய்க்குட்டி ஞாபகம் வந்தது. இப்போது நிகில் மங்கூவைப் பிடித்துக்கொண்டானா?

ஐரா அறையின் மங்கிய வெளிச்சத்தில், டாரதியைப் பின்னுக்குத் தள்ளிவிட்டு ஓடினாள். சகியை நிகிலிடமிருந்து இழுக்க ஐரா முயன்று கொண்டிருந்தாள். அவன் சகியின் கையைப் பிடித்திருந்தான். ‘அவ தனியாச் சாப்பிடக் கூடாது. நாம டேபிள்ல்தான் சாப்பிடுவோம் சகி, டேபிள்லதான்.’ வாய்பாடு ஒப்பிப்பதுபோல அவன் சொல்லிக் கொண்டு இருந்தான். அவள் பின்னுக்கு வந்து பவனைப் பொறுப்பு ஏற்றுக்கொள்ள வைக்க நினைத்தாள். ஆனால் எந்த அசைவும் நிகிலை வீழ்த்திவிடும்.

‘நிகில், சரிதான்’ என்றாள் மாயா. ‘நீ அவளை விட்டுவிட்டால், நாம் எல்லாம் ஒண்ணாச் சாப்பிடலாம்.’

தன்னை அமைதிப்படுத்திக்கொள்ள முயன்றாள். அவள் பீதி நிகிலை பாதிக்கும். நிகில், சகி இருவரிடமிருந்தும் சற்றுத் தொலைவிலேயே இருந்தாள். பவனுக்கும் அவ்விதமே செய்ய ஜாடை செய்தாள். நிகில் பயம் அடைந்தால், அவன் ஏதாவது செய்து சகியைக் காயப்படுத்திவிடலாம்.

‘என்னை விட்டிடு’ சகி மூச்சுத்திணறினாள். ‘பவன் மாமா வந்துட்டார். நாங்க வெளிய போவணும்.’

‘நீ இன்னிக்கு வெளிய போவக்கூடாது. நாளைக்கு கிறிஸ்துமஸ். நாம் ஒண்ணா இருக்கணும்.’

சகி கூச்சலிட்டாள். ஆனால் அது அடங்கி இருமல் போலாகி விட்டது. நிகில் அவளைக் கழுத்தில் பிடித்திருந்தான். பவன் உள்ளே புகுந்து சகியைப் பிடிக்க முயன்றான். ஆனால் நிகிலுக்குள் ஏதோ ஒன்று புகுந்துகொண்டது போல் இருந்தது. எந்தப் பதினாலு வயதுப் பையனுடைய சக்தியைவிடவும் அதிகமாக அவன் சக்தி இருந்தது. பவன் தன்னிடம் வருவதைப் பார்த்தவுடனே, அவன் சகியை ஒரே வீச்சாக வீசி எறிந்தான். மாயா அவளைப் பிடிக்க முயன்றாள், ஆனால் சகி ஒரு தட் என்ற சத்தத்துடன் விழுந்தாள். தரையில் துவண்டுகிடந்த அவளிடம் மாயா ஓடினாள். அவள் வலதுபக்க நெற்றியிலிருந்து இரத்தம் ஒழுகித் தேங்கியது. அவள் தலை ஓர் இரும்பு டிரங்க்கில் மோதியிருந்தது. அவளுக்குப் பின்னால், நொறுங்கும் உடையும் சத்தங்கள் கேட்டுக்கொண்டேயிருந்தன. நிகில் தொடர்ந்து பாட்டில்களையும் பெட்டிகளையும் வீசி எறிந்துகொண்டே இருந்தான். மந்திரம் போல 'யாரும் போகக்கூடாது, யாரும் போகக்கூடாது, யாரும் போகக்கூடாது' என்று உச்சரித்தவாறிருந்தான். ஐரா ஒரு வெள்ளை டவலை நீட்டினாள். மாயா அதை சகியின் ஆடும் தலைக்கு அண்டையாக வைத்தாள். அதன்மேல் சிவப்புக்கறை பரவியவாறிருந்தது. கண்ணின் ஓரத்தில் பவன் போர்வைகளால் சுற்றி நிகிலைத் தூக்கிச் செல்வதைக் கண்டாள். ஐரா அண்ணனுக்கு ஃபோன் பண்ணுவது காதில் விழுந்தது. அண்ணனின் குரல் தொலைவில் ஹலோ என்றது. அவளால் பதிலைச் சொல்ல முடியவில்லை.

கதவருகில் டாரதி முணுமுணுத்தாள். 'அந்தப் பையன் பைத்தியம். அவனைப் பூட்டி வைக்கவேண்டும்.'

ஐரா அமைதியாக இருக்குமாறு ஓசையிட்டாள். அண்ணன் அவளால் இயன்ற முதலுதவியை அளிக்குமாறு கூறினார். அவர் பத்து நிமிடத்தில் கேட்டுக்கு வந்துவிடுவார். மாயா தலையை ஆட்டினாள். ஆனால் அவர் அவளைப் பார்க்கமுடியாது என்று புரிந்துகொண்டாள். தன் உலர்ந்த தொண்டையிலிருந்து ஓகே என்றாள்.

'எல். கேவுக்கு எடுத்துக்கொண்டு போ' என்று ஏற்ற-இறக்கமற்ற குரலில் அண்ணன் சொன்னார். 'அஞ்சலி இருக்கும் மருத்துவமனை யிலேயே அவளையும் சேர்ப்பது எளிது.'

முதலுதவிப் பெட்டியை வைத்துக்கொண்டு தன்னருகில் ஐரா நிற்பதைக் கண்டாள். அவள் கண்களில் மாயா தன் பயம் பிரதி பலிப்பதைக் கண்டாள். நிகில் இன்னும் என்னவெல்லாம் செய்வான்?

48

மூன்றாண்டுகளுக்கு முன்பு, யதீன் குற்றப்பிரிவின் சிறப்புக் கமிஷனர் நாற்காலியில் முதன்முதலாக அமர்ந்தபோது, அவரது பெயர்ப்பலகை அவருக்கு முந்தியிருந்த நபரின் பெயர்ப்பலகையை இடப்பெயர்ச்சி செய்தபோது, தான் தனது இலட்சியத்தை அடைந்துவிட்டதாக நினைத்தார். அவருடைய பிற கனவுகள் எல்லாமே இறந்து போனால் என்ன? அவர் தன் பையனைச் செல்லமாக வளர்க்க வேண்டும்.

மக்கள் அவரை வெற்றியாளர் என்றார்கள்.

அவருடைய அலுவலகச் சுவர்களில் வரிசையாகத் தொங்கிக் கொண்டிருந்த மெடல்களும் சான்றிதழ்களும் அப்போது அர்த்தம் கொண்டவையாக இருந்தன. நேருக்குநேர்ச் சண்டைகளில் அவர் புல்லட்டுகளை எதிர்கொண்டது, தயாள் சிசோதியா போன்ற அதிகார வர்க்கத்தினர் பலருக்குக் கால்பிடித்தது, வருணின் பள்ளி நிகழ்ச்சிகள் பலவற்றை அவர் தவறவிட்டது, தன் தாயின் மறைவுக்கு இரங்கல் காலத்தில் அவர் கடுமையாக உழைத்தது—எல்லாம் தன் பணிக் காலத்தில் அவர்பட்ட கஷ்டங்களுக்குத் தகுதியானவை எனப் பறைசாற்றின.

பவன் அவரிடம் காட்டிய ஒளிப்படங்களுக்குப் பிறகு, அவரது மெடல்கள் எல்லாம் மங்கிப்போய், பழைய குப்பைக் குவியலில் போடத் தக்கவையாகத் தோன்றின. அவருடைய வருண், தங்கப் பையன், அவருடைய கள்ளமற்ற இளைஞன். தனது லேப்டாப்பை மூடிவிட்டு அலுவலகத்திற்குள் நடையிட்டார். குற்றவியல் சிறப்புப் பிரிவின் கமிஷனருடைய மகன், போதைமருந்துகளில் ஈடுபட்டிருந்தான் என்று உலகத்திற்குத் தெரிந்தால், தில்லி போலீஸ் நிலையங்களின் முற்றங்களிலும், ஊடகங்களிலும் அவர் நகைப்புக் கிடமான கேவலமான ஆளாகிவிடுவார். சாக்கடையில் செல்லும் கழிவுகள் போல அவரது சிறப்புமிக்க இத்தனையாண்டுச் சேவையும் அடித்துச் செல்லப்படும்.

என்ன வந்தாலும் சரி, இன்று மாலை யதீன் முன்னதாகக் கிளம்பியாக வேண்டும்: மருத்துவமனையில் மாயாவையும் அஞ்சலியையும் சந்திக்க வேண்டும், பிறகு மகனை அழைத்துவர விமானநிலையம் செல்ல வேண்டும். நிறையப் பேச இருக்கிறது, அதில் ராதே எங்கிருக்கிறான் என்பது பற்றியதும் சிறியதல்ல.

யதீன் கடிகாரத்தை நோக்கினார்: பிற்பகல் 1 மணி. குஸுமைக் கூப்பிட்டு நண்பகல் உணவுக்கு வரமாட்டேன், தொந்தரவு செய்ய வேண்டாம் என்றார். டாக்டர் பல்லா வழக்கமான சிரிப்புக் கொந்தளிப் புடன் அழைத்தார். நிகிலின் சூழலில் ஏற்பட்ட திடீர் மாற்றம்தான் இந்தச் சம்பவத்தை ஏற்படுத்திவிட்டது என்றார். அவனை அலைக் கழித்த சம்பவங்கள் பல: அவன் தாய் அருகில் இன்மை, வீட்டில் ஒரு புதிய குழந்தை, பாட்டி அவனுடன் இருக்கத் தொடங்கியது என்று. ஒன்று நிகிலை இன்றிரவு கண்காணிப்புக்கு அட்மிட் செய்யலாம், அல்லது அவனது சிகிச்சையாளரை அவனுடன் இருத்தி தேவைப்படும் இடத்தில் தடுக்கவும் கண்காணிக்கவும் செய்யலாம். பாட்டியின் இருப்பு அவனைத் தொல்லைப்படுத்தி விட்டதால் அவள் செல்ல வேண்டியது அவசியம். 'இப்படி மறுபடி நடக்குமா?' என்றார் யதீன்.

'சொல்லமுடியாது, கமிஷனர் சாப். ஆனால் கவனமாக இருப்பது நல்லது.'

'அவனால குடும்பத்துக்கு ஓர் அச்சுறுத்தலா? அல்லது அவனுக்கே அவன் அச்சுறுத்தலா?' என்றார் யதீன். பல்லாவின் பதில் யதீன் எப்போதுமே நினைவில் வைக்குமாறு இருந்தது.

'ஏதாவது ஒரு வழியில் நாம் எல்லாருமே நமக்கும் நம் குடும்பங் களுக்கும் அச்சுறுத்தலாவது சாத்தியம். எப்படி அதை மறைப்பது என்றுதான் கற்றுக்கொள்கிறோம்.'

***

அன்று மாலை எல்.கே. மருத்துவமனையில் யதீன் முதலில் மாயாவைச் சந்தித்தார். சகி நன்றாக இருந்தாள். ஆனால் அதிர்ச்சி வராதவாறு அவளை இரவு முழுவதும் கண்காணிக்க வேண்டும். அவர் தன் தங்கையை ஆறுதல் தரும் சொற்களுடன் விட்டுவிட்டு அஞ்சலியின் அறைக்குச் சென்றார். நிகிலையும் அவனுடைய வன்முறைச் சம்பவத்தையும் பற்றி அவளிடம் பேசவேண்டும். அவனைக் கண்காணிப்பில் வைக்கச் சில தாள்களில் கையெழுத்திடுமாறு செய்யவேண்டும்.

முகப்புகளில் ஒன்றிலிருந்த ஒரு சோபாவில் யதீன் சாய்ந்தார். ஒரு பூச்சாடியிலிருந்த சூரியகாந்திப் பொய்ம்மலர்கள் அவரை நோக்கின. அவரது நேரம் இந்தக் கட்டிடத்திலேயே பல ஆண்டுகள் சென்றுவிடும் போலிருந்தது. சுஜினியின் வழக்கு விஷயத்திலும் அதேதான். நம்பத் தகுந்த செல்முனைகள் இதுவரை கிடைக்க வில்லை.

யதீன் கேட்ட சில மூச்சுத்திணறல் வார்த்தைகளுக்குப் பிறகு லாஹிரி மாரடைப்பைத் தொடர்ந்து ஏற்பட்ட மூளைத்தாக்கால் பேச்சை இழந்துபோனான். மருத்துவமனையிலிருந்த கடந்த நான்கு நாள்களில் அவன் குழறிப்பேசவும் முனகவுமே செய்தான். அதற்குமேல் இல்லை. வரும் நாள்களில் அவனுக்கு அதிக மூளைச் செயல்பாடும் பேச்சும் வரும் என்றும் மருத்துவர்கள் கூறினார்கள். அவன் அறிக்கைகள் நேர்முகமாக இருந்தன, ஆனால் அதற்குமேல் அவர்கள் ஒன்றும் சொல்லவில்லை. அஞ்சலி அறைவாசலில் யதீன் நின்று தன்னைச் சுதாரித்துக் கொள்ளச் சற்றே மூச்சு வாங்கினார். அஞ்சலியால் பேசமுடியும், ஆனால் கொஞ்ச நேரம்தான் என்றாள் அவளது செவிலி. கடைசியாகச் செய்த அறுவையால் அவள் மிகவும் பலவீனமாகிவிட்டாள்.

'ஜெல்லி?'

அஞ்சலி தன் கட்டுப்போட்ட கையைச் சற்றே உயர்த்தி அசைத்தாள். ஆனால் பேசவில்லை.

'முன்னாலயே வரணும்னு நெனைச்சேன். ஐயாம் சாரி.'

முன்பெல்லாம் அவர் சாரி என்ற சொல்லை அவராகத் தேடினாலும் அது அவர் உதட்டில் வராது. ஆனால் முன்னாளிரவு மாயாவிடம் சாரி சொன்ன பிறகு, இப்போது அஞ்சலியிடம் சொல்கிறார். மறுபடியும் ஒரு முதல் சம்பவம். ஒருவேளை தொடங்கிவிட்டால் எதுவும் எளிதாகிவிடும்போலும்.

'நீங்க நல்லாருக்கீங்களா?' என்றாள் அஞ்சலி.

அஞ்சலியின் பழைய ஹாஸ்ய உணர்வு அப்படியே இருப்பதைக் கண்டும், அவள் குரலில் தென்பட்ட ஏளனதொனியைக் கண்டும் வியப்படைந்தார். எழுந்திருக்க முயன்றாள். படுக்கையைச் சாய்த்து அவள் எழுவதற்கு உதவினார். ஒரு நாற்காலியை அவளருகில்— ஆனால் மிக அருகில் அல்ல—இழுத்துப்போட்டு அமர்ந்தார். அவள் மருத்துவர் இன்னமும் தொற்று ஏற்படலாம் என்று பயமுறுத்தினார்.

'தொடர்ந்து மச்சம்தான் உனக்கு' அஞ்சலி தன் கிளினிக்கில் அல்லது ஹிரிதயோகில் ஒரு வெற்றி பெற்ற பிறகு மிகவும் மகிழ்ச்சியான மூடில் இருக்கும்போது, வழக்கமாக யதீன் சொல்லும் வார்த்தைதான் இது.

'அநாதையாக்குவது என்னை இவ்வளவு விடுவிக்கும் என்று இதுவரை தெரியாது. இனிமேல் எனக்குப் பெற்றோர் கிடையாது. தெரியுமா?'

'ஜெல்லி!'

'ஊம். அவள் உங்களுக்குச் சொல்லவில்லையா?'

அஞ்சலி அவள் தாயையும் தந்தையையும் பற்றி அவரிடம் சொன்னாள். அவள் குரல், ஏதோ ஒரு வேலைப்பயணத்தை விவரிப்பது போல இயல்பாக இருந்தது. அசோக் குப்தா. தன் பதின்வயது மைத்துனியை மயக்கியவர். அவள் கருவுற்றாள். டாரதி குப்தா அவளின் பெரியம்மாவே ஒழியத் தாய் அல்ல. அவளின் உண்மையான தாய் இறந்து பத்து வருடத்திற்குமேல் ஆகிவிட்டது. யதீன் இவை எல்லாவற்றையும் உள்வாங்க முயற்சி செய்தார். ஆனால் அவரின் ஒரு பகுதி அவள் உணர்ச்சிவலிக்கு ஆளாவாள் என்று நினைத்தது. மற்றொரு பகுதி நம்பிக்கையின்மையால் சுருங்கியது. பேராசிரியர் குப்தா ஒரு மிகப்பெரிய மனிதர், தனது நேரத்தையும் விருந்தோம்பலையும் பிறருக்காகச் செலவிட்டவர், மனைவியிடம் பொறுமை காட்டியவர், மகளைப் பற்றியும் மாணவர்களைப் பற்றியும் அக்கறைகொண்டவர் என்று நினைத்திருந்தார்.

அஞ்சலி நிறுத்தியபோது யதீன் அவளைத் தழுவிக்கொண்டார். தொற்றுகளாவது மண்ணாவது! சில கணங்களுக்குப் பிறகு, திரும்ப வளரும் வெல்வெட் முடிக்குச்சுகளைத் தடவிக் கொடுத்த பிறகுதான் அவளை விட்டார்.

'ரொம்ப சாரி அஞ்சலி'

'ஏய், சாரி சொல்வதை வழக்கமாக்கிக்கொள்ள வேண்டாம்.'

'நீ... போல...'

'எனக்குத் தெரியும், சரியா? நான் வாழ்க்கை முழுவதும் சுமந்திருந்த பாரம் ஒன்று இறங்கியதுபோல் இருக்கிறது.'

பல ஆண்டுகளாக, அஞ்சலி டாரதியைப் பற்றி அடிக்கடி பேசியிருக்கிறாள். கண்ணீர் விட்டிருக்கிறாள், அந்த அநீதியைக் குற்றம் சாட்டி கோபத்துடன் பேசியிருக்கிறாள். ஆனால் இப்போது அவள்

உன் தோளுக்கு அடியில் நீ ✦ 323

குரல் மிகக் குறைந்த வருத்தத்தையே காட்டியது—கொஞ்ச தூரத்திலிருக்கும் கடையிலிருந்து பொருள்களை எடுத்து வருவது போல, அல்லது குளியலறையில் குழாயைச் சரி செய்ய ஒரு பிளம்பரை அழைப்பதுபோல.

தன் முகத்தைச் சுட்டிக்காட்டினாள். 'இதுக்கெல்லாம் கொஞ்சம் நன்மை இருக்கத்தான் செய்யுது.'

'இதை ஒண்ணும் சொல்லலியே'

'இதைத்தான் சொல்றேன். பாருங்க, இது இல்லாட்டிப்போனா, அவகூடப் பேசியே இருக்கமாட்டேன்.'

யதீன் அவள் முகத்தைப் படிக்க முடியவில்லை, ஆனால் அவள் உடல் சமிக்ஞைகளும் பார்வையும் ஒரேமாதிரியாகவே இருந்தன. ஒவ்வொரு வார்த்தையையும் உணர்ந்தே பேசினாள்.

'வாழ்க்கை முழுசும் என் குடும்பத்தில் என்ன தவறாக ஆச்சு என்றே யோசித்திருக்கிறேன். ஏன் எல்லார் பெற்றோரும் என் பெற்றோரிலிருந்து வேறுபட்டிருக்கிறாங்க? என் குழந்தைப் பருவத்தில் எல்லாம் நான் அடைந்ததைவிட இங்க உங்கம்மாவோட ஒரு வருஷத்தில நான் பெற்றது அதிகம். இப்பத்தான் எனக்குப் புரியுது.'

ஒருத்தரைப் புரிந்து கொள்வது. ஒருத்தரைப் புரிந்துகொண்டாய் என்று உனக்கு எப்படித் தெரியும்? அவர் தன் மகனையே புரிந்து கொள்ளவில்லை. ஒரு போதைமருந்து இரகசியஇடத்தில் கையில் ஊசியோடு அவர் மகனின் படங்கள், அவரது புன்முறுவல் தவழும் மகன். அந்தத் திறந்த முகம். எப்போதும் அனுமதிகேட்டவன். காயப்படுத்தும் விஷயங்களைச் செய்யாதவன்.

'என்ன ஆச்சு?'

தன் மனத்தில் நீந்திக்கொண்டிருந்த அத்தனை விஷயங்களையும் சொல்லி விடலாம் அவளுக்கு என்று ஏங்கினார். வருண். சாபர்வால் வழக்கும் ராட்டி யும். கமிஷனர் மேஹராவும் மணவிலக்கும். உள்ளே சாய்ந்து அவளைப் பிடித்துக்கொள்ள வேண்டும் என்று நினைத்தார். அவள் தோற்றத்தை அவர் பழகிக் கொண்டுவிட்டார். ஒரு வாரத்துக்கு முன்பு அவனைப் பற்றிக் கவலைப்பட்டது போல் இப்போது இல்லை.

'என்னை நம்புங்கள், யதீன். நான் அவற்றைக் கேட்பது எனக்கும் நல்லது தான்.' அவள் தன் கையை முகத்தைச் சுற்றியும் படுக்கையைச் சுற்றியும் வீசினாள். 'இவை எல்லாவற்றையும் பற்றிச் சிந்திப்பதிலிருந்து ஓர் இடைவெளி.'

324 ✸ உன் தோளுக்கு அடியில் நீ

யதீனின் தோளிலிருந்த வடு அவரைத் தொல்லைப்படுத்தியது. அந்த வலி அவர் கைக்குள் இறங்கியது.

'வருண்' அவர் தடை செய்வதற்கு முன்னாலேயே அந்தச் சொல் வெளிப்பட்டுவிட்டது.

'அவன் மணிலாவில் இருக்கிறான்தானே?'

தன் மகனைப் பற்றி அவளிடம் எப்போதும் பெருமையடித்துக் கொண்டார். ஆனால் இன்று அவளிடம் தன் மகனின் மோசமான சாகசச் செய்கைகள், நிழற்படங்கள், போதை மருந்துப் பயன் பாட்டாளர்கள் விற்பவர்கள் இடையில் ஒரு சேரியில் அவன் புழங்குவது பற்றிய அவரது அவநம்பிக்கை எல்லாமும். ராதே ஒருவேளை அவனது விற்பனையாளனாக இருக்கலாம். லாஹிரி யிடமிருந்தும், ராதே-சந்தரிடமிருந்தும் கடைசியாகக் கிடைத்த தகவல்களைக் கூறியபோது அவள் கேட்டுக்கொண்டிருந்தாள். அவளது முந்தைய இயக்கத்துக்குப்பின் இப்போது அவள் அமைதியாக அமர்ந்திருப்பது மிகப் புதுமையாக இருந்தது. ஏதோ அவள் மிகத் தொலைவில் இருப்பதுபோல் தோன்றியது. ஜன்னலினூடாக கூட்டநெரிசலின் தொலைதூரச் சத்தத்தை அவரால் கேட்க முடிந்தது. அவரால் அதைத் தாங்கமுடியாமற் போனபோது, அவர் அவளை மெதுவாகக் கூப்பிட்டார். அவள் ஏதோ கனவிலிருந்து விழிப்பவள் போல வெளிவந்தாள். அவளுடைய மருந்துகள் தங்கள் விளைவைக் காட்டிக்கொண்டிருந்தன.

'நம்மால முடிஞ்சதைத்தான் செய்யமுடியும், யதீன்' சிலகணங்கள் முன்பு அவளிடமிருந்த நேர்முகமான உரத்த தொனி போய்விட்டது. 'குழந்தைகள் தங்கள் சொந்த உணர்வுடன் வருகிறார்கள். அவர்கள் தங்கள் விதியைத் தாங்களே உருவாக்கிக்கொள்கிறார்கள்.' 'இதுபற்றி எனக்கு ஒண்ணும் தெரியாது... எப்படித் தெரியாமல் இருந்திருக்க முடியும்? பாதி வாழ்க்கையை போதை மருந்துச் சிறுவர்களுடன் கழித்திருக்கிறேனே.'

'நீங்கள் எதிர்பார்க்கும்போது உங்கள் கண்ணில் படுவதில்லை. ஆனால் அவன் நண்பன்...பண்ட்டி, சரியா?' என்றாள். 'அவன்தான் வருணை எல்லாச் சிக்கல்களிலும் மாட்டிவிட்டான்னு நெனைக் கிறீங்களா? வருணோடு இருந்தவன் அவன் மட்டும்தான்.'

'பண்ட்டி இல்லை.'

இந்தச் சொற்களை அவர் உச்சரித்தபோது, பவன் காட்டிய

ஃபோட்டோக்களைக் காணாதிருந்தால் இன்று காலை வருணுக்காகவும் இதே சொற்களைத்தான் பயன்படுத்தியிருப்பார் என்று தோன்றியது. வருணிடம் பேசிய பிறகு, அவர் பண்ட்டியைச் சந்திக்க வேண்டும், தேவைப்பட்டால் தயாள் சிசோதியாவிடம் பேசவேண்டும். மாயா அவரிடம் எப்போதுமே எச்சரிக்கை செய்திருந்தாள், ஆனால் அவர்தான் கேட்கவில்லை.

வருணுக்கு மறுவாழ்வு தேவை, ஆனால் அவனது எல்லா நண்பர்களும் என்ன செய்துகொண்டிருந்தார்கள் என்பதை அவர் அறியாமல் அது வேலை செய்யாது. யதீன் கடிகாரத்தைப் பார்த்தார். வருணின் விமானம் திரும்ப இன்னும் மூன்று மணிநேரம் இருந்தது. அவர் செல்வதற்கு முன்னால் அஞ்சலியிடம் டாக்டர் பல்லா கொடுத்த அனுமதிப் படிவத்தில் அவள் கையெழுத்தை வாங்க வேண்டும்.

நிகிலையும் சகியையும் பற்றிச் சொன்னபோது அவள் எழுந்து உட்கார்ந்தாள். 'அவர்களுக்கு என்ன? என்ன அது?'

'அவன் அவளை அடித்துவிட்டான். அவள் இங்கேதான் இருக்கிறாள். குழந்தைகள் பகுதியில்.'

'என்ன சொல்றீங்க? அவ நல்லா இருக்காளா?' அவள் பின்னால் சாய்வது போலத் தோன்றியது. அவர் அவளிடம் ஓடினார்.

'நான் நர்சைக் கூப்பிடறேன்.'

'இல்ல. நான் சரியாத்தான் இருக்கேன். நிகில் எங்கே?'

பல்லா கூறிய தேர்வுகளை அவளிடம் விளக்கினார். இன்று மாலை அதிக மருந்து கொடுப்பார்கள், அவன் அமைதியாக, தூக்கக் கலக்கத்தோடு இருப்பான். இரவு நன்றாகத் தூங்குவான். காலையில் ஏதாவது நடவடிக்கை எடுத்தாக வேண்டும்.

'இதப்பத்தி நான் உங்ககிட்ட பேசணும்.'

'இப்ப கையெழுத்துப்போடு. நாளைக்குப் பேசிக்கலாமே? நான் ஏர்போர்ட்டுக்குப் போகணும். வருண் இன்னிக்கு ராத்திரி வரான்.'

'சரி. பின்னால.'

அவள் தாள்களில் கையெழுத்திட்டாள். கட்டுப்போட்ட அவள் கைகள் தாள்கள்மீது இழுத்தன. அவர் தொலைவில் பார்த்தார். அவள் போட்ட பிறகு, அவள் தோளைத் தட்டிவிட்டு அவர் கிளம்பினார். நடந்து விலகிப்போவது அவர் சக்தியை எல்லாம் உறிஞ்சிவிட்டது

போலத் தோன்றியது. புயல் நடுவே கப்பலின் தளத்தில் நடப்பது போல இருந்தது. உடல் சமநிலையை நாடியது. அவர் தனது மூச்சைக் கட்டுப்படுத்த முயன்றார். அஞ்சலி துன்பப்படுவதைக் காண்பது அவரை ஒரு மிகவிசித்திரமான விதத்தில் துன்புறுத்தியது. இதுவரை அப்படிப்பட்ட துன்பத்தை அனுபவித்ததில்லை.

(காதல் தீயை) ஏற்றிவிடாதே, அணைத்தும் விடாதே—காலிபின் புகழ்பெற்ற வரிகள். எத்தனையோ பாலிவுட் படங்களில் மேற்கோளாகக் காட்டிய ஒன்று. இப்போது ஒரு இருண்ட அர்த்தத்தை அளித்தன. *நீ என்ன முயற்சி செய்தாலும் சரி, நீ விருப்பப்படி ஏற்றவோ, அணைக்கவோ முடியாத ஒரு நெருப்பு காதல்.*

இதன் தீவிரத்தைப் பதினேழு ஆண்டுகளுக்கு முற்பட்ட வேறொரு ஞாபகத்திலிருந்து அவர் புரிந்துகொண்டார். முதல் முதலாக அவர் வருணைக் கையில் அணைத்தெடுத்து, குடும்ப வழக்கப்படி அவன் வாயில் ஒரு துளி தேனைச் சுவைக்கத் தந்தபோது. அந்தச் சிறுவடிவம், அவர் முன்னங் கையைவிடச் சிறியதாக இருந்த மனித வடிவம், யதீனை பயமுறுத்திவிட்டது. துடித்துக்கொண்டிருந்த அவர் இதயம் அவர் உடலைவிட்டு, பாதுகாப்பு எதுவுமின்றி நடக்க முற்பட்டது போல. வெளியே செல்லும் வழியில், ஒரு நிமிர்ந்த பார்வையுடன் முகத்தை நிறுத்தி பாதுகாப்புக் காவலனின் சல்யூட்டுக்கு எதிர்வணக்கம் செய்தார். பிறகு தன் காரில் தடுமாறி ஏறினார். கொஞ்ச நேரம் அஞ்சலியைத் தன் மனத்திலிருந்து ஒதுக்கிவைக்க வேண்டும். வருண் இரண்டு மணி நேரத்திற்குள் வந்துசேர்ந்து விடுவான். அவனைச் சில கஷ்டமான கேள்விகளுக்குள்ளாக்க வேண்டும் என்ற தேவை அவருக்கிருந்தது.

49

எதுவும் செய்ய இயலாததொரு கிறிஸ்துமஸ் நாளின் முன்னிரவுப் போது. 9 மணி. அஞ்சலி தன் அறையிலிருந்த பெரிய கடிகாரத்தை நோக்கினாள். அதன் இரு முட்களும் மிகச் சரியாக 90 டிகிரி இடைவெளியில் இருந்தன.

எதுவும் செய்ய இயலாததொரு என்று சொல்லாதே அஞ்சலி. நேட் உன்னைவிட்டுச் சென்ற ஆண்டில் அதைத்தான் சொன்னாய். இப்போது என்ன நிலையில் இருக்கிறாய் பார். எப்போதுமே முன்னைவிட மோசமான நிலையில் கொண்டுவிடலாம்.

அவள் தன் மகனைக் காப்பாற்ற நினைத்தாள், ஆனால் அதற்கான விலையை சகி கொடுக்க வேண்டிவந்தது. ஐந்து வயதான அவள், தன் பெற்றோரை இழந்தாள், தன் சகோதரர்களிடமிருந்து பிரிக்கப்பட்டாள். அவள் பாதுகாப்பானதென்று நினைத்த குடும்பம் அவளை மருத்துவ மனையில் விட்டது. உன் பாதுகாப்பிலிருக்கும் ஒரு சின்னப் பெண்ணை உன் மகன் அடிக்கின்றபோது உனக்கு மகிழ்ச்சியான முடிவு எங்கிருந்து கிடைக்கப் போகிறது?

அஞ்சலி யதீனைப் பற்றி நினைத்தாள். அவர் தன் மகனை நினைத்து உடைந்து போயிருந்தார். அவருக்கு அவள் சொன்ன வரிகளை இப்போது நினைவுகூர்ந்தாள். நாம் நம்மால் இயன்றதைச் செய்யலாம், ஆனால் சிறார்கள் தங்கள் சொந்த உள்ளுணர்வுடன் வருகிறார்கள். அவர்கள் தங்கள் விதியைத் தாங்களே ஆக்கிக்கொள்கிறார்கள். அவள் நிகிலிடம் முயன்று பார்த்திருக்கிறாள்.

யாரும் இதற்கான விலையைக் கொடுத்துவிட முடியாது. அவளால் சும்மா இருக்க, எதுவும் செய்ய இயலாமல் இருக்க முடியாது.

படுக்கையிலிருந்து நழுவினாள். கதவுக்குச் சென்றாள். எங்கு போவதென்று தெரியவில்லை. வெளியே. யாருமற்ற தாழ்வாரம் அவள் பின்னால் முறைத்தது. தொலைவிலிருந்த மறுகோடியில் ஒரு கிறிஸ்துமஸ் மரம். அதில் கண்ணடிக்கும் மெஜந்தா நிற விளக்குகள்.

328 ❋ உன் தோளுக்கு அடியில் நீ

ஏனென்று தெரியாமல் அதை நோக்கி நடந்தாள். அவள் குழந்தைப் பருவத்தின் கிறிஸ்துமஸ் நிகழ்ச்சிகள் எல்லாம் அவள் நினைவுக்கு வந்தன. அந்தக் கிறிஸ்துமஸ் மரங்கள். விவி சித்தியின் பரிசுப் பொருள்கள். அத்தனை ஆண்டுகளில் தான் ஒருமுறைகூட அம்மா என்று கூப்பிடவில்லையே என்று அவள் நினைக்கவில்லையா?

அஞ்சலியின் வலக்கைப் புறம், ஒரு கதவு 'பெண்கள்' என்றது. தனது நண்டுக்கைவிரல்களால் அதன் குமிழைத் திருப்பினாள். அந்த டாய்லெட் காலியாக இருந்தது. ஆனால் பேசினுக்கு மேல் ஒரு வெள்ளைச் சட்டமிட்ட கண்ணாடி தொங்கியது. அவள் உட்கார வேண்டும். அவள் வயிறு நெருக்கடியாக இருந்தது. அவள் கால்கள் தளர்ந்து வளைந்தன. நிகில் அவளுக்கு என்ன செய்தான் என்பதை அவள் காண வேண்டும். கதவைத் தாளிட்ட பிறகு டாய்லெட் சீட்டின் மூடியை இறக்கினாள். உட்கார்ந்தாள். ஆழமான மூச்சுவிட்டாள். வெளுப்பானின் நாற்றம், முந்தைய ஆட்களின் பழைய பெர்ஃப்யூம் நாற்றம், சிறுநீர் மற்றும் மாதவிடாய் இரத்தத்தின் இலேசான நாற்றம் எல்லாம் கலந்து வந்தன. வாய் உலர, தலை இலேசாக இருக்க, அவள் ஐந்துவரை எண்ணினாள். எழுவதற்காக கவுண்ட்டரை முன்னங் கைகளால் தள்ளினாள். இதை ஒரே முறையில் செய்ய வேண்டும். கண்களை மூடிக்கொண்டாள். அவள் கால் விரல்கள் ஆஸ்பத்திரி நடையன்களில் குளிர, உந்தி எழுந்தாள்.

கண்ணாடியில் அவள் வலக்கண் இடக்கண்ணைவிடச் சிறியதாக இருந்தது. இது அஞ்சலி மார்கன் அல்ல. ஒரு பேய் உருவம். ஜப்பானிய நாடகத்தில் பயன்படும் கிஜின்மென் முகமூடி. கட்டுப்போட்டிருந்த மூக்கை ஒரு விரலால் தொட்டாள். ஒரு முகச்சுளிப்பில் தோன்றுவது போல நிரந்தரமாக உதடுகள் ஒருபுறம் கோணிக்கொண்டிருந்தன. கழுத்தின் தோல் உரிந்து, ஒரு பாலைவனத்தின் விளிம்பில் உள்ள ஒரு நாற்றுப் போல நொறுங்கிவிடும் தண்டுபோல இருந்தது. தலைமயிர் பின்னுக்குப் போய்விட்டது. கொத்துக் கொத்தாக பெரிதும் சிறிதுமாக முளைத்தது. அவள் திரும்பிய போது கண்ணாடி முகமும் திரும்பியது. வடுப்பட்ட விரல்களால் தலையைக் கோதினாள். ஒரு புன்முறுவல் கொள்ள முயன்றாள். ஆனால உதடுகள் ஓர் இகழ்ச்சிப் புன்னகையாகக் கோணின. இதைத் தான் அவள் சென்ற வாரம் முழுவதும் எல்லாருக்கும் அளித்துக்கொண்டிருந்தாள். அதாவது ஏளனப் புன்னகை செய்வது. பாட்டரி குறைவாக இருக்கும் போது திரை ஆடுவதுபோல கண்ணாடி பிம்பம் ஆடியது. அவள் தலைசுற்றியது. அவள் டாய்லெட் சீட்டின்மீது தளர்ந்து உட்கார்ந்தாள்.

உன் தோளுக்கு அடியில் நீ ❖ 329

பின்னால் பல மூச்சுவாங்கல்கள், போலியான தொடக்கங்கள் செய்த பிறகு அவள் எழுந்து தடுமாறி வெளியேறினாள். ஆதரவுக்காகத் தன் வலது முன்னங்கையைச் சுவரில் அழுத்தித் தள்ளியவாறு நடந்தாள். தனது அறையை அடைவதற்கு முன்னால் சட்டமிட்ட பலகைகளையும் எண்களிட்ட கதவுகளையும் கடந்தாள். அது தாழ்வாரத்தின் ஒரு கோடியில் இருந்தது. மீண்டும் படுக்கையில் படுத்தாள். ஆனால் கண்களை மூடவில்லை. தான் காணப்போவது என்னவென்று அவளுக்குத் தெரியும். ஏளனச் சிரிப்பு கொண்ட கிஜின்மென். நிகில் இப்படிச் செய்துவிட்டான், தான் என்ன செய்கிறோம் என்பது தெரியாமலே. அவள் சகியை அடித்தது போல. அஞ்சலி சகியை இப்போது பார்க்கவேண்டும்.

சார்ட்டுகளைப் பார்க்க விபா வந்தபோது, தனது இரவு ஊசிக்கு முன் தான் சகியைப் பார்க்கலாமா என்று கேட்டாள். விபா மறுப்பாள் என்றுதான் எதிர்பார்த்தாள், ஆனால் விபா அவளது ஷிஃப்ட் முடிவதற்கு முன்னால் கொஞ்ச நேரத்தை எடுத்துக் கொள்ள முடியும் என்று பதிலளித்தாள். அஞ்சலிக்கு ஒரு மருத்துவமனைக் கோட் அளித்தாள். தலையைச் சுற்றிக்கொள்ள ஒரு புதிய ஸ்கார்ஃப் அளித்தாள். சிறார்கள் வார்டில் உள்ள நர்சுகள் இருப்பிடத்திற்கு வந்து சேர்ந்தார்கள். சில கேள்விகளுக்கு விடையளித்த பிறகு, விபா அஞ்சலியிருந்த சக்கர நாற்காலியைத் தள்ளிக்கொண்டு உள்ளே சென்றாள். அஞ்சலி தன் தலைக்குட்டையை நன்கு முகத்தைச் சுற்றி இழுத்துவிட்டுக்கொண்டாள். சிறார்கள் இரவுநேரத்தில் அவள் முகத்தைக் காண்பது பயவுணர்ச்சியை ஏற்படுத்தும். அவள் ஒரு பூச்சாண்டி ஆகிவிட்டாள். தொல்லைப்பட்ட தாய்மார்கள் தங்கள் குழந்தைகளை நல்வழிப்படுத்த இதோ பூதம் வருகிறது என்று சொல்வதைப் போல. ஆனால், இந்த நிலை அவளுக்குச் சிரிப்பு மூட்டியது. அவள் மேக்-அப் போட்டபோது, அல்லது குட்டைப் பாவாடை அணிந்தபோது, டாரதி அவளை ராட்சஸி என்றும் சூனியக்காரி என்றும் சொல்வாள். அது அவளை முற்றிலும் அழுக்கானவளாகவும் தவறானவளாகவும் தோற்றமளிக்க வைக்கும்.

இப்போது அவள் முகம் ஒரு அழகற்ற சூனியக்காரியின் முகத்தை விடக் கேவலமாக இருந்தது. இப்போது விவியனின் அறிவுரைகளோ, டாரதியின் வசைகளோ அவளை எந்தவிதத்திலும் மாற்ற முடியாது. துன்பப் பெருமூச்சுவிட்டு ஆழமான மூச்சுகளை இழுத்தாள். ஒருவேளை இந்த ஆழமான மூச்சுகள் இருத்தல் என்ற உணர்வை அளிக்கலாம், பிறரின் அபிப்பிராயங்களைப் பற்றி அல்லது குளியலறைக்

கண்ணாடியில் காணும் தோற்றம் பற்றிக் கவலைப்படாமல் இருக்கச் செய்யலாம். இப்போது அவள் முறுவல் ஓர் ஏளன வெளிப்பாடாக மாறிவிட்டது, ஆனால் அதைப்பற்றிக் கவலைப்பட்டு என்ன பயன்? என்ன மேக்-அப்பைப் பயன்படுத்தினாலும், எத்தனை அறுவை சிகிச்சைகள் செய்தாலும், அவள் தன் பழைய முகத்தைப் பெற முடியாது.

அவளை அழகற்றவள் என்று மற்றவர்கள் நினைத்தால், அது அவர்கள் பிரச்சினை. தன் முகத்தைப் பற்றிக் கவலைப்படுவதை அவள் நிறுத்த வேண்டும். முக்கியமான விஷயங்கள் மீது அவள் கவனம் செலுத்த வேண்டும். உதாரணமாக, நிகில் சகிக்கு என்ன செய்தான் என்பது. மங்கலாக ஒளியூட்டப்பட்டிருந்த வார்டில், அஞ்சலி தொலைவிலிருந்து சகியைப் பார்த்தாள். கண்கள் மூடி, தலைக்குக் கட்டுப்போட்டு, உடல் ஒரு கருத்த போர்வையினால் மூடப்பட்டு. விபா சக்கரநாற்காலியை அருகில் தள்ளிச் சென்றாள். ஒளி ஊடுருவக்கூடிய தோலின் வழியாக, சகி தன் இரத்தத்தை இழந்துவிட்டது போலத் தோன்றியது. அவள் நெற்றி வெள்ளைச் சல்லாத் துணிப் பட்டைகளால் கட்டப்பட்டிருந்தது. அஞ்சலி சகியின் தலைமயிரைத் தட்டிக் கொடுத்தாள். பிறகு விபாவிடம் தன்னை அழைத்துச் செல்லுமாறு சைகை காட்டினாள். சகி விழித்துக்கொண்டால், அவளை பயமுறுத்த அஞ்சலி விரும்பவில்லை. விபா சக்கர நாற்காலியைத் திருப்பினாள்.

'ஜலி ஆண்ட்டி?'

அந்தக் குரல், அவள் பெயர், மிக மென்மையாக, சிறியதாக வந்தது. இப்போது அந்தப் பெயர் அவளுக்கு மிகப் பொருத்தம். ஜலி, ஆம், எரிந்து போன ஆண்ட்டி. அதுதான் அவள். அஞ்சலி தடுப்பதற்கு முன் விபா சக்கர நாற்காலியைத் திருப்பினாள். அஞ்சலி கண்களை மூடி, சகியின் பயக் கூக்குரல் வருவதை எதிர்பார்த்தாள். ஆனால் அப்படி எதுவும் வரவில்லை. கண்களைத் திறந்தபோது சகி அவளை உற்றுப் பார்த்துக்கொண்டிருந்தாள். தலையை வலிக்கிறதா என்று அஞ்சலி கேட்டாள். விபா அவளருகில் நின்றாள். அவள் அந்த வார்த்தைகளைக் கேட்ட விதம் மிகவும் அழகாக இருந்தது. தலைவலி என்பதைப் பற்றிய ஒரு குறித்த கேள்வியை—ஆம் அல்லது இல்லை என்று பதில் சொல்லக்கூடிய ஒன்றை அவள் கேட்டாள். எவ்விதத்திலும் பயமுறுத்தாத கேள்வி.

'இல்லை. உங்களுக்கு?'

அந்தக் குழந்தையின் தலை அத்தனை தையல்கள், கட்டுகள் கீழ்

உன் தோளுக்கு அடியில் நீ ✦ 331

உண்மையில் வலிக்கத்தான் வேண்டும். ஆனால் சகி, அஞ்சலியின் வலியைப் பற்றிக் கேட்கிறாள். அஞ்சலி விபாவின் கண்ணை, அதில் தெரிந்த சகியின் கேட்கப்படாத வேண்டுகோளைப் பார்த்தாள். விபா சக்கர நாற்காலியை சகியின் அருகில் கொண்டு சென்றாள். பிறகு இருவரையும் தனியே விட்டுவிட்டு நர்சுகள் இருப்பிடத்திற்குச் சென்றாள்.

தலையணைமீது பரவிக்கிடந்த சகியின் தலைமயிரை அஞ்சலி வருடினாள். நலலவேளை, அவர்கள் மொட்டையடித்துவிடவில்லை. கட்டுப்போட்டிருந்த அவள் கைவிரல்கள் தலைமயிருக்குள் புகுந்தன. அவை ராட்சஸ விரல்களைப் போலத் தோன்றின, ஆனால் அவை இந்தப் பெண்ணுக்கு ஆறுதல் அளித்தன. இரண்டு அநாதைகள் போல இவர்கள் இனி ஒட்டிக்கொள்ள வேண்டும். அவள் முகத்தில் சிரிப்பு குமிழியிட்டது. நான் என்ன உணர்ச்சிக் கோளாறுக்கு ஆட்படுகிறேனா?

'நிகில் அண்ணன் ரொம்பக் கோவமாயிருந்தார்.'

அஞ்சலிக்குத் தாயில்லாமல் இருந்திருக்கலாம், ஆனால் அவளே ஒரு தாய். இப்போது நிச்சயமாக. இந்தப் பெண்ணுக்கு ஒரு தாய் தேவை. அவளுக்கு அழுகை வருவதுபோலத் தோன்றியது. அஞ்சலி ஒவ்வொரு வார்த்தையையும் எடைபோட்டுப் பேசினாள். ஒரு தவறான வார்த்தையும் அஞ்சலிக்கு தைரியத்தைத் தருவதற்குப் பதிலாக, அவளை உறுத்திவிடலாம்.

'அவன் வித்தியாசமானவன். உனக்கு சளி பிடித்தால் தும்மல் வருதில்லையா?'

'ஆமாம்.'

'அதை உன்னால தடுக்க முடியுமா?'

'இல்லை.'

'அதேபோல்தான். நிகிலுக்கு சிலசமயம் கோவம் வருது. அவனால அதைத் தடுக்க முடியாது. அவனுக்கு அதுக்கு சிகிச்சை தர்றாங்க.'

அஞ்சலி சகியின் முன்னங்கையைத் தன் வலதுகை சிவப்பு விரலைப் பயன்படுத்தி வளையமாகத் தடவினாள். அதுதான் அவள் கையில் பாதிக்கப்படாத இடம்.

'தூக்கம் வருதா?'

'இல்ல'

ஆனால் சகியின் தளர்ந்த இமைகள் அதற்கு எதிராகச் சொல்லின.

332 ✦ உன் தோளுக்கு அடியில் நீ

அஞ்சலி சகியின் தலைமயிரை வாருவதுபோல தடவிக் கொடுத்தாள். அந்த லயம் அவளுக்கே ஆறுதலளிப்பது போல இருந்தது, சகிக்கும் ஆறுதலாக இருந்தது. சகியின் இமைகள் படபடத்து மூடின. ஆனால் அவள் கண்களை மீண்டும் திறந்தாள்.

'தூங்கு. வேணும்னா உனக்கு ஒரு கதை சொல்றேன்.'

யாரோ ஒரு குழந்தை அவளுக்குப் பின்னாலிருந்த படுக்கை ஒன்றிலிருந்து தேம்பியது. ஆனால் அவள் கண்களை சகி மீதே வைத்திருந்தாள். அஞ்சலியின் முகம் வலித்தது. அவள் தாடைகள் மரத்துப்போயின. அவள் பார்வையை உயர்த்தியபோது, ஒரு நிழலைக் கண்டதாக அவள் நினைத்தாள். அவள் கண்கள் எரிந்தன. லிட்டில் ரெட் ரைடிங்ஹுட் கதையைச் சொல்லத் தொடங்கினாள். கடைசியில் சகியின் கண்கள் அகல விரிந்திருந்தன.

'ஏன் ரெட்டின் தாய் அவளைத் தனியாகக் காட்டுக்குள்ள அனுப்பினா?'

குழந்தையாயிருந்தபோது அஞ்சலி இந்தக் கேள்வியைக் கேட்டதே இல்லை. அவள் தாய் அவளைக் காட்டுக்கு அனுப்பிவிடுவாள் என்று அஞ்சலிக்குத் தோன்றியது. அதனால் ரெட்டின் தாயும் அவளைக் காட்டுக்கு அனுப்பியது சரியாகவே தோன்றியது.

'அவளுக்கு அண்ணன் இல்லையா? ராதே அண்ணன்னா அந்த ஓநாயைக் கொண்ணு போட்டிருப்பான்.'

அஞ்சலியின் உதடுகள் உலர்ந்திருந்தன. அவள் வாய் பசைபோல் ஒட்டியது. ஆனால் அவள் தொடர்ந்து பேசினாள். 'ராதே அண்ணன் உன்னோட வந்திருக்கலாம். மத்தவங்களும் வருவாங்க.'

அஞ்சலியின் கண்கள் ஓரத்தில் ஏதோ அசைவு தெரிந்தது. ஆனால் எங்கே என்று உறுதியாகத் தெரியவில்லை. அவள் மனம் அவளோடு தந்திரமாக விளையாடுவதாகத் தோன்றியது. மருந்துகளும், பெரும் சோர்வும்—அவளுக்குத் தூக்கம் தேவை.

'நிகில் அண்ணா இங்கே வருவாங்களா?'

அந்த மென்மையாக உச்சரிக்கப்பட்ட கேள்வி அஞ்சலியின் மூச்சை நிறுத்திவிட்டதுபோலத் தோன்றியது.

'உனக்கு இங்க நர்சுங்க இருக்காங்க, டாக்டருங்க. வெளியில காவலுக்கு இருக்காங்க. இங்கே யாரும் வரமுடியாது.'

'கிறிஸ்துமஸ் வாழ்த்துகள், ஜலி ஆண்ட்டி'

'கிறிஸ்துமஸ் வாழ்த்துகளா? யாரு சொன்னாங்க உனக்கு?'

உன் தோளுக்கு அடியில் நீ ❋ 333

'மாயா ஆண்ட்டி. நாளைக்குக் கிறிஸ்துமஸ்ன்னு அவங்க சொன்னாங்க. நாம எல்லாருக்கும் வாழ்த்துச் சொன்னா பரிசு கெடைக்குமாம்.'

'ஆமாம், அப்படித்தான்.'

'எனக்குக் கிறிஸ்துமஸ் பரிசு?'

'கெடைக்கும்' விபா திரும்பி வந்திருந்தாள். அஞ்சலியின் சக்கர நாற்காலி அருகில் நின்றிருந்தாள்.

'தேங்ஸ், நர்சு ஆண்ட்டி'

இந்த வார்த்தைகள் சேர்த்து அர்த்தமின்றியிருந்தன. எல்லாமே ஆங்கில வார்த்தைகள்.

சகி நர்சு என்பதையும் ஒரு பெயராக நினைத்திருப்பாள் போலும். நர்சு ஆண்ட்டி. அஞ்சலி கையை ஆட்டி விடைபெற்ற போது விபா சக்கர நாற்காலியைத் திருப்பினாள்.

சகிக்குப் பின்னாலிருந்த சீலை காற்றிலடித்து அசைவது போலத் தோன்றியது. அஞ்சலியின் தளர்ந்த மூளை உருவங்களைக் காண முற்பட்டது. சகியின் உருவம் மறைந்த பிறகும் அவள் கையை ஆட்டிக் கொண்டே இருந்தாள். பெற்றோர்களோ கூடப்பிறந்தவர்களோ இல்லாமல், கிறிஸ்துமஸுக்கு முந்தியநாள் மாலையில், சகி ஒரு புதிய குடும்பத்தை உருவாக்கிக்கொண்டாள்.

உன் சொற்களை மாற்றிக் கொள் அஞ்சலி. சகியிடம் கற்றுக்கொள். எப்படி அவள் தன் சொற்களையும் அப்படியே தன் உலகத்தையும் மாற்றிக்கொள்கிறாள் பார். அஞ்சலி ஒரு நீண்ட, நிதானமான மூச்சை இழுத்தாள். உன் சொற்களை மாற்றிக்கொள், மறுவுருக் கொடு, அவள் தனக்குள் திரும்பச் சொல்லிக்கொண்டாள். மூச்சும் சொற்களும் ஒன்றாக வந்தன—அதுதான் இரகசியம். தானே இந்த உத்தியை நன்றாகக் கற்றுக்கொண்ட பிறகு நிகிலுக்கும் கற்றுத் தர வேண்டும். அவனிடமிருந்து தனக்கு என்ன தேவை என்று நோக்காமல், அவனுக்கு எது நல்லது, எது தேவை என்பதைக் கருத வேண்டும்.

50

அந்த பாரம் அவரை அழுத்தியது. யதீன் அதைப் பல ஆண்டுகளாக, தன் தாயாரின் இறப்பு முதலாக உணர்ந்ததில்லை. அவர் இமைகளை அழுத்தி, வயிற்றில் சேர்ந்து, அவரை அழுத்தும் பாரம் திரும்ப வந்துவிட்டது. தொட வேண்டும், தொடப்பட வேண்டும் என்று அவர் விரும்பினார். தன் உடலுக்குப் பக்கத்தில் அஞ்சலியின் உடலுக்காக ஏங்கினார். யாருடைய பக்கத்திலேனும் அவர் படுத்துறங்கி எத்தனையோ ஆண்டுகள்.

அஞ்சலி படுக்கையில் அவர்மீது குனிந்தாள். அவளின் பஞ்சுப்பொதி போன்ற மிருதுவான மார்புகள், சிறுகூழாங்கல் போன்ற மார்புக் காம்புகள் அவர்மீது பதிந்தன. அவருடைய கைகள் ஒவ்வொன்றும் ஒரு மார்பைத் தாங்கின. கட்டைவிரல் ஒவ்வொன்றும் ஈரமான காம்பு களைத் தட்டித் தடவின. காலையின் அரையிருட்டில் அவளின் மென்மையான முனகல்கள் அவர் காதில் ஒலித்தன. அவளுக்குப் பின்னால் ஒரு கிறிஸ்துமஸ் மரம். அதன் சிறுவிளக்குகளின் ஒளி மங்கியவாறும் சிமிட்டியவாறும் இருந்தன.

யதீன் ஒரு உதறலுடன் எழுந்து உட்கார்ந்தார். அஞ்சலி எரிந்து போய்விட்டாள். அவர், இப்போது கிறிஸ்துமஸ் காலையில் ஒரு பைத்தியம் போலக் கனவு கண்டுகொண்டிருந்தார். படுக்கை அருகிலிருந்த கடிகாரம் 5-10 என்றது. இரண்டு மணி நேரம் தூங்குவதற் காகச் செய்த முயற்சி வீண்.

முன்னாளிரவு அவர் வருண் திரும்பிவந்த விமானத்தைத் தவற விட்டார். யதீன் மருத்துவமனையைவிட்டுக் கிளம்பியவுடனே, தயாள் சிசோதியா அழைத்தார். தொடர்ந்து உடனே யதீனின் மாமனார். புதிய புலனாய்வுகள் புது தில்லியின் சில இடங்களில் ஒரு பயங்கரவாதத் தாக்குதல் இருப்பதாகப் புலப்படுத்தின. உள்துறை அமைச்சர் ஒரு அவசரக் கூட்டம் போட்டிருந்தார். போலீஸ் தங்கள் பாதுகாப்பு நடவடிக்கைகளை வலுப்படுத்த வேண்டுமாம். அமைச்சர் நள்ளிரவு அளவில் போய்விட்டார். ஆனால் கூட்டம் விடியற்காலை 3 மணி வரை

உன் தோளுக்கு அடியில் நீ ✢ 335

நீடித்தது. யதீன் பவனை அழைத்து வருண்மீது ஒரு கண் வைக்குமாறு கூறினார். அவன் மேஹரா மாளிகையைவிட்டு வெளியேறினால் அவனைப் பின்தொடர வேண்டும்.

போர்வையைத் தூக்கி எறிந்துவிட்டு படுக்கையைவிட்டு குதித்தெழுந்தார் யதீன். அன்று வேகமாகத் தொடங்கவேண்டும். குவிந்திருக்கும் எல்லா பேப்பர்களையும் கவனித்து சரிப்படுத்த வேண்டும். ராதேயைத் துளைத்தெடுக்க வேண்டும். மேஹரா முதல்நாளிரவு கூட்டத்தைக் கெடுத்துவிட்டார். யதீன் எடுக்கப்போகும் முடிவுகளை முன்யூகம் செய்து, அவர் சொல்லவரும் ஆலோசனை களைப் புறக்கணித்து, விஷயங்களை வேறு விதமாக ஆக்கப் போவதாகத் தெளிவாகக் காட்டிவிட்டார். சுஜினி கேசில் லாஹிரியை அழுத்தமாகப் பிணைக்க யதீன் விரும்பினார். ஓடிவிட்ட மற்றொரு ஆளைக் கண்டுபிடிக்க வேண்டும் என்றார். லாஹிரியின் காரிலிருந்த பெண் ரோலி இறந்துவிட்டாள். அதனால் அவன்மீது கொலைக் குற்றம் சாட்டலாம். ஆனால் அவர் அந்தக் குட்டி எலியை, ராதேயைத்தேட வேண்டும். அவன் இதுவரை கிரேவாலினுடைய ஆட்களையும் பவனுக்குத் தகவல் தருவோரையும் ஏமாற்றிக் கொண்டிருந்தான்.

வேகமானதொரு குளியலுக்குப் பிறகு, அவர் மெதுவாகப் பல்துலக்க ஆரம்பித்தார். அவர் கண்கள் நறநறவென்றன. சென்ற இரவில் கவனத்தைக் குவித்து இருப்பதற்காக அவர் குடித்த டஜன் கணக்கான தேநீரின் நாற்றம் அவர் மூச்சில் வெளிவந்தது. தான் இருந்த நிலையிலேயே அவர் தன்னை காணாமற் போனவாறும், குளிரில் இருப்பதுமாக உணர்ந்தார். அவர் மகனின் நாய் லட்டூ, அவர் அறைக்குள் புகுந்து தன் பெரிய நீர்மை கொண்ட கண்ணால் அவரை நோக்கியது. அதைத் தட்டிக் கொடுக்க யதீன் குனிந்தார்.

***

கைகளற்ற ஒரு காக்கைவிரட்டி மனிதன் ஒற்றைச் சிவப்புக் கண்ணோடு நிற்பது போல எதிரில் டிராஃபிக் சிக்னல் உயரமாய் நின்றது. ஒரு கை ஸ்டியரங்கில் இருக்க, யதீன் சாலையோரத்திலிருந்த உயரமான அசோக மரங்களையும், மஞ்சள் தெருவிளக்கின் அடியில் பஸ் நிறுத்தங்களில் காத்திருந்த, 6.30 மணி மூடுபனிக்கென மஃப்ளர் மூடியிருந்த மக்களின் கோட்டுவடிவங்களையும் பார்த்தார். காரின் டாஷ்போர்டில் அவருடைய ஃபோன் ஒலித்தது.

‘வருண் இப்போதுதான் மேஹரா மாளிகையைவிட்டுக் கிளம்புகிறான் சார்’, பவனின் குரல் கரகரப்பாக இருந்தாலும் எச்சரிக்கையைக் காட்டியது. ‘என் ஆள் இப்போது அவனைப் பின் தொடர்கிறான்.’

யதீன் காரைச் சாலையோரம் நிறுத்தினார். வருண் விடியற் காலையில் எழுந்திருப்பவன் அல்ல. அவன் ஜிம்முக்கும் மாலை நேரத்தில்தான் செல்வான்.

‘எந்த வழி?’

‘அவுட்டர் ரிங் ரோட், சார்’

மேஹரா மாளிகை சில நிமிட ஓட்டத்தில் இருந்தது. புறவளையச் சாலை என்றால் அவன் வீட்டுக்குச் செல்லக்கூடும். வருண் பத்து நாள்களாக அவரைத் தவிர்த்து வந்திருக்கிறான். இவ்வளவு காலையில் ஏன் வீட்டுக்கு அவசரமாகப் போகிறான்?

யதீன் தன் காரைத் திருப்பிக்கொண்டு சென்றார். ஆனால் தன் வீதிக்கு இரண்டு வீதிகள் பின்னாலேயே அதை நிறுத்தினார். எந்தச் சத்தமும் இன்றி, எச்சரிக்கையாக, காலில் உள்ள ஷூக்களைக் கழற்றி விட்டு, நாயை வருணின் அறையில் அடைத்துவிட்டு, காத்திருந்தார். அவரது படிப்ப றைக்கு எதிரிலிருந்த விருந்தினர் அறையிலிருந்து அவர் மகனின் கதவைத் தெளிவாகப் பார்க்க முடிந்தது.

லட்டு நாய் வருண் உள்ளே வந்தபோது ஏங்கிக் கத்தியது. ஆனால் ஒருவாரம் அதைப் பார்க்காமல் இருந்தபோதும் வருண் அதன்மீது எந்த கவனமும் செலுத்தவில்லை. இது விசித்திரம். மாறாக அவன் படிப்பறையைத் திறந்தான். தன் படிப்பறைச் சாவியின் நகல்களை திருஷ்டியிடம் யதீன் கொடுத்திருந்தார், வருணுக்குத் தந்ததில்லை. பற்களை இறுகக் கடித்துக்கொண்டார். ஒரு சத்தமும் வெளியில் இப்போது வரக்கூடாது.

வருண் ஒரு டார்ச் விளக்கைப் பயன்படுத்தி லாக்கர் அறையைத் திறந்தான். சில ஃபைல்களைத் தூக்கி மேஜைமீது வெளியே போட்டான். இன்னும் உள்ளே கையைவிட்டு ஒரு கருப்புப் பையை எடுத்தான்.

யதீன் வெளியே வர விரும்பினார், ஆனால் இருட்டில் பதுங்கியே இருந்தார். ஃபோனை அமைதிக்குக் கொண்டுசென்று, தன் மகனின் செயல்களை ஃபோட்டோ எடுத்தார். வருணின் கைகள் நடுங்கின, ஆனால் பயத்தினால் அல்ல. இதேமாதிரி நடுக்கத்தை அவர் அண்மையில் லாஹிரியின் ஆளான சந்தரிடம் கண்டிருந்தார்.

வருண் தனது ஃபோனைக் கீழே போட்டான். பிறகு தரையிலிருந்து எடுத்தான். பைக்குள் கையைவிட்டுத் துழாவினான். பிறகு ஒரு நோட்டுக் கற்றையை எடுத்தான். அவன் தன் பள்ளிப் பைக்குள் அந்த நோட்டுக் கற்றையைத் திணிப்பதையும், பிறகு ஃபைல்களை மறுபடியும் வைத்ததையும் பார்த்த யதீனுக்கு வியர்வை பெருகி அவர் சட்டையை நனைத்தது. நன்றாக மறைந்துகொண்டார். அவர் மகன் பெட்டகத்தைப் பூட்டும் சத்தம் கேட்டது. கொஞ்ச நேரம் கழித்து அவன் நாயுடன் இருக்கும் சத்தம். யதீன் கண்களை மூடி, தன் தாடைகள் உட்படத் தன் சதைகளை ஒவ்வொன்றாகத் தளர்ச்சிக்குக் கொண்டு வந்தார். இது காலப்போக்கில் அவர் கற்றுக்கொண்ட ஒரு அமைதிப் படுத்தும் உத்தி. வாயிற்கதவு மூடியது. பிறகு கேட் மூடும் கிளாங் ஒலி கேட்டது.

வருணுக்கு போதை மருந்து வேண்டும் எனத் தோன்றியிருக்க வேண்டும். இவ்வளவு காலையில் அவன் தனது விற்பனையாளனை, அல்லது ராதேயைத் தேடிச் செல்லக் கூடும். ராதேயிடமிருந்து மிகப் பெரிய மருந்து பாக்கெட் ஒன்றைத் திருடிக் கொண்டதாக லாஹிரி சொல்லியிருந்தான்.

யதீன் பவனைக் கூப்பிட்டார். ஃபோனில் பேசியபடியே தன் ஷூக்களை அணிந்து, வெளியே வந்து கதவைப் பூட்டினார். தெருவில் வருணின் பைக் புறப்பட்டுச் சென்றது.

'வருண் வந்துகொண்டிருக்கிறான்' யதீனின் மூச்சு குளிர்ந்த ஈரமான காற்றில் புகைந்தது. 'அவனைத் தவறவிட வேண்டாம் என்று உன் ஆளுக்குத் தெரிவி' 'பண்ட்டியும் தன் வீட்டைவிட்டு ஜாகிங் செய்யும் உடையில் வெளியே கிளம்பினான் சார். ஆனால் அவன் பார்க்கில் நடந்து கொண்டிருக்கிறான், ஓடவில்லை.'

'எப்படித் தெரியும்?'

'நீங்க இங்கே இருக்கச் சொன்னீங்களே சார். ஒருவேளை வருணும் இங்கே பண்ட்டியின் இடத்துக்கு வருவான்னு நெனைச்சேன். நான் மருத்துவமனையில அம்மாவோட இருந்தேன். அது ரொம்ப தூரம் இல்ல. அதனால இங்க வந்து கண்காணிக்கலாம்னு நெனைச்சேன்.'

'ரொம்ப நல்ல வேலை'

குளிர்ந்த அமைதியில், யதீன் புறப்பட்டார். அவரது நீண்ட கோட் காலைப் பனியில் தாறுமாறாக அசைந்தது. தன் காரை அவர் பின்புறம் திருப்பிய போது அவரது ஃபோன் ஒலித்தது

‘சார், வருண் இந்தப் பக்கம்தான் வருகிறான். அவன் இப்பத்தான் ரஜோரி கார்டன் சாலையில் திரும்பினான்.’

அந்தச் சாலை மேற்கு பஞ்சாபி பாக்கில் இருந்த சிசோதியா மாளிகைக்குத்தான் சென்றது. அது ஒரு ஆடம்பரமான காலனி. ஒவ்வொரு பங்களாவுக்கும் இரண்டு செக்யூரிடி ஆட்களேனும் காவல் உண்டு.

‘அந்த வட்டாரத்தில யாராவது என் காரைக் கண்டுபிடிச்சிடுவாங்க’ என்றார்.

‘நான் என் பைக்கிலதான் இருக்கேன். முழுக்க ஃபாலோ பண்ணிடறேன் சார்.’

யதீன் தன் காரை ஒரு சாலையோர டீக்கடையில் நிறுத்தி ஒரு கப் டீ ஆணையிட்டார். பவனிடமிருந்து அதற்குமேல் செய்தி வருவதற்காக அங்கேயே காத்திருந்தார்.

எதிர்ச்சாரியில் தனது கூடாரத்திற்குள்ளாகத் தலைப்பாகை அணிந்து போர்வைகளைச் சுற்றியபடி இருந்த ஒரு கிழவன், தன் பளபளப்பான பித்தளை ஹுக்காவிலிருந்து புகையை விட்டபடி இருந்தான். பனிமூட்டக் காற்று மிகவும் குளிராக இருந்தது. ஆனால் அவருக்குள் இதயத்தில் அதைவிடக் குளிர்ந்திருந்தது. கண்ணை மூடிக் கண்ணைத் திறக்க வேண்டும், எல்லாமே முன்போல் ஆகிவிட வேண்டும், அஞ்சலி காயப்படாமல் இருந்த காலம்—வருண் மிகப் பணிவான கீழ்ப்படிந்த மகனாக இருந்த காலம்—வேண்டும் என்று விரும்பினார்.

மிகுந்த சூடாக இருந்த டீயைப் பருகி தன் உதடுகளையும் நாக்கையும் சுட்டுக்கொண்டார். அதைக் காரின் டாஷ்போர்டில் வைத்துவிட்டு அடுத்த மணி நேரத்தில் என்ன நடக்கும் என்று கற்பனை செய்தார். வருணும் பண்ட்டியும்—அவரைப் போன்ற உயரமும் கட்டான உடலும் உடையவர்கள். வருண் கராத்தேயில் பிரவுன் பெல்ட்டும்கூட. அவர்கள் போதை மருந்துக்காகச் செல்கிறார்கள் என்றால் நிச்சயம் எச்சரிக்கையாகத்தான் இருப்பார்கள். கொடுப்பவன் ராதேயாக இருந்தால், தனியாக வரமாட்டான். யதீன் தன் துப்பாக்கியைச் சோதித்துக்கொண்டார். ஆனால் அவர் துப்பாக்கிச் சண்டையிலோ, ஒரு முஷ்டிச் சண்டையிலோகூட ஈடுபட விரும்பவில்லை, இது அமைதியாக நடக்கவேண்டும்.

அவருக்குத் துணையாக பவன் இருந்தான், ஆனால் அவர்களுக்கு இன்னும் ஆட்கள் தேவை. பவனின் ஆள்? கூடாது. யதீன் நம்பிக்கை

வைக்கக்கூடிய யாரேனும் ஒரு ஆள். பத்துப் பதினைந்து நிமிட வாகனச்சுற்றுக்குள். திலாவர். கிரேவால். கிரேவால் மிகத் தொலைவில் தெற்கு தில்லியில் இருந்தார். அடுத்து அவர் நம்பிக்கை வைக்கக்கூடிய ஒரே ஆள், குஸும். செயல்திட்டங்களை இயக்கும்போது யதீன் எப்போதும் பெண்களை முக்கியச் செயலிலிருந்து வெளியே இருத்துவதே வழக்கம். ஆனால் இப்போதைய நிலையைப் பார்க்கும் போது, அவருக்கு வேறுவழியில்லை.

சாலையிலிருந்த போக்குவரத்து நெரிசல் உயிர்பெற்றது. மூடுபனி விலகியது. காலை 7.15 மணி. பெரிய பிரச்சினைகள் ஏதுமின்றி தன் மகனையும் பண்ட்டியையும் அவர் கைதுசெய்ய விரும்பினார். மேஹராவை அழைக்க முடியாது. தயாள்? கூடாது. முதலில் நடப்பதைப் பார்க்கலாம். தயாளும் யதீனும் இன்னமும் வார இறுதிகளில் கோல்ஃபிங் சென்றார்கள். ஆனால் தயாள் அதை ஒரு கருணையாக, உதவியாகவே அளித்து வருவதைக் காட்டியவாறுதான் இருந்தார். யதீன் இதை மிக எச்சரிக்கையுடன் கையாள வேண்டும். யதீன் பண்ட்டியை மாட்டிவிட்டதாக தயாள் ஒருபோதும் நினைக்க இடம் தரக்கூடாது.

அவர் ஃபோன் ஒரு செய்தியைத் தூக்கியெறிந்தது. தில்லி ரெயில்வே சந்திப்புக்குப் பின்னால். எரிந்துபோன நகைக்கடை.

பல ஆண்டுகள் முன்னர் அந்த நகைக்கடை எரிந்துபோவதற்கு முன்பே அது யதீனுக்கு அறிமுகம். எரிந்த சுவர்கள் அப்படியே நிற்குமாறு சொந்தக்காரர்கள் விட்டுவிட்டார்கள். இப்போது செங்கற்களும் கதவுகளும் காணாமல் போய், ஆலமரக் கன்றுகள் ஜன்னல்கள் வழியே முளைத்து நுழைந்திருந்தன. கைகளின்றி ஃபோனைப் பயன்படுத்தும் முறையில், அவர் குஸுமை அழைத்தார். திலாவரை அழைக்கும் படியும், அவர் அழைப்பதை அலுவலகத்துக்கு அப்பாற்பட்டதாக வைத்துக்கொள்ளவேண்டும் என்றும் கூறினார். மிகச் சரியாகப் புரிந்துகொண்டு, குஸும் தன்னுடன் பயிற்சி எடுத்த, செகண்ட்ஹேண்ட் கார் வைத்திருக்கும் மற்றுமொரு பெண்ணை அழைத்துவருவதாகக் கூறினாள். நல்ல கட்டுடல் உடைய பெண் என்றாள் குஸும். யதீன் ஒப்புதல் தெரிவித்ததோடு வரும் வழியில் திலாவரை அழைத்துக்கொண்டு வருமாறும் கூறினார். ஒருவரும் உதவிக்கு இல்லாமல் இருப்பதைவிட இரண்டு பெண்கள் இருப்பது நல்லதுதான்.

பெண்ணாக இருந்தாலும், குஸும் லாஹிரியையும் அவன்

ஓட்டுநரையும் கைப்பற்றினாள். ஆனால் புகழ்பெற்ற யதீன் பட், ஒரு வலுவான ஆடவர், தகுதிமிக்க போலீஸ் அதிகாரி—அவரால் ஒருவனைக் கைது செய்ய முடியவில்லையே என்று அவர் மனக்குரல் கேலி செய்தது. திலாவர் அவளுக்கு உதவி செய்தாலும், கடந்த சில வாரங்களில் அவள் தன்னைக் களத்தில் நன்றாக நிலைநிறுத்திக் கொண்டாள்.

ஒரு சந்திற்குள் இடப்புறம் அந்தச் சாலை திரும்பியது. சாலையே அல்ல, வெறும் குழிப்பள்ளங்கள்தான். ஆனால் தில்லி சந்திப்புக்குக் குறுக்குவழி அது. ஒரு கையில் ஓட்டியபடி, இரண்டு ஆஸ்பிரின்களை ஒரு முழுங்குத் தண்ணீருடன் விழுங்கினார். மறுபடியும் துப்பாக்கியைச் சோதித்தார். சிறிய வளைந்துவளைந்து செல்லும் அந்தச் சாலையில் அவர் நொடிக்கொரு முறை பள்ளிப் பிள்ளைகள், ஆடுகள், கோழிகள், தெருநாய்களுக்காக ஒதுங்கிச் செல்லவேண்டியிருந்தது.

தில்லி ரெயில்வே ஜங்ஷனுக்குப் பின்னால் உள்ள பாதையில் அவர் கடைசியாகத் திரும்பியபோது, அவருடைய ஃபோன் மறுபடி சத்த மெழுப்பியது. பையன்கள் எதிர்ப்புறத்தில், சிதைந்துபோன நகைக் கடையிலிருந்து மேலும் சற்று தூரத்தில் இருப்பதாக பவன் தெரிவித்தான். அவர்களுக்குச் சற்றும் தெரியாமல் யதீன் மீண்டும் வந்த வழியே செல்லவேண்டியிருந்தது. தனது துப்பாக்கியைத் தேடி அதன் உறையில் வைத்துக்கொண்டார். ஒரு கதவின் பின்னாலிருந்து பவன் எட்டிப்பார்த்தான். பிறகு, கண்ணாடித் துகள்கள், குப்பைகள் ஆகியவற்றின்மீது குதித்து, காரிலிருந்து யதீன் இறங்குவதற்கு முன்னாலேயே வந்து நின்றான்.

‘அவங்க யாருக்காகவோ காத்துகிட்டிருக்காங்க’ என்றான் பவன். ‘இப்படி வாங்க சார்.’ யதீன் குப்பைகள் மூடியிருந்த படிகளின் மீது ஏறி, கைவிடப்பட்ட அந்தக் கடையின் பின்வாசல் வழியாக வந்தார். ஆங்காங்கு டைல்கள் வெடித்து, சிகரெட் துண்டுகளும், துருப்பிடித்த ஸ்பூன்களும், கசங்கிய தாள்களும், அலுமினிய ஃபாயிலும், மூலைகளில் காலி பாட்டில்களும் நிறைந்து கிடந்தது அந்த இடம். அவர்கள் உடைந்த படிகளில் ஏறி முதல்தளம் வரை சென்றார்கள். வழியெல்லாம் சுவரில் சுண்ணாம்பும் பெயிண்ட்டும். அதன்மீது மோசமான வசவுகள், வன்முறைசார்ந்த பாலியல் நிலைகளில் அசிங்கமான கோட்டுருவங்கள், கேவலமான இந்தி வார்த்தைகள். ஜன்னலில் எட்டிப்பார்த்த யதீன் அவர்களைக் கண்டார். அவருடைய அழகான மகன் எதிரிலிருந்த கட்டிடத்தின் ஜன்னல்மீது உட்கார்ந்து

இருந்தான். தோளில் பள்ளிக்கூடப் பை தொங்கியது. பண்ட்டி அவன் பக்கத்தில். இருவரும் ஒரே சிகரெட்டை மாறிமாறிப் புகைத்துக்கொண்டிருந்தனர். கட்டியவர்கள் பாதிக் கட்டுமானத்தில் அந்த இரண்டுமாடிக் கட்டடத்தைக் கைவிட்டுச் சென்றுவிட்டனர். வெளியில் வெறும் செங்கல்சுவர். சிதைந்து கொண்டிருக்கும் கதவுகள். உள்ளீடற்ற வெறும் ஜன்னல் சட்டங்கள். இவர்கள் உட்கார்ந்திருந்த பகுதியை பிரதான சாலையிலிருந்து ஓர் பெரிய ஆலமரமும் அதன் கிளைகளிலிருந்து தொங்கிய விழுதுகளும் மறைத்தன. முகங்களில் சிரிப்பின்றி, கீழ்த்தளத்தின் ஜன்னல் ஒன்றின் அருகில் உட்கார்ந் திருந்தனர். வருகின்ற எல்லா வழிகளிலும் அவர்கள் பார்வை சென்றவாறிருந்தது.

‘கவலை தென்படுகிறது முகங்களில்’ என்றார் யதீன். ‘அவர்கள் நகர்வுகளின் மீதும், அந்தக் கட்டடத்தின் எல்லா வாசல்களின் மீதும் கண்ணை வைத்து நம்மில் ஒருவர் இங்கிருக்க வேண்டும்.’

வழக்கமான அவனது அமைதிநிலையிலிருந்து மாறி, பவன் கால்களை மாற்றிக்கொண்டான். தன் முன்னங்கைகளைக் குறுக்கில் வைத்தும் நீக்கியும் தத்தளித்தான்.

‘நம்மால் இவர்களைக் கையாள முடியாது என்கிறாயா?’

‘இல்லை சார். நாம அஞ்சி பேர் இருக்கோம். நாம இருக்கறது அவங்களுக்குத் தெரியாது.’

‘அப்ப?’

‘நான் பையன்களைப் பிடிச்சுக்குவேன் சார். உங்க டிரைவரும், குஸூம் நேத்தமும், அவளுடைய ஃப்ரெண்ட் இருவரும் வேற யார் இருந்தாலும் கவனிச்சிக்குவாங்க.’ பவன் யதீனின் துப்பாக்கியைச் சுட்டிக்காட்டினான். ‘அவங்க எதிர்பாக்கறது யாரா இருந்தாலும், அவங்க கிட்ட துப்பாக்கி இருக்கலாம். நீங்க வெளியிலருந்து எங்களைக் கவர் பண்ணலாம்.’

ஜன்னலில் இருந்த பையன்களை யதீன் பார்த்தார். அவர்கள் முகங்கள் ஒன்றுகவிந்து சிகரெட்டைப் பற்றவைத்துக்கொண்டிருந்தார்கள்.

‘அவங்க உங்களைக் கவனிக்கலன்னா பின்னால ஈசியா கையாளலாம் சார்’ என்றான் பவன். ‘பண்ட்டி, தயாள் சிசோதியாவின் மகன். தயாள் உங்க நண்பர். ஆனா... இப்ப அவங்க உங்களப் பாத்தா, அவங்க... அப்புறம் திருஷ்டி அண்ணி, மேஹரா இருக்காங்க. நான் யாருக்கும் காயமில்லாம பாத்துக்குறேன். வருண் எனக்கும்

சொந்தம்தான் சார். பீஜீயின் பேரன்.'

பவன் பேசியதில் அர்த்தமிருந்தது. ரொம்ப சீக்கிரம் இதை முடித்து பையன்களை வெளியே கொண்டுபோயிட்டா நல்லது.

'சரி. அப்ப நாம அவங்களைப் பிடிச்சிட்டா, எல்லாரும் பண்ணை வீட்டுக்குப் போயிடலாம். நமக்கு இடமும் அமைதியும் இருக்கும். பிறகு நான் தயாளைக் கூப்பிடுறேன்.'

'நான் குஸூம் நேத்தத்தோட அரேஞ்ச் பண்ணிக்கிறேன் சார்.'

'பையங்க என்னைப் பாக்கவேணாம்னா நீ அவங்களப் பண்ணை வீட்டுக்குக் கொண்டுபோயிடு.' யதீன் பவனிடம் தன் கார் சாவியைக் கொடுத்தார். 'நான் அங்க உன்னைச் சந்திக்கிறேன்.'

தயாள் சிசோதியாவும் கமிஷனர் மேஹராவும் ஏதாவதொரு தனியிடத்தைத்தான் விரும்புவார்கள். சைனிக் பண்ணையிலிருந்த அவரது பண்ணைவீடு இதற்கெல்லாம் மிக ஏற்றதாக இருந்தது.

திலாவரும் அவள் நண்பியும் பிரதான சாலையில் ஆணைகளுக்காகக் காத்திருப்பதாக செய்தி அனுப்பினாள். அவர்கள் தங்கள் நிலைகளை எடுத்துக் கொண்டபிறகு பவன் அவர்களோடு சேர்ந்துகொள்ள அனுமதி கேட்டான்.

'யாராவது பையன்களைத் தேடி வர்றதப் பாத்தா, நான் கீழேபோய், அந்தக் கதவுக்குப் பின்னால ரெடியா இருப்பேன்.' யதீன் சுட்டிக் காட்டினார். 'உன் ஃபோன் மேல ஒரு கண் வச்சிரு.'

இறுக்கத்தைக் குறைப்பதற்காக யதீன் தன் தோளைச் சுழற்றினார். உன் மகனைப் பற்றிப் பிறகு சிந்திக்கலாம், இப்போது உன் தலையைக் குளிர்ச்சியில் வைத்துக்கொள் என்று தனக்கு நினைவூட்டிக்கொண்டார்.

காற்றில் சாராயம், கஞ்சா, மூத்திரம் இவற்றின் நாற்றம். மற்றொரு ஜன்னலிலிருந்து பார்த்தால் புல் மிட்டாய் மேம்பாலம் தெரிந்தது. எத்தனை முறைதான் போலீஸ் அங்கே ரெய்டு நடத்தினாலும், போதை மருந்தடித்த கீழ்த்தரமான பிச்சைக்காரர்கள் அதன் கீழேதான் தூங்குவதற்கு வந்தார்கள். பஞ்சாபி பாகிலுள்ள தனது பசுமையான, அமைதியான தெருவிலிருந்து இந்த இடம் ஒரு வெளிநாடுபோலத் தென்பட்டது. ஆனால் இரண்டிற்கும் இடையில் சில கிலோ மீட்டர் தான். மேம்பாலத்திற்கு அந்தப்பக்கம், புல் மிட்டாய் சேரி. அங்கேதான் குப்பைப் பையில் ஒரு பெண்ணைப் போலீஸ் கண்டுபிடித்தார்கள். ராம் சரணின் உடல் தில்லி சந்திப்பில் கண்டுபிடிக்கப்பட்டது. இந்த வருண் கதையை முழுவதுமாக முடித்தால், விஜிலில் இருக்கும்

தில்லி மேப்பில் யதீன் மேலும் சில இடங்களைக் குறிக்க வேண்டியிருக்கும். அவரது தோள் வலித்தது. வலி கைக்குள் இறங்கியது. அவர் வலித்துடிப்பில் தன் கவனத்தைச் செலுத்தினார். இந்த வெற்றுக் கிறிஸ்துமஸ் நாளில் என்ன நடக்கப்போகிறது என்று கவலைப்படுவதைவிட இந்த வலி மேல்.

ஒரு பதின்வயதுச் சிறுவன் தண்டவாளத்தின் அருகிலிருந்த தாறுமாறான புதர்களில் இருந்து பண்ட்டி, வருண் இருக்கும் இடத்தை நோக்கி வந்தான். அவனுக்குப் பின்னால் ஓர் உயரமான மனிதன். யதீன் துப்பாக்கியைச் சோதித்துக்கொண்டு கீழே விரைந்தார். பார்வையிலிருந்து மறையுமளவு குனிந்து அவர் அடுத்த கட்டடத்துக்கு ஓடினார். பிறகு ஒரு திறந்த வாயிலின் அருகே தன் நிலையை எடுத்துக்கொண்டார். அவர் நினைத்தது சரி. அந்தப் பையன் ராதேதான்.

51

ஃபரீதா அஞ்சலியுடன் தனது ஆலோசனைப் பகுதியை முடித்தாள். செல்வதற்காக எழுந்தாள்.

‘டாரதி இங்கே இருக்கிறார்’ என்றாள், சற்றே ஒரு சிந்தனைக்குப் பிறகு. ‘உங்களைப் பார்ப்பதற்குச் சம்மதமா என்று தெரிந்துகொள்ள நினைக்கிறார்.’

அஞ்சலிக்குத் தெரிந்த டாரதி இப்படி அனுமதி கேட்கும் ஆள் அல்ல. அவள் அனுமதியே கேட்டதில்லை. எல்லாருக்கும் சரியானது எது என்று தனக்குத் தெரியும் என்று நம்புபவள்.

‘உங்கள் மருத்துவ அகத்தில் அவர் இருக்கிறாரா?’

‘ஆம்’ ஃபரீதா தன் கோப்புகளை எடுத்துக்கொண்டாள். ‘இன்றிரவு அவர் இந்தியாவை விட்டுப் புறப்படுகிறார்.’

டாரதி. அவளுக்கு அம்மா என்ற வேடத்தில் இருந்தும் தன்னை இதயமுழுவதுமாக வெறுத்தவள்.

‘வரச் சொல்லுங்கள்.’

ஒரு சில கணங்களில் அம்மா உள்ளே வந்தாள். ஒல்லியாகவும் நிமிர்ந்தும் எப்போதும் போல. இரு. சொற்கள் மாற்றத்தை நினைவில் கொள். இனிமேல் அவள் அம்மா இல்லை.

‘நான் விடைபெற வந்தேன்.’

அந்த வெண்ணெயை நகர்த்து என்றோ, நான் வர நேரமாகும் என்றோ இன்றைக்குப் பால் தீர்ந்துவிட்டது என்றோ பேசுவதைத் தவிர, அஞ்சலியும் டாரதியும் ஒருபோதும் நிஜமாகப் பேசிக்கொண்டதே இல்லை. அவள் அப்பா தான் இருவருக்கும் இடையில் இயங்கியவர்.

அஞ்சலியின் மனத்தில் கேள்விகள் சுழன்றன. ஆனால் எதுவும் உதட்டைத் தாண்டி வெளிவரவில்லை. மறுபடியும் அவள் குழந்தை போலவும், டாரதி மேலெழுகின்ற ஒரு பிரம்மாண்டமான உருவம் போலவும் பயம் எழுந்தது. அஞ்சலியோ சுருங்கிவிட்டாள், இன்னமும் அவளுக்கு உண்பதிலும் உடையுடுப்பதிலும் உதவி தேவைப்பட்டது.

டாரதியும் மாறித்தான்விட்டாள். அவள் இப்போது மேக்-அப் போடவோ, நகைகள் அணியவோ இல்லை. அவளது ஒட்டியுலர்ந்த வெள்ளை முகம் வெறுமையாக இருந்தது. ஆனால் இன்று அவள் உள்ளிருந்து எதுவோ முன்னைவிட மென்மையாகத் தென்பட்டது.

'உனக்கு இங்கே நல்ல நண்பர்கள் இருக்கிறார்கள்' டாரதி அஞ்சலியின் படுக்கையைத் தட்டினாள். 'நீ சரியாகிவிடுவாய்.'

மேலும் ஒரு வார்த்தையும் பேசாமல், அவள் கதவை நோக்கிச் சென்றாள்.

'என்னிடம் பேச நினைத்தாளா?' அஞ்சலியிடமிருந்து கேள்வி பீறிட்டு வெளிவந்தது. 'எப்போது அவள் இறந்தாள்? ரொம்பவும் வலியில் இருந்தாளா?'

டாரதி அசையாமல் நின்றாள். மெதுவாக அடிகளைப் பின்னோக்கி வைத்தாள்.

மருத்துவமனையில் இரண்டு மாதம் இருந்தபிறகு விவியன் இறந்து போனாள். அஞ்சலி போய்ப் பார்க்க நினைத்தாள், ஆனால் டாரதியின் ஞாபகம் அவளைத் தடைசெய்துவிட்டது. சரி, விவி 'சித்தி' எப்படியும் இறந்து போகத்தான் இருந்தாள். அஞ்சலி ஃப்ளோரிடாவை விட்டு நீங்கும் போது எப்படி முழு உயிர்ப்போடு, பார்ட்டிகளில் நடனமாடிக் கொண்டு விவி இருந்தாளோ அப்படியே அவளை ஞாபகத்தில் கொள்ள அஞ்சலி நினைத்தாள்... தனக்குப் பிறப்பளித்த அந்தப் பெண்மணிக்கு இறுதி விடையளிக்க அஞ்சலியால் முடியவில்லை.

'நீ அவளை விடவில்லையா?'

'அவர்கள் அவளை மயக்கத்திலேயே வைத்திருந்தார்கள். வலிக்கான மருந்து.'

'என்னைக் கேட்டாளா?'

'ஆமாம் என்றுதான் சொல்லுவேன். ஆனால் அவள் நோயை மிகவும் காலதாமதமாகத்தான் கண்டுபிடித்தார்கள். பெரும்பாலான நேரம் அவள் தூங்கினாள்.'

'நீ அவளுடன் இருந்தாயா?'

'ஆமாம்' டாரதி ஒரு நாற்காலியை இழுத்துப்போட்டு அதில் அமிழ்ந்தாள். 'என் வாழ்க்கையில் மிகக் கடினமான இரண்டு மாதங்கள். அவள் உடலே அவளுக்கு எதிர்ப்பானதால் நாற்பத்தேழு வயதில் என் தங்கை இறந்ததைப் பார்த்துக்கொண்டிருந்தேன். நீ அந்த விஷயங்கள் உனக்கு நடப்பதாகக் கற்பனை செய்கிறாய். கடந்த காலத்தில் உன்னை வைத்துக்கொள்வது தான் உனது பார்வைக் கோணமாக இருக்கிறது.'

346 ✳ உன் தோளுக்கு அடியில் நீ

'நீ எனக்குக் கால் பண்ணிச் சொல்லவில்லை'

'நான் வேறுவித மனச்சோர்வில் ஆழ்ந்திருந்தேன். உன் அப்பா உனக்குச் செய்தி தெரிவித்தார்.'

வெற்றுச் சுவரை அஞ்சலி திரும்பி நோக்கினாள். அவள் தாயை, உண்மையான தாயை மரணப்படுக்கையில் கற்பனை செய்ய முயன்றாள்.

'இப்போது எதற்கு வந்தாய்?'

'உன் அப்பா இறந்த பிறகு, என்னால் வருத்தத்தில் ஆழ்ந்திருக்க முடியவில்லை. நான் நேசித்த மனிதர் ஒரு நிழலாகிப் போனார். ஒருவேளை விஷயங்களை ஒரு அமைதிநிலைக்குக் கொண்டுவர நினைத்தேன் எனக் கருதுகிறேன். சர்ச்சில் வழிபாடு செய்துகொண்டும், பாடிக்கொண்டும், ரொட்டி விற்பனையை நிர்வகித்துக்கொண்டும், எனக்குக் களைப்பாக இருந்தது. ஆனால் அவரை வெறுத்துக்கொண்டு கோபமாக இருந்தேன்—அவரிடமும். முன்னாலேயே போய்விட்ட விவியனுடனும். உன்னுடனும். எனக்குக் கொஞ்சம் அமைதி தேவைப் பட்டது.'

'உனக்கு அது கிடைத்துவிட்டதா?' அஞ்சலிக்கு அந்தக் கேள்வி எங்கிருந்து வந்தது என்று தெரியவில்லை.

'உணர்ச்சிகளை எழுப்பவோ அணைக்கவோ ஸ்விச் கிடையாது. ஆனால், நான் என்ன செய்துவிட்டேன் என்பது எனக்குத் தெரியும். ஆம். ரொம்பவும் சாரி, அஞ்சலி. இதை வெளியே சொல்லத்தான் எண்ணினேன்.'

அஞ்சலி பதிலளிக்கவில்லை. ஏனெனில் சொல்வதற்கு எதுவும் இல்லை. ஒருவேளை ஏதாவதொரு நாள், ஆனால் இப்போது அவள் உணர்ந்ததெல்லாம் வெறுமைதான்.

டாரதி எழுந்து நின்றாள். 'நேற்றிரவு எனக்குத் தோன்றியது. என் வாழ்க்கை முழுவதும் உனக்கு நான் அறிவுரைதான் சொல்லியிருக் கிறேன், எதைச் செய்யக்கூடாது என்று கூறியிருக்கிறேன், நீ கட்டாயம் தப்புச் செய்வாய் என்பதில் உறுதியாக இருந்திருக்கிறேன். ஆனால் ஒருபோதும் உன்னை நான் ஆசீர்வதித்ததில்லை.' டாரதி அஞ்சலியின் தலையில் புதிதாக முளைத்து வரும் தலைமுடிமீது கையை வைத்தாள். 'நன்றாக இரு. மகிழ்ச்சியான கிறிஸ்துமஸ் வாழ்த்துகள்.'

இச்சமயம், டாரதி குப்தா, மிடுக்கான அடிவைப்புகளுடன், பின்னால் திரும்பிப் பார்க்காமல், வாழ்க்கை முழுவதும் அஞ்சலி அம்மா என்று அழைத்து வந்தவள், அறையைவிட்டுச் சென்றாள்.

உன் தோளுக்கு அடியில் நீ ✦ 347

வாழ்நாளில் எத்தனையோ விழித்திருந்த நேரங்கள், ஏன் கனவுகளிலும், இந்தப் பெண்மணியை ஒதுக்க முடியாமல், அவளுடன் தன்னை எப்படி இணைத்துக்கொள்வது என்று அஞ்சலி முயன்று கொண்டிருந்தாள். ஆனால் டாரதி வெளியே சென்றதும், ஒரு பளுவற்ற தன்மை அஞ்சலியின்மீது வெள்ளம் போல் பரவியது. இப்போது அவளைக் கீழே அழுத்த எவரும் இல்லை, அவளைப் பின்னால் பிடித்திழுக்க யாரும் இல்லை.

இத்தனை ஆண்டுகளாக டாரதியின் கண்கள் வழியாகத்தான் அவள் உலகத்தைப் பார்த்தாள். எதுவும் அவள் தரத்திற்குப் பொருந்தவில்லை. ஏனெனில் அவை அவளுடையவை அல்ல. டாரதியுடையவை. அவள். முழுமைத் தன்மைக்கு ஏங்கியவள். அவள்தான் பக்தியை முன் வைத்தவள், அஞ்சலியிடம் குறை இருப்பதாகக் கண்டவள்.

இனிமேல், காகிதங்களில் தவிர, அஞ்சலி மார்கன் கிடையாது. அப்புறம், தாள்கள்தான் எதற்கு ? அவ்வளவுதான். ஈஸி. எப்போதுமே. அஞ்சலி தலையணைகளில் அழுந்தினாள். சில வார்த்தைகளைத் தேடி விளையாடினாள். சகியிடமிருந்து கற்றுக்கொண்ட பாடங்களைப் பொருத்திப் பார்க்க முயன்றாள். வார்த்தைகளை மறுவுருச் செய்தல், அவற்றின் அர்த்தங்களையும்தான். வயதானவள். சாத்தியங்கள். இதோ இருக்கிறேன். பெயரற்றவள். இனி பயமில்லை. தாய்மை. எவரையும் சாராமல். புத்தாண்டு.

இதோ இருக்கிறேன். அவள் தனக்குத்தானே சொல்லிக்கொண்டாள். படுக்கையில் எழுந்து உட்கார்ந்தாள். இனிமேல் ஒருபோதும் டாரதியின் கண்களுடன் நிகிலைப் பார்க்க மாட்டாள். அவன் முழுமை பெற்றவனல்ல. ஆனால் அவளுக்கு முழுமை தேவையில்லை. அவள் மகன்தான் வேண்டும். பல்லா எப்போதுமே சரியாகத்தான் கூறினார். அவனை எப்படிப் பார்த்தாள், எப்படி அவனுக்கு உருத்தர நினைத்தாள் என்பதுதான் அவனுக்குக் கோபத்தை உண்டாக்கியது. அவர்கள் நிகிலை ஏதோ ஒரு நிறுவனத்தில் இருத்த நினைத்தால், அவள் மிகச் சிறந்த ஒன்றைத் தேர்ந்தெடுப்பாள். அங்கே தனது ஆட்டிசத்தோடு அவன் தன்னை ஒத்தமைத்துக்கொள்ள வழிகள் கிடைக்கும். அவன் கோபத்தை அமைதிப்படுத்த, சமூகத்தில் கலந்துறவாடக் கருவிகள் கிடைக்கும். அவனுக்குத் தேவைப்பட்டால் தான் எல்லா நேரங்களிலும் அவனுக்காக இருக்க முடியும். செவிலியைக் கூப்பிட மணியை அடித்தாள். அவள் யதீனுடன் பேச வேண்டும். முன்னோக்கி ஒரு வழிகாண வேண்டும்.

52

ராதே சியாம் மிஸ்ராவை பவன் முதன்முதலாகப் பார்த்தபோது, அந்தப் பையன் ஒரு சண்டையிடத் தயாராக இருந்தான்.

இன்று, சைனிக் பண்ணையில் யதீனின் பண்ணைவீட்டில் ஒரு ஜன்னலற்ற அறையில் மங்கலான மேற்கூரையின் கீழ் ராதே தன் நாற்காலியில் தொய்ந்து இருந்தான். அவன் கண்கள் கரிய குழி களிலிருந்து எட்டிப் பார்த்தன. அவன் தோள்கள் சரிந்தன. ஒரு காலை மற்றொன்றைச் சுற்றி இட்டு, ஒன்றுக்குப் போகாமல் தடுப்பவன் போல உட்கார்ந்திருந்தான்.

'இத்தனை நாள் எங்கிருந்தாய் ராதே? ஹிரிதயோகிலிருந்து ஏன் ஓடிப்போனாய்?'

திலாவர் மாதிரி ராட்சஸன் தன்மீது ஒரு சிறிய அறையில் குனிந்திருப் பதால், இந்தப் பதினைந்து வயதுப் பையன் நொறுங்கிவிடுவான் என்று பவன் எதிர்பார்த்தான். ஆனால் அவன் தலையை நிமிர்த்திப் பார்க்காததால் அவனை அது பாதிக்கவில்லை.

குஸும் அவன் அருகில் குறிப்புகள் எடுத்துக்கொண்டு உட்கார்ந் திருந்தாள். அவளைப் பற்றியும் ராதே கவலைப்படவில்லை.

'உன்னிடம் நாங்கள் கண்டெடுத்த போதைப் பொருளே உனக்குப் பல ஆண்டு சிறைத்தண்டனை வாங்கித் தரப் போதுமானது.'

முதிரா இளைஞனான ராதேவுக்கு ஜெயில் தண்டனை கிடைக்காது. சீர்திருத்த இல்லத்தில்தான் இடம் கிடைக்கும். அவன் ஒரு கடத்தும் பணியாளாகச் செயல்பட்டதால் அவனுக்கு இது தெரிந்திருக்க வேண்டும் ஆனால் அவன் வாயே திறக்கவில்லை.

பவனின் ஃபோன் அதிர்ந்தது. மாயாவின் பெயர் திரையில் தோன்றியது. ஆனால் பவன் அதைப் புறக்கணித்தான். யதீன் சார் அவனை வெளியே விடும்வரை அவன் தான் இருக்குமிடத்தைக் கூறமுடியாது. தரவு இறக்கங்களின் செல்வீதம் பற்றி அவன் காண வேண்டும். ராதேயிடம் ஃபோன் இல்லை. அவன் நண்பனின் ஃபோனைக் காப்பி செய்யப் பத்து நிமிடங்களுக்கும் குறைவாகவே

தேவைப்பட்டது. பண்ட்டி மற்றும் வருணின் ஃபோன்கள்தான் சிக்கல் கொடுத்தன. வலுவான கடவுச் சொற்களும் குறியீட்டு வடிவில் வைக்கப்பட்ட கோப்புகளும்.

அறையில் கவிந்த குளிருக்காக தன் ஜாக்கெட்டின் ஜிப்பைப் போட்டுக்கொண்டான். அவன் இங்கே என்ன செய்துகொண்டிருக் கிறான்? அவன் தன் பீஜியிடம்-அம்மாவிடம் இருக்கவேண்டும். ராதேயிடம் விசாரிக்க வேறு வழிமுறை தேவை.

'உனக்கு சகியைப் பார்க்க விருப்பம் இல்லையா?'

முதல்முறையாக ராதே தலையை நிமிர்த்தினான்..

'நான் அவளை நேற்று மேடம்ஜீ யுடன் பார்த்தேன்.'

பொய் சொல்கிறான். மாயாவும் சகியும் மருத்துவமனையிலேயே இருந்தார்கள்.

'எங்கே?'

'அந்த உயரமான மேடம்ஜீயுடன்' ராதே தெளிவான பிஹாரி உச்சரிப்பு மேலிட்ட இந்தியில் சொன்னான்.

குஸுமும் திலாவரும் நிழற்பகுதியிலிருந்து வெளியே வந்தார்கள். அவர்கள் முகங்கள் கடுமையாக இருந்தன. ஜாக்கெட் அணிந்து இருந்தாலும் ராதே நடுங்கினான். பவன் இந்த மாதிரி நடுக்கத்தை உணர்ந்துகொண்டான். இவனை சரிவர கவனிக்காமல் போனால் அடுத்து வாந்தி எடுக்கப்போவது போல் நடிப்பான், மிகக் குளிரான அறையிலும் வியர்வை பெருகும்.

ராதே வாயை மூடிக்கொண்டான். மிக அதிகமாகத் தெளிவாகப் பேசிவிட்ட தாக உணர்ந்தான். அவன் கால்கள் நடனமாடின. அவற்றை அவன் கண்கள் நோக்கின.

'பேசுகிறாயா, இவரிடம் விட்டுவிட்டுப் போகட்டுமா?' பவன் செய்த சமிக்ஞைக் கேற்ப திலாவர் முன்னோக்கி அடிவைத்தான். 'என்னோடிருந்த இன்னொருத்தன், அவன் என்னை ஆஸ்பத்திரியில் விட்டான்.' ராதே ஏறிட்டான், ஆனால் பவனின் கண்களைச் சந்திக்கவில்லை. 'மனோஜின் ஆள் அவன். மனோஜ் இப்ப லாக்கப்பில இருக்கறான்.'

'அவன் ஏன் உனக்கு உதவி செய்ஞ்சான்?'

'அவங்களுக்கு சகி வேணும். சகி நான் சொன்னாத்தான் கேப்பா. என்னோட பேசாம வந்திருப்பா.'

ராதே தொடர்ந்து பேசினான். குஸூம் தனது ஃபோனில் அதைப் பதிவு செய்தாள். அம்மா மாயமானதும், ராதே சகியை மனோஜுக்கு விற்றுவிடுவதாக ஏற்பாடு. அட்வான்ஸாக ஐந்தாயிரம் ரூபாய் வாங்கிவிட்டான். அதை சாப்பாட்டிலும் லாஹிரியிடமிருந்து போதை மருந்துகள் வாங்குவதிலும் செலவு செய்துவிட்டான். அவனும் சகியும் போலீஸில் மாட்டிக்கொண்ட நாள் அன்று அவன் சகியை மனோஜிடம் கொடுத்திருக்க வேண்டும்.

பவன் சகியின் முகத்தை, அவள் புன்முறுவலை நினைவுகூர்ந்தான். 'பவன் அங்கிள்' என்று கூவிக்கொண்டே அவனிடம் ஓடிவந்தவள்.

'அப்ப, ஆஸ்பத்திரிக்குள்ள வந்த நீ அவளை நேத்து ஏன் கொண்டுபோவல?'

'அவளுக்கு அடிபட்டிருந்தது.' ராதே தலையை குனிந்துகொண்டான். 'நர்சுங்களை எழுப்பாம அவள கொண்டுபோயிருக்க முடியாது.'

ராதே நாற்காலிக்குள்ளாகவே மாறிமாறி உட்கார்ந்தான். இந்தப் பையனை ஏமாற்றிச் சுரண்டலுக்குள்ளாக்கிய இருவர்—லாஹிரியும் மனோஜும், போதை மருந்துக்காக அவன் தங்கையை விற்பவனாக ஆக்கிவிட்டார்கள். ஆனால் அதற்காக இவன் மேல் இப்போது இரக்கப்பட முடியாது. பவன் அவன் சொந்த கிராமம், தில்லிக்கு அவன் வந்தவிதம், எல்லாவற்றையும் கேட்டான். ராதே சிறியசிறிய வாக்கியங்களில் பதில் சொன்னான். தன் தந்தையின் மரணம், அவன் தாய் மறைந்துபோன அன்று மாலைவேளை.

இப்போது அவனை ஒருமாதிரி வழிக்குக் கொண்டுவந்துவிட்டதால், மிக முக்கியமான கேள்வியை பவன் கேட்டான். அவன் செய்திருக்கா விட்டா லும் செய்யக் காரணம் இருந்தது.

'நீதானே மேடம்ஜீ மேல ஆசிட் ஊத்தினவன்? இல்லியா?'

'சாப்-ஜீ, கடவுள்மேல ஆணை, அவங்களைக் காயப்படுத்தும் அதுன்னு தெரியாது.'

இது பவன் எதிர்பாராத விஷயம்.

'அப்ப நீதான் ஆசிட் ஊத்தின?' பவன் எழுந்தவிதத்தைப் பார்த்து ராதே தனது நாற்காலிக்குள் நடுங்கினான்.

'அது ஒண்ணும் செய்யாதுன்னு அவங்க சொன்னாங்க' என்றான். 'அவங்களை பயமுறுத்தும், அப்ப சகி எங்கிட்ட திரும்பிவந்துடுவான்னு சொன்னாங்க. சத்தியம் சாப்ஜி.'

அவங்க-சொன்னாங்க. இதன்பின்னால் ஓர் ஆளுக்கு மேல்

இருக்கிறார்கள். ஆனால் நேராக இதைப்பற்றி இவனிடம் கேட்டால் மறுபடியும் வாயை மூடிக்கொண்டுவிடுவான். ஆகவே பவன் கொஞ்சநேரம் அமைதியாக இருந்தான். ராதேக்கு ஒரு டம்ளர் தண்ணீரை நகர்த்தினான். ராதே அதை நாடவில்லை.

'ஆசிட் எங்க வாங்கின?'

'நான் வாங்கல.'

இப்போது ராதே கையை மேஜைமீது வைத்து அழத் தொடங்கி விட்டான். அவன் தேம்பி முடிக்கட்டும் என்று பவன் காத்திருந்தான்.

'சந்தர் வாங்கினானா?' அஞ்சலியை மிரட்ட இவனுடன் கூடப் போனவன் சந்தர்தான்.

ராதே தலையை ஆட்டினான்.

'இதைச் செய்ய உனக்கு யாராவது காசு குடுத்தாங்களா?' பவன் எழுந்து ராதேயின் அருகில் நடை போட்டான். 'லாஹிரியா? மனோஜா? சஞ்சய் காலனியில யாராவதா? உன் அண்ணன் ராம் சரணா?'

ராம் சரண் என்ற பெயரைக் கேட்டதுமே யாரையோ தேடுவதுபோல ராதே சுற்றுமுற்றும் பார்த்தான்.

'ராம் சரண் செத்துப்போய்ட்டான்னு உனக்குத் தெரியுமா?'

அவனுடைய சென்சே சொல்வார்—நீ எதையாவது உடைக்க வேண்டும் என்றால், அது உடையும்வரை அடித்துக்கொண்டே இருக்க வேண்டும். இந்தப் பதின்வயதுச் சிறுவனை பவன் அழிக்க விரும்ப வில்லை, ஆனால் என்ன ஆனாலும் அவன் இரகசியத்தை வெளிக் கொண்டுவந்தாக வேண்டும்..

ராதே ஓடுவதற்குத் தயாராக எழுந்து நின்றான். பவன் அவனை நாற்காலியில் தள்ளினான். ராதே தன் காதுகளைக் கைகளால் பொத்திக்கொண்டான்.

'அவன் உடலை இரண்டு துண்டுகளாகக் கண்டெடுத்தோம், ராதே.' பவன் அவன் கேட்கும்படியாகக் கைகளைக் காதிலிருந்து தள்ளினான். 'ரயில் அவன் மார்பில் ஏறி ரெண்டு துண்டாக்கிவிட்டது. நெறைய ரத்தம்.'

'அவங்க ராம் பையாவைக் கொன்னுட்டாங்க.' ராதேயின் குரல் உயர்ந்தது. 'அந்த ரயில் சத்தம் காதில கேட்டுக்கிட்டே இருக்கு. என்ன வுடுங்க. ஜெயிலுக்குக் கொண்டுபோங்க. தயவுசெஞ்சு நிறுத்துங்க. அது போக விடுங்க'

53

அந்தக் கைது சம்பவம் யதீனுக்குக் கறையாகப் போனது. அவர்கள் வெவ்வேறு கதவுகள், ஜன்னல்களின் ஊடாக ஓடினார்கள். குஸூம் தன் துப்பாக்கியை அவர்களை நோக்கி நீட்டினாள். அவள் நண்பன் ராதேயின் பின்னால் நின்றான். திலாவர் பண்ட்டி கையைப் பிடித்தான். பவன் வருணைப் பிடித்தான். பண்ட்டி போராடினான். ஆனால் பவன் அவனை அடித்து வீழ்த்தினான்.

யதீன் குறிபார்த்துச் சுடமுடியவில்லை. ஆனால் குஸூம் ராதேயின் நண்பனைக் காலில் சுட்டாள். எப்படி திடீரென்று தொடங்கியதோ அப்படி வேகமாக முடிந்துவிட்டது. தன் சொந்த மகனின் கைதுக்கு வழிசெய்துவிட்டார் யதீன். ஆனால் அது நிஜம்போலத் தோன்ற வில்லை.

அவர் தோள் வலியில் துடித்தது. ஒரு கணம் அவர் ஆலமரத்தின் அடியில் தயங்கினார். அதன் விழுதுகள் தரையை நோக்கி இறங்குவதை நோக்கினார். ஒருகாலத்தில் அவை அடிமரங்களாக மாறி ஆலமரத்துக்கு பலம் சேர்க்கக்கூடும். அவற்றின் தற்போதைய மெலிந்த நிலையை பலவீனமாக எண்ணிவிடக் கூடாது. தன் வாழ்நாள் முழுவதும் அவர் பெண்களை பலவீனமானவர்கள், காப்பாற்றப்பட வேண்டிய அழகு பொம்மைகள் என்று நினைத்திருந்தார். அவர் தாய், தங்கை, மனைவி, காதலி யாரானாலும். இன்று இரண்டு பெண்கள் தான் ராதேயையும் அவன் நண்பனையும் வீழ்த்தவும், தன் மகனைக் காப்பாற்றவும் உதவியிருக்கிறார்கள். மாயா போலீஸ் படையில் சேர விரும்பி இருக்கிறாள், அவர்தான் அவளைத் தடுத்துவிட்டார். வருணின் மிகையான செயல்கள் பற்றி அவள் எச்சரித்து வந்திருக் கிறாள், அவரோ எப்போதும் அவளைப் புறக்கணிக்கவே செய்தார். ஆனால் இப்போது அவன் திருடுவதைப் பார்த்திருக்கிறார், கண்காணித்திருக்கிறார், அவனைக் கைது செய்திருக்கிறார், ஃபோனைக் கைப்பற்ற இருக்கிறார். இது உண்மையில் யதீனுக்கான தண்டனையின் தொடக்கம்தான்.

ஒருவேளை மாயா எப்போதும் சரியாகவே சொல்லி இருக்கலாம். பண்ட்டி இந்த நரகக் குகைக்கு அழைத்து வந்திருக்கிறான். ஒரு பத்துநிமிட உச்சத்திற்காகத் தன்னை நஞ்சூட்டிக் கொண்டிருக்கிறான். உடல்சரியின்மையால் அவர் இருமினார். கொஞ்சநேரம் முன்பு அவர் குடித்த டீ வெறும் வயிற்றில் சுழன்றுகொண்டிருந்தது. ஒரு டாக்சியைப் பிடிக்கலாமென்று புதர்ச்செடிகளைக் கடந்து பிரதான சாலை நோக்கி நடந்தார்.

அட்ரினலின் அவரிடமிருந்து வெளியேறியது. அதற்கு பதிலாக அன்றைய காலையின் சம்பவங்களின் அதிர்ச்சியும் அவமானமும் குடியேறின. இதயம் எப்போதும் இதயம்தான், செங்கல்லோ கருங்கல்லோ அல்ல என்று காலிப் சரியாகவே சொல்லியிருக்கிறார். அது ஏன் வலியினால் தளும்பலாகாது?

அவர் தில்லி ஜங்ஷனிலிருந்து ஒரு டாக்சியைப் பிடித்து உள்ளே சென்ற போது கிரேவால் அழைத்தார்.

'லாஹிரி இப்போது பேசுவான்' என்றார். 'நீங்க இப்ப அவனைச் சந்திக்கணும். நான் அவனோடதான் இருக்கேன்.'

யதீன் மறுக்கலாமா என்று பார்த்தார், ஆனால் அதற்கு எதிராக முடிவு செய்தார். சைனிக் பண்ணைக்கு அவர் செல்லும் வழியில்தான் லாஹிரியை வைத்திருந்த மருத்துவமனை இருந்தது. மேலும் கிரேவாலுடன் ஓர் உரையாடல் அவருக்குத் தேவையாக இருந்தது. ராதேயையும் அவன் நண்பனையும் தனித்தனியாக வைக்கவேண்டி இருந்தது. வருண், பண்ட்டியின் போதைப் பழக்கப் பிரச்சினையை எப்படிக் கையாளுவது என்பது பற்றியும் கிரேவால் அறிவுரை கூற இயலும்.

அவரது பணிவான, நன்னடத்தை உடைய, அழகிய இளைஞனை (அவர் மகனை) போதை மருந்துக்கு இழப்பது பற்றி வருத்தப் படுவதைச் சற்று தள்ளிவைக்கலாம்.

ஹிரிதயோகில் யதீன் அவனை முதன்முதலாகப் பார்த்தது முதலாக லாஹிரி சுருங்கிவிட்டான். அவன் கைகளையும் மார்பையும் குழாய்கள் பீப் சத்தமிடும் எந்திரங்களுடன் இணைத்தன. இந்த மனிதனை அடிக்கலாமா அல்லது அவன்மீது பரிதாபப்படலாமா என்று யதீன் தடுமாறினார். 'உன் காரில் பார்த்த பெண் இரண்டு நாள் களுக்குமுன் இறந்துவிட்டாள்' என்று அவனிடம் தெரிவித்தார். 'உன்மீது கொலைக்குற்றம் ஏற்படும். உன் காரில் உரிமம் இல்லாத துப்பாக்கியையும் வைத்திருந்தாய்.'

லாஹிரி அவன் காரில் இருந்த பெண்ணைப் பற்றிச் சொல்வதாகக் கூறினான். ஆனால் யதீன் அவனைப் பாதுகாக்க வேண்டும்—போதை மருந்து கேசில் குறைந்த தண்டனைக்கான பதிவு செய்ய வேண்டும், சாட்சிக்கான பாதுகாப்பையும் அளிக்கவேண்டும். 'பாதுகாக்க வேண்டும்' என்ற வேண்டுகோள் வேடிக்கை. அதாவது லாஹிரிக்கு சக்திவாய்ந்த எதிரிகள் இருக்கிறார்களா? அரசியல் ரவுடிகளும் போதைமருந்து தாதாக்களும் அல்லது இரு தரப்பினரும். தில்லியில் ஒரேவித பார்ட்டிகளுக்குச் சென்றனர். ஒரேவித ஸ்பாக்களில் ஓய்வெடுத்தனர்.

'நான் உறுதி எதுவும் தரமாட்டேன்' யதீன் கைகளைக் கட்டியபடி அமர்ந்தார். 'முதல்ல நீ எல்லாத்தையும் சொல்லு, பின்னால பேசிக்கலாம்.'

லாஹிரி தன் பழைய கதையையே சொன்னான். காரிலிருந்த மற்றொரு ஆள் யார் என்று அவனுக்குத் தெரியாது. ஆனால் இவனை வாயை மூடிக்கொண்டிருக்கச் சொன்னான். அவன் உயிர் பிழைக்க வேண்டுமானால், யதீன் பட்டிடம் மட்டும் பேசவேண்டும் வேறெவ ரிடமும் பேசக்கூடாது என்று அறிவுறுத்தினான். எது நடந்தாலும் சரி.

'நான் உங்களிடம் பேச முயற்சிசெய்தேன்.' லாஹிரி அழுதான், குரல் குற்றம் சாட்டும் தொனியில் இருந்தது. 'ஆனா நீங்க கேக்கலை.'

'நான்தான் யதீன் பட் என்று உனக்கு எப்படித் தெரியும்?'

'அவன் ஃபோனில உங்க ஃபோட்டோவைக் காட்டினான்.'

'என் படமா? எப்ப?'

'நாங்க கார்ல போயிட்டிருந்தபோது. நான் யாரிடமாவது அந்தப் பொம்பளை பத்திச் சொன்னா, என் மருந்து தொழிலுக்காக கைது செய்யச் சொல்லிடுவேன் என்றான்.'

'ஆனா என் படத்தை ஏன் காட்டினான் ?'

'என் வாயத் திறக்காம இருந்தா எனக்கு பயப்பட ஒண்ணு மில்லன்னான். யாராவது பிடிச்சாலும் நீங்க காப்பாத்திடுவீங்கன்னான். பாதுகாப்பு என்றான்.'

ஆக இந்த ஆள் லாஹிரிக்கு போலீஸ் பாதுகாப்பு அளிக்கிறான். இது சாதாரணமாக நடப்பதல்ல, ஆனால் எப்போதாவது நடந்தது. போலீஸ்காரர் சில பேர் ரவுடிகளைப் போல ஹப்தா (வாராந்திர லஞ்சம்) வாங்கினார்கள். ஆனால் யதீன் இம்மாதிரி விஷயங்களில் சம்பந்தப்பட்டவர் அல்ல. அப்படியிருக்க இவனுக்கு எப்படி தன்னைத்

உன் தோளுக்கு அடியில் நீ ✴ 355

தெரியும்? லாஹிரியைத் தான் பாதுகாப்பேன் என்று அவன் ஏன் நினைக்க வேண்டும்?

'அவன் குரல் எப்படி இருந்தது? இளைஞனா? வயசானவனா? சஞ்சய் காலனியைச் சேர்ந்தவன் போல தோற்றமளித்தானா?'

'என் டிரைவரைக் கேளுங்க. அவனுக்கு அந்தாளைத் தெரியும். நிச்சயமா.'

'அவனுக்குத் தெரியாதுன்னு சொல்றான். நீதான் அவனை அங்க போகச் சொன்னேன்னு சொல்றான். அந்தாள் உன் ஃப்ரெண்டுன்னு சொல்றான்.'

'அவன் பொய் சொல்றான்' லாஹிரி விசும்பினான். அவன் குரல் உயர்ந்தது. 'அவனாலதான் நான் மாட்டிக்கிட்டேன். நான் எப்பவுமே என் தொழிலைச் சின்னதா வச்சிருந்தேன். எப்பவும் பொம்பளைங்க சிக்கல்ல மாட்டினதில்ல. இப்ப...'

'நீ அவனப் பாத்திருப்பியே'

'முதல்ல நுழைஞ்சப்பவே மங்கலான வெளிச்சம்தான் இருந்தது. அப்புறம் அவன் முகத்தில மஃப்ளரைச் சுத்திகிட்டான். சத்தியமா நான் அவனைப் பாக்கல.'

'அவன் இளம் வயசா?'

'குரல் இளம் வயசு மாதிரிதான் இருந்தது. நம்ம ரெண்டுபேரையும் விட வயசு குறைவுதான். நல்லா இங்லீஷ் பேசினான். உங்ககிட்ட தனியா பேசினா என்ன விட்றுவீங்கன்னு சொன்னான்.'

யாராக இருந்தாலும், இந்த ஆளுக்கு யதீனைத் தெரியும், அவர் ஃபோட்டோவை ஃபோனில் வைத்திருந்தான். பயம் யதீனின் வயிற்றைக் கலக்கியது. அவன் என்ன போலீசைச் சேர்ந்தவனா? அதனால்தான் பெண்கள் முகத்தை எப்படி எரிப்பது என்று தெரியுமா? போலீஸ் கண்டுபிடிப்பைத் தவிர்க்க அவர்களை இருப்பிடத்திலிருந்து தொலை தூரத்தில் கொண்டுபோய் குப்பையில் போட்டானா? யதீன் காப்பாற்றுவார் என்று அவ்வளவு நம்பிக்கை இருந்தால் ஏன் ஓடினான்?

டீ ஷர்ட்டும் டிரவுசர்களும் அணிந்திருந்தார் கிரேவால். வெளியில் காத்திருந்தார். எதையும் விடாமல் காலைச் சம்பவங்களைப் பற்றி யதீன் கிரேவாலிடம் கூறினார். வருணைப் பற்றிப் பேசியபோது அவமானமும் கோபமும் அவரைப் பிடுங்கித் தின்றன. கிரேவால் பதில் சொல்லவில்லை. ஆனால் தன் கையை யதீன் தோளின்மீது வைத்தார்.

'நாம் லாஹிரியை இப்போது கோர்ட்டில் நிற்கவைக்க வேண்டும். மற்றவர்களையும்தான்' என்றார். 'குற்றப்பத்திரிகை இல்லாமல் அவர்களை லாக்-அப்பில் ரொம்பநாள் வைக்க முடியாது. உன் மாமனார் இதைப்பத்தி விசாரணை செய்திருக்கிறார்.'

'தெரியும்' என்று யதீன் டாக்சியில் ஏறினார். 'வருணை வைத்து இன்னிக்கு இந்த சம்பவங்களை க்ளியர் பண்ணறேன்.'

சைனிக் பண்ணை செல்லும் வழியில் அவர் ஃபோன் பீப்-பியது. மாயாவின் செய்தி. 'லாஹிரியின் டிரைவரது டிஎன்ஏ ரோலியின் ரேப்-கிட்டுடன் பொருந்தியது. லாஹிரியினதும் மனோஜினதும் மேச் ஆகவில்லை.' ஒரு வாரத்திற்குள்ளாக மாயா இந்த முடிவுகளை வேகமாகக் கொண்டுவந்துவிட்டாள். இந்த பாபுமொஷாய் (லாஹிரி)- இந்திப்படக் குண்டன் கார் டிக்கியில் இருந்த பெண்ணைத் தான் கெடுக்கவில்லை என்று உண்மையைத்தான் சொல்லியிருக்கிறான்.

உன் தோலுக்கு அடியில் நீ ✽ 357

54

‘உன்னால் முடிந்தவரை செய்’ பவன் தன் உறவினன் தோளைத் தட்டிக்கொடுத்தான். ‘யதீன் சார் வந்துகொண்டிருக்கிறார்.’

அந்த ஃபோன்களில் மிக உயர்நிலை மறைவாக்கம் செய்யப்பட்ட, மற்றும் கடவுச் சொற்கள்கொண்ட கோப்புகள் இருக்கும் என்று பவனின் உறவினன் எதிர்பார்க்கவில்லை. இவற்றை உடைக்க, கூடுதல் மென்பொருள்களும் அதிக நேரமும் வேண்டும்.

பண்ட்டி தலைவலியால் தூங்கிக்கொண்டிருந்தான். ஆனால் விரைவில் எழுந்துவிடுவான். உடனே ஒரு பெரிய சள்ளையை ஆரம்பித்துவிடுவான். வருண் இதுவரை தன் குரலை உயர்த்தாமல் தான் இருந்தான். ஆனால் ஃபோன் வேண்டும் என்றான்.

பவன் தாழ்வாரத்தில் ராதேயின் அறையைத் தேடிச் சென்றான். அந்தப் பண்ணை வீடு தாறுமாறான முறையில் அமைந்த ஒரு பழைய பங்களா. அதைக் கட்டியவர் யதீன் சாருடைய அப்பா. யதீன் சாருடைய திருமணம் இங்குதான் நடந்தது. பவன் முதன்முதலாக மாயாவைச் சந்தித்த ஞாபகம் யதீன் சார்-திருஷ்டி திருமணம் இந்த பங்களாவின் வெளிப்புறத்தில் நடந்த போது அவளைப் பார்த்ததுதான். பவனுக்கு ஐந்து வயது. மாயா ஒன்பது வயது ஒல்லிப் பெண்ணாக இருந்தாள். சிரித்தாள். இயல்பான உடைகளையும் கைகளையும் கால்களையும் காட்டும் விதவிதமான கவுன்களையும் அணிந்திருந்தாள். இப்போது ஆண்டுக்குப் பெரும்பாலான நாள்கள் வீடு பூட்டியே கிடந்தது. சில நாள்களில் மட்டும் திருஷ்டி அக்கா தன் நண்பர்கள் சிலரை அழைப்பாள். பழையபொருள் நாற்றம் காற்றில்.

ராதேவுடன் குஸூம் பேச்சைத் தொடர வேண்டும் என்று பவன் கூறியிருந்தான். அந்தப் பையன் தன் தாயை நேசித்தவன். அண்மையில் அவளை இழந்துவிட்டான். ஒருவேளை ஒரு பெண் அவன் மனத்தில் இருப்பதை வெளிக் கொண்டுவர இயலலாம். பவன் இப்படிச் செய்வதை வெறுத்தான். ஆனால் யார் அஞ்சலியைத் தாக்கினான் என்று நிச்சயமாகத் தெரிய வேண்டும். லாஹிரியா? மனோஜா?

அல்லது ரெண்டு பேருமா? இந்தச் சமயம் தவறு நடக்க பவனால் அனுமதிக்க முடியாது. யதீன் சார் அவன்மீது மறுபடி நம்பிக்கை வைக்க வேண்டும். குஸும் ராதேயை அடுத்து உட்கார்ந்திருந்த அறைக்குள் மூச்சைப் பிடித்துக்கொண்டு நுழைந்தான். ஒரு மேஜைமேல் தண்ணீர், ஒரு கப் டீ, பிஸ்கட்டுகள் எல்லாம் இருந்தன. ராதேக்குப் பின்னால் ஒரு சிப்பம்கட்டும் பெட்டியின்மீது அமர்ந்து குஸும் தொடரட்டும் என்றுவிட்டான். நடுங்கும் கைகளில் டீயை ஏந்தி ராதே உறிஞ்சினான்.

'ராதே' என்றழைத்தாள் குஸும். அவள் இந்தி ராதேயின் பிஹாரி ஒலிப்பு போலவே இருந்தது. 'உன்னை இப்படிச் செய்ய வைத்தவர்கள் யாரானாலும் அவர்கள்தான் அந்தக் குற்றத்துக்குரியவர்கள். அவர் களைப் பிடிக்க முடியவில்லை என்றால் நீ பெரிய சிக்கலில் மாட்டிக் கொள்வாய். ஒரு சீர்திருத்தப்பள்ளி என்பது நீ நினைப்பதுபோல் பாதுகாப்பானது அல்ல.'

ராதே டீகப்பை வைத்துவிட்டுக் கைகளில் முகத்தை மூடிக் கொண்டான். 'சொல்லு, கண்டிப்பாக அவர்களைத் தண்டிக்கச் செய்வோம்' குஸும் ராதேயின் கையைத் தொட்டாள்.

'அவர்கள் என்னைக் கொன்றுவிடுவதாகச் சொன்னார்கள்' ராதேயின் குரல் தோல்விகொண்ட கனமற்ற குரலாக ஒலித்தது. 'என்னைக் கொன்றுவிடுவார்கள், மேடம்ஜீ, அவர்கள் ஏற்கெனவே பலபேரைக் கொன்றிருப்பதாகச் சந்தர் சொன்னான்.'

'எங்களால் உன்னைக் காப்பாற்ற முடியும்.'

ராதே தலையை குனிந்துகொண்டான். பாதி முணுமுணுப்பான தொனியில் இந்தியில் சொன்னான்.

'சந்தர் என் அப்பாவுக்கு உறவு. அவன் ராம் பையாவை அவர்களுக்கு அறிமுகப்படுத்தினான். கல்லூரி ஒன்றில் நடந்த ராக் விழாவில் சந்தர் இந்தப் பையன்களைச் சந்தித்தான். அவன் அங்கே போதைமருந்துகள் தருவது வழக்கம், இவங்களோடு நட்புவைத்துக்கொண்டான்.'

ராதே சொல்வது உண்மையாக இருந்தால், சந்தர் கிரேவாலிடம் முழுக் கதையையும் சொல்லவில்லை.

'அவங்க ஒண்ணாப் போவாங்க' என்றான். 'தீனுவுடன். தீனு சிலசமயம் லாஹிரிக்கு டிரைவரா வேலை செய்தான். ராம் பையாவும் நானும் ரோட் ஓர உணவுக்கடைகளில் மாலைநேரங்களில் அவங்களோடு உட்கார்ந்திருப்போம். அவங்க காசு குடுத்தாங்க. படே ஆத்மி, மேடம்ஜீ.

உன் தோளுக்கு அடியில் நீ ✸ 359

எங்களுக்கு அவங்க ஸ்டைல் பிடிக்கும்.'

முதன்முதலாக ராதே சிரித்தான். 'சிலசமயம் அவங்க பழைய டிரஸ்களை எங்களுக்குக் குடுப்பாங்க. அவங்க பைக்குல நாங்க சவாரி போவோம். பதிலுக்கு அவங்களுக்காக நாங்க கொஞ்சம் எக்ஸ்ட்ரா சேமிச்சி தருவோம். இதில கொஞ்சம், அதில கொஞ்சம்.'

ராதே மேஜையில் விரல்களால் தாளம் போட்டான். 'சகி காணாமல் போன பிறகு, மனோஜின் ஆட்கள் என்னைப் பின்தொடர ஆரம்பித்தார்கள். ராம் பையா என்னைக் காப்பாத்துவான், ஆனா அவன் போய்ட்டான், அம்மா போலவே. ராம் பையா எங்கிருக்கான்னு அவங்களுக்குத் தெரியும்னு சந்தர் சொன்னான்.'

ராதே அவர்களோடு போனான். ஆனால் லாஹிரியிடமிருந்து போதை மருந்து பாக்கெட் ஒன்றை மறைத்துக் கொண்டுதான் போக முடிந்தது. மடிபூருக்குப் போனபோது ராம் சரணை ஒரு அறையில் அடைத்து வைத்திருந்தார்கள். என்னிடமும் சரக்கு இல்லை என்றதால், அவனையும் அடைத்து வைத்துவிட்டார்கள்.

'ராம் சரணை ஏன் அடைத்தார்கள்?'

'அவங்க மத்தியில சண்டை.'

'எதைப் பத்தி?'

'ராம் பையா சொல்லல. ஆனா அது மோசமானது-ன்னான். உனக்குத் தெரியாம இருக்கறது நல்லதுன்னான்.'

'அவங்க பேரென்ன? அந்தப் பையங்க யாரு?'

'விக்கி, விஷ்'

பவன் மேஜையைப் பிடித்துக்கொண்டான். ஒரு கணம் அறை அப்படியே சுழன்றது. இது தவறுதலாக இருப்பது நல்லது. விக்கி என்பது பள்ளியில் வருணின் செல்லப்பெயர். பண்ட்டியை விஷ் என்று அழைப்பது வழக்கம். அது அவனது விஷால் சிங் சிசோதியா என்ற முழுப்பெயரின் சுருக்கம். பவன் எழுந்து நின்றான். இது வருணாக இருக்கக்கூடாது. ஆனால் ராதேக்கு வருணை நன்றாகத் தெரியும். அவர்கள் போதைமருந்து மறைவிடத்தில் ஒன்றாக இருந்தார்கள். அவன் வருணிடம் போதை மருந்து விற்க இன்று சந்தித்திருந்தான்.

'விக்கி, விஷ்—அவங்க யார்?' என்றாள் குஸூம். 'அவங்க முழுப்பேர் தெரியுமா?'

'நீங்க விக்கியையும் விஷ்ஷையும் இங்கே காலையில பிடிச்சிக் கொண்டு வந்தீங்க' என்று ராதே வியப்பாகப் பார்த்தான்.

மனோஜுக்குக் குடுக்க எங்கிட்ட காசில்லை. அதனால அவங்களுக்கு விக்க ஒத்துக்கிட்டேன். மனோஜ் ஆளுங்க எங்களுக்கு உடனே பணம் வேணும்னு கேட்டாங்க.' ராதே நடுங்கினான். 'அது எனக்கு சந்தோஷந்தான் சாப்ஜி. என்னால தனியா விஷ்ஷையும் விக்கியையும் சந்திக்கவே முடியாது.'

பவன் திலாவரையும் குஸூமையும் பார்த்தான். அவங்க ராதே நிறுத்த வேண்டும் என்று நினைத்தார்கள். ராதே நிறுத்தவேண்டும் என்றுதான் பவனும் நினைத்தான், ஆனால் ராதே எல்லாவற்றையும் கொட்டித் தீர்த்துவிட வேண்டும் என்பவன் போலிருந்தான்

'விக்கி எங்கிட்ட பாட்டிலைக் குடுத்தான் சாப்ஜீ. அது மேடம்ஜீயைக் காயப்படுத்தாதுன்னு சொன்னான். எனக்குப் பணம் குடுத்தான். எனக்கு அதைச் செய்ய பயமாருந்தது. ஆனால் நான் கடைசிநேரத்தில பின்வாங்கக் கூடாதுன்னு சந்தரை என்னோடு அனுப்பினான். எங்க ரெண்டு பேருக்கும் காசு குடுத்தான். ஒவ்வொருத்தருக்கும் பத்தாயிரம் ரூபாய்.'

பவன் நாற்காலிக்குள் அமிழ்ந்தான். கைகள் நடுங்குவதை மறைக்க மடியில் வைத்துக்கொண்டான். பயம் உன்னை வெற்றிகொள்ள விடக்கூடாது என்று அவன் சென்சேய் சொல்வார். ஆனால் பவன் பயப்பட்டான். இதெல்லாம் உண்மையோ என்று பயப்பட்டான். இதெல்லாம் ஒரு போதை மருந்துண்பவனின் உளறலாக இருக்கக் கூடாதா? பவன் விரும்பாவிட்டாலும் எல்லாமே சரியாகப் பொருந்தின. அஞ்சலியைத் தாக்கவேண்டும் என்று வருண் ஏன் நினைத்தான்?

'நீ அதைச் செய்தபோது சந்தர் கூட இருந்தானா?' என்றாள் குஸூம்.

'அவன் மேடம்ஜீயோடு பேசினான். நாங்க அவங்க கிளினிக் போனபோது அவங்க சத்தம் போட்டாங்க. நானும் கோவமாத்தான் இருந்தேன். ஆனா, சத்தியம் செய்றேன், அது அவங்களை இந்த அளவு காயப்படுத்தும்னு எங்களுக்குத் தெரியாது.'

'ராம் சரணுக்கு என்ன ஆச்சு?' என்று கேட்டாள் குஸூம். அவள் நெற்றியும் வியர்வையால் நனைந்திருந்தது. அவள் விரல்கள் ஃபோனில் ரிகார்டர் பட்டன் மீது இருந்தன.

திலாவர் ஒருமுறை இருமினான். பிறகு தடியை நன்றாக அழுத்தினான். அந்தச் சிறிய அறையில் ராதேயின் முனகல்களும் அவனது இழுப்பான பிஹாரி இந்தியும் மட்டுமே ஒலித்தன.

'அவங்கிட்ட மருந்துபாக்கெட்டுங்க ஒளிச்சி வச்சிருக்கறதா சொன்னதால அவன உயிரோட விட்டுட்டாங்க. எங்கிட்டயும் அதான்

சொன்னான்.ஆனா அவங்களுக்குப் பொறுமை இல்ல. எங்கள விஷ் எப்பவும் அடிச்சிகிட்டே இருந்தான். விக்கியுந்தான். விஷ் சொன்னதை விக்கி அப்படியே செய்ஞ்சான். அன்னிக்கு ராம் பையாவும் நானும் ஓடிப்போயிட நெனைச்சோம். எங்கள விஷ் அவன் துப்பாக்கியால சுட்டான். நான் சின்ன பையனானதால, ஒளிஞ்சிக் கிட்டேன். ஆனா ராம் பையா... அந்த டிரெயினுக்குள்ள பூந்துட்டான்.'

ராதேயின் தலை மேஜைமீதிருந்த அவன் கைகளில் சரிந்தது. இந்தமுறை பவன் அவனை விட்டுவிட்டான்.

அன்று மாலை டின்னரில் எல்லாரும் அஞ்சலிஜீக்காக காத்திருந்த போது வருணும் பண்ட்டியும் மிகச் சரியாகச் சேர்ந்து அவர் மீதான தாக்குதலை நடத்தியிருக்கிறார்கள். பிறகு, அவர்கள் கேக் ஷாப்பைச் சுற்றி ஓடி, தண்ணீரும் உப்பும் வாங்குவதாக நடித்திருக்கிறார்கள். இந்த எல்லா நேரமும் வருண் எப்போதும் போல நடந்துபோய், கராத்தே பயிற்சிக்குச் சென்றுவிட்டான். பிறகு மணிலாவுக்கு. ...மாயாவின் அண்ணன் மகன். திருஷ்டி அக்காவின் மகன். என் பீஜீயின் பேரன். இந்த எல்லாப் பெண்மணிகளும் இதை எப்படி ஏற்றுக்கொள்வார்கள்? பதினேழு வயது. இன்னும் இவன் ஒரு மைனர் பையன்தான். யாராவது ஒருவர் யதீன் சாருடன் பேச வேண்டும். ஆனால் அந்த ஒருவன் தானாக இருக்க பவனுக்கு விருப்ப மில்லை. ஒரு பலவீனமான தளர்ந்த ஓசையும், கதவு இடித்த ஒலியும் அவனைத் திரும்பவைத்தன. யதீன் சார் கதவருகே நின்றிருந்தார்.

55

தன் கால்களைத் தூக்கி சமையலறை மேஜைமீது வைத்தவாறு யதீன் தன் ஃபோனிலுள்ள கேலரியைச் சோதித்தார். பீரோ பாதி திறந்திருக்க, வருண் இருந்த ஒளிப்படங்களை ஒன்றன்பின் ஒன்றாக இறக்கி நோட்டமிட்டார். வருணும் பண்ட்டியும். பார்ட்டி இரவில் மாயாவும் திருஷ்டியும் ஒன்றாக இருந்தார்கள். பண்ட்டிக்குப் பின்னால் வருண் பேய்-அடையாள (ரஜனியின் பாபா முத்திரை) முறையில் கையை வைத்திருந்தான். யதீன் ஃபோனை அமைதிக்கு மாற்றி, அதைப் பாக்கெட்டில் திணித்தார்.

ராதே சொன்ன ஆட்கள். பிற நபர்கள். வருண் இல்லை. ராதே பண்ட்டியைப் பற்றியும் வருணைப் பற்றியும் சொன்னவை உண்மையல்ல. சாத்தியமற்றவை. திருட்டு, போதை மருந்து, இவற்றை யதீன் புரிந்துகொண்டார். வருண் இளைஞன். இளைஞர்கள் முட்டாள்களாக இருப்பதுண்டு. ஆனால் வெறுப்பு, தாக்குதலின் கொடூரம்... ஏன் வருண் அஞ்சலியை இவ்வளவு வெறுக்கவேண்டும்?

உன்னால்தான். யதீனின் சொந்தக்குரல் அவரை கேலிசெய்தது. நீ அவளிடம் சிரித்தாய். வருண் இதைப் புரிந்துகொள்ளும் வயதில்லை என்றாய். உன் பாவங்களை அவன் அவளைத் தாக்குவதற்குப் பயன்படுத்திக்கொண்டான். இத்தனை ஆண்டுகளாக இரகசியமாகச் சேமித்த பணம் வருணின் போதைப் பழக்கத்துக்கும் அஞ்சலியைத் தாக்குவதற்கும் நிதி அளித்தது. யதீனின் மகன் அவளைத் தண்டிக்க விரும்பியதால் அவள் மருத்துவமனையில் துக்கத்தில் ஆழ்ந்து கிடந்தாள்.

வெகுநாள்களாக சந்தேகப்பட்டதுபோல், தாக்கியது அவள் மகன் அல்ல. அவர் மகன். யதீன் தன் தலையை சமையலறை மேஜைமீது தாழ்த்திக்கொண்டார். தன்னை சுதாரித்துக்கொள்ள முயன்றார். கதவுதட்டும் ஓசை கேட்டதும் ஏறிட்டுப் பார்த்தார்.

'நீங்க கொஞ்சம் வரமுடியுமா?' பவன் சமையலறை வாயிலில் நின்றான். 'நாங்கள் தரவு இறக்கத்தை முடித்துவிட்டோம்.' அவன் முகம்

வெளிறிக் காணப்பட்டது. நெற்றியில் வியர்வை பளபளத்தது.

‘ஆர்வமூட்டுவதாக ஏதாவது?’

‘இதை நீங்களேதான் சார் பார்க்கணும்.’ பவனின் குரல் நடுங்கியது. பவன் அவரை கணினியிடத்துக்கு அழைத்துச் சென்று ஃபோட்டோக்களை இறக்கும் பட்டனைக் காட்டினான். திரையில் ஒரு செல்ஃபீ. வருணும் பண்ட்டியும். பிறகு வருண், பண்ட்டி, சந்தர், லாஹிரியின் டிரைவர். வருண்-பண்ட்டியின் சட்டையற்ற படங்கள். தங்கள் முண்டா, மார்பு சதைகளை உருட்டிக் காட்டியவாறு. அடுத்தது, இவர்கள் நாலு பேரும் அடங்கிய ஒரு செல்ஃபீ. ஒரு பெண்மீது குனிந்திருந்தார்கள். அவள் ஆடையின்றி இருந்தாள். தொடையிலும் வயிற்றிலும் காயக் கீற்றுகள். யதீன் பவனிடம் திரும்பினார். பவன் போய்விட்டிருந்தான்.

பார்ப்பதற்குக் கடும் முயற்சி செய்தார். வருணும் பண்ட்டியும் அவள்மீது குனிந்து, சிரித்துக்கொண்டிருந்தனர். அவர்கள் கைகள் அவள் மார்பின் மீது இருந்தன. அந்தப் பெண்ணின் கண்கள் மூடி, வாய் வீங்கி, எச்சில் ஒழுகிக் காணப்பட்டது. அடுத்த படத்தில் லாஹிரியின் டிரைவர் ஒரு கேனிலிருந்து திரவத்தை அந்தப் பெண் மீது ஊற்றிக்கொண்டிருந்தான். படத்திலிருந்து அந்தப் பெண் சுயநினைவற்று இருக்கிறாளா, செத்துப்போய்விட்டாளா என்பது தெரியவில்லை. யதீனின் கைகள் நடுங்கின. ஆனால் பார்வை மட்டும் கணினித் திரையிலேயே நிலைத்திருந்தது. ஒரு பயங்கர சாலை விபத்தைச் செயலற்ற நிலையில் பார்த்துக்கொண்டு நிற்கும் ஒருவனைப் போல, அவர் படங்களை ஒன்றன்பின் ஒன்றாகத் தள்ளினார். எத்தனை எத்தனையோ படங்கள், செல்ஃபீக்கள், போஸ் கொடுத்த படங்கள், வெளிப்படையான ஃபோட்டோக்கள். எல்லாவற்றிலும் ஒவ்வொரு நிர்வாணமான, காயப்பட்ட பெண், எங்கேயோ ஓர் இருட்டறையில், ஒரு சிறிய படுக்கைமீது, ஆடவர்களின் கைகள் அவளது மார்புகள், தொடைகள் மீது. யதீன் ஒரு கணம் தலையைத் திருப்பிக்கொண்டாலும், வலுக்கட்டாயமாகப் பார்ப்பதைத் தொடர்ந்தார். ஒவ்வொரு படமாகத் தள்ளிப் பார்த்தார். பெரும்பாலான படங்களில் ஆண்களின் கண்கள் சிவந்திருந்தன. வருண் சிரித்தான், வெற்றி அடையாளம் காட்டினான், ஏதோ ஒரு குடும்ப விடுமுறை நாளில் ஃபோட்டோவுக்குப் போஸ் கொடுப்பதைப் போல.

56

கிறிஸ்துமஸ் அன்று மாலை அஞ்சலி கண் விழித்தபோது உடற் பயிற்சிச் சிகிச்சையாளர் வாழ்த்துக் கூறினாள். அவள் விரல்களில் காணப்பட்ட இயக்கத்தை அவள் பாராட்டினாள். ஒரு பெரிய கீபோர்டில் தட்டச்சு செய்யும் அளவுக்கு அவை சீரடைந்திருந்தன. சில மின்னஞ்சல்களுக்கேனும் அவளால் எதிர்வினையாற்ற இயலும். அந்த உடற் பயிற்சியாளர் அஞ்சலியுடன் பாலிவுட் அரடடை பற்றிப் பேசினாள்: எந்த நட்சத்திரம் யாருடன் டேட்டிங், யார் தங்கள் துணைவரை ஏமாற்றினார் என்று. எல்லாமே வெகுதொலைவில் இருப்பதுபோல அஞ்சலிக்குத் தோன்றியது. அவள் ஒரு மாற்றுப் பிரபஞ்சத்தில் நழுவியிருந்தாள். அவள் பிரபஞ்சம் சுத்தம் செய்வோர் பயன்படுத்திய கிருமிநாசினிகளின் நாற்றமும் அவளது வடுக்களின் மீது மசாஜ் செய்யும் செவிலியர் பயன்படுத்தும் தேங்காய் எண்ணெய் நாற்றமும் நிறைந்தது. அங்கே மிகப் பெரிய சத்தமே கார் நிறுத்து மிடத்தில் ஏதேனும் ஆரன் அடிக்கும் ஒலிதான்.

அந்த வார இறுதியில் டாக்டர் சிங் அவளுக்கு மற்றொரு அறுவை நடத்த இருந்தார். அதற்குப் பிறகு அவளை ஒரு செயற்கைக் கோமாவில் வைத்திருப்பார்கள். அதற்குமுன் யதீனைப் பார்த்துப் பேச வேண்டும் என்று நினைத்தாள். நிகிலுக்கு உதவி பற்றியும் விவாகரத்து பற்றியும் பேச வேண்டும். செவிலியையும் மருத்துவரையும் யதீனுடன் தொடர்பு கொள்ளுமாறு கேட்டும், அன்று முழுவதும் யதீனின் நிலவரத்தை அறிய முடியவில்லை. மாயாவுடன் பேசினாள், ஆனால் யதீன் தன் தங்கையின் ஃபோன் கால்களையும் எடுக்கவில்லை.

விபா கொஞ்சம் கழித்து ஒரு வருகையாளரை அறிவித்தபோது அஞ்சலி யதீனை எதிர்பார்த்தாள். ஃபோன் கால்களை எடுக்காமல் பிறகு திடீரென்று வருவது யதீனுக்கு வழக்கம்தான்.

'அது யாரோ கமிஷனர் மேஹராவாம்' என்றாள் விபா.

மேஹராவுக்கு அவளிடம் என்ன தேவை? அவள் மீதிருந்த வெறுப்பை அவர் வெளிப்படையாகவே காட்டியவர். அதை மறைக்க எவ்வித முயற்சியும் செய்யாதவர். அஞ்சலி ஒருவேளை மணவிலக்கை நிறுத்த முடியும் என்று எதிர்பார்த்தாரா?

அவர் உள்ளே நுழைந்தபோது அந்த வயதானவரை அஞ்சலியால் நேராக அடையாளம் காணவே முடியவில்லை. அவரைச் சந்தித்த சில சமயங்களில் மேஹரா ஒரு தடிபோல் நேரானவர், அகன்ற மனிதர், தன் வாழ்நாளை நன்றாகக் கழித்தவர் என்று நினைத்திருந்தாள். இந்த மனிதர் சற்றே வளைந்தவாறு மெதுவாக நடந்தார்.

'ஹலோ அஞ்சலி. இது உனக்குத்தான்' என்று லில்லிகளும் க்ரைசாந்திமம்களும் நிறைந்த ஒரு பூங்கொத்தை அவளிடம நீட்டினார்.

விபா அவரிடமிருந்து பூங்கொத்தை வாங்கி ஜன்னலருகில் வைத்தாள்.

'நன்றி மேஹராஜி' என்றாள் அஞ்சலி.

விபா அறையை விட்டுச் செல்லும் வரை காத்திருந்து, பிறகு மேஹரா, 'நேராக விஷயத்துக்கு வருகிறேன். நான் உனக்கு ஒரு ஆஃபர் தருகிறேன்.'

'ஆஃபரா?' அப்படியானால் என்ன?' அஞ்சலி நிமிர்ந்து உட்கார்ந்தாள்.

'நடந்தது எல்லாம் தவறு என்று எனக்குத் தெரியும். எதுவும் உன் வாழ்க்கையை மறுபடியும் உனக்குக் கொண்டுவராது. ஆனால் நீ முன்னே செல்ல நான் உதவ முடியும். உன் சிகிச்சை, செலவுகள், எதற்கும் நீ கவலைப்படத் தேவையேயில்லை.'

'என்ன சொன்னீர்கள்?'

'என்னால் உதவ முடியும். அதைத்தான் சொல்கிறேன்.'

மேஹரா நம்பிக்கையிழந்து காணப்பட்டார். அவர் கண்கள் இரத்தம் போலச் சிவந்திருந்தன. அவர் கைகள் நடுங்கின.

'நீங்கள் இருக்கும் சூழ்நிலை புரிகிறது' அஞ்சலி தைரியம் சொல்ல முயன்றாள். 'திருஷ்டிக்கு நடப்பதை எண்ணி நான் வருத்தப்படுகிறேன்.'

வெள்ளைச் சட்டமிட்ட குளியலறைக் கண்ணாடியில் அஞ்சலி தன் முகத்தை நினைவுகூர்ந்தாள். ஒரு கிஜின்மென். பயங்கரத் தோற்ற முடைய முகமூடி. எந்த மனிதரும் இனி அவளை விரும்ப முடியாது.

'ஆக, யதீன் இதுவரை உன்னிடம் எதுவும் சொல்லவில்லையா?' மேஹரா வியப்படைந்தார்.

'ஐயாம் சாரி?'

தொடங்கியது போலவே மேஹரா உரையாடலை திடுக்கென்று முடித்தார். 'நல்ல தினமாக இருக்கட்டும் அஞ்சலி' என்றார் அவர். வெளியே நடந்தார். சரியாக அதேசமயம் விபா அஞ்சலியின் உணவினைக் கொண்டுவந்தாள். 'அவரைப் பிறகு அதைச் செய்ய வைக்கிறேன்.'

57

யதீன் சமையலறையில் ஒரு நாற்காலியில் விழுந்தார். ஒரு டம்ளர் நீர் தொண்டையில் ஊற்றி விழுங்கினார். ஸ்வெட்டர்மீது தெளித்ததே என்று கவலைப்படவில்லை. அவர் வயிற்றின் கலக்கல் சிந்தனையைக் கடினமாக்கியது. ஆனால் அவரால் சும்மா உட்கார்ந்திருக்க முடியவில்லை. தயாள் சிசோதியாவோ கமிஷனர் மேஹராவோ அங்கே வருவதற்கு முன்னால் அவர் வருணிடமும் பண்ட்டியிடமும் பேசவேண்டும். இருவரையும் பத்து நிமிடம் முன்னால்தான் அழைத்திருந்தார். அவர் சமையலறையிலிருந்து வெளியே வந்தார். தாழ்வாரத்தில் தொங்கிய குடும்பப் படங்களில் காணப்பட்ட அஞ்சலியின் முகம் அவரை கேலி செய்தது.

யதீன் மாடியறையில் வருணைக் கண்டார். கால்களை சோபா மேல் வைத்து அவன் முழங்கால்களில் தலையைப் புதைத்திருந்தான்.

'டாடி!'

தன்னை நேராக்கிக் கொண்டு வருண் எழுந்து நின்றான். வெளிறிய தோல், உலர்ந்த உதடுகள், கலைந்த கேசம். இம்மாதிரி ஒழுங்கற்ற விதத்தில் அவர் தன் மகனைப் பார்த்ததே இல்லை.

'உட்கார்'

வருண் சோபாவில் மீண்டும் அமிழ்ந்தான்.

'டாடி, நான் சத்தியம் பண்றேன், இது ஒண்ணும் பெரிய விஷயமேயில்லை.' வருண் புன்முறுவல் செய்ய முயன்று கைவிட்டான். 'நான் சில விஷயங்களை முயற்சி பண்ணிப் பாத்தேன். வேற ஒண்ணுமில்ல.'

'ஏன் இப்படி மூச்சுவிடற? அந்த ஜாக்கெட் வெப்பமா இல்லையா?'

யதீன் வருணுக்கு எதிரில் உட்கார்ந்தார். நேராக உட்காரும் அவரது பையன், இப்போது மிகவும் சாய்ந்து, ஜாக்கெட் இறுக்கமாக ஜிப் செய்திருக்க, இருந்தான்.

'டாடி, பண்ட்டியும் நானும் கொஞ்சம் தமாஷ் செய்தோம். பெரும்பாலும் அது லேசான விஷயம்தான். நீங்க அப்படி இருக்க வேண்டாம் பா.'

'உன் ஃபோனிலிருக்கறதை கொஞ்சம் தமாஷ் என்கிறாயா?'

வருண் நிமிர்ந்தான். அவன் கண்கள் விரிந்தன. அவன் இப்போது மேலும் இளமையாக, பயத்துடன் காணப்பட்டான். 'ஆனா அதுக்குள்ள ஒருத்தரும் நுழைய முடியாதுன்னு பண்ட்டி சொன்னானே.'

தான் சொன்னதன் பொருளை உணர்ந்து, வருண் வாயை மூடிக் கொண்டான். தலையைக் கீழே தாழ்த்திக்கொண்டு, மடியில் கைகளை விரித்தும் குவித்தும் வைத்துப் பார்த்துக்கொண்டிருந்தான்.

மெய்யான குற்றக்கதைகளைப் படிக்கும்போது, எப்படி அந்தக் குற்றவாளிகளின் பெற்றோருக்கு, மனைவிகளுக்கு, பிள்ளைகளுக்கு தாங்கள் யாருடன் வாழ்ந்துகொண்டிருக்கிறோம் என்பது புரியாமல் போகிறது என்று யதீன் வியந்துகொள்வார். ஒரு கணவன், பெண்களைத் துன்புறுத்திவிட்டு வீடு திரும்பியதை எப்படி மனைவி யூகிக்காமல் இருக்கமுடியும்? இப்போது அது சாத்தியம்தான் என்பதைப் புரிந்துகொண்டார்.

'நீ எல்லாத்தையும் சொல்லு'

'எங்கள விட்றுவீங்களா டாடி? பண்ட்டி நீங்க உதவி செய்வீங்கன்னு சொன்னான். ஏதாவது தப்பா போயிட்டா நீங்க எங்களை ஜெயிலுக்குப் போகவிட மாட்டீங்கன்னு சொன்னான். பண்ட்டியின் அப்பாவும்தான். அவர் ரொம்பக் கோவப்படுவார், ஆனா எங்களைச் சிக்கலிலிருந்து காப்பாத்திடுவார். பண்ட்டி சொன்னான்.'

வருண் மறுபடியும் சோபாவில் புகுந்துகொண்டான். அவனது வலது முழங்கால் சிறிய, வேகமான நகர்வுகளில் மேலும் கீழும் அசைந்துகொண்டிருந்தது. யதீன் அந்த முட்டியை அடித்துக் கீழிறக்க வேண்டும் என்று நினைத்தார். இதெல்லாம் அவர் கொடுத்த இடம் தான். அவர் வருணை பண்ட்டியின் நட்புக்கு ஆளாக்கினார், தன் வீட்டில் அவனுக்கு விருந்து வைத்தார், குடும்பக் கொண்டாட்டங் களுக்கு அவனை அழைத்தார், எல்லாமே தயாளுடன் நெருக்கத்தை உண்டாக்கிக் கொள்வதற்காக.

'நீ எதையும் விடாம, எல்லாத்தையும் சொல்லு'

'ஆனா உனக்குத்தான் எல்லாம் தெரியுமே'

'வருண்' யதீன் தன் கைகளைக் குறுக்கிட்டுக்கொண்டார்.

அவர்கள் அப்படியே அமைதியாகக் கொஞ்சநேரம் இருந்தார்கள். வருணின் கைகள் மிக மோசமாக நடுங்கியதால் அவன் அவற்றைத் தொடைகளின் கீழ் வைத்துக்கொண்டான். அவன் முட்டிகள் அவ்வப் போது நடுங்கிக் கொண்டிருந்தன. அவனை மீண்டும் தூண்ட யதீன் முற்பட்டபோது, வருண் ஏறத்தாழ தனக்குள்ளாகவே பேசிக் கொண்டான்

'நான் மணிலாவில் இருக்கும்போது முட்டாள்தனமா எதையும் செய்யாதேன்னு சொன்னேன். எச்சரிக்கையா இருடான்னு பண்ட்டி கிட்டே சொன்னேன். சந்தர் கத்திடுவான். ஆனா அவன் தோஸ்தோங் கேலியே ஜீனா மர்னா ஹை (நண்பர்களுக்காகத்தான் வாழ்வும் சாவும்) என்றான், அவன் சொன்னது சரிதான். சந்தர் வாயே திறக்கல. ஆனா பண்ட்டி போய் தீனுவை கீதா காலனிக்குக் கொண்டுவர வேண்டியிருந்தது. இல்லன்னா...'

வருண் மூக்கை உறிஞ்சியவாறு கொஞ்சநேரம் இருந்தான்.

'படமெல்லாம் எடுக்க வேணாம்னு அவங்கிட்ட சொன்னேன். படங்க சாட்சியமா மாறிடுது. ஆனா பண்ட்டி படங்களுக்காகத்தான் அதெல்லாம் செய்றோம் ன்னான். அவனுக்கு அதைப் பாக்கப் பிடிக்கும். அதுக்கு மிகச் சிறந்த மென்பொருள எஃப்-பிஜ தரத்தில் பயன்படுத்தி னான்னு சொன்னான்... யாராலயும் அதை பிரேக் பண்ண முடியாது, அவன் ஹேக்கர் நண்பர்களாலேயே முடியவில்லை என்றான். ஆனா... இப்ப... டாடி, நீதான் ஹெல்ப் பண்ணணும் அவனுக்கு, எங்களுக்கு உதவி செய்யணும். உனக்கும் தயாள் அங்கிளுக்கும் நானாஜிக்கும் மத்தியில, நீங்க இதைத் தீர்த்துற முடியும், இல்லியா? யாருக்கும் தெரிய வேணாம், டாடி.'

வருணின் வார்த்தைகள் யதீனின் காதுகளில் எதிரொலித்தன. தன் இளம் பருவத்தில் யதீன் தன் அப்பாவிடமிருந்து கேட்ட எல்லாக் கெட்ட வார்த்தைகளையும் தாண்டி. யாருக்கும் தெரிய வேண்டாம்.

அந்தப் பெண்கள், அவர்கள் உடல்கள் காயம்பட்டு, அவர்கள் முகங்கள் எரிந்து. அஞ்சலி. அஞ்சலியின் முகம், அவளுக்குத் தெரிந்து அவளது வாழ்க்கை, போனதுதான். யாருக்கும் தெரிய வேண்டாம்.

வருணின், பண்ட்டியின் ஃபோன்களிலிருந்த படங்கள் வருண் பண்ட்டி, சந்தர், லாஹிரியின் டிரைவர் தீனு ஆகியோருடன் சென்றான் என்பதை நிரூபித்தன. ஒரு கேள்வி பாக்கி. எதுவரை? அந்தப் படங்கள் 'முன்னால்' 'பின்னால்' நிகழ்ந்தவற்றைக் காட்டின. பெண்களை வருண் பலாத்காரம் செய்ததை எதுவும் காட்டவில்லை. கடைசிக் கடத்தல்,

பலாத்காரம் நடந்த போது வருண் மணிலாவில் இருந்தான்.

'எல்லாத்தையும் சொல்லு.' அவர் தளர்வாக, தனது அமைதியில் இருக்க வேண்டும். கவனத்தைக் குவிக்கவேண்டும். 'நீ மட்டும் செய்ஞ்சதை. பண்ட்டியோ, மத்தவங்களோ இல்லை. நீ'

'நான் சொன்னா நீ எங்களுக்கு ஹெல்ப் பண்ணுவியா?' வருணின் முழங்கால்கள் நடனமாடின, யதீன் அதைப் புறக்கணிக்க முயன்றார்.

'நான்தான் இங்க கேள்வி கேக்கறவன், வருண்'

'நான் ஏன் பதில் சொல்லணும், டாடி?' வருணின் முட்டிகள் வேகம் எடுத்தன. மேலும் கீழும் வேகமாக நகர்ந்தன. 'அதுக்கு பதிலா நீ கொஞ்சம் கேள்விங்களுக்கு பதில் சொல்லேன்.'

அவர் மகன் அவரிடம் இப்படிப் பேசியதே கிடையாது. யதீன் தன் தாடைகளைத் தளர்வாக வைத்துக்கொள்ள மனத்தைக் குவித்தார். ஆனால் அவரது மூச்சு அவரைத் தோல்வியுற வைத்துவிட்டது. அவர் தன் மூக்கைச் சட்டைக் கையில் துடைத்துக் கொண்டார். 'உனக்கு பதில் தெரியறப்ப என்னை ஏன் கேள்வி கேக்கணும்?'

யதீன் சிரித்தார். ஆனால் அவரது உதடுகளின் கோணம் அதைப் பாதி உறுமலாக மாற்றிவிட்டது என்பதை உணர்ந்தார். தன் ஆண் குழந்தையை முதன்முதலாகத் தன் கையில் தூக்கிய நாளிலிருந்து இன்றுதான் அவனுக்கு நிஜமாகத் தீங்கிழைக்கவேண்டும் என்ற எண்ணம் அவருக்கு எழுந்தது. வருண் கைகளை அவன் அழும்வரை முறுக்கவேண்டும். அவர் பேசியபோது யதீனின் குரல் அவர் தலைக்குள் கரகரத்தது.

'நீதான் இங்கே குற்றவாளி'

'அப்படியா?' வருணின் குரல் பணிவாகவும் மென்மையாகவும் வெளி வந்தது.

'அந்தக் காசெல்லாம் எங்கிருந்து வந்தது டாடி? உங்க இரும்புப் பெட்டியில ஏன், கட்டுக்கட்டாப் பணம் அடைச்சி வச்சிருக்கீங்களே? அதெல்லாம் வெளியில வந்தா என்ன நடக்கும்?'

யதீன் கல்போல உட்கார்ந்திருந்தார். ஆனால், இந்த வார்த்தைகள் அவரது வயிற்றில் விழுந்த குத்துகள் போலத் தாக்கின. முகம் சுளிக்காமல் அவற்றை ஏற்றுக்கொண்டார்.

'உன் செயல்களுக்கான காரணத்தை இது விளக்கவில்லையே'

'அந்தப் பெண்ணின் மகன், அந்தப் பைத்தியம், என்மீது செலுத்துவதைவிட அவன் மேல் அதிக கவனம் செலுத்தறாய்...

உன் தோளுக்கு அடியில் நீ $\bigstar$ 371

நான் உன் மகன். ஆனா நீ அவனை ஆஸ்பத்திரிக்குக் கொண்டு போறாய், நம்ம வீட்டுக்குக் கொண்டு வராய். அவன் நாய்க்குட்டியைக் கொல்றான். எல்லாரும் அவனுக்கு சல்யூட் அடிக்கறிங்க, ஓஹோ பாவம் இந்தப் பையன். நான் உன்னை கொஞ்சம் ஐஸ்கிரீம் சாப்பிடக் கொண்டு போறேன். உன்னை வீட்டுக்குக் கொண்டு போறேன். அங்கே நீ தங்கலாம், என் மகனின் நாயைத் தட்டிக் குடுக்கலாம். அவன் பைத்தியம், அதனால அவனுக்கு எல்லா டாக்டர்களின் மருந்துகளும் கெடைக்குது.

ஆனா நான் கொஞ்சம் மாத்திரை வாங்கினேன், கொஞ்சம் மருந்து புகைச்சேன். அது இவ்வளோ கெட்ட விஷயமா, டாடி. வெவ்வேற ஆட்களுக்கு வெவ்வேற ஸ்கேல்.'

வருண் எழுந்தான். மூச்சு விட்டவாறே நடைபோட்டான். இவ்வளவு விஷம் அவன் மனசுக்குள். எல்லாம் அடச்சி வச்சிருந்தது, இப்ப வெளிய வருது. நிகிலின் குழந்தைப் பருவம் முழுவதும் அஞ்சலி இந்த மாதிரி குழந்தையைப் பெற்றதற்காக எவ்வளவு கஷ்டப்பட்டாள் என்பது அவர் நினைவில் இருந்தது. ஆனால் இந்த மிருகத்தை யதீன் ஊட்டி உணவளித்து வளர்த்திருக்கிறார். வருண் இப்படிப் பிறந்தவன் அல்ல. எல்லாம் அவர் தவறுதான். வருண் காயப்படுத்திய பெண்கள், அஞ்சலி, எல்லாரும். யதீன்தான் இவர்கள் எல்லாருக்கும் பொறுப்பு.

'நான் இப்ப பெரியவனாயிட்டேன்பா. எனக்கு எது என்னான்னு தெரியும். ஒவ்வொருத்தரும் வித்தியாசம். பண்ட்டி பொம்பளைங்களைச் சகிக்கவே முடியாதுன்னு சொல்றான். ஒவ்வொருத்தியும் அப்படிப்பட்ட வேசி. அவங்கப்பா இல்லாதப்ப அவங்கம்மா என்ன பண்ணா தெரியுமா உனக்கு? தெரியாது. அவங்கப்பாவுக்கும் தெரியாது. அதனால அவன் இந்தப் பொண்ணுங்கள தேர்ந்தெடுத்தா என்ன? எப்படிப் பாத்தாலும் அவங்க வேசிங்கதான். பணத்துக்கு எவனுக்கும் அதை விப்பாங்க. ரொம்ப ஷாக் ஆயிட்ட மாதிரி நடிக்க வேணாம். எனக்கு வேசின்னா என்னான்னு தெரியும். அவன் என்னப் பாத்துக்கறான்னா, எனக்குத் தேவைப்படறப்போ அவன் பக்கத்திலருக்கான்னா, நான் ஏன் அவன் சொல்றதச் செய்யக் கூடாது?'

வருணுக்கு மூச்சடைத்தது. சோபாவுக்குப் பின்னால் ஓடி, பெரிய பெரிய அளவில் வாந்தியெடுத்தான். அறையே இப்போது நாற்ற மடித்தது. கசப்பான கருப்பான அசிங்கமான நாற்றம். செத்துப்போன மிருகம் ஒன்று அழுகுவதைப் போல.

வருண் திரும்பிவந்தான். முகத்தைத் தன் சட்டைக்கைகளில் துடைத்துக் கொண்டான். 'எனக்கு உன் கார்டு உள்பட எல்லாத்தையும் தர்றே, அதுவே பெரிசுன்னு நெனைச்சிகிட்டிருக்கே. அதுக்கு மேல வேறென்ன ஒரு பையன் ஆசைப்பட முடியும்? கிரிக்கட் பயிற்சியில நான் எத்தனை தடவை உனக்காக வெயிட் பண்ணியிருக்கேன் தெரியுமா? பெற்றோர்-ஆசிரியர் சந்திப்புகள்ல நீ வராம விட்டது எத்தனை தடவை? இதெல்லாம் என்ன, அப்பா செல்லம்?'

தன் மகனின் வார்த்தைகளின் முடைநாற்றத்தையும் வாந்தி நாற்றத்தையும் தாங்க முடியாமல் மூக்கைப் பொத்திக்கொண்டார். ஒரு விசாரணையின்போது உன் உணர்ச்சிகளை ஒருபோதும் வெளித்தெரியவிடாதே. கோபத்தைவிடாதே. நிச்சயமாக மனம் உடைந்ததை வெளியில் காட்டவே காட்டாதே. இதற்கு அவர் பல ஆண்டுகளுக்கு முன்பே பயிற்சி பெற்றவர்.

வருண் சிரித்தான். மீண்டும் வேகமாகக் காற்றை உள்ளிழுத்தான். அவன் கண்கள் சிவந்திருந்தன. முகத்தைச் சட்டைக்கையில் மறுபடியும் துடைத் துக்கொண்டான். அதில் வாந்தி கறையாகப் படிந்தது. மீண்டும் வாந்தி எடுப்பது போல குனிந்தான், ஆனால் எடுக்கவில்லை, பாதி தொண்டையடைக்க, பாதி அழுதுகொண்டு.

'பல வருஷமா, நீ வீட்ல மனைவி குழந்தையோட நேரம் செலவழிச்சதைவிட அந்தப் பொம்பளையோட அதிகமா நேரம் போக்கியிருக்கே. எனக்குத் தெரியாதுன்னு நெனச்சியாப்பா? ஆமாம், எதையும் நான் ஞாபகத்தில வச்சிக்க மாட்டேன், இல்லியா? நான் ஒரு சின்னப்பையன்தானே. ஆனா அதோடதான் நான் வளந்தேன். நீ அவ மகனை வீட்டுக்குக் கொண்டுவர்ற. அவனோட ஃப்ரெண்டா இருக்கணும்னு நெனைக்கற. கொஞ்சம் அவனுக்கு நல்லதெல்லாம் குடுத்தேனே? இல்லியா? சாலா காண்டு (இந்தியில் கெட்டசொல்) அவன் என் வீட்லயே தங்கி என் லட்டூ நாயை அடிப்பானா? நீ பாக்க முடியாத இடத்தில நாலு குத்து. ஆனா நல்லா வலிச்சிருக்கும். எம் மேலய விழுந்துட்டான்.'

எல்லாச் சொற்களும், பாதி தேம்பலில், முகத்தில் கண்ணீர் வழிந்தோட, அவன் மூக்கின் வழியாக வந்தன. யதீனுடைய பெரிய பயங்கர இளைஞன் இவன்.

'அதான் அடிச்சேன். அவங்கம்மாவையும் அடிச்சிருப்பேன். ஆனா அது ரொம்ப ரிஸ்குன்னு பண்ட்டி சொன்னான். சேரிப் பொண்ணுன்னா, யாருக்கும் தெரியாது, யாரும் கவலைப்பட மாட்டாங்க, ஆனா

நீ உங்கப்பாவோட வைப்பாட்டி மேல கைவச்சே, அவன் கண்டு பிடிச்சுடுவான். ஒரு ஆள் உயிரோட இருக்கறப்பவே சாகடிக்கறது ரொம்ப ஈசி. அவங்க வீட்டவிட்டே வெளிய வராத மாதிரி, அவங்க முகத்தைக் காட்ட முடியாத மாதிரி பண்ணிடு. இப்ப எப்படி அவ இருக்கறா டாடி? அவளை ஃபக் பண்ணற நெனைப்பு இன்னும்...?'

ஒரு நிமிடம். யதீன் தன் நாற்காலியில் இருந்தார். அடுத்து, அவர் எழுந்தார். வருண் தரையில் விழுந்தான். மூக்கிலிருந்தும் வாயிலிருந்தும் ரத்தம் கொட்டியது. மூச்சடைத்தும், சிரித்தும், இருமியும்...

அவரது தலையிலேயே ஒலித்த சத்தங்கள். அவர் பையன் செய்த சத்தங்கள். இவற்றை மீறி யதீனுக்கு கதவை யாரோ தட்டும் சத்தம் கேட்டது.

'யதீன் சார்' பவனின் குரல். மெதுவாக வெளிப்பட்டது.

'ஒரு நிமிஷம் பவன்'

'சார், உள்துறைச் செயலரும், கமிஷனர் மேஹராவும் கீழே வந்திருக்காங்க.'

58

மருத்துவமனையில் மாயா சகியின் படுக்கையருகில் உட்கார்ந்து இருந்தாள். காலையில் கிறிஸ்துமஸ் பரிசுகள், கேரல்கள் ஆகியவற்றின் கொண்டாட்டத்திற்குப் பிறகு அவளுக்கு மருந்தளித்துத் தூங்க வைக்கப்பட்டிருந்தது. ஒவ்வோர் ஆண்டும் ஃஸ்ப்தார்ஜங் ஆன்கிளேவ் வீட்டில் இந்த நாளின் மாலையில் அஞ்சலியின் சமையலில் வயிறு நிறைந்து சோபாவில் சாய்ந்திருப்பாள். அருகிலுள்ள சோஃபாக்களில் அண்ணா, அண்ணி, வருண் ஆகியோர் சாய்ந்து மெல்லொலியில் அரட்டை அடித்துக் கொண்டிருப்பார்கள். அஞ்சலியும் அவள் சகாக்கள் சிலரும் உணவுமேஜையில் வேலை முடித்துக்கொண்டிருப்பார்கள்.

இதற்கு நேரெதிராக, இன்று காலை முழுவதும் மாயா தன் அண்ணனை ஃபோனில் அடைய முயன்றுகொண்டிருந்தாள். ஏனெனில் அவர் வந்து அஞ்சலிக்கு கிறிஸ்துமஸ் வாழ்த்துகள் சொல்ல அழைத்துச் செல்ல வேண்டும் என்பது அவள் விருப்பம். அவர் வீட்டிலும் இல்லை, அலுவலகத்திலும் இல்லை. சோதித்துவிட்டாள். காலையின் இறுதிநேரத்தில் அவளுக்கு ஒரு செய்தி வந்தது. யாராக இருந்தாலும் சரி, மேஹரா குடும்பத்திலிருந்து எந்த ஃபோன் கால் வந்தாலும் எடுக்காதே என்று. அவள் அவரைக் கூப்பிட முயன்றாள், ஆனால் அவர் எடுக்கவில்லை. பவனுடைய போனும் ஸ்விச் ஆஃப் செய்யப்பட்டிருந்தது.

வெளியில் ஒளி மங்கத் தொடங்கியபோது, அஞ்சலிக்காக அவள் வாங்கிய சிவப்பு ரோஜாமலர்களின் பூக்கேயை எடுத்துக்கொண்டு எரிகாயங்கள் வார்டுக்கு ஓடினாள். அஞ்சலி ஒரு ஃபைலைப் படித்துக்கொண்டிருந்தாள். அவளருகில் கிரைசாந்திமம் பூக்களும் இளஞ்சிவப்பு லில்லிகளும் அடங்கிய ஒரு பெரிய பூங்கொத்து நின்றது. அண்ணன் அனுப்பினாரா அதை? தன் கோபத்தை அடக்கிக் கொண்டு அஞ்சலியை நோக்கி நடந்தாள்.

'மெர்ரி கிறிஸ்துமஸ் அஞ்சி'

அஞ்சலி ஏறிட்டாள். மாயா தன் புன்முறுவலை நடுங்காதவாறு

சரிசெய்துகொண்டாள். இன்னமும் அவள் அஞ்சலியின் முகத்துக்குப் பழக்கமாகவில்லை. அவளுடைய உதடுகள் கரிந்துபோயிருந்தன, மூக்கிருந்த இடத்தில் பேண்டேஜ் கட்டுகள். அவளுடைய இருண்ட அழகிய கூந்தல் எரிந்து திட்டுத்திட்டாக வளர்ந்துகொண்டிருந்தது.

அஞ்சலி அவளுக்கு பூக்களுக்காக நன்றி சொன்னாள். மற்றொரு ஜாடி கொண்டுவரும்படி செவிலிக்கு ஃபோன் செய்யச் சொன்னாள். ஏற்கெனவே இருந்த பூங்கொத்தின்மீது மாயாவின் பார்வை செல்வதைக் கண்டாள்.

'அதை அனுப்பியது திரு. மேஹரா.'

'அண்ணியின் அப்பாவா?'

இது புதுமை. அண்ணியின் அப்பாவுக்கு அஞ்சலியைப் பிடிக்காது. அவர் ஏன் அவளுக்குப் பூங்கொத்து அனுப்ப வேண்டும்?

'ஆம். அவர் வானத்திலிருந்து குதித்ததுபோல் திடீரென்று வந்தார். பிறகு வந்த வேகத்தில் போய்விட்டார்.'

இது ஏதோ மோசமாகப் போய்க்கொண்டிருக்கிறது. அண்ணன் அல்ல, அவர் மாமனாரிடமிருந்து நேரில் பூங்கொத்து.

'அவர் ஏன் இங்கே வந்தார்?' என்றாள் மாயா. 'அண்ணன் ஏதாவது சொன்னாரா?'

'மெய்யாவே எனக்குத் தெரியல' என்றாள் அஞ்சலி. 'யதீன் எங்கிட்ட பேசினதைப் பத்தி ஏதோ சொன்னார். ஆனா யதீன் வரல' அப்படித்தான் அண்ணன். எல்லாரும் அவர்கிட்ட பேச நெனைக்கறப்ப மறைந்து விடுவார். நிகில் மருத்துவஅகத்திலிருந்து அன்று மாலை விடப்பட இருந்தான். சகியையும் மருத்துவமனை நாளை விடுவித்துவிடும்.

அஞ்சலி தனியாக சமாளிப்பாள் என்று அண்ணன் எப்படி நினைக்கலாம்?

'சகி எப்படியிருக்கிறாள்?' அஞ்சலி தன் ஃபைலை பக்கமேஜை மீது வைத்தாள். ஒரு ஆலோசனைகூறும் வேலைக்காக வேண்டி அவள் கேஸ் குறிப்புகளைப் படிக்க ஆரம்பித்திருந்தாள். தனது கேஸ் சுமைக்கு ஆன்லைன் மூலமாக உதவும் சிலரைப் பற்றி பல்லாவுக்குத் தெரியும்.

போராளி அஞ்சலி.

இத்தனை ஆண்டுகளாக மாயா அஞ்சலியை நேசித்துவந்தாள். அவளுடைய உறுதியைப் பாராட்டினாள். ஆனால் இது வேறு லெவல்.

376 ❖ உன் தோளுக்கு அடியில் நீ

முடிந்தவரை ஓய்வெடுக்குமாறு டாக்டர் சிங் அஞ்சலிக்குச் சொல்லி யிருந்தார். ஆனால் தினமும் இரண்டு மணி நேரம் வேலை செய்ய அஞ்சலி அனுமதி பெற்றுக்கொண்டாள்.

'நான் அவளைப் பாத்துக்கறேன் அஞ்சி. கவலைப்படாதே' என்றாள் மாயா. 'இதனால் ஒருவாரம் விஜிலை மூட வேண்டியிருந்தாலும் சரி. டாரதி போய்ட்டதனாலே, நிகிலை ஈசியா கையாளலாம்.'

அஞ்சலி சற்றும் அசைவின்றி ஆகிவிட்டாள். மாயாவுக்கு அப்போது தான் தான் என்ன சொன்னோம் என்பது புரிந்தது. 'சாரி அஞ்சி. அந்த அர்த்தத்தில சொல்லல. டாரதி இதை உங்களுக்காக வச்சிருக்கச் சொன்னாங்க.'

டாரதி அந்தப் பெரிய கவரை அஞ்சலியிடம் மட்டுமே தரவேண்டும், வேறெவரிடமும் தரக்கூடாது என்று கூறி மாயாவுடன் விட்டுச் சென்றாள். மாயா அதை நீட்டினாள்.

'நான் செவிலியை அதைக் குப்பையில் போடச் சொன்னேன்.'

மாயாவுக்கு அஞ்சலிக்குள் என்ன நடக்கிறது என்பதைக் கற்பனை செய்ய முடியவில்லை. இத்தனை ஆண்டுகளாக அவள் பெரியம்மா வைத் தாய் என்றும், தாயைச் சித்தி என்றும் நினைத்து வந்திருந்தாள். ஆனால் டாரதி மாயாவிடம் பேசும்போது நம்பிக்கையற்ற நிலையில் காணப்பட்டாள். கவரை அஞ்சலிக்காக வைத்திருக்கச் சொன்னாள்.

'அவள் அது நிகிலுக்காக, உங்கள் அப்பாவிடமிருந்து என்று சொன்னாள்' நிகிலைப் பற்றியதா? அஞ்சலி கவரைப் பக்கத்து மேஜை மீது வைத்துவிட்டு தொடர்ந்தாள். 'அவனை மருத்துவ மையத்தில் தற்போதைக்கு வைத்திரு.' அஞ்சலியின் அமைதி, மாயாவை அவளை ஆட்டுமாறு விரும்பச் செய்தது. அது செயற்கையாக, யாரோ வேறொருவர் மாதிரி இருந்தது. அஞ்சலி எப்போதுமே நிகிலைப் பற்றி, உணர்ச்சியோடு, கவலையோடு, முனைப்போடுதான் பேசுவாள்.

மாயா படுக்கையருகில் சென்றாள். 'நீ எப்பவுமே முன்பு அவனை அங்கே விட விரும்பியதில்லை.'

'நான் சகியைப் பார்க்கவேண்டும்.'

'கொஞ்சநாளுக்கு சகியை என் நண்பர்களில் ஒருத்தியுடன் தங்கச் செய்ய முடியும்.'

மாயாவால் அதற்கு மேலும் செய்யமுடியும். எப்போதுமே சகியைத் தன்னோடு வைத்துக்கொள்ள, தத்தெடுக்க அவள் திட்டமிட்டுக்

உன் தோளுக்கு அடியில் நீ ✤ 377

கொண்டிருந்தாள். அவள் தம்பி சோட்டுவையும் தத்தெடுக்க விரும்பினாள். அஞ்சலியிடம் இவற்றைச் சொல்ல நினைத்தாள், ஆனால் இப்போதல்ல.

அஞ்சலியின் கை படுக்கைவிரிப்பின்மீது நடுங்கியது.

'இது சகியைப் பற்றியதல்ல' என்றாள் அஞ்சலி.

'அது என்ன அஞ்சி? மேஹரா ஏதாவது உனக்குச் சொன்னாரா?'

அஞ்சலி திரும்பிக்கொண்டாள். அவள் உடல் நடுங்கியது.

'அஞ்சி, உன்னப் பாத்தா பயமா இருக்கு.'

அஞ்சலி ஒரு நெடிய மூச்சுவிடுவதையும் பிறகு பேசுவதற்குத் தயார் செய்துகொள்வதுபோல் உடலை நேராக்கிக்கொள்வதையும் மாயா பார்த்தாள். அஞ்சலியை அதற்குமேல் பேசவைக்கக்கூடாது என நினைத்தாள்.

'நிகில் இதைச் செய்தான்' அஞ்சலி தன் முகத்தைச் சுட்டிக் காட்டினாள். 'அவன்தான் அது.'

59

கிறிஸ்துமஸுக்கு அடுத்த நாள். அஞ்சலி யதீனுக்காகக் காத்திருந்தாள். டாக்டர் சிங், யதீன் சாயங்காலம் வருவார் எனச் சொல்லியிருந்தார். மாயா, நிகிலைப் பற்றித் தன் அண்ணனிடம் பேசமாட்டேன் என்று உறுதி சொல்லியிருந்தாள். அது அஞ்சலியின் கதை. அவள்தான் சொல்ல வேண்டும். இப்போதுதான் காலைநேர வெளிறிய ஒளியில் படுக்கையின் மீது உட்கார்ந்து யோசித்தும் அவளால் முடிவுக்கு வர முடியவில்லை. யதீனிடம் சொல்லி, இதை எவ்வளவு சரியாக முடிக்கலாம் என்று அவர் ஆலோசனையைக் கேட்கவேண்டும். அவளுடைய கேஸ் ஏதாவது காவல் நிலையத்தில் பதிவாகியிருக்கிறதா? அவள் குற்றம் என்று வலியுறுத்தா விட்டாலும், குற்றவாளியை விசாரணை செய்வார்களா? நிகிலுக்கு ஆட்டிசம் இருக்கிறது என்பது கருத்தில் கொள்ளப்படுமா? அவள் கண்ணை மூடிக்கொண்டாள், ஆழமாக மூச்சுவிட முயற்சி செய்தாள்.

அவள் கண்ணைத் திறந்தபோது, யதீன் அவள் வாயிற்கதவருகில் நின்றார். கொஞ்சம் தொலைவிலிருந்து அவர் மெலிந்தும் அழகாகவும் காணப்பட்டார். உடையிலும் கவனம் செலுத்தியிருந்தார். ஒரு விறைப்பான வெள்ளைச் சட்டை, நீலநிற டெனிம்கள். ஆனால் நெருக்கமாக வந்தபோது அவர் கண்களின் கீழிருந்த சுருக்கங்களையும், அவர் தோலின் வெளுத்த நிறத்தையும் கண்டாள்.

'ஹை அஞ்சலி' என்றார். 'முன்னாலேயே வர முடியவில்லை.'

ஏதோ ஒன்று சரியில்லை. அவர் அவளை ஜெல்லி என்றுதான் கூப்பிடுவது வழக்கம். இப்படி முழுப் பெயரிட்டு அழைப்பது வழக்க மில்லை.

'நீங்க நல்லாயிருக்கீங்களா?'

'ஆம், நான் இன்னிக்கு லீவு. அதனால லேட்டா எழுந்தேன். டாக்டரிடமிருந்து உன் செய்திகளைப் பார்த்தேன்.'

மருத்துவமனையில் அவளுக்கு ஃபோனை அனுமதிக்கவில்லை. கண்ணுக்கு நல்லதில்லை, தொற்று நோய்ச் சாத்தியம், அவர்களாகச்

சொல்லாவிட்டாலும், முக்கியக் காரணம், காமிரா. அவள் தன்னைப் பார்த்துக்கொள்வதை விரும்பவில்லை. அவள் ஏற்கெனவே கண்ணாடியில் தன் முகத்தைப் பார்த்துவிட்டாள். ஆனால் செவிலியருக்கு அது தெரிய வாய்ப்பில்லை. யதீன் தன் படுக்கையருகில் நாற்காலியை இழுத்துப் போடுவதைப் பார்த்தாள். செண்ட் நறுமணம். அவளுக்குப் பழைய நினைவுகள் பலவற்றை அது கொண்டுவந்தது. ஆனால் எல்லாம் இப்போது கரியாகிப் போயிற்று.

'நான் இதைப்பத்தி மாயாகிட்ட பேசினேன். ஆனா அவ முதல்ல என்ன நம்பவேயில்லை. அது அவனாயிருக்க முடியாது என்றாள் அவள்.' பேசும் போது அவள் யதீன் முகத்தைப் பார்க்கவேயில்லை. அமைதியடைவதற்கு முன்னால் இவற்றைக் கொட்டிவிட வேண்டும் என்று தீர்மானித்திருந்தாள். 'ஆனா நீங்க அவனை முதல்லயே சந்தேகப்பட்டீங்க இல்லையா?'

யதீன் இறுக்கமடைந்தார். அவர் கண்கள் சலனத்தைக் காட்டின. 'நீ என்ன பேசுகிறாய்?'

'நான் குஸுமிடம் கொடுத்த வாக்குமூலத்தில் இதைச் சேர்க்க வில்லை. அவனை நான் தெளிவாகப் பார்க்கவில்லை. ஆனால் தாக்கியவனின் குரலைக் கேட்டேன். அது நிகில்தான்.'

யதீன் தன் இருக்கையிலிருந்து பாய்ந்து எழுந்தார். ஆனால் எதுவும் சொல்லவில்லை. அஞ்சலி அவர் கண்களைப் பார்க்கவில்லை, அதனால் தன் கைகளிலிருந்த சிவந்த தழும்புகளைப் பார்த்துக் கொண்டிருந்தாள். சில காயங்கள் அங்கு ஆறத் தொடங்கியிருந்தன.

'மொத்தத்தையும் கேட்டுறுங்க. நான் முன்னாலேயே எதுவும் சொல்லவில்லை இதைப் பத்தி. சாரி. வருணுக்கு அடிபட்ட பின்னாலும்கூட. ஆனா நேத்து ராத்திரி சகியைப் பார்த்தேன். நான் முன்னாலிய சொல்லியிருந்தா இப்படி நடந்திருக்காது. ரொம்ப சாரி.'

யதீனிடமிருந்து தொண்டையை அடைக்கும் ஒலி வெளிப்பட்டது. அஞ்சலி அவரைக் கூப்பிட்டாள், ஆனால் தயக்கமின்றி, திரும்பிப் பார்க்காமல், அவர் கதவைவிட்டு வெளியே ஓடினார்.

60

யதீன் தாழ்வாரத்திலும் பிறகு மருத்துவமனைக்குப் பின்னாலிருந்த திறந்த வெளியிலும் ஓடினார். நீண்ட கடுமையான மூச்சுவிட்டார். புகைப்பனியை நாக்கில் ருசித்தார். அவர் நாக்கிலிருந்த கசப்பு அவர் சிந்தனைகளின் கசப்புக்குப் பொருந்தியது. வருணை அவன் வழக்கிலிருந்து தப்பிக்க வைக்க என்ன தேவையோ அதை அஞ்சலி தட்டில் வைத்து தாராளமாகக் கொடுத்துவிட்டாள்: வேறொரு சந்தேகத்துக்குரியதை அடையாளம் காட்டும் சாட்சியக் கூற்று. குற்றத்தை ஒப்புக்கொண்ட அவருடைய மகனுமல்ல, அவன் கூறித் தாக்குதலை நடத்திய பையனுமல்ல. ஆனால் மற்ற வழக்கு என்னாவது? வன்முறைக்கு ஆளாகி, உருவம் சிதைக்கப்பட்ட, இறந்த பெண்கள்?

நல்ல விஷயம் என்னவென்றால், தயாளும் மேஹராவும் இதில் அதிகாரபூர்வப் புலனாய்வு இல்லை என்று கூறிவிட்டார்கள். யாருக்கும் எதுவும் தெரிய வேண்டாம். ஏதாவது வெளியே வந்தால், கடைசிப் பெண் ரோலி கடத்தப்பட்டபோது வருண் மணிலாவில் இருந்தான் என்று நிரூபித்துவிடுவார்கள். லாஹிரியின் காரிலிருந்தும், அவன் வீட்டிலிருந்தும் பண்ட்டி, அருண் ஆகியோருடைய டிஎன்ஏ சுவடுகளை அழித்துவிடுவார்கள். பிறகு ரோலியின் பலாத்காரச் செய்திக்குள் லாஹிரிக்கும் மனோஜுக்கும் எதிரான சாட்சியங்களை வைத்துவிடுவார்கள். திட்டமான சாட்சியத்துக்கு எதிராக வெறும் வாய்மொழியை எவரும் நம்பமாட்டார்கள். பண்ட்டியும் வருணும் தங்கள் படிப்பை அயல்நாட்டில் முடிப்பார்கள். எந்தத் தீங்கும் இல்லை, யாருக்கும் தெரிய வேண்டியதில்லை.

யதீன் இதற்கு ஒப்புக் கொண்டார். அவர் தானாக ஆலோசனை கூற வில்லை, மற்றவர்கள் கூறியதற்கு ஒப்புக்கொண்டுவிட்டார்—தன் மகனுக்காக.

வருண், பண்ட்டி இருவர் தோள்மீதும் கைவைத்தவாறு தயாள் முன்னால் செல்ல, பண்ணை வீட்டின் வாயிலுக்குச் சென்ற மேஹ்ரா, உன் கல்யாணத்தைப் பற்றி யோசி என்று கூறினார். நான்

எல்லாவற்றையும் திருஷ்டிக்கு விளக்குவேன், நீ அந்த அரைவெள்ளைக் காரியை விட்டுவிடுவாய் என்றும் சொல்வேன். இது எதுவும் மற்றவர்களுக்குத் தெரியாது.

எதுவும் மற்றவர்களுக்குத் தெரியாது. நேற்றிரவு முழுவதும், ஸ்காச் பாட்டிலுடன் உட்கார்ந்திருந்தார். விடியலிலும் குடியால் ஏற்பட்ட தலைவலி மயக்கம். ஆனால் அந்த வார்த்தைகள் யதீனைவிட்டு அகலவே இல்லை. கண்ணை மூடினால் அந்தப் படங்கள். அடித்து நொறுக்கப்பட்ட, நிர்வாணப் பெண்களின் உடல்கள். இப்போதும் நேராகக் கண்முன் இருப்பது போல. கைகளில் முகத்தைப் புதைத்துக் கொண்டு மூச்சுவிட முயன்றார். கொஞ்சம் நேரம் கழித்து அமைதி ஏற்பட்டதும், உள்ளே ஓடினார்.

ஃபரீதா சைகல் எதிர்த்திசையிலிருந்து நடந்துவந்தாள். நின்றாள். 'நீங்கள் டாக்டர் மார்கனைப் பார்த்தீர்களா?'

'இப்போதுதான் போகப்போகிறேன்.'

'ரொம்பவும் மனம் தளர்ந்திருக்கிறாள்.' அவள் கண்களைப் பெரிதாகவும் மங்கலாகவும் காட்டிய தன் கருப்புச்சட்டமிட்ட கண்ணாடி வழியாக அவரை உற்றுநோக்கினாள். 'எல்லா காஸ்மெடிக் சர்ஜரி களையும் வேண்டாம் என்று சொல்லிவிட்டாள். தெரியுமா? உங்களிடம் பேசச் சொன்னேன்.'

'நான் பேசுகிறேன்'

'உங்க வேலை எப்படிப் போயிட்டிருக்கு, மிஸ்டர் பட்?'

இவ்வளவு எளிய கேள்விக்கு ஒருபோதும் பதில்சொல்வது கடினமாகத் தோன்றியதில்லை. யதீன் தலையசைத்தார். ஒரு வார்த்தையும் சொல்ல முடியவில்லை.

ஃபரீதா சிரித்தாள். அவள் முகத்திலுள்ள சுருக்கங்கள், மற்றொரு பெண்மணியை அவருக்கு நினைவூட்டின. பருமனான, ஆறுதல்மிக்க, தோள்களில் சேலை தழுவுகின்ற பெண்மணி. அவர் அம்மா.

யதீன் அஞ்சலியின் அறைக்குள் மறுபடியும் நுழைந்ததும், அவள் இமைகள் படபடத்தன. அவருக்குத் தன் கன்னத்தில் நீர் வழியும் உணர்ச்சி ஏற்பட்டது. அதைத் துடைத்துக்கொண்டார்.

'தவறாக என்ன நடந்தது?' அவள் கண்கள் இருண்ட குளங்கள் ஆயின. அந்தக் கட்டுப்போட்ட முகத்தைச் சென்று தொட்டுத் தடவ நினைத்தார்.

அவர் மனம் காலியானது. உயர்ந்த அதிரொலி ஒன்று தலைக்குள்

ஒலித்தது. அவளது சிதைந்த முகத்தையும், இழுத்துக்கட்டப்பட்ட வலைப் பின்னல்களாலான அவள் கட்டுகளையும், மூக்கின் எலும்பையும், உருகிப் போன காதுகளையும் எரிந்துபோன புருவங்களையும், சிவப்பு-பழுப்புப் பிளவாகத் தெரிந்த வாயையும் நோக்கினார்.

'நிகில் இதைச் செய்யவில்லை' சொற்கள் அவரிடமிருந்து தெறித்தன. அவர் தலையிலிருந்த ஒலி விடவில்லை. அவர் கால்கள் பலமிழக்க, அவள் படுக்கையின் கீழ்ப்புறம் இருந்த நாற்காலியில் தள்ளாடி விழுந்தார். அவள் எழுந்து உட்கார்ந்தாள், கண்கள் விரிய. அவள் கேள்வி எழுப்புவதை எதிர்பார்த்தார். ஆனால் அவள் அசையவோ கண்ணிமைக்கவோ இல்லை.

'என்ன சொன்னீங்க?'

'இதைச் செய்தவன் நிகில் அல்ல.'

வார்த்தைகள் தெறித்தன. நொறுங்கிய கண்ணாடித் துண்டுகள் போல அவரைக் கீறின.

அஞ்சலி மறுத்தாள். 'நிகில்...'

'நிகிலுக்கும் இதுக்கும் சம்பந்தமில்லை.' காதில் ஒலிக்கும் ரீங்கார ஒலியைத் தவிர்ப்பதற்காக யதீன் கண்ணை மூடினார். 'சாரி'

'நான் அவன் குரலைக் கேட்டேனே'

'நீ அவனைப் பாத்தியா?'

'பனிமூட்டமா இருந்திச்சு. என் கண் எரிஞ்சது. காண்டாக்ட் லென்ஸ் பிரச்சினை உங்களுக்கே தெரியும். அவன் நிழல்தான் தெரிஞ்சுது. அவன்தான்.'

'நீ பாத்தது ராதேயை. அவங்க ஒரே உயரம். ரெண்டுபேரும் அன்னிக்கு ராத்திரி ஒரே மாதிரி டிரஸ் போட்டிருந்தாங்க. வருணுடையது.'

நேத் துராத்திரிதான் துண்டுதுண்டா இருந்த நிகழ்ச்சிகளை அவர் ஒட்ட வைத்திருந்தார். திருஷ்டி வருணோட உடைகளை நிகிலுக்குக் குடுத்திருந்தா. வருண் அவனோட துணிகளை ராதேக்குக் குடுத்திருந்தான்.

'அப்ப அவனோட குரல்?'

'அது சந்தர்.' அஞ்சலி தொடர இருந்தபோது யதீன் கையை உயர்த்தினார். 'சந்தர்தான் உங்கிட்ட பேசினான். ராதே எல்லாத்தையும் சொல்லிட்டான். சந்தர் குரலை நீ நிகிலுடையதுன்னு நெனைச்சிகிட்ட. நிகிலும் உன்னை அம்மான்னு சொல்லாம அஞ்சலின்னு பேர்

சொல்லித்தானே கூப்பிடறான்? சரியா?’

‘நிகில் அங்குதான் இருந்தான். அவன்மீதே கொஞ்சம் அமிலம் தெறிக்குமளவுக்குப் பக்கத்தில் இருந்தான். ஆனா மூடுபனியில அவன ஒருத்தரும் பாக்கல. அவன் கேக் ஷாப்புக்கு உன்னைத் தொடர்ந்துவர எண்ணியிருக்க வேண்டும். நாங்க அங்க வந்தப்ப, அவன் அங்கதான் இருந்தான், ஆனா உன் கார்ல இல்ல.’

அஞ்சலி தன் முகத்தைக் கைகளில் மூடிக்கொண்டாள். பிறகுதான் தன் முகத்தைத் தொட அவளுக்கு அனுமதியில்லை என்று நினைவூட்டிக்கொண்டதுபோலத் தோன்றியது. கைகளை எடுத்துவிட்டாள்.

‘இதுவரைக்கும்...நான்’ அவள் குரல் உடைந்தது. ‘இதுவரைக்கும்... நான் அவன்தான்னு... நான் எப்பவும்...’ பேச்சு விம்மல்களாக உடைந்தது.

அஞ்சலியின் கண்கள் நீரை உகுக்க முடியாது. அவள் கட்டில் காலருகே நின்று அவளைச் சிதைத்த ஒவ்வொரு வறண்ட விம்மலுக்கும் பின்வாங்க இயலாமல் தத்தளித்தார்.

‘அவன் இல்லன்னா, வேற யாரு? ‘அவர் கண்களைச் சந்தித்தாள். ‘யார் இப்படிச் செய்ஞ்சாங்கன்னு தெரியுமா?’

‘வருண்.’

அந்த ஒரு சொல்லின் மூலம் எல்லாவற்றையுமே மாற்றிவிட்டார் என்பது அவருக்குத் தெரிந்தது. தயாளுடனும் மேஹராவுடனும், அவர் மகனுடனுமான அவரது உடன்படிக்கைகள், அவருடைய வேலை, அவர் அறிந்த அவருடைய வாழ்க்கை, எல்லாம் போயிற்று. அஞ்சலியின் சிதைக்கப்பட்ட முகத்தை எதிர்கொண்டபோது அவரால் வேறெதையும் செய்திருக்க முடியாது என்பதையும் உணர்ந்தார். மேலும் சொல்லிய வாறு சென்றார். அவர் மகன் எப்படி திட்டமிட்டு எல்லாவற்றையும் இயக்கினான் என்பதைச் சொன்ன போது அவள் கண்கள் விரிவதைக் கண்டார். எப்படி ராதேக்கும் சந்தருக்கும் பணம் கொடுத்தான், எப்படி அவர்கள் ஸஃப்தர்ஜங் மருத்துவமனையின் கார் நிறுத்துமிடத்தில் அவளை அடிக்க முயற்சி செய்தார்கள்... அப்போது பகல் ஒளி நிறைந்திருந்தது, அவளுக்கு பதிலாக அவள் உதவியாளர் வந்தார். அவள் காரை அவர்கள் எப்படிப் பின்தொடர்ந்தார்கள், கேக் ஷாப் எதிரில் காரை நிறுத்தியபோது எப்படி வாய்ப்பை உண்டாக்கிக் கொண்டார்கள்—எல்லாவற்றையும் விவரித்தார்.

அவள் கேட்டுக்கொண்டு உட்கார்ந்திருந்தாள். அவரால் அவள்

உணர்ச்சிகள் என்ன என்பதை அதற்குமேல் புரிந்துகொள்ள முடிய வில்லை. ஏனெனில் அவளிடம் உணர்ச்சிகள் எதுவும் இல்லை, இருந்ததெல்லாம் முகக்கட்டுகளின் குறுக்கு மறுக்கான அமைப்பும், தோல் மற்றும் தழும்புகளின் வெட்டி ஒட்டிய அமைப்புகளும்தான்.

'நிகில் சகியை அடித்தபோது...'அஞ்சலி யதீனை நோக்கிப் பார்வையைத் திருப்பினாலும் அது தொலைவில் இருந்தது— 'ஒவ்வொருமுறை அவன் எவரையேனும் காயப்படுத்தியபோதும், அந்த நாய்க்குட்டியைக் கொலை செய்தபோதும்—நான் நினைத்துக் கொண்டேன்—'

யதீன் தன் வாயைத் திறக்க முயன்றார், விட்டுவிட்டார். வார்த்தை களுக்குப் பொருளில்லை. வருண் பீரோவிலிருந்து திருடுவதைப் பார்த்த போதிலிருந்து அவரைக் கூறுபோட்ட வலிக்கு அவர் சரணாகதி அடைந்துவிட்டார். வருண் ஒரு யாருமற்ற கட்டடத்தில் தன் போதை மருந்துக்காகக் காத்திருக்கிறான். அந்தக் காயம்பட்ட, அடிபட்ட, கற்பழிக்கப்பட்ட, கொலைசெய்யப்பட்ட, எரிக்கப்பட்ட பெண்களுடன் வருண்.

'ஒவ்வொருமுறை நிகில் செய்தபோதும்—ஆனால் அவன் என் மகன்—அதனால் நான்—முயன்றேன்—'

'நிகிலுக்குப் பிறப்பிலேயே ஒரு பிரச்சினை இருக்கிறது. ஆனால் இன்று இருக்கும் வருணை நான்தான் உருவாக்கிவிட்டேன்.'

கடைசியில் கண்ணீர் எல்லாவற்றையும் சொல்லிவிட்டது. பல ஆண்டுகளாக அவர் தேக்கிவைத்திருந்த கண்ணீர். நேற்றிலிருந்து ஒவ்வொரு கணமும் பெருகிக்கொண்டிருந்த கண்ணீர். எல்லாம் கசிந்தன. எப்படி அல்லது எப்போது என்று தெரியாது, அவர் தலை கடைசியாக அஞ்சலி மடிமீது இருந்தது. அவர் தலைமயிரை அவள் தட்டிக் கொடுத்தாள். அவர் தன்னை நிறுத்திக்கொள்ள முயன்றார், ஆனால் அவர் உடல் அவர் சொன்னதைக் கேட்கவில்லை. கொஞ்ச நேரம் கழித்து, அவர் எழுந்து உட்கார்ந்தார், உடல் இன்னும் நடுங்கிக் கொண்டிருந்தது.

'யதீன்' அவள் அவர் கையை ஏந்திப் பிடித்தாள்.

'எப்படி இப்படி இருக்கிறாய்? உனக்கு ஏன் கோபம் வரவில்லை?' என்றார் யதீன்.

'அப்படித்தான், ஐயோ, அப்படித்தான். ஆனால் நமக்குத்தான் நாம் விலைகொடுக்க வேண்டிவரும் என்று தெரியுமே, இல்லையா?'

'இதல்ல. இந்த முறையில் அல்ல.'

'நான் டாரதியிடம் நேற்று பேசினேன். ரொம்ப காலமாக அவள் தன் தங்கையுடனும் கணவருடனும் கோபமாக இருந்தாள். இன்னும் இருக்கிறாள். அவர்கள் இரண்டுபேரும் போனபின்னும்.'

அஞ்சலி ஒரு தலையணையை எடுத்துத் தன்னோடு அணைத்துக் கொண்டாள்.

'விட்டுவிடுவது அவ்வளவு எளியதா?'

'இல்லை. எளியதில்லை. அவர்கள் என் கட்டுகளை மாற்றும் போது, நான் வலியால் துடிக்கும்போது இப்போதிலிருந்து இன்னும் சில மணி நேரங்களுக்குக் கோபமாக இருப்பேன்.'

அதற்கு அவரிடம் விடையில்லை. வாழும் ஒவ்வொரு கணமும் ஒவ்வொரு நாளும் வரும் மாதங்களில், வருடங்களில், அவள் கடும் வலியை அனுபவிப்பாள். எல்லாம் அவருடைய மகனால். அவரால்.

'இப்ப, நான் நிகிலைப் பாக்கணும். நான் நெனைச்சேன், ஆனா அது அவன் இல்ல.' அஞ்சலி ஏறிட்டாள். 'அது அவன் அல்ல. வேற யாரோ. ரொம்பவும் சாரி. நான் அப்படிச் சொல்லலை.'

'நான்தான் பொறுப்பு'

'அப்படிச் சொல்லாதீங்க. அவன் தானாத்தான் இப்படிச் செய்தான்.'

'ஏன்னா ஒவ்வொரு நாளும் அவன் என்னைப் பாத்ததால. நான் விரும்பிய விஷயத்துக்காகப் போறத அவன் பாத்துகிட்டிருந்தான். யாரை நான் புண்படுத்தினேன்னு எனக்குக் கவலையில்லைன்னு நெனைச்சான்.'

'சரி, ஒரு வழி கண்டுபிடிப்போம்.'

அஞ்சலி அவர் அம்மாவைப் போலப் பேசினாள். அவர் அம்மா மன்னித்துக்கொண்டே இருப்பாள். வாழ்க்கை முழுவதும். ஆனால் அம்மா இருக்க முடிவுசெய்து தொல்லையை எதிர்கொண்டாள். ஆனால் அஞ்சலி விட்டுவிட்டுப் போய்விடுகிறாள். இப்போது, அவள் எல்லாவற்றுக்கும் உயரத்தில் வந்துவிட்டாள். அவள் குழந்தைப் பருவம், அவளைப் பாழாக்கிவிட்ட தாக்குதல்.

'இன்னும் இருக்கு'

'என்ன இருக்கு?' அஞ்சலி அவர் முன்னங்கையை லேசாக இடித்தாள். 'யதீன், இன்னும் என்ன?'

மனத்தை மாற்றிக்கொள்வதற்கு முன்னால், அவர் ஃபோனைத்

386 ❋ உன் தோளுக்கு அடியில் நீ

திறந்து, பண்ட்டி-வருண் இருவர் ஃபோனிலிருந்தும் இறக்கம் செய்த ஃபோட்டோக்களை அவளுக்குக் காட்டினார். அவள் கஷ்டத்துடன் முனகத்தொடங்கிய உடனே ஃபோனை ஆஃப் செய்துவிட்டார்.

அவர் அவள் அறைக்குள் நுழையும் முன்பு தனது உடைகளை மாற்றி, குளித்துவிட்டு, கிருமிநீக்கம் செய்துகொண்டு வந்தார். அவளுக்குத் தன் வழியில் ஆறுதல் தர வேண்டும். உணர்ச்சியற்ற, கணக்கிடுகின்ற யதீன், எல்லாவற்றையும் செய்துவிட்டார்.

'எப்படி உங்களுக்குத் தெரியாம போச்சி?' அஞ்சலி வெடித்தாள். 'அவன் உங்க மகன்தானே?'

யதீனிடம் பதில் இல்லை. அவர் விரும்பியதைத்தான் வருணிடம் அவர் கண்டார். அவன் எதை முக்கியம் என்று நினைத்தானோ அதன் பின்னால் அவன் போனான். லாஹிரியின் காரிலிருந்த பெண், சுஜினி—சகியின் அம்மா, செத்துப்போன பிறர். வருண், பண்ட்டி, சந்தர், தீனு அவர்களைச் சித்திரவதை செய்து எரித்தார்கள். செல்ஃபி எடுத்துக்கொண்டார்கள். இவர்களில் வருண்தான் இளையவன். ஆனால் அவன் வெறும் பையன் அல்ல. பண்ட்டி எங்கே அழைத்துச் சென்றானோ அங்கே அவன் போனான்.

யதீன் எழுந்து நின்றார். தனக்குள் பெருகிக்கொண்டிருந்த புயலைக் கட்டுப்படுத்த முயற்சி செய்தார். வருண் மாயாவை ஒரு பெண்ணியப் பொறுக்கி என்ற போதும், தன் தாயை அவமதித்த போதும் சிரித்திருந்தார். அவர் வருணை நல்லவழியில் திருத்தவில்லை, ஒருமுறைகூட.

'அந்தப் பெண்கள்...யதீன், நீங்க என்ன செய்யப் போறீங்க?'

நேற்றிலிருந்து இந்தக் கேள்வி அவரை அரித்துவந்தது. கமிஷனர் மேஹராவுக்கும், தயாள் சிசோதியாவுக்கும் ஃபோனிலிருந்த படங்களைக் காட்டிய நேரத்திலிருந்து.

அஞ்சலி நிகில் பற்றிய சந்தேகத்தை மறைத்துக்கொண்டாள். என்றாலும் சகி அடிபட்டதைப் பார்த்த பிறகு, அவள் அவனைச் சட்டத்திடம் ஒப்படைக்கத் தயாராக இருந்தாள். வேறு எவரும் அவனால் புண்படக்கூடாது. சரி, அது யதீன் சத்யப்ரகாஷ் பட்டை எங்கே விட்டது? அவர் வருணுக்கு இடம் கொடுத்து வைத்திருந்தால், பொய் சொன்னால், எந்த தண்டனையும் இல்லாமல் அவனை அனுப்பி வைத்தால், அதனால் அவன் ஒரு மிருகமாக இருப்பதிலிருந்து மாறிவிடுவானா? வேறு பெண்கள் அவனுக்குக் கிடைக்க மாட்டார்களா? மேஹராவுடனும் தயாளுடனும் ஒரு ஒப்பந்தம்

செய்த பிறகுதான் யதீன் இங்கே வந்திருந்தார். அவர் மகன் தண்டனை யிலிருந்து கட்டாயம் தப்புவதற்கான வழியினைச் செய்துவிட்டு.

'ஆக, அதனால்தான் திருஷ்டியின் அப்பா இங்கே வந்தாரா?' அஞ்சலியின் குரல் அவரைத் திடுக்கிட வைத்தது. 'வருணுக்காக?'

'அவர் இங்கே வந்தாரா?'

'ஆமாம், நேற்று சாயங்காலம்.' அஞ்சலியின் குரல் உடைந்தது. 'என் சிகிச்சைக்கு அவர் பணம் கொடுப்பதாகச் சொன்னார்.'

இந்த அறைக்குள் நுழையும் முன்பு இதே பரிசை அவளுக்கு அவர் அளிக்க வேண்டும் என்று நினைத்திருந்தார். இப்போது அவளைத் தேடினார், தன் கைகளில் அவளை ஏந்திக்கொண்டார், அவள் முதுகு தன் முன்புறம் இருக்கும்படியாக. அவள் முகத்தையோ நெஞ்சையோ தொட்டுவிடக் கூடாது என்ற எச்சரிக்கையோடு.

'சந்தேகம் ஏற்பட்டுவிட்டதா பெண்ணே?' அவள் தலைக்குமேல் மெதுவாகப் பேசினார். அவள் தலைமயிர் அவர் முகவாயில் கிளுகிளுப்பு மூட்டியது. பிறகு உருதுக் கவிதையின் ஒரு அடியைச் சொன்னார் (பிரிவுதான் இனிமையிலும் இனிமையானது. உள்ளே பட்ட காயத்துக்கு துன்பம் ஒரு திரையாகிறது).

'இது என்ன, புரியவில்லையே? ரொம்ப சோகமாகவும் அதேசமயம் இனிமையாகவும் தோன்றுகிறது.'

அவரது கவிதைக்காதல் அப்பாவிடமிருந்து வந்தது. யதீனால் அவர் தந்தையைச் சகித்துக்கொள்ள முடியாது. ஆனால் அவரது கீழ்ஸ்தாயிக் குரலில் ஒலித்த உருதுச் சொற்கள் அவரைச் சிறுபையனாக இருந்த போதே கவர்ந்தன. கல்லூரியில் காலிப், ரூமி, சாஹிர் ஆகியோர் மீது அவர் கொண்ட காதல் தானாக ஏற்பட்டது என்று நினைத்தார். ஆனால் அப்பா அவருக்குள் ஒரு வீடு கட்டிக்கொண்டிருந்தார். வலியில், அவமானத்தில், அவர் அப்பா அவருக்குள் இப்போதும் இருக்கிறார், கவிதையிலும்கூட. யதீனால் அவர் அப்பாவைத் தாண்டி வெளிவர முடியவில்லை. அவரைக் கைவிடவும் முடியவில்லை. என்றாவது ஒருநாள், காலிபின் இந்த அடிகளை அவர் அஞ்சலிக்காக மொழி பெயர்ப்பார். எப்படி ஒரு கிழித்து வெளிப்படுத்தப்பட்ட இதயம் கவலையற்றுப் போகிறது, ஏனெனில் அப்புறம் உனக்கு உன் காயங்களை மறைக்கவேண்டிய அவசியம் இல்லை.

இன்னும் அவர் அஞ்சலியிடம் முழுவதையும் சொல்லி முடிக்க வில்லை. அவர் தன் இதயத்தை முற்றிலும் வெளிப்படுத்தி, எல்லாக்

காயத்தையும் வெளியே காட்டிவிட வேண்டும். எதையும் விட்டுவிடக் கூடாது.

'நான் வருணை நேற்று அடித்துவிட்டேன். அவன் தாடை இடம்பெயர்ந்து போயிற்று. இப்போது மருத்துவமனையில் இருக்கிறான்.'

ஆனால் அது மட்டும் எல்லாம் ஆகிவிடவில்லை. அது போதவும் போதாது. ஒருபோதும் போதாது.

'வருண்தான் நிகிலை அடித்தவன்.'

அவள் நிமிர்ந்து உட்கார்ந்தாள். அவர் பக்கம் திரும்பினாள். கேட்கும்போதே கோபத்தில் கண்கள் சிவந்த அவளை அவர் பார்த்தவாறிருந்தார்.

இது அவருக்கு வேண்டும். தானறிந்த வாழ்க்கையை அவர் முடிவுக்குக் கொண்டுவந்துவிட்டார். தண்ணீரில் வாழ்ந்துகொண்டு முதலையிடம் சண்டை போட்டு என்ன பயன்? அவருக்கு அவளுடைய கோபம்தான் தேவை. மன்னிப்பு அல்ல. தனது உலகத்தைத் தன் கையால் கிழித்தெடுக்க அவருக்கு அது தேவை. அப்படிச் செய்யும் போது ஒவ்வொருவரும் அதைக் காண வேண்டும்.

உன் தோலுக்கு அடியில் நீ * 389

61

நிகில். அஞ்சலி தன் மகன் பெயரைத் தனக்குள் சொல்லிக்கொண்டாள். நிகில். அவளுடைய நிகில் இன்று அவளைக்காண வர இருக்கிறான். கிறிஸ்துமஸுக்கு அடுத்தநாளில் அவளை இரண்டாவதாகப் பார்ப்பவன்.

அவனைத் தழுவிக்கொள்ள வேண்டும் என்று நினைத்தாள். ஆனால் அவளால் முடியாதென்று தெரியும். அவனைப் பார்ப்பது அவள் இதயத்திலிருக்கும் வலியைக் கொஞ்சம் குறைக்கும். ஒவ்வொரு சமயம் நிகில் ஆட்டம் போட்டபோதும், அவன் ஓடிப்போன போது, நாய்க்குட்டியுடனான சம்பவத்துக்குப் பிறகு, திருஷ்டியின் விருந்து நடந்த மாலையில் அவனைக் காணாத போது, அவள் வேறொருவன் தனக்குப் பிறந்திருக்கக் கூடாதா என்று ஏங்கினாள். ஒரு நிறைவான மகன். அவன் வருணைத் தாக்கினான் என்று அவள் நினைத்தாள். ஃபரீதாவின் மருத்துவஅகத்திலிருந்து அவன் ஓடிப்போன தினத்தன்று அவள் மிகுந்த பயத்துக்காளானாள். ஓடும்போது அவளையும் காயப்படுத்திவிட்டான். அவன் சகியை வேண்டுமென்றே மீண்டும் தாக்குவான் என்று நினைத்தாள். அவனுக்குத் தேவைப்பட்டது புரிந்துகொள்ளல். அவளோ தீர்ப்பை அளித்தாள்.

இனிமேல் அப்படி இல்லை.

இன்று தன் மகனை அவள் காண்பாள். அவனைப் பற்றித் தனக்குள் பயின்றுகொண்ட எல்லாவற்றையும் அழித்துவிடும் செயல்முறையைத் தொடங்குவாள். அவன் உண்மையில் யார் என்று நோக்குவாள். தனது அடுத்த அறுவைக்காக அவள் இன்று மாலை போகவேண்டும். பிறகு ஒரு வாரம் எழக்கூடாது. அதற்கு முன், அவள் தன் கண்களை அவன் தோற்றத்தால் நிரப்பிக்கொள்வாள்.

ஒரு செவிலி உள்ளே வந்தாள். ‘உங்களைப் பார்க்க புதியவர் ஒருவர் வந்திருக்கிறார் மேடம்’

‘என் மகனா?’

'ஒரு பெண்மணி. திருமதி பட்.'

இப்போது அவளிடம் சொல்ல திருஷ்டிக்கு என்ன இருக்கிறது? அது என்னவாக இருந்தாலும், நிகில் வருவதற்கு முன் அதை முடித்துவிட வேண்டும் என்று அஞ்சலி நினைத்தாள்.

'வரச் சொல்'

திருஷ்டி ஒரு வெள்ளை முகக்கவசத்தை அணிந்து வந்தாள். மிக ஒல்லியான பெண்கள் மட்டுமே அணியக்கூடிய சிறிய கருப்பு அலுவலக உடை. அஞ்சலி தன்னைத் தடுத்துக்கொண்டாள். திருஷ்டியை எடைபோடும் வேலை அவளுக்கு எதற்கு?

'ஹை அஞ்சலி'

ஒரு வாழ்த்து போலத் தோன்றவில்லை. சவால் மாதிரி இருந்தது. ஒரு சாட்டையை அடிப்பது போல. தான் கொண்டுவந்த பையை மெதுவாக வீசிக்கொண்டிருந்தாள். அதை வீசுவதற்கான சக்தியைச் சேகரிப்பது போல.

'ஹலோ' அஞ்சலி திருஷ்டியின் கண்களைச் சந்தித்தாள். திருஷ்டி ஓரடி பின்வாங்கினாள். ஏதோ அஞ்சலி அவளைத் தள்ளிவிட்டது போல. பிறகு படுக்கையைப் பார்த்துப் பேசினாள்.

'என்ன திட்டமிடுகிறாய் இப்போது?' திருஷ்டியின் குரல் கோபத்தால் நடுங்கியது. இது யதீனைப் பற்றியதாக, மணவிலக்கைப் பற்றியதாக இருக்க வேண்டும்.

'நீங்கள் கொஞ்சம் உட்காருகிறீர்களா?'

தன் காதுகளுக்கே, தனது மருத்துவமனையில் தனது நோயாளிகளில் ஒருவரைப் பார்த்துப் பேசுவது போன்று அஞ்சலியின் குரல் ஒலித்தது. ஏதோ திருஷ்டிக்கு அவள் தேவையில்லை, ஒரு டாக்டரின் கவனிப்பு தேவை போலவும். திருஷ்டி இந்தச் சமயம் பின்வாங்கவில்லை.

'பதில்சொல்' என்றாள் திருஷ்டி. 'என் கணவனை எடுத்துக் கொண்டாய், அது போதாதா? என் மகனையும் இதில் இழுக்கிறாயா?'

'அஞ்சலியின் இதயம் வேகமாகத் துடித்தது. கட்டுகளுக்குக் கீழே அவள் முகம் சிவந்தது. 'உன் மகன் என்ன செய்தான் தெரியுமா?'

'என் அப்பா எல்லாவற்றையும் எனக்குச் சொல்லிவிட்டார். எங்கள் குடும்பத்தை அழிக்காமல் விடமாட்டாய், இல்லை? என் வருண்தான் இதைச் செய்தான் என்று சொல்கிறாயா?' அஞ்சலியின் முகத்தைச் சுட்டிக் காட்டினாள். 'என் மகன் உன் மகன்போல சைக்கோ இல்லை. சாட்சி இருப்பதாக அப்பா சொல்கிறார். உன் மகன் உன்னைத்

தாக்குவதை அவர்கள் பார்த்தார்கள்.'

'உன் அப்பா உனக்கு என்ன சொன்னார் என்று தெரியாது. ஒருநாள் அவர் எனக்கு லஞ்சம் தருவதற்கு வந்தார். என் சிகிச்சைச் செலவு எல்லாவற்றையும் ஏற்றுக்கொள்வதாகச் சொன்னார். ஏன் அப்படிச் செய்தார்?'

யதீனின் ஃபோனிலிருந்த படங்கள்—வருண், பண்ட்டி, பிற ஆட்கள், எரிக்கப்பட்ட பெண்கள் ஞாபகம் அஞ்சலிக்கு வந்தது.

'என் ஆம்படையானோடு படுத்தவ பேச்சை நான் நம்புவேன்னு நினைக்கிறயா? அதுவுமல்லாம, என் மேஜையில சாப்பிட்டவ. பல வருஷம், அஞ்சலி' திருஷ்டி கேலி செய்தாள். 'பத்து வருஷம். நீ வெக்கப்பட வேண்டும். வருணுக்குத் தெரியும். நீ ஓட்டல்களில் போன படங்களை அவன் எனக்குக் காட்டினான்.'

'நிச்சயம் காட்டியிருப்பான். அதைச் செஞ்சது தவறுதான். ஆனா அவன் ஃபோன்ல இருக்கற மத்த படங்களைக் காட்ட நீ ஏன் சொல்லலை? எத்தனை எத்தனையோ பெண்களுக்கு அவன் என்ன செஞ்சாங்கறதை?'

'என் வீட்டுக்காரர் உன்னையும் உன் குரங்கையும் பாதுகாக்கவும் என்ன செய்ஞ்சார்னு எனக்குத் தெரியும்.'

அஞ்சலி படுக்கையைவிட்டு எழுந்தாள். திருஷ்டியை எதிர்த்து நோக்கினாள். 'என் மகனைக் கண்டபடி பேசினா ஜாக்கிரதை.'

திருஷ்டி பின் வாங்கினாள். ஆனால் பார்வையைத் தாழ்த்தவில்லை. 'வெளிநாட்டுக்காரன் எவனுக்கோ பாதிப் பொறந்த அஞ்சலிப் பொண்ணே, என் பையனுக்கு ஆபத்து ஏதாவது வந்தா, உன் மகனையும் விட்டுவைக்க மாட்டேன், பாத்துக்க.'

மெதுவாகக் கதவைச் சாத்திக்கொண்டு திருஷ்டி வெளியேறினாள்.

தன் படுக்கைக்குக் கஷ்டப்பட்டுத் திரும்பும்போது அஞ்சலியின் கைகள் நடுங்கின. யதீனை ஃபோனில் அழைக்கச் செவிலிக்கான மணியை அடித்தாள். நீங்களே இதை சரி பாத்துக்குங்க, சிறப்புக் கமிஷனர் பட். தனக்குள் சொல்லிக்கொண்டாள். மறுபடியும் என் மகனைப் பிரியமாட்டேன்.

62

மாயா விஜிலில் இருந்த ஆலோசனைக் கூடத்தில் நடையிட்டாள். அவளுக்கு ஒரு சிகரெட் தேவையாக இருந்தது. புத்தாண்டு இரவிலிருந்து அந்தப் பழக்கத்தைத் திடீரெனக் கைவிட்டது அவளது நேர்த்தியான செயல் என்று சொல்ல முடியாது. அது போன வாரமெல்லாம் அவளைப் பைத்தியமாக்கிக் கொண்டிருந்தது. சகியைத் தன் நண்பரின் வீட்டில் விடுவதற்கும் நிகிலை மருத்துவ மையத்திலிருந்து கொண்டு வருவதற்கும் முன்னால், பவனுடனும் அண்ணனுடனும் இந்தச் சந்திப்பை முடிக்க வேண்டியிருந்தது.

அடுத்த ஆபரேஷனுக்காக தியேட்டருக்குள் கொண்டுசெல்லப் படுவதற்கு முன்னால் நிகில் என்று அஞ்சலி முணுமுணுத்திருந்தாள். அஞ்சலி பார்ப்பதற்காக மாயா நிகிலின் சில ஒளிப்படங்களை எடுத்திருந்தாள். தன் அண்ணன் அவனைப் பார்த்துக்கொள்வார் என்றும் கூறியிருந்தாள். அஞ்சலி தன் கோமாவிலிருந்து மீண்டிருந்தாள். அவள் ஒட்டுச் செயலுக்கு ஆயத்தமாக இருந்தாள் என்று டாக்டர் கூறினார். பிறகு வரும் அழகுபடுத்தும் ஆபரேஷன்களுக்கு அவள் இன்னமும் ஒப்புதல் அளிக்கவில்லை. ஆனால் அவள் அளிப்பாள். அதற்கு மாயா பார்த்துக்கொள்வாள் நிகிலுக்காக அது தேவை என்று சொல்வாள். அதனால் நிகில் அவளுடன் இயல்பான வாழ்க்கை நடத்த முடியும். அவனுக்கான பணத்தைப் பற்றி அவள் கவலைப்படத் தேவையில்லை. பேராசிரியர் குப்தா அவனுக்குத் தேவைக்கு அதிகமாகவே விட்டுச் சென்றிருந்தார். நிகில் அஞ்சலியைக் கேட்டான், ஆனால் அவள் மருத்துவமனையில் இருக்கிறாள் என்று புரிந்துகொண்டான். பவனையும் கேட்டான்.

ஆனால் புத்தாண்டுக்குமுன் பவன் விஜிலுக்கு வரவில்லை. புத்தாண்டுக்கு இருநாள்கள் முன் பவனின் அம்மா இறந்துபோனாள். அதற்குப் பிறகு பவனை அவள் காணவில்லை. சிகரெட்டுகளுக்கு ஏங்கியதற்கு ஒப்பாக அவனுக்கும் ஏங்கினாள். பண்ட்டிக்கும் பிறுக்கும் எதிராகக் குற்றப்பத்திரிகைகளைத் தயாரிப்பதில்

அண்ணனுக்கு உதவி தேவைப்பட்டதால் பவன் இன்று வருவான். பெற்றோரை இழப்பதன் வலி அவளுக்குத் தெரியுமாதலின் பவனுக்காக அவள் வருந்தினாள்.

கதவு மணி அடித்தது. அவள் சிந்தனையின் பொருளான பவன் சில கணங்களில் நுழைந்தான். சிரிக்க முயன்றான், ஆனால் அந்தச் சிரிப்பு அவன் களைத்த கண்களை எட்டவில்லை. துக்கம் காத்தலின் பதின்மூன்றாவது நாள் ஆதலின் அவன் முகத்தை மழிக்கவும் தலைவாரவும் இல்லை. எடை குறைந்திருந்தது.

'ஹை' என்றவாறு மாயா அருகில் சென்றாள். 'உன் அம்மாவை இழந்ததற்காக மறுபடியும் மிகவும் வருத்தப்படுகிறேன்.'

அவனை அடைந்து தழுவிக்கொள்ள விரும்பினாள். ஆனால் எப்படி என்று தெரியவில்லை. என்ன சொல்வதென்றும் புரியவில்லை.

'நன்றி' என்றான். சோர்ந்து கூனியிருந்தான். அவன் கைகள் அருகில் தொங்கின. 'யதீன் சார் வந்துகிட்டிருக்காரா?'

'ஆமாம். நாம் இங்க காத்திருப்போம். அண்ணாவுக்கு அந்த மேப் வேணும்' ஆலோசனைக்கூடச் சுவரிலிருந்த தில்லி மேப்பைக் காட்டினாள். பவனின் தலைமுடி கலைந்திருந்தது. அவன் கண்ணிமைகள் பருத்திருந்தன. அவள் வார்த்தைகளை அவன் புரிந்துகொண்டதாகத் தெரியவில்லை. ஆனால் தலையை ஆட்டியவாறு ஒரு நாற்காலியில் சாய்ந்தான்.

'அண்ணி எப்படியிருக்கிறாள்?'

'அவள் நம்மோடு பேசறதில்லை.' பவன் பையைத் திறந்தான். 'அவங்க வீட்டிலருந்து யாரும் பீஜியின்..'

அவன் குரல் அடைத்தது. மாயா அருகில் செல்ல நினைத்தாள். ஆனால் கட்டுப்படுத்திக் கொண்டாள். அண்ணி, தன் சொந்த அத்தையின் இறுதிச் சடங்குக்குச் செல்லவில்லை? அவளும் அண்ணனும் அந்த இடத்திலிருந்து சென்றபிறகு அண்ணி அங்கே வருவாள் என்று அவள் நினைத்திருந்தாள்.

'வருணைப் பற்றியும் பண்ட்டியைப் பற்றியும் நான் பொய்யாக எல்லாம் கதை கட்டிவிட்டதாக அவள் நினைக்கிறாள். என் அண்ணன் மகனுக்கு எதிராக சாட்சியங்களை உருவாக்கினேனாம். அப்படித்தான் மேஹரா சார் அவளுக்குச் சொல்லியிருக்கிறார்.'

அந்தச் சொற்களில்தான் எவ்வளவு கோபமும் வருத்தமும். மாயாவுக்குத் தொழில்ரீதியான மனக்கட்டுப்பாடு வேண்டும். ஆனால்

அவன் நாற்காலியை நோக்கி அடிவைத்தாள். பவன் தன் பேனாவையும் குறிப்பு நோட்டை யும் எடுத்து மேஜைமீது வைத்தான். அவனை அவள் கவனித்திருந்தால், அவன் கைகளில் காணப்பட்ட சிறு நடுக்கத்தை உணர்ந்திருப்பாள். அவன் தோளின் மீது கைவைத்தாள். அவன் அதைப் பிடித்துக்கொண்டான். அவளை முத்தமிட இழுத்தான். மாயா திரும்பி அவனை முத்தமிட்டாள். அவன் உதடுகள் மென்மையாக இருந்தன, ஆனால் அவள் உதடுகள்மீது கெட்டியாகப் பற்றின. அவனது தொடுகையில் அவளின் ஒரு பகுதியின் மகிழ்ச்சித் துடிப்பு. அவன் கைகள் அவள் தலைமயிரில். அவள் முதுகில். அவர்கள் வாயின் வெப்பத்தில், அவர்களின் சிறு சத்தங்களில், அடங்கிய முனகல்களில் கண்ட இன்பம். அவளின் மறுபகுதியோ, அவன் உன்னை முத்த மிடுகிறான், உன் வாழ்க்கையின் முதல் முத்தம், உனக்குக் கேட்கிறதா? முட்டாள் பெண்ணே, இதைப் பொதிந்து வைத்துக்கொள், நினைவில் வை என்றது.

கதவுமணி ஓசை மறுபடியும். அவள் பவனைத் தள்ளிவிட்டு ஓடினாள். குளியலறைக் கண்ணாடியில் பார்த்தாள். சிவந்துபோன முகம், பிரகாசமான கண்கள்.

***

அவள் திரும்பிவந்தபோது, அண்ணா தேநீர்க்கெட்டில் அருகில் நின்று, குவளைகளில் வெந்நீரை ஊற்றிக்கொண்டிருந்தார். பவன் அமைதி யாகத் தாள்களைத் தன் முன்னால் பரப்பி உட்கார்ந்திருந்தான். குஸும் வந்து பவனின் அருகே அமர்ந்து குறிப்பெடுத்துக்கொண்டு இருந்தாள். குஸுமும் மாயாவும் இருந்ததால், அண்ணா டீ போட முனைந்தார். பார்க்காமல் இருந்திருந்தால் மாயா அதை நம்பியே இருக்கமாட்டாள்.

'ஆக, அமிலத் தாக்குதலில் ராதேயை சம்பந்தப்படுத்த போதிய சாட்சி இல்லை என்கிறாயா?' அண்ணா தன் தேநீரைக் கலக்கினார்.

'அவனப் பயன்படுத்தறாங்க சார்' என்றான் பவன். 'இந்தக் கொலைகளுக்குப் பின்னால் லாஹிரியும் மனோஜும் இருப்பதாக அவன் சாட்சி சொன்னால், அப்ப வருணும் பண்ட்டியும் ராதே அமிலத்தை வீசவில்லை என்று சொல்லிவிடுவார்கள். நிகில்தான் வீசினான் என்று சந்தரும் சொல்லி விடுவான். அன்னிக்கு ராத்திரி நிகில் போட்டிருந்த டிரஸ்ஸைக் கைப்பற்றி வச்சிருக்காங்க சார்.'

ஆக, நமக்கு எதிராக அவர்கள் என்று ஆகிவிட்டது. இந்த

உன் தோளுக்கு அடியில் நீ ❋ 395

அறையிலுள்ள எல்லாரும், கமிஷனர் மேஹராவுக்கும், தயாள் சிசோதியாவுக்கும் எதிராக.

'எப்படியிருந்தாலும் இளம் குற்றவாளிகள்னு அவங்களை முடிவு செய்வாங்க, இல்லையா?' என்றாள் மாயா.

'வருண் அப்படித்தான்.' அண்ணா தன் முன்னால் தாள்களை ஒழுங்குபடுத்தினார். 'ஆனா பண்ட்டிக்கு இருபத்தொரு வயசு. தீனும் சந்தரும் இன்னும் பெரியவங்க.'

'படங்க ரொம்ப திட்டவட்டமான சாட்சியம், இல்லையா?' என்றாள் மாயா. எரிந்து போன அந்த உடல்களை அவளால் மறக்க முடியவில்லை. தன் அண்ணன் மகன் அந்தக் குற்றத்தின் ஒரு பகுதியென நம்பவும் முடியவில்லை. பல வருடங்களாக, வருணைக் கொஞ்சம் கெட்டுப்போன பையன் என்றுதான் அவள் நினைத்திருந்தாள். ஆனால் பாவம் அண்ணன். வருணைத் தன் பெருமிதமாகக் கொண்டாடியவர். போனவாரம் அவனுக்கு எதிராகக் குற்றங்களைக் கோப்புகளில் சேகரித்து வந்தார். ஒன்று அஞ்சலியின் சார்பாக, மற்றொன்று ரோலியின் கணவன் சார்பாக.

அண்ணா எல்லாருக்கும் டீ வழங்கினார். குஸும் எழுந்தபோது, உட்காருமாறு கையசைத்தார்.

'ஆமாம்' என்றான் பவன். 'ஆனால், பண்ட்டி, வருண் ஃபோன்களிலிருந்து இறக்கம் செய்யப்பட்ட ஃபோட்டோக்களின் நகல்களை நாம் பயன்படுத்தினாலும் அவற்றை நீதிமன்றத்தில் அனுமதிக்க முடியாதது என்று கூறவைத்துவிடுவார்கள். நாம் அவங்களோட ஃபோன்களுக்கோ, அவங்களுடைய கைதுக்கோ வாரண்ட் வாங்க வேணும்.'

பவன் மிக அமைதியாக இருந்தான். சில நிமிடங்கள் முன்னால் அவளை இழுத்து அணைத்துக் கொண்ட ஆள் அல்ல. அந்த ஞாபகத்தில் மாயாவின் முகம் சிவந்தது.

விவாதம் தொடர்ந்தது. அவர்கள் மிக மோசமான ஆட்களை எதிர்த்துப் போராடியாக வேண்டும். சுஜினியின் போஸ்ட்-மார்ட்டம், லாஹிரியின் காரிலிருந்த பெண் பற்றிய சாட்சியங்களை எல்லாம் மாற்றிவிட்டார்கள். சுஜினி வழக்கில் புதிதாகப் பொறுப்பேற்றிருந்த ராட்டி, மனோஜும் லாஹிரியும்தான் எல்லாவற்றையும் செய்தவர்கள் என்று ஆக்கிவிட்டான். அவர்களின் டிஎன்ஏ காரிலும், ரோலி மீதும், லாஹிரியின் இருப்பிடத்திலும் கண்டெடுக்கப்பட்டன. சுஜினி மற்றும் ரோலியின் உடல்கள் எரிக்கப்பட்டுவிட்டன. கமிஷனர் மேஹராவும்

உள்துறைச் செயலரும் ஒன்றையும் விட்டு வைக்கவில்லை.

'ராதே ஒருவேளை தன் சாட்சியத்தை மாற்றலாம்' அண்ணா குஸுமை நோக்கினார். 'குஸும் ராதேயை எப்படியோ சந்திக்க முடிந்தது. அவன் அம்மாவின் ஃபோட்டோக்களை அவனிடம் காட்டினாள். பண்ட்டியும் அவன் கும்பலும் அவளைக் கொலை செய்ததைக் கூறினாள். ராம் சரண், தன் தாய் பற்றிய உண்மைகளைத் தெரிந்துகொண்டதால்தான் அவனையும் தீர்த்து விட்டார்கள் என்பதை அவனிடம் சொன்னோம்.' அண்ணனின் குரலில் இருந்த உறுதியை மாயா கவனித்தாள். அவர் உணர்ச்சி வசப்பட்டபோது அதன் பின்னால் இருந்தார். மிகவும் களைத்துக் காணப்பட்டார், அவர் முகத்தில் புதிய கோடுகள்.

'நீங்க சொன்னா, நான் லாஹிரியைச் சந்தித்துப் பேசறேன்' டீகப்பைக் கீழே வைத்துவிட்டு மாயா எழுந்தாள். 'மனோஜுடைய, லாஹிரியுடைய வாக்குமூலங்களைப் பற்றி ஏதாவது செய்யமுடியுமா யோசிக்கலாம். அதோட, ஹிரிதயோக் மறுபடியும் திறக்கப்படணும்னு நினைக்கறேன்.'

'அதைப்பத்தி அப்புறம் பேசலாம் மாயா' அண்ணன் தடுத்தார். சில விஷயங்களில், அவர் மாறவே மாட்டார்.

அடுத்த பதினைந்து நிமிடம், அவர்கள் வழக்கின் விவரங்களை விவாதித்தார்கள். கடைசியில், அண்ணா அவர்கள் கேள்விகளையும் கருத்துகளையும கேட்டார்.

'நாங்க காப்புப் பிரதிகளை ஒரு பாதுகாப்பான இடத்தில் சேமித்து வைத்திருக்கிறோம், இண்டர்நெட்டில் அதன் பல்வேறு நகல்கள் இருக்கின்றன' என்றான் பவன். 'விஷயங்கள் முனைப்பாக ஆனால் அந்தப் படங்களை நாம் வெளியிடலாம்.'

'நாம இப்ப பேசறது உள்துறைச் செயலரின் ஈடுபாடு பற்றித்தான்' என்றாள் மாயா.

'சமூக ஊடகங்கள் ரொம்ப திறன்மிக்கதா இருக்கும்' பவன் சுற்றி அங்கிருந்த அனைவரையும் பார்த்தான். 'குறைந்தபட்சம், அந்தப் படங்கள் நம்மைப் பாதுகாப்பா வச்சிருக்கும்.'

மாயா நிகிலைக் கூப்பிட்டு வருவதற்கு முன்னர் எல்லாவற்றையும் அவள் முடிக்குமாறு விட்டுவிட்டு அண்ணனும் குஸுமும் போய் விட்டார்கள்.

இப்போது அவளும் பவனும் தனியாக இருந்தாலும் கருத்தரங்க

உன் தோலுக்கு அடியில் நீ ❋ 397

அறை நெரிசலாக இருப்பதுபோல் இருந்தது. அவனுக்குத் தன் முதுகைக் காட்டிக்கொண்டு, அவள் கப்புகளையும் ஃபைல்களையும் எடுத்து வைத்தாள். ஆனால் பேப்பர்களை இடம் மாற்றியது, அவன் பையை ஜிப்பிட்டு மூடியது, ஃபைல்களைப் போடும் சத்தம் எல்லாம் அவள் கவனத்தில் இருந்துகொண்டுதான் இருந்தன. கடைசியாக அவன் ஷூக்கள் அவளை நெருங்கிவந்த சத்தம்.

'மாயா'

அவள் பெயரை அவன் உச்சரித்ததே அவள் கழுத்தில் தடவிக் கொடுத்ததைப் போல் இருந்தது. அவள் திரும்பவில்லை, ஆனால் அவள் கைகள் மேஜைமீது நிலைத்தன.

'உன்னோடு பேசவேண்டும்.'

அவள் திரும்பவோ, அசையவோ, ஏன் மூச்சுகூட விடவோ இல்லை. அவன் அவளைப் பிடித்துத் தன்னை நோக்கித் திருப்பினான்.

'முன்னால...' அவன் நிறுத்தினான்.

கடவுளே, வேண்டாம், அவன் இப்போது சாரி சொல்லப் போகிறான்.

'மாயா, நீ என்னப் பாத்தாலொழிய நான் எப்படிப் பேசமுடியும்?'

கோபம். அதை அவள் எதிர்கொள்வாள். அவள் திரும்பி தன் கண்களை அவனுக்காக உயர்த்தினாள். அவை விரிந்து அவளைப் பார்த்துச் சிரித்தன.

'நான் உனக்கு ஒண்ணு சொல்லணும்.'

அவன் வெட்கப்பட்டதை அவள் விரும்பினாள். அது அவனை மிகவும் உயிர்த்துடிப்புள்ளவன் ஆக்கியது. அவன் உள்ளே நுழைந்த போது காணப்பட்ட தோல்வியுற்ற ஆள்போல இல்லை.

'எனக்கு...' பவன் சொற்களைத் தேடினான். 'நான் சொல்ல நினைக்கறது என்னன்னா...' அவன் அவளை நாற்காலிக்கு அழைத்துச் சென்றான். உட்கார வைத்தான். தானும் அவள்முன் உட்கார்ந்தான். தன் ஒரு கையில் அவளின் இருகைகளையும் அடக்கிக்கொண்டான். இது ஒரு தமாஷாகத்தான் இருக்கவேண்டும். அவன் அவளைக் கேலிசெய்கிறான். அவன் பிடியிலிருந்து அவள் கைகளை விலக்கிக் கொள்ள முயன்றாள்.

'நீ சொன்னா நான் விட்டுடறேன். ஆனா நீ சொன்னாத்தான்...'

அவள் சொல்லத்தான் வேண்டும். இப்போது அவனை முன்னேற

விடக்கூடாது. இப்போது அல்ல.

அவள் தலையை குனிந்துகொண்டாள். சரியான சொற்களைத் தேடினாள். அவன் அவள் கைகளை விட்டான். எழுந்துநின்றான்.

'பவன், அப்படி இல்ல... இல்ல, அது இல்ல...' மாயா தன் ஸ்வெட்டர் கைகளைச் சுருட்டி அவனுக்குத் தன் தோலைக் காட்டினாள். அவன் மறுபடி உட்கார்ந்தான்.

'எனக்கு முன்னாலயே தெரியும்' அவன் இந்திக்கு மாறினான். அவள் முன்னங்கையிலிருந்த ஒரு நிறம்மாறிய பட்டைமீது ஒரு விரலைப் படரவிட்டான். 'எனக்கும் இது மாதிரி இருக்கு. ஆனா இப்ப உனக்குக் காட்ட முடியாது, அதெல்லாம் உள்ள இருக்கு.'

அவளால் அவன் கண்களைச் சந்திக்க முடியவில்லை. அதுவும் ரொம்ப காலமாக அவனிடம் இவற்றை மறைத்து வைத்த பிறகு.

'நம்ம எல்லாருக்குமே உள்ளே வடுக்கள், இரகசியங்கள் இருக்கத்தானே செய்யுது? வேணும்னா நாம் நம்மைப்பத்தி இன்னும் நல்லா ஆராய்ச்சி பண்ணுவோம், என்ன? நான் உன் பதிலுக்காகக் காத்திருக்கேன்.'

மாயா அவன் கண்களைச் சந்தித்தாள்.

'ஆனா இன்னொண்ணு இருக்கு' என்றான் அவன். 'நான் போகணும்.'

'போகணுமா?'

'உங்கிட்டருந்து ரொம்ப தூரம் இல்ல' அவள் கைகளை முத்தமிட்டான். 'இந்த ஆபீசிலிருந்து போகணும். நான் யதீன் சார்கிட்ட பேசிட்டேன். எனக்கு சிவில் சர்வீஸ் தேர்வில் அவர் உதவி செய்றதா சொல்லியிருக்கார்.'

'போலீசா?'

இதைத்தான் அவளுக்குத் தெரியாம விவாதித்திருக்கிறார்கள்.

'எனக்கு எப்பவுமே அதில ஆசை' என்றான் அவன், அவள் கைகளின் பிடியை விட்டவண்ணம். 'ஆனா அம்மா தடுத்ததால போகமுடியல. ஆனா சாகறதுக்கு முன்னால, நான் என்ன வேணாலும் செய்யலாம், எப்படி வேணாலும் இருக்கலாம், ஆனா உனக்குத் தகுதியா மட்டும் இருக்க ணும்னு சொல்லிட்டாங்க. மாயா'

பவனின் கண்கள் ஈரமாக இருந்தன. அவள் கைகளை அவன் விட்டுவிட்டான். மாயா அவனை நாடினாள்.

63

வருண் காய்ச்சலுணர்வோடும் நிலைதளர்ந்தும் மேஹரா மாளிகையில் தனது படுக்கையறையில் லட்டூ நாயுடன் சுருண்டு படுத்திருந்தான். தன் தாடை வீக்கத்தைக் கண்ணாடியில் பார்த்துக்கொண்டான். அது கொறஞ்சி போச்சி. அதை டாடிக்குத் திருப்பித் தரணும். மனுஷன ஒரு குத்துக் குத்த முடியாதா? அவனை மருத்துவமனையில் மூன்று வாரங்களுக்குப் பின்வாங்கல் அறிகுறிகளுக்காக வைத்திருந்தார்கள். புத்தாண்டு அன்னிக்கு ஒரு பக்கெட்டில் வாந்தியெடுத்தான். அதுதான் முதல் அறிகுறி.

இன்று நன்றாக இருப்பதாக உணர்ந்தான். ஒரு வேலைப் பயணத்துக்காகச் சென்றிருந்த அம்மாவுடன் பேசினான். இன்னும் தனக்கு ஃப்ளூ இருப்பதாகத் தெரிவித்தான். அப்படித்தான் அவனது பிரிய நானாஜி மேஹரா எல்லோரிடமும் சொல்லியிருந்தார். தன் மனைவி, மகள் உள்பட. 'ஒரு தொற்று காரணமாகத் தன் பேரன் வருணை ஆஸ்பத்திரியில் சேர்த்திருந்தார். அவனைப் பார்க்க யாரையும் அனுமதிக்கவில்லை. பொய்யன். பையா, தலையைக் குனிந்துகொள் என்றார் நானாஜி. நீ ஜெயிலுக்குப் போக வேணாமின்னா உன் ஃபோனையோ, போதை மருந்துகளையோ தேடாதே. நான் எல்லாத்தையும் சரிசெய்ஞ்சிடுவேன். தன் தாத்தா உள்ளே வரும் ஒலியைக் கேட்டதும் எழுந்து உட்கார்ந்தான். பண்ட்டியின் அப்பா, தயாள் சிசோதியா, கீழ்தளத்தில் இருந்தார். அவனைச் சந்திக்க விரும்பினார். மூடிக்கொண்டு அங்கே உட்கார்ந்திரு. வாயைத் திறக்காதே. சரியா? ஏதோ வருண் பேச விரும்பியது போல. இந்த நானாஜி சுத்த போர். வருண் படிக்கட்டில் இறங்கி படிப்பறைக்குச் சென்றான். பண்ட்டியின் அப்பா வழக்கம்போலத் தனது நேரு மேல்கோட்டில் சோபாவில் அமர்ந்திருந்தார். ஆனால் வருண் எதிர்பார்க்காத ஒருவரும் அங்கிருந்தார். அப்பா. ஒரு பழைய ஸ்வெட்டரிலும் ஜீன்ஸிலும். கடந்த மூணு வாரத்தில் வயதாகி விட்டது போலக் காணப்பட்டார். அவரது தோள்கள் சோர்வுற்று

வளைந்திருந்தன. அவர் ஒரு வார்த்தையும் சொல்லவில்லை.

படுக்கையறையிலிருந்து வெளிவருவதற்காக லட்டு-நாய் குரைத்துக் கொண்டிருந்தது. அதற்கு முற்றுப்புள்ளி வைத்துவிட்டு மறுபடி போய்ப் படுத்துக்கொள்ள வேண்டும். அவனுக்கு மயக்கமாக வந்தது. ஓர் அடி வேண்டும்.

'உட்கார் வருண்' என்றார் தயாள். 'சின்னப்பசங்க நீங்க, உங்களை ஜெயிலுக்குப் போகாமல் காப்பாத்த நாங்க என்ன செய்றோங்கிறதை நீங்க தெரிஞ்சிக்கணும்.' 'அப்படி நாங்க எதுவும் செய்யல' என்றார் அப்பா. 'கமிஷனர் மேஹரா உன்னைச் சரிபண்ண எல்லாத்தையும் முயற்சி செஞ்சிருக்கேன்னு சொல்றார். சாபர்வால் கேஸ் கண்டு பிடிப்புகள் அடிப்படையில உன்னை இடைநீக்கம் செய்திருக்கறதாகவும் சொல்றார். ஆனாலும் இந்தப் படங்களை ஆன்லைனில் வெளியிட வேண்டும்ங்கற பைத்தியக்கார ஐடியாவை நீ வலியுறுத்திக்கிட்டே இருக்க.' 'நான் என் மகன் சட்டத்தினுடைய செயல்முறைப்படி போகணும்னுதான் நான் விரும்பறேன். நான் என் ராஜிநாமாவைக் கொடுத்தாச்சி.'

'என்னா செயல்முறை?' தயாள் அங்கிள் நானாஜி பக்கம் திரும்பினார். 'எந்தச் சாட்சியம் அடிப்படையில?'

அப்பா முன்னால் சாய்ந்தார். இந்த ஆள் வேறமாதிரி. இவர் வேலையை விட்டுட்டார், மகன் தாடையை முறிச்சார், இப்ப அவன் ஜெயிலுக்குப் போவணுங்கறாரு.

'நீ சாட்சியங்களைக் கெடுத்து கிரேவாலையும் ஜாமியா நகர் நிலையத்திலிருந்து மாத்திட்ட. ஆனா உன் மகன் ஃபோட்டோ ஆன்லைன்ல வந்தா, செய்திச் சேனல்கள் பாத்துக்கும்.'

பண்ட்டியின் அப்பா டாடி அளவுக்கு உயரமாகவோ பருமனாகவோ இல்லை. ஆனால், அந்த ஆள் உறுமியபோது, அச்சமூட்டுபவராகக் காட்சியளித்தார். இந்த ஆளை தயாள் சிங் சிசோதியா என்றுதான் கூப்பிட வேண்டும். தயாள் அங்கிள் அல்ல. இந்த ஆள் எவனுக்கும் அங்கிளாகமாட்டான்.

'யதீன், எனக்குப் புரியவில்லை. கமிஷனர் மேஹரா, உன் பண்ணைவீட்டில் நாம மூணுபேரும் ஒண்ணா திட்டமிட்ட நடவடிக்கை களைத்தான் செய்யறாரு. நீயும் அதில இருந்தவன்தானே.'

தயாள் எழுந்து வருண் உட்கார்ந்திருந்த இடத்துக்குச் சென்றார். வருணின் தோளைச் சுற்றி ஒரு கையை வைத்தார். 'நான் சொல்லும்

போது உன் மகன் கவனிக்கவேண்டும்னு நான் நெனைக்கறேன். அதாவது நான் சீரியஸ்னு நீ தெரிஞ்சிக்கணும். எங்க குடும்பத்துக்கு இது ரொம்ப ஆபத்து. நான் என் பையன் செய்ஞ்சதை நான் சரின்னு சொல்லல. அவன் சட்டத்தை எதிர்கொள்ளணும்னு நீ சொல்றதையும் நான் தப்புன்னு சொல்லல. ஆனா சிசோதியா குடும்பத்தால இத ஏத்துக்க முடியாது.'

வெப்பமூட்டியின் விர் ஒலியைத் தவிர அறையில் வேறு சத்தம் எதுவும் இல்லை. டாடியும் தாத்தாவும் ஒரு பார்வையைப் பரிமாறிக் கொண்டார்கள். வருண் தன் மேல்சட்டையின் ஜிப்பைக் கழற்றினான். தயாளின் பலமான கை அவன் தோளின்மீது இன்னும் இருந்தது. அவன் அப்பாவிடம் தயாள் சொல்வதைக் கேட்குமாறு வாதாட விரும்பினான். ஆனால் அவன் அப்பா செல்லத்துக்கு பதிலாக அங்கே ஓர் இறுகிய முகமுடைய மனிதர்தான் இருந்தார்.

'கமிஷனர் மேஹராவின் வீட்டில் அவரது மருமகனிடம் இதைச் சொல்வதில் எனக்கு சந்தோஷமில்லை. ஆனால் இந்த ஃபோட்டோக்கள் ஆன்லைனில் போனால், நாங்கள் இந்தப் பையனைத்தான் முதலில் ஆரம்பிப்போம்.' தயாள் வருணின் தலையைத் தட்டினார். 'தன்னைப் பற்றி ரொம்ப மிதப்பில் இருக்கும் அஞ்சலி என்னை மறுத்துவிட்டாள். பிறகு அவள் இப்போதிருக்கும் கோமாவிலிருந்து வெளிவரவே மாட்டாள்.' தயாள் பின்னால் சாய்ந்தார். 'ஒண்ணும் ஆச்சரியப்பட வேணாம். எனக்கு என் வழி இருக்கு. அவளது பைத்தியக்கார மகனை ஏதாவது ஒரு ஆஸ்பத்திரியில அடைச்சிருவோம். அல்லது இன்னும் மோசமான நிலைமை கூட அவனுக்கு ஏற்படலாம். அடுத்தது விடிலிகோவால் (தோல் நிறமிழப்பு நோயால்) பாதிக்கப்பட்டிருக்கும் உன் சுருட்டைமுடித் தங்கை.'

அப்பா எழுந்து நின்றார், அவரது கைமுட்டிகள் இறுகின. அந்த முட்டி அவன் தாடைக்குச் செய்தது வருணுக்கு ஞாபகம் இருந்தது. ஆனால் பண்ட்டியின் அப்பா அதைப் பற்றிக் கவலைப்படவில்லை. இந்த பண்ட்டியின் அப்பன் ஒரு பயமுறுத்தும், விடாப்பிடியான மனிதன். வருண் அவன் பிடியிலிருந்து வெளிவந்து சோபாவில் சாய்ந்தான்.

'உட்கார் யதீன். நான் ஒன்றியத்தின் உள்துறைச் செயலர் அப்படிங்கிறதுதான் உனக்குத் தெரியும். ஆனா என் குடும்பத்து வரலாறு ரொம்பப் பழசு. இங்கேயிருக்கற உன் மகனை, அழகான

இளைஞனைப் பாதுகாக்க படங்களைப் பாதுகாப்பா வைக்கறது ஒண்ணுதான் வழி.' தயாள் வருணின் தோள்களை மீண்டும் தேடி அழுத்தினார். குடும்பப் பார்ட்டிகளில் அவர் அப்படித்தான் அழுத்துவது வழக்கம். 'நீ அவனைப் பத்தி பெருமைப்பட்டே. எனக்கும் பண்ட்டியைப் பத்தி பெருமைதான்.' டாடி கேட்டுக் கொண்டிருந்தார், அவர் கண்கள் கோபமும் சிவப்புமாக.

'நீ இதெல்லாம் பப்ளிக் ஆக்கினா, நீ எங்க போனாலும் உன்னைக் கண்டுபிடிப்போம்' என்றார் தயாள் சிசோதியா. 'எப்படியிருந்தாலும், அந்த எரிஞ்ச பொண்ணோட எவ்வளவு தூரம் நீ ஓடிப்போயிடுவ?' முன்னால டாடி அசையாமத்தான் இருந்தார், இப்ப உறைஞ்சே போயிட்டார். கல்லால செய்ஞ்ச சிலையைப் போல. எப்பவும் அந்தப் பொம்பளை பின்னாடிதான்யா. சொந்த இரத்தத்தை மிரட்டினா அந்த ஆளுக்கு ஒண்ணுமில்ல. ஆனா அந்த உயரமான பொண்ணை— இப்ப எரிஞ்சு அசிங்கமா போய்ட்டவ—பத்தி சொன்னா, பேசமாட்டார்.

'நல்லா யோசி, யதீன். உன் ஃப்ரெண்டுண்ற முறையில, இப்படிப் பேசறது எனக்கு சந்தோஷமான விஷயமில்லங்கறத நீ புரிஞ்சிக்கணும்.' நானாஜி கிட்ட நடந்துபோய், தயாள் சிசோதியா கைகுலுக்கினார். டாடியின் தோளைத் தட்டிட்டு வெளிய போய்ட்டார். டாடியின் தோள் எப்பவுமே குளிர்காலத்தில வலிக்கும். யாரும் அதைத் தொடக் கூடாது. தயாள் சிங் சிசோதியாவுக்கு இதைப்பத்தி தெரியாமயா இருக்கும்?

64

முன்னாளைய கமிஷனர் பட் அருகே ஜாகிங் செய்துகொண்டே ‘நாம் செய்யக்கூடியது ஏதாவது இருக்க வேண்டும்’ என்றான் பவன், ‘நாம் இப்படியே விட்டுவிட முடியாது.’ யதீன் சார் பதிலளிக்கவில்லை. அவர்கள் கல் பாதையைக் குறுக்காகக் கடந்து, ஹவுஸ்காஸ் ஏரியின் சுற்று நடைபாதையில் ஓடினார்கள். பறவைகள் அழைப்பும் நீர்ப்பறவையின் கிறீச்சிடலும் காற்றில் நிறைந்திருந்தன. இக்காலை நேரத்தின் விடியலில், வேறு சில ஓடுவோருடன் அவர்களும் உடலுக்குப் பயிற்சியை அளித்தார்கள். ஏரியின் அமைதியான நீரில் சுற்றியிருந்த வரலாற்றுக் கல்லறைகள், அவற்றைச் சேர்ந்த கட்டடங்கள் ஆகியவற்றின் விளிம்புக் கோடுகள் பிரதிபலித்தன. அண்ணா (‘பாய்’) என்று இப்போதெல்லாம் பவன் அழைக்கத் தொடங்கிவிட்ட யதீன் சார், வேகமாக நடையிட்டார். கூடவே அருகில் பவனும் ஓடினான். தங்கள் மூச்சின்மீதும் தாங்கள் வந்த பாதை மீதும் அவர்கள் கவனத்தைக் குவித்தார்கள். அவர்கள் ஒரு முழுவட்டம் சுற்றியிருந்தார்கள். இப்போது ஒரு பெஞ்ச்சுக்கு அருகில் மூச்சு வாங்கிக் கொண்டும், கால்களை நீட்டி மடக்கிக்கொண்டும் நின்றார்கள். அப்போது யதீன் கூறினார், ‘நான் விட்டுவிடவில்லை.’

‘பிறகு?’

‘நம்மோடு சாப்பாட்டுமேஜையில் அஞ்சலி உட்கார்ந்து சாப்பிட இவ்வளவு காலம் ஆகியிருக்கிறது. ஐந்து மாதங்கள் ஆகிவிட்டன, ஆனால் மருத்துவமனைக்குத் தன்னைக் காரில் அழைத்துச் செல்ல மாயாவைத் தவிர வேறொருவரையும் அவள் விரும்பவில்லை. அவள் ஆன்லைனில் வேலை செய்கிறாள். காப்பீட்டுத் தொகையால் ஈடுசெய்யப்படாத எல்லா பில்களையும் தானே கட்டுவதாகச் சொல்கிறாள். நான் அவளை ஆபத்தில் விட முடியாது. அவர்கள் நிகிலைத் தொலைவில் இருத்தலாம், பவன். அவனைப் பாதுகாப்பாகக் காப்பாற்றுவதாக நான் அவளுக்கு வாக்குறுதி அளித்திருக்கிறேன்.’

யதீன் சார் அஞ்சலிஜீயைக் காதலிக்கிறார், அதுவரை தெளிவாகத்

தெரிகிறது. அவரது மகன் அஞ்சலியைத் தாக்கியது அவர் கைகளைக் கட்டிப் போட்டிருக்கிறது. மேஹராவையும் சிசோதியாவையும் பவனுக்கு நன்றாகத் தெரியும். அஞ்சலியைத் துன்புறுத்த அவர்கள் எந்த எல்லைக்கும் செல்லக்கூடியவர்கள். ஆனால் பண்ட்டியும் அவன் கும்பலும் கொலை செய்தார்களே பெண்கள், அவர்கள் என்ன ஆவது?

'பண்ட்டி நாட்டைவிட்டு விரைவில் வெளியேறிவிடுவான்.'

'எனக்குத் தெரியும். வருணும் அப்படித்தான்.' யதீன் சார் வேறிடத்தில் நோக்கினார். 'ஆனால் நிகில் பல மாதங்களாக இருந்ததை விட இப்போது நன்றாக இருக்கிறான் என்பது உனக்கும் எனக்கும் தெரியும். இந்தப் புதிய பள்ளிக்கூடம் அவனுக்கு ஒத்துவருகிறது.'

பண்ட்டியும் வருணும் தண்டனையின்றிச் செல்வது யதீன் சார் மனத்தைப் பீடித்திருக்கிறது. ஓரிரவு மாயா பவனை அழைத்த பிறகு, அவனுடைய ஆள் யதீன் சாரைப் பின்தொடர்ந்தான். அவள் அண்ணன் நள்ளிரவைக் கடந்தும் காரை ஓட்டிச் சென்றிருந்தார். யதீன் சார் மோதி மில் மேம்பாலத்தின் கீழ் தன் காரை நிறுத்திவிட்டார். சகியின் முன்னாளைய இடத்துக்குச் சென்றார். ஏதோ ஒன்றைத் தேடும் நிழல்போல, பேய் போல சல்லடை போட்டுச் சலித்துக்கொண்டிருந்தார். அந்த இரவுக்குப் பிறகு அவர் மருத்துவரிடம் செல்ல ஒப்புக்கொண்டார். அந்த மருத்துவர் ஒரு உளநோய் சிகிச்சை நிபுணரிடம் அவரை அனுப்பினார். அவரிடமிருந்து நோய் என்ன என்பதை மாயா கண்டு பிடித்தாள். மருத்துவம்சார் மனச்சோர்வு. அவருடைய எடை குறைந்து விட்டது. அவருடைய தலைமுடியும் நரைத்த நிலையில், ஐந்து மாதங்களில் அவருக்குப் பத்து வயது கூடியது போல இருந்தது. ஆயுள் முழுவதும் பவனைவிட உயர்ந்திருந்த இந்த மனிதர் இப்போது தோல்வியுற்றவராக, சிறையிலிருந்து தப்பிய குற்றவாளி ஒளிந்து இருப்பதைப் போலக் காணப்பட்டார். அஞ்சலிஜீக்கு உதவி செய்வதற்காக சஃப்தர்ஜங் வீட்டுக்கு வந்துவிட்டார். ஆனால் உண்மையில் அவர் தன் வாழ்க்கையிலிருந்து, தன் தொழிலிலிருந்து தப்பி ஓடிவந்தவர்தான். பேடா கர்க் (முழுகிப்போன கப்பல்). பவன் கீழே உட்கார்ந்தான். 'நீதிக்காகப் போராட வேண்டி, நீதி தேவைப் படுபவர்களுக்காக, நான் போலீஸில் சேர நினைக்கிறேன். ஆனால் மேஹரா, தயாள் போன்ற ஆட்கள்தான் ஆட்சி செய்வார்கள் என்றால், வேறெதாவது வேலையைப் பார்க்கலாம்.'

மேஹராவுக்குப் பிறகு அவர் இடத்திற்கு ராட்டி பரிந்துரை செய்யப்பட்டார். எல்லாவற்றையும் மூடி மறைத்ததற்கான பரிசு.

ஒவ்வொரு முறை அதை எண்ணும் போதும் தன் பித்தப்பையே மேலெழுந்து வருவதுபோல் பவன் உணர்ந்தான்.

யதீன் சார் அவன் தோளின்மீது கையை வைத்தார். 'சில மாதங்கள் தான். எங்களுக்கு நேரம் கொடு.'

'விஜில் எப்படியிருக்கிறது? நான் அங்கே பயனுள்ளது ஏதாவது செய்யலாம்' என்றான் பவன்.

'குஸூம் அடுத்த வாரம் எங்களோடு சேர்கிறாள். அதனால் நமக்கு உதவி கிடைக்கும். அலுவலகத்தைக் குழப்பாமல் தேடி சில வழக்குகளைக் கொண்டுவர முடியும் என்று பார்க்கிறேன். உன்னைப் போன்ற ஆட்கள் மேலும் பலபேர் போலீஸ் படைக்குத் தேவை.'

'நான் என்ன நிர்வாகம் செய்யப் போகிறேன், அண்ணா?' என்றான் பவன். 'இது என்ன வித்தியாசத்தை உண்டாக்கும்?'

'நீ என்னைப் போல மாறிவிட மாட்டாய். நீ உன் கொள்கைக்கேற்ப நட. உனக்கு அன்பு கிடைக்கும். உன் வாழ்க்கையின் ஓட்டையை அடைப்பதற்காக நீ பதவியில் உயர வேண்டிய அவசியம் இருக்காது.'

'இதெல்லாம் வெற்று இலட்சியம்' என்று எழுந்தான் பவன்.

'உலகத்திற்கு இலட்சியக் கொள்கை தேவைப்படுகிறது'

'சிசோதியா இதில் தப்பிவிட்டால்...'

'இப்போதைக்கு. ஒரு காரணத்துக்காக உள்ளே நீ இருக்கவேண்டும், பவன்.' யதீன் சார் முறுவல் செய்தார். 'என் பின்னால் ஆள் அனுப்புவதை விடு.'

பவன் மாயாவிடம், தான் யதீன் சாரைப் பின்தொடர்வதை நிறுத்திவிடுவதாகச் சொல்லியிருந்தான். ஆனால் தன் ஆளை வைத்திருப்பதாகவும் சொன்னான். மாயா தன் அண்ணனை இழந்து விடுவதை அவனால் நினைத்துப் பார்க்க முடியவில்லை.

'உங்களுக்குத் தெரியுமா?'

'நிச்சயமா. என்னை கவனிச்சுக்க எனக்குத் தெரியும். மாயா பயந்துபோய் உன்னைக் கூப்பிடுறா. ஆனா நீ என்ன நம்பணும்.'

யதீன் சாரிடம் இன்னும் அது இருந்தது—ஒரு வலிமையான மனிதர் தன்னை ஒன்றாகப் பிடித்துவைத்துக்கொள்ளக் கடுமுயற்சி செய்வது. ஆனால் அவருக்குள் ஏதோ உடைந்துவிட்டது. பவன் வேறுபுறம் திரும்பினான். அதனால் யதீன் சார் அவன் கண்களைப் பார்க்க முடியவில்லை.

'கேட் வரை ரேஸ் விடலாமா?' என்றான் அதற்கு பதிலாக.

அவன் புறப்பட்டான். யதீன் சார் இணைந்துகொண்டார். முந்திய வாரம் பவன் ஒரு பாடத்திலிருந்து தன் சென்சேயின் வார்த்தைகளை நினைவுகூர்ந்தான்: தண்ணீரின் உதாரணத்தைப் பின்பற்று; ஒரு தடை சவாலாக மாறுகின்ற சமயத்தில் சற்றே தேங்கிநின்று பலத்தை சேகரித்துக்கொள்.

65

அவளுடைய கடைசி முக்கிய ஆபரேஷன் நடந்த நாளுக்கு இரண்டாண்டுகள் கழித்து, அஞ்சலி கண்ணாடியில் தன்னை உற்று நோக்கியவாறு நின்றாள். அவளைத் திருப்பி முறைத்த முகம் தனக்கெனச் சொந்தமாக இரகசியங்களைக்கொண்டது போலவும், பார்ப்பவர்களின் இரகசியங்களை அறிந்தது போலவும் புன்முறுவலித்தது. ஒளிரும் பீச்வண்ணத் தோல், வளைந்த புருவங்கள், துடுக்கான மூக்கு, மெல்லிய ஆனால் பளபளப்பான உதடுகள், உயர்ந்த கன்ன எலும்புகள், மறுபடியும் பளபளக்கும், முத்தமிடக்கூடிய கன்னங்கள்.

நூமன்...

ஞாபகத்துக்காக வேண்டி வைத்திருந்த அந்த ஒரே ஜப்பானிய முகமூடியைத் தன் முகத்திலிருந்து நீக்கினாள். பிற எல்லாவற்றையும் அவள் கடந்த இரண்டாண்டுகளில் சகியின் பள்ளிக்கும் ஹிரிதயோக் நாடகக் குழுவுக்கும் அளித்துவிட்டாள். ஆனால் இந்த நூமன் மட்டும் அவளுடனே இருந்துவிட்டது: பிகாஜி காமாவிலிருந்து அவர்கள் ஸஃப்தர்ஜங் ஆன்கிளேவ் வீட்டில் கட்டிய மருத்துவமனை வரை. இன்று அடுத்த நோயாளிக்காகக் காத்திருக்கும் வேளைக்குள் அதைச் சுத்தம் செய்துவிடலாம் என்று கழற்றினாள்.

முகமூடியை அஞ்சலி அதன் இடத்தில் தொங்கவிட்டாள். முந்திய கிறிஸ்துமஸுக்கு எடுத்த ஃபோட்டோவின் சட்டத்தை நேர்செய்தாள்: இரண்டு சிறுகுழந்தைகள், ஒரு பதின்வயதினன், நான்கு பெரியவர்கள், ஒரு நாய். அவள் குடும்பம். மாயா நடுவில் சகியை மடியில் வைத்து அமர்ந்திருந்தாள். யதீனும் அஞ்சலியும் இருபுறமும். பவன் அவர்களுக்குப் பின்னால் நின்றான். அவன் ஒரு கையில் சோட்டு, மறுகை மாயாவின் தோளில். இப்போது பவனைவிட உயரமாக வளர்ந்திருந்த நிகில், கையில் ஒரு விமானத்தின் மாதிரியை கெட்டியாகப் பிடித்துக்கொண்டு அவன் பக்கத்தில் நின்றான். மங்கூ நாய் வழக்கம்போல் தலையை சகியின் முழங்காலில் வைத்தவாறு படுத்திருந்தது. அந்தப் படத்தை எடுத்த அந்த நொடியில், இரண்டு

குழந்தைகளும், தாவும் மங்க்கூவுடன் சேர்ந்து கேக் மீது ஆவலுடன் பாய்ந்தனர். கீச்சிடும் சத்தங்களுக்கும், சிரிப்புக்கும், நாயின் ஒலிகளுக்கும் இடையில் அவர்கள் மேஜையை அடைந்தனர். நிகிலுக்கு அருகில் நின்ற அஞ்சலி அவர்களை நோக்கினாள்.

வழக்கம்போல் தொலைவில் பார்வையைச் செலுத்திய நிகில் 'தமாஷாக இருக்குது அஞ்சலி' என்றான். ஆனால் அவள் தொட்டபோது அசைவு எதுவும் அவனிடம் இல்லை.

நீண்ட நாள்களாக உணர்ச்சிக் கொந்தளிப்பு எதுவும் அவனிடம் இல்லை. ஆனாலும் உணர்வு மாறாட்டங்களுக்கிடையிலும், மருந்துகளுக்கிடையிலும் அவன் இன்னும் ஊசலாடியவாறுதான் இருந்தான். அவள் மருத்துவமனையில் தங்க வேண்டிவந்த போதெல்லாம் அவன் பதற்றம் அடைந்தான். அதனால் தன் அறுவை சிகிச்சைகளை அவள் இடைவெளிவிட்டுச் செய்ய முயன்றாள்.

முதலாவது ஆண்டில் டாக்டர் சிங் அவளுக்கு ஒரு டஜன் தடவைகளுக்கு மேல் ஆபரேஷன் செய்தார். தள்ளுபடிகளையும் அதிகம் அளித்தார். நாங்கள் உங்கள் உயிரை ஆபத்துக்கு உட்படுத்துகிறோம், டாக்டர் மார்கன். எங்களால் முடிந்த வகையில் உதவுகிறோம். மேலும் சில ஆபரேஷன்களுக்காக அஞ்சலி சிங்கப்பூருக்குப் பறக்கவேண்டி இருந்தது. இப்போது கணக்கிட்டால், மொத்தம் முப்பத்து நான்கு ஆபரேஷன்கள். எதிருயிரி மருந்துகள் அவளுக்கு ஒவ்வாமையையும் பக்கவிளைவுகளையும் ஏற்படுத்தின. அவளால் இனிமேல் ஓட முடியாது, சிரமம் மிகக்குறைவான உடற்பயிற்சிகளை மட்டுமே செய்யவேண்டும் என்று அதற்கு அர்த்தம். சோட்டுவுடனும் சகியுடனும் விளையாடுவது இப்போதைக்கு இயலாது. அவர்கள் வேகமாக வளர்ந்துவிடுகிறார்களே என்று சலித்துக்கொண்டாள், ஆனால் டாக்டரும் மாயாவும் அவள் காத்திருக்கவேண்டும் என்றார்கள். அவர்களை மாயா தத்து எடுத்துக் கொண்டாள். இப்போது அவள்தான் சகிக்கும் சோட்டுவுக்கும் தாய். ஆகவே அஞ்சலியால் ஒன்றும் சொல்ல முடியவில்லை.

பொது அறைக்குச் சென்றபோது யதீன் தனது வழக்கமான நாற்காலியில் ஒரு ஃபைலைப் பார்த்தவாறு இருந்தார்.

ஃபைலை வைத்தவாறு, 'பிள்ளைகள் தூங்கப் போய்விட்டார்கள்' என்றார். 'அதற்கு விலையாக ஒரு கதை கேட்டார்கள்.'

சகியையும் சோட்டுவையும் அவர்களின் தாய்வழிப் பாட்டியான அஞ்சலியின் பொறுப்பில் விட்டுவிட்டு பவனும் மாயாவும் இரண்டு

வாரத் தேனிலவுக்குப் போயிருந்தார்கள். குழந்தைகளுக்கு யதீன் தாத்தாவை மிகவும் பிடித்தது. ஏனெனில் தன் முதுகில் அவர்களை அடிக்கடி சவாரி செய்ய வைத்தார், சோட்டுவை உயரத்தூக்கிப் போட்டுப் பிடித்தார், அவர்களுக்காகப் பல கதைகளை நடித்துக் காட்டினார்.

'ரொம்ப தேங்க்ஸ்' என்றாள். 'அவர்களுக்குத் தூக்கம் இல்லை என்றால் பைத்தியமே பிடித்துவிடும்.'

அவளுக்கு அவர் இளநீர் ஒரு டம்ளர் ஊற்றினார். தனக்கு அதிகமாக விஸ்கி ஊற்றிக்கொண்டார்.

'சீக்கிரம் வந்துவிட்டீர்களே' என்று தன் டம்ளரை எடுத்துக் கொண்டாள். 'விஜிலில் எல்லாம் சரியாக நடக்கிறதா?'

'ஆமாம், கொஞ்சம் முன்னாலேயே வந்துவிட்டேன்' தன் டம்ளரில் ஐஸ் கட்டிகளைப் போட்டார் யதீன். 'உன்னிடம் கொஞ்சம் பேசவேண்டியிருந்தது.'

தொண்டையைக் கனைத்துக்கொண்டு ஆழமான மூச்சுவிட்டார். ஒருவேளை ஹிரிதயோகில் ஏதாவது சிக்கல், பெண்கள் பிரச்சினை ஏற்பட்டிருக்கலாம். மாயா இல்லாததால் அந்தத் தந்திரசாலிகளை அடக்கக் கஷடப்பட்டார். அடிக்கடி அஞ்சலியின் உதவியை நாடினார்.

'நிச்சயம்' என்றவாறு முன்னோக்கிச் சாய்ந்தாள்.

'கொஞ்சநாள் வெளியே போய்வரலாம் என்று யோசிக்கிறேன்.'

'லீவா? நல்லதுதான் உங்களுக்கு.'

யதீன் மாறிவிட்டார். கண்கள் குழிவிழுந்திருந்தன. நரைத்த தலைமுடி மண்டையளவுக்கு நெருக்கமாக வெட்டப்பட்டிருந்தது. இன்னும் வேலை செய்யத்தான் செய்தார். ஆனால் அது மருத்துவ ஆலோசனைக்கு எதிரான தண்டனையாக இருந்தது. அதனால் மாயாவுடன் அடிக்கடி சண்டை ஏற்பட்டது. கொஞ்சமாகச் சாப்பிட்டார். இன்னும் கொஞ்சமாகத் தூங்கினார். இரவின் நடுவில் அஞ்சலி விழிக்கும்போதெல்லாம் அவர் மாடியில் தாழ்வாரத்தில் நடக்கும் சத்தம் கேட்டது.

'இல்லை. தில்லியிலிருந்து வெளியே. எல்லாவற்றிலிருந்தும்.'

'நான் முன்னே சொன்னதற்கும் இதுக்கும் சம்பந்தம் உண்டா?'

ஒரு மாதம் முன்னால், காதலர் தினத்தன்று, யதீன் அவள் முன்னால் முழந்தாளிட்டு, மேற்கத்தியப் பாணியில், தன்னை மணந்து கொள்ளுமாறு வேண்டினார். ஆனால் அவளும் அவர் அருகில் முழந்தாளிட்டு, இப்போது நாம் நண்பர்கள்தானே என்றும், அப்படியே

இருந்துவிடலாம் என்றும் கூறிவிட்டாள்.

'இல்லை. நீ கூறியது சரிதான்.' அவளிடமிருந்து பார்வையைத் திருப்பினார்.

அஞ்சலி எழுந்து உணவுமேஜைக்கு எதிரிலிருந்த கண்ணாடியிடம் சென்றாள். மேடுபள்ளமாக இருந்த தோலையும், கடைசி வடுக்கள் ஆறிய இடத்தில் இருந்த பளபளப்பான புள்ளிகளையும் பார்த்தாள். நேற்றிரவு பிள்ளைகளுடன் உணவருந்தியபோது மேக்கப் போட்டிருந்தாள். முறைக்கும் பார்வைகளை மிகவும் குறைத்துக் கொள்வது நல்லது, நிகிலுக்கும் உதவுகிறது என்றாள் ஃபரீதா. இரவு விளக்கின் மெல்லொளியில் அவள் தோல் மென்மையாகத் தெரிந்திருக்க வேண்டும். ஆனால் யதீனுக்கு அவள் எப்படியிருக்கிறாள் என்று தெரியும். கடந்த இரண்டாண்டுகளாக மாறிவந்த அவள் முகத்தைப் பார்த்தவர். அவளருகிலேயே எல்லாப் போதிலும் அவர் அமர்ந்திருந்தார். அவர் அடிக்கடி சொல்லிக்கொள்ளும் பாட்டு நினைவுக்கு வந்தது.

காதலால் என் இதயம் பற்றியெரிந்தது,
அந்த அமைதியான நெருப்பு என்னை எரித்தது

அவள் சில வார்த்தைகளை மட்டும் எடுத்து இணையத்தில் பார்த்தாள். வேறொரு காலத்திலும் இடத்திலும் வாழ்ந்த அந்தக் கவிஞர் அவள் உணர்ச்சியை அறிந்தவர் போல் எழுதியிருந்தார். கவிஞர் காலிப்பின் சொற்கள். அவற்றை அவள் இப்போது தனதாக்கிக் கொண்டாள். அமைதியான உள்நெருப்பு. அவளது காழ்ப்புகளையும், பழைய பயங்களையும், தொடுகைக்கான, ஏற்புக்கான ஆசையையும், அது எரித்துவிட்டது. சகியைப் போலத் தன் வாழ்க்கைக்கு அந்தச் சொற்களை ஆக்கிக்கொண்டாள். அவற்றிலிருந்து தனது புதிய உலகத்தைக் கட்டினாள். சகி சில ஆண்டுகளுக்கு முன்னால் சரியாகச் சொன்னாள்: *நீ காலையில் உன் சொந்த முகத்தோடு இருக்கும்போது அழகாக இருக்கிறாய்.*

அவள் இப்போது தன்சுயமாகவே இருக்கிறாள். தன்னைச் சரியென்று நிர்ணயிப்பது அவள்தான். பிறர் அதைச் செய்ய வேண்டியதில்லை. தன் முடிவுக்காக அவள் வருத்தப்படவில்லை.

'எனக்காக இல்லேன்னா...' யதீனிடம் திரும்பி வந்தாள். 'அப்படீன்னா இப்ப ஏன், திடீர்னு?'

'நான் யோசனை செய்தேன். மாயாவுக்கு இப்ப கல்யாணம் ஆயிடிச்சி. குடும்பத்துக்காக இங்க பவன் இருக்கான். எல்லாத்தையும்

என் மூளையில வச்சு கலைச்சிப்போட்டு அடுக்கணும், கவனத்தைக் குவிக்கணும். எனக்குத் தொலைவு தேவைப்படுது. இந்த நகரத்தில் இருந்தும். இங்க நடந்துவிட்ட எல்லாத்திலிருந்தும்.'

அவர் அருகிலேயே இருந்து அவளுக்கு மிகவும் பழகிவிட்டது. அவளது மருத்துவமனைச் சந்திப்புகளுக்காக. ஒவ்வொரு முறை அவளுக்கு பீதித் தாக்குதல் வந்தபோதும். பள்ளியில் நிகிலுக்கு ஆதரவு தேவைப்படட வேளையிலும். ஆனால் அவள் இவற்றைச் சொல்ல முடியாது. எனவே அடுத்த வெளிப்படையான கேள்வியைக் கேட்டாள்.

'விஜில் பத்தி என்ன? ஹிரிதயோக் என்ன ஆகும்?'

மாயா, குஸூம், மற்றும் வேறு இரண்டு உதவியாளர்களுடன் விஜிலை யதீன் நடத்தி வந்தார். ஹிரிதயோகில் மாயாவுக்கு வகுப்புகள் எடுத்தும், ஆவணங்களைக் கோப்பாக அமைத்தும், நிதி தேடிக் கொடுத்தும் உதவி செய்தார்.

'நான் நாளைக்கேவா போகப் போறேன்? போறதுக்கு முன்னாலே எல்லாம் சரிவர நடக்குதான்னு உறுதிசெய்துவிட்டுத்தான் போவேன். மாயாவும் பவனும் செட்டில் ஆன பிறகு, உன் அடுத்த மருத்துவ கவனிப்பிலிருந்து நீ திரும்பிய பிறகு. இன்னும் ரெண்டுமாசம் போல கழிச்சி'

'எங்கே போவீங்க?'

யதீனின் மகன் இப்போது லண்டனில் பண்ட்டி படிக்கும் அதே கல்லூரியில் இருக்கிறான். மறுபடியும் அதிக அளவில் போதைமருந்து சாப்பிட்டதற்காக நேற்று அவனை அவசரமாக மருத்துவமனையில் சேர்த்திருக்கிறார்கள். வட்டாரக் குடும்பப் பத்திரிகையிலிருந்து இது பவனுக்குத் தெரியும். ஆனால் அவர்கள் யதீனுக்குச் சொல்ல வில்லை—அவருக்கு அவர் மகன் பற்றிய செய்திகள் தேவையில்லை, அவன் பெயரை அவர் சொல்வதில்லை.

'நான் உனக்கு நியாயம் செய்யவில்லை, அஞ்சலி'

இப்போது 'ஜெல்லி' இல்லை, அஞ்சலி. யதீன் தன்னை ஏற்கெனவே தொலைவு படுத்திக் கொண்டுவந்தார். அவள் கேள்விக்கு அவர் பதில் சொல்லவில்லை.

இல்லை. அவளுக்கு நியாயம் கிடைக்கவில்லை. சிலசமயம் இரவில் நேரம் கழித்து, அது அவளுக்குத் தொந்தரவு கொடுத்தது. அந்த எல்லாப் பெண்களும்—சுஜினி, ரோலி, மற்ற சிலர். கடத்தப்பட்டு,

சிதைக்கப்பட்டு, குப்பை போல எறியப்பட்டவர்கள்.

அமில வீச்சில் உயிர் தப்பியவர்கள் பற்றிய ஓர் ஆவணப் படத்தில் அஞ்சலி தோன்றியிருந்தாள். காமிரா முன்னால் தனக்கு நடந்த தாக்குதல் பற்றிச் சொன்னாள். இதே மாதிரித் தப்பிய பிறருடன் தொடர்பு கொண்டு, அவர்களுக்கான காப்பகமாக ஸ்வரூபா என்ற அமைப்பை நடத்துவதாகச் சொன்னாள். அது அமிலத் தாக்குதல் பற்றி விழிப்புணர்வு தருவதற்கான ஓர் அடிப்படை அமைப்பு. தன்னால் இயன்ற போதெல்லாம் அவள் நிதி திரட்டும் நிகழ்வுகளை நடத்தினாள். இந்தியாவிலும், உலகெங்கிலும் அவளைப் பின் தொடர்வோரை வைத்து ஒரு இணையப் பக்கம் நடத்தினாள். அமிலம் எளிதில் கிடைக்காமல் இருக்கச் செய்வதற்காக முகாம்கள் ஏற்பாடு செய்தாள். அப்படிப்பட்ட தாக்குதலிலிருந்து உயிர் பிழைத்தோருக்கு மறுவாழ்வுக்கு ஏற்பாடு செய்தாள். மாயா அந்தப் பெண்களை ஹிரிதயோகுக்கு அழைத்துச் சென்று, புதிய திறன்களைக் கற்கச் செய்தாள். பவன் விரைவில் போலீசில் உதவி ஆணையராகப் பதவிபெற இருந்தான். தேவைப்பட்டபோது போலீஸ் சடங்குகளில் உதவி செய்தான். தன் பங்கை அவள் செய்தாள். ஸ்வரூபாவிலும், ஹிரிதயோகிலும் யதீன் உதவினார்.

'நான் இங்கே இல்லாவிட்டாலும் நீ நன்றாக இருக்கிறாயா என்பதை நான் பார்த்துக்கொள்வேன். உனக்கு மாயாவும் பவனும் இருக்கிறார்கள். நிகிலும்தான்.'

எப்போது திரும்பி வருவார் என்று கேட்க அவள் நினைத்தாள். ஆனால் அவள் ஃபோன் அடித்தது. நிகிலின் படம் தோன்றியது. அவனது உயிர்ப்பான நீலக் கண்கள் எங்கேயோ பார்த்தன.

'அஞ்சலி, என்னை அழைச்சிக்க வருகிறாயா?'

பதினாறு வயதில், தங்கள் கராத்தே வகுப்புக்ளிலிருந்து மற்றப் பையன்கள் பஸ்ஸோ, ஆட்டோவோ பிடித்துத் தாங்களே வீட்டுக்குச் சென்றுவிடுவார்கள். அம்மாவை அழைக்கமாட்டார்கள். ஆனால் மற்றப் பையன்களுக்கு மற்றப் பிரச்சினைகள் இருந்தன. அவர்கள் தங்கள் குடும்பத்துடன் சரிவர நேரம் செலவிடுவதில்லை. இன்னும் இரண்டு ஆண்டுகளில் அவன் தாத்தா கொடுத்திருந்த பழுப்புநிற உறையை அவனிடம் அவள் கொடுத்துவிடுவாள். தனது உயிலின் பயனைப் பெறும் ஆளாக அஞ்சலியையோ, டாரதியையோ பேராசிரியர் குப்தா நியமிக்கவில்லை. நிகிலைத்தான் ஆக்கியிருந்தார்.

'என்னுடன் யதீன் வருவார், சரியா? எனக்கு அடுத்த சில நிமிடங்களில்

வேறொரு அப்பாயிண்ட்மெண்ட் இருக்கிறது'

'சரி. நான் காத்திருக்கேன்.'

யதீன் தனது பானத்தைக் கீழே வைத்தார். 'சீக்கிரம் வந்துவிடுகிறேன்' அஞ்சலி பேசுவதை அவர் கேட்டுக்கொண்டுதான் இருந்தார். கராத்தே வகுப்பிலிருந்து நிகிலை அவர்தான் அழைத்துவர வேண்டும். கார் சாவிகளை எடுத்துக் கொண்டு வெளியே நடந்தார்.

கடந்த இரண்டு ஆண்டுகளாகத் தனக்கு பக்கபலமாக இருந்த இந்த மனிதர் இனி அருகில் இருக்கமாட்டார். அவர் போய்விட்டாலும் சரி, தானே தன்னைக் கவனித்துக்கொள்ள முடியும் என்று அவள் சொல்லிக் கொண்டாள். ஒரு வேலை நல்லபடியாக முடியாத போது, அல்லது நிகில் இரவுச் சாப்பாட்டுக்கு முரண்டுபிடிக்கும் போது, தனக்கு எரிச்சல் ஏற்பட்டாலும், உலகம் இப்படித்தான் இருக்கும் என்று அவளால் தனக்கு நினைவூட்டிக்கொள்ளத் தெரியும். முழுமையை எதிர்பார்ப்பது முடியாது, கட்டுப்பாட்டை விட்டுவிடுவதுதான் சரி.

யதீன் தன்மீது கவனத்தைக் குவித்துக்கொள்ள கொஞ்ச காலம் தேவை. அவர் அவளுக்கு நண்பராக இருப்பார்; எப்போதும் அப்படி இருப்பார்.

கண்ணாடியின் முன் நின்று தன் உடையில் ஒருமுறை சுழன்றாள். தலைமுடியைத் தளரவிட்டாள். ஒரு புன்முறுவல் உடல்முழுதும் தன் பணியைச் செய்யுமாறுவிட்டாள். அவளுக்குச் செய்ய ஒரு தொழில் இருக்கிறது, வாழ ஒரு வாழ்க்கை இருக்கிறது, தன் பேரக் குழந்தை களுக்குச் சொல்ல அபாரமான கதைகள் இருக்கிறது.

வரவேற்பறையின் மணி அடித்தது. ஈரா அதைப் பார்த்துக்கொள்வாள்.

ஜன்னலுக்குச் சென்றாள். காட்டுத் தீயென அழைக்கப்படும் மரத்தின் செஞ்சிவப்பு மலர்களைக் கண்டாள். குங்குமச் சிவப்பு மலர்கள் கிளையில் ஏற்படுத்திய சுமையோடு அந்த மரம் பலவித ஒளி வண்ணங்களில் மிளிர்ந்தது. புல்தரை மீது விழுந்த மலர்களை நிகில் சேகரித்து, தனது ஆல்பத்தில் குடும்பத்தின் மற்றும் புதிய கராத்தே நண்பர்களுடைய நிழற்படங்ளுக்கு அருகில் ஒட்டிவைத்தான்.

தனது நாற்காலியில் ஆசுவாசமாக அமர்ந்தாள். அன்றைய நாளின் கடைசி நோயாளியின் கோப்பைப் புரட்டியபோது அவள் வடுப்பட்ட கைகளின் மீது சூரியஒளி மின்னி விளையாடியது.